i

Seven Chinese Women Writers

PRASIDDA CHEENI KATHEGALU

ಪ್ರಸಿದ್ಧ ಚೀನೀ ಕಥೆಗಳು

ಕನ್ನಡಕ್ಕೆ
ಡಾ. ವಿಜಯಾ ಸುಬ್ಬರಾಜ್

ಪಬ್ಲಿಕೇಷನ್ಸ್

ವಿಜಯನಗರ, ಬೆಂಗಳೂರು 560040

ಪ್ರಸಿದ್ಧ ಚೀನೀ ಕಥೆಗಳು

PRASIDDA CHEENI KATHEGALU (Seven Chinese Women Writers)

TRNSLTED BY; Dr. Vijaya Subbaraj

No.51, 1st A Cross,35 th Main
Attimabbe Road, Banagiri Nagara, BSK 3rd Stage
Bengaluru 560085 Phone, 080-26793219

Published by

Srushti Nagesh

SRUSHTI PUBLICATIONS
121, 13th Main Road, M.C. Layout
Vijayanagara, Bengaluru - 560 040.
Ph : 080 - 23153558; Mob: 98450 96668
E-mail: srushtinagesh@gmail.com

First Impression: 2017
Page: xii + 232 = 244
Book Size : 1/4 Crown (23 x 15.5)
(International Standard Book Size)
₹ : 280 /-
© : **Srushti publications**
Paper used: 70 Gsm JK Book Print
ISBN: 978-93-81244-56-2
Dtp : Srushti
Cover Page : **G . Arunkumar**

ಅರ್ಪಣೆ
ನನ್ನ ಬರವಣಿಗೆಗೆ ಸಹಕಾರ ನೀಡುತ್ತಿರುವ
ಪತಿ "ಸುಬ್ಬರಾಜ್"ಗೆ

ನನ್ನ ಮಾತು

ಸಾಮಾನ್ಯವಾಗಿ ಇಂಗ್ಲಿಷ್‌ನಿಂದ ಕನ್ನಡಕ್ಕೆ ರಾಶಿ ರಾಶಿ ಅನುವಾದ ಕೃತಿಗಳು ಬಂದು ಕನ್ನಡ ಸಾಹಿತ್ಯ ಭಂಡಾರವನ್ನು ಶ್ರೀಮಂತಗೊಳಿಸಿದೆ. ಆದರೆ ಅನ್ಯ ಏಷ್ಯನ್ ಭಾಷೆಗಳಾದ ಚೀನೀ ಭಾಷೆ, ಜಪಾನಿ ಭಾಷೆಗಳಲ್ಲಿನ ಸಾಹಿತ್ಯ ಕನ್ನಡಕ್ಕೆ ಅಪರೂಪಕ್ಕೆ ಒಂದಷ್ಟು ಕೃತಿಗಳು ಬಂದಿರಬಹುದಾದರೂ, ಅವು ಅಷ್ಟಾಗಿ ಪರಿಚಿತವಾಗಿಲ್ಲ, ಹೀಗಿರುವಾಗ ಒಮ್ಮೆ ಆಕಸ್ಮಿಕವಾಗಿ, ಸಾಹಿತ್ಯ ಅಕಾಡೆಮಿ ಪತ್ರಿಕೆಗಾಗಿ ಲುಷುನ್‌ರ ಕವಿತೆಗಳನ್ನು ಅನುವಾದ ಮಾಡಿಕೊಡಬೇಕಾಗಿ ಬಂದ ಸಂದರ್ಭದಲ್ಲಿ, ಇದೇ ಲೇಖಕನ ಕಥೆಗಳನ್ನೂ ಕುತೂಹಲಕ್ಕಾಗಿ ಓದಿದೆ. ಅದೇ ಸಂದರ್ಭದಲ್ಲಿ, ಏಳು ಜನ ಚೀನೀ ಲೇಖಕಿಯರ ಕಥಾಸಂಕಲನ ನನ್ನ ಗಮನ ಸೆಳೆಯಿತು. ಕುತೂಹಲದಿಂದ ಓದಿದಾಗ ಅಲ್ಲಿನ ಸಾಮಾಜಿಕ, ಸಾಂಸ್ಕೃತಿಕ ಆಲೋಚನೆಗಳು, ಆಚರಣೆಗಳು, ಸಾಂಪ್ರದಾಯಿಕ ನಿಲುವು, ನಂಬಿಕೆಗಳು ಹೆಚ್ಚು ಕಡಿಮೆ ನಮ್ಮದರಂತೆ ಇದ್ದದ್ದು ನನಗೆ ಮತ್ತಷ್ಟು ಅಚ್ಚರಿ ಮೂಡಿಸಿದ್ದರಿಂದ, ಈ ಭಾಷೆಯಲ್ಲಿನ ಮತ್ತು ಈ ಏಳೂ ಜನ ಲೇಖಕಿಯರ ಕಥೆಗಳನ್ನೂ ಅನುವಾದಿಸಬೇಕೆಂದು ನಿರ್ಧರಿಸಿದೆ. ಲುಷುನ್‌ರ ಸುಮಾರು ಕಥೆಗಳನ್ನು ಈಗಾಗಲೇ ಸಾಕಷ್ಟು ಅನುವಾದಿಸಿ ಪ್ರಕಟಿಸಿದ್ದೆ. ಈಗ 'ಸೆವೆನ್ ಕಾಂಟೆಪೋರೆರಿ ವುಮೆನ್ ರೈಟರ್ಸ್' ಸಂಕಲನವನ್ನು ಅನುವಾದಿಸಲು ಮುಂದಾದೆ. ಅದನ್ನು ಓದುತ್ತಿದ್ದಂತೆ, ನನಗೆ ಅಚ್ಚರಿಯಾಯಿತು. ತೌಲನಿಕ ದೃಷ್ಟಿಯಿಂದ ನೋಡಿದಾಗ ದೇಶ ಭಾಷೆ ಗಡಿಗಳಾಚೆಗೂ ಹೆಣ್ಣಿನ ಆಲೋಚನಾಕ್ರಮ, ಭಾವನಾತ್ಮಕತೆ, ಸಾಮಾಜಿಕ ಕಟ್ಟು ಕಟ್ಟಳೆಗಳ ನಿರ್ಬಂಧಗಳ ಬಗ್ಗೆ ತೆಗೆದುಕೊಳ್ಳುವ ನಿಲುವುಗಳಲ್ಲಿ ಯಾವುದೇ ವ್ಯತ್ಯಾಸ ಕಾಣಿಸಲಿಲ್ಲ. ಪ್ರಪಂಚದ ಯಾವ ಭಾಗದಲ್ಲಿ, ಯಾವ ಮೂಲೆಯಲ್ಲಿ ಇದ್ದರೂ ಹೆಣ್ಣು ಹೆಣ್ಣೇ! ಎಂಬ ಅರಿವು ಗಟ್ಟಿಗೊಂಡಿತು.

ಇಲ್ಲಿ ಪ್ರಸ್ತುತ ಈ ಸಂಕಲನದಲ್ಲಿ, ಇದಕ್ಕೆ ಬೇರೆಯೇ ಆದ ಇನ್ನೊಂದು ಆಯಾಮವಿದೆ. ಎಲ್ಲ ಕಥೆಗಳಲ್ಲಿ ಹೆಚ್ಚಿಗೆ ಹೆಣ್ಣುಗಳೇ ಕೇಂದ್ರ ಪಾತ್ರಗಳು. ಹೆಣ್ಣಿನ ಸಹಜ ಸಂಕಷ್ಟಗಳು ಒಂದು ತೆರನಾದರೆ, ಮತ್ತೊಂದು, ಒಂದು ನಿರ್ದಿಷ್ಟ ಚಾರಿತ್ರಿಕ ಘಟನೆಯಿಂದ, ಸೃಷ್ಟಿಯಾಗುವ ಭಯಾನಕ ಸಂಗತಿಗಳ ಸುಳಿಯಲ್ಲಿ ಸಿಕ್ಕು ಏನೆಲ್ಲ ಅನುಭವಿಸಿದ್ದಾರೆ ಎನ್ನುವುದನ್ನು ಬಿಂಬಿಸುವ ಕಥಾಸಂದರ್ಭಗಳಲ್ಲಿ ಚೈನಾದ ಮಹಿಳೆಯರು, ಅನುಭವಿಸಿದ ಹಿಂಸೆ, ಯಾತನೆಗಳ ಸ್ವರೂಪದ ವಿವರಗಳು, ನಮಗಿಂತ ಹೆಚ್ಚಿನ ನೋವು ಸಂಕಷ್ಟಗಳನ್ನು ಅನುಭವಿಸಿದ್ದನ್ನು ನಮ್ಮ ಮುಂದೆ ಢಾಳಾಗಿ ಕಾಣುವಂತೆ ಆಗಿದೆ.

ಚೈನಾ ಕಮ್ಮುನಿಷ್ಟ ದೇಶ, ರಷ್ಯಾದ ಕಮ್ಮುನಿಸಂನಿಂದ ಭ್ರಮನಿರಸನಗೊಂಡು, ಚೈನಾದ ಕಮ್ಮುನಿಸ್ಟ ಪಾರ್ಟಿ ಚೇರ್‌ಮನ್ ಆಗಿದ್ದ ಮಾವೋ ಜಿಂಡೋಂಗ್ ಸಮಾಜೋ ರಾಜಕೀಯ ಚಳುವಳಿಯೊಂದನ್ನು ಹುಟ್ಟು ಹಾಕಿ ಅದನ್ನು ಕಲ್ಚರಲ್ ರೆವಲ್ಯೂಷನ್ (ಸಾಂಸ್ಕೃತಿಕ ಕ್ರಾಂತಿ) ಎಂದು ಕರೆದ. ಕ್ಯಾಪಿಟಲಿಸ್ಟ ಮತ್ತು ಟ್ರೆಡಿಷನಲಿಸ್ಟ ಅಂಶಗಳನ್ನು ಸಂಪೂರ್ಣವಾಗಿ ಉಚ್ಚಾಟನೆ ಮಾಡಿ ಚೈನಾದ ಸಮಾಜವನ್ನು ಪರಿಷ್ಕರಿಸುವ ಉದ್ದೇಶವನ್ನು ಮುಂದಿಕ್ಕಿಕೊಂಡು 'ಗ್ಯಾಂಗ್ ಆಫ್ ಫೋರ್' ಎನ್ನುವ ರಾಜಕೀಯ ಗುಂಪೊಂದರ ಮೂಲಕ, 1966–1976ರವರೆಗೂ, ಚೈನಾದಲ್ಲಿ ಒಂದು ದೊಡ್ಡ ಕೋಲಾಹಲವನ್ನೇ ಸೃಷ್ಟಿಸಲಾಯಿತು. ಈ ಗುಂಪು ಹಿಂಸೆ, ಕ್ರೌರ್ಯಗಳ ಮೂಲಕ ಒಂದು ಭಯಾನಕ ವಾತಾವರಣವನ್ನೇ ಸೃಷ್ಟಿಸಿ ಜನ ಸಾಮಾನ್ಯರ ಬದುಕನ್ನು ಅಸಹನೀಯವಾಗಿಸಿತು. ಅದರಲ್ಲಿಯೂ ಬುದ್ಧಿಜೀವಿಗಳು, ಕಲಾವಿದರು, ಯುವಜನರು, ಸಾಮಾಜಿಕರು – ಮೊದಲಾದವರನ್ನು ಹುಡುಕಿ ಹುಡುಕಿ ತೆಗೆದು ಅವರೆಲ್ಲರನ್ನೂ ಪ್ರಗತಿ ವಿರೋಧೀಗಳೆಂಬ ಆರೋಪ ಹೊರಿಸಿ, ಕಂಡಕಂಡಲ್ಲಿ ಬಂಧನಕ್ಕೆ ಒಳಗಾಗಿಸಿ, ನಿರ್ದಾಕ್ಷಿಣ್ಯವಾಗಿ, ಹೊಡೆದು ಬಡಿದು ಇಲ್ಲವೆ ಗುಂಡಿಕ್ಕಿ ಸಾಯಿಸಿದರು. ಅಸಂಖ್ಯಾತ ಮಂದಿಯ ಮಾರಣಹೋಮ ನಡೆಯಿತು. ಮತ್ತು ಕೆಲವರನ್ನು ಅವರ ಅಧಿಕಾರ ಸ್ಥಾನಗಳಿಂದ ವಜಾಮಾಡಿ ಸುಧಾರಣೆಯ ಹೆಸರಿನಲ್ಲಿ, ಶಿಕ್ಷೆಯ ರೂಪದಲ್ಲಿ ಹಳ್ಳಿಗಾಡು ಪ್ರದೇಶಗಳಲ್ಲಿ ದುಡಿಯಲು ಕಳಿಸಲಾಯಿತು. ಅವರ ಮೇಲಿದ್ದ ಆರೋಪಗಳ ವಿಚಾರಣೆಗಾಗಲೀ ಅಪರಾಧಿಗಳಿಗೆ ತಮ್ಮ ಮೇಲಿನ ಅಪರಾಧಗಳು ನಿರಾಧಾರವೆಂದು ಸಾಬೀತು ಪಡಿಸಲು ಅವಕಾಶಗಳಾಗಲಿ ಇರಲಿಲ್ಲ. ಇಂತಹ ಅಮಾನುಷ ವರ್ತನೆ 1976ರವರೆಗೂ ಮುಂದುವರೆದಿತ್ತು.

ಈ ಸಂಕಲನದ ಕತೆಗಾರ್ತಿಯರು ಇಪ್ಪತ್ತನೇ ಶತಮಾನದ ಇಪ್ಪತ್ತರ ದಶಕದಿಂದ ಐವತ್ತರ ದಶಕದವರೆಗಿನ ಕಾಲಘಟ್ಟದಲ್ಲಿ ಹುಟ್ಟಿದವರಾಗಿದ್ದು, ಸಾಂಸ್ಕೃತಿಕ ಕ್ರಾಂತಿಯ ಭೀಕರ ಪರಿಣಾಮಗಳನ್ನು ಕಂಡುಂಡವರಾಗಿದ್ದರು. ಆದ್ದರಿಂದ ತಮ್ಮ ಪ್ರತ್ಯಕ್ಷಾನುಭವಗಳನ್ನು ಹಿನ್ನೆಲೆಯಾಗಿಸಿಕೊಂಡು, ಕಥಾಸಂದರ್ಭಗಳಿಗೆ ಅಳವಡಿಸಿಕೊಂಡು ಅತ್ಯಂತ ಸೂಕ್ಷ್ಮವಾಗಿಯೂ ಮಾರ್ಮಿಕವಾಗಿಯೂ ತಮ್ಮ ವಯೋಮಾನದ ಆಲೋಚನೆಗಳಿಗೆ ಅನುಗುಣವಾಗಿ ಬಿತ್ತರಿಸಿದ್ದಾರೆ. ಪ್ರತಿಯೊಂದು ಕತೆಯಲ್ಲಿಯೂ, ಯಾವುದೋ ಒಂದು ಸಂದರ್ಭದಲ್ಲಿ, ಸಾಂಸ್ಕೃತಿಕ ಕ್ರಾಂತಿಯ ಪರಿಣಾಮವಾಗಿ ನಲುಗಿದ ಪಾತ್ರಗಳು ಕಾಣಿಸಿಕೊಳ್ಳುತ್ತವೆ. 'ಹುಲ್ಲುಗಾವಲ ಹಾದಿಗುಂಟ'ದ ಹಿಜುನ್, ಕಾಡುಹಕ್ಕಿಗಳ ಪಯಣದ ಕಿನ್ಗು ಆನ್‌ಷು, 'ಕನಸಿನಲ್ಲಿ ಮಧುರವಾದ ತರಂಗಗಳು' ಕಥೆಯಲ್ಲಿ, ಸುಳ್ಳು ಆರೋಪದ ಮೇಲೆ ಗ್ಯಾಂಗ್ ಆಫ್ ಫೋರ್'ರಿಂದ ತಂದೆ ತಾಯಿಯರನ್ನು ಕಳೆದುಕೊಂಡು ಅನಾಥವಾದದ್ದೇ ಅಲ್ಲದೆ ಅಜ್ಞಾತವಾಗಿ ಬದುಕಬೇಕಾದ ಅನಿವಾರ್ಯತೆಗೆ ಒಳಗಾದ ಲಿಯಾಂಗ್ ಜಿಯಾ, 'ಪುಟ್ಟ ಅಂಗಳದಲ್ಲಿನ ಬದುಕು' ಕಥೆಯಲ್ಲಿ ಯುವ ಪೀಳಿಗೆಯವರು, ಕಲಾವಿದರು ಕ್ರಾಂತಿಯ ಪರಿಣಾಮವಾಗಿ ಸೃಷ್ಟಿಯಾದ ಆರ್ಥಿಕ ಇಕ್ಕಟ್ಟು ಬಿಕ್ಕಟ್ಟುಗಳಲ್ಲಿ ಬದುಕಬೇಕಾದ ಅನಿವಾರ್ಯತೆಯ ಸಂಕಟ ಅನುಭವಿಸುತ್ತಿರುವ ಯುವ ದಂಪತಿಗಳು – ಹೀಗೆ ಪ್ರತಿಯೊಬ್ಬರೂ ಕ್ರಾಂತಿಯ ಪರಿಣಾಮದ ಬಿಸಿಯನ್ನು ಅನುಭವಿಸಿದವರೆ.

ಪಾತ್ರಗಳ ಮೂಲಕವೇ, ಸಾಂಸ್ಕೃತಿಕ ಕ್ರಾಂತಿಯ ಪರಿಣಾಮಗಳ ಚಿತ್ರವು ಮೂಡುವುದರ ಜೊತೆಗೆ ಜನರ ದೈನಂದಿನ ಬದುಕಿನಲ್ಲಾದ ಪಲ್ಲಟಗಳನ್ನು ನಮ್ಮ ಮುಂದಿಡುತ್ತದೆ. ಅಲ್ಲದೆ ಈ ಕಥೆಗಳು ಚೀನಾದೇಶದ ಒಂದು ಕಾಲಘಟ್ಟದಲ್ಲಿ ನಡೆದ ಕ್ರಾಂತಿಯ ಮೂಲಕ ರಾಜಕೀಯ ಹುನ್ನಾರಗಳನ್ನು, ಅದರ ಪರಿಣಾಮಗಳನ್ನು, ಎಲ್ಲಾ ಆಯಾಮಗಳೊಂದಿಗೆ ಪರಿಚಯಿಸುತ್ತವೆ. ತನ್ಮೂಲಕ ಸ್ತ್ರೀ ಮನಸ್ಸುಗಳು ಗೃಹ ಕೃತ್ಯಗಳ ಆಚೆಗೂ ತಮ್ಮ ಪ್ರಜ್ಞೆಯನ್ನು ವಿಸ್ತರಿಸಿ, ಸಮಕಾಲೀನ ರಾಜಕೀಯ, ಸಾಂಸ್ಕೃತಿಕ ಸನ್ನಿವೇಶಗಳಿಗೂ ಹೇಗೆ ಸ್ಪಂದಿಸಬಲ್ಲರೆಂಬುದನ್ನು ಇಲ್ಲಿನ ಕಥೆಗಳು ಅನುವಾದದ ಮೂಲಕ ಓದುಗರಿಗೆ ತಲುಪಿಸಬೇಕೆನ್ನುವ ಉದ್ದೇಶದಿಂದಲೇ ಈ ಕಥಾಸಂಕಲನ ಹೊರತರಲು ಮುಂದಾದೆ. ಜೊತೆಗೆ ಸೃಷ್ಟಿ ನಾಗೇಶ್ ಅವರೂ ಕೂಡಾ ತುಂಬಾ ಉತ್ಸಾಹದಿಂದ ಪ್ರಕಟಿಸಿ ಪ್ರೋತ್ಸಾಹಿಸಿರುವುದಕ್ಕಾಗಿ ನನ್ನ ಹೃತ್ಪೂರ್ವಕ ಕೃತಜ್ಞತೆಗಳನ್ನು ಹೇಳಲೇ ಬೇಕಾಗಿ ಬಂದುದು ನನಗೆ ಸಂತೋಷ ತಂದಿದೆ. ಅಲ್ಲದೆ ಈ ಪುಸ್ತಕಕ್ಕೆ ಸುಂದರವಾದ ಮುಖಪುಟ ವಿನ್ಯಾಸ ಮಾಡಿದ ಶ್ರೀ ಅರುಣ್‌ಕುಮಾರ್, ಡಿಟಿಪಿ ಮಾಡಿಕೊಟ್ಟ ಶ್ರೀಮತಿ ಅನಿತಾ ಶ್ಯಾಮ್ ಅವರಿಗೂ, ಮುದ್ರಿಸಿದ ಪೂರ್ಣಿಮ ಪ್ರೆಸ್‌ನ ಸಮಸ್ತರಿಗೂ ನನ್ನ ವಂದನೆಗಳು.

– ವಿಜಯ ಸುಬ್ಬರಾವ್

ಪರಿವಿಡಿ

ಕಾಡು ಹಕ್ಕಿಗಳ ಪಯಣ

(ಮೂಲ : ದಿ ಫ್ಲೈಟ್ ಆಫ್ ದಿ ವೈಲ್ಡ್ ಗೀಸ್)

ಲೇಖಕಿ : ಹುವಾಂಗ್ ಝೋಂಗ್ ಯಿಂಗ್

ಈ ಕಥೆಯ ಲೇಖಕಿ ಹುವಾಂಗ್ ಝೋಂಗ್ ಯಿಂಗ್ ಚೀನಾದ ಪ್ರಮುಖ ಲೇಖಕಿಯರ ಸಾಲಿನಲ್ಲಿ ಸಾಕಷ್ಟು ಹೆಸರಾದವಳು. 1925ರಲ್ಲಿ ಹುಟ್ಟಿದ ಇವಳ ಬದುಕು ವೈವಿಧ್ಯಮಯ ಅನುಭವಗಳ ಗೂಡಾಗಿತ್ತು. ಇವಳಿಗೆ ಕೇವಲ ಒಂಬತ್ತು ವರ್ಷವಾಗಿದ್ದಾಗ ಇಂಜಿನಿಯರ್ ಆಗಿದ್ದ ತಂದೆ ತೀರಿಕೊಂಡಿದ್ದರು. ಕುಟುಂಬ ನಿರ್ವಹಣೆ ಕಷ್ಟಕರವಾಗಿತ್ತು. 1946ರಲ್ಲಿ ಷಾಂಗಾಯ್‌ನಲ್ಲಿ ತನ್ನ ನಟನೆಯ ಬದುಕನ್ನು ಆರಂಭಿಸಿದಳು. 'ಪಸ್ಕೂಟ್' ಎನ್ನುವ ಫಿಲಂನಲ್ಲಿ ಮೊದಲ ಬಾರಿಗೆ ನಟಿಸಿದಳು.

1949ರಲ್ಲಿ ಅತ್ಯಂತ ಖ್ಯಾತ ಚಲನಚಿತ್ರ ನಟರೆನಿಸಿಕೊಂಡಿದ್ದ ಝೂವೋಡಾನ್‌ರನ್ನು ವಿವಾಹವಾದಳು. 1956ರಲ್ಲಿ ಪಾರ್ಟಿ ಸೇರಿದಳು. 1958ರಲ್ಲಿ ಕವಿತೆಗಳನ್ನು, ಲೇಖನಗಳನ್ನು ಬರೆಯಲು ಆರಂಭಿಸಿದಳು. 1959ರಲ್ಲಿ 'ದಿ ಕಾಮನ್ ಕಾಸ್' ಎನ್ನುವ ಫಿಲಂಗೆ ಚಿತ್ರಕಥೆ (Film script) ಬರೆದಳು. 1963ರಲ್ಲಿ ಪತ್ರಿಕಾ ವರದಿಗಳನ್ನು ಬರೆಯಲು ಆರಂಭಿಸಿದಳು. ಗಲಭೆಗಳು ಆರಂಭವಾದ ಹತ್ತು ವರ್ಷಗಳ ಅವಧಿಯಲ್ಲಿ ಗಂಡನಿಗೆ ಸೆರೆಮನೆ ಶಿಕ್ಷೆ ವಿಧಿಸಲಾಯಿತು. ಆಕೆಯನ್ನೂ ವಿಚಾರಣೆಗೆ ಒಳಪಡಿಸಲಾಯಿತು.

ಹುವಾಂಗ್ ಚೀನಾ ದೇಶದ್ಯಂತ ವ್ಯಾಪಕವಾಗಿ ಸುತ್ತಾಡಿದಳು. ಆ ಅವಧಿಯಲ್ಲಿ ಅವಳು ಇರುತ್ತಿದ್ದುದು ರೈತರು ಮತ್ತು ಕಾರ್ಮಿಕರ ನಡುವೆ! ಚೀನಾ ದೇಶ ಮಾತ್ರವಲ್ಲದೆ, ಸೋವಿಯಟ್ ಲ್ಯಾಂಡ್, ಪೋಲೆಂಡ್, ವಿಯೆಟ್ನಾಂ ಮತ್ತು ಅಮೆರಿಕಾ ದೇಶಗಳಿಗೂ ಭೇಟಿ ಕೊಟ್ಟಳು. 1978ರಲ್ಲಿ 'ನ್ಯಾಚುರಲ್ ಸೈನ್ಸ್ ಕಾನ್ಫರೆನ್ಸ್'ನಲ್ಲಿ ಪತ್ರಿಕಾ ವರದಿಗಾರಳಾಗಿ ಭಾಗವಹಿಸಿದಳು. ಇದೇ ಸಂದರ್ಭದಲ್ಲಿಯೇ ಆಕೆಗೆ, ಈ ಕಥೆಯ ನಾಯಕಿ ಕಿನ್‌ಳ ಭೇಟಿಯಾಯಿತು. ಆಕೆ ಪ್ರಸ್ತುತಪಡಿಸಿದ ವರದಿಗಾಗಿ ರಾಷ್ಟ್ರೀಯ ಪುರಸ್ಕಾರ ಲಭಿಸಿತು. ಸುಮಾರು ವರ್ಷ 'ಸ್ಪೆಷಲ್ ಸೈನ್ಸ್ ಪಾಲಿಸಿ ರೀಸರ್ಚ್ ಫೆಲೋ ಆಫ್ ದಿ ಸ್ಟೇಟ್ ಸೈಂಟಿಫಿಕ್ ಅಂಡ್ ಟೆಕ್ನಲಾಜಿಕಲ್ ಕಮೀಷನ್'ನಲ್ಲಿ ಕೆಲಸ ನಿರ್ವಹಿಸಿದಳು.

1. ಕಾಡು ಹಕ್ಕಿಗಳ ಪಯಣ

ಮೂಲ : ದಿ ಫ್ಲೈಟ್ ಆಫ್ ದಿ ವೈಲ್ಡ್ ಗೂಸ್

ಲೇಖಿಕೆ : ಹುವಾಂಗ್ ಝೂಂಗ್‌ಯಿಂಗ್

1978ರ ವಸಂತಮಾಸ. ಮರಗಿಡಗಳು ಹಸಿರು ತೊಡುತ್ತಿದ್ದವು. ನನಗೆ ವಿಜ್ಞಾನದ ವಿಷಯಗಳು ಅಷ್ಟಾಗಿ ಗೊತ್ತಿಲ್ಲ. ಆದರೂ ಅದು ಹೇಗೋ 'ನ್ಯಾಷನಲ್ ಸೈನ್ಸ್ ಕಾನ್ಫರೆನ್ಸ್'ಗೆ ವಿಶೇಷ ಬಾತ್ಮೀದಾರಳಾಗಿ ಹೋಗಬೇಕಾಗಿ ಬಂತು.

ಗ್ರೇಟ್ ವಾಲ್ ಕಡೆಗೆ, ವಿಜ್ಞಾನಿಗಳ ತಂಡವೊಂದನ್ನು ತುಂಬಿಕೊಂಡು ಹೊರಟಿದ್ದ ಬಸ್ಸೊಳಗೆ ಹೇಗೋ ನುಗ್ಗಿ ಸೇರಿಕೊಂಡೆ. ಸರಿಯಾದ ಜಾಗವೊಂದನ್ನು ಹಿಡಿದೆ.

ವಯಸ್ಸಾದ ವಿಜ್ಞಾನಿಗಳು. ಆದರೂ ಆರೋಗ್ಯವಂತ ರಾಗಿ ಕಾಣುತ್ತಿದ್ದ ಅವರು ನಿಧಾನವಾಗಿ, ಎತ್ತರ ಪ್ರದೇಶ ದಲ್ಲಿ ಹೆಜ್ಜೆ ಹಾಕುತ್ತಾ ಸಾಗಿದ್ದರು. ಇನ್ನೂ ಪ್ರಾಯದಲ್ಲಿದ್ದ ಹುಡುಗಿಯರು ಉತ್ಸಾಹದಿಂದ ಸ್ಪರ್ಧೆಯ ಓಟ ನಡೆಸಿದ್ದರು. ಈ ಓಟದ ನಡುವೆಯೂ ಒಬ್ಬರನ್ನೊಬ್ಬರು ರೇಗಿಸುತ್ತಾ, ನಗಿಸುತ್ತಾ, ಕೀಟಲೆ ಮಾಡುತ್ತಾ ಮುಂದುವರೆದಿದ್ದರು. ಗ್ರೇಟ್ ವಾಲ್‌ಗೆ ಬೆನ್ನು ಕೊಟ್ಟು ಉತ್ತರದ ಕಡೆಗೆ ಪಯಣ ಬೆಳಸಿದ್ದ ಕಾಡು ಹಕ್ಕಿಗಳ ಹಿಂಡನ್ನು ಗಮನಿಸುತ್ತಾ ಒಬ್ಬಾಕೆ ನಿಂತಿರುವುದು ನನ್ನ ಕಣ್ಣಿಗೆ ಬಿತ್ತು. ಆಕೆ ಬಳಿಗೆ ಹೋದೆ. ಹತ್ತಿರ ಬಂದ ಮೇಲೆ ಆಕೆಯನ್ನು ಮಾತಾಡಿಸಬೇಕೆಂದು "ಏನು ಯೋಚನೆ ಮಾಡುತ್ತಿದ್ದೀರಿ?"

ಕೂಡಲೇ ನನ್ನ ತಪ್ಪಿನ ಅರಿವಾಯಿತು. ಆಕೆ ತಿರುಗಿ ನೋಡಿದಾಗ, ಅಲ್ಲಲ್ಲಿ ಬಿಳಿ ಕೂದಲು ಮತ್ತು ಮುಖದ ಮೇಲಿನ ಗೆರೆಗಳು ಕಾಣಿಸಿದವು. ಕನ್ನಡಕದೊಳಗಿಂದ ನನ್ನತ್ತ ನೋಡಿದಳು. ಒಂದು ಸಣ್ಣ ನಗೆ ನಕ್ಕಳು. "ಈ ಕಾಡು ಹಕ್ಕಿಗಳು (ಬಾತುಕೋಳಿಗಳು) ಹಾರುವುದನ್ನು ನೋಡಿದಾಗ ಕ್ಲಿಯಾನ್‌ನಲ್ಲಿನ ಬೊಟಾನಿಕಲ್ ಗಾರ್ಡನ್‌ನಲ್ಲಿನ ಕಾಡು– ಬಾತು ಕೋಳಿಗಳ ಪಗೋಡಾ ನೆನಪಾಗುತ್ತದೆ"

"ನೀವು ...."

"ನಾನು ಔಷಧೀಯ ಗಿಡಮೂಲಿಕೆಗಳನ್ನು ಬೆಳೆಸುತ್ತೇನೆ". ಓದುತ್ತಿದ್ದ ಹುಡುಗಿಯರು, ಗಿಡಮೂಲಿಕೆ ಬೆಳೆಸುತ್ತಿದ್ದಾಕೆ ಮತ್ತು ನಾನು ಪಿಕ್‌ನಿಕ್‌ಗೆಂದು ತಂದಿದ್ದ ಆಹಾರ ಪದಾರ್ಥಗಳನ್ನು ಹಂಚಿ ಕೊಂಡೆವು. ಪ್ರಪಂಚದಲ್ಲಿನ ಯಾವೊಂದು ವಿಷಯವನ್ನೂ ಬಿಡದೆ ಸಾಕಷ್ಟು ಹರಟೆ ಹೊಡೆದೆವು. ಕೆಲವೊಮ್ಮೆ ಎಷ್ಟೋ ವರ್ಷಗಳು ಜೊತೆಯಾಗಿ ಕೆಲಸಮಾಡಿದರೂ ಅಪರಿಚಿತರಾಗಿಯೇ ಉಳಿದು ಬಿಡುತ್ತಾರೆ. ಇನ್ನೂ ಕೆಲವು ಸಲ ಮೊದಲ ಭೇಟಿಯಲ್ಲಿಯೇ ಎಷ್ಟೋ ವರ್ಷಗಳ ಪರಿಚಯವಿರುವವರಂತೆ ಆತ್ಮೀಯ ಸ್ನೇಹಿತರಾಗಿ ಬಿಡುತ್ತೇವೆ. ಗಿಡ ಮೂಲಿಕೆಗಳನ್ನು ಬೆಳೆಯುತ್ತಿದ್ದಾಕೆ, ಯಾಕೋ ಏನೋ ನನ್ನಲ್ಲಿ ಒಂದು ರೀತಿಯ ಕುತೂಹಲ ಕೆರಳಿಸಿದಳು. ಬಹುಶಃ ಇದಕ್ಕೆಲ್ಲ ಕಾರಣ ಆಕೆ ನಡೆದು ಕೊಂಡ ರೀತಿಯೇ ಇರಬೇಕು. ನೋಡಲು ಸಾಮಾನ್ಯ ಹಳ್ಳಿ ಹೆಂಗಸಿನಂತಿದ್ದಳು. ದಾದಿಯಾಗಿ, ರೈತ ಹೆಣ್ಣು ಮಗಳಾಗಿ ಕಾಣಿಸಿದ್ದಳು. ಮಧ್ಯೆ ಮಧ್ಯೆ ಹಂದಿಗಳಿಗೆ ಮೇವು ನೀಡುತ್ತಿದ್ದಳು. ಸ್ಟರ್‌ಲೈಜ್ ಆಗಿರುವ ಉಪಕರಣಗಳನ್ನು ತೆಗೆದು ಕೊಳ್ಳುವುದಕ್ಕೆ ಮೊದಲು ಕೈಗಳನ್ನು ತೊಳೆದುಕೊಳ್ಳುತ್ತಿದ್ದಳು. ಮಾತಿನಲ್ಲಿ ನೇರ ನಿಲುವು ಗಂಭೀರ – ಇದೆಲ್ಲವನ್ನು ಗಮನಿಸಿದಾಗ, ರೈತರ ಮಧ್ಯೆ ಇದ್ದು ಕೊಂಡೇ ಕೆಲಸ ಮಾಡುತ್ತಿರುವ ವಿಜ್ಞಾನಿಯೇ ಇರಬೇಕೆನಿಸಿತು. ಐದು ಸಾವಿರ ಪ್ರತಿನಿಧಿಗಳಲ್ಲಿ ಯಾರಾದರೂ ಒಬ್ಬರ ಮೇಲೆ ಲೇಖನ ಬರೆಯಲು ಸಿಗುತ್ತಾರೋ ಎಂದು ಯೋಚಿಸುತ್ತಿದ್ದೆ. ಬಹುಶಃ ಈಕೆಯೇ ನನ್ನ ಆದ್ಯ ಆಯ್ಕೆ ಎನಿಸಿತು. ಬಹು ಸಂಖ್ಯೆಯಲ್ಲಿ ಇರುವವರೆಂದರೆ ಸಾಮಾನ್ಯ ಜನರು. ಅವರ ನಡುವಿನಿಂದಲೇ ನಮ್ಮ ತಲೆಮಾರಿನ ವಿಜ್ಞಾನಿಗಳನ್ನು ಪ್ರತಿನಿಧಿಸಲು ಆರಿಸಿಕೊಳ್ಳಬೇಕೆನಿಸಿತ್ತು.

1929ರಲ್ಲಿ ಜನಿಸಿದ ಕಿನ್‌ಗು ಆನ್‌ಷು ಶಾಂಕ್ಸಿಯ ಕ್ಲಿಯಾನ್ ಬೊಟಾನಿಕಲ್ ಗಾರ್ಡನ್‌ನಲ್ಲಿ ಅಸಿಸ್ಟೆಂಟ್ ರೀಸರ್ಚ್ ಫೆಲೋ ಆಗಿ ಕೆಲಸ ಮಾಡುತ್ತಿದ್ದಳು.

ಮಾರನೆ ದಿನ ನಾನು ಮತ್ತು ಇನ್ನಿಬ್ಬರು ಬಾತ್ಮೀದಾರರು ಆಕೆಯನ್ನು ಸಂದರ್ಶಿಸಿದೆವು.

ನಮ್ಮ ದೇಶದಲ್ಲಿ ಮಹಿಳಾ ವಿಜ್ಞಾನಿಗಳು ಮತ್ತು ಬರಹಗಾರರು ಇರುವುದೇ ಬಹಳ ಕಡಿಮೆ ಸಂಖ್ಯೆಯಲ್ಲಿ. ನಾವು ಭೇಟಿ ಮಾಡಲು ಹೋದದ್ದೇ ನಮ್ಮ ಸುತ್ತಲೂ ಕ್ಯಾಮೆರಾಗಳು, ಟೇಪ್‌ರೆಕಾರ್ಡ್‌ಗಳು ಮುತ್ತಿಕೊಂಡು ಮಾತಾಡುವುದೇ ಕಷ್ಟವಾಯಿತು. ಫ್ಲ್ಯಾಷ್ ಬೆಳಕಿನಲ್ಲಿ ಆಕೆಯ ಬೆಳ್ಳಿ ಕೂದಲು ಕಾಣಿಸಿತು. ಆಕೆಗೆ ಆಗಿದ್ದ 49 ವರ್ಷ ವಯಸ್ಸಿಗಿಂತಲೂ ಹಿರಿಯಳಂತೆ ಕಾಣುತ್ತಿದ್ದಳು. ಆದರೂ ಆಕೆಯಲ್ಲಿ ಏನೋ ಸೆಳೆತವಿತ್ತು.

ಆಕೆಯನ್ನು ನೋಡುತ್ತಿದ್ದಂತೆ ಆಕೆಯ ಆದರ್ಶವಾದ ಸ್ಪಷ್ಟವಾಗುತ್ತಿತ್ತು. ಕೆಲಸದ ಬಗೆಗಿದ್ದ ಶ್ರದ್ಧೆ, ಬದ್ಧತೆಗಳು ಆಕೆಯ ಮುಖದಲ್ಲಿ ಕಾಣಿಸುತ್ತಿದ್ದವು.

ಆ ದಿನ ರಾತ್ರಿ, ನಾಟಕ ಪ್ರದರ್ಶನ ನೋಡಿಕೊಂಡು ಹಿಂತಿರುಗಿದಾಗ, ನೀಟಾಗಿ ಮಡಿಚಿಟ್ಟಿದ್ದ ಪತ್ರವೊಂದಿತ್ತು. ಬಿಡಿಸಿ ನೋಡಿದೆ. ಮುದ್ದಾದ ಅಕ್ಷರಗಳಲ್ಲಿ ಹೀಗೆ ಬರೆದಿತ್ತು.

ಪ್ರೀತಿಯ ವರದಿಗಾರರೇ,

ನಿಮ್ಮ ಸಹಾಯ ಮತ್ತು ಪ್ರೋತ್ಸಾಹಕ್ಕೆ ನನ್ನ ಧನ್ಯವಾದಗಳು. ದಯವಿಟ್ಟು ನೀವು ನನ್ನ ಬಗ್ಗೆ ಏನನ್ನೂ ಬರೆಯಬೇಡಿ. ಪರಿಸ್ಥಿತಿ ಬಹಳ ಸೂಕ್ಷ್ಮವಾಗಿದೆ. ನೀವು ಅರ್ಥ ಮಾಡಿಕೊಳ್ಳುತ್ತೀರೆಂದು ನಂಬುತ್ತೇನೆ.

ಕಿನ್ ಗು ಆನ್‌ಷು.

ಆಕೆ ಕೇವಲ ಸಂಕೋಚ ಪ್ರವೃತ್ತಿಯವಳಲ್ಲ. ಹಾಗಾದರೆ ಮತ್ತೇನು? ಆಳಕ್ಕಿಳಿದು ಆಕೆಯನ್ನು ಅರ್ಥಮಾಡಿಕೊಳ್ಳಬೇಕು.

ನಾನು ಷಾಂಕ್ಸಿಯಿಂದ ಬಂದಿದ್ದ ಪ್ರತಿನಿಧಿಗಳ ವಿವರ ಕೇಳಿದೆ. ಆಕೆ ಒಂದು ದೊಡ್ಡ ಕಡತವನ್ನೇ ನನ್ನ ಕೈಲಿರಿಸಿದಳು.

ಇಡೀ ರಾತ್ರಿ ಆ ಕಡತವನ್ನು ಮುಂದಿರಿಸಿಕೊಂಡು ಒಂದನ್ನೂ ಬಿಡದೆ ಓದಿದೆ. ಆದರೆ ಎಲ್ಲಿಯೂ ಕಿನ್‌ಗು ಆನ್‌ಷು ಹೆಸರು ಕಾಣಲಿಲ್ಲ.

ಮರುದಿನ ಆ ಕಡತವನ್ನು ಹಿಂತಿರುಗಿಸುತ್ತಾ ಕೇಳಿದೆ "ಯಾಕೆ ಕಿನ್‌ಗು ಆನ್‌ಷು ಹೆಸರೇ ಇದರಲ್ಲಿ ಇಲ್ಲ? ಎಂದೆ. ಆಕೆ ಬಗ್ಗೆ ಏನಾದರೂ ಟಿಪ್ಪಣಿ ಸಿಗುತ್ತಾ?"

ಎರಡು ದಿನಗಳ ನಂತರ, ಕಿನ್ ಬಗ್ಗೆ ಬೀಜಿಂಗ್‌ಗೆ ಯಾವುದೇ ವಿವರಗಳನ್ನು, ಪ್ರಗತಿಪರ ವಿಜ್ಞಾನಿ ಅಲ್ಲವೆಂಬ ಕಾರಣಕ್ಕೆ ಕಳಿಸಿಲ್ಲವೆಂದು ವಿಷಾದದಿಂದ ತಿಳಿಸಿದರು. ಬಂದ ಪ್ರತಿನಿಧಿಗಳೂ ಆಕೆಯ ಬಗ್ಗೆ ಏನನ್ನೂ ಹೇಳಲಿಲ್ಲ. ಕ್ಲಿಯಾನ್ ಬೊಟಾನಿಕಲ್ ಗಾರ್ಡನ್‌ನಿಂದ ಬಂದ ಒಂದು ಫಾರಂನಲ್ಲಿ ಕೆಲವೇ ಕೆಲವು ವಿವರಗಳಿದ್ದವು.

ನಂತರ ಷಾಂಕ್ಸಿಯಿಂದ ಬಂದ ಬೇರೆ ಯಾರಾದರೂ ಪ್ರಗತಿಪರ ಮತ್ತು ಸಾಕಷ್ಟು ಕೆಲಸಮಾಡಿರುವ ಮಹಿಳಾ ವಿಜ್ಞಾನಿಗಳ ಬಗ್ಗೆ ಬರೆಯಲು ಆದೇಶಿಸಿದರು. ಆದರೆ ನನಗೆ ಈಕೆಯ ಬಗ್ಗೆಯೇ ಆಸಕ್ತಿ ಬಂದಿತ್ತಾದರೂ ಏಕೆಂಬುದು ಅರ್ಥವಾಗಲಿಲ್ಲ.

ಬೇರೆ ಮೂಲಗಳಿಂದ ತಿಳಿದು ಬಂದ ವಿಷಯದ ಪ್ರಕಾರ ಆಕೆಯನ್ನು ಈ ಕಾನ್‌ಫರೆನ್ಸ್‌ಗೆ ಕಳಿಸುವ ವಿಚಾರದಲ್ಲಿ ಭಿನ್ನಾಭಿಪ್ರಾಯಗಳು ಇದ್ದುವಂತೆ. ಈಗಲೂ ಕೂಡಾ ಆಕೆಯ ನಾಮ ನಿರ್ದೇಶನವಿಲ್ಲ. ಆದ್ದರಿಂದ ಪೂರ್ಣ ಪ್ರಮಾಣದ ಪ್ರತಿನಿಧಿಯೂ ಅಲ್ಲ.

ಆಕೆ ಇಂತಹ ತೊಡಕುಗಳಲ್ಲಿ ಸಿಕ್ಕಿಕೊಳ್ಳಲು ಕಾರಣವೇನು, ಈಗ ನಿಜವಾಗಿಯೂ, ಸತ್ಯವೇನೆಂಬುದನ್ನು ಪತ್ತೆ ಹಚ್ಚಲೇ ಬೇಕೆಂದು ಹಠದ ನಿರ್ಧಾರ ಮಾಡಿದೆ.

ಹಾಗಾಗಿ ನಾನು, ಷಾಂಕ್ಸಿ ಪ್ರತಿನಿಧಿಗಳ ಉಪಾಧ್ಯಕ್ಷರೂ 'ಷಾಂಕ್ಸಿ ಕಮಿಷನ್ ಆಫ್ ಸೈನ್ಸ್ ಅಂಡ್ ಟೆಕ್ನಾಲಜಿ'ಯ ಉಪನಿರ್ದೇಶಕರಾದ ಲಿಯು ಕಾಂಗ್‌ರ ಸಹಾಯವನ್ನು ಕೋರಿದೆ.

ಲಿಯು–ಕಾಂಗ್, ನನ್ನ ಹಾಗೆ ಹೆಣ್ಣು ಮಗಳು. ಆಕೆ ನನಗೆ ತುಂಬ ಹಿಡಿಸಿದಳು. ಷಾಂಕ್ಸಿಗೆ ಹೋಗಿ ವಿಷಯ ಏನೂಂತ ತಿಳಿದು ಬರುತ್ತೇನೆಂದು ಭರವಸೆ ವ್ಯಕ್ತಪಡಿಸಿದಳು. ಷಾಂಕ್ಸಿ ಪ್ರತಿನಿಧಿಗಳ ಕಾಮ್ರೇಡ್‌ಗಳ ಮೂಲಕ ಕ್ಸಿಯಾನ್ ಬೊಟಾನಿಕಲ್ ಗಾರ್ಡನ್ಸ್ ಅನ್ನು ನನ್ನ ಪರವಾಗಿ ಸಂಪರ್ಕಿಸಲು ಕೇಳಿಕೊಂಡೆ. ಇದಾದರೆ ಕಡೇ ಪಕ್ಷ ಕಿನ್ ಮೇಲೆ ಒಂದು ಸಣ್ಣ ವರದಿಯನ್ನಾದರೂ ಸಿದ್ಧಮಾಡಬಹುದು ಎಂದುಕೊಂಡೆ.

ಕೆಲ ತಿಂಗಳ ನಂತರ ಕ್ಸಿಯಾನ್‌ಗೆ ಹೋಗಲು ಬಿಡುವಾಯಿತು.

ಕ್ಸಿಯಾನ್ ಚೈನಾ ರಾಷ್ಟ್ರದ ಹೆಮ್ಮೆಯ ತಾಣ. ದೊಡ್ಡ ದೊಡ್ಡ, ಪ್ರತಿಭಾವಂತ ಕವಿಗಳಾದ ಲಿ ಬಾಯ್ ಮತ್ತು **ದು ಫು,** ದೊಡ್ಡ ದೊಡ್ಡ ಲೇಖಿಕರು ಒಂದು ಕಾಲದಲ್ಲಿ ಇಲ್ಲಿಯೇ ಬದುಕಿದವರು. ಕ್ಸು ಆನ್ ಜಾಂಗ್ ಎಂಬ ಬೌದ್ಧ ಭಿಕ್ಷು ಭಾರತದಿಂದ ಹೊತ್ತು ತಂದ ಬೌದ್ಧ ಸೂತ್ರಗಳು ವಿಶಾಲವಾದ, ಅತಿದೊಡ್ಡದಾದ 'ವೈಲ್ಡ್ ಗೂಸ್ ಪಗೋಡ'ದಲ್ಲಿ ರಕ್ಷಿಸಿ ಇಡಲಾಗಿದೆ. ಇದರ ಕೆಳಭಾಗದಲ್ಲಿಯೇ ಬೊಟಾನಿಕಲ್ ಗಾರ್ಡನ್ಸ್ ಇರುವುದು. ಆದರೆ ಈ ಗಾರ್ಡನ್‌ಗಳು, ಹಸಿರಿನಿಂದ ತುಂಬಿ ತುಳುಕಬೇಕಾದ್ದು, ಹೀಗೆ ಪಾಳು ಬಿದ್ದಿವೆ? ಹೊಸ ಗೋಡೆಗಳ ಒಳಭಾಗಗಳಲ್ಲಿ ಎಷ್ಟರ ಮಟ್ಟಿಗೆ ಪರಿಶೋಧನೆಯ ಕೆಲಸಗಳನ್ನು ನಿರ್ವಹಿಸ ಲಾಗುತ್ತಿದೆ? ಎಷ್ಟು ಜನ ಪರಿಶೋಧನೆ ಮಾಡುತ್ತಿದ್ದಾರೆ. ಆಧುನಿಕೀಕರಣ ಗೊಳಿಸುವಲ್ಲಿ ಎಷ್ಟು ಮಂದಿಯ ಕೊಡುಗೆ ಇದೆ? ಒಂದು ಮಾತಿದೆ ಹೊಲ ನೋಡಿದರೆ ರೈತ ಎಂಥವನು, ರವಿಕೆಯ ತೋಳು ನೋಡಿದರೆ ದರ್ಜಿ ಎಂಥವನು, ಒಲೆ ನೋಡಿದರೆ ಅಡಿಗೆಯವನು ಎಂಥವನು – ಅನ್ನೋದನ್ನು ಹೇಳಬಹುದು' ಅಂತ. ಗಿಡಮರಗಳೆಲ್ಲ ಯದ್ವಾ ತದ್ವಾ ಬೆಳೆದಿವೆ. ಎಲ್ಲಾ ಜಾತಿ ಗಿಡಗಳೂ ಒಂದೇ ಕಡೆ ಗುಂಪು ಗುಂಪಾಗಿ ಬೆಳೆದಿವೆ. ಬೆಳೆಸುವಲ್ಲಿ ಯಾವುದೇ ಕ್ರಮ ಶಿಸ್ತು ಇದ್ದಂತೆ ಕಾಣುತ್ತಿಲ್ಲ. ಕೆಲಸಕ್ಕೆ ಬಾರದ ಗಿಡಗಳು, ಮುಳ್ಳು ಕಂಟಿಗಳು ಹಾಡಿ ಬದಿಯಲ್ಲೆಲ್ಲ ಚೆಲ್ಲಾಪಿಲ್ಲಿ ಹರಡಿಕೊಂಡಿವೆ. ಲ್ಯಾಬೊರೇಟರಿಗಳಲ್ಲಿ ಮುರಿದ ರೆಂಬೆ ಕೊಂಬೆಗಳು?...... ಇದೆಲ್ಲ ಏನು? ಇದರ ಅರ್ಥ?.....

'ಗ್ಯಾಂಗ್ ಆಫ್ ಫೋರ್' ನಿಂದ ಈ ರೀತಿ ದಾಂಧಲೆ ನಡೆದಿರುವುದಕ್ಕೆ ನನಗೆ ಬೇಸರವಾಗಲಿಲ್ಲ. ಆದರೆ ಅವರ ಆರ್ಭಟ ಕೊನೆಯಾದ ಮೇಲಾದರೂ ಇಲ್ಲಿನ ಸಿಬ್ಬಂದಿ ಇದರ ಬಗ್ಗೆ ಯೋಚಿಸಬೇಡವೇ? ಕಾಳಜಿವಹಿಸಿ ಇದನ್ನೆಲ್ಲ ಸರಿಮಾಡಬೇಡವೇ? ಯಾತಕ್ಕಾಗಿ ಕಾಯುತ್ತಿದ್ದಾರೆ?

ಕಿನ್ ಬಗ್ಗೆ ವಿಷಯ ಸಂಗ್ರಹಣೆಗೆ ಶುರುಮಾಡಿದೆ.

ಕೆಲವರು ಆಕೆಯ ಬಗ್ಗೆ ಒಳ್ಳೆ ಅಭಿಪ್ರಾಯ ಕೊಟ್ಟರು. ಪರ್ವತ ಪ್ರದೇಶದಲ್ಲಿ ಔಷಧೀಯ ಕಂಪನಿಗೆ ಗಿಡಮೂಲಿಕೆಗಳ ಸಂಗ್ರಹ ವಿಚಾರದಲ್ಲಿ ಮಾಡುತ್ತಿದ್ದ ಸಹಾಯದ ಬಗ್ಗೆ ತುಂಬಾ ಮೆಚ್ಚುಗೆ ವ್ಯಕ್ತ ಪಡಿಸಿದರು. ಇದರಿಂದಾಗಿ ಆಕೆ ಎಷ್ಟೋ ದಿನಗಳವರೆಗೆ ಕಾಣಿಸುತ್ತಲೇ

ಇರಲಿಲ್ಲ. ಬೇರೆಯವರಿಂದ ಇದಕ್ಕೆ ತದ್ವಿರುದ್ಧವಾದ ಅಭಿಪ್ರಾಯಗಳು ಬಂದವು. ಅವಳು ಯಾರ ಹತ್ತಿರವೂ ಮಾತಾಡುತ್ತಿರಲಿಲ್ಲ. ಯಾರೊಂದಿಗೂ ಸೇರುತ್ತಿರಲಿಲ್ಲ. ಅಲ್ಲದೆ ಬಹಳ ಮುಂಗೋಪಿ ಎಂದೆಲ್ಲ ಹೇಳಿದರು.

ಮತ್ತೆ ಕೆಲವರು ಆಕೆಗೆ ಬಹಳ ಜಂಬ. ಎಲ್ಲಾ ತಾನೇ ಆಗಬೇಕು ಅಂತ ಬಯಸುತ್ತಿದ್ದಳು. ಯಾಕೆಂದರೆ ಬರುವ ಕೀರ್ತಿ ತನಗೇ ಬರಬೇಕು. ತಾನೇ ಎಕ್ಸ್‌ಪರ್ಟ್ ಅಂತ ಕರೆಸಿಕೊಳ್ಳಬೇಕು ಅನ್ನೋದು ಆಕೆ ಉದ್ದೇಶವಾಗಿತ್ತು. 'ಕಲ್ಚರಲ್ ರೆವೆಲ್ಯೂಷನ್' (ಸಾಂಸ್ಕೃತಿಕ ಕ್ರಾಂತಿ) ಆದಾಗ, ತನ್ನ ಬಗ್ಗೆ ಜನರಿಂದ ಬಂದ ಟೀಕೆಗಳನ್ನು, ವಿಮರ್ಶೆಯನ್ನು ಒಪ್ಪಿಕೊಳ್ಳೋಕೆ ಆಕೆ ಸಿದ್ಧವಾಗಿರಲಿಲ್ಲ.

ಆಕೆ ಮೇಲಿನ ಅಧಿಕಾರಿಗಳ ಒತ್ತಾಯದಿಂದ ಪರ್ವತ ಪ್ರದೇಶದಲ್ಲಿ ಗಿಡಮೂಲಿಕೆಗಳನ್ನು ಬೆಳೆಸಲು ಹೋಗುತ್ತಿದ್ದಳೇ ಹೊರತಾಗಿ, ಅಲ್ಲಿ ಹೋಗಲು ಆಕೆಗೆ ಇಷ್ಟವೇ ಇರಲಿಲ್ಲ ಎಂದೆಲ್ಲ ಆಕೆಯ ಬಗ್ಗೆ ತಿಳಿಸಿದರು.

ಇಂಥ ವ್ಯಕ್ತಿನ ನಾನ್ಯಾಕೆ ಆರಿಸಿಕೊಂಡೆ ಎಂದು ನನಗೆ ವ್ಯಥೆಯಾಯಿತು; ನಿರಾಶೆಯೂ ಆಯಿತು.

ಪಾರ್ಟಿ ಸೆಕ್ರೆಟರಿಯನ್ನು ನೋಡಲು ಹೋದೆ. ಆತ ಒಬ್ಬ ರಾಜಕಾರಿಣಿ ಯಂತೆ ಮಾತನಾಡಿದ. "ನಿರಾಶಳಾಗಬೇಡ, ನಿನ್ನ ಕೆಲಸ ಮುಂದುವರೆಸು. ಇದರಿಂದ ಕಿನ್‌ಗೆ ಚೆನ್ನಾಗಿ ಕೆಲಸಮಾಡೋಕೆ ಪ್ರೋತ್ಸಾಹ ಸಿಕ್ಕುತ್ತೆ. ಬೇರೆಯವರಿಗೆ ನಾನು ಸಮಾಧಾನ ಮಾಡಿ ಎಲ್ಲ ತಿಳಿಸ್ತೀನಿ. ಆಕೆ ಹೆಣ್ಣುಮಗಳು ಆಕೆಯ ತಪ್ಪುಗಳನ್ನು ದೊಡ್ಡದಾಗಿ ಮಾಡಬಾರದು ಮರೆತುಬಿಡಬೇಕು." ನಿಜವಾಗಿಯೂ? ನನಗೆ ದಿಗ್ಬ್ರಮೆಯಾಯಿತು. ಆಕೆಯ ಮೇಲಿನ ಅಧಿಕಾರಿಗಳು ಆಕೆಯನ್ನು ಕಾಣುತ್ತಿದ್ದುದು ಈ ದೃಷ್ಟಿಯಿಂದಲೇ? ನಾನೂ ಹೆಂಗಸೇ ಆಗಿದ್ದುದರಿಂದ ಇದನ್ನು ಆಕ್ಷೇಪಿಸಿದೆ. ಆಕೆಯ ಬಗ್ಗೆ ಇಂಥ ಅಭಿಪ್ರಾಯಗಳನ್ನು ಇಟ್ಟುಕೊಂಡೂ ಆಕೆಯ ಬಗ್ಗೆ ಬರೆಯಬೇಕೆಂದು ನನಗೇಕೆ ಹೇಳುತ್ತಿದ್ದಾರೆ. ಆಕೆ ಕೆಲಸ ಮಾಡುತ್ತಿರುವ ಮೆಡಿಸಿನಲ್ ಹರ್ಬ್ ಕಂಪನಿ, ಆಕೆಯನ್ನು ಶಿಫಾರಸ್ಸು ಮಾಡಿದೆ?

ನನಗೆ ಅನ್ನಿಸಿತು. ಬರಿ ವರದಿ ಮಾಡುವುದಕ್ಕಿಂತ ಹೆಚ್ಚಿನ ಹೊಣೆ ಬಿದ್ದಿದೆ ನನ್ನ ಮೇಲೆ ಎಂಬ ಭಾವನೆ ಬಂತು. ಅದಕ್ಕಾಗಿ ಲಿಯು ಕಾಂಗ್ ಬಳಿ ಹೋದೆ. ನನ್ನ ಆಲೋಚನೆ ತಿಳಿಸಿದೆ. ಒಂದೆರಡು ನಿಮಿಷದ ನಂತರ ಆಕೆ ಉತ್ತರಿಸಿದಳು. "ಸರಿ ನಾನು ವರದಿ ಬರೆಯಬೇಕೆಂದು ನಿನ್ನನ್ನು ಒತ್ತಾಯಿಸುವುದಿಲ್ಲ. ಹೇಗಿದ್ದರೂ ನೀನಿಲ್ಲಿದ್ದೀಯ. ಇದರ ಬಗ್ಗೆ ತನಿಖೆ ನಡೆಸಬಹುದಲ್ಲ? ಕಂಪೆನಿಯಿಂದ ಆಕೆಗೆ ತೊಂದರೆಯಾಗಿದ್ದರೆ, ಅಲ್ಲಿಗೆ ಕಳಿಸಿ ತಪ್ಪುಮಾಡಿದ್ದರೆ, ನಾವು ಆಕೆಯನ್ನು ಅಲ್ಲಿಗೆ ಕಳಿಸಲು ಶಿಫಾರಸ್ಸು ಮಾಡುತ್ತಲೇ ಇರಲಿಲ್ಲ. ದಯವಿಟ್ಟು ಸತ್ಯ ಏನೂಂತ ಹುಡುಕಿಕೊಡು. ಇದರಿಂದ ನಾವು ಪಾಠ ಕಲೀಬಹುದು. ಸತ್ಯದ ಬುಡದವರೆಗೂ ಹೋಗಿ ಶೋಧಿಸದೆ ಬಿಡುವ ಜಾತಿಯವಳಲ್ಲ ನೀನು. ಕಿನ್ ಲಿಂಗ್ ಪರ್ವತಗಳೆಡೆಗೆ ಯಾಕೆ ಹೋಗಿ ಬರಬಾರದು? ನಿಜವಾಗಿಯೂ ಒಂದು ಸಲ ಹೋಗಿ

ಬರಲೇ ಬೇಕಾದ ಜಾಗ, ಎಲ್ಲ ಬರಹಗಾರರೂ, ಉದ್ಧತರಲ್ಲದಿದ್ದರೆ, ಅಂತಹ ಸುಂದರ ಸ್ಥಳವನ್ನು ನೋಡಿ ಬರಲೇ ಬೇಕು. ಕೇಳುವುದಕ್ಕಿಂತ ನೋಡುವುದು ಒಳ್ಳೆಯದು. ನೀನು ವರದಿ ಮಾಡ್ತೀಯೋ ಇಲ್ಲವೋ ಅನ್ನೋದು ಮುಖ್ಯವಲ್ಲ. ಒಮ್ಮೆ ಆ ಜಾಗಕ್ಕೆ ಹೋಗಿ ನೋಡಿ ಬರಬೇಕು.”

ನಾನು ಮತ್ತು ಇನ್ನೂ ಕೆಲವರು, ಕಾರು ಮಾಡಿಕೊಂಡು ಕ್ವಿನ್ ಲಿಂಗ್ ಪರ್ವತಗಳಿಗೆ ಹೊರಟೆವು. ಪರ್ವತಗಳ ತಪ್ಪಲು ಪ್ರದೇಶದಲ್ಲಿ ಗೋಧಿ ಕಟಾವು ನಡೆದಿತ್ತು. ಪರ್ಸಿಮ್ಮೋನ್‌ಗಳಲ್ಲಿ ಹಣ್ಣು ಬಿಡುತ್ತಿದ್ದವು.

ದಾರಿಯಲ್ಲಿ ಹೋಗುತ್ತಿದ್ದಾಗ ಬೊಟಾನಿಕಲ್ ಗಾರ್ಡನ್‌ನ ಸ್ಟಾಫ್ ಕೆಲವು ಮರಗಳತ್ತ ಬೊಟ್ಟು ಮಾಡಿ, ಒಂದೊಂದೇ ಮರದ ಹೆಸರನ್ನು ಹೇಳಿ ಪರಿಚಯಿಸುತ್ತಿದ್ದರು. ಕೆಂಪು ಗುಲಾಬಿಗಳು ನಮಗಾಗಿ ತಲೆದೂಗುತ್ತಿದ್ದವು. ನದಿಯಲ್ಲಿದ್ದ ಕಪ್ಪು ಹಕ್ಕಿಗಳು ರೆಕ್ಕೆ ಬಡಿದು ನೀರನ್ನು ಚಿಮ್ಮಿಸುತ್ತಿದ್ದವು. ಬೇಲಿಯ ಮೇಲೆಲ್ಲ ಕೆಂಪು, ನೀಲಿ ಹೂ ಗೊಂಚಲು ಮೋಹಕವಾಗಿ ಕಾಣಿಸುತ್ತಿತ್ತು. ಆದರೆ ಕಿನ್ ಎಲ್ಲಿ?

ಲುವೋನಾನ್ ಮೆಡಿಸಿನಲ್ ಕಂಪೆನಿ ಮುಂದೆ ಇಳಿದೆವು. ಮೊದಲು ಗುಡಿಯಾಗಿದ್ದುದು ಈಗ ಪವರ್ ಪ್ಲಾಂಟಾಗಿ ಪರಿವರ್ತಿತವಾಗಿತ್ತು. ಅದು ಆ ಪುಟ್ಟ ಹಳ್ಳಿಗೆಲ್ಲ ಪವರ್ ಸಪ್ಲೆ ಮಾಡುತ್ತಿತ್ತು. ಕಿನ್ ತನ್ನ ಲಾಂಡ್ರಿಯಿಂದ ಪ್ಯಾಡೆಡ್ ಜಾಕೆಟ್ ಅನ್ನು ಎತ್ತಿಕೊಳ್ಳುತ್ತಿದ್ದಳು. ಪರ್ವತವಾಸಿಗಳಿಗೆ ಗೊತ್ತು, ಚಳಿಗಾಲ ವಾಗಲಿ, ಬೇಸಿಗೆಯಾಗಲಿ ದಪ್ಪನೆಯ ಉಡುಪುಗಳ ಅಗತ್ಯವಿದೆ ಅನ್ನುವುದು. ಷಾಂಕ್ಸಿ ಪಾರ್ಟಿ ಕಮಿಟ ಹಿಂದಿನ ರಾತ್ರಿ ಆಕೆಗೆ ದೂರವಾಣಿ ಮೂಲಕ ವಿಷಯ ತಿಳಿಸಿದ್ದರು. ಕಿನ್ ಬೆಳಿಗ್ಗೆ ಬೇಗನೆ ಎದ್ದು, ಹೀಜಿಂಗ್ ಪರ್ವತದಲ್ಲಿನ ಒಂದು ಪುಟ್ಟ ಊರಿನಿಂದ 80 ಮೈಲಿ ದೂರ ನಡೆದು ಬಂದಿದ್ದಳು. ಆಗ ತಾನೇ ಬಲಾನ್ ಫ್ಲವರ್ ಟ್ರೈನಿಂಗ್ ಕ್ಲಾಸ್ ಮುಗಿಸಿ ನನ್ನನ್ನು ಕಾಣಲು ಬಂದಳು.

ಕಿನ್ ಲ್ಯಾಬೊರೇಟರಿ ಪಕ್ಕದ ಕೋಣೆಯಲ್ಲಿ ವಾಸವಾಗಿದ್ದಳು. ಅದರ ಇನ್ನೊಂದು ಮಗ್ಗುಲಿಗಿದ್ದ ಕೋಣೆಯನ್ನು ನನಗೆ ಕೊಟ್ಟರು.

ರಾತ್ರಿ ಊಟವಾದ ಮೇಲೆ ಊರೆಲ್ಲ ನಿಶ್ಶಬ್ದವಾಗಿತ್ತು. ಇಬ್ಬರೂ ಪ್ರಯಾಣ ಮಾಡಿ ದಣಿದಿದ್ದೆವು. ನನಗೆ ಮಾತಾಡುವ ಉತ್ಸಾಹ ಕೂಡಾ ಇರಲಿಲ್ಲ. ಕಾಲು ತೊಳೆದುಕೊಂಡು ಆಕೆಯ ಕೋಣೆಯಲ್ಲಿ ಸ್ಟೂಲಿನ ಮೇಲೆ ಕುಳಿತುಕೊಂಡೆ. ಬಿಸಿ ನೀರಿನಿಂದ ಮುಖ ತೊಳೆದುಕೊಂಡ ನಂತರ ನಿರಾಳವೆನಿಸಿತು. ಇಬ್ಬರೂ ಹರಟೆಗೆ ಮುಂದಾದೆವು. ಅದೂ ಇದೂ ಮಾತಾಡುತ್ತಲೇ, ಪರೋಕ್ಷವಾಗಿ ಆಕೆಗೆ ಹೇಳಿದೆ – ರಾಷ್ಟ್ರೀಯ ವಿಜ್ಞಾನ ಸಮಾವೇಶದಲ್ಲಿ ಭಾಗವಹಿಸಿದ್ದರಿಂದ, ಸಮಾಜದಲ್ಲಿ ಈಗ ನಿಮ್ಮ ಸ್ಥಾನ ಬೇರೆಯಾಗಿದೆ. “ನೀವೂ ಕೂಡಾ ನಿಮ್ಮ ಮೇಲಿನವರ ಜೊತೆ ಬೆರೆಯಬೇಕು. ನಿಧಾನವಾಗಿ ಆಕೆ ಮನೆಯಲ್ಲಿಯೇ ತಯಾರಿಸಿದ ಬಟ್ಟೆಗಳನ್ನು ಮಡಚಿಡುತ್ತ ಇಸ್ತ್ರಿ ಮಾಡುತ್ತ ಕುಳಿತಳು.

ಮೌನವಾಗಿ ಸಿಗರೇಟ್ ಪ್ಯಾಕ್ ಹೊರತೆಗೆದು ತಾನೊಂದು ಸಿಗರೇಟ್ ತೆಗೆದುಕೊಂಡು ನನಗೂ ಒಂದು ಕೊಟ್ಟು ತಣ್ಣಗೆ ನನ್ನತ್ತ ನೋಡಿದಳು. ನಾವಿಬ್ಬರೂ ಹೆಂಗಸರು ಅದೂ

ಕೆಲಸಕ್ಕೆ ಹೋಗುವ ಹೆಂಗಸರು ಕಲ್ಚರಲ್ ರೆವೆಲ್ಯೂಷನ್ ನಂತರ ಸಿಗರೇಟ್ ಸೇದುತ್ತಿದ್ದೆವಾದರೂ ಪಬ್ಲಿಕ್‌ನಲ್ಲಿ ಸೇದುವುದು ಮಾತ್ರ ನಮ್ಮಿಂದ ಸಾಧ್ಯವಾಗಿರಲಿಲ್ಲ. ಸಿಗರೇಟು ಸೇದುತ್ತಾ ಹೊರಗೆ ಉಗುಳುತ್ತಿದ್ದ ಹೊಗೆಯನ್ನು ನೋಡುತ್ತಾ, ಒಬ್ಬರಿಗೊಬ್ಬರು ಎದುರಾಗಿ ಕುಳಿತಿದ್ದೆವ್ವು. ಈ ಮೌನ ಯಾಕೋ ಹಿಂಸೆ ಎನಿಸಿತು. ನೀರನ್ನು ಅಂಗುಳದತ್ತ ಚೆಲ್ಲುತ್ತಾ ನನಗೆ ನಾನೇ ಹೇಳಿಕೊಂಡೆ ಆಕೆ ಸಮಸ್ಯೆಗಳನ್ನು ಆಕೆಯೇ ಪರಿಹರಿಸಿಕೊಳ್ಳಲಿ. ನಾನು ಮಾಡಬಹುದಾದಷ್ಟನ್ನು ಮಾಡಿದ್ದೇನೆ.

* * *

"ಓ ಹುವಾಂಗ್ ಜೋಂಗ್‌ಯಿಂಗ್, ನೀವು ಬರ್ತೀರೆಂತ ವರ್ಷಗಳಿಂದ ಎದುರು ನೋಡುತ್ತಿದ್ದಿವಿ" ಮೆಡಿಸಿನಲ್ ಹೆರ್ಬ್ಸ್ ಕಂಪೆನಿಯ ಮ್ಯಾನೇಜರ್, ವ್ಯಾಂಗ್, ತನ್ನ ಆಫೀಸಿನಲ್ಲಿ ಬಟ್ಟಲಿಗೆ ಚಹಾ ಬಗ್ಗಿಸುತ್ತಾ ಹೇಳಿದ.

ನಾನು ನಕ್ಕೆ. "ಹೇಳ್ತಿದ್ದರು ಜನ, ಪರ್ವತವಾಸಿಗಳು ಬಹಳ ಸಾಧು ಸರಳ ಅಂತ. ಆದರೆ ನಿಮ್ಮಲ್ಲಿ ಹಾಸ್ಯ ಪ್ರವೃತ್ತಿಯಿದೆ ನಾನು ಕೇವಲ ಕೆಲವು ತಿಂಗಳು ಹಿಂದಷ್ಟೇ ಇಲ್ಲಿಗೆ ಬರಬೇಕೊಂತ ಅಂದುಕೊಂಡಿದ್ದು. ಅಂಥಾದ್ದರಲ್ಲಿ ವರ್ಷಗಳಿಂದ ನನಗಾಗಿ ಕಾಯುವುದು ಹೇಗೆ ಸಾಧ್ಯ?

"ನಾನು ನಿಜ ಹೇಳ್ತಿದ್ದೇನಿ... ಬರಹಗಾರರು, ವರದಿಗಾರರು ಎಲ್ಲರೂ 'ಕಿನ್' ಮೇಲೆ ಬರೆಯಲು ಬಂದೇ ಬರುತ್ತಾರೆ ಎಂದು ನಮಗೆ ಗೊತ್ತಿತ್ತು. ನನಗೆ ಬರೆಯೋಕೆ ಆಗೊಲ್ಲ. ಆದರೆ ಮ್ಯಾಪ್ಸ್ ಬರೆಯುತ್ತೇನೆ. ಈಗ ನೋಡಿ....'' ಫ್ಲೋರಸೆಂಟ್ ದೀಪದ ಸ್ವಿಚ್ ಹಾಕಿದ. ಅದರ ಬೆಳಕಿನಲ್ಲಿ ಕೆಂಪು ಬೀನ್ ಕೇಕ್ ಆಕಾರದಲ್ಲಿ, ಚುಕ್ಕಿಗಳಿಂದಾದ ಮ್ಯಾಪಿತ್ತು. ನಮ್ಮ ದೇಶದಲ್ಲಿ ಮೊದಲಿಗೆ ಬಹಳಷ್ಟು ಔಷಧೀಯ ಸಸ್ಯಗಳನ್ನು ಬೆಳೆಯುತ್ತಿದ್ದರು. ಪರ್ವತಗಳ ಮೇಲೆ ಪಾಲಿಗಾಲ, ಹಿಸ್ನಾಪ್, ಬಲ್ಲೋನ್, ಮ್ಯಾಗ್ನೋಲಿಯಾವಿನ್ ಸ್ಯಾಲ್ವಿಯಾ, ಹನಿಸಕಲ್ ಮುಂತಾದ ಅಮೂಲ್ಯವಾದ ಸಸ್ಯಗಳು ಸಮೃದ್ಧವಾಗಿ ಬೆಳೆಯುತ್ತಿದ್ದವು. ಆದರೆ ಈಗ ಅವು ಅಷ್ಟೊಂದು ಪ್ರಮಾಣದಲ್ಲಿ ಕಾಣುವುದಿಲ್ಲ. ವರ್ಷ ಕಳೆದಂತೆ ಅವು ಬೆಳೆಯೋದೂ ಕಡಿಮೆಯಾಯಿತು. ಸ್ವಾತಂತ್ರ್ಯ ಬಂದ ಮೇಲೆ ಸರಕಾರ ಔಷಧೀಯ ಸಸ್ಯಗಳ ಅಭಿವೃದ್ಧಿಗೆ ಬಹಳ ಮಹತ್ವ ಕೊಟ್ಟಿದೆ. ಔಷಧಿ ವಿಜ್ಞಾನದ ಬೆಳವಣಿಗೆ, ಜನರಲ್ಲಿ ಮೂಡಿದ ಆರೋಗ್ಯದ ಬಗೆಗಿನ ಕಾಳಜಿ ಇವುಗಳಿಂದಾಗಿ ಔಷಧೀಯ ಮೂಲಿಕೆಗಳ ಬೇಡಿಕೆ ಹೆಚ್ಚಾಗಿ ಪೂರೈಕೆ ಕಷ್ಟವಾಗಿದೆ. 1966ರಿಂದ ನಮ್ಮ ದೇಶ, ಔಷಧೀಯ ಸಸ್ಯಗಳನ್ನು ಹೊಲಗಳಲ್ಲಿ ಬೆಳೆಯುತ್ತಿದೆ. 40'ಮು' ನಷ್ಟು ಭೂಮಿಯೊಂದಿಗೆ, ಈ ಸಸ್ಯಗಳ ಕೃಷಿ ಪ್ರಾರಂಭಿಸಿ, 1970ರ ಸುಮಾರಿಗೆ 390 'ಮು' ವರೆಗೆ ವಿಸ್ತರಿಸಬೇಕೆಂಬ ಉದ್ದೇಶವಿದ್ದರೂ, 226 'ಮು' ನಷ್ಟು ಮಾತ್ರವೇ ಸಾಧ್ಯವಾಯಿತು. ಕೆಂಪು ಚುಕ್ಕಿಗಳಿದ್ದ ಜಾಗದ ಕಡೆ ಬೊಟ್ಟು ಮಾಡಿ ತೋರಿಸಿದ "1970ರಲ್ಲಿ ಕಿಯಾಲ್ ಬೊಟಾನಿಕಲ್ ಗಾರ್ಡನ್ಸ್‌ಗೆ ಯಾರನ್ನಾದರೂ ಸಹಾಯಕ್ಕೆ ಕಳಿಸಿಕೊಡಬೇಕೆಂದು ಕೋರಿ ಪತ್ರಬರೆದೆವ್ವು. ಕಿನ್ ಮತ್ತು ಇನ್ನೂ ಕೆಲವರು ಬಂದ ಮೇಲೆ ಪರಿಸ್ಥಿತಿ ಸುಧಾರಿಸಿದೆ. 1977ರಷ್ಟು ಹೊತ್ತಿಗೆ, ಸಣ್ಣ ಪುಟ್ಟ ಪ್ರದೇಶಗಳಲ್ಲಿನ ಪ್ರಜೆಗಳು, ಬ್ರಿಗೇಡ್‌ಗಳು,

11,000 ಸಸಿಗಳನ್ನು ನೆಟ್ಟುಬೆಳೆಸಿದರು. 1978ರಷ್ಟು ಹೊತ್ತಿಗೆ, 1970ರಲ್ಲಿ ಇದ್ದುದಕ್ಕಿಂತ 73 ಭಾಗದಷ್ಟು ಹೆಚ್ಚಿನ ಪ್ರಮಾಣದ ಅಭಿವೃದ್ಧಿ ಕಾಣಿಸಿತು. ಈ ಸಸ್ಯಗಳ ಬೆಳೆಯ ಪ್ರದೇಶ 16,500 'ಮು'ನಷ್ಟು ಹೆಚ್ಚಿತು. "ಕೃಷಿಗೆಂದು ಮೀಸಲಾದ ಪ್ರದೇಶವನ್ನೂ ವಶಪಡಿಸಿಕೊಳ್ಳುತ್ತೀರಾ ಹೇಗೆ?" "ಪ್ರಯೋಗಕ್ಕಾಗಿ ಬೇಕಾದಾಗ ಒಂದಷ್ಟು ಭೂಮಿ ವಶಪಡಿಸಿ ಕೊಳ್ಳುತ್ತೆವೆ ಹೊರತಾಗಿ, ಮಿಕ್ಕ ಔಷಧೀಯ ಗಿಡಗಳನ್ನೆಲ್ಲಾ ಇಳಿಜಾರು ಪ್ರದೇಶಗಳಲ್ಲಿ, ಪರ್ವತ ಸಾಲುಗಳಲ್ಲಿ, ಬರಡಾಗಿದ್ದು ಸುಧಾರಿಸಿದ ಪ್ರದೇಶಗಳಲ್ಲಿ ಮಾತ್ರವೇ ಬೆಳೆಯುತ್ತೇವೆ. ಶೇಕಡ 90ರಷ್ಟು ಭಾಗ ಬರೀ ಪರ್ವತಗಳಿಂದ, ನದಿಗಳಿಂದ ತುಂಬಿರುವಾಗ ಫಲವತ್ತಾದ ಕೃಷಿ ಭೂಮಿಯನ್ನು ಔಷಧೀಯ ಗಿಡಗಳನ್ನು ಬೆಳೆಸಲು ಉಪಯೋಗಿಸಿಕೊಳ್ಳುವುದಾದರೂ ಹೇಗೆ?

"ಈ ಗಿಡಮೂಲಿಕೆಗಳು ಭೂಮಿಯ ಫಲವಂತಿಕೆಯನ್ನು ಹೆಚ್ಚಿಸುತ್ತವೆಯೇ? ಜನರ ಬದುಕನ್ನು ಸುಧಾರಿಸುತ್ತವೆಯೇ?" "ಹೌದು ಕಿನ್ ಬಗ್ಗೆ ನಮಗೆ ಗೌರವ ಇರೋದು ಇದೇ ಕಾರಣಕ್ಕೆ" "ಕೃಷಿ ಯೋಗ್ಯವಾಗಿ ಮಾಡುವ ಪ್ರಯತ್ನಗಳ ಹಿಂದೆ ತುಂಬಾ ಕಷ್ಟಪಟ್ಟಿದ್ದಾಳೆ. ನಾವು ನೋಡಿದ ಪರ್ವತ ಪ್ರದೇಶಗಳಿಗಿಂತ, ಆಕೆ ಹೆಚ್ಚಿನ ಪರ್ವತ ಪ್ರದೇಶಗಳನ್ನು ನೋಡಿದ್ದಾಳೆ. ಆಕೆ ಅನುಭವ ಕೂಡಾ ತುಂಬ ಹೆಚ್ಚಿನದು. ತುಂಬಾ ಕಷ್ಟಪಟ್ಟಿದ್ದಾಳೆ. ನಮಗೆ ಯಾರಿಗೂ ಸಾಧ್ಯವಾಗದ ಸಮಸ್ಯೆಗಳಿಗೆ ಪರಿಹಾರ ಕಾಣಿಸಿದ್ದಾಳೆ. ನಮ್ಮೆಲ್ಲರ ಹೆಚ್ಚಿನ ಗೌರವಕ್ಕೆ ಪಾತ್ರಳಾಗಿದ್ದಾಳೆ. ಎಲ್ಲಾ ಫಾರಮ್‍ಗಳಲ್ಲಿ ಕೆಲಸ ಮಾಡಿದ ಅನುಭವದಿಂದ ನಮ್ಮೆಲ್ಲರಿಗೂ ಮಾರ್ಗದರ್ಶಕಳಾಗಿದ್ದಾಳೆ. ಆಕೆಯ ವೈಜ್ಞಾನಿಕ ದೃಷ್ಟಿ ನಮಗೆಲ್ಲಾ ಪಾಠವಾಗಿದೆ. ಆಕೆಯಿಂದ ಇಷ್ಟೆಲ್ಲ ಸಹಾಯ ಇರಲಿಲ್ಲವಾದರೆ ಈ ಪ್ರಮಾಣದಲ್ಲಿ ಅಭಿವೃದ್ಧಿ ಸಾಧ್ಯವಾಗುತ್ತಿರಲಿಲ್ಲ. ಆಕೆ ಬರುವುದಕ್ಕೆ ಮೊದಲು ನಾವು ಎಷ್ಟು ದೊಡ್ಡ ಪ್ರಮಾಣದಲ್ಲಿ ಗಿಡಗಳನ್ನು ನೆಟ್ಟೆವೋ ಅಷ್ಟೇ ದೊಡ್ಡ ಪ್ರಮಾಣದಲ್ಲಿ ಹಣವನ್ನು ಕಳೆದುಕೊಂಡೆವು. ಒಂದು ಚಳಿಗಾಲ ಅವಧಿಯಲ್ಲಿ ಸುಮಾರು 20,000ಯು ಆನ್‍ಗಳನ್ನು ಕೇವಲ ಗ್ಯಾ ಸ್ಟೋಡಿಯಾ ಗಿಡಗಳ ಸಂಬಂಧದಲ್ಲಿ ಕಳೆದು ಕೊಂಡೆವು. ಆದರೆ ಈಗ......" ವ್ಯಾಂಗ್ ಎರಡು ಚಾರ್ಟ್‍ಗಳ ಕಡೆ ಗಮನ ಸೆಳೆದರು. ವರ್ಷದಿಂದ ವರ್ಷಕ್ಕೆ ಸಸ್ಯ ಬೆಳೆಯ ಬೆಳವಣಿಗೆಯನ್ನು ತೋರಿಸಿದ್ದವು. ಒಂದರಲ್ಲಿ ಔಷಧೀಯ ಗಿಡಗಳ ಬೆಳವಣಿಗೆಯ ಪ್ರಮಾಣವನ್ನು ತೋರಿಸಲಾಗಿದ್ದರೆ ಮತ್ತೊಂದರಲ್ಲಿ ವರ್ಷದಿಂದ ವರ್ಷಕ್ಕೆ ಹೆಚ್ಚಿದ ಲಾಭಾಂಶವನ್ನು ತೋರಿಸಲಾಗಿತ್ತು. ಪ್ರತಿವರ್ಷವೂ ಲಾಭಾಂಶ ಏರು ಮುಖವಾಗಿಯೇ ಇತ್ತು.

ನಾನು ತಮಾಶೆಯಿಂದ ಹೇಳಿದೆ, "ಈ ವರ್ಷ ಲಾಭದ ಬಾಣ ಭಾವಣೆಯನ್ನು ಸೀಳಿಕೊಂಡು ಹೋಗುತ್ತೆ"

1970ರಲ್ಲಿ 320,400 ಯು ಆನ್ ಲಾಭ ಗಳಿಕೆಯಿದ್ದರೆ ಈ ವರ್ಷ ಮಿಲಿಯವನ್ನು ಮುಟ್ಟುತ್ತದೆ. ಇದರಿಂದ ಔಷಧೀಯ ಗಿಡಗಳ ಬೇಡಿಕೆಯ ಸಮಸ್ಯೆಯನ್ನು ಸಾಕಷ್ಟು ಮಟ್ಟಿಗೆ

ಪರಿಹರಿಸಿಕೊಳ್ಳಬಹುದು. ಹಣ ಕಳೆದುಕೊಳ್ಳುವ ಕಾಲ ಮುಗಿದು ಈಗ ಕೇವಲ ಲಾಭ ಮಾಡಿಕೊಳ್ಳುವ ಹಂತದಲ್ಲಿದ್ದೇವೆ. ಇನ್ನು ಮುಂದೆ ಜನಕ್ಕೆ ಉಚಿತ ಔಷಧಿಗಳ ನೆರವನ್ನು ನೀಡುವುದೂ ಸಾಧ್ಯವಾಗುತ್ತದೆ. ಅವರ ಆದಾಯ ಹೆಚ್ಚಿದಂತೆ ಕೃಷಿಯನ್ನು ಯಂತ್ರೀಕರಣ ಗೊಳಿಸಿ ಕೊಳ್ಳಲೂಬಹುದು ಷಾಂಕ್ಸಿ ಕಮೀಷನ್ ಆಫ್ ಸೈನ್ಸ್ ಅಂಡ್ ಟೆಕ್ನಾಲಜಿಯ ಉಪ ನಿರ್ದೇಶಕರಾದ ಲಿಯು ಅವರೂ ಕೂಡ ತುಂಬಾ ಸಮಾಧಾನಗೊಂಡಿದ್ದಾರೆ. ನಮ್ಮ ಪ್ರಗತಿ ಅವರಿಗೆ ಸಂತೋಷ ತಂದಿದೆ.

ಮಧ್ಯೆ ಬಾಯಿ ಹಾಕಿ ಕೇಳಿದೆ – "ಲಿಯು ಕಾಂಗ್ ಇಲ್ಲಿಗೆ ಬಂದಿದ್ದರೇನು?"

"ಹೌದು ಬಂದಿದ್ದರು. ಗ್ಯಾಂಗ್ ಆಫ್ ಫೋರ್ ಪತನವಾದ ನಂತರ ಆಕೆ ಒಂದು ವರದಿ ಕಳಿಸಿಕೊಡಲು ಹೇಳಿದರು."

ಬಹುಶಃ ಇದೇ ಕಾರಣಕ್ಕೆ ಕಿನ್‌ಗೆ ಕಾನ್ಫರೆನ್ಸ್‌ನಲ್ಲಿ ಭಾಗವಹಿಸಲು ಸಾಧ್ಯವಾದದ್ದು! ಆದರೆ ಲಿಯು ಯಾಕೆ ಈ ವಿಷಯ ನನಗೆ ಹೇಳಲಿಲ್ಲ?

ಲೈಟ್ ಆಫ್ ಆಯಿತು.

"ಕೆಲವು ಸಲ ಹೀಗೆ ಪವರ್ ಕಟ್ ಆಗುತ್ತೆ. ಯಾಕೇಂದ್ರೆ ಫ್ಯಾಕ್ಟರಿಗಳಿಗೆ ಸ್ವಲ್ಪ ಅನುಕೂಲ ಆಗಲಿ ಅಂತ." ಇಷ್ಟು ದೂರ ಪ್ರಯಾಣಮಾಡಿ ದಣಿದಿರಬೇಕು. ಹೋಗಿ ರೆಸ್ಟ್ ತಗೊಳ್ಳಿ. ಫ್ಲಾಷ್ ಲೈಟ್ ಬೆಳಕಲ್ಲಿ ಆತ ನನ್ನನ್ನು ನನ್ನ ಕೋಣೆಗೆ ತಲುಪಿಸಿದ. "ಗಿಡಮೂಲಿಕೆ ಬೆಳೆಸುವ ಗುಂಪುಗಳಲ್ಲಿ ಕಿನ್ ಅಂದ್ರೆ ಪ್ರಾಣ" ಪ್ರಯೋಗಗಳನ್ನು ಮಾಡುತ್ತಿರುವ ಪ್ಲಾಟ್‌ಗಳಲ್ಲಿರುವ ಹುಡುಗರು ಮುದುಕರು, ಮಕ್ಕಳು – ಎಲ್ಲರಿಗೂ ಆಕೆಯ ಪರಿಚಯ ಇದೆ. ಈ ಪರ್ವತಗಳಲ್ಲಿ ಕೆಲಸ ಮಾಡೋಕೆ ಮನೆ, ಮಠ ಎಲ್ಲವನ್ನೂ ಬಿಟ್ಟು ಬಂದಿದ್ದಾಳೆ. ಇಲ್ಲಿಗೆ ಬಂದಾಗ, ಹೊಳಪು ಕೂದಲಿನ ಪ್ರಾಯದ ಹೆಣ್ಣಾಗಿದ್ದಳು. ಈಗ ಕೂದಲು ನೆರೆತಿದೆ. ಆಕೆ ಮಾಡಿದ್ದನ್ನು ಇಂದಿಗೂ ನಮಗೆ ಮರೆಯಲು ಸಾಧ್ಯವಿಲ್ಲ.

ಕಿನ್‌ಳ ಕೋಣೆಯಲ್ಲಿ ವಯಸ್ಸಿನಲ್ಲಿದ್ದ ಟೆಕ್ನಿಷಿಯನ್‌ರು ಏನನ್ನೋ ಚರ್ಚಿಸುತ್ತಿದ್ದರು. ಅನುಮಾನಗಳನ್ನು ಪರಿಹರಿಸಿ ಕೊಳ್ಳುತ್ತಿದ್ದರು. ಮರುದಿನ ಅವರೆಲ್ಲ ಅವರವರ ಗುಂಪುಗಳನ್ನು ಸೇರಿಕೊಂಡರು.

ನನಗಾಗಿ ಮೇಣದ ಬತ್ತಿ ಹಚ್ಚಿಟ್ಟು, ಯುವಕರು ಇದ್ದೆಡೆಗೆ ಹೋದಳು.

ದಣೆದಿದ್ದ ನಾನು ಹಾಸಿಗೆ ಮೇಲೆ ಬಿದ್ದುಕೊಂಡೆ. ಆದರೆ ನಿದ್ದೆ ಬರಲಿಲ್ಲ. ಅದಕ್ಕಾಗಿ ಒಂದು ಪೆಟ್ಟಿಗೆ ಮೇಲೆ ಮೇಣದ ಬತ್ತಿಯನ್ನಿರಿಸಿದೆ. ಅದರ ಮಂದ ಬೆಳಕಿನಲ್ಲಿ ನಾನು ಅವರಿಂದ ಪಡೆದು ತಂದಿದ್ದ ಮ್ಯಾಪ್‌ಗಳನ್ನು ಹರಡಿ, ಅದರ ಪ್ರತಿಯನ್ನು ನಕಲು ಮಾಡಿಕೊಳ್ಳುತ್ತಿದ್ದೆ.

ಕಿನ್ ಮತ್ತು ಆಕೆಯ ಯುವ ವಿದ್ಯಾರ್ಥಿಗಳ ನಡುವೆ ನಡೆಯುವ ಮಾತುಗಳಿಂದಾಗಿ, ನನ್ನ ಆಲೋಚನೆಗಳು ಚದುರಿದವು.

ತುಂಬ ಗಂಭೀರವಾಗಿ ಯೋಚಿಸಿದೆ. ಜನರ ಜೊತೆ ಒಳ್ಳೆ ಸಂಬಂಧ ಅಂದರೇನು? ಅದಕ್ಕೆ ಮಾನದಂಡ ಯಾವುದು? ಕಿನ್ ಬಗ್ಗೆ ಈ ರೀತಿಯ ಭಿನ್ನಾಭಿಪ್ರಾಯಗಳು ಏಕೆ? ಒಂದಕ್ಕಿಂತ ಒಂದು ವಿರುದ್ಧವಾಗಿದೆ.

ಮಾರನೇ ದಿನ ಬೆಳಗಿನ ಜಾವವೇ ಎದ್ದು ಬೀದಿಗಳಲ್ಲಿ ಅಡ್ಡಾಡಿದೆ. ಮಾರ್ಕೆಟ್ ಪ್ರದೇಶದ ಸುತ್ತ ಓಡಾಡಿದ ನಂತರ ಮೆಡಿಸಿನಲ್ ಹರ್ಬ್ಸ್ ಕಂಪನಿಯ ಗೇಟಿನ ಮುಂದೆ ನಿಂತುಕೊಂಡೆ. ಆಗಲೇ ಮೂಲಿಕೆಗಳನ್ನು ಕಂಪನಿಗೆ ಮಾಟಾಟಮಾಡಲು ರೈತರು ಸಾಲುಸಾಲಾಗಿ ನಿಂತಿದ್ದರು. ಕಂಪನಿಯ ಕ್ಲರ್ಕ್‌ಗಳು ರೈತರು ತಂದ ಮೂಲಿಕೆ ಗಿಡಗಳ ಬೆಲೆ ಅಂದಾಜು ಮಾಡುತ್ತಿದ್ದರು. ಕಿನ್ ಇನ್ನೊಂದು ಕಡೆ ಕಂಪನಿ ಸಿಬ್ಬಂದಿಗೆ ಔಷಧೀಯ ಗಿಡಮೂಲಿಕೆಗಳನ್ನು ಹೇಗೆ ಗುರುತಿಸುವುದೆಂದು ತಿಳಿಸಿ ಹೇಳುತ್ತಿದ್ದಳು. ಯೂನಿವರ್ಸಿಟಿ ಪದವೀಧರೆಯಾಗಿದ್ದ ಕಿನ್ ಔಷಧೀಯ ಗಿಡಮೂಲಿಕೆಗಳ ಬಗ್ಗೆ ಎಕ್ಸ್‌ಪರ್ಟ್ ಆಗಿ ಬಿಟ್ಟದ್ದಳು. ಡೈರೆಕ್ಟರ್ ವ್ಯಾಂಗ್ ವ್ಯವಸ್ಥೆ ಮಾಡಿದಂತೆ ಹಲವಾರು ಗಿಡಮೂಲಿಕೆ ಬೆಳೆಯುತ್ತಿದ್ದ ಸ್ಥಳಗಳಿಗೆ ಭೇಟಿಕೊಟ್ಟೆವು. ಕೆಲವು ಕಡೆ ಬೆಳೆ ತುಂಬಾ ಚೆನ್ನಾಗಿತ್ತು. ಮತ್ತೆ ಕೆಲವಡೆ ಸಾಧಾರಣವಾಗಿಯೂ, ಕಳಪೆಯಾಗಿಯೂ ಕಾಣಬಂತು.

ಕಾರು ಮುಂದೆ ಸಾಗಿದಂತೆ ವ್ಯಾಂಗ್ ಯಾವ ಯಾವ ಪ್ರದೇಶದಲ್ಲಿ ಯಾವಾಗ ಬೆಳೆ ಬೆಳೆಸಿದರೆಂಬುದನ್ನು ತಿಳಿಸುತ್ತಿದ್ದರು. ನಾವು ಎಲ್ಲೇ ನಿಂತಲೂ, ಕಿನ್ ಮೊದಲಿಗೆ ಟೆಕ್ನಿಷಿಯನ್‌ನನ್ನು ಮಾತಾಡಿ ಬರುತ್ತಿದ್ದಳು. ಕೆಲವೊಮ್ಮೆ ಕಿನ್ ಒಂದು ಜಾಗ ತೋರಿಸಿ – ಇಲ್ಲೇ ಮೊದಲಿಗೆ ನನ್ನ ಪ್ರಯೋಗ ವಿಫಲವಾದದ್ದು. ಮತ್ತೊಮ್ಮೆ....” “ಮೊದಲ ಸಲ ಇಲ್ಲಿಗೆ ಬಂದಾಗ, ಯಾವ ಗಿಡ ಯಾವ ಔಷಧೀಯ” ಗುಣದ್ದು ಎಂದು ಹೇಳುವುದಕ್ಕಾಗದೆ, ನನ್ನನ್ನು ನಾನೇ ಮೂರ್ಖಳನ್ನಾಗಿಸಿ ಕೊಳ್ಳುತ್ತಿದ್ದೆ.”

ಸಮುದ್ರ ಮಟ್ಟದಿಂದ 1,800 ಮೀಟರ್ ಎತ್ತರದಲ್ಲಿದ್ದ ಮ್ಯಾಂಗ್‌ಲಿನ್ ಪರ್ವತ ಸಾಲು ಕಾಣಿಸಿತು. ‘ಕ್ಸಿಯಡಿ ಪ್ರೊಡಕ್ಷನ್ ಬ್ರಿಗೇಡ್ ಆಫ್ ಗೂಷಗ್ ಕಮ್ಯೂನ್’ ಸಮೀಪಿಸುತ್ತಿದ್ದೆವು. ಮರಮುಟ್ಟುಗಳಿಂದ ಇಟ್ಟಿಗೆಗಳಿಂದ ಕಟ್ಟಿದ ಮನೆಗಳು ರಸ್ತೆಯುದ್ದಕ್ಕೂ ಕಾಣಿಸಿದವು. ಕ್ಸಿಯಡಿ ಹಳ್ಳಿಯನ್ನು ಮುಟ್ಟಿದ ತಕ್ಷಣ, ಒಂದು ಮಗುವಿನ ದನಿ ಕೇಳಿಸಿತು. ಕೇಳುವುದಕ್ಕೆ ಹಕ್ಕಿಯುಲಿಯಂತೆ ಇತ್ತು “ಆಂಟಿ ಕಿನ್ !” ಎಂದು.

ನೀಲಿ ಆಕಾಶ ಬಿಳಿ ಮೋಡಗಳು. ಮರಗಳ ಗುಂಪು. ನಡೆಹಾದಿಗಳು ಕಲ್ಲಿನ ಮೆಟ್ಟಲುಗಳು, ಮೊಗ್ಗಿಡುತ್ತಿದ್ದ ಹನಿಸಕಲ್ (ಹಳದಿ ಬಣ್ಣದಿ ಹೂಗಿಡ) ಅರಳಿದ ಪಿಯೋನೀಸ್‌ಗಳು. ಪುಟ್ಟ ಹುಡುಗಿಯೊಬ್ಬಳು, ಕೆಂಪು ಚಿಟ್ಟೆಯಂತೆ ರೆಕ್ಕೆ ಬಡಿಯುತ್ತಾ ಗುಡ್ಡದ ಮೇಲಿಂದ ಜಿಗಿ ಜಿಗಿಯುತ್ತಾ ಬಂದು ಕಿನ್‌ಳನ್ನು ಕೈಗಳಿಂದ ಬಳಸಿ – “ಆಂಟಿ ಕಿನ್ ನಿನ್ನನ್ನು ಕನಸಿನಲ್ಲಿ ನೋಡಿದೆ! ನಮ್ಮ ಮನೆಗೆ ಬಾ ಬೇಗ” ಎಂದು ಹೇಳುತ್ತಾ ಕಿನ್‌ಳನ್ನು ಅವಳ ಮನೆಯತ್ತ ಎಳೆದುಕೊಂಡು ಹೋದಳು. ನಂತರ ಮತ್ತೊಬ್ಬ ಪುಟ್ಟ ಹುಡುಗ ಒಳಗಿನಿಂದ ಓಡುತ್ತಾ ಬಂದು ಕಿನ್‌ಳನ್ನು ಅಪ್ಪಿಕೊಂಡ.

"ಕಾಂಗ್ ಜೆಂಗ್ ಎಷ್ಟು ಬೆಳೆದು ಬಿಟ್ಟಿದ್ದೀಯ? ನೋಡು ನೋಡು, ಷೂ ಸರಿಯಾಗಿ ಹಾಕಿಕೊಂಡಿಲ್ಲ" ಎಂದು ಹೇಳಿ, ಅಲ್ಲಿಯೇ ಇದ್ದ ಸ್ಟೂಲಿನ ಮೇಲೆ ಕೂತು, ಆ ಹುಡುಗನನ್ನು ತೊಡೆ ಮೇಲೆ ಕೂರಿಸಿಕೊಂಡು, ಷೂಗಳನ್ನು ತೊಡಿಸಿದಳು.

ಆ ಮಕ್ಕಳ ತಾಯಿ ಹೊಲದಲ್ಲಿ ಕೆಲಸಮಾಡಲು ಹೋಗಿದ್ದವಳು ಮಧ್ಯಾಹ್ನದ ಊಟದ ವಿರಾಮವೆಂದು ಮನೆಗೆ ಬಂದಳು. ಬಂದವಳೇ, ನಮ್ಮಿಬ್ಬರಿಗೂ. ಸಿಹಿಯಾದ ಚಹ ಬಟ್ಟಲುಗಳನ್ನು ನೀಡಿದಳು. ಜೊತೆಗೆ ಒಂದಿಷ್ಟು ಡ್ರೈಫ್ರೂಟ್ಸ್ ತಂದಿರಿಸಿದಳು. ಒಲೆ ಹಚ್ಚಿ ಅಡಿಗೆ ತಯಾರಿಗೆ ಮುಂದಾದಳು. ಹಾಗೆಯೇ ತನ್ನ ಕಷ್ಟ ಸುಖಿಗಳನ್ನೆಲ್ಲ ಅದರಲ್ಲೂ ಗಂಡನ ದಬ್ಬಾಳಿಕೆ, ಕುಟುಂಬ ಪೋಷಣೆ ಕಡೆ ಗಮನ ಕೊಡದೆ ಹೋದದ್ದು ಎಲ್ಲವನ್ನೂ ಹೇಳಿಕೊಂಡಳು. ಜೊತೆಗೆ ತನ್ನ ಮಗನ ಗರ್ಲ್ ಫ್ರೆಂಡ್, ಮಗಳ ಟೀಚರ್, ತನ್ನ ತಾಯಿ ಚಿಕ್ಕಪ್ಪ ದೊಡ್ಡಪ್ಪಂದಿರು – ಹೀಗೆ ಮಾತಾಡುತ್ತಲೇ ಹೋದವಳು ಕಂಪನಿಯ ಮ್ಯಾನೇಜರ್ ಬಂದದ್ದನ್ನು ನೋಡಿ ನಿಲ್ಲಿಸಿದಳು. ಆತ ನಮ್ಮನ್ನು ಊಟಕ್ಕೆ ಕರೆದೊಯ್ಯಲು ಬಂದಿದ್ದ.

"ಊಟ ಇಲ್ಲೇ ಯಾಕೆ ಮಾಡಬಾರದು?.... ಸ್ವಲ್ಪ ನಿರಾಶೆಯ ದನಿಯಲ್ಲಿ ಹೇಳಿದಳು. "ನಿಮಗಾಗಿ ಹಬೆ ರೊಟ್ಟಿಗಳನ್ನು ಮಾಡಿದ್ದೇನೆ".

"ಸಿಸ್ಟರ್, ನಾವು ತುಂಬಾ ಜನ ಇದ್ದೇವೆ. ನಿನಗೆ ಕಷ್ಟ ಆಗುತ್ತೆ" – ಮ್ಯಾನೇಜರ್ ಹೇಳಿದರು.

ಆದರೆ ಅವಳು ಒತ್ತಾಯದಿಂದ ಹೇಳಿದಳು. "ಅವರೆಲ್ಲ ಕಿನ್ ಸ್ನೇಹಿತರು ನನ್ನ ಅಕ್ಕಿ ಪಾತ್ರೆ ಖಾಲಿಯಾದರೂ ಪರವಾಗಿಲ್ಲ".

ಕಿನ್ ತಾವು ಬಹಳ ಮಂದಿ ಇರೋದಲ್ಲದೆ, ತುಂಬಾ ಕೆಲಸಗಳಿವೆ. ಅದಕ್ಕಾಗಿ ಮುಂದಿನ ಸಲ ಬಂದಾಗ ತಪ್ಪದೆ ಇವರೆಲ್ಲರನ್ನು ಕರೆದು ತರುತ್ತೇನೆ ಎಂದು ಮಾತು ಕೊಟ್ಟಾಗಲೇ ಆಕೆ ಸುಮ್ಮನಾದಳು. ಆದರೂ ಒಂದಷ್ಟು ಡ್ರೈಫ್ರೂಟ್ಸ್ ಅನ್ನು ಶುಚಿಯಾದ ಕರವಸ್ತ್ರವೊಂದರಲ್ಲಿ ಗಂಟು ಕಟ್ಟಿ ಕಿನ್‌ಳ ಚೀಲದಲ್ಲಿ ಇರಿಸಿದಳು. ಕಿನ್ ಕೂಡಾ ಮಕ್ಕಳಿಗೆಂದು ತಂದಿದ್ದ ನೋಟ್ ಬುಕ್ಸ್, ಪೆನ್ಸಿಲ್ಸ್‌ಗಳಿದ್ದ ಒಂದು ಪ್ಯಾಕೇಜನ್ನು ಇರಿಸಿದಳು. ಜೊತೆಗೆ ಆ ಮನೆಯ ಹೆಂಗಸಿಗೆ ಆರೋಗ್ಯ ಸರಿಯಿಲ್ಲವೆಂದು ತಿಳಿದಿದ್ದರಿಂದ, ಪ್ರಿಸ್ಕ್ರಿಪ್ಷನ್ ಬರೆದುಕೊಟ್ಟು ಕ್ಲಿನಿಕ್‌ನಿಂದ ತರಿಸಿ ಕೊಳ್ಳುವಂತೆ ಹೇಳಿದಳು. ಕಿನ್ ಇಷ್ಟೊಂದು ಪ್ರತಿಭಾವಂತೆ ಎಂಬುದು ತಿಳಿದೇ ಇರಲಿಲ್ಲ! ಊಟ ಮಾಡುತ್ತಿದ್ದಾಗ ಆ ಪುಟ್ಟ ಹುಡುಗಿ ಹೇಗೋ ಮೆಲ್ಲನೆ ಒಳಗೆ ನುಸುಳಿ ಕಿನ್‌ಳ ಕಿವಿಯಲ್ಲಿ ಏನನ್ನೋ ಗುಟ್ಟಾಗಿ ಪಿಸುಗುಟ್ಟಿ, ರೊಟ್ಟಿಗಳು ತುಂಬಿದ್ದ ಬುಟ್ಟಿಯೊಂದನ್ನಿಟ್ಟು ಹೋದಳು.

ಕ್ಲಿಯಡಿ ಹಳ್ಳಿಯಲ್ಲಿ ಸುಮಾರು ಜನರನ್ನು ಭೇಟಿಯಾದೆ. ಸಾಕಷ್ಟು ಕಲಿತೆ. ಕಿನ್ ಈ ಪ್ರದೇಶದಲ್ಲಿ ಏನೆಲ್ಲ ಮಾಡಿದ್ದಾಳೆ ಎಂಬುದನ್ನು ತಿಳಿದುಕೊಂಡೆ.

ಮ್ಯಾಂಗ್ಲಿನ್ ಪರ್ವತಗಳ ಉತ್ತರ ಭಾಗದ ಇಳಿಜಾರು ಪ್ರದೇಶದಲ್ಲಿ ಕ್ಲಿಯಡಿ ಹಳ್ಳಿ ನೆಲೆಸಿತ್ತು. ಹೊಲ, ಗದ್ದೆಗಳು, ಮನೆಗಳು ಸುತ್ತಮುತ್ತ ಹರಡಿಕೊಂಡಿದ್ದವು. ರೈತರು ಕಷ್ಟಪಟ್ಟು ದುಡಿದರೂ ಇಳುವರಿ ಬಹಳ ಕಡಿಮೆಯಿತ್ತು. ಭೂಮಿ ಅಷ್ಟೊಂದು ಫಲವತ್ತಾಗಿರಲಿಲ್ಲ.

ಆದರೆ ಪರ್ವತಗಳಲ್ಲಿ ಮಾತ್ರ ಸಮೃದ್ಧ ಸಸ್ಯ ಸಂಪತ್ತಿತ್ತು. 'ಕಣ್ಣಿಗೆ ಕಾಣುತ್ತಿದ್ದವುಗಳಲ್ಲಿ ಮುಖ್ಯವಾಗಿ ಕಾಡುಗಿಡಗಳೇ ಸಾವಿರಕ್ಕೂ ಹೆಚ್ಚಿದ್ದವು. ಕೆಂಪು ಬೇರಿನ ಸ್ಕಾಲ್ವಿಯಾ ಗಿಡಗಳು ಪರ್ವತ ಸಾಲುಗಳಲ್ಲಿ, ಇಳಿಜಾರು ಪ್ರದೇಶಗಳಲ್ಲಿ ನೂರಾರು ವರ್ಷಗಳಿಂದಲೂ ಬೆಳೆಯುತ್ತಿವೆ. ಅಲ್ಲಿನ ಜನಕ್ಕೆ ಅವುಗಳ ಬೇರು ಹೃದಯರೋಗಗಳಿಗೆ ದಿವ್ಯ ಔಷಧಿ ಎನ್ನುವ ವಿಚಾರವೇ ತಿಳಿದಿರಲಿಲ್ಲ. ದನಕಾಯುವ ಹುಡುಗರು ಆ ಗಿಡಗಳಲ್ಲಿನ ಕೆನ್ನೇಲಿ ಬಣ್ಣದ ಹೂಗಳನ್ನು ಚೀಪಿ, ಜೇನನ್ನು ಕುಡಿಯುತ್ತಿದ್ದರು. ಯಾರಿಗಾದರೂ ಖಾಯಿಲೆ ಆಗಿದ್ದರೆ ಸುಮಾರು 50 ಮೀಟರ್‌ಗಳಷ್ಟು ದೂರ ನಡೆದು ಸಮುದಾಯ ಕೇಂದ್ರ ತಲುಪಿ ಅಲ್ಲಿಂದ ಔಷಧಿಗಳನ್ನು ಕೊಳ್ಳುತ್ತಿದ್ದರು. ಅವರಲ್ಲಿಯೇ ಔಷಧಿ ಸಂಗ್ರಹವೇ ಇದ್ದರೂ, ಅದರ ಬಗ್ಗೆ ತಿಳಿದೇ ಇರಲಿಲ್ಲ. ನಂತರ ಕಾಂಟಿ ಔಷಧಿ ಕಂಪನಿ ಅಲ್ಲಿಂದ ಒಣಗಿಸಿದ ಸ್ಕಾಲ್ವಿಯಾ ಬೇರುಗಳನ್ನು ಒಂದು ಕ್ಯಾಟಿಗೆ (ಅಳತೆಮಾನ) 20 ಫೆನ್‌ಗಳ ಬೆಲೆಗೆ ಕೊಳ್ಳುತ್ತಿದ್ದಲು. ಕೆಲ ವರ್ಷಗಳ ನಂತರ ಈ ಕೆನ್ನೇಲಿ ಹೂಗಳು ಬೇರೆ ಔಷಧೀಯ ಗಿಡಮೂಲಿಕೆ ಗಳಂತೆ ಅಪರೂಪವಾದವು. 1972 ರಲ್ಲಿ ಈ ಕಂಪೆನಿ ಕ್ಸಿಯಾನ್ ಬೊಟಾನಿಕಲ್ ಗಾರ್ಡನ್ಸ್ ಸಹಕಾರದೊಂದಿಗೆ ಔಷಧೀಯ ಗಿಡಮೂಲಿಕೆಗಳ ಬೆಳೆಯನ್ನು ಅಭಿವೃದ್ಧಿ ಪಡಿಸಿತು. ಕ್ಸಿಯಾನ್ ಬೊಟಾನಿಕಲ್ ಗಾರ್ಡನ್ಸ್, ಪ್ರಯೋಗ ನಿರತ ತಂಡವೊಂದನ್ನು ಕಳಿಸಿಕೊಟ್ಟಿತು. ಈ ತಂಡದ ನಾಯಕತ್ವವನ್ನು ಕಿನ್ ಗು ಷು ಕೇಸಿನ ಸುಪರ್ದಿಗಿದ್ದ ವ್ಯಕ್ತಿ ಮತ್ತು ಸ್ವತಃ ಕಿನ್ ವಹಿಸಿಕೊಂಡಿದ್ದರು. ಕಿನ್‌ಳ ಕೇಸು ಖುಲಾಸೆ ಆಗಿದ್ದರೂ, ಸಂಕಷ್ಟಗಳು ಮುಗಿದಿರಲಿಲ್ಲ. ಅಲ್ಲಿನ ರೈತರು ತಿಳಿದಿದ್ದನ್ನು, ಕಿನ್ ಏನೋ ಅಪರಾಧ ಎಸಗಿ, ಸುಧಾರಣೆಗೊಳ್ಳಲೆಂದು ಅಲ್ಲಿಗೆ ಕಳಿಸಿದ್ದಾರೆ ಎಂದು. ಆದರೆ ಜನ ಬುದ್ಧಿ ಜೀವಿಗಳು, ಅಧಿಕಾರಿಗಳು ಯಾರೆಂಬುದನ್ನು ಗುರುತಿಸಬಲ್ಲವರಾಗಿದ್ದರು. ಬಲವಂತದಿಂದ, ಸುಧಾರಣೆ ಹೆಸರಿನಲ್ಲಿ ಹಳ್ಳಿಗಳಲ್ಲಿ ದುಡಿಯಲು ಕಳಿಸಲಾಗುತ್ತಿತ್ತು. ತಮ್ಮ ಸ್ವಂತ ಪ್ರತಿಭೆಯ ಬಲದಿಂದ ಅವರೂ ದುಡಿಯುತ್ತಿದ್ದರು.

ಕಿನ್ ಮೊದಲಿಗೆ ಪಾಳು ಬಿದ್ದ ಗುಡಿಯೊಂದರಲ್ಲಿ ವಾಸಿಸುತ್ತಿದ್ದಲು. ಬೆಳಗಿನ ಜಾವವೇ ಎದ್ದು, ಏನೋ ಒಂದಿಷ್ಟು, ತಿಂಡಿ ಪ್ಯಾಕ್ ಮಾಡಿಕೊಂಡು ಪರ್ವತಗಳ ಕಡೆ ಹೊರಟು ಬಿಡುತ್ತಿದ್ದಲು. ಕೆಲವೊಮ್ಮೆ ಆಕೆಗೆ ಒಂದು ಹನಿ ನೀರೂ ಸಿಗುತ್ತಿರಲಿಲ್ಲ. ಆದರೂ ಗೊಣಗಾಟವಿರಲಿಲ್ಲ. ಆಕೆಯ ಕೆಲಸ ಅಷ್ಟು ಸುಲಭದ್ದಾಗಿರಲಿಲ್ಲ. ಅದನ್ನು ನೋಡಿದ ಮೇಲೆ ರೈತರಿಗೆ ಆಕೆಯ ಬಗ್ಗೆ ಗೌರವ ಮೂಡಿತು.

ಜವಾಬ್ದಾರಿಯಿಂದ ಅತ್ಯಂತ ಚಾಣಾಕ್ಷತೆಯಿಂದ ಕೆಲಸ ಮಾಡುತ್ತಿದ್ದಲು. ಕೆಲಸದಲ್ಲಿ ಎಷ್ಟು ತನ್ಮಯಳಾಗಿ ಬಿಡುತ್ತಿದ್ದಳೆಂದರೆ, ಮನೆ, ಗಂಡ, ಮಗ, ಮಗಳು ಯಾವುದೂ ಗಮನಕ್ಕೆ ಬರುತ್ತಿರಲಿಲ್ಲ. ವಸಂತದ ಆರಂಭದ ದಿನಗಳು. ಇನ್ನೂ ಹಸಿರು ಒಡೆದಿರುತ್ತಿರಲಿಲ್ಲ. ಆಗಲೇ ಕಿನ್ ಅಲ್ಲಿಗೆ ಬಂದು ಬಿಡುತ್ತಿದ್ದಲು. ಹಿಮದಿಂದಾಗಿ ಹುಲ್ಲು ಉದುರಿ ಹೋದ ಮೇಲೂ ಅಲ್ಲಿಯೇ ಉಳಿಯುತ್ತಿದ್ದಲು. ಗಿಡ ಮೂಲಿಕೆಗಳ ಸಂಗ್ರಹವಾಗಿ, ಹೊಸ ಬೀಜಗಳ ಬಿತ್ತನೆಯಾಗಿದ್ದರೂ ಮನೆಗೆ ಹೋಗುವ ಯೋಚನೆಯನ್ನೇ ಮಾಡುತ್ತಿರಲಿಲ್ಲ. ಅಲ್ಲಿನ ರೈತರೆಲ್ಲ ಎಷ್ಟೋ ಬಲವಂತದಿಂದ ಮನೆಗೆ ಹೋಗಲು ಹೇಳಿದರೂ ಹೋಗುತ್ತಿರಲಿಲ್ಲ.

ಕ್ಲಿಯಾನ್ ಬೊಟಾನಿಕಲ್ ಗಾರ್ಡನ್ಸ್‌ನಿಂದ ತಂಡ ಬರುವುದಕ್ಕೆ ಮೊದಲು ಹಳ್ಳಿ ಜನ ಗ್ಯಾಸ್ಟ್ರೋಡಿಯಾ ಬೆಳೆಯಲು ತುಂಬ ಪ್ರಯತ್ನ ಪಟ್ಟರು. ಆದರೆ ವೈಜ್ಞಾನಿಕ ಅರಿವು ಇಲ್ಲದಿದ್ದುದರಿಂದ ಅದನ್ನೂ ಬೆಳೆಯುವುದು ತುಂಬಾ ಅಪಾಯಕಾರಿ ಎನಿಸಿತು. ಆದರೆ ಕಿನ್‌ಗೆ ಈಗ ಎಲ್ಲರೂ ಋಣಿಯಾಗಿದ್ದಾರೆ. ಮಕ್ಕಳು ಆಕೆಯ ಸಹೋದ್ಯೋಗಿಗಳು ಎಲ್ಲರೂ ನಿರಾಯಾಸವಾಗಿ ಇದರ ಕೃಷಿ ಮಾಡಬಲ್ಲರು. ಪ್ರಸ್ತುತ ಬ್ರಿಗೇಡ್ ನಡೆಸುತ್ತಿರುವ ಮೆಡಿಸಿನಲ್ ಕಂಪೆನಿ 160 ಗ್ಯಾಸ್ಟ್ರೋಡಿಯಾ ಮಾದರಿಗಳನ್ನು ಬೆಳೆಸಿದೆ. ಒಂದೊಂದೂ ಮೂರು ಕ್ಯಾಟಿ ಗೆಡ್ಡೆಗಳನ್ನು ಉತ್ಪಾದಿಸಬಲ್ಲುದು. ಒಂದೊಂದು ಕ್ಯಾಟಿಯಿಂದ 6 1/2 ಯುಆನ್ ಗಳಿಕೆಯಾಗುತ್ತದೆ. ವಿಜ್ಞಾನ ಅದ್ಭುತವಾದ ಸಾಧನೆಮಾಡಿದೆ.

ಕಿನ್ ಅಲ್ಟ್ರಾಸಾನಿಕ್ ಅಲೆಗಳ ಬಳಕೆಯ ಮೂಲಕ ಅಲ್ಪಾವಧಿಯಲ್ಲಿಯೇ ಬಲ್ಲೂನ್ ಹೂ ಬೀಜಗಳು ಮೊಳೆಯುವಂತೆ ಮಾಡಿದಲು. ಅಲ್ಲದೆ ಬೇರೆ ಬೇರೆ ರೀತಿಯ ಪ್ರಯೋಗಗಳನ್ನು ಮಾಡಿದಲು. ಎಲ್ಲೆಲ್ಲೂ, ಪರ್ವತಶಾಲು, ಮನೆ ಪರಿಸರದಲ್ಲೂ ಕೆನ್ನೆಲಿ ಹೂ ಗೊಂಚಲು ಕಾಣಿಸುವಂತೆ ಮಾಡಿದಲು. ಹಳ್ಳಿಯ ಮಂದಿಗೆ ಸಂಭ್ರಮವೋ ಸಂಭ್ರಮವೆನಿಸಿತು. ಅವರ ಸ್ಥಿತಿ ಸುಧಾರಿಸಿತು.

ಮೆಡಿಸಿನಲ್ ಹರ್ಬ್‌ಫಾರಮ್ ಮೊದಮೊದಲು ಕೇವಲ ಸಿಯೋನೀಸ್ ಗಳನ್ನು ಅರ್ಧ 'ಮೂ' ನಷ್ಟು ಮಾತ್ರವೇ ಬೆಳೆಯುತ್ತಿದ್ದು ಈಗ 500'ಮೂ' ಗಳಷ್ಟು ವಿಸ್ತಾರ ಪ್ರದೇಶವನ್ನು ಹೊಂದಿದೆ.

1972–77ರವರೆಗೆ ಗಳಿಸಿದ ಲಾಭ. 14,000ಯುಆನ್ ಇದರಿಂದಾಗಿ, ಟ್ರ್ಯಾಕ್ಟರ್, ಮಿಲ್ಲಿಂಗ್ ಮೆಷಿನ್, ಪ್ರೆಷರ್, ಮೊದಲಾದವುಗಳನ್ನು ಮತ್ತು ಕಲ್ಲು ಗಣಿಗಾರಿಕೆಯಲ್ಲಿ ಉಪಯೋಗಿಸಲು ಸ್ಫೋಟಕಗಳನ್ನು ಕೊಳ್ಳಲು ಸಾಧ್ಯವಾಯಿತು. ಬೇಕಾದಷ್ಟು ಬೀಜೋತ್ಪನ್ನ ವಾದುದರಿಂದ ಹಲವಾರು ಸುತ್ತಮುತ್ತಲಿನ ಹಳ್ಳಿಗಳಿಗೇ ಕೊಡಲು ಸಾಧ್ಯವಾಯಿತು. ಕೆಂಪು ಬೀಪ್ ಒಂದೆ ಅಪಾರ ಪ್ರಮಾಣದಲ್ಲಿ ಬೆಳೆದು, ಫಾರಂ,ನ ಆದಾಯ 10,000 ಯುಆನ್‌ಗೆ ಏರಿತು. ಸಹಜವಾಗಿ ಹಳ್ಳಿಜನ ಆ 'ಫಾರಂ' ಅನ್ನು 'ಬ್ಯಾಂಕ್' ಎಂದೇ ಕರೆದರು.

ಕಿನ್ ಇತ್ತೀಚೆಗೆ ಇಲ್ಲಿಗೆ ಬರುವುದಿಲ್ಲವಾದರೂ ಜನ ಆಕೆ ಮಾಡಿರುವ ಸಹಾಯವನ್ನು ಮಾತ್ರ ಮರೆತಿಲ್ಲ. ಆಕೆಯ ಶ್ರದ್ಧೆ, ಅನುಭವ, ಜ್ಞಾನ – ಇವು ಎಂದೆಂದಿಗೂ ಅವರ ನೆನಪಿನಲ್ಲಿ ಉಳಿದು, ಕೊಂಡಾಡುತ್ತಾರೆ.

"ನೀವು ದೊಡ್ಡವರಾದ ಮೇಲೆ ಏನು ಬೆಳೆ ಬೆಳೀತೀರಾ?" – ಎಂದು ಅಲ್ಲಿದ್ದ ಕೆಲ ಮಕ್ಕಳನ್ನು ವಿಚಾರಿಸಿದೆ.

"ನಾವೂ ಕಿನ್ ಆಂಟಿ ಹಾಗೆ ಆಗ್ತೀವಿ. ಅವರಂತೆ ನಾವು ಬೆಳೆ ಬೆಳೀತೀವಿ."

ಇದರಿಂದ ನನಗೆ ಒಂದು ವಿಷಯ ಸ್ಪಷ್ಟವಾಯಿತು. ಕಿನ್ ಕೇವಲ ಮೆಡಿಸಿನಲ್ ಹರ್ಬ್ಸ್ ಮಾತ್ರವನ್ನೇ ಪೋಷಿಸಿಲ್ಲ ಎಂದು!

ಮ್ಯಾಂಗ್ಲಿನ್ ಪರ್ವತಗಳು ತುಂಬಾ ಕಡಿದಾಗಿವೆ. ಕಲ್ಲು ಹಾಸಿಗೆಗಳು ಬಹಳ ಜಾರುತ್ತವೆ. ಹತ್ತುವಾಗ ಹೇಗೋ ಸಾಧಿಸಿದೆ. ಆದರೆ ಇಳಿಯುವಾಗ ತುಂಬಾ ಕಷ್ಟವೆನಿಸಿತು. ಫಾರನ ನಿರ್ದೇಶಕರ ಸಹಾಯಕ್ಕಾಗಿ ಬೊಂಬಿನಿಂದ ಒಂದು ಕೋಲು ಮಾಡಿಕೊಟ್ಟರು. ಕಿನ್ ದಾರಿ ತೋರಿಸುತ್ತಾ ಮೇಲಕ್ಕೆ ಕರೆದೊಯ್ದಳು. ಅಲ್ಲಿನ ಪ್ರತಿಯೊಂದು ಗಿಡಮೂಲಿಕೆಯನ್ನೂ ಪರಿಚಯಿಸಿದಳು. ಅವುಗಳ ಔಷಧೀಯ ಗುಣಗಳನ್ನು ವಿವರಿಸಿದಳು.

ನಾವು ಅದನ್ನೆಲ್ಲಾ ನೋಡುತ್ತಾ ಹೋಗುವಾಗ ಯಾಕೋ ನನ್ನಿಂದ ದೂರವಿರಲು ಪ್ರಯತ್ನಿಸುತ್ತಿದ್ದಳು. ಅದಕ್ಕಾಗಿ ನಾನೇ ಕೆಲವು ಸಂದೇಹಗಳನ್ನು ನಿವಾರಿಸಿಕೊಳ್ಳುವ ನೆಪದಲ್ಲಿ ಆಕೆಯ ಬಳಿಗೆ ಹೋಗುತ್ತಿದ್ದೆ. ಒಂದು ದಿನ ನನಗೆ 'ಚೈನೀಸ್ ಮ್ಯಾಗ್ನೋಲಿಯಾ ವೈನ್' ಅನ್ನು ಪರಿಚಯಿಸಿಕೊಟ್ಟು, ಅದರಿಂದ ಬಾಯಾರಿಕೆ ತೀರಿಸಿಕೊಳ್ಳಬಹುದೆಂದು ಹೇಳಿದಳು.

ಒಂದು ಗಿಡ ಕಿತ್ತು ನನಗೆ ತೋರಿಸುತ್ತಾ "ಇದು ಯಾವುದು ಅಂತ ಗೊತ್ತೇನು?" ಎಂದಳು.

"ಆದು ಔಷಧೀಯ ಗಿಡವೇ ಇದ್ದಿರಬಹುದು. ಆದರೆ ನೋಡಲು ಯಾವುದೋ ಕೆಲಸಕ್ಕೆ ಬಾರದ ಕಳೆಗಿಡ ಇದ್ದಹಾಗಿತ್ತು. ಅದರ ಬೇರುಗಳ ನುಗ್ಗೇಕಾಯಿಯಂತೆ ಇದ್ದವು. ಅದರಲ್ಲಿದ್ದ ಕೆನ್ನೆಲಿ ಹೂಗಳಿಂದ, ಯಾವುದಿರಬಹುದೆಂದು ಊಹಿಸುವ ಸಾಹಸ ಮಾಡಿದೆ." ಓ ದೇವರೇ! ಇದು "ಫರ್‌ಗೆಟ್ ಮಿ ನಾಟ್!" ಎಂದು ಉದ್ಗರಿಸಿದೆ.

ಸ್ವಲ್ಪ ಸಿಡುಕಿನಿಂದ ಹೇಳಿದಳು. ಹೆಸರನ್ನು ದೇವರು ಕೊಟ್ಟದ್ದಲ್ಲ. ಹಲವು ಶತಮಾನಗಳ ಹಿಂದೆ ಪರ್ವತವಾಸಿಯಾಗಿದ್ದ ಯಾರೋ ವಿಜ್ಞಾನಿ ಇದಕ್ಕೆ ಹೆಸರೊಂದನ್ನು ಕೊಟ್ಟಿದ್ದಾನೆ. ಇದನ್ನು ಕಿರಿದಾದ ಎಲೆಗಳಿಂದ ಕೂಡಿದ, 'ಪಾಲಿಗಾಲ' ಎಂದು ಕರೆಯತ್ತಾರೆ. "ಆದರೆ ಇಲ್ಲಿನ ಜನ ಇದನ್ನು ಮಟಾಣಿ ಗಿಡ ಎಂದು ಕೂಗುತ್ತಾರೆ. ಕಲ್ಲುಬಂಡೆಗಳ ಸಂದುಗಳಲ್ಲಿಯೂ ಇದು ಬೆಳೆಯುತ್ತೆ. ಜ್ಞಾಪಕ ಶಕ್ತಿ ಹೆಚ್ಚಿಸಿಕೊಳ್ಳಲು, ಮೆದುಳಿಗೆ ಬಲ ನೀಡಲು ಇದರ ಬೇರುಗಳನ್ನು ಔಷಧವಾಗಿ ಉಪಯೋಗಿಸುತ್ತಾರೆ. ಪಾಶ್ಚಿಮಾತ್ಯ ಔಷಧಿಯಂತೆ, ಇದು ಮೆದುಳಿನ ನರಗಳನ್ನು ಪೋಷಿಸುತ್ತೆ". ಗಂಭೀರವಾಗಿ ಕಾಣಿಸುತ್ತಲೇ ಮಾತನ್ನು ಮುಂದುವರೆಸಿದಳು. "ಪರ್ವತಗಳ ಮೇಲೆ ಎಲ್ಲೆಲ್ಲೂ ಇದು ತನಗೆ ತಾನೇ ಬೆಳೆಯುವುದರಿಂದ ಪ್ರತ್ಯೇಕವಾಗಿ ಬೆಳೆಯ ಬೇಕಾದ ಅಗತ್ಯವಿಲ್ಲ. ನನ್ನ ಹತ್ತಿರ ಇದರ ಸ್ಯಾಂಪಲ್ ಇದೆ. ಬಿಡುವಾದಾಗ ಅದನ್ನು ಹೊರ ತೆಗೆದು ಪರೀಕ್ಷಿಸುತ್ತೇನೆ"

"ಯಾವ ಯೂನಿವರ್ಸಿಟಿಯಲ್ಲಿ ಈ ವಿಷಯವನ್ನು ಓದಿದೆ?"–ಎಂದು ಪ್ರಶ್ನಿಸಿದೆ.

ಇದರಿಂದ ಸ್ವಲ್ಪ ಅಸಮಾಧಾನವಾಗಿರಬೇಕು. ಮುಖ ಗಂಟಿಕ್ಕಿಕೊಂಡೇ "ನಾನು ಯಾವೂತ್ತೂ ಓದೇ ಇಲ್ಲ" ಎಂದು ಹೇಳಿ ಫಟ್ಟಂತ ಅಲ್ಲಿಂದ ಹೊರಟೇಬಿಟ್ಟಳು.

ನನಗೆ ದಾರಿ ಹೇಗೆ ಗೊತ್ತಾಗಬೇಕು? ನನ್ನ ಬುದ್ಧಿಗೆ ಏನಾಗಿತ್ತು! ಗಾಯಗೊಂಡ ಹರಿಣಿಯಂತಿದ್ದಳು. ಯಾವಾಗಲೂ ಬಹಳ ಎಚ್ಚರಿಕೆಯಿಂದ ಇರುತ್ತಿದ್ದಳು. ಆಕೆ ಬಗ್ಗೆ ನನ್ನ ಹತ್ತಿರ ಯಾರಾದರೂ ಏನಾದರೂ ಹೇಳಿರಬೇಕೆಂಬ ಅನುಮಾನ ಇದ್ದಂತೆ ಕಾಣಿಸಿತು.

ಇಲ್ಲವಾದಲ್ಲಿ ನನ್ನ ಜೊತೆ ತುಂಬಾ ಸಲುಗೆಯಿಂದ ಮಾತಾಡಿದರೆ, ಮತ್ತೇನಾದರೂ ತೊಂದರೆ ಆಗುತ್ತೋ ಅನ್ನೋ ಭಯವಿದ್ದಿರಬೇಕು.

ಸಂಜೆಗೆ ಕ್ಲಿಯದಿ ಬಿಡೋಕೆ ಮುಂಚೆ ಅಲ್ಲಿದ್ದ ಗುಂಪು ನನ್ನನ್ನು ಸುತ್ತುವರೆದು, ನಗರದಲ್ಲಿ ಸಾಂಸ್ಕೃತಿಕ ಪರಿಸರ ಹೇಗಿದೆ ಅಂತ ವಿಚಾರಿಸಿದರು. ನಮ್ಮ ಹಿಂದಿನ ಪ್ರಧಾನಿ ಚೌಎನ್ ಲಾಯ್ ಬುದ್ಧಿ ಜೀವಿಗಳ ಬಗ್ಗೆ ಎಷ್ಟೊಂದು ಕಾಳಜಿವಹಿಸಿದ್ದರೆಂಬುದನ್ನು ತಿಳಿಸಿದೆ. ನನಗೆ ಆಶ್ಚರ್ಯ! ಇದನ್ನು ಕೇಳಿದ ಕಿನ್ ಒಂದು ಚೂರು ನಾಚಿದಂತೆ ಕಾಣಿಸಿದಳು. ಕಣ್ಣುಗಳು ಹನಿಗೂಡಿದ್ದವು!

ವಿಪರೀತ ಮಳೆ ಬರುತ್ತಿದ್ದ ಒಂದು ರಾತ್ರಿ. ಹೊಸದಾಗಿ ನಿರ್ಮಿಸಿದ ಲ್ಯಾಬ್‌ನಲ್ಲಿ ಕುಳಿತು ಹಿಂದಿನ ದಿನಗಳನ್ನು ನೆನೆಸಿಕೊಂಡೆವು. ಲಿನ್‌ಬಿಯಾವೂ, ಗ್ಯಾಂಗ್ ಆಫ್ ಫೋರ್ ಕಾಲದಲ್ಲಿ ಹೇಗಿತ್ತು. ಅನ್ನುವ ವಿಚಾರದ ಬಗ್ಗೆ ಮಾತಾಡಿಕೊಂಡೆವು. ಎಪ್ರಿಲ್ 5ರಂದು 1976ರಲ್ಲಿ ಬೀಜಿಂಗ್‌ನ ತಿಯಾನನ್ಮನ್ ಸ್ಕ್ವೇರ್‌ನಲ್ಲಿ ನಡೆದ ಗಲಭೆಯ ಬಗ್ಗೆ ಮಾತಾಡಿದೆವು. ಕಿನ್ ತನ್ನ ಮನಸ್ಸಿನಲ್ಲಿ ಕೊರೆಯುತ್ತಿರುವ ವಿಚಾರವನ್ನು ತಿಳಿಸಿದಳು.

ಸ್ವಾತಂತ್ರ್ಯ ಬರೋಕೆ ಮೊದಲೇ, ಕುಟುಂಬದ ಸಮಸ್ಯೆಗಳಿಂದಾಗಿ ಮಿಡ್ಲ್‌ಸ್ಕೂಲಿನಲ್ಲಿ 5ನೇ ತರಗತಿ ಓದುತ್ತಿರುವಾಗಲೇ ಸ್ಕೂಲು ಬಿಡಬೇಕಾಗಿ ಬಂತು. ದೊಡ್ಡ ಕುಟುಂಬ, ಬಡತನ, ಓದಿಸುವ ಸಾಮರ್ಥ್ಯ ಇರಲಿಲ್ಲ. ಅದಕ್ಕೆ ಓದು ನಿಲ್ಲಿಸಿ ಟೀಚರ್ ಕೆಲಸಕ್ಕೆ ಸೇರಿದಳು. ಸ್ವಾತಂತ್ರ್ಯ ಬಂದ ಎರಡು ವರ್ಷಗಳ ನಂತರ ಮರುಭೂಮಿಯನ್ನು ಹಸಿರು ಅರಣ್ಯವಾಗಿಸಬೇಕೆಂಬ ಕನಸನ್ನು ಹೊತ್ತು ನಾರ್ತ್‌ವೆಸ್ಟ್ ಅಗ್ರಿಕಲ್ಚರಲ್ ಕಾಲೇಜು ಸೇರಲು ಪ್ರವೇಶ ಪರೀಕ್ಷೆ ಬರೆದಳು. ಆ ವಿಷಯದ ಕೋರ್ಸ್‌ಗೆ ಆಯ್ಕೆ ಆದವರು ಅಥವಾ ಅರ್ಜಿ ಸಲ್ಲಿಸಿದವರು, ಇಬ್ಬರೇ ಇಬ್ಬರು ಹುಡುಗಿಯರು. ಅದಕ್ಕಾಗಿ ಬೇರೆ ವಿಷಯ ಆಯ್ಕೆ ಮಾಡಿಕೊಳ್ಳಲು ಸೂಚಿಸಿದರು. ತುಂಬಾ ಕಷ್ಟದ ಕೆಲಸ ಎಂದೆಲ್ಲ ಹೇಳಿ ನಿರ್ಧಾರ ಬದಲಾಯಿಸಲು ಒತ್ತಾಯ ಹೇರಿದರು. ಆದರೂ ಆಕೆ ಹಿಂಜರಿಯಲಿಲ್ಲ. ಬದಲಾಗಿ "ನೀವೇನೂ ತಲೆ ಕೆಡಿಸಿಕೊಳ್ಳಬೇಡಿ. ನನಗೆ ಅದನ್ನು ಮಾಡೋಕೆ ಕಷ್ಟ ಆಗುತ್ತೆಂತ ನೀವೇಕೆ ಅಂದುಕೊಳ್ಳಬೇಕು?" ಎಂದು ಪ್ರತಿಯಾಗಿ ವಾದಿಸಿದಳು.

ವಿದ್ಯಾರ್ಥಿಯಾಗಿದ್ದಾಗಿನಿಂದಲೂ ಆಕೆಗೆ ಪಾಪ್ಲಾರ್ ಮರಗಳ ಬಗ್ಗೆ ಬಹಳ ಆಸಕ್ತಿ ಇತ್ತು. ಅವುಗಳನ್ನು ಕುರಿತು ತುಂಬಾ ಅಧ್ಯಯನ ಪ್ರವಾಸ ಮಾಡಿದಳು. ಕುದುರೆ ಸವಾರಿ, ಕತ್ತೆ ಸವಾರಿ, ಒಂಟೆ ಸವಾರಿ, ಮಾಡಿಕೊಂಡೇ ಕಿನ್ ಜಿಯಾಂಗ್‌ನ ಮಂಗೋಲಿಯಾ, ಆಲ್ತಾಯ್ ಪರ್ವತಗಳ ಒಳ ಭಾಗಗಳಲ್ಲಿ ಸಂಚರಿಸಿದಳು. ಕಡೆಗೆ ಅತ್ಯುತ್ತಮ ಫಲಿತಾಂಶದೊಂದಿಗೆ ಪದವಿ ಮುಗಿಸಿದಳು. ಎಪ್ರಿಲ್, 1959ರಲ್ಲಿ ಕ್ಸಿಯಾನ್ ಬೊಟಾನಿಕಲ್ ಗಾರ್ಡನ್ಸ್‌ನಲ್ಲಿ ಕೆಲಸಕ್ಕೆ ಸೇರಿ ಕೊಂಡಳು. 1961ರಲ್ಲಿ ಆಕೆ ಹೊಸ ಪಾಪ್ಲಾರ್ ಫಲಿಗಳನ್ನು ಪರಿಚಯಿಸಿದಳು. ಆಕೆಯನ್ನು ಸಂಶೋಧನ ತಂಡದ ಪ್ರತಿನಿಧಿ ಮುಖ್ಯಸ್ಥೆಯನ್ನಾಗಿ ಮಾಡಲಾಯಿತು.

ಗಾರ್ಡನ್ಸ್‌ನಲ್ಲಿಯೇ ನೂರಕ್ಕಿಂತ ಹೆಚ್ಚು ಜಾತಿಯ ಪಾಪ್ಲರ್‌ಗಳು ಇದ್ದವು. ಇಡೀ ದೇಶದ ಮೂಲೆ ಮೂಲೆಗಳಿಂದ ತರಿಸಲಾಗಿತ್ತು.

ಕಿನ್ ವಿದೇಶಿ ಬೊಟಾನಿಸ್ಟ್ (ಸಸ್ಯಶಾಸ್ತ್ರ ತಜ್ಞರು)ಗಳು ಇಲ್ಲಿಗೆ ಭೇಟಿಕೊಟ್ಟಾಗ ಅವರ ಜೊತೆ ಎಮೀ ಮತ್ತು ತಾಯ್ ಬಾಯ್ ಪರ್ವತಗಳು, ... ನದೀ ತೀರಗಳು ಎಲ್ಲೆಡೆ ಹೋಗಿ ಬಂದಿದ್ದಳು. ನಂತರ ಆ ಸಸ್ಯ ವಿಜ್ಞಾನಿಗಳು ಆಕೆಗೆ ಕೆಲವು ಒಳ್ಳೊಳ್ಳೆಯ ವಿದೇಶಿ ಪಾಪ್ಲರ್ ಥಳಿ ಬೀಜಗಳನ್ನು ಕಳಿಸಿಕೊಟ್ಟರು.

ಅಷ್ಟು ಹೊತ್ತಿಗೆ 'ಕಲ್ಚರಲ್ ರೆವುಲ್ಯೂಷನ್ (ಸಾಂಸ್ಕೃತಿಕ ಕ್ರಾಂತಿ) ಬಿರುಗಾಳಿ ಎದ್ದಿತು. ಕಿನ್ ಬಲಿಪಶುವಾದಳು. ಆಕೆಯನ್ನು ಕೆಲಸದಿಂದ ವಜಾ ಮಾಡಲಾಯಿತು. ಆಕೆಯ ಸಂಶೋಧನೆ ತಟಸ್ಥವಾಯಿತು. ಆಕೆಯ ಜೊತೆಗಾರರು, ಶತ್ರುಗಳಾಗಿ ಬದಲಾದರು. ಬೊಟಾನಿಕಲ್ ಗಾರ್ಡನ್ಸ್ ರಣಾಂಗಣವಾಯಿತು.

ನೂರಕ್ಕಿಂತ ಹೆಚ್ಚು ಥಳಿಗಳಲ್ಲಿ, ಸುಮಾರು ಭಾಗದಷ್ಟು ಪಾಪ್ಲರ್‌ಗಳನ್ನು ಬೇರು ಸಹಿತ ಕಿತ್ತೊಗೆದರು. ಗಾರ್ಡನ್‌ಗಳನ್ನು ನಾಶ ಮಾಡಿ ಆಹಾರಧಾನ್ಯ ಬೆಳೆಯುವ ಹೊಲಗದ್ದೆಗಳನ್ನಾಗಿ ಪರಿವರ್ತಿಸಲಾಯಿತು.

ವಿಚಾರಣಾ ಸಭೆಗಳಲ್ಲಿ 'ಕಿನ್' ತಾನು ಯಾವ ಅಪರಾಧವನ್ನೂ ಮಾಡಿಲ್ಲವೆಂದು ಸ್ಪಷ್ಟವಾಗಿ ವಿವರಿಸಿದಳು. ಯಾರೋ ಒಬ್ಬರು ಗದರಿಸುವ ದನಿಯಲ್ಲಿ ಹೇಳಿದರು "ಪಾಪ್ಲರ್‌ಗಳಿಂದ ಯಾವ ಪ್ರಯೋಜನವೂ ಇಲ್ಲ. ಉತ್ಪಾದನಾ ಸಾಮರ್ಥ್ಯವೂ ಇಲ್ಲ. ಇದೇನು ಹೊಸ ಪ್ರಯೋಗವಲ್ಲ. ಸಾವಿರಾರು ವರ್ಷಗಳಿಂದ ಪಾಪ್ಲರ್‌ಗಳು ಬೆಳೆಯುತ್ತಿವೆ. ಅವುಗಳ ಅಧ್ಯಯನದ ಅಗತ್ಯವೇನಿದೆ? ಪ್ರತಿಯೊಬ್ಬ ರೈತನಿಗೂ ಪಾಪ್ಲರ್‌ಗಳು ಗೊತ್ತಿವೆ?"

"ಅಜ್ಞಾನಿಗಳು" ಕುದಿಯುತ್ತಾ ಹೇಳಿಕೊಂಡಳು. ಆ ಕ್ಷಣಕ್ಕೆ ಮೌನವಾಗಿದ್ದಳೇ ಹೊರತಾಗಿ ಆಕೆ ಸುಮ್ಮನೆ ಕೂಡುವವಳಾಗಿರಲಿಲ್ಲ. ಅವರ ಮಾತು ಅರ್ಥವಿಲ್ಲದ್ದು ಎನಿಸಿತು. ಸರಕಾರದ ಸಿದ್ಧಾಂತಗಳಿಂದ ನಿರಾಶಳಾಗಿದ್ದಳು. ಇದರಿಂದ ವಿಜ್ಞಾನ ತಂತ್ರಜ್ಞಾನದ ಬೆಳವಣಿಗೆಗೆ ಅಡ್ಡಿಯಾಗುತ್ತದೆ ಎನ್ನುವುದು ಅವಳ ಅಭಿಪ್ರಾಯ. ಕಿನ್‌ಳ ಮನಸ್ಸಿಗೆ ತುಂಬಾ ನೋವಾಯಿತು. ನೂರಾರು ಜಾತಿಯ ಚೈನೀಸ್ ಪಾಪ್ಲರ್‌ಗಳು ಮಣ್ಣುಗೂಡಿದ್ದವು. ವಿದೇಶಿ ಪಾಪ್ಲರ್ ಮರಗಳ ನಡುವೆ ಒಮ್ಮೊಮ್ಮೆ ಅಡ್ಡಾಡಿದಳು. ಎಷ್ಟೇ ಧೈರ್ಯವಂತ ಹೆಣ್ಣಾಗಿದ್ದರೂ ಒಂದೊಂದು ಸಲ ಆತ್ಮಹತ್ಯೆಯ ಬಗ್ಗೆ ಯೋಚಿಸಿದಳು. ವರ್ಷಾನುಗಟ್ಟಲೆ ಕಷ್ಟ ಪಟ್ಟು ಸಂಗ್ರಹಿಸಿಟ್ಟುಕೊಂಡಿದ್ದ ವಿಶಿಷ್ಟ ಮಾದರಿಗಳನ್ನೆಲ್ಲ ಕಸಿದುಕೊಂಡಿದ್ದರು. ಟಿಪ್ಪಣಿ ಮಾಡಿಕೊಂಡಿದ್ದ ನೋಟ್ ಬುಕ್ಕುಗಳನ್ನೆಲ್ಲ ಮಂಗಮಾಯ ಮಾಡಿಬಿಟ್ಟಿದ್ದರು. ಎಷ್ಟು ಮನಸ್ಸು ರೋಸಿ ಹೋಗಿತ್ತೆಂದರೆ, ತನ್ನ ಸ್ವಂತ ಸಂಪಾದನೆಯಲ್ಲಿ ಖರೀದಿಸಿದ್ದ ಅಮೂಲ್ಯವಾದ ಪುಸ್ತಕಗಳನ್ನೆಲ್ಲ ರದ್ದಿ ಕಾಗದದಂತೆ ಮಾರಿಬಿಟ್ಟಳು. ಕೆಲವನ್ನಂತೂ ಒಲೆಗೆ ಹಾಕಿ ಉರಿಸಿಬಿಟ್ಟಳು. ಒಂದು ದಿನ ಬೆಳಿಗ್ಗೆ ಒಲೆ ಹಚ್ಚಿದಳು. ಒಂದು ಪುಸ್ತಕ ಉರಿಸಿದಳು. ಸಾಕಾಗಲಿಲ್ಲವೆನಿಸಿ ಮತ್ತೊಂದು ಪುಸ್ತಕ ತೆಗೆದುಕೊಂಡಳು. ಆದರೆ ಏನಾಯಿತೋ ಘಟನೆ ಎದ್ದು ಕುಳಿತು ಪುಸ್ತಕದತ್ತ ಕಣ್ಣಾಡಿಸಿದಳು. ಕಂಬನಿ ಹರಿಯಿತು. ಟೀಕಿಸಲೆಂದು ಸೇರಿದ

ಸಭೆಗಳಲ್ಲಿ, ತನ್ನ ಮೇಲೆ ಎಷ್ಟೇ ಟೀಕಾ ಪ್ರಹಾರಗಳಾದರೂ ಎದೆಗೆದೆ, ಅಳದೆ ಇದ್ದವಳು, ಹರಿದಿದ್ದ ಆ ಪುಸ್ತಕವನ್ನು ಎದೆಗೆ ಅವಚಿಕೊಂಡು ಬಿಕ್ಕಿ ಬಿಕ್ಕಿ ಅಳತೊಡಗಿದಳು.

ಪುಸ್ತಕದ ಶೀರ್ಷಿಕೆ – 'ರಿಪೋರ್ಟ್ ಆನ್ ದಿ ಪ್ರಾಬ್ಲಮ್ಸ್ ಕನ್ಸರ್ನಿಂಗ್ ಇಂಟಲೆಕ್ಚುಯಲ್ಸ್' (ಬುದ್ಧಿ ಜೀವಿಗಳ ಸಮಸ್ಯೆಗಳ ಕುರಿತ ವರದಿ) ಎಂದಿತ್ತು. ಜನವರಿ 14, 1956ರಂದು ಸೆಂಟ್ರಲ್ ಪಾರ್ಟಿ ಕಮಿಟಿ ಪ್ರಾಯೋಜಿಸಿದ ಒಂದು ಸಮಾವೇಶದಲ್ಲಿ, ಪ್ರಧಾನಿ ಚೌಎನ್ ಲಾಯ್ ಮಾಡಿದ ಭಾಷಣ ಅದಾಗಿತ್ತು. ನಾರ್ತ್‌ವೆಸ್ಟ್ ಅಗ್ರಿಕಲ್ಚರಲ್ ಕಾಲೇಜಿನ ಪಾರ್ಟಿಕಮಿಟಿಯ ಜನರಲ್ ಬ್ರಾಂಚ್ ಕಡೆಯಿಂದ ಅದು ಅವಳಿಗೆ ಲಭ್ಯವಾಗಿತ್ತು.

ಸ್ವಲ್ಪ ಹೊತ್ತು ಸುಮ್ಮನಿದ್ದು, ನಾನು ಕೇಳಿದೆ – "ಔಷಧೀಯ ಸಸ್ಯಗಳನ್ನ ಬೆಳೆಯುವುದು ನಿನ್ನ ಉದ್ದೇಶ ಆಗಿರಲಿಲ್ಲ ಹೌದಲ್ಲ?"

"ಇರಬಹುದು" ಸ್ಪಷ್ಟವಾಗಿ ಹೇಳಿದಳು. "ಹಾಗಿದ್ದ ಮಾತ್ರಕ್ಕೆ ಪಾಪ್ಲಾರ್‌ಗಳ ಮೇಲೆ ನಡೆಯುವ ಸಂಶೋಧನೆಯನ್ನು ನಿಲ್ಲಿಸಬೇಕೆಂದಿದೆಯೇ? ಬಹಳ ವಿಚಿತ್ರ? ನಾನು ಮೆಡಿಸನ್ ಓದಿಲ್ಲವೆಂಬುದು ನಿಜ. ಮೊದಲು ಕಾಡುಗಿಡಗಳ ಅಭಿವೃದ್ಧಿ ಕೆಲಸವನ್ನು ನೋಡಿಕೊಳ್ಳ ಬೇಕೆಂದು ಹೇಳಿದಾಗ ನನಗೆ ತುಂಬ ದುಃಖವಾಯಿತು. ಯಾಕೆಂದರೆ ಅವುಗಳನ್ನು ಯುದ್ಧದಲ್ಲಿ ಬಳಸುವ ಉದ್ದೇಶವನ್ನಿರಿಸಿ ಕೊಂಡಿತ್ತು. ನಿನಗೇ ಗೊತ್ತಿದೆ. ನಾನು ಸಾಧಾರಣ ಕುಟುಂಬದಿಂದ ಬಂದವಳು. ಅವುಗಳನ್ನು ಕೃಷಿ ಮಾಡುವಲ್ಲಿ ಏನಾದರೂ ಹೆಚ್ಚು ಕಡಿಮೆಯಾದರೆ, ನನ್ನನ್ನೇ ದೋಷಿಯಾಗಿಸುವ ಸಾಧ್ಯತೆ ಇತ್ತು. ಉದ್ದೇಶಪೂರ್ವಕವಾಗಿ, ನನ್ನ ವರ್ಗದ ಜನರ ಪರವಾಗಿ ಸೇಡು ತೀರಿಸಿಕೊಳ್ಳುವ ಹುನ್ನಾರವೆಂದು ನಂಬುವ ಅಪಾಯವಿತ್ತು. ಹಾಗಾಗುವುದನ್ನು ಸಹಿಸುವುದಾದರೂ ಹೇಗೆ? ಅದಕ್ಕಾಗಿಯೇ ನಾನು ಖಡಾಖಂಡಿತವಾಗಿ ನಿರಾಕರಿಸಿ ಬಿಟ್ಟೆ?

"ಆ ಮೇಲೆ ಯಾಕೆ ಮನಸ್ಸು ಬದಲಾಯಿಸಿದ್ದು? ತಲೆಯಾಡಿಸುತ್ತ ನಿಟ್ಟುಸಿರುಬಿಟ್ಟಳು." ಅನ್ಯಾಯವಾಗಿ ನನ್ನನ್ನು ಬಂಧಿಸಿಟ್ಟ ಮೇಲೆ, ಪಾಪ್ಲಾರ್‌ಗಳ ವಿಷಯ ಮರೆತುಬಿಟ್ಟೆ. ಆದರೆ ಬಿಡುಗಡೆಯಾಗಿ ಬಂದ ಮೇಲೆ ಮತ್ತೆ ಕೆಲಸ ಮಾಡಬೇಕೆನಿಸಿತು. ಸಮಯ ಹಾಳು ಮಾಡೋಕಿಂತ ದೊಡ್ಡ ಶಿಕ್ಷೆ ಇರಲಾರದು. ಯಾರೋ ಹೇಳಿದರು – ನಾನು ಸಂಪೂರ್ಣವಾಗಿ ರಿವಿಷನಿಸ್ಟ್ (ಪರಿಷ್ಕರಣವಾದಿ) ಮತ್ತು ಹದಿನೇಳು ವರ್ಷಗಳ ಹಿಂದೆ ಪದವಿ ಪಡೆದವರಿಂದ ಸಮಾಜವಾದ ಪೂರ್ತಿ ನಾಶವಾಗುತ್ತೆ ಅಂತ. ಸಮಾಜವಾದಕ್ಕೆ ನಾನೂ ಕೂಡಾ ಏನಾದರೂ ಮಾಡಿ ತೋರಿಸಲೇ ಬೇಕೆಂದು ದೃಢ ನಿರ್ಧಾರಮಾಡಿದೆ. ಪಾರ್ಟಿ ಮಂದೀನಾಗಲಿ, ಜನರನ್ನಾಗಲಿ ನಾನು ದೂರಲಿಲ್ಲ. ಯಾಕೆಂದ್ರೆ ಪಾರ್ಟಿ ನೆರವಿಲ್ಲದೆ ಕಾಲೇಜಿಗೆ ಸೇರುವುದಾದರೂ ಹೇಗೆ? ಜನಕ್ಕೆ ಔಷಧಿಗಳ ಅಗತ್ಯವಿತ್ತು. ಅದನ್ನು ಖಂಡಿತವಾಗಿಯೂ ಕಲಿತು ಕೊಳ್ಳಬಲ್ಲೆ ಎನಿಸಿತು..."

ಸ್ವಲ್ಪ ಸಮಯದ ನಂತರ ಕೇಳಿದೆ – "ನೀನು ತುಂಬಾ ಕೋಪಿಷ್ಟೆ ಅಂತ ಅವರು ದೂರುವರಲ್ಲ. ನೀನು ಸಹನೆ ಕಳೆದುಕೊಂಡ ಯಾವುದಾದರೂ ಒಂದು ಪ್ರಸಂಗ ಇದ್ದರೆ,

ದಯವಿಟ್ಟು ಹೇಳು? – ಹಾಗೆ ಕೋಪ ಮಾಡಿ ಕೊಂಡದ್ದಾದರೂ ಯಾವ ವಿಷಯಕ್ಕೆ ಸಂಬಂಧಿಸಿದ್ದು"

ದಢಾರನೆ ಕುಳಿತು ಹೇಳಿದಳು – "ಯಾವಾಗ ಯಾವುದಕ್ಕೆ ಅಂತ ಹೇಳ್ತೇನಿ ಕೇಳು – ಯಾರೋ ಒಂದು ಸಲ ಬಂದು ಪಾಪ್ಲಾರ್ ಮರಗಳನ್ನು ಗರಗಸದಿಂದ ಕತ್ತರಿಸ ತೊಡಗಿದರು. ವಿದೇಶಿ ಜಾತಿಯ ಪಾಪ್ಲಾರ್‌ಗಳು ಮಾತ್ರ ಗಾರ್ಡನ್ಸ್‌ನಲ್ಲಿ ಉಳಿದಿದ್ದವು. ಆಗ ತಾನೇ ನಾನು ಪರ್ವತಗಳ ಮೇಲಿಂದ ಬಂದಿದ್ದೆ. ಯಾರೋ ಅದನ್ನು ಹಾಳು ಮಾಡೋಕೆ, ಆ ಪುಟ್ಟ ಜಾತಿಯ ಪಾಪ್ಲಾರ್‌ಗಳನ್ನು ಕೊಯ್ದು ನಾಶ ಮಾಡೋಕೆ ಹೊರಟಿದ್ದಾರೇನ್ನೋದು ಗೊತ್ತಾಯ್ತು. ಅವರ ಮುಂದೆ ಕಿರುಚಿದೆ – ಯಾಕೆ ಅವುಗಳನ್ನು ಕಡೀತಿದೀರಿ. ಅವುಗಳನ್ನು ತುಂಡರಿಸುವುದಕ್ಕೆ ಮೊದಲು ನನ್ನನ್ನು ತುಂಡು ಮಾಡಿ!" – ಎಂದೆ.

ಕ್ಯಾಂಡಲ್ ಪೂರ್ತಿ ಕರಗಿ ಹೋಗಿತ್ತು. ಕೋಣೆಯಲ್ಲಾ ಕತ್ತಲು ಆವರಿಸಿತು.

ಮಳೆ ನಿಂತಿತ್ತು. ಚಂದ್ರ ಕಾಣಿಸಿಕೊಂಡಿದ್ದ, ಚಂದ್ರನ ಬೆಳಕಿನ ಕಿರಣಗಳು ಮರಗಳ ಮೇಲಿಂದ ಹಾದು ಕಿಟಕಿಯ ಮೂಲಕ ಪ್ರವೇಶಿಸಿ ಕಿನ್‌ಳ ಮೊಗವನ್ನು ಬೆಳಗಿದವು.

ಕೆಲವರು ಈ ಪಾಪ್ಲಾರ್‌ಗಳ ವಿಷಯಕ್ಕಾಗಿ ತಾಳ್ಮೆ ಕಳೆದುಕೊಳ್ಳಬೇಡ ಎಂದು ಬುದ್ಧಿವಾದ ಹೇಳಿದರು. ಸುಮ್ಮನೆ ಜನಾನ ಎದುರು ಹಾಕಿಕೊಳ್ಳೋದು ಯಾಕೆ? ಎಂದರು. ನಿಜ ವ್ಯೆಯಕ್ತಿಕವಾಗಿ ಇವುಗಳಿಂದ ನನಗೇನೂ ಆಗಬೇಕಾದ್ದು ಇರಲಿಲ್ಲ. ಆ ಜಾತಿಯ ಪಾಪ್ಲಾರ್‌ಗಳು ಇಲ್ಲಿನ ಮಣ್ಣಿಗೆ ಹೊಂದಿಕೊಳ್ಳೋದು ಸುಲಭವಾಗಿರಲಿಲ್ಲ. ಅಂಥಾದ್ದರಲ್ಲಿ ಅವು ಚೆನ್ನಾಗಿ ಬೆಳೆದು ಬಲಿತಿದ್ದವು. ಇದು ವೈಜ್ಞಾನಿಕ ಸಾಧನೆಗೆ ಪ್ರತ್ಯಕ್ಷ ನಿದರ್ಶನವಾಗಿತ್ತು. ಅಂಥಾದ್ದರಲ್ಲಿ ಇವುಗಳನ್ನು ನಾಶ ಮಾಡುವ ಹಕ್ಕು ಯಾರಿಗೂ ಇಲ್ಲ!"

* * *

ಕ್ಷಿಯಾನ್‌ಗೆ ಮರಳಿ ಬರುವಾಗ, ಪರ್ವತ ಶಿಖರಗಳಲ್ಲದೆ, ಪರ್ವತಗಳ ಅಂಚುಗಳಲ್ಲಿ, ನದಿ ಪಾತ್ರಗಳಲ್ಲಿ ನೂರಾರು ಕಿಲೋಮೀಟರ್ ದೂರದವರೆಗಿನ ರಸ್ತೆಯುದ್ದಕ್ಕೂ, ಸಣ್ಣ, ದೊಡ್ಡ ಪಾಪ್ಲಾರ್ ಮರಗಳು ಬೆಳೆದಿರುವುದನ್ನು ಗಮನಿಸಿದೆ. ಕಿನ್ ಲಿಂಗ್ ಪರ್ವತಗಳ ಇಳಿಜಾರುಗಳಲ್ಲಿ ನನಗೆ ಕಾಣಿಸಿದ ಮರಗಳಷ್ಟೆ ವಾಸ್ತವವಾಗಿ ಅವೆಲ್ಲ ಚೈನಾದ ಓಕ್, ಪೈನ್, ವಾಲ್ನಟ್ ಮರಗಳಾಗಿದ್ದವು. ಪಾಪ್ಲಾರ್ ಮರಗಳನ್ನು ಗುರುತಿಸುವುದು ನನಗೆ ಸಾಧ್ಯವಾಗಲಿಲ್ಲ. ಆದರೆ ಕಿನ್‌ಳ ಮಾತುಗಳು ನನ್ನ ಕಿವಿಗಳಲ್ಲಿ ಮಾರ್ದನಿಸುತ್ತಿದ್ದವು.

"ನಮ್ಮ ದೇಶದಲ್ಲಿ ಒಳ್ಳೊಳ್ಳೆ ಜಾತಿಯ ಪಾಪ್ಲಾರ್ ಮರಗಳನ್ನು ಬೆಳೆಸಿದರೆ...."

"ಪಾಪ್ಲಾರ್ ಮರಗಳ ಬಗ್ಗೆ ಸಂಶೋಧನೆಯನ್ನು ತಡೆದದ್ದೇಕೆ?" ಪಾರ್ಟಿ ಸೆಕ್ರೆಟರಿಯನ್ನು, ಅವರಿಗಿನ್ನೂ ಇಲ್ಲಿಗೆ ಟ್ರಾನ್ಸ್‌ಫರ್ ಆಗಿರದಿದ್ದರೂ ಕೇಳಿದೆ. ಆ ಸಮಯದಲ್ಲಿ ಇನ್ನೊಂದು ಕಡೆ ಇವರ ಬಗ್ಗೆಯೂ ಟೀಕಿಸಲಾಗುತ್ತಿತ್ತು. ಆದರೂ ಲಿಯಾಂಗ ಉತ್ತರಿಸಿದರು. "ಸಂಶೋಧನೆಯ ವಿಷಯವನ್ನು ಫಾರೆಸ್ಟ್ರಿ ಇನ್‌ಸ್ಟಿಟ್ಯೂಟ್‌ಗೆ ಒಪ್ಪಿಸಲಾಗಿತ್ತು"

"ಮೊದಲನೆ ದಿನ, ನಾವಿಲ್ಲಿಗೆ ಬಂದಾಗ, ಕಿನ್‌ಳನ್ನು ಬಲವಂತದಿಂದ ಔಷಧೀಯ ಸಸ್ಯಗಳ ಬಗ್ಗೆ ಕೆಲಸ ಮಾಡಿಸಲಾಯಿತು ಎಂದು ಕೇಳಿದ್ದರ ನೆನಪು. ಇದು ಆಕೆಯ ಆಯ್ಕೆಯ ವಿಷಯವಾಗಿರಲಿಲ್ಲ. ನಿಮಗೇನನ್ನಿಸುತ್ತೆ? ಆಕೆಯ ಕ್ಷೇತ್ರಕ್ಕೆ ಸಂಬಂಧ ಪಡೆದಿದ್ದನ್ನು ನೀಡಿದಂತಾಗಲಿಲ್ಲವೇ? ಲಿಯಾಂಗ್ ಅಗ್ರಿಕಲ್ಚರಲ್ ಕಾಲೇಜಿನಲ್ಲಿ ಕೆಲಸ ಮಾಡಿದ್ದರಿಂದ ಅವರು ಏನು ಮಾತಾಡುತ್ತಿದ್ದಾರೆ ಎಂಬುದು ಖಂಡಿತ ಅವರಿಗೆ ಗೊತ್ತಿದೆ.

"ಇನ್ನೊಂದು ರೀತಿಯಿಂದ ಹೇಳಬಹುದಾದರೆ, ಇದೊಂದು ರೀತಿಯಲ್ಲಿ 'ಆ್ಯಕ್ಟರ್' ಇದ್ದ ಹಾಗೆ. ಒಂದು ದಿನ ಈ ಪಾತ್ರ, ನಾಳೆ ಮತ್ತೊಂದು ಪಾತ್ರ – ಹೀಗೆ. ವಾಸ್ತವವಾಗಿ ಇದೇನು ವೃತ್ತಿ ಬದಲಾವಣೆಯಲ್ಲ."

ನಾನು ಒಪ್ಪಿದಂತೆ ತಲೆಯಾಡಿಸಿದೆ. ಮರಗಿಡಗಳನ್ನು ಯಾವ ಆಧಾರದ ಮೇಲೆ ವರ್ಗೀಕರಣ, ಮಾಡುತ್ತಾರೆಂಬುದು ತಿಳಿಯದಿದ್ದರೂ ಮರಗಳು–ಗಿಡಗಳು ಬೇರೆ ಬೇರೆಯೆಂದು ಗುರುತಿಸುವಷ್ಟರ ಮಟ್ಟಿಗೆ ತಿಳಿದಿದ್ದೆ.

"ಆಕೆ ಕಾಲೇಜಿನಲ್ಲಿ ನಾಲ್ಕು ವರ್ಷ ಓದಿದಳು. ಆರು ವರ್ಷ ಕೆಲಸಮಾಡಿದಳು. ಆಕೆಯ ಸಂಶೋಧನೆಯ ವಿಷಯ ಪಾಪ್ಲರ್ಸ್. ಆದರೆ ಇದ್ದಕ್ಕಿದ್ದಂತೆ, ಈ ಕ್ಷೇತ್ರ ಬಿಟ್ಟು, ಔಷಧೀಯ ಕ್ಷೇತ್ರದೆ ಕಡೆಗೆ ಬರುವಂತೆ ಮಾಡಲಾಯಿತು. ಆಕೆಗೆ ಇದು ನಿಜವಾಗಿಯೂ ಬಹಳ ದೊಡ್ಡ ಬದಲಾವಣೆ. ಹೊಸ ಕ್ಷೇತ್ರ ಇದು ಹೇಗಿತ್ತೊಂದ್ರೆ, ಸ್ಟೇಜ್ ಆ್ಯಕ್ಟರ್ ಆಗಿರುವವನಿಗೆ ಬೀಜಿಂಗ್ ಅಪೆರಾದಲ್ಲಿ ಮಾಡು ಎಂದ ಹಾಗಾಯಿತು. ಅದು ಸರಿಯಲ್ಲ.!"

ಲಿಯಾಂಗ್ ವಿವರಿಸಿದ. "ಬೊಟಾನಿಕಲ್ ಗಾರ್ಡನ್ಸ್ನ ಅಗತ್ಯಕ್ಕೆ ತಕ್ಕಂತೆ ಕೆಲಸಗಳನ್ನು ಬದಲಾಯಿಸಲೇ ಬೇಕಾಗುತ್ತೆ. ಇದು ಸರ್ವೇ ಸಾಮಾನ್ಯ."

"ಆದರೆ ಕಿನ್‌ಳನ್ನು 'ಅರಣ್ಯ ಸಂಸ್ಥೆ' ಗೆ ಕಳುಹಿಸಬಹುದಾಗಿತ್ತಲ್ಲ"

ಥಟ್ಟನೆ ಹೇಳಿದರು. "ಹುವಾಂಗ್ ಜೋಂಗ್‌ಯಿಂಗ್ ನೀವು ಈ ಥರ ಬ್ರೈನ್ ಡ್ರೈನ್ ಮಾಡಬಾರದು"

ನಾನು ನಗುತ್ತಲೇ ಹೇಳಿದೆ. "ನೀವು ಎಷ್ಟೇ ಬಲವಂತ ಮಾಡಿ ಹೇಳಿದರೂ ಆಕೆ "ಮೆಡಿಸಿನಲ್ ಹರ್ಬ್ಸ್" ಬಿಟ್ಟು ಹೋಗಲಾರಳು!" ಮುಂದುವರೆದು "ಮರಗಳನ್ನು ಕಡಿದ ಘಟನೆ ಬಗ್ಗೆ ನಿಮ್ಮ ಅಭಿಪ್ರಾಯ ಏನು?" ಎಂದು ಕೇಳಿದೆ.

"ಎಂಥ ಮರಗಳು?"

"ಅದೇ ಆ ಚಿಕ್ಕ ಚಿಕ್ಕ ವಿದೇಶಿ ಪಾಪ್ಲರ್ ಮರಗಳು. ಅವುಗಳಿಗೆ ಸಂಬಂಧಿಸಿದಂತೆ ಕಿನ್ ಯಾರ ಹತ್ತಿರವಾದರೂ ಜಗಳ ಮಾಡಿದಳಾ?"

"ಆಕೆಗೆ ಮುಂಗೋಪ ಜಾಸ್ತಿ. ತುಂಬಾ ನಿಷ್ಠುರ ನಾಲಿಗೆ."

"ಕೆಲ ಸಲ ಆಕೆ ಮಾಡೋದು ಸರಿಯಾಗಿರುತ್ತೆ. ಆದರೆ ಮಾಡುವಾಗ ಸ್ವಲ್ಪ ಜಾಣತನದಿಂದ ಮಾಡಬೇಕಾಗುತ್ತದೆ. ಯಾರೊಂದಿಗಾದರೂ ಮಾತಾಡುವಾಗ ಕೂಡಾ

ಎಚ್ಚರಿಕೆಯಿಂದ ನಡೆದುಕೊಳ್ಳಬೇಕಾಗುತ್ತೆ. ಒಂದು ಸಲ ಯಾರೋ ಒಂದು ಷೆಡ್ ಹಾಕ್ಕೊಂಡಿದ್ದರು. ಕೂಡಲೇ ಆಕೆ ಕಾಣಿಸಿಕೊಂಡು ರೇಗಾಡಿದಲು. ಅಲ್ಲಿಂದ ಬರೋ ಹೊಗೆಯಿಂದ ಪಾಪ್ಲಾರ್ಗಳು ಹಾಳಾಗುತ್ತೆ ಅನ್ನೋದು ಆಕೆ ಆರೋಪ. ಸರಿ ನಾವೆಲ್ಲ ಒಂದು ಮೀಟಿಂಗ್ ಮಾಡಿ ಷೆಡ್ಡನ್ನು ಅಲ್ಲಿಂದ ಖಾಲಿಮಾಡಿಸಿದೆವ್ವು.

"ನೀವು ಹೇಳಿದ್ದು ಸತ್ಯ. ಆಕೆಯ ಇದನ್ನೇ ಹೇಳಿದ್ದು. ಲಿಯಾಂಗ್ ಅವರು ಮೀಟಿಂಗ್ ಕರೆದು ಸಮಸ್ಯೆ ದೂರ ಮಾಡಿದರು ಅಂತಲೇ ಹೇಳಿದಲು.

ನಾವು ಮರಗಳು ದಟ್ಟವಾಗಿ ಬೆಳೆಯುವುದನ್ನು ತಡೀ ಬೇಕೂಂತಲೇ ಹಾಗೆ ಮಾಡಿದೆವು. ಕೆಲವು ಮರಗಳ ಬಣ್ಣ ಬದಲಾಗುತ್ತೆ. ಅದೇ ನಮಗೆ ತುಂಬಾ ದಟ್ಟವಾಗಿ ಮರಗಳನ್ನು ನೆಡಲಾಗಿದೆ ಎನ್ನುವುದಕ್ಕೆ ಸೂಚನೆಯಾಗುತ್ತೆ.

ನಾನು ಸುಮ್ಮನಿದ್ದೆ. ಇವರು ಹೇಳೋದು ನಿಜವೇ ಆದರೆ ಆಕೆ ಸುಮ್ಮನೆ ಹಗರಣ ಮಾಡಿದಲು ಅನಿಸುತ್ತೆ.

* * *

ಆಕೆಯ ಸಹೋದ್ಯೋಗಿಯೊಬ್ಬರನ್ನು ವಿಚಾರಿಸಿದೆ. "ಪರ್ವತಗಳಲ್ಲಿ ಕಿನ್ಳ ಕೆಲಸ ಹೇಗಿರುತ್ತೆ?"

"ಆಕೆ ತುಂಬಾ ಕಷ್ಟ ಪಟ್ಟು ಕೆಲಸಮಾಡ್ತಾಳೆ ಅನ್ನೋದು ನಿಜ. ಉಮೋನಾನ್ ಕೌಂಟಿ ಕಾಡು ಮೂಲಿಕೆಗಳನ್ನು ಸಮೃದ್ಧವಾಗಿ ಬೆಳೆಸಿದೆ ಅನ್ನೋದು ನಿಜ. ಆದರೆ ಅದೆಲ್ಲ ತನ್ನಿಂದಲೇ ಬೆಳೆಸಿದೆ ಅನ್ನೋದು ಮಾತ್ರ ಸರಿಯಲ್ಲ. ಜೊತೆಗೆ ಈ ಬೆಳೆಯ ಹಿಂದೆ ವೈಜ್ಞಾನಿಕ ದೃಷ್ಟಿ ಇದೆ. ಅನ್ನೋದು ಖಂಡಿತ ಸುಳ್ಳು. ಎಷ್ಟೋ ಕಡೆ ಈ ಫರ ಮೂಲಿಕೆಗಳನ್ನು ಬೆಳೆಸಿದ್ದಾರೆ. ಸಾಮಾನ್ಯ ರೈತರೂ ಕೂಡಾ ಇಷ್ಟೇ ಪ್ರಮಾಣದಲ್ಲಿ ಬೆಳೆಯಬಲ್ಲರು. ಹಾಗಿರುವಾಗ ಆಕೆಯ ಸಂಶೋಧನೆಯಿಂದ ಹೀಗಾದದ್ದು ಎನ್ನೋದು ಎಷ್ಟಕ್ಕೂ ಸರಿಯಲ್ಲ."

"ಅಲ್ಟ್ರಾಸಾನಿಕ್ ತರಂಗಗಳ ಪ್ರಭಾವ ಬೀಜದ ಮೇಲೆ ಆದದ್ದು ವೈಜ್ಞಾನಿಕ ಅಲ್ಲವೇ? ಅದು ಬೆಳವಣಿಗೆ ಅಥವಾ ಸಾಧನೆಯ ಸಂಕೇತ ಅಲ್ಲವೇ? ನಾನು ಕಿನ್ಳ ಸಂಶೋಧನಾ ಸಾಮಗ್ರಿ ನೋಡಿದೆ. ಎಷ್ಟೊಂದು ಟಿಪ್ಪಣಿಗಳು ವ್ಯಾಖ್ಯಾನಗಳು, ಪ್ರಯೋಗದ ವರದಿಗಳು ಇನ್ನೂ ಏನೇನೋ ಇತ್ತಲ್ಲ! ಅಲ್ಲದೆ ಕ್ಸಿಯಾನ್ ಬೊಟಾನಿಕಲ್ ಗಾರ್ಡನ್ಸ್ನ ವಿಜ್ಞಾನಿಗಳ ತಂಡದ ಹೆಸರಿನಲ್ಲಿ ಲೇಖನ ಪ್ರಕಟವಾದದ್ದು ನನಗೆ ಇನ್ನೂ ನೆನಪಿದೆ."

"ಅದು ಎಲ್ಲರೂ ಮಾಡುವಂಥ ಕೆಲಸವೇ"

ನಾನು ಇನ್ನೊಬ್ಬರನ್ನು ವಿಚಾರಿಸಿದೆ. "ಕಿನ್ ಬಗ್ಗೆ ಮಾಡಿದ ಟೀಕೆ ಸರಿಯೇ ಸ್ವಲ್ಪ ಜಾಸ್ತಿ ಎನಿಸಲಿಲ್ಲವೇ?"

ಆತ ಹೇಳಿದ "ನಾವೇನು ಆಕೆ ಜೊತೆ ನಿಷ್ಠುರವಾಗಿ ನಡೆದುಕೊಳ್ಳಲಿಲ್ಲ. ಯಾರೊಬ್ಬರೂ ಆಕೆಯ ಬಗ್ಗೆ ಒಂದು ತಪ್ಪನ್ನೂ ಬೆರಳೆತ್ತಿ ತೋರಿಸಲಿಲ್ಲ. ಏನಾದರೂ ಆಕೆಗೆ ಹೇಳಿದ್ದರೆ –

ತೋಳಿಗೆ ವೈಟ್ ಬ್ಯಾಂಡ್ ಕಟ್ಕೋ ಎಂದು! ಸಭೆಯಲ್ಲಿ ಸ್ವಲ್ಪ ಟೀಕೆ ನಡೆಯಿತು. ಅಲ್ಪಾವಧಿ ಬಂಧನದಲ್ಲಿಯೂ ಇರಿಸಲಾಗಿತ್ತು. ಆದರೆ ಒಂದಂತೂ ನಿಜ. ತುಂಬಾ ಕಷ್ಟಪಟ್ಟು ಕೆಲಸ ಮಾಡುತ್ತಿದ್ದಳು. ಇದು ಬಹಳ ದೊಡ್ಡ ಪ್ರಚಾರವಂತೂ ಆಗಿತ್ತು. ಸ್ವಲ್ಪ ಒಳ್ಳೆ ಸ್ವಭಾವದ ಅಗತ್ಯವಿತ್ತು"

"ಅನ್ಯಾಯವಾಗಿ ಒಬ್ಬರನ್ನು ಬಂಧನದಲ್ಲಿ ಇರಿಸಿದ ಮೇಲೆ ಪಾರ್ಟಿ ಪಾಲಿಸಿಗಳನ್ನು ಹೇಗೆ ತಾನೇ ನಿರ್ವಹಿಸುತ್ತೀರಿ?"

ಆತನಿಗೆ ಈ ಪ್ರಶ್ನೆ ವಿಚಿತ್ರವೆನಿಸಿತು. "ಪಾರ್ಟಿ ಪಾಲಿಸಿಗಳು ಮತ್ತು ಆಕೆ? ಏನು ಸಂಬಂಧ?" ಬೀಜಿಂಗ್‌ನಲ್ಲಿ ನಡೆಯುವ ಸಮಾವೇಶಕ್ಕೆ ಆಕೆಯನ್ನು ಕಳಿಸಿ ಕೊಡಲಿಲ್ಲವೇ? ಅಲ್ಲದೆ ಆಕೆ ಕೇಸಿಗೆ ಸಂಬಂಧಿಸಿದಂತೆ ಇನ್ನೂ ಯಾವುದೇ ತೀರ್ಮಾನ ಆಗಿಲ. ಜೊತೆಗೆ ಯಾರೂ ಅದನ್ನು ಆಕೆಯ ಫೈಲಿಗೆ ಸೇರಿಸಿಲ್ಲ. ಇಷ್ಟಾದರೂ ಆಕೆಯೇನೂ ಪರಿಪೂರ್ಣಳು ಅಲ್ಲವಲ್ಲ?....... ಆಕೆ....."

ಕಿನ್‌ಗು ಆಂಶು ಕೇಸನ್ನು ನಿರ್ವಹಿಸುತ್ತಿದ್ದ ವ್ಯಕ್ತಿಯನ್ನು ವಿಚಾರಿಸಿದೆ. "ಕಿನ್ ನಿಜವಾಗಿಯೂ ಜಮೀಂದಾರಿ ಕುಟುಂಬದಿಂದ ಬಂದವಳೇ?

ತುಂಬ ಗಂಭೀರವಾಗಿ ಉತ್ತರಿಸಿದ – "ಇದು ಹೇಗಿದೇಂದ್ರೆ ಯಾರಿಂದಲೂ ಏನೂ ಬದಲಾಯಿಸೋಕೆ ಆಗೋದಿಲ್ಲ. ಆಕೆ ಕಾಲೇಜಿಗೆ ಸೇರಿದಾಗ ಸ್ಥಳೀಯ ಸರಕಾರ ಫಾರಂನಲ್ಲಿ ಏನು ವಿವರ ಕೊಟ್ಟಿದೆಯೋ ಅದರ ಪ್ರಕಾರ ಆಕೆ ಜಮೀಂದಾರ ಕುಟುಂಬದಿಂದ ಬಂದವಳು..... ನಾನು ಜನರನ್ನು ಕಳಿಸಿ ವಿಚಾರಿಸಿದೆ. ಆಕೆ ತಂದೆ ಜಮೀಂದಾರ ಅನ್ನೋದು ವಾಸ್ತವ ಸಂಗತಿಯೇ ಆಗಿತ್ತು"

"ಕಿನ್ ಹೇಳಿದ್ದೇನೊಂದ್ರೆ, ಸ್ಥಳೀಯ ಸರಕಾರ ಆಕೆಯ ತಂದೆ ಜಮೀಂದಾರ ಅಂತ ಹೇಳಲಿಲ್ಲ ಅಂತ."

"ಪ್ರತಿಯೊಬ್ಬರೂ ತಮ್ಮನ್ನು ತಾವು ಸಮರ್ಥಿಸಿಕೊಳ್ಳೋಕೆ ಪ್ರಯತ್ನಿಸುತ್ತಾರೆ' – ನಾನೂ ಅದನ್ನೇ ಮತ್ತೆ ಹೇಳಿದೆ.

"ದೇವರೆ, ವೃಕ್ಷಗಳ ಜಗತ್ತಿನಲ್ಲಿ, ಯಾವೆರಡು ಎಲೆಗಳೂ ಒಂದೇ ಥರ ಇರೊಲ್ಲ. ಆದರೆ ಮನುಷ್ಯ ಜಗತ್ತಿನಲ್ಲಿ, ಮನುಷ್ಯರನ್ನು ಬೇರೆಬೇರೆ ವರ್ಗ, ಜಾತಿಗಳಲ್ಲಿ ವರ್ಗೀಕರಿಸಲಾಗುತ್ತೆ, ಈ ದೇಶದಲ್ಲಿ. ಈ ಬಗೆಯ ಪ್ರತ್ಯೇಕತೆಯ ವರ್ಗೀಕರಣ ಚೀನೀ ಸಮಾಜದ ಸಂಕೀರ್ಣತೆಯನ್ನು ಹೇಗೆ ತಾನೇ ತೋರಿಸಲು ಸಹಾಯಕ ವಾಗುತ್ತೆ? ವರ್ಗಮೂಲ, ನಿಜವಾಗಿ ಹೇಳೋದಾದ್ರೆ ಅಷ್ಟು ಅಗತ್ಯವೇ ಇಲ್ಲ."

ಇನ್ನೊಬ್ಬ ಕಾಮ್ರೇಡ್‌ನನ್ನು ವಿಚಾರಿಸಿದೆ. "ನನಗೆ ತಿಳಿದ ಮಟ್ಟಿಗೆ ಕ್ಲಿಯಾನ್ ಬೊಟಾನಿಕಲ್ ಗಾರ್ಡನ್ ಅಧಿಕಾರಿಗಳು ಕಿನ್ ಮಾಡುವ ಕೆಲಸಕ್ಕೆ ಪ್ರೋತ್ಸಾಹ ಕೊಡುತ್ತಲೇ ಬಂದಿದ್ದಾರೆ. ಹೌದುತಾನೇ?"

"ಕೊಟ್ಟಿದ್ದಾರೆ. ಆದರೆ ಕೊಡಬೇಕಾದಷ್ಟಲ್ಲ?.... ಒಟ್ಟಿನಲ್ಲಿ ಸಹಕಾರ ಅಂತೂ ಕೊಟ್ಟಿದ್ದಾರೆ."

"ಹಾಗಿದ್ದ ಮೇಲೆ ಪದೇ ಪದೇ ಆಕೆಯ ಜೊತೆ ಕೆಲಸಮಾಡುವ ಸಹಾಯಕರನ್ನು, ಟೆಕ್ನಿಷಿಯನ್‌ಗಳನ್ನು ಯಾಕೆ ಬದಲಾಯಿಸುತ್ತಾರೆ?"

"ಕಿನ್ ಬಹಳ ಮುಂಗೋಪಿ. ತನ್ನ ಖಾಸಗಿ ಬದುಕಿನಲ್ಲಿ ಸರಿಯಾಗಿ ನಡ್ಕೊಳ್ಳೋದಿಲ್ಲ. ಒಬ್ಬ ಯುವ ಟೆಕ್ನಿಷಿಯನ್ ಮತ್ತು ಆಕೆ ಮಾತ್ರ ಹೇಗೋ ಹೊಂದಿಕೊಂಡು ಹೋದರು. ಆದರೆ.... ಆಕೆ....."

ನನಗೆ ನಿರಾಸೆ ಆಯಿತು. ಕಿನ್ ಬಹಳ ಸರಳಜೀವಿ ಪ್ರಾಮಾಣಿಕಳು.

"ಆತನ ವಯಸ್ಸೆಷ್ಟಾಗಿತ್ತು?" ವಿಚಾರಿಸಿದೆ.

"ಇಪ್ಪತ್ತೈದೋ ಇಪ್ಪತ್ತಾರೋ ಇದ್ದಿರಬೇಕು."

"ಅದು ಹೇಗೆ ಸಾಧ್ಯ?"

"ಇಲ್ಲ. ನಾನು ಹೇಳಿದ್ದು ಸತ್ಯ. ಯಾಕೆಂದ್ರೆ, ಆತನನ್ನು ಆಕೆ ತನ್ನ ಮಗಳಿಗೆ ಪರಿಚಯ ಮಾಡಿಸಿದಳು. ಇಷ್ಟು ಹೊತ್ತಿಗೆ ಬಹುಶಃ ಆತ ಆಕೆಯ ಅಳಿಯ ಆಗಿದ್ದರೂ ಆಗಿರಬಹುದು.

ಕಣ್ಣಗಲಿಸಿ ಆಶ್ಚರ್ಯದಿಂದ ಕೇಳಿದೆ.

"ಅದರಲ್ಲಿ ತಪ್ಪೇನಿದೆ? ಅದರಲ್ಲಿ ತಪ್ಪೇನಿದೆ?"

"ಜನಕ್ಕೆ ಅದು ಹಿಡಿಸಲಿಲ್ಲ. ಅದರ ಬಗ್ಗೇನೇ ಚರ್ಚೆ ನಡೆದಿದೆ"

"ಓ ದೇವರೇ!"

ಕಡೆಯದಾಗಿ ಲಿಯಾಂಗ್‌ರನ್ನು ಕೇಳಿದೆ. "ಹಾಗಾದರೆ ಆಕೆ ಬಗ್ಗೆ ನಾನು ಬರೆಯಬೇಕೇ ಬೇಡವೇ?"

"ಹಾಗೇನಿಲ್ಲ. ನೀವು ಬರೆಯುವುದನ್ನು ಮುಂದುವರೆಸಿ ಅದು ನಿಮ್ಮ ಹಕ್ಕು."

"ನಿಮ್ಮ ಗಾರ್ಡನ್‌ನಲ್ಲಿರುವ ತುಂಬ ಜನಕ್ಕೆ ಆಕೆ ಬಗ್ಗೆ ಬೇರೆಬೇರೆ ಅಭಿಪ್ರಾಯಗಳಿವೆ. ನಾನು ಬರೆದರೆ ಅವರಿಗೆ ಹಿಡಿಸುತ್ತೋ ಇಲ್ಲವೋ?"

"ಅದರ ಬಗ್ಗೆ ನೀವು ವಿಚಾರಮಾಡಬೇಡಿ. ನಾವು ಜನಕ್ಕೆ ತಿಳಿಸಿಹೇಳ್ತೇವಿ. ಇಷ್ಟಕ್ಕೂ ಅವರದೆಲ್ಲ ಬರಿ ಮಾತುತಾನೇ? ಸದ್ಯಕ್ಕೆ ಜನ ಬಹಳ ಬಿಜಿಯಾಗಿ ಇರುವುದರಿಂದ ಇದರ ಬಗ್ಗೆ ಹೆಚ್ಚಾಗಿ ತಲೆ ಕೆಡಿಸಿಕೊಳ್ಳೋಕೆ ಹೋಗೋದಿಲ್ಲ." ಇನ್ನೂ ಬೇರೆ ಕೆಲವರನ್ನು ಮಾತಾಡಿಸಿ ಕೇಳಿದೆ – "ನೀವು ಕಿನ್‌ಳನ್ನು 'ನ್ಯಾಷನಲ್ ಸೈನ್ಸ್ ಕಾನ್‌ಫರೆನ್ಸ್' ಗೆ ಕಳಿಸೋದಕ್ಕೆ ಒಪ್ಪಲಿಲ್ಲ ಹೌದಲ್ಲ?"

ಕೆಲವರು ಉತ್ತರಿಸಿದರು – "ಹೌದು ಒಪ್ಪಲಿಲ್ಲ" ಬೇರೆ ಕೆಲವರು ಹೇಳಿದರು – 'ಯಾರಾದರೂ ಒಬ್ಬರನ್ನು ಕಳಿಸಲೇ ಬೇಕಿತ್ತಾದರೂ ಆಕೆಯನ್ನು ಕಳಿಸುವುದು ಬೇಡವಾಗಿತ್ತು. ಯಾಕೆಂದ್ರೆ ಆಕೆಯನ್ನು ಪ್ರತಿನಿಧಿ ಮಾಡಿ ಕಳಿಸುವುದಾಗಲಿ, ಆಕೆಯಿಂದ ನಾವು ಕಲಿಯುವುದಾಗಲೀ ನಮಗೆ ಬೇಕಿರಲಿಲ್ಲ!"

"ಆಕೆಯ ಬಗ್ಗೆ ನಾನು ಬರೆಯಬೇಕೇನು?" – ಈ ಪ್ರಶ್ನೆಯನ್ನು ನನಗೆ ನಾನೇ ಕೇಳಿಕೊಂಡೆನೋ ಅಥವಾ ಪಾರ್ಟಿ ಸೆಕ್ರೆಟರಿಯನ್ನು ಕೇಳಿದೆನೋ–ಗೊತ್ತಾಗಲಿಲ್ಲ.

* * *

ಮತ್ತೊಂದು ಭಾನುವಾರ ಬಂತು. ಆದರೆ ನಮ್ಮಂತಹ ಬರಹಗಾರರಿಗೆ ಇದೇನೂ ವಿಶೇಷವೆನಿಸಲಿಲ್ಲ. ಹೊಸ ಹೊಸದೇನನ್ನೋ ಕಲಿತಿದ್ದೆ. ನನ್ನ ತಲೆಯಲ್ಲಿ ಇನ್ನೂ ಅನೇಕ ಪ್ರಶ್ನೆಗಳಿದ್ದವು. ರಾಜಕೀಯ ಪ್ರಜ್ಞೆ ಅಷ್ಟಾಗಿ ನನಗಿರಲಿಲ್ಲ. ಅಲ್ಲದೆ ತರ್ಕದಲ್ಲಿಯೂ ನಾನು ಬಹಳ ಹಿಂದಿದ್ದೆ. ಅವರ ಮಾತುಗಳ ಅರ್ಥ ಏನೆಂಬುದು ನನಗಿನ್ನೂ ಸ್ಪಷ್ಟವಾಗಿರಲಿಲ್ಲ. ಆದರೆ ಕಿನ್ ನನ್ನ ಮೇಲೆ, ಲುವೋನಾನ್‌ನಲ್ಲಿ ಕಂಡಾಗಿನಿಂದ, ದಟ್ಟವಾದ ಪ್ರಭಾವ ಬೀರಿದ್ದಳು. ಆಕೆಯನ್ನು ಕುರಿತು ಬರೆಯಲೇ ಬೇಕೆಂದು ಕೊಂಡಿದ್ದೆ.

ತಲೆನೋವು ಕಾಣಿಸಿಕೊಳ್ಳುವವರೆಗೂ ಯೋಚಿಸುತ್ತಲೇ ಇದ್ದೆ. ನಂತರ ವಿದ್ಯಾರ್ಥಿಯ ಹಾಗೆ ಸಸ್ಯ ವಿಜ್ಞಾನದ ಪುಸ್ತಕಗಳನ್ನು, ಗಂಭೀರವಾಗಿ ಓದ ತೊಡಗಿದೆ. ಓದುತ್ತಾ ಓದುತ್ತಾ ಒಂದಷ್ಟು ಟಿಪ್ಪಣಿಗಳನ್ನೂ ಮಾಡಿಕೊಳ್ಳತೊಡಗಿದೆ.

ಇದ್ದಕ್ಕಿದ್ದಂತೆ ಲಿಯುಕಿಂಗ್ ಕಾಣಿಸಿಕೊಂಡಳು. ಆಕೆ, 'ಈ ದಿನ ಭಾನುವಾರ' – ಎಂದು ನೆನಪಿಸಿದಳು. ಇವತ್ತು ಕೂಡ ಆ ಪುಸ್ತಕಗಳಲ್ಲಿ ಮುಳುಗಿದ್ದೀಯಲ್ಲ? ನಡಿ, ನಡಿ. ಮನೇಗೆ ಹೋಗಿ ಸ್ವಲ್ಪ ಹೊತ್ತು ಎಂಜಾಯ್ ಮಾಡೋಣ. ಇವತ್ತು ಏನಾದರಾಗಲೀ, ನೀನು ಕೆಲಸ ಮಾಡೋಕೆ ನಾನು ಬಿಡೋದಿಲ್ಲ ಅಲ್ಲದೆ ಗಂಭೀರ ವಾದದ್ದೇನೂ ಮಾತಾಡಬಾರದು– ಹೇಳುತ್ತಾ ನನ್ನನ್ನು ಎಳೆದುಕೊಂಡು ಹೋದಳು.

ಸೂರ್ಯಕಾಂತಿ ಹೂಗಳ ಬೀಜಗಳನ್ನು ಸುಲಿಯುತ್ತಾ, ಟೀ ಕುಡಿಯುತ್ತ, ಸದ್ಯಕ್ಕೆ ಕಿನ್‌ಳನ್ನು ಮರೆತಿದ್ದೆ. ನಂತರ ನನಗೆ ಅರಿವಿಲ್ಲದಂತೆ ಕಿನ್‌ಳ ವಿಚಾರಕ್ಕೆ ಬಂದೆ. ನಾನು ಹೇಳಿದೆ – 'ಕಿನ್ ಪಾಪ್ಲಾರ್ ಮರದ ಬಳಿ ನಿಂತು – ಯಾರ ಮೇಲೋ ರೇಗಾಡುತ್ತಿದ್ದಾಳೆ. "ಯಾವನವನು ಮರ ಕಡೀತಿರೋದು. ಕಡಿಯೋದಕ್ಕೆ ಮೊದಲು ನನ್ನನ್ನು ಕಡಿದು ಬಿಡು" ಎಂದು ಹೇಳುತ್ತಿದ್ದಳು. ಲಿಯು ದಿಢೀರನೆ ಎದ್ದು ನಿಂತಳು. "ಒಳ್ಳೇದಾಯ್ತು ಆಕೆ ಮಾಡಿದ್ದು! ಅಂತಹ ಹೆಂಗಸರು ಇರಬೇಕಾದ್ದೇ! ಆಕೆ ಬಗ್ಗೆ ನಮಗೆ ಅಷ್ಟಾಗಿ ಗೊತ್ತಿಲ್ಲ" ನಾನು ಕಿನ್ ಬಗ್ಗೆ ಅವಳು ಚೆನ್ನಾಗಿ ತಿಳಿದುಕೊಂಡಿದ್ದಾಳೆ ಅಂತ ಭಾವಿಸಿದ್ದೆ. ಇಲ್ಲದಿದ್ದರೆ ಈ ಕಾನ್ಫರೆನ್ಸಿಗೆ ಕಿನ್ ಬರಲು ಹೇಗೆ ಸಾಧ್ಯವಾಗುತ್ತಿತ್ತು? ಅದೂ ಆಕೆ ಒಂದು ಸಮಸ್ಯೆಯಲ್ಲಿ ಸಿಕ್ಕೊಂಡಿರುವಾಗ! ಎಂದು ಯೋಚಿಸಿದೆ. ಲಿಯು ಯಾಕೆ ತಾನೂ ಪರ್ವತಗಳ ಮಧ್ಯೆ ಅಡ್ಡಾಡಿದ್ದೆ ಅನ್ನೋದನ್ನು ನನಗೆ ಹೇಳಲಿಲ್ಲ ಎಂದು ಕೊಂಡೆ.

"ತುಂಬ ಒತ್ತೊತ್ತಾಗಿ ಬೆಳೆದು ಬಿಡುತ್ತೆ ಅನ್ನೋ ಕಾರಣಕ್ಕೆ ಕಡೀ ಬೇಕೂಂತ ಯಾರೋ ಹೇಳಿದರಂತೆ" ಎಂದು ನಾನು ಮಾತು ಮುಂದುವರೆಸಿದೆ.

"ಓ ಹಾಗೋ? ಅಂತ ಸಮಸ್ಯೆಗಳಿಗೆ ಸಂಬಂಧಿಸಿದ್ದರೆ ಕಿನ್ ಒಬ್ಬಳಿಗೆ ಮಾತ್ರವೇ ಮಾತಾಡುವ ಅಧಿಕಾರ ಇದೆ."

"ಆದರೆ ಆಕೆ ಬಗ್ಗೆ ತುಂಬಾ ಭಿನ್ನಾಭಿಪ್ರಾಯಗಳಿವೆ."..... ಸಾಧ್ಯವಾದರೆ 'ಪ್ರಾವಿನ್ಸಿಯಲ್ ಕಮೀಷನರ್ ಆಫ್ ಸೈನ್ಸ ಅಂಡ್ ಟೆಕ್ನಾಲಜಿ'ಯವರ ಜೊತೆಗೆ ಮಾತಾಡಬೇಕೆಂದಿದ್ದೇನೆ."

"ಯಾಂಗ್ ಗೇ ಅಂಥಾ ವ್ಯಕ್ತಿಗೆ ಮಾತ್ರವೇ ಅಂಥಾದ್ದೆಲ್ಲ ಸಾಧ್ಯ!..... ನಾನು ಅದಕ್ಕೆ ವ್ಯವಸ್ಥೆ ಮಾಡ್ತೀನಿ." ಎಂದಳು ಲಿಯು.

ಯಾಂಗೊರನ್ನು ನಾನು ಭೇಟಿಯಾದೆ. ಆತ ಹೇಳಿದ "ಮರಗಳ ದಟ್ಟಣೆ ತಪ್ಪಿಸೋಕೆ ಮರ ಕಡೀಬೇಕು. ಅನ್ನೋದೆಲ್ಲ ತಲೆ ಇಲ್ಲದ್ದು. ಬೊಟಾನಿಕಲ್ ಗಾರ್ಡನ್ಸ್ನ ಅಧಿಕಾರಿಗಳೆಲ್ಲ ಸೇರಿ ಹಾಗೆ ತೀರ್ಮಾನ ಮಾಡಿದರು. ಯಾಕೆಂದ್ರೆ, ಅವರೆಲ್ಲ ಮನೆಗಳನ್ನು ಕಟ್ಟುತಿದ್ದು, ಮರಗಳ ಅಗತ್ಯ ಇತ್ತು ಅವರಿಗೆ! ಕಿನ್ ಮಾಡಿದ್ದು ಸರಿಯಾಗಿತ್ತು. ಲಿಯಾಂಗ್ ಕೂಡಾ ಒಪ್ಪಿಕೊಂಡಳು. ಕಿನ್ ತತ್ವ ಸಿದ್ಧಾಂತಗಳಿಗೆ ಬದ್ಧಳು.

ನಾನು ಆತನಿಗೆ ಹೇಳಿದೆ–ವಾಸ್ತವವಾಗಿ, ವಿಜ್ಞಾನದ ಕ್ಷೇತ್ರದಲ್ಲಿ ಮಹತ್ತದ್ದೇ ನನ್ನಾದರೂ ಸಾಧಿಸಿದಂತಹವರ ಬಗ್ಗೆ ನನಗೆ ಬರೆಯಬೇಕಾಗಿದೆ. ಆದರೆ ಕಿನ್ಳ ಕೇಸು ಅಡ್ಡಿಯಾಗುತ್ತೇನೋ ಅಂತ. ಸಾಧ್ಯವಾದರೆ, ಆಕೆ ನಿಜವಾಗಿಯೂ ಜಮೀಂದಾರಿ ಕುಟುಂಬಕ್ಕೆ ಸೇರಿದವಳೇ ಅನ್ನೋದನ್ನು ಪತ್ತೆ ಹಚ್ಚೋಕೆ ಒಂದಷ್ಟು ಜನಾನ ಕಳುಹಿಸೋದು ಒಳ್ಳೇದೇನೋ ಅನಿಸುತ್ತೆ." ಎಂದು ಸೂಚಿಸಿದೆ.

"ಒಂದು ವೇಳೆ ಜಮೀಂದಾರ ಕುಟುಂಬಕ್ಕೆ ಸೇರಿದ್ದರೇನಂತೆ, ಆಕೆ ಬಗ್ಗೆ ಬರೆಯ ಬಾರದೆಂದೇನೂ ನಿಯಮ ಇಲ್ಲವಲ್ಲ? ಆಕೆ ಎಲ್ಲಿಂದ ಬಂದಳು ಅನ್ನೋ ಪ್ರಶ್ನೆಗಿಂತ 'ಆಕೆ' ಮುಖ್ಯ. ಆಕೆ ತಾನೇ ತಂದೆಯಾಗೋಕೆ ಸಾಧ್ಯವಿಲ್ಲವಲ್ಲ!" ಎಂದು ಆತ ಸಮರ್ಥಿಸಿ ಮಾತನಾಡಿದ.

ನಾನೂ ಆತನ ಮಾತನ್ನು ಮುಂದುವರೆಸಿದೆ "ಅನೇಕ ಮಂದಿ ಬುದ್ಧಿ ಜೀವಿಗಳು. ವಿಚಾರವಂತರು ಸಮಸ್ಯಾಪೂರ್ಣ ಹಿನ್ನೆಲೆಯನ್ನು ಹೊಂದಿದವರಾಗಿದ್ದರು. ಆದರೆ ಆಪರೇಷನ್ ನಂತರ ಆಕೆಯ ತಂದೆಯನ್ನು 'ಲೋಕಲ್ ಫಾರೆಸ್ಟ್ರಿ ಬ್ಯುರೋ'ದ ಡೈರೆಕ್ಟರ್ ಆಗಿ ನೇಮಕ ಮಾಡಲಾಯಿತು. ಅಲ್ಲದೆ ಮುಂದೆ 'ಚೈನೀಸ್ ಪೊಲಿಟಿಕಲ್ ಕನ್ಸಲ್ಟೇಟೀವ್ ಕಾನ್ಫರೆನ್ಸ್' ನ ಮೆಸ್ ಚೇರಮನ್ ಆಗಿಯೂ ಮುಂದುವರೆಸ ಲಾಯಿತು. ಆಕೆಯ ತಾಯಿ ಜುವಾಂಗ್ ನ 'ಸೆರ್ಫ್' ಆಗಿದ್ದರು. ಇನ್ನುಳಿದಿದ್ದ, ಆಕೆಗಿಂತ ಒಂದೆರಡು ವರ್ಷ ಚಿಕ್ಕವರಾಗಿದ್ದ ತಂಗಿ, ತಮ್ಮ ತಾವು ಪ್ರೊಫೆಷನಲ್ ಕುಟುಂಬದಿಂದ ಬಂದವರೆಂದು ಹೇಳಿಕೊಳ್ಳುತ್ತಿದ್ದರು. ಹೀಗಿರುವಾಗ ಕಿನ್ಳನ್ನು ಜಮೀಂದಾರಿ ಕುಟುಂಬಕ್ಕೆ ಯಾಕೆ ತಗುಲಿ

ಹಾಕುತ್ತಿದ್ದಾರೆ? 'ಕಲ್ಚರಲ್ ರೆವುಲ್ಯೂಷನ್' ಅವಧಿಯಲ್ಲಿ ಆಕೆಯ ತಂದೆಯನ್ನು, ಕೆಲಸದಿಂದ ತೆಗೆದುಹಾಕಿ, ಅವರ ಸ್ವಂತ ಊರಿಗೆ ಕಳಿಸಿಕೊಡಲಾಯಿತು. ಅಲ್ಲಿದ್ದಾಗ ಆತ ಗಂಭೀರವಾಗಿ ಖಾಯಿಲೆ ಬಿದ್ದ. ಕಿನ್ ಆತನನ್ನು ತಾನಿದ್ದ ಊರಿಗೆ ಕರೆತಂದಳು. ಆಕೆಯ ಮನೆಯಲ್ಲಿಯೇ ಆಕೆಯ ತಂದೆ ಸಾವನ್ನಪ್ಪಿದ. ಇದೇ ಆಕೆ ಮಾಡಿದ ದೊಡ್ಡ ಅಪರಾಧವಾಯಿತು."

ಯಾಂಗ್‌ರು ಸ್ವಲ್ಪ ಹೊತ್ತು ಯೋಚಿಸುತ್ತಿದ್ದು ಉತ್ತರಿಸಿದರು – ನಿಮಗೆ ಹೇಗೆ ಬರೀಬೇಕು ಅನಿಸುತ್ತೋ ಹಾಗೆ ಬರೀರಿ. ಯಾವುದೇ ಸಂಕೋಚವಿಲ್ಲದೆ ನಿರ್ಭಿಡೆಯಿಂದ ಬರೆಯಿರಿ. ಸ್ಥಳೀಯ ರೈತರು ಆಕೆಯ ಬಗ್ಗೆ ಹೇಳಿದ್ದನ್ನು ಕೇಳಿರಬೇಕಲ್ಲ!... ಆಕೆ ಎಷ್ಟು ಕಷ್ಟ ಪಟ್ಟು ದುಡೀತಾಳೆ. ಅನ್ನೋದನ್ನೂ ನೋಡಿರಬೇಕಲ್ಲ!... ಆಕೆಯ ಹುಟ್ಟಿನ ಬಗ್ಗೆ ಮಾಡಬೇಕಾದ ವಿಚಾರಣೆಯನ್ನು ನಾವು ನೋಡಿ ಕೊಳ್ಳುತ್ತೇವೆ.... ಇನ್ನೂ ನಿಮಗೇನಾದರೂ ಹಿಂಜರಿಕೆ, ಸಂಕೋಚಗಳು ಇವೆಯೇನು?"

"ಖಂಡಿತ ಬರೀತೇನೆ. ಆಕೆ ತಂದೆ ವಾರ್ ಕ್ರಿಮಿನಲ್ ಆಗಿದ್ದರೂ ಪರವಾಗಿಲ್ಲ. ಹೆದರಿಕೆ ಇಲ್ಲದೆ ಬರೀತೇನೆ. ಆದರೆ ಅದಕ್ಕೂ ಮೊದಲು ನನಗೆ ಇನ್ನೂ ಕೆಲವು ವಿವರಗಳು ಬೇಕಾಗಿದೆ. ಆಕೆ ಕುಟುಂಬದಲ್ಲಿ ಸುಮಾರು ಎಳುಮಂದಿ 'ಫಾರೆಸ್ಟರ್'ನಲ್ಲಿ ಕೆಲಸ ಮಾಡಿದ್ದಾರೆ. ನಿಮಗೇ ಗೊತ್ತಿರಬಹುದು. ಇವರಲ್ಲಿ ಮೊಟ್ಟ ಮೊದಲಿನ ಹೆಸರು ಕಿನ್‌ಳ ಗಂಡನದು. ಇದು ಅಷ್ಟು ಸುಲಭದ ಕೆಲಸವೇನೂ ಅಲ್ಲ. 'ಜಮೀಂದಾರ'! ಇದರ ಅರ್ಥ, ಪರ್ವತ ಪ್ರದೇಶಗಳನ್ನು, ಮರಳುಗಾಡುಗಳನ್ನು ಸ್ವಂತಕ್ಕೆ ತೆಗೆದುಕೊಂಡು ಬಿಡುತ್ತಾರೇಂತಲೆ? ಅರಣ್ಯಗಳ ಒಡೆತನವನ್ನು ಅವರು ಬಯಸಿದರೇನು? ನನಗಾದ ಸಿಟ್ಟು, ಆಕ್ರೋಶಗಳನ್ನು ಹೊರಚೆಲ್ಲಿದೆ. ಯಾರ ಹತ್ತಿರವೋ ಜಗಳಕ್ಕೆ ಹೊರಟಿದ್ದೇನೆಂಬಂತೆ ದನಿ ಎತ್ತರಿಸಿದ್ದೆ. ಯಾಂಗ್‌ರು ಇದರಿಂದ ಬೇಸರಗೊಳ್ಳಲಿಲ್ಲ. ಬದಲಾಗಿ, "ಮುಂದುವರೆಸಿ, ಬರೆಯಿರಿ. ಯಾವುದಕ್ಕೂ ಸಂಕೋಚ ಬೇಡ. ನಾವು ನಿಮ್ಮ ಜೊತೆಗಿರುತ್ತೇವೆ. ಏನೂ ಯೋಚನೆ ಮಾಡಬೇಡಿ".

ನಾನು ಹೇಡಿಯೂ ಅಲ್ಲ; ಅಧೀರಳೂ ಅಲ್ಲ. ನಾನು ಸಮಾಜಕ್ಕಾಗಿ ಬರೆಯುತ್ತೇನೆ. ಕಿನ್‌ಳೇನೂ ಪರಿಪೂರ್ಣಳಲ್ಲ ನಿಜ. ಆದರೆ ಯಾರು ತಾನೇ?...

ಕಿನ್ ಪೂರ್ತಿಯಾಗಿ ತೆರೆದುಕೊಳ್ಳಲಿಲ್ಲ. ಇನ್ನೂ ಅಸ್ಪಷ್ಟತೆ ಇತ್ತು. ನನ್ನ ನೋಟ್ ಬುಕ್‌ಗಳೆಲ್ಲ ತುಂಬಿದ್ದವು. ಆದರೆ ಅವೆಲ್ಲ ಅಸಂಬದ್ಧ ಎಳೆಗಳಂತೆ ಇದ್ದವು.

'ಕಲ್ಚರಲ್ ರೆವುಲ್ಯೂಷನ್ ಸಮಯದಲ್ಲಿ ನನ್ನ ಬಗ್ಗೆ ಇತರರ ಬಗ್ಗೆ ನನಗೆ ಸಾಕಷ್ಟು ತಿಳಿದುಕೊಳ್ಳಲು ಸಾಧ್ಯವಾಯಿತು. ಯಾರಾದರೂ ಒಬ್ಬರು ಯಾರದೋ ಒಬ್ಬರ ಹೆಸರು ಹೇಳಿದರೆ, ಉಳಿದವರು, ಓ ಅವರಾ? ಅವರು ನಮಗೆ ಗೊತ್ತು! – ಎಂದು ಉದ್ಗಾರತೆಗೆಯುತ್ತಿದ್ದರು. ಆದರೆ ನಿಜವಾಗಿಯೂ ಅವರ ಬಗ್ಗೆ ಅವರಿಗೆ ತಿಳಿದಿರುತ್ತಿತ್ತೇನು? ಅವರಿಗೆಲ್ಲ, ಅವರಿವರ ಬಗ್ಗೆ ಏನಾದರೂ ತಿಳಿದಿದ್ದರೆ ಅದು ಪೋಸ್ಟರ್ ಟ್ಯಾಬ್ಲಾಯ್ಡ್ ಇಲ್ಲ ಸಭೆಗಳಲ್ಲಿ ನಡೆಯುತ್ತಿದ್ದ ಚರ್ಚೆಗಳು ಮುಂತಾದವುಗಳಿಂದ. ಎಷ್ಟೋ ಸಂದರ್ಭಗಳಲ್ಲಿ

ಅವರ ಕೇಸುಗಳ ವಿಚಾರದಲ್ಲಿ ಸರಿಯಾದ ತೀರ್ಪುಗಳೇ ಇರುತ್ತಿರಲಿಲ್ಲ. ಎಲ್ಲವೂ ಗಾಳಿ ಸುದ್ದಿಗಳೇ ಆಗಿರುತ್ತಿದ್ದವು. ಅವರ ಹುಟ್ಟಿನ ಹಿನ್ನೆಲೆ, ಅವರ ಗುರುತಿನ ದಾಖಲೆ ಇತ್ಯಾದಿ ಸಂಬಂಧವಾಗಿ ಯಾವುದೇ ಸಾಕ್ಷ್ಯಾಧಾರಗಳು ಇರುತ್ತಿರಲಿಲ್ಲವಾದರೂ ಮಾತಿನ ಮೂಲಕವೇ ಜನ ಜನಿತವಾಗಿ ಹರಡುತ್ತಿದ್ದವು. ಯಾರಿಗೂ ಸತ್ಯ ಏನು ಅನ್ನುವುದನ್ನು ಹುಡುಕುವ ವ್ಯವಧಾನ, ಆಸಕ್ತಿ ಇರುತ್ತಿರಲಿಲ್ಲವಾಗಿ, ಗಾಳಿ ಮಾತುಗಳಿಗೇ ಅಂಟಿಕೊಂಡಿರುತ್ತಿದ್ದರು. ಕ್ಯಿಾನ್ ಬೊಟಾನಿಕಲ್ ಗಾರ್ಡನ್ಸ್ ಮಂದಿಗೆ ಕಿನ್ಳ ಬಗ್ಗೆ ಯಾವುದೇ ರೀತಿಯ ಪೂರ್ವ ಗ್ರಹಗಳು ಇರಲಿಲ್ಲವಾದರೂ ಅವರಿವರ ಮಾತುಗಳಿಂದ ವಿಚಾರ ಭ್ರಷ್ಟರಾಗಿದ್ದರು.

ನನ್ನ ಬರವಣಿಗೆಯನ್ನು, ಕಾಡು ಹಕ್ಕಿಗಳು ಉತ್ತರ ದಿಕ್ಕಿನಿಂದ ಹಿಂತಿರುಗುವಷ್ಟು ಹೊತ್ತಿಗೆ ಮುಗಿಸಬೇಕೆಂದು ನಿರ್ಧರಿಸಿದೆ. ಆದರೆ ಏನೋ ಕಸಿವಿಸಿಯಿಂದ ಆಲಸ್ಯಮಾಡಿದೆ. ಆಕೆ ಬಗ್ಗೆ ಇದ್ದ ಭಿನ್ನಾಭಿಪ್ರಾಯಗಳ ಬಗ್ಗೆ ಬರೆಯಬೇಕೇ?.... ನನ್ನ ವರದಿಯನ್ನು ಪ್ರಕಟಿಸುತ್ತಾರೆಯೇ?

ಇದರಿಂದ ಸಮಸ್ಯೆಗಳಿಗೆ ಪರಿಹಾರ ದೊರೆಯುತ್ತದೆಯೇ? ಕಿನ್, ಕಾನ್ಫರೆನ್ಸಿನಲ್ಲಿ ಭಾಗವಹಿಸಲು ಬೀಜಿಂಗ್ಗೆ ಹೋಗಿದ್ದಳು. ಬೇರೆ ಬುದ್ಧಿಜೀವಿಗಳ ವಿಜ್ಞಾನಿಗಳ ಕೇಸುಗಳಿಗಿಂತ, ಈಕೆಯದು ಅಷ್ಟೇನೂ ಗಂಭೀರವಾದ್ದಾಗಿರಲಿಲ್ಲ. ಈಕೆಯ ಸಂಬಂಧದ ಸುಮಾರು ಸಮಸ್ಯೆಗಳು ಬಗೆಹರಿದಿದ್ದವು. ಈಕೆಯ ವಿಷಯ ಒಳ್ಳೆಯ ಸುದ್ದಿಯಾಗಬಲ್ಲುದು. ಕಾಡು ಹಕ್ಕಿಗಳು (ಬಾತುಕೋಳಿಗಳು) ನನ್ನ ಕಿಟಕಿಯ ಸುತ್ತ ಪರಿಭ್ರಮಿಸುತ್ತಿರುವಂತೆ ಕನಸುಕಾಣುತ್ತಿದ್ದೆ. ಅವೆಲ್ಲವೂ ನನ್ನ ಡೆಸ್ಕಿನ ಸುತ್ತ ಕುಳಿತು ನನ್ನ ಬರವಣಿಗೆಯನ್ನು ಅವಲೋಕಿಸುತ್ತಿದ್ದವು. ಗಂಡು ಹಕ್ಕಿಯೊಂದು – "ಆಹ್. ಅದೆಲ್ಲ ಸರ್ವೇಸಾಮಾನ್ಯ! ಸರ್ವೇ ಸಾಮಾನ್ಯ!" – ಎನ್ನುತ್ತಿದ್ದುದನ್ನು ಕೇಳಿಸಿಕೊಂಡೆ. ಇಂಥದ್ದೆಲ್ಲವನ್ನೂ ನಾವು ನೋಡುತ್ತಲೇ ಇರುತ್ತೇವೆ. ಉತ್ತರದಿಂದ ದಕ್ಷಿಣಕ್ಕೆ – ದಕ್ಷಿಣದಿಂದ ಉತ್ತರಕ್ಕೆ ಹೋಗುವಾಗಲೆಲ್ಲ ಎಷ್ಟೋ ಬಾರಿ ಇಂಥ ಕೇಸುಗಳನ್ನೆಲ್ಲ ನೋಡುತ್ತಲೇ ಇರುತ್ತೇವೆ!"

ಮಿಕ್ಕ ಹಕ್ಕಿಗಳು ನನ್ನ ಹಸ್ತಪ್ರತಿಯನ್ನೇ ಎತ್ತಿಕೊಂಡು ಹೋದವು! ಒಂದೊಂದು ಹಕ್ಕಿಯ ಕೊಕ್ಕಿನಲ್ಲಿ ಒಂದೊಂದು ಹುಟ! 'ವಿ' ಆಕಾರದಲ್ಲಿ ಅವು ಆಕಾಶದಲ್ಲಿ ಹಾರುತ್ತಿದ್ದವು. ದೂರ......ದೂರ........ಬಲು ದೂರ......

ಹುಲ್ಲುಗಾವಲ ಹಾದಿಗುಂಟ

ಮೂಲ : ದಿ ಪಾತ್ ತ್ರೂ ದಿ ಗ್ರಾಸ್‌ಲ್ಯಾಂಡ್

ಲೇಖಕಿ : ರುಭಿಜುವಾನ್

ಈ ಕಥೆಯ ಲೇಖಕಿ ರುಭಿಜುವಾನ್. 1925ರಲ್ಲಿ ಪಾಂಗಾಯ್‌ನಲ್ಲಿ ಜನಿಸಿದಳು. ಎಳೆ ವಯಸ್ಸಿನಲ್ಲಿ ಇರುವಾಗಲೇ ತಾಯಿಯನ್ನು ಕಳೆದುಕೊಂಡು ಅಜ್ಜಿಯ ಪೋಷಣೆಯಲ್ಲಿ ಬೆಳೆದಳು. ಬಡತನದ ಕಾರಣದಿಂದ 4ನೇ ತರಗತಿಯ ನಂತರ ಓದುವುದನ್ನು ನಿಲ್ಲಿಸಿದಳು.

1943ರಲ್ಲಿ ನ್ಯೂ ಫೋರ್ತ್ ಆರ್ಮಿಯಲ್ಲಿನ ರಂಗ ತಂಡ ವೊಂದರಲ್ಲಿ ಸೇರಿಕೊಂಡು, ಪ್ರಚಾರದ ಚಟುವಟಿಕೆಗಳಲ್ಲಿ ಸಕ್ರಿಯವಾಗಿ ತೊಡಗಿಸಿಕೊಂಡಳು. 1950ರಲ್ಲಿ ತನ್ನ ಮೊದಲ ಕತೆಯೊಂದನ್ನು ಪ್ರಕಟಿಸಿದಳು. 1955ರಲ್ಲಿ ಚೀನಾದ ಲೇಖಕಿಯರ ಸಂಘಟನೆಯಲ್ಲಿ ಸದಸ್ಯಳಾಗಿ ಸೇರಿಕೊಂಡು ಮಾಸಿಕ ಸಾಹಿತ್ಯ ಪತ್ರಿಕೆಯ ಸಂಪಾದಕತ್ವವನ್ನು ವಹಿಸಿಕೊಂಡಳು. ಮೊದಲ ಕತೆಗಳ ವಸ್ತು ಮುಖ್ಯವಾಗಿ ಸ್ವಾತಂತ್ರ್ಯ ಸಮರದ ಸುತ್ತಲಿನ ಅನುಭವಗಳೇ ಆಗಿವೆ. ಆದರೆ ನಂತರ ವೈವಿಧ್ಯಮಯ ವಸ್ತುವನ್ನು ಒಳಗೊಂಡ ಕತೆಗಳನ್ನು ಬರೆದಳು. ಅವಳ ಕತೆಗಳು ಸೂಕ್ಷ್ಮತೆಯನ್ನೂ ಸಂವೇದನಾ ತೀಕ್ಷ್ಣತೆಯನ್ನು ಒಳಗೊಂಡಿವೆ. ಸ್ವಲ್ಪ ಮಟ್ಟಿಗೆ ಮನೋ ವೈಜ್ಞಾನಿಕ ಸ್ಪರ್ಶವನ್ನೂ ಪಾತ್ರಗಳಲ್ಲಿ ಕಾಣಬಹುದಾಗಿದೆ. ನಂತರದಲ್ಲಿ ಪಾಂಗಾಯ್ ಸಾಹಿತ್ಯ ಪತ್ರಿಕೆಯ ಸಂಪಾದಕ ಮಂಡಳಿಯಲ್ಲಿ ಕೆಲಸ ನಿರ್ವಹಿಸುತ್ತಿದ್ದಳು.

2. ಹುಲ್ಲುಗಾವಲ ಹಾದಿಗುಂಟ

ಮೂಲ : ದಿ ಪಾತ್ ತ್ರೂ ದಿ ಗ್ರಾಸ್‌ಲ್ಯಾಂಡ್

ಲೇಖಕಿ : ರುಜಿಜುವಾನ್

ನೀರವವಾದ ಹುಲ್ಲುಗಾವಲು ಜಗತ್ತಿನ ಕಡೆವರೆಗೂ ಚಾಚಿ ಕೊಂಡಿರುವಂತೆ ವಿಸ್ತಾರವಾಗಿತ್ತು. ಯಾವುದೇ ಕೃಷಿಯಿಲ್ಲದಿದ್ದ ಈ ತುಂಡು ಭೂಮಿಯಲ್ಲಿ ಯಾರು ಎಲ್ಲಿಗೆ ಬೇಕಾದರೂ ಹೋಗಬಹುದಿತ್ತು. ಆದರೆ ಇದರ ಮಧ್ಯೆ ಒಂದು ಇಕ್ಕಟ್ಟಾದ ರಸ್ತೆಯಿದ್ದು ಅದು ಸುತ್ತಿ ಬಳಸಿ ಎಲ್ಲೆಲ್ಲಿಗೂ ಚಾಚಿಕೊಂಡಿತ್ತು. ಇಲ್ಲಿನ ನಿಸರ್ಗ ಸೌಂದರ್ಯಕ್ಕೆ ಮಾರು ಹೋಗಿ ಅದನ್ನು ಅನುಭವಿಸುತ್ತಾ ಸುತ್ತಾಡುವಂತಹ ಜನಗಳು ಮಾತ್ರ ಈ ರಸ್ತೆಯಲ್ಲಿ ಓಡಾಡಿರಬೇಕು. ಏನೇ ಆಗಿರಲಿ ರಸ್ತೆ ಸ್ವಲ್ಪ ಡೊಂಕಾಗಿ, ಅದು ಎಲ್ಲಿ ಕೊನೆಯಾಗುವುದೋ, ಗೊತ್ತಾಗುತ್ತಿರಲಿಲ್ಲ.

ಕ್ಲಿಯೋ ತಾಯ್, 48ನೇ ನಂಬರ್ ಬಾವಿಯಿಂದ ನೀರಿನ ಸ್ಯಾಂಪಲ್ ಶೇಖರಿಸಿದ್ದಲು. ಆಗ ತಾನೇ ಅವಳ ರಾತ್ರಿ ಪಾಳಿ ಮುಗಿದಿತ್ತು. ಬಾವಿಯಲ್ಲಿ ನೀರಿನ ಅಂಶ ಶೇ. 99.8 ಇದ್ದುದ್ದು ಶೇ. 45ಕ್ಕೆ ಇಳಿದಿತ್ತು. ಅದಕ್ಕಾಗಿ ಟೆಕ್ನಿಷಿಯನ್ ಮತ್ತೊಮ್ಮೆ ನೀರಿನ ಸ್ಯಾಂಪಲ್ ತರಲು ಹೇಳಿದ್ದ. ಕೈಯಲ್ಲಿ ನೀರಿನ ಡಬ್ಬಿ ಹಿಡಿದು ಆ ಡೊಂಕು ರಸ್ತೆಯಲ್ಲಿ ವೇಗವಾಗಿ ಹೆಜ್ಜೆ ಹಾಕುತ್ತಿದ್ದಲು. ಅವಳ ಮುಖದಲ್ಲಿ ಒಂದಿಷ್ಟೂ ದಣಿವಿನ ಛಾಯೆ ಇರಲಿಲ್ಲ. ಕಣ್ಣುಗಳನ್ನು ಅಗಲಿಸಿದ್ದಲು. ಷಿ ಜುನ್‌ನಿಂದ ಕಾಗದ ನಿರೀಕ್ಷಿಸುತ್ತಿದ್ದಲು. ಆ ಯುವಕನ ನೆನಪು ಬರುತ್ತಿದ್ದಂತೆ, ಹೆಜ್ಜೆ ನಿಧಾನವಾಯಿತು.

ಅವನು ತೊಟ್ಟಿದ್ದ ಬೂಟುಗಳಿಂದಾಗಿ ಸ್ವಲ್ಪ ಎತ್ತರವಾಗಿ ಕಾಣಿಸುತ್ತಿದ್ದ, ದೊಗಲೆ ಶರಾಯಿ ಧರಿಸಿದ್ದ. ನೋಡಿದರೆ ಸೋಮಾರಿಯಂತೆ, ಗರ್ವಿಷ್ಠನಂತೆ, ವ್ಯಂಗ್ಯ ಸ್ವಭಾವದವನಂತೆ ಕಾಣಿಸುತ್ತಿದ್ದ. ಕ್ಸಿಯಾಗೆ, ಅವನನ್ನು ತಾನು ಚೆನ್ನಾಗಿ ಬಲ್ಲೆ ಎನಿಸುತ್ತಿತ್ತು. ಷಿ ಜುನ್ ಇತ್ತೀಚೆಗೆ ಅಪ್ಪನ ಜೊತೆ ಮೆಡಿಕಲ್ ಟ್ರೀಟ್‌ಮೆಂಟ್‌ಗಾಗಿ ಸೌತ್‌ಗೆ ಹೋಗಿದ್ದ.

ಅಲ್ಲಿಂದ ಷಿ ಜುನ್, ಕ್ಸಿಯಾವೂ ತಾಯ್ಗೆ ಎರಡು ಕಾಗದ ಬರೆದಿದ್ದ. ಅವನ ಪತ್ರಗಳು ಅವಳನ್ನು ಸ್ನೇಹಿತರ ಎದುರು ಕೀಟಲೆಗೆ ಗುರಿಮಾಡಿದ್ದವು. ಆದರೆ ಆ ಪತ್ರಗಳಲ್ಲಿ ಅಂಥ ವಿಶೇಷವೇನೂ ಇರಲಿಲ್ಲ. ಯಾರು ಬೇಕಾದರೂ ಓದಬಹುದಾದಂತಹ ಸಾಮಾನ್ಯ ಪತ್ರಗಳು ಅವಾಗಿದ್ದವು. ಕೀಟಲೆ ಮಾಡಿದಾಗ ತನ್ನ ಕಾಲುಗಳಿಂದ ನೆಲವನ್ನು ಝಾಡಿಸಿದ್ದಳು.

ಯಾಂಗ್ ಮೆಂಗ್ ಒಂದು ಪತ್ರವನ್ನು ಎತ್ತಿಹಿಡಿದು ಜೋರಾಗಿ ಓದಿದಳು. ಆಗ ಎಲ್ಲರೂ ಬಾಯಿ ಮುಚ್ಚಿಕೊಂಡರು. ಆದರೂ ಒಬ್ಬಳು ತಮಾಶೆಯ ದನಿಯಲ್ಲಿ ಕೇಳಿದಳು – "ಇಷ್ಟೇ ಆಗಿದ್ದರೆ ನನಗೆ ಯಾಕೆ ಕಾಗದ ಬರೀ ಬಾರದಾಗಿತ್ತು?"

ಒಳ್ಳೆ ಪ್ರಶ್ನೇನೆ! ತನಗೆ ಯಾಕೆ ಬರೆದ? ಕ್ಸಿಯಾವೂ ತಾಯ್ ತಡೆದಳು. ಬೆಳಗಿನ ಸೂರ್ಯ ಆಕಾಶದಲ್ಲಿ ಕಾಣಿಸಿಕೊಂಡ. ತನ್ನ ಕೆಂಪನ್ನು ಹುಲ್ಲುಗಾವಲಿನ ಮೇಲೆಲ್ಲ ಚೆಲ್ಲಿದ್ದ. ಯೋಚನೆಗಳಲ್ಲಿದ್ದವಳು. ಎಚ್ಚೆತ್ತುಕೊಂಡು ಆತುರದಿಂದ ಹೆಜ್ಜೆ ಹಾಕಿದಳು. ಬೆಳಕಿನ ಹಿತವಾದ ಗಾಳಿ ಸೂರ್ಯನ ಬೆಳಕು ಅವಳಲ್ಲಿ ಏನೋ ಒಂದು ಬಗೆಯ ಸಂತೋಷವನ್ನು ತುಂಬಿತು. ಬಹುಶಃ ಬದುಕು ತನ್ನ ಸಂಭ್ರಮದ, ಸುಂದರ ಹಸ್ತಗಳನ್ನು ಎಲ್ಲರತ್ತ ಚಾಚುತ್ತಿರಬೇಕು ಎನಿಸಿತು.

ಕೈಲಿದ್ದ ಸ್ಯಾಂಪಲ್ ನೀರನ್ನು ಲ್ಯಾಬೊರೇಟರಿಗೆ ಕೊಂಡೊಯ್ಯುವುದಕ್ಕೆ ಬದಲಾಗಿ, ತನ್ನ ಕೊಠಡಿಯನ್ನು ಪ್ರವೇಶಿಸಿದಳು. ಯಾಂಗ್ ಮೆಂಗ್ ಮಾಮೂಲಿನಂತೆ ಕೈಯಲ್ಲಿ ಪುಸ್ತಕ ಹಿಡಿದು ಕಿಟಕಿಯ ಬಳಿ ಕುಳಿತಿದ್ದಳು.

"ಏನಾದರೂ ಕಾಗದ ಬಂದಿದೆಯೇ?" – ಕ್ಸಿಯಾ ಕೇಳಿದಳು. "ಹೂಂ" –ಎನ್ನುತ್ತಾ ಕಾಗದವನ್ನು ಯಾಂಗ್, ಕ್ಸಿಯಾಳ ಕೈಗೆ ಕೊಡುತ್ತಾ 'ಷಿಜುನ್ ನಿಂದ' ಎಂದು ಹೇಳಿದಳು. ಕ್ಸಿಯಾ ನಾಚುತ್ತಾ, ಏನೂ ಆಗಿಲ್ಲವೆಂಬಂತೆ, ಹೇಳಿದಳು. "ನಿನಗೆ ಯೂನಿವರ್ಸಿಟಿಯಿಂದ ಅಡ್ಮಿಷನ್ ಲೆಟರ್ ಬಂದಿದೆಯೇನೋಂತ ಕೇಳಿದೆ."

ಮೆಲುದನಿಯಲ್ಲಿ ಯಾಂಗ್ ಮೆಂಗ್ ಹೇಳಿದಳು. "ಇಲ್ಲ" ಆದರೆ ಕ್ಸಿಯಾ ತನಗೆ ಬಂದಿರುವ ಕಾಗದ ಓದುವ ಉತ್ಸಾಹದಲ್ಲಿ, ಅವಳ ಮಾತನ್ನು ಕೇಳಿಸಿಕೊಳ್ಳಲೇ ಇಲ್ಲ. ಯಾಂಗ್ ಮೆಂಗ್ ಓದುವುದರಲ್ಲಿ ಮಗ್ನಳಾದಳು.

ಷಿಜುನ್ ಒಂದು ಹಾಳೆಯಲ್ಲಿ ದೊಡ್ಡ ದೊಡ್ಡ ಚಿತ್ತಾಕ್ಷರಗಳಲ್ಲಿ ಏನನ್ನೋ ಒಂದಷ್ಟು ಗೀಚಿದ್ದ. ಹಾಳೆಯ ಅರ್ಧಭಾಗದಲ್ಲಿ ವಿಷಯವಿದ್ದರೆ ಇನ್ನರ್ಧ ಭಾಗ ಅವನ ಸಹಿಯಿಂದ

ತುಂಬಿತ್ತು. ಇನ್ನೊಂದು ಕಾಗದ ಉಳಿದೆರಡು ಕಾಗದಗಳಂತೆ ಯಾರಾದರೂ ಓದಬಹುದಾಗಿತ್ತು. ಒಂದು ಕಾಗದದಲ್ಲಿ, ಷಿಜುನ್, ತನ್ನ ತಂದೆಯ ವಿಷಯ ಬರೆದಿದ್ದ. ತಂದೆಯನ್ನು ಮತ್ತೆ ಹಿಂದಿದ್ದ ಹುದ್ದೆಯಲ್ಲಿಯೇ ಪಾರ್ಟಿ ಸೆಕ್ರೆಟರಿಯಾಗಿ ಉಳಿಸಿದ್ದಾಗಿಯೂ, ತಮಗೆ ಮನೆ ಬದಲಾಯಿಸಬೇಕಾಗಿ ಬಂದಿದೆಯೆಂದೂ ತಿಳಿಸಿದ್ದ. ಆದರೆ ಕೊನೆಯ ಎರಡು ಸಾಲುಗಳನ್ನು ಓದುತ್ತಿದ್ದಂತೆ ಕ್ಲಿಯಾವೂೋ ತಾಯ್ಳ ಹೃದಯ ಬಡಿತ ವೇಗವಾಗುತ್ತಿತ್ತು. "ಮತ್ತೆ ನೋಡೋಣ. ನನ್ನ ತಂದೆಗೆ ನಿನ್ನನ್ನು ಹೇಗೆ ಪರಿಚಯಿಸಲಿ?" ಎಂದಿತ್ತು.

ಇದರ ಅರ್ಥವೇನು, ಮತ್ತೆ ಮತ್ತೆ ಆ ಪ್ರಶ್ನೆಯನ್ನು ಕುರಿತು ಚಿಂತಿಸಿದಲು. ಇದಕ್ಕಾಗಿಯೇ ತಾನು ಕಾಯುತ್ತಿದ್ದೆನೆಯೇ? ಇದೇನಾ ಪ್ರೀತಿ? ಯಾಂಗ್ ಮೆಂಗ್ ತನ್ನನ್ನೇ ನೋಡುತ್ತಿದ್ದುದನ್ನು ಗಮನಿಸಿ "ಷಿಜುನ್ ವಾಪಸ್ ಬರುತ್ತಿದ್ದಾನೆ. ಅವನ ತಂದೆ ಹಿಂದಿನ ಹುದ್ದೆಯಲ್ಲಿಯೇ ಮುಂದುವರೆದಿದ್ದಾರೆ."

"ಓಹೋ!" ಯಾಕೋ ಈ ಸುದ್ದಿ ಕೇಳುತ್ತಿದ್ದಂತೆ ಯಾಂಗ್ ಮೆಂಗ್ ಖುಷಿಯಿಂದ ಎದ್ದಲು. ಮತ್ತೆ ತಣ್ಣಗಾಗಿ ಕ್ಲಿಯಾವೂೋಳ ಕೈಲಿದ್ದ ನೀರಿನ ಡಬ್ಬಿಯನ್ನು ತೆಗೆದುಕೊಳ್ಳುತ್ತಾ, ಕೊಡು, "ಇದನ್ನು ನಾನೇ ಲ್ಯಾಬಿಗೆ ತೆಗೆದುಕೊಂಡು ಹೋಗುತ್ತೇನೆ. ನೀನು ಸ್ವಲ್ಪ ಹೊತ್ತು ಮಲಗಿಕೋ ಈಗ" – ಎಂದಲು. "ಯೂನಿವರ್ಸಿಟಿಯಿಂದ ಸುದ್ದಿಯೇನಾದರೂ ಬಂತೇನು?" – ಕ್ಲಿಯಾವೂೋ ಕೇಳಿದಲು.

ಯಾಂಗ್ ಮೆಂಗ್ ಇಲ್ಲ ಎಂದು ತಲೆಯಾಡಿಸಿ, ನೀರಿನ ಸ್ಯಾಂಪಲ್ ತೆಗೆದುಕೊಂಡು, ಅದರ ಜೊತೆಗೆ ತನ್ನ ಪುಸ್ತಕ, ಪೆನ್ನು ಹೂವಿನಂಥಾದ್ದೇನನ್ನೋ ತೆಗೆದುಕೊಂಡು ಹೊರ ಹೊರಟಲು. ಕ್ಲಿಯಾವೂೋ, ಯಾಂಗ್ ಮೆಂಗ್ಳಂತೆ, ಬೇರೆಬೇರೆ ಗುಂಪಿನ ಕೆಲವು ಯುವ ವಿದ್ಯಾರ್ಥಿಗಳಿಗೆ ಪ್ರವೇಶ ಪಡೆದುಕೊಳ್ಳಲು ಸೂಚನಾ ಪತ್ರಗಳನ್ನು ಕಳಿಸಿದ್ದನ್ನು ತಿಳಿದುಕೊಂಡಿದ್ದಲು. ಆದರೆ ಈ ವಿಷಯ ಯಾಂಗ್ಗೆ ಹೇಳುವುದು ಸರಿಯಲ್ಲವೆನಿಸಿ ಸುಮ್ಮನಿದ್ದಲು. ಸ್ಕೂಲಿನ ಓದು ಮುಗಿದ ಮೇಲೆ ಹಳ್ಳಿಯೊಂದರಲ್ಲಿ ಕೆಲಸ ಮಾಡುತ್ತಿದ್ದಲು. ಅಲ್ಲಿನ ರೈತರು ಮೂರು ಸಲ, ಅವಳಿಗೆ ಯೂನಿವರ್ಸಿಟಿಗೆ ಹೋಗಲು ಒತ್ತಾಯಿಸಿದರೂ, ಪ್ರತಿ ಸಲವೂ ದೊಡ್ಡವರ ಮಕ್ಕಳಿಗೆ, ಪ್ರಭಾವಿ ವ್ಯಕ್ತಿಗಳ ಮಕ್ಕಳಿಗೆ ಅವಕಾಶ ಸಿಗುತ್ತಿತ್ತೇ ಹೊರತು, ಇವಳಿಗೆ ನಿರಾಶೆಯೇ ಕಾದಿರುತ್ತಿತ್ತು. ಪರೀಕ್ಷೆ ಮೂಲಕ ಪ್ರವೇಶವಿದ್ದುದರಿಂದ, ಅವಳು ವಯಸ್ಸು ದಾಟಿದ್ದಲು. ಆದರೆ ಯಾಂಗ್ಮೆಂಗ್ ಎಂದೂ ನಿರಾಶೆಯನ್ನು ತೋರಿಸಿಕೊಳ್ಳಲಿಲ್ಲ. ಯಾರೊಂದಿಗೂ ಅದರ ಬಗ್ಗೆ ಚರ್ಚಿಸುತ್ತಿರಲಿಲ್ಲ. ಯಾವಾಗಲೂ ಅವಳು ಭೂಶಾಸ್ತ್ರ ಕುರಿತ ಪುಸ್ತಕಗಳನ್ನೇ ಓದುತ್ತಿದ್ದಲು. ಕ್ಲಿಯಾವೂೋಗೆ ಅವಳ ಮೇಲೆ ಪ್ರೀತಿಯಿತ್ತಾದರೂ ಅವಳ ಬಗ್ಗೆ ಎಂದೂ ದುಃಖಿಸಲಿಲ್ಲ. ಆದರೆ ಈಗ ಅವಳ ಹೃದಯದಲ್ಲಿ ಎಲ್ಲಿಲ್ಲದ ಸಂತೋಷ ಉಕ್ಕಿ ಹೊಮ್ಮಿದ್ದರಿಂದ ಅವಳ ಬಗ್ಗೆ ಸಹಾನುಭೂತಿಯಿಂದ ಯೋಚಿಸಲು ಮುಂದಾದಲು. ಅವಳ ಹಿಂದೆ ಓಡಿಹೋಗಿ "ಯಾಂಗ್, ನೀನೇನೂ ಚಿಂತೆ ಮಾಡಬೇಡ. ಈಗ ಮೊದಲಿಗಿಂತ ಕಾಲ ಬದಲಾಗಿದೆ. ಪರೀಕ್ಷೆಯಲ್ಲಿ ಚೆನ್ನಾಗಿ

ಮಾಡಿರೋದರಿಂದ ಖಂಡಿತ ನಿನಗೆ ಅಡ್ಮಿಷನ್ ಸಿಗುತ್ತೆ. ನಾಳೆ ತಪ್ಪದೆ ನಿನಗೆ ಅಡ್ಮಿಷನ್ ನೋಟೀಸ್ ಬರುತ್ತೆ. ಬೇಕಾದರೆ ನೋಡ್ತಿರು".

ಯಾಂಗ್ ಮೆಂಗ್, ಅದಕ್ಕೆ ಉತ್ತರವೆಂಬಂತೆ ಮುಗುಳ್ನಕ್ಕಳು. ತೀರಾ ಬಳಲಿದಂತೆ, ಬೇಸತ್ತಿದ್ದಂತೆ ಕಾಣುತ್ತಿದ್ದು, ಸುಮ್ಮನೆ ಅಲ್ಲಿಂದ ಜಾರಿದಳು. ಕ್ಲಿಯಾ ಈ ದಿನ ನಿಜವಾಗಿಯೂ ತುಂಬಾ ಸೆನ್ಸಿಟೀವ್ ಆಗಿದ್ದಳೇ? ಯಾಂಗ್ ನಿಜವಾಗಿಯೂ ದಣಿದಿದ್ದಳೇ? ಕ್ಲಿಯಾ ಮುಖ ತೊಳೆದುಕೊಂಡು ಬಂದು ಕನ್ನಡಿಯಲ್ಲಿ ತನ್ನ ಮುಖ ನೋಡಿಕೊಂಡಳು. ಮಾಮೂಲಿಯಾಗಿ ಕಾಣಿಸುತ್ತಿದ್ದುದಕ್ಕಿಂತ ಸ್ವಲ್ಪ ಬಿಳುಚಿಕೊಂಡಿದ್ದಳು. ಕಣ್ಣಲ್ಲಿ ಏನೋ ಭಾವನೆಗಳಿದ್ದವು. 'ಹೇಗೆ ನಿನ್ನನ್ನು ಪರಿಚಯಿಸಲಿ?' ಎಂದು ತನ್ನಲ್ಲಿಯೇ ಹೇಳಿಕೊಳ್ಳುತ್ತಿದ್ದಂತೆ ಕಾಣಿಸಿದಳು.

ಕನ್ನಡಿಯಲ್ಲಿ ಬಿಂಬಿಸಿದ ಕಣ್ಣುಗಳು ಅಗಲವಾದವು. ಮುಖ ಗಂಭೀರ'ವಾಯಿತು. "ಇಲ್ಲ, ಅದು ಪ್ರೀತಿಯಲ್ಲ ಪ್ರೀತಿ ಸುಂದರವಾಗಿರುತ್ತದೆ. ಅವನು ವಿಶೇಷವಾಗಿ ಏನನ್ನೂ ಹೇಳಲಿಲ್ಲ. ನನ್ನನ್ನು ಹೇಗೆ ಪರಿಚಯಿಸಬೇಕು!, ಹೇಗೆ?... ನನ್ನ ಹೆಸರು ಕ್ಲಿಯಾವೂ ತಾಯ್ ಎಂದಷ್ಟೆ!"

ಬಟ್ಟೆ ಬದಲಾಯಿಸಿಕೊಂಡು ಬಂದು ಹಾಸಿಗೆ ಮೇಲೆ ಉರುಳಿದಳು. ತನ್ನ ಕಲ್ಪನೆಗಳಿಗೆ ತಾನೇ ನಾಚಿದಳು. ಯೋಚಿಸುವುದನ್ನು ಬಿಟ್ಟು, ನಿದ್ದೆ ಮಾಡಲು ಕಣ್ಣು ಮುಚ್ಚಿದಳು. ಮಾಗಿಕಾಲವಾಗಿದ್ದರೂ, ಹೊದ್ದುಕೊಂಡಿದ್ದ ಕ್ವಿಲ್ಟ್ ತುಂಬಾ ಬೆಚ್ಚಗೆಯೆನಿಸಿತು. ಸೆಕೆ ತಾಳಲಾರದೆ ಅದನ್ನು ಸ್ವಲ್ಪ ಸರಿಸಿದಳು. ಕೈಗಳನ್ನು ಹೊರಗಿಟ್ಟಳು. ತಲೆದಿಂಬಿನ ಕೆಳಗಿರಿಸಿದ್ದ ಷಿಜುನ್‌ನ ಪತ್ರವನ್ನು ಹೊರಗೆಳೆದು ಓದತೊಡಗಿದಳು. ಮತ್ತೆ ಮತ್ತೆ ಓದತೊಡಗಿದಳು. ಇಲ್ಲಿ ಈ ರೀತಿ ಪ್ರಶ್ನೆ ಹಾಕಿ ಬೇರೆ ಏನನ್ನೋ ಯೋಚಿಸಿರಬೇಕು. ತನ್ನ ಮನಸ್ಸಿನಲ್ಲಿ ಇರುವುದನ್ನು ಬಾಯಿಬಿಟ್ಟು ಹೇಳಲು ಅವನಿಗೆ ಸ್ವಾಭಿಮಾನ, ನಾನೇ ಆರಂಭಿಸಬೇಕೆಂದು ಯೋಚಿಸುತ್ತಾನೆ. "ಇದನ್ನೇನಾ ಪ್ರೀತಿ ಅಂತ ಕರೆಯೋದು?" ಕಣ್ಣು ಮುಚ್ಚಿ ಹಿಂದಿನದನ್ನೆಲ್ಲಾ, ಅಂದರೆ ಅವನ ಜೊತೆ ಕಳೆದ ದಿನಗಳನ್ನೆಲ್ಲಾ ನೆನಪಿಸಿಕೊಳ್ಳತೊಡಗಿದಳು.

1975 ಮಾಗಿಯ ಕಾಲದ ಒಂದು ರಾತ್ರಿ ಕ್ಲಿಯಾವೂ ತಾಯ್ ಮತ್ತು ಅವಳದೇ ವಯಸ್ಸಿನ ಪ್ರಾಯದ ಹುಡುಗ ಹುಡುಗಿಯರು ಗ್ರಾಮೀಣ ಪ್ರದೇಶಗಳಲ್ಲಿ ಕೆಲಸ 'ಮಾಡುತ್ತಿದ್ದವರು, ರೈಲು ಹಿಡಿದು ಆಯಿಲ್ ಫೀಲ್ಡ್ (ಖನಿಜ ತೈಲ ಪ್ರದೇಶ)ಗೆ ಬಂದಿಳಿದಿದ್ದರು. ಒಟ್ಟು ಇಪ್ಪತ್ತು ಮಂದಿ ಇದ್ದರು. ತೈಲ ಉತ್ಪಾದನೆಯ ಟೀಮ್ ಗಳಲ್ಲಿ ಕೆಲಸ ಮಾಡುತ್ತಿದ್ದರು. ಅವರನ್ನೆಲ್ಲ ಬರಮಾಡಿಕೊಳ್ಳಲು ಹೆಡ್ ಕ್ವಾರ್ಟರ್ಸ್ ಬಳಿ ಕೆಲವು ಟೀಮುಗಳು ಕಾದಿದ್ದವು. 303ನೆ ಟೀಮಿನ ಜವಾಬ್ದಾರಿಯನ್ನು ಕ್ಲಿಯಾವೂ ಮತ್ತು ಷಿಜುನ್‌ರಿಗೆ ವಹಿಸಿಕೊಡಲಾಗಿತ್ತು. ಹೊಸ ಜವಾಬ್ದಾರಿಯಿಂದ ಸಂತಸಗೊಂಡಿದ್ದ ಕ್ಲಿಯಾವೂ ತನ್ನ ಜೊತೆ ಕೆಲಸಮಾಡಲು ಯಾರನ್ನು ಆರಿಸುತ್ತಾರೋ ಎಂಬ ಕುತೂಹಲಕ್ಕೆ ಒಳಗಾಗಿದ್ದಳು. ಅದಕ್ಕಾಗಿ ಸುತ್ತಲೂ ಕಣ್ಣಾಡಿಸಿ ಯಾರಿರಬಹುದೆಂದು ಊಹಿಸಿಕೊಳ್ಳುತ್ತಿದ್ದಳು. ಮೊದಲು ಅವಳ ಕಣ್ಣಿಗೆ ಬಿದ್ದಿದ್ದು ಕನ್ನಡಕ ಧರಿಸಿದ ಯುವಕ. ನೋಡಿದರೆ ಸೌತ್‌ನವನಂತೆ ಕಾಣಿಸುತ್ತಿದ್ದ, ಆದರೆ ಅಷ್ಟರಲ್ಲಿ ಅವನೇ

ಮೊದಲ ಟ್ರಕ್‌ನಲ್ಲಿ ಹೊರಟು ಬಿಟ್ಟ, ನಂತರ ನಾರ್ತ್ ನವನಂತೆ ಕಾಣುತ್ತಿದ್ದ, ಗುಲಾಬಿರಂಗಿನ ಉತ್ಸಾಹದ ಚಿಲುಮೆಯಂತಿದ್ದ ಯುವಕ ಕಣ್ಣಿಗೆ ಬಿದ್ದ. ಅವನು ಬಹಳ ಗೆಲುವಿನಿಂದ ಹರಟೆ ಹೊಡೆಯುತ್ತಿದ್ದ. ಆದರೆ ಅವನೂ ಕೂಡ 3ನೇ ಟ್ರಕ್ಕಿನಲ್ಲಿ ಬೇರೆ ಟೀಮ್ ಜೊತೆಗೆ ಹೊರಟುಬಿಟ್ಟ, ಕಡೆಗೆ ಹಳೆಯ ಜಿಮ್ ಷೂ ಧರಿಸಿದ್ದ ವ್ಯಕ್ತಿಯೊಬ್ಬ ಮಾತ್ರವೇ ಅವಳ ಜೊತೆ ಉಳಿದಿದ್ದ. ಷಿಜುನ್ ಕಾಣಲಿಲ್ಲ.

ಎಲ್ಲರಿಗಿಂತ ಕಡೆಯದಾಗಿ ಬಂದದ್ದೆಂದರೆ 303ನೇ ಟೀಮಿನ ಟ್ರಕ್ಕು. ತಮ್ಮನ್ನು ಸ್ವಾಗತಿಸಲು ಸಣ್ಣ ಹುಡುಗಿಯೊಬ್ಬಳಿದ್ದಳು. ಅವಳ ವಯಸ್ಸು ಎಷ್ಟೆಂದು ಊಹಿಸಲಾಗಲಿಲ್ಲ. ಕಣ್ಣುಗಳು ಮಾತ್ರ ಉತ್ಸಾಹ ಮತ್ತು ಜೀವಂತಿಕೆಗಳನ್ನು ಸೂಸುತ್ತಿದ್ದವು. ಕ್ಸಿಯಾವೋಳ ಕೈ ಕುಲುಕುತ್ತಾ, 'ನನ್ನ ಹೆಸರು ಯಾಂಗ್ ಮೆಂಗ್, ಎರಡು ತಿಂಗಳ ಹಿಂದಷ್ಟೇ ಇಲ್ಲಿಗೆ ಬಂದೆ' ಎಂದಳು.

"ಸ್ಕೂಲು ಮುಗಿಸಿದ ಮೇಲೆ ನೀನೂ ಕೂಡ ಗ್ರಾಮೀಣ ಪ್ರದೇಶಕ್ಕೆ ಹೋಗಿದ್ದೆಯಾ?"

ತನ್ನ ಜೊತೆ ಮಾತಾಡಲು ಗೆಳತಿಯೊಬ್ಬಳು ಸಿಕ್ಕದ್ದು ಅವಳಿಗೆ ಸಂತೋಷವೆನಿಸಿತು.

'ಹೌದು' – ಹೇಳುತ್ತಾ ಕ್ಸಿಯಾವೋಳ ಲಗ್ಗೇಜನ್ನು ತನ್ನ ಹೆಗಲಿಗೇರಿಸಿ ಕೊಂಡಳು. ಕ್ಸಿಯಾವೋ ತಡವರಿಸುತ್ತಾ ಹೋಲ್ಡಾಲ್ ಬೆನ್ನಿಗೇರಿಸಿ ಅವಳನ್ನು ಹಿಂಬಾಲಿಸಿದಳು. ನೋಡನೋಡುತ್ತಿದ್ದಂತೆ ಯಾಂಗ್ ಮೆಂಗ್ ನಿರಾಯಾಸವಾಗಿ ಲಗ್ಗೇಜನ್ನು ಟ್ರಕ್ಕಿನ ಹಿಂಭಾಗದಲ್ಲಿ ಇರಿಸಿದಳು.

ಈ ಹಳ್ಳೀಲಿ ಎಷ್ಟು ಸಮಯದಿಂದ ಇದ್ದೀಯ?" ಕ್ಸಿಯಾವೋತಾಯ್ ಕೇಳಿದಳು.

"ಎಂಟು ವರ್ಷಗಳಿಂದ"

"ಏನು ಎಂಟು ವರ್ಷಗಳಿಂದಲೇ?" ಆಶ್ಚರ್ಯ ವ್ಯಕ್ತ ಪಡಿಸಿದಳು. "ಹಾಗಾದರೆ ನೀನು ನನಗಿಂತ ಸ್ವಲ್ಪ ದೊಡ್ಡವಳೇ ಇರಬೇಕು"

'ಹೌದು, ನಿನಗಿಂತ ವಯಸ್ಸಿನಲ್ಲಿ ನಾನು ಹಿರಿಯಳು"

ಯಾಂಗ್ ಮೆಂಗ್ ಅವಳತ್ತ ತಿರುಗಿ, ಮೊದಲಬಾರಿಗೆ ನಗುಸೂಸಿ ಮಾತಾಡಿದಳು. ಕ್ಸಿಯಾವೋ ಕಣ್ಣರಳಿಸಿ ಅಚ್ಚರಿ ತೋರಿ, ಹೋಲ್ಡಾಲನ್ನು ಟ್ರಕ್ಕಿನಲ್ಲಿ ಇರಿಸಿದಳು. "ಇಪ್ಪತ್ತು ವರ್ಷ ಇರಬಹುದಲ್ಲ?" ಎಂದು ಕೇಳಿದಳು.

ಕ್ಸಿಯಾ ಓಣ ನಗೆ ನಗುತ್ತ ತನ್ನೆರಡು ದಂತ ಪಕ್ತಿಯನ್ನು ತೋರಿದಳು. ಎಡಗೆನ್ನೆಯ ಮೇಲೆ ಗುಳಿ ಬಿದ್ದಿತ್ತು. ಮೊಗ ಅರಳಿತು! ನನಗೆ ಇಪ್ಪತ್ತೊಂದು ವರ್ಷ 'ಮೊದಲಿನಿಂದಲೂ ನಾನು ಸ್ವತಂತ್ರವಾಗಿ ಬದುಕಿದವಳು. ಈ ಮೂರು ವರ್ಷದಲ್ಲಿ ಜೀವನದಲ್ಲಿ ಬಹಳಷ್ಟು ಕಂಡಿದ್ದೇನಿ. ಅದಕ್ಕಾಗಿಯೇ ನಾನು ನನ್ನ ವಯಸ್ಸಿಗಿಂತ ದೊಡ್ಡವಳಾಗಿ ಕಾಣಿಸ್ತೇನಿ.'

ಯಾಂಗ್ ಮೆಂಗ್ ಪ್ರೀತಿಯಿಂದ ಬೆನ್ನ ತಟ್ಟಿ "ನಡಿ ಹೋಗೋಣ. ಇನ್ನೊಬ್ಬ ಕಾಮ್ರೇಡ್ ನಮಗಾಗಿ, ಟೌನ್‌ನಲ್ಲಿ ಕಾಯುತ್ತಿರುತ್ತಾನೆ."

ಅಂದ್ರೆ! ಷಿಜುನ್ ! ಹೌದಲ್ಲ? – ಟ್ರಕ್ಕಿನೊಳಗೆ ಹೆಜ್ಜೆಯಿರಿಸುತ್ತ ಕೇಳಿದಳು.

'ಹೌದು' – ಎಂದು ಉತ್ತರಿಸಿ ಯಾಂಗ್ ಮೆಂಗ್ ಕೂಡ ಟ್ರಕ್ಕನ್ನು ಹತ್ತಿದಳು.

ಟ್ರಕ್ನ ಮೇಲೆ ಕ್ಯಾನ್ವಾಸ್ ಹೊದಿಸಲಾಗಿತ್ತು. ಕುಳಿತುಕೊಳ್ಳಲು ಎರಡು ಸಾಲು ಆಸನಗಳಿದ್ದವು. ಯಾಂಗ್ ಮೆಂಗ್ ಒಳಗೆ ಮುಂದಿನ ಸೀಟಿನಲ್ಲಿ ಕುಳಿತರೆ ಕ್ಸಿಯಾವೂ ಟ್ರಕ್ಕಿನ ಹಿಂಭಾಗದಲ್ಲಿನ ಕ್ಯಾಬಿನ್‌ನಲ್ಲಿ ಕುಳಿತುಕೊಂಡಳು. ಮಾಗಿಯ ಚಳಿಯಲ್ಲಿಯೂ ಹೊರಗಿನ ಪ್ರಕೃತಿ ಸೌಂದರ್ಯವನ್ನು ನೋಡುವ ಅವಕಾಶವನ್ನು ಕಳೆದುಕೊಳ್ಳಲು ಇಚ್ಛಿಸಲಿಲ್ಲ. "ಈ ಷಿಜುನ್‌ನ ತಂದೆ ದೊಡ್ಡ ವಿ.ಐ.ಪಿ. ಇರಬೇಕಲ್ಲ!"

"ಇದ್ದ"

"ಷಿಜುನ್‌ನನ್ನು ಅವರ ತಂದೆಯ ಬಾಸ್ ಮತ್ತು ಸಹೋದ್ಯೋಗಿಯೊಬ್ಬರು ನೋಡಿಕೊಳ್ಳುತ್ತಾರೆ. ಅವನು ನಿನಗೆ ಗೊತ್ತಾ?"

"ಇಲ್ಲ"

ಇದನ್ನು ಕೇಳಿದ ಮೇಲೆ ಕ್ಸಿಯಾ ಮಾತು ಮುಂದುವರೆಸಿದ್ದಳು. "ನನ್ನ ಅನುಭವದಿಂದ ಹೇಳೋದಾದ್ರೆ, ಸಾಧ್ಯವಾದಷ್ಟೂ ಇಂಥವರಿಂದ ಅಂದರೆ ದೊಡ್ಡ ದೊಡ್ಡವರ ಜೊತೆ ಸಂಬಂಧ ಇರುವವರಿಂದ ದೂರ ಇರಬೇಕು ಅನ್ನತ್ತೆ."

ಯಾಂಗ್ ಮೆಂಗ್ ಸುಮ್ಮನೆ ನಕ್ಕಳು. ಕತ್ತಲಲ್ಲಿ ಅದು ಕ್ಸಿಯಾವೂಗೆ ಕಾಣಿಸಲಿಲ್ಲ. ಹೊರಗೆ ಸುತ್ತಲೂ ನೋಡುವುದರಲ್ಲಿ ತನ್ಮಯಳಾಗಿದ್ದಳು. ಆದರೆ, ಮೌನವಾಗಿ ದ್ದದ್ದನ್ನು ಗಮನಿಸಿದಳು. "ಮೊದಮೊದಲು ದೊಡ್ಡವರ ಜೊತೆ ಸಂಬಂಧ ಇದ್ದಿರಬಹುದು. ಆದರೆ ಈಗ ಅವರ ಸ್ಥಿತಿ ಬೇರೆಯವರಿಗಿಂತ ಬಹಳ ಕಷ್ಟದ್ದಾಗಿದೆ."

ಇರಬಹದು. ಆದರೆ ಸಾಮಾನ್ಯರಿಗೆ ಯಾವುದು ಏನೂ ಅನಿಸೋದಿಲ್ಲವೋ ಅಂಥವೆಲ್ಲ ಅವರಿಗೆ ಬಹಳ ಕಷ್ಟ ಅನ್ನತ್ತೆ. ಅದೇ ಇಂಥ ಹಳ್ಳಿಗಾಡಿನಲ್ಲಿ ವಾಸಮಾಡೋದು, ತೈಲ ಪ್ರದೇಶಗಳಲ್ಲಿ ವಾಸ ಮಾಡೋದು, ತಾವೇ ಅಡಿಗೆ ಮಾಡೋದು, ಬಟ್ಟೆತೊಳೆಯೋದು ಬನ್ನುಗಳನ್ನು, ತಿನ್ನೋದು. ಇಂಥವೆಲ್ಲ ಅವರಿಗೆ ಬಹಳ ಕಷ್ಟ ಅನ್ನತ್ತೆ."

"ನೀನು ಹೇಳೋದೇನೋ ಸರಿ. ಆದರೆ ಅವರ ಮನಸ್ಸಿಗೆ ಆಗೋ ತೊಂದರೇನ ಯೋಚನೆ ಮಾಡಿದ್ದೀಯ?"

"ಇಲ್ಲ", ನಿಜ "ಟ್ರಕ್ಕಿಗೆ ಒರಗಿಕೊಂಡು ದೂರದ ಹತ್ತಿರದ ದೀಪಗಳ ಬೆಳಕನ್ನು ಗಮನಿಸುತ್ತ ಕ್ಸಿಯಾವೂ ಹೇಳಿದಳು. ಹಾಗೆಯೇ ಗೊಂಚಲು ಗೊಂಚಲು ದೀಪಗಳನ್ನು ನೋಡಿ 'ಅಬ್ಬ ನೋಡೋಕೆ ಎಷ್ಟು ಚೆನ್ನಾಗಿದೆ!' " ಎಂದು ಉದ್ಗರಿಸಿದಳು. "ನನಗೆ ಕನಸು ಕಾಣೋದೊಂದ್ರೆ ಬಹಳ ಇಷ್ಟ. ಜನ ನನ್ನನ್ನು ಬಹಳ ಭಾವುಕಳು ಅಂತ ಕರೀತಾರೆ. ಆದರೆ ಹಾಗೇನೂ ಇಲ್ಲ. ಇತ್ತೀಚಿನ ವರ್ಷಗಳಲ್ಲಿ ಜೀವನ ಏನೂಂತ ತಿಳ್ಕೊಂಡಿದ್ದೀನಿ. ನೀನು

ನನಗಿಂತ ಸ್ವಲ್ಪ ದೊಡ್ಡವಳಾಗಿದ್ದೀಯ ವಯಸ್ಸಿನಲ್ಲಿ ನನ್ನ ಮೇಲೆ ಗಮನ ಇಟ್ಟು ಆಗಾಗ ನೀನು ನನಗೆ ಬುದ್ಧಿ ಹೇಳ್ತಾಇರು. ಇಲ್ಲಿಗೆ ಬರೋಕೆ ಮೊದಲು ಹಳ್ಳಿಗಾಡಿನಲ್ಲಿ ಎಂಟು ವರ್ಷ ಇದ್ದು ಸಾಕಷ್ಟು ಅನುಭವಗಳಿಸಿದ್ದೀ. ಬಹುಶಃ ನಿನಗೆ ಯಾರದೂ ಇನ್‌ಫ್ಲುಯನ್ಸ್ ಇದ್ದಿರಲಾರದು. ಟ್ರಕ್ ನಿಲ್ಲುತ್ತಿದ್ದಂತೆ, ಒಬ್ಬ ಯುವಕ ಹಾಸಿಗೆ ಮತ್ತು ಚೀಲವೊಂದನ್ನು ಒಳಕ್ಕೆ ಎಸೆದು ತಾನೂ ಹತ್ತಿ ಕುಳಿತ. ಸುಮಾರು ಎತ್ತರವಿದ್ದ ಅಗಲವಾದ ಭುಜಗಳಿದ್ದವು. ಈ ಇಬ್ಬರು ಹುಡುಗಿಯರ ಕಡೆ ಕಣ್ಣೆತ್ತಿಯೂ ನೋಡದೆ ಹಿಂದೆ ಹೋಗಿ ಕುಳಿತ. ಅವನು ಷಿಜುನ್ ಇರಬೇಕೆಂದು ಅವರಿಬ್ಬರೂ ಊಹಿಸಿದರು.

ಅವನು ಅಲ್ಲಿದ್ದದ್ದು ಇಬ್ಬರೂ ಬಾಯಿ ಮುಚ್ಚಿಕೊಳ್ಳುವಂತೆ ಆಯಿತು. ಆದರೆ ಸ್ವಲ್ಪ ಹೊತ್ತಿನ ನಂತರ ಕ್ಸಿಯಾವ್ಓ ಮೌನ ಮುರಿಯುವಂತೆ ಕೇಳಿದಲು. "ನೀನು ಇದೇ ಊರಿನವನು?"

ಅವನು ಸುಮ್ಮನೆ ಹೂಂ ಗುಟ್ಟಿದ.

"ಇದು ನಿನ್ನ ಹುಟ್ಟೂರ?"

"ಅಲ್ಲ."

"ಹಾಗಾದರೆ ಇಲ್ಲಿ ಯಾಕೆ ಇದ್ದೀಯಾ?" ಬಿಡದೆ ಕೇಳಿದಲು.

"ನಮ್ಮನ್ನು ಇಲ್ಲಿಗೆ ಕಳಿಸಿದರು" – "ಸಾಕಾ? ತೃಪ್ತಿ ಆಯಿತಾ?" ಎಂದು ಸ್ವಲ್ಪ ಕೆರಳಿ ಹೇಳಿದ.

ಕ್ಸಿಯಾವ್ಓಗೆ ಸಂಕೋಚವೆನಿಸಿತು. ಸದ್ಯಕ್ಕೆ ಕತ್ತಲಿದ್ದುದರಿಂದ ಅವಳ ಭಾವನೆಗಳು ಕಾಣಿಸಲಿಲ್ಲ.

ಸ್ವಲ್ಪ ಸಮಯದ ನಂತರ ಶಾಂತವಾದ ದನಿಯಲ್ಲಿ, "ನಮ್ಮ ಅದೃಷ್ಟ ಖುಲಾಯಿಸಿತು. ಅದಕ್ಕಾಗಿ ಇಲ್ಲಿ ಬಂದೆವು." ಯಾಂಗ್ ಮೆಂಗ್ಳ ದನಿ ಅದಾಗಿತ್ತು. ಕ್ಸಿಯಾವ್ಓ ಇನ್ನೂ ಹೊರಗೆ ನೋಡುತ್ತಿದ್ದಲು. ಹಾಗೆಯೇ ತೈಲ ಕಾರ್ಮಿಕರು ಹಾಡುತ್ತಿದ್ದ ಹಾಡನ್ನು ಗುನುಗುನಿಸಿದಲು. ಆದರೆ ಯಾರೂ ಅವಳ ಜೊತೆ ದನಿಗೂಡಿಸಲಿಲ್ಲ. ಟ್ರಕ್ಕ್ ತನ್ನ ಪಾಡಿಗೆ ತಾನು ಆ ಹುಲ್ಲುಗಾವಲಿನ ಪ್ರದೇಶದಲ್ಲಿ ಸಾಗುತ್ತಿತ್ತು. ಮೂವರೂ ಮೌನವಾಗಿದ್ದರು. ಆದರೆ ಒಬ್ಬೊಬ್ಬರದೂ ಸ್ವಭಾವಗಳು ಬೇರೆ ಬೇರೆಯಾಗಿದ್ದವು.

ಷಿಜುನ್ ಮತ್ತು ಕ್ಸಿಯಾವ್ಓ ತಾಯ್ ಕತ್ತಲಲ್ಲಿ ಒಬ್ಬರನ್ನೊಬ್ಬರು ಸರಿಯಾಗಿ ನೋಡಿರಲಿಲ್ಲ; ಸರಿಯಾಗಿ ಮಾತೂ ಆಡಿರಲಿಲ್ಲ. ಮತ್ತೆ ಮಾರನೆದಿನ ಇಬ್ಬರೂ ಭೇಟಿಯಾದರು ಆದರೆ ಕ್ಸಿಯಾವ್ಓಗೆ, ಷಿಜುನ್‌ನನ್ನು ನೋಡುವಾಗ ಸಂಕೋಚವೆನಿಸಿತು.

ಬೆಳಗ್ಗೆ ಅವಳು ಯಾಂಗ್ ಮೆಂಗ್ ಜೊತೆ ಖಾಲಿಯಾಗಿದ್ದ ಬಾವಿಯನ್ನು, ನೋಡಲು ಹೋದಲು. ಈ ಬಾವೀಲಿ ನೀರಿನ ಅಂಶ ಶೇಕಡ 99.8 ಇತ್ತು. ಟೀಮ್ ಆಫೀಸಿನಿಂದ ಹೊರಗೆ ಬಂದಾಗ ವಿಶಾಲವಾಗಿದ್ದ ಆ ಹುಲ್ಲುಗಾವಲು ಪ್ರದೇಶ ಬಣಬಣ ಗುಟ್ಟುತ್ತಿತ್ತು.

ಹಿಂದಿನ ರಾತ್ರಿ ಕಂಡಿದ್ದ ದೀಪಗಳ ರೋಮಾಂಚಕ ಬೆಳಕು ಕಾಣೆಯಾಗಿತ್ತು. ಆ ಅದ್ಭುತ ಸೌಂದರ್ಯ ಮಾಯವಾಗಿತ್ತು. ಬಾಸ್ಕೆಟ್ ಬಾಲ್ ರ್ಯಾಕ್‌ಗೆ ಒರಗಿ ನಿಂತಿದ್ದ ಕ್ಸಿಯಾವೋಳ ಕಣ್ಣು ತುಂಬಿ ಬಂದಿತ್ತು ಯಾಂಗ್ ಮೆಂಗ್ ಅದನ್ನು ಗಮನಿಸಿದಳಾದರೂ ಸಮಾಧಾನ ಪಡಿಸಲು ಮುಂದಾಗಲಿಲ್ಲ. ಸುಮ್ಮನೆ ಅವಳ ಪಕ್ಕದಲ್ಲಿ ಹೋಗಿ ನಿಂತಳು. ಕ್ಸಿಯಾವೋ ಸ್ವಲ್ಪ ಹೊತ್ತಿನ ನಂತರ ಕಣ್ಣೊರಸಿಕೊಂಡಳು.

"ನಾನು ಬಹಳ ದುರ್ಬಲಳು ಹೌದಲ್ಲ!" ಕೇಳಿದಳು. "ಹಾಗೇನಲ್ಲ. ನೀನು ಸ್ವಲ್ಪ ಭಾವುಕಳು ಅಷ್ಟೇ! ನಿನಗೆತಡ್ಕೊಳ್ಳೋ ಶಕ್ತಿ ಇಲ್ಲಾಂತಲ್ಲ! ನಾ ಹೇಳಿದ್ದು ಸರಿ ತಾನೇ?"

"ಹೂಂ! ಸರಿಯಾಗಿ ಹೇಳಿದ್ದೀಯ ನನಗೂ ಹಾಗೇ ಅನ್ನಿಸಿದೆ. ನೋಡ್ತಿರು ನಾನು ಅಷ್ಟೇನೂ ದುರ್ಬಲಳಲ್ಲ ಅನ್ನೋದನ್ನು ನನ್ನ ನಡವಳಿಕೆಯಿಂದ ತೋರಿಸಿಕೊಡ್ತೀನಿ." ಎಂದೂ ಹೇಳುತ್ತಲೇ ಕೆನ್ನೆ ಮೇಲಿಂದ ಧಾರಾಕಾರವಾಗಿ ಸುರಿಯುತ್ತಿದ್ದ ಕಂಬನಿಯನ್ನು ಒರೆಸಿಕೊಂಡಳು. ಅದೇ ಹೊತ್ತಿಗೆ ಅವಳನ್ನು ಕರೆಯಲು ಷಿಜುನ್ ಅಲ್ಲಿಗೆ ಬಂದ "ನೀನೇನಾ ಕ್ಸಿಯಾವೋ ತಾಯ್?"

"ಹೌದು ನಾನೇ" – ತನ್ನ ಅಳುಮುಖವನ್ನು ಎತ್ತಿ ಹೇಳಿದಳು.

ಷಿಜುನ್ ಅವಳನ್ನು ಗಮನಿಸಿ ನೋಡಿದ. ಮಾತಿನಲ್ಲಿ ವ್ಯಂಗ್ಯವಿರಲಿಲ್ಲ. "ಈ ಜಾಗ ನಿನಗೆ ಇಷ್ಟವಾಗಲಿಲ್ಲ" ಪ್ರಾಮಾಣಿಕವಾಗಿ ಪ್ರಶ್ನಿಸಿದ.

"ಇಲ್ಲ ಬೇರೆಯವರ ಹಾಗಲ್ಲ. ಒಪ್ಪಿಕೊಂಡಿದ್ದೀನಿ" ಕಂಬನಿ ಒರೆಸಿಕೊಳ್ಳುತ್ತಾ, ಧೈರ್ಯದಿಂದ ಅವನತ್ತ ನೋಡುತ್ತಾ ಹೇಳಿದಳು.

ಬೇರೆಡೆ ನೋಡುತ್ತಾ ಹೇಳಿದ – ನಡೀರಿ ನಮ್ಮ ನಮ್ಮ ವಸ್ತುಗಳನ್ನು ತೆಗೆದುಕೊಳ್ಳೋಣ. ತುಂಬಾ ಮುಖ್ಯವಾದ ವಸ್ತುಗಳು ಗೊತ್ತಲ್ಲ – ಕ್ಯಾಂಟೀನು, ಫ್ಲಾಷ್ ಲೈಟು ಗ್ರೇಟ್ ಕೋಟು"

ಅವನಿಗೂ ಇದ್ದ ಬೇಸರವನ್ನು ಮರೆಮಾಚಲಾಗಲಿಲ್ಲ. ಕೆಂಪು ಸೂರ್ಯನು ಕ್ಷಿತಿಜದೆಡೆಗೆ ಪಯಣಿಸಿದ್ದ. ಗಿ ಆಕಾರದಲ್ಲಿ ಕಾಡು ಬಾತುಕೋಳಿಗಳು ದಕ್ಷಿಣದ ಕಡೆಗೆ ಹಾರುತ್ತಿದ್ದವು. ಅವು ಕಣ್ಣಿಂದ ಮರೆಯಾಗುವವರೆಗೂ ಮೂವರೂ ನೋಡುತ್ತಿದ್ದರು. ತಾವು ನಿಂತಿರುವುದನ್ನು ಗಮನಿಸಿದಾಗ, ಅದೇ ಗಿ ಆಕಾರದಲ್ಲಿ ಇದ್ದುದರಿಂದ ಒಬ್ಬರನ್ನೊಬ್ಬರು ನೋಡಿಕೊಂಡರು.

"ನಾವು ಕೆಲಸ ಮಾಡಬೇಕಾಗಿರೋದು ಭೂಮಿ ಒಳಗೆ" ಎಂದು ಹೇಳುತ್ತಾ ಮೌನವನ್ನು ಕದಡಿದಳು. ಕ್ಸಿಯಾವೋಳ ಕೈ ಹಿಡಿಯುತ್ತಾ ಷಿಜುನ್‌ನತ್ತ ನೋಡುತ್ತಾ ಹೋದಳು.

"ಲಕ್ಷಾಂತರ ವರ್ಷಗಳಿಂದ ಒಳಗೇ ಇದ್ದ ತೈಲ. ಅದರ ಮೇಲೆ ಒತ್ತಡ ತಂದಾಗ ಎಲ್ಲಿಯೋ ಮರೆಯಾಗಿ ಹೋಗುತ್ತೆ. ಅದನ್ನು ಅಧ್ಯಯನ ಮಾಡುತ್ತಲೇ ಜೀವನ ಪೂರ್ತಿ ಕಳೆದು ಬಿಡಬಹುದು. ಬನ್ನಿ ಈಗ ನಾವು 48ನೇ ಸಂಖ್ಯೆಯ ಬಾವಿ (ತೈಲಬಾವಿ)ಯನ್ನು ಪರೀಕ್ಷಿಸೋಣ.

ಯಾಂಗ ಮೆಂಗ್ ಮಾರ್ಗದರ್ಶನದಲ್ಲಿ ಮೂವರೂ ಗಿ ಆಕಾರದಲ್ಲಿಯೇ ಆ ರಸ್ತೆಯಲ್ಲಿ ಹೆಜ್ಜೆ ಹಾಕುತ್ತ ಹೋದರು.

"ನನ್ನ ತಂದೆಗೆ ನಿನ್ನನ್ನು ಹೇಗೆ ಪರಿಚಯಿಸಲಿ?" ಹಾಸಿಗೆಯಲ್ಲಿ ಮಲಗಿದ್ದ ಕ್ಷಿಯಾವೂೋ ಮತ್ತೆ ಮತ್ತೆ ಈ ಪ್ರಶ್ನೆಯನ್ನು ಮೆಲುಕು ಹಾಕಿದಳು. ಬಿಕ್ಕಿ ಬಿಕ್ಕಿ ಅಳುತ್ತಿದ್ದ ಸದ್ದು ಕೇಳಿ ಎದ್ದು ಕುಳಿತಳು. ಅದು ರೀಡಿಂಗ್ ರೂಂ ಕಡೆಯಿಂದ ಬರುತ್ತಿತ್ತು. ಯಾರಿರಬಹುದು, ಯಾಂಗ್ ಮೆಂಗ್ ಕಿವಿಗೊಟ್ಟು ಕೇಳಿದಳು, ಅಳುವುದು ನಿಂತಿತು. ಮತ್ತೆ ಪ್ರಶಾಂತತೆ ಕವಿಯಿತು. ನಿಟ್ಟುಸಿರಿನೊಂದಿಗೆ ಹಾಸಿಗೆ ಮೇಲೆ ಬಿದ್ದು ಕೊಂಡಳು. ಮತ್ತೆ ಅದೇ ಪ್ರಶ್ನೆ. "ಹೇಗೆ ನಿನ್ನನ್ನು ನಮ್ಮ ತಂದೆಗೆ ಪರಿಚಯಿಸಲಿ?"

ಈ ಪ್ರಶ್ನೆ ಶುರುವಾದದ್ದು ಯಾವಾಗ? ಕ್ಷಿಯಾವೂೋ ತಾಯ್ ಹಿಂತಿರುಗಿ ಬಂದಿದ್ದಳು. ತೃಲ ಪ್ರದೇಶದಲ್ಲಿನ ಬಳಸುಹಾದಿಗಳೆಲ್ಲ ಇನ್ನೂ ಮಂಜಿನಿಂದ ಕವಿದಿದ್ದವು. ವಸಂತ ಋತುವಿನ ಹಬ್ಬದ ಮೊದಲ ದಿನ, ರಜೆಯ ಮೇಲೆ ಮನೆಗೆ ಹೋದವರೆಲ್ಲ ಹಿಂತಿರುಗಿ ಬಂದಿದ್ದರು. ಆದರೆ ಷಿಜುನ್ ಎರಡು ವಾರಗಳಷ್ಟು ತಡೆಮಾಡಿದ್ದ? ಊರಿನಲ್ಲಿದ್ದ ಬಂಧುಬಳಗವನ್ನು ಭೇಟಿ ಮಾಡಬೇಕಿತ್ತು ಅವನಿಗೆ. ಟೀಮ್ ಲೀಡರ್‌ಗೆ ಸಿಟ್ಟು ಬಂದಿತ್ತು. ಸಣ್ಣಪುಟ್ಟ ಮೀಟಿಂಗ್‌ಗಳಲ್ಲೆಲ್ಲ ಅವನ ಬಗ್ಗೆ ಟೀಕೆ ಮಾಡುತ್ತಿದ್ದ. ಒಂದು ದಿನ ಮೀಟಿಂಗ್ ನಡೆಯುತ್ತಿದ್ದಾಗ ಷಿಜುನ್ ಎದುಸಿರು ಬಿಡುತ್ತ ಒಳನುಗ್ಗಿ ಬಂದ. ಸರಿದು ಹೋಗಿದ್ದ ಕೆಂಪು ಸ್ವೆಟ್ ಷರ್ಟನ್ನು ಫ್ಯಾಡೆಡ್ ಜಾಕೆಟ್ಟನ್ನು ಹಾಕಿದ್ದ. ಅವನು ಕುಳಿತುಕೊಳ್ಳುತ್ತಿದ್ದಂತೆ ಟೀಮ್ ಲೀಡರ್ ಅಬ್ಬರಿಸಿದ. "ಷಿಜುನ್ ಎದ್ದು ನಿಂತುಕೋ".

ಅಲ್ಲಿದ್ದ ಎಲ್ಲರೂ ದಂಗಾದರು. ಷಿಜುನ್ ಮೊದಲು ಆಶ್ಚರ್ಯಗೊಂಡರೂ ನಂತರ ಏನೂ ಆಗಲಿಲ್ಲವೆಂಬಂತೆ ನಿರಾಳವಾಗಿ ಕುರ್ಚಿಯಲ್ಲಿ ಕುಳಿತು – "ಏನಾಯ್ತು" ಎಂದ.

"ನಿಂತ್ಕೊಂಡು ಹೇಳು. ಯಾಕೆ ತಡವಾಗಿ ಬಂದೆ?" ಟೀಮ್ ಲೀಡರ್‌ನ ಸಿಟ್ಟು ಇನ್ನೂ ಸ್ವಲ್ಪ ಹೆಚ್ಚಾಯಿತು.

"ನಾನು ಕೂತ್ಕೊಂಡು ಹೇಳಿದರೆ ಕೇಳಿಸೋದಿಲ್ಲವೇನು? ನಿರ್ಭಾವುಕನಾಗಿ ಷಿಜುನ್ ಲೀಡರ್ ಕಡೆ ನೋಡಿದ. ಕ್ಷಿಯಾವೂೋಗೂ ಟೀಮ್ ಲೀಡರ್‌ನ ನಡವಳಿಕೆಯಿಂದ ಬೇಸರವಾಗಿತ್ತು. ಅವನು ಕಾರಣವನ್ನು ಹೇಳುವುದಕ್ಕೆ ಬಿಡದೆ ಕಿರಿಚಾಡುತ್ತಿದ್ದ.

"ಇಲ್ಲಿಂದ ಹೊರಗೆ ನಡಿ?" ಹೋಗದಿದ್ದರೆ ಎತ್ತಿ ಒಗೆದು ಬಿಡುತ್ತೇನೆ ಎನ್ನುವಂತೆ ಸಿಟ್ಟಿನಿಂದ ಹೇಳಿದ. ಷಿಜುನ್ ಬೆವರು ಒರೆಸಿಕೊಳ್ಳುತ್ತ ಮರು ಮಾತನಾಡದೆ ಬಾಗಿಲ ಕಡೆಗೆ ನಡೆದ. ಅವನಿಗಾಗಿ ಕ್ಷಿಯಾವೂೋ ಮರುಗಿದಳು. ಇದಕ್ಕೆ ಮೊದಲು ಷಿಜುನ್ ಬಗ್ಗೆ ತಾನು ಯೋಚಿಸಿದ್ದನ್ನು ನೆನೆದು ಪಶ್ಚಾತ್ತಾಪ ಪಟ್ಟಳು.

ಮೀಟಿಂಗ್ ಮುಗಿದ ಮೇಲೆ ಷಿಜುನ್‌ನನ್ನು ಮಾತಾಡಿಸಲು ಹೊರಗೆ ನಡೆದಳು. ಆಟದ ಮೈದಾನದಲ್ಲಿ ಬಾಸ್ಕೆಟ್ ಬಾಲ್ ರ್ಯಾಕ್‌ಗೆ ಒರಗಿಕೊಂಡು ದೀರ್ಘಯೋಚನೆಯಲ್ಲಿ

ಮುಳುಗಿದ್ದ. ಅಲ್ಲಿಗೆ ತಲುಪುವುದಕ್ಕೆ ಮೊದಲೇ ಯಾರೋ ಕೈ ಹಿಡಿದು ಎಳೆದರು. "ಯಾರಿಗೇ ಆಗಲಿ ಬೈಗಳನ್ನು ಸಹಿಸುವುದಕ್ಕಿಂತ ಒಂಟಿತನ ತುಂಬಾ ಹಿಂಸೆ ಎನಿಸುತ್ತೆ"

ಇಬ್ಬರೂ ಷಿಜುನ್ ನಿಂತಿದ್ದ ಕಡೆಗೆ ಹೋದರು. ಯಾಂಗ್ ಮೆಂಗ್ ಮುಗುಳು ನಗೆ ಸೂಸಿದರೆ ಕ್ಸಿಯಾವೂೋ ಉಗ್ರವಾಗಿ ಸಿಟ್ಟುಗೊಂಡು, 'ಅವನು ಹೇಳಿದ್ದನ್ನು ತಲೆಗೆ ಹಚ್ಚಿಕೊಳ್ಳಬೇಡ'

"ಅದೆಲ್ಲ ನನಗೆ ಅಭ್ಯಾಸವಾಗಿದೆ. ನನಗೆ, ನನ್ನಂಥವರಿಗೆ ತೊಂದರೆ ಮಾಡೋದು ಬಿಟ್ಟರೆ ಇನ್ನು ಏನು ತಾನೇ ಮಾಡಬಲ್ಲ?" ನಿರುತ್ಸಾಹದೊಂದಿಗೆ ಹಿಂದಕ್ಕೆ ಒರಗಿನಿಂತ "ಅದು ಅವರ ತಪ್ಪಲ್ಲ. ಅವರು ತಾವು ಇರುವ ಅಧಿಕಾರದಿಂದ ಹಾಗೆ ನಡೆದುಕೊಳ್ಳಲೇ ಬೇಕಾಗುತ್ತೆ. ತಮ್ಮನ್ನು ತಾವು ಉಳಿಸಿಕೊಳ್ಳೋಕೆ ಹೀಗಲ್ಲದೆ ಬೇರೆ ಯಾವ ರೀತಿ ನಡೆದುಕೊಳ್ಳೋಕೆ ಸಾಧ್ಯ" ಮುಳುಗಿತ್ತಿದ್ದ ಕೆಂಪು ಸೂರ್ಯನತ್ತ ನೋಡುತ್ತಲೇ ಹೇಳಿದಳು – ಯಾಂಗ್ ಮೆಂಗ್.

"ಹೌದಲ್ಲ ಅವರು ಆ ಥರ ನಡೆದುಕೊಳ್ಳಲೇ ಬೇಕಾಗುತ್ತೆ. ತಮಗಿರುವ ಅಧಿಕಾರದಿಂದಾಗಿ" – ಕ್ಸಿಯಾವೂೋ ಮಧ್ಯೆ ಪ್ರವೇಶಿಸಿ ಹೇಳಿದಳು. ನಂತರ ಷಿಜುನ್ ಕಡೆ ತಿರುಗಿ – "ಇಷ್ಟು ದಿವಸ ಎಲ್ಲಿಗೆ ಹೋಗಿದ್ದೆ?"

"ಸೆರೆಮನೆಗೆ ಹೋಗಿದ್ದೆ ಬಹುಶಃ ನಿನಗೆ ಗೊತ್ತಿರಲಾರದು. ನಿನ್ನ ತಂದೇನ ಗುಪ್ತಚರ ಅಂತ ತಿಳಿದು ಜೈಲಿಗೆ ಕಳಿಸಿದ್ದಾರೆ" ಕ್ಸಿಯಾವೂೋಳ ಮುಖವನ್ನೇ ಗಂಭೀರವಾಗಿ, ತಿವಿಯುವ ಕಣ್ಣುಗಳಿಂದ ನೋಡಿದ.

ಅವಳಿಗೆ ಹೇಳಲು ಮಾತೇ ಬರಲಿಲ್ಲ.

"ಕಾಮ್ರೇಡ್ ಷಿಯಿಫಿಂಗ್ ಹೇಗಿದ್ದಾರೆ?" ಯಾಂಗ್ ಮೆಂಗ್ ಕೇಳಿದಳು. ಷಿಜುನ್ ಈಗ ಸುಮ್ಮನಿದ್ದ. ಸ್ವಲ್ಪ ಸಮಯದ ನಂತರ "ಚೆನ್ನಾಗಿದ್ದಾರೆ. ಥ್ಯಾಂಕ್ಸ್. ನಿನಗೆ ನನ್ನ ತಂದೆ ಗೊತ್ತಾ?"

"ಇಲ್ಲ ನಾನು ಅವರ ಬಗ್ಗೆ ಕೇಳಿದ್ದೀನಿ'–ಮುಳುಗುವ ಸೂರ್ಯ ಕೆಂಪಾಗುತ್ತಿದ್ದ.

"ನಿನ್ನ ತಾಯಿ ಜೊತೆ ಹೋದೆಯಾ?"–ಕ್ಸಿಯಾವೂೋ ಮೃದುವಾಗಿ ಪ್ರಶ್ನಿಸಿದಳು.

"ನಮ್ಮಮ್ಮ ಒಂದು ಥರಾ ಹೆದರಿದ್ದಳು. ಆದರೂ ಧೈರ್ಯವಂತೆ! ನನ್ನ ತಂದೆ ಸೆರೆಯಾದ ಒಂದು ವರ್ಷಕ್ಕೆ ನಿದ್ರೆ ಮಾತ್ರೆ ತೆಗೆದುಕೊಂಡು ಮಲಗಿದವಳು ಮತ್ತೆ ಮೇಲೆ ಎಳಲೇ ಇಲ್ಲ" ಎಂದ ಷಿಜುನ್.

ಕ್ಸಿಯಾವೂೋ ನೋವಿನಿಂದ ಚೀರಿದಳು. ಆದರೆ ಯಾಂಗ್ ಮೆಂಗ್ ಮುಖದ ಮೇಲೆ ಯಾವ ಭಾವನೆಯೂ ಕಾಣಿಸಿಕೊಳ್ಳಲಿಲ್ಲ. ಕಣ್ಣುಗಳಲ್ಲಿ ಕಾಣಿಸಿಕೊಂಡಿದ್ದ ಕ್ರೋಧವನ್ನು ಕಾಣಿಸದಿರಲು ಕಣ್ಣ ರೆಪ್ಪೆಗಳನ್ನು ಇಳಿಸಿದಳು. ಸ್ವಲ್ಪ ಹೊತ್ತಿನ ನಂತರ ಷಿಜುನನ ಭುಜಗಳನ್ನು ಮೃದುವಾಗಿ ಸ್ಪರ್ಶಿಸಿ ಕೇಳಿದಳು. "ಪ್ರತಿವಾರದ ಕೊನೆಗೆ ಅಮ್ಮನನ್ನು ನೋಡೋಕೆ ಹೋಗ್ತಿದ್ದೀನಿ ಅಂತ ಹೇಳಿದ್ದೆಯಲ್ಲವೇ?"

"ಅಮ್ಮನನ್ನೂ ಅವಳ ಭಸ್ಮವನ್ನು ಮತ್ತು ನನ್ನ ತಂಗಿಯನ್ನು ನೋಡಲು ಹೋಗುತ್ತಿದ್ದೆ. ಅವಳಿಗೆ ಹದಿಮೂರು ವರ್ಷ. ಓದುತ್ತಿದ್ದಾಳೆ. ಪಾಪ ಮಕ್ಕಳಿಗೆ ಏನೂ ಸಿಗದೆ ಹೋದರೆ ..... ಅವರಿಗೆ ಪ್ರೀತಿ, ಭರವಸೆ ಕೊಡಬೇಕಾಗುತ್ತೆ, ಅವಳಿಗೆ, ನಿನ್ನ ತಂದೆ ಅಪರಾಧಿ ಅಲ್ಲ ಅಂತ ನಂಬಿಸಬೇಕಾಗುತ್ತೆ. ನನ್ನ ಅಮ್ಮನಿಗೆ ಆ ನಂಬಿಕೆ, ವಿಶ್ವಾಸಗಳು ಇರಲಿಲ್ಲಾದ್ದರಿಂದ ಸತ್ತಳು. ನನ್ನ ತಂಗಿ ಹಾಗಾಗಬಾರದು. ಉಪವಾಸಬೇಕಾದರೆ ಇರಲಿ. ಆದರೆ ಜೀವನದಲ್ಲಿ ನಂಬಿಕೆ, ಭರವಸೆಗಳನ್ನು ಇರಿಸಿಕೊಳ್ಳಬೇಕಾಗುತ್ತೆ.

ಯಾಂಗ್ ಮೆಂಗ್ ಸ್ವಲ್ಪ ಯೋಚಿಸಿದ ಮೇಲೆ ಹೇಳಿದಳು "ತಂದೆಯಲ್ಲಿ ನಂಬಿಕೆ ಇರಿಸಿ ನಿರಪರಾಧಿ ಅಂತ ಭಾವಿಸಿದರೆ ಸಾಲದು ಅವಳು ಮತ್ತು ನೀನು ಕಲಿಯ ಬೇಕಾದ್ದು ಏನೂಂದ್ರೆ ನಿಮ್ಮ ತಂದೆಯನ್ನು ಎದುರುನೋಡುತ್ತಾ ಸಮಯ ಹಾಳು ಮಾಡಬಾರದು. ಬದಲಾಗಿ ಕಷ್ಟಪಟ್ಟು ಕೆಲಸ ಮಾಡಬೇಕು. ಶಾಲೆಗೆ ಹೋಗೋ ಅದೃಷ್ಟನಾದರೂ ಅವಳಿಗಿದೆ. ಜೊತೆಗೆ ನಿನ್ನಂಥ ಅಣ್ಣ ಬೇರೆ ಇದ್ದಾನೆ."

ಹೇಳುತ್ತಾ ಹೇಳುತ್ತಾ ತಕ್ಷಣವೇ ಕ್ಸಿಯಾವೋಳನ್ನು ಅಲ್ಲಿಯೇ ಬಿಟ್ಟು ಹೊರಟು ಹೋದಳು.

ಕ್ಸಿಯಾವೋ ಕಂಬನಿ ತುಂಬಿಕೊಂಡು ಕೇಳಿದಳು – "ನನ್ನ ಕೈಯಿಂದ ಏನಾದರೂ ಮಾಡೋಕೆ ಸಾಧ್ಯವಿದೆಯಾ? ಇಲ್ಲ" ಎನ್ನುವಂತೆ ಷಿಜುನ್ ತಲೆಯಾಡಿಸಿದ. ಸಂಜೆ ಬೆಳಕು ಸಪ್ಪಗಾಗಿತ್ತು. ಆಕಾಶದಲ್ಲಿ ತೆಳುಮೋಡಗಳು ತೇಲುತ್ತಿದ್ದವು. ಎಲ್ಲೆಲ್ಲೂ ಆ ಸಮಯದಲ್ಲಿ ಪ್ರಶಾಂತತೆ ಹರಡಿತ್ತು.

ಬಿಕ್ಕುಗಳು ಮತ್ತೆ ಕೇಳಿ ಬಂತು. ಈಗ ಮೊದಲಿಗಿಂತ ಸಣ್ಣಗೆ ಕೇಳಿಸುತ್ತಿತ್ತು. ಕ್ಸಿಯಾವೋ ಹಾಸಿಗೆಯಲ್ಲಿ ಹೊರಳಿದಳು. ಎದ್ದು ಕುಳಿತಳು. ಆದರೆ ಹೋಗಿ ಸಮಾಧಾನ ಮಾಡುವುದಕ್ಕಾಗಲೀ, ಕುತೂಹಲ ತಣಿಸಿಕೊಳ್ಳಬೇಕೆಂದಾಗಲಿ ಅನಿಸಲಿಲ್ಲ. ಮತ್ತೆ ಮಲಗಿದಳಾದರೂ ನಿದ್ದೆ ಬರಲಿಲ್ಲ. ನಿಧಾನವಾಗಿ ಬಿಕ್ಕುವ ಸದ್ದು ನಿಂತಿತು. ಕಣ್ಣು ಬಿಟ್ಟುಕೊಂಡೇ ಮಲಗಿದಳು.

ಮುಂದಿನ ಭಾನುವಾರ ಯಾಂಗ್ ಮೆಂಗ್, ಕ್ಸಿಯಾವೋಳನ್ನು ಬೆಳಗಿನ ಜಾವವೇ ಎಬ್ಬಿಸಿದಳು. ಹೋಗಿ ತಲೆ ಸ್ನಾನ ಮಾಡಿ ಬಂದ ಮೇಲೆ "ನನಗೆ ಷಿಜುನ್‌ನನ್ನು ನೋಡಿ ಬರೋಣಾಂತ ಇದೆ. ಹೋಗಿ, ಏನಾದರೂ ಸಹಾಯ ಮಾಡೋಕೆ ಸಾಧ್ಯವೇ ಅಂತ ನೋಡೋಣ. ನಿನಗೂ ಬರೋಕೆ ಸಾಧ್ಯವೇ?" ಎಂದು ವಿಚಾರಿಸಿದಳು.

ಈ ಮಾತು ಕಿವಿಗೆ ಬಿದ್ದದ್ದೇ ಖುಷಿಯಿಂದ ಜಿಗಿದೆದ್ದಳು. ಕ್ಸಿಯಾವೋ – ಎಂಥ ಅದ್ಭುತವಾದ ಆಲೋಚನೆ. ನನಗೆ ಯಾಕೆ ಮೊದಲೇ ಹೊಳೀಲಿಲ್ಲ. ಯಾಂಗ್ ಮೆಂಗ್ ತಲೆ ಒರೆಸಿಕೊಂಡು ಕೂದಲನ್ನು ಒಣಗಿಸಿಕೊಂಡಳು. "ಯೋಚನೆಯೇನೋ ಚೆನ್ನಾಗಿದೆ. ಆದರೆ ಒಂದೇ ಒಂದು ಸಮಸ್ಯೆ. ಇವತ್ತು ನನಗೆ ಬೇರೆ ಬೇರೆ ಕೆಲಸ ಇದೆ. ನೀನೊಬ್ಬಳೇ ಯಾಕೆ ಹೋಗಿ ಬರಬಾರದು?" ಎಂದಳು.

'ಖಂಡಿತವಾಗಿ ಹೋಗುತ್ತೇನೆ' ಗೆಲುವಿನಿಂದ ಹೇಳಿದಳು. ಯಾಂಗ್ ಮೆಂಗ್‌ಗೆ ಸಂತೋಷವಾಯಿತು. ಕ್ಸಿಯಾವೋಳ ಮೂಗನ್ನು ಪ್ರೀತಿಯಿಂದ ಎಳೆದಳು. "ನಾನು ಬಾಲ್ಯದಲ್ಲಿ

ಓದಿದ ಕಥೆಯಲ್ಲಿನ ಸ್ನೋವ್ಯೆಟ್ ಥರ ಸುಂದರಿ ಮತ್ತು ಕರುಣಾಳು. ನೀನು ಬೇಗ ರೆಡಿಯಾಗಿ ಹೊರಡು. ಇನ್ನೂ ಹೊಲಿಯೋದಕ್ಕೆ ಬಟ್ಟೆ ಏನಾದರೂ ಇದ್ದರೆ ತಗೊಂಡು ಬಾ.''

ವಸಂತಕಾಲ ಆರಂಭವಾಗಿತ್ತು. ಅಂಥ ಕೊರೆಯುವ ಚಳಿಯೇನೂ ಇರಲಿಲ್ಲ. ಹಳದಿ ಹುಲ್ಲುಗಾವಲಿನ ರಸ್ತೆಗಳು ಅಂಕುಡೊಂಕಾಗಿದ್ದವು. ಆ ರಸ್ತೆಯಲ್ಲಿ ಉಲ್ಲನ್ ಸ್ಕಾರ್ಫ್ ಸುತ್ತಿಕೊಂಡು, ಗುಲಾಬಿಕೆನ್ನೆಗಳ ಹೂವಿನಂತೆ ಕ್ಲಿಯಾವ್ಓ ಹೆಜ್ಜೆ ಹಾಕಿದಳು. ಷಿಜುನ್ ತನ್ನನ್ನು ಹೇಗೆ ಸ್ವಾಗತಿಸಬಹುದು ಎಂದು ಅಚ್ಚರಿಯಿಂದ ಯೋಚಿಸುತ್ತಿದ್ದಳು.

ಷಿಜುನ್‌ನ ಮನೆ ಊರಿನ ತುದಿಯಲ್ಲಿತ್ತು. ಗೇಟಿನ ಬಳಿ ಎರಡು ಕಲ್ಲಿನ ಮೆಟ್ಟಿಲುಗಳಿದ್ದವು. ಇವು ಮನೆ ಮುಂಭಾಗಕ್ಕೆ ಹೋಗಲು ದಾರಿಯಾಗಿದ್ದವು. ಮುಂಭಾಗದಲ್ಲಿಯೇ ಒಂದು ಬಾವಿಯೂ ಇತ್ತು. ಮತ್ತೊಂದು ಕಡೆಗೆ ಲೈಲಾಕ್ ಹೂಗಳು ಸೊಂಪಾಗಿ ಬೆಳೆದಿದ್ದವು. ಕ್ಲಿಯಾವ್ಓ ಒಳಗೆ ಪ್ರವೇಶಿಸಿದಾಗ ಷಿಜುನ್ ಹಿಟ್ಟು ಕಲೆಸುತ್ತಿದ್ದ. ಅವನಿಗೆ ಅವಳು ಬಂದದ್ದು ಆಶ್ಚರ್ಯವೆನಿಸಲಿಲ್ಲ. ''ಏನು ಬಂದದ್ದು?'' ಎಂದು ವಿಚಾರಿಸಿದ ''ಏನಿಲ್ಲ ನಿನ್ನ ತಂಗಿಯ ಬಟ್ಟೆಗಳನ್ನು ಕೊಟ್ಟು ನೋಡಿ ಹೋಗೋಣಾಂತ ಬಂದೆ'' ಎಂದು ಸಂಕೋಚದಿಂದ ಹೇಳಿದಳು.

''ಓ ಹಾಗೋ!'' ನನ್ನ ತಂಗಿ ಮನೇಲಿಲ್ಲ. ತನ್ನ ಕ್ಲಾಸ್‌ಮೇಟ್‌ನ ನೋಡೋಕೆ ಹೋಗಿದ್ದಾಳೆ. ಬಾಗಿಲಲ್ಲೇ ಇನ್ನೂ ನಿಂತುಕೊಂಡಿದ್ದ ಅವಳನ್ನು ಒಳಗೆ ಕರೆಯ ಬೇಕೆಂದೂ ಅವನಿಗೆ ಅನಿಸಲಿಲ್ಲ. ಕ್ಲಿಯಾವ್ಓ ನಿರೀಕ್ಷಿಸಿದ ಸಂಭ್ರಮದ ಸ್ವಾಗತ ಸಿಗಲಿಲ್ಲವಾಗಿ ಅವಳಿಗೆ ನಿರಾಶೆ ಆಗಿತ್ತು. ಆದರೂ ಬಾಗಿಲಲ್ಲೇ ಮುಜುಗರದಿಂದ ನಿಂತು ಆಗಿತ್ತು. ಬಾಗಿಲಲ್ಲೇ ಮುಜುಗರದಿಂದ ನಿಂತು ಮನಸ್ಸಿನಲ್ಲಿದ್ದುದನ್ನು ಬಿಚ್ಚಿ ಹೇಳಿದಳು – ''ನಿನಗೆ ಏನಾದರೂ ಸಹಾಯ ಮಾಡೋಣಾಂತ ಬಂದಿದ್ದೇನಿ,'' ಎಂದು ಹೇಳುತ್ತಲೇ ಅವನನ್ನು ಪಕ್ಕಕ್ಕೆ ಸರಿಸಿ ಒಳನುಗ್ಗಿದಳು. ಮಧ್ಯೆ ಒಂದು ತಡಿಕೆಯನ್ನು ತೂಗು ಹಾಕಿ, ಎರಡು ಮಂಚಗಳನ್ನು ಬಿಟ್ಟರೆ ಅಷ್ಟಾಗಿ ಏನೂ ಇರಲಿಲ್ಲ. ಇದ್ದವುಗಳೂ ಕೂಡಾ ಅಸ್ತವ್ಯಸ್ತವಾಗಿ ಹರಡಿಕೊಂಡಿದ್ದವು. ಮುಖ ಗಂಟಿಕ್ಕಿಕೊಂಡೇ ಷಿಜುನ್ ಅವಳನ್ನು ಹಿಂಬಾಲಿಸಿದ ಅವನಿಗೆ ಸಂತೋಷವಾಗಿತ್ತೋ, ಬೇಸರವಾಗಿತ್ತೋ ಹೇಳೋದಕ್ಕೆ ಆಗುತ್ತಿರಲಿಲ್ಲ.

''ಬಹಳ ಜಂಬ'' ಎಂದುಕೊಂಡಳು. ಅವನನ್ನು ಗಮನಿಸದಂತೆ ನಟಿಸಿದಳು. ಹಾಸಿಗೆ ಮೇಲಿನ ಹೊದಿಕೆಗಳನ್ನು ಎಳೆದು ಬಾವಿಯ ಪಕ್ಕದಲ್ಲಿದ್ದ ಬೇಸಿನ್‌ನಲ್ಲಿ ಹಾಕಿದಳು. ಆ ಹೊದಿಕೆಗಳು ಬಹಳ ಹಳೆಯವಾಗಿದ್ದುದರಿಂದ ಜೋರಾಗಿ ಉಜ್ಜುವುದಕ್ಕೂ ಆಗುತ್ತಿರಲಿಲ್ಲ. ''ಯಾಂಗ್‌ಮೆಂಗ್ ಹೇಳಿದ್ದು ನಿಜ. ಮೊದಲಿನ ಸ್ಥಿತಿಗಿಂತ ಬಹಳ ದರಿದ್ರವಾಗಿದ್ದಾರೆ ಎಂದು ನಿಟ್ಟುಸಿರೆಳೆದಳು.'' ಆಮೇಲೆ ಹರಿದು ಹೋಗಿದ್ದ ಒಂದು ರಾಶಿ ಬಟ್ಟೆಗಳ ಮೂಟೆ ಮತ್ತು ಕಾಲು ಚೀಲಗಳನ್ನು ಹೊಲಿದು ಕೊಡಲು, ಎತ್ತಿಕೊಂಡಳು. ಷಿಜುನ್ ನೋಡುತ್ತಿದ್ದನೇ ಹೊರತು ಅವಳಿಗೆ ಸಹಾಯವನ್ನು ಮಾಡಲಿಲ್ಲ, ಧನ್ಯವಾದಗಳನ್ನೂ ಹೇಳಲಿಲ್ಲ. ಕ್ಲಿಯಾವ್ಓ ತಾಯ್ ಹೊರಡಲು ಸಿದ್ಧವಾದಾಗ, ಒಂದು ಕೈಯನ್ನು ಬಾಗಿಲಿಗೆ ಅಡ್ಡವಾಗಿ ಇರಿಸಿ,

"ಇದೇನು ಸಹಾನುಭೂತೀನೋ, ದಯೇನೋ?" ತಣ್ಣಗೆ ಕೇಳಿದ.

ಕ್ಲಿಯಾವೋಗೆ ಅವನ ಬಗ್ಗೆ ಕನಿಕರ ಎನಿಸಿತು. ಈಗ ಅದು ಇನ್ನಷ್ಟು ಹೆಚ್ಚಾಯಿತು. ಅವನ ಸ್ವಾಭಿಮಾನಕ್ಕೆ ಧಕ್ಕೆಯುಂಟಾಗಿತ್ತು. "ನಾವು ಸ್ನೇಹಿತರು, ಸಹೋದ್ಯೋಗಿಗಳು ಅಲ್ಲವೇ ಷಿಜುನ್!" ಅವಳ ಮಾತಿನಲ್ಲಿ ಪ್ರಾಮಾಣಿಕತೆ ಇತ್ತು.

"ಅಂದ್ರೆ ಏನಾದರೂ ಒಳ್ಳೆ ಕೆಲಸ ಮಾಡೋಣಾಂತ ಬಂದಿದ್ದೀಯ" ವ್ಯಂಗ್ಯವಾಗಿ ಹೇಳಿದ.

"ಅದರಲ್ಲಿ ಏನು ತಪ್ಪಿದೆ?"

"ನನಗೆ ಅದೆಲ್ಲ ಬೇಕಾಗಿಲ್ಲ. ದಯೆ, ಕರುಣೆ, ಸಹಾನುಭೂತಿ ಇಂಥವೆಲ್ಲ ನನಗೆ ಇಷ್ಟವಿಲ್ಲ. ಅರ್ಥವಾಯಿತಾ?"

ಅವನಿಗೆ ಎಷ್ಟು ಸಿಟ್ಟು ಬಂದಿತ್ತೆಂದರೆ ಹಣೆ ಮೇಲಿನ ನರಗಳೆಲ್ಲ ಬಿಗಿದುಕೊಂಡಿದ್ದವು. ಅವಳ ಜೊತೆ ಯುದ್ಧಕ್ಕೆ ಸಿದ್ಧವಾಗಿರೋ ಹಾಗೆ ಕಾಣಿಸಿದ.

ಅವಳು ಮಾತ್ರ ನಕ್ಕಳು. "ನನಗೆ ಅರ್ಥವಾಗುತ್ತೆ" ಎಂದಷ್ಟೇ ಹೇಳಿದಳು. ಕೃತಜ್ಞತೆಗಿಂತ ಈ ರೀತಿ ನಡವಳಿಕೆ ಅವಳಿಗೆ ಇಷ್ಟವಾಯಿತು. ಅವನು ಸಿಟ್ಟುಗೊಂಡಿದ್ದರೂ, ಅವನ ಬಗ್ಗೆ ಅವಳಿಗೆ ಗೌರವ ಮೂಡಿತು. ನಗುತ್ತ ಹೇಳಿದಳು – ನನಗೇ ಈ ರೀತಿ ಮಾಡಬೇಕೂಂತ ಮನಸಿದ್ದರೆ?.... ನನಗೆ ಮಾಡೋಕೆ ಸಮಯ ಇದೆ. ಇಂಥಾವೆಲ್ಲ ಮಾಡೋದರಲ್ಲಿ ಆಸಕ್ತಿ ಇದೆ. ಈಗಲಾದರೂ ಸಮಾಧಾನ ಆಯ್ತಾ?" ಒಳನುಗ್ಗಿ ಬಂದ ಹಾಗೇ, ಅವನನ್ನು ಪಕ್ಕಕ್ಕೆ ತಳ್ಳಿಕೊಂಡು ಹೊರಗೆ ಬಂದಳು.

"ನೀನು ಸುಳ್ಳು ಹೇಳ್ತಿದ್ದೀಯ" – ಷಿಜುನ್ ಅವಳನ್ನು ಹಿಂಬಾಲಿಸಿದ.

"ನಾನೆಂದೂ ಸುಳ್ಳು ಹೇಳೋದಿಲ್ಲ. ಥಟ್ಟಂತ ಉತ್ತರಿಸಿದಳು. ಆದರೆ ಅವಳು ಸತ್ಯವನ್ನೇನೂ ಹೇಳಿರಲಿಲ್ಲ." ಪಕ್ಕಕ್ಕೆ ತಿರುಗಿ ಅಗಲವಾಗಿ ಕಣ್ಣರಳಿಸಿ ಗಂಭೀರವಾಗಿ ಹೇಳಿದಳು.

"ನಿಜ ಹೇಳಬೇಕೂಂದ್ರೆ, ಇದು ಯಾಂಗಮೆಂಗ್ ಹೂಡಿದನಾಟಕ – ಅವಳು ಹೇಳಿದ ಹಾಗೆ ಮಾಡಿದ್ದೆನೆ."

ಷಿಜುನ್ ತಲೆಯಾಡಿಸಿದ. ಹಿಂತಿರುಗಿ ಹೇಳಿದ. ಹಾಗಾದರೆ, ನಿನ್ನಲ್ಲಿ ಹೀಗೆ ಬಂದು ಮಾಡಬೇಕೂಂತ ಇದ್ರೆ ಮುಂದಿನ ಭಾನುವಾರ ಕೂಡಾ ಬಾ. ಆದರೆ ನಿನ್ನ ಸ್ವ ಇಚ್ಛೆಯಿಂದ! ಅವನ ಕಣ್ಣು ತಪ್ಪಿಸಿ, ಬೇರೆಡೆ ಮುಖಮಾಡಿ "ಲೈಲಾಕ್ ಹೂಗಳು ಎಷ್ಟು ಚೆನ್ನಾಗಿವೆ" ಎಂದಳು. "ನಾವು ಬರುವಾಗ ಇವುಗಳನ್ನು ಸೌತ್ ಕಡೆಯಿಂದ ತಂದೆವ್ಬು"

"ಓ ಹಾಗೋ"

ಇದು ಕ್ಲಿಯಾವೋಳ ಮೊದಲ ಭೇಟಿಯಾಗಿತ್ತು. ಮನೆಗೆ ಹಿಂತಿರುಗುವಾಗ ಬಹಳ ಖುಷಿಯಾಗಿದ್ದಳು. ತಾನು ಮಾಡಿದ ಒಳ್ಳೆಯ ಕೆಲಸದಿಂದಲೋ ಅಥವಾ ಬೇರೆ ಕಾರಣದಿಂದಲೋ, ಅಂತೂ ಅವಳು ಬಹಳ ಗೆಲುವಾಗಿದ್ದಳು. ಅವಳಿಗೆ ಕಾರಣ ಏನೂಂತ

ತಿಳೀಬೇಕಾಗಿರಲಿಲ್ಲ. ಒಟ್ಟಿನಲ್ಲಿ ಅವಳು ಸಂತೋಷವಾಗಿದ್ದಳು. ಈಗ ಅವಳಿಗೆ ಆ ಹುಲ್ಲುಗಾವಲು ಪ್ರದೇಶ ಪೇಲವವೂ ಆಗಿರಲಿಲ್ಲ. ನಿರ್ಜನವಾಗಿಯೂ ಕಾಣಿಸಲಿಲ್ಲ. ಏನೋ ಸಾಹಸ ಮಾಡಿ ಬಂದವಳಂತೆ ಹೆಮ್ಮೆಯಿಂದ ಕ್ವಾರ್ಟರ್ಸ್ ಒಳಹೊಕ್ಕಳು. ಸಂಜೆ ಯಾಂಗ್ ಮೆಂಗ್ ಮತ್ತು ಕ್ಸಿಯಾವೂ ಇಬ್ಬರೂ, ತಂದಿದ್ದ ಬಟ್ಟೆಗಳ ರಾಶಿಯನ್ನು ನೋಡಿದರು.

ಆ ಬಟ್ಟೆಗಳನ್ನು ನೇವರಿಸುತ್ತ ಯಾಂಗ್ ಮೆಂಗ್ ದೀರ್ಘವಾಗಿ ಉಸಿರೆಳೆದು ಹೇಳಿದಳು. "ಅವನ ಬದುಕು ಸಾಮಾನ್ಯ ಬದುಕಿಗಿಂಥ ಉತ್ತಮವಾಗಿತ್ತು ಹಿಂದೆ. ಆದರೆ ಈಗ ಸಾಮಾನ್ಯರ ಬದುಕಿಗಿಂತ ಕಷ್ಟಕರವಾಗಿದೆ."

"ಅಂದ್ರೆ ನಿನಗೆ ಅವನು ಮೊದಲಿನಿಂದಲೂ ಗೊತ್ತೇನು, ಅವನ ಬಗ್ಗೆ ಇಷ್ಟೊಂದೆಲ್ಲ ತಿಳಿದುಕೊಂಡಿದ್ದೀಯ." "ಗೊತ್ತಿರಬಹುದು" – ಒಪ್ಪಿಕೊಳ್ಳುವ ಮೊದಲು ಸ್ವಲ್ಪ ಹಿಂಜರಿದಳು.

"ಅವನಿಗೆ ಕನಿಕರ ಬೇಡವಾಗಿದೆ"

"ಹಾಗಿದ್ದ ಮೇಲೆ ಜನಕ್ಕೆ ಕನಿಕರ ತೋರಿಸಬೇಕೊಂತ ಹೇಳೋ ಹಕ್ಕಿಲ್ಲ."

ಯಾಂಗ್ ಮೆಂಗ್, ತುಂಬಾ ನೀಟಾಗಿ ಬಟ್ಟೆ ಹೊಲಿಯುತ್ತಿದ್ದಳು. ಕ್ಸಿಯಾ ಕಾಲುಚೀಲವನ್ನು ಸರಿಮಾಡುತ್ತಿದ್ದಳು. ಯಾಂಗ್ ಮೆಂಗ್ ಬಟ್ಟೆ ಹೊಲಿಯಲು ಸಹಾಯಮಾಡುತ್ತಿದ್ದರೂ ಕ್ಸಿಯಾ ಮತ್ತು ಷಿಜುನ್ರ ನಡುವೆ ನಂತರ ಯಾವುದೇ ಸಂಬಂಧ, ಸಂಪರ್ಕ ಇಲ್ಲದಿದ್ದರೂ, ಅವರಿಬ್ಬರ ನಡುವೆ ಪ್ರೀತಿ ಇದೆ ಎನ್ನುವ ಪುಕಾರುಹಬ್ಬಿತು. ಇಬ್ಬರೂ ಅದನ್ನು ನಿರಾಕರಿಸಿದರು. ಷಿಜುನ್ ಅಂತು "ತಮಾಷೆ ಮಾಡಬೇಡಿ" ಎಂದು ಗದರಿದ. ಅಲ್ಲದೆ ತನ್ನ ಜೀವನದಲ್ಲಿ ಪ್ರೀತಿಗೆ ಅವಕಾಶವೇ ಇಲ್ಲ ಅಂದ. ಆದರೆ ಕ್ಸಿಯಾವೂ ಮಾತ್ರ ಮುಸಿಮುಸಿ ನಕ್ಕಳು. ಕೈಯಲ್ಲಿ ಹೊಲಿದು ಸರಿ ಮಾಡಿದ್ದ ಬಟ್ಟೆ ಹಿಡಿದು "ಅಯ್ಯೋ ಪಾಪ!" ಎಂದಳು. ಈ ಬಟ್ಟೆಗಳನ್ನೆಲ್ಲ ಯಾಂಗ್ ಮೆಂಗೇ ರೀಪೇರಿ ಮಾಡಿದ್ದಳು.

ಕ್ಸಿಯಾವೂ, ಮುಂದಿನ ವಾರ, ಷಿಜುನ್ ನಿರೀಕ್ಷಿಸಿದಂತೆ ಅವನ ಮನೆಗೆ ಹೋಗಲಿಲ್ಲ. ಮೂರು ವಾರಗಳ ನಂತರ ಬಟ್ಟೆ ಹಿಂತಿರುಗಿಸಲೆಂದು ಹೋದಳು. ಈ ಬಾರಿ ಷಿಜುನನ ಮನೆ ಹಿಂದಿನ ಸಲಕ್ಕಿಂತ ಶುಚಿಯಾಗಿತ್ತು. ಒಲೆಲಿ ಬೆಂಕಿ ಕೂಡ ಚೆನ್ನಾಗಿ ಉರೀತಿತ್ತು. ಷಿಜುನ್ ಸ್ವೆಟ್ ಷರ್ಟ್ ಧರಿಸಿ, ಕಾಗದ ಬರೆಯುವುದರಲ್ಲಿ ಮಗ್ನನಾಗಿದ್ದ. ಕ್ಸಿಯಾಳನ್ನು ನೋಡಿ ಖುಷಿಪಟ್ಟ. ಸಂತೋಷ ದಿಂದಲೇ "ಆಹಾ! ದೇವತೆಯ ಆಗಮನ ಆಗಿದೆ" – ಎಂದು ಹೇಳಿ ಸ್ವಾಗತಿಸಿದ.

ಯಾಂಗ್ಮೆಂಗ್ ಹೇಳಬೇಕೆಂದಿದ್ದ ರೀತಿಯಲ್ಲಿ, ಕ್ಸಿಯಾ ಉತ್ತರಿಸಲಿಲ್ಲ. "ಇದೆಲ್ಲ ಸರಿಮಾಡಿದವಳು ನಾನಲ್ಲ. ಯಾಂಗ್ಮೆಂಗ್ ಮಾಡಿದ್ದು. ಆದ್ದರಿಂದ ದೇವತೆ ಅವಳೇ."

ಕೋಣೆಯನ್ನೆಲ್ಲ ಒಮ್ಮೆ ಕಣ್ಣಾಡಿಸಿದಳು. "ನಿನ್ನ ತಂಗಿ ಎಲ್ಲಿ? ಕ್ಲಾಸ್ ಮೇಟ್ನ ನೋಡೋಕೆ ಹೋಗಿರಬೇಕಲ್ಲ!" ಎಂದಳು.

"ಇಲ್ಲ, ಆರ್ಮಿನಲ್ಲಿನ ನನ್ನ ತಂದೆಯ ಜೊತೆ ಆಫೀಸರ್ ಅವಳನ್ನು ಕರೆದು ಕೊಂಡು ಹೋದರು. ನನ್ನ ತಂದೆ ಅವರಿಗೆ ಚೆನ್ನಾಗಿ ಗೊತ್ತಿದೆ. ಅವರು ಸೀಕ್ರೇಟ್ ಏಜೆಂಟ್ ಅಂತ ನಂಬೋಕೇ ಸಾಧ್ಯವಿಲ್ಲ ಅಂದ್ರು. ಷಿಜುನ್ ನಕ್ಕ. ಕ್ಲಿಯಾವೂಓ, ಮೊಟ್ಟ ಮೊದಲ ಬಾರಿಗೆ ಅವನು ನಕ್ಕದ್ದನ್ನು ಗಮನಿಸಿದಳು.

"ನಿಮ್ಮ ಕುಟುಂಬದ ನಿಜವಾದ ಎಂಜಿಲ್ ಅವಳೇ ಅಂತ ಕಾಣುತ್ತೆ." ಎಂದಳು. ತಾನು ಮತ್ತು ಯಾಂಗ್ ಮೆಂಗ್ ರಾತ್ರಿ ಬಹಳ ಹೊತ್ತಿನವರೆಗೂ ಕೂತು ರಿಪೇರಿ ಮಾಡಿದ್ದ ಬಟ್ಟೆಗಳು ಅವನ ತಂಗಿಗೆ ಇನ್ನೂ ಪ್ರಯೋಜನಕ್ಕೆ ಬರೊಲ್ಲ ಅಂತ ಅನಿಸಿ ಬೇಸರವಾಯಿತು.

"ನನಗೆ ಈ ಎಂಜೆಲ್ ಗೀಂಜಲ್‌ಗಳಲ್ಲಿ ನಂಬಿಕೆ ಇಲ್ಲ". ಅವನಲ್ಲಿ ಮತ್ತೆ ಗಂಭೀರತೆ ಕಾಣಿಸಿಕೊಂಡಿತು. ನಗೆ ಮಾಯವಾಗಿತ್ತು. ಇತ್ತೀಚಿನ ವರ್ಷಗಳಲ್ಲಿ 'ಪರಿಸ್ಥಿತಿಗಳ' ಬಗ್ಗೆ ವಿಶ್ವಾಸ ಮೂಡಿದೆ. ಪರಿಸ್ಥಿತಿಗಳೇ ಆಸಕ್ತಿ ಅನಾಸಕ್ತಿಗಳನ್ನು ನಿರ್ಧರಿಸುತ್ತದೆ. ನನ್ನ ತಂದೆ ಕಷ್ಟಕ್ಕೆ ಸಿಲುಕಿದಾಗ ನಮ್ಮ ಸ್ನೇಹಿತರು, ನೆಂಟರು ಎಲ್ಲರೂ ಬದಲಾಗಿ ಬಿಟ್ಟರು. ಮತ್ತೆ ಕೆಲವರು ಆಷಾಢ ಭೂತಿತನ ತೋರಿದರು. ಎರಡನೆ ವರ್ಗದ ಜನಕ್ಕಿಂತ ಮೊದಲ ವರ್ಗದ ಜನರೇ ವಾಸಿ. ಈಗಿನ ಬೆಳವಣಿಗೆ ನೋಡಿದರೆ, ನನ್ನ ತಂದೆಗೆ ಬೇಗ ಬಿಡುಗಡೆಯಾಗುತ್ತೆ ಅನ್ನಿಸುತ್ತೆ.

ಅವನ ಮುಕ್ತ ಪ್ರಾಮಾಣಿಕವಾದ ಮಾತುಗಳು ಕ್ಲಿಯಾವೂಓಳಲ್ಲಿ ಒಂದು ಬಗೆಯ ಮೆಚ್ಚುಗೆ ಮೂಡಿಸಿತು. ಷಿಜುನ್‌ನನ್ನು ನೋಡಿ ಹೇಳಿದಳು. 'ನೋಡು ಈ ರಾಶಿ ಬಟ್ಟೆಗಳನ್ನು ದಾನ ಅಂತ ತಿಳ್ಕೋಬೇಡ. ಇದು ಸ್ನೇಹದ ಪ್ರತೀಕ. ಅದರ ಮೇಲೂ ನಿನಗೆ ಇದು ಸ್ನೇಹ ಅಲ್ಲ ಔದಾರ್ಯ ಅನ್ನಿಸಿ ಬೇಸರ ಆಗೋದಾದರೆ, ನಾವು ಮಾಡಿರೋದಕ್ಕೆ ಇಪ್ಪತ್ತು ಸೆಂಟ್ ಕೊಟ್ಟು ಬಿಡು."

"ನೀನು ತಪ್ಪಾಗಿ ತಿಳ್ಕೊಂಡಿದ್ದೀಯ. ನಿನ್ನ ಹತ್ತಿರ ನಾನು ಹೇಳಿದ್ದು, ನಮ್ಮಿಬ್ಬರ ನಡುವಿನ ಸ್ನೇಹದಲ್ಲಿ ಯಾವುದೇ ಸ್ವಾರ್ಥ ಇಲ್ಲ ಅನ್ನೋ ಕಾರಣಕ್ಕೆ "ಅಂದ್ರೇಲೆ ನಮ್ಮ ಸಮಾಜದಲ್ಲಿ ಅಮೂಲ್ಯವಾದ ವಸ್ತುಗಳು ಮತ್ತು ಸೌಂದರ್ಯಕ್ಕೆ ಅಸ್ತಿತ್ವ ಇದೇಂತ ಆಯ್ತು."

"ಹೌದು, ನೀನು ಮಾಡಿದ ಕೆಲಸದಿಂದ, ನನಗೆ ಅದೆಲ್ಲ ಅರ್ಥವಾಯಿತು"

"ನಾನೊಬ್ಬಳೇ ಅಲ್ಲ ಮುಖ್ಯವಾಗಿ ಯಾಂಗ್‌ಮೆಂಗ್"

"ನನಗೆ ಗೊತ್ತು" – ಷಿಜುನ್ ಅಸಹನೆಯಿಂದ ಹೇಳಿದ.

"ಹೋದ ಸಲವೂ ಹೀಗೇ ಹೇಳಿದ್ದೆ ಬಹುಶಃ, ನಿನಗೆ ಅವಳ ಬಗ್ಗೆ ತುಂಬಾ ಗೌರವಾಂತ ಕಾಣುತ್ತೆ" ಅವಳು ನಿನಗೆ ಚೆನ್ನಾಗಿ ಗೊತ್ತಿದೆಯೇನು?

"ಅವಳು ಯಾವತ್ತೂ ತನ್ನ ಬಗ್ಗೆ ಹೇಳಿಕೊಳ್ಳೋದಿಲ್ಲ. ಬಹಳ ಪ್ರಾಮಾಣಿಕಳು ಕಷ್ಟಪಟ್ಟು ಓದ್ತಾಳೆ. ನಿಮ್ಮ ಬಗ್ಗೆ ಕೂಡ ಅವಳಿಗೆ ತುಂಬಾ ಕಾಳಜಿ ಇದೆ."

"ನನಗೆ ಅನಿಸುತ್ತೆ, ಈ ಸ್ಕಾಲರ್ ತನ್ನ ಬಗ್ಗೆ ಮೊದಲು ಯೋಚನೆ ಮಾಡಬೇಕಾಗಿದೇಂತ. ನನಗೆ ತಿಳಿದ ಹಾಗೆ ಅವಳಿಗೆ ಬರೋ ಕಾಗದಗಳೆಲ್ಲ, ಲೇಬರ್ ರೀ ಫಾರ್ಮ್‌ಕ್ಯಾಂಪಿನಿಂದ"

"ಓ ಹಾಗೋ" ಕ್ಸಿಯಾಗೆ, ಈಗ ಪರಿಸ್ಥಿತಿ ಚೆನ್ನಾಗಿ ಅರ್ಥವಾಯಿತು. "ಅದಕ್ಕೆ ಅವಳಿಗೆ ನೀನು ಚೆನ್ನಾಗಿ ಅರ್ಥವಾಗಿದ್ದೀಯ. ನಿನ್ನ ಬೇಕುಬೇಡಗಳನ್ನೆಲ್ಲಾ ಚೆನ್ನಾಗಿ ತಿಳಿದುಕೊಂಡಿದ್ದಾಳೆ. ಅವಳಿಗೂ ನಿನ್ನಥರದ್ದೇ ಅನುಭವಗಳು ಆಗಿರಬೇಕು"

"ಆಗಿರಲೇ ಬೇಕಂತೇನಲ್ಲ" – ಷಿಜುನ್ ತನಗೆ ಅವಮಾನವಾದಂತೆ ಸೆಟೆದುಕೊಂಡು ಉತ್ತರಿಸಿದ. ಕ್ಸಿಯಾವ್ಗೆ ಯಾಂಗ್‌ಮೆಂಗ್ ಎಷ್ಟು ಕಷ್ಟಪಡುತ್ತಿದ್ದಳು ಅನ್ನೋದು ಗೊತ್ತು. ತಡರಾತ್ರಿವರೆಗೆ ದೀಪದ ಮಂದ ಬೆಳಕಿನಲ್ಲಿ ಪುಸ್ತಕವನ್ನು ಓದುತ್ತಿದ್ದುದು, ಬೆರಳಿಗೆ ಟೋಪಿ ಧರಿಸಿ, ಸೂಜಿ ಚುಚ್ಚದಂತೆ, ಗಮನಕೊಟ್ಟು ಹರಿದ ಬಟ್ಟೆಗಳನ್ನೆಲ್ಲ ಹೊಲಿದು ಸರಿ ಮಾಡುತ್ತಿದ್ದುದು – ಎಲ್ಲವನ್ನೂ ಕಂಡವಳಾಗಿದ್ದಳು. ಬೇರೆಯವರ ಜೊತೆ ಸ್ನೇಹ ಮಾಡಿದಾಗಲೂ ಆಸೆ, ಭರವಸೆಗಳನ್ನು ಉಳಿಸಿಕೊಂಡೇ ಇರುತ್ತಿದ್ದಳು.

"ನೀನು ಸರಿ" ತಲೆಯಾಡಿಸಿದಳು. "ಬೇರೆಯವರಿಗಿಂತ ನೀನು ಪ್ರತ್ಯೇಕ"

"ನಿನ್ನನ್ನು ಇಲ್ಲಿಗೆ ಕಳಿಸಿದ್ದಕ್ಕಾಗಿ ಅವಳಿಗೆ ನಾನು ಮಾತ್ರ ನಿಜವಾಗಿಯೂ ಕೃತಜ್ಞ" ಎಂದು ಏನನ್ನೋ ಹುಡುಕುವ ಹಾಗೆ ಅವಳನ್ನು ನೋಡಿದ.

ಏನು ಹೇಳಬೇಕೆಂದು ತೋಚದೆ ಹೊರಗೆ ಕಿಟಕಿಯಾಚೆ ನೋಡಿದಳು. ಆಗ ತಾನೇ ಲೈಲಾಕ್ ಹಸಿರು ಬಣ್ಣಕ್ಕೆ ತಿರುಗುತ್ತಿತ್ತು.

"ಆ ಲೈಲಾಕ್ ತುಂಬಾ ಚೆನ್ನಾಗಿದೆ" ಅಭಿಪ್ರಾಯ ಹೇಳಿದಳು.

"ಈ ಮಾತನ್ನು ಮೊದಲೂ ಹೇಳಿದ್ದೀಯ" ಷಿಜುನ್ ನಕ್ಕ. ಕ್ಸಿಯಾವ್ಳ ಕೆನ್ನೆ ಕೆಂಪಾಯಿತು.

ಮಾತು ಮುಂದುವರೆಸಿ ಹೇಳಿದ.

"ಬರುವಾಗ ಸೌತನಿಂದ ಇವುಗಳನ್ನು ತಂದಿದ್ದೆವು. ಹೋಗುವಾಗ ಮತ್ತೆ ಇವುಗಳನ್ನು ಕೊಂಡೊಯ್ಯುತ್ತೇವೆ."

"ಖಂಡಿತ ತಗೊಂಡು ಹೋಗ್ತೀರ ಅಂತ ಗೊತ್ತು" ಕ್ಸಿಯಾ ಮೇಲೆ ಒತ್ತಡ ಬೀಳುತ್ತಿದ್ದಂತೆ, ಅವಳು ಅಲ್ಲಿಂದ ಎದ್ದು ಹೊರಡಲು ಅನುವಾದಳು. ಷಿಜುನ್ ಬಾಗಿಲವರೆಗೂ ಅವಳ ಜೊತೆ ಹೋಗುತ್ತಾ ಹೇಳಿದ, "ನನ್ನ ತಂಗಿ ಇಲ್ಲದಿದ್ದರೂ ನನ್ನನ್ನು ಮರೆಯುವುದಿಲ್ಲಂತ ಅಂದ್ಕೊಳ್ತೇನೆ."

ಕ್ಸಿಯಾ ಸ್ವಲ್ಪ ಹೊತ್ತು ಯೋಚಿಸಿ ಹೇಳಿದಳು,

"ನಿನಗೆ ಅಗತ್ಯ ಬೀಳುತ್ತಾ?"

"ಖಂಡಿತವಾಗಿ" ಎನ್ನುತ್ತಾ ಅವಳ ಕೈಗಳನ್ನು ಬಿಗಿಹಿಡಿದ. ಕ್ಸಿಯಾ ನಾಚಿದಳು. ಕೈಗಳನ್ನು ಬಿಡಿಸಿಕೊಂಡು ಓಡಿದಳು. ತನ್ನನ್ನು ಕಣ್ಣುಗಳೆರಡು ಗಮನಿಸುತ್ತಾ ಅನುಸರಿಸುತ್ತಿವೆ ಎಂಬ ಅನುಮಾನ ಬಂದದ್ದೇ ವೇಗದ ಹೆಜ್ಜೆ ಹಾಕಿದಳು.

ಇದಾದ ಮೇಲೆ, ಅಕ್ಟೋಬರ್ 1976ರಲ್ಲಿ ಒಂದೇ ಒಂದು ಸಲ ತನ್ನ ಕಾಮ್ರೇಡ್ಸ್ ಜೊತೆ ಬಂದಿದ್ದಳು. ಅಷ್ಟು ಹೊತ್ತಿಗೆ ಷಿಜುನ್ ತಂದೆ ಮೇಲಿದ್ದ ಆಪಾದನೆಗಳು ನಿರಾಧಾರವೆಂದು ಸಾಬೀತಾಗಿ ಜೈಲಿನಿಂದ ಬಿಡುಗಡೆಯಾಗಿದ್ದರು. ಸುಧಾರಿಸಿಕೊಳ್ಳಲು, ಬೇಕಾದರೆ ಮತ್ತೆ ಸೌತ್‌ಗೆ ಮರಳಿ ಹೋಗಬಹುದೆಂದು ಆದೇಶವೂ ಆಯಿತು. ಹೋಗುವುದಕ್ಕೆ ಮೊದಲು ಕ್ಸಿಯಾವೋಗೆ ಹೇಳಿ ಹೋಗೋಣವೆಂದು ಬಂದಿದ್ದ. ಈ ಬಾರಿ ಸ್ವಲ್ಪ ಹೆಚ್ಚಿನ ಸಲುಗೆ ತೆಗೆದುಕೊಂಡು, ಅವಳ ಸೊಂಟವನ್ನು ಬಳಸಿ ಸಂತೋಷಾತಿರೇಕದಿಂದ 'ಹುರ್ರೇ'! ನಾವು ಗೆದ್ದೆವು!" – ಎಂದು ದೊಡ್ಡ ದನಿಯಲ್ಲಿ ಹೇಳಿದ್ದೇ ಒಂದೇ ನಿಮಿಷದಲ್ಲಿ ಆ ಹುಲ್ಲುಗಾವಲಿನ ದಾರಿ ಗುಂಟ ಹೊರಟೇ ಬಿಟ್ಟ, ಕ್ಸಿಯಾವೋಗೆ ಏನೊಂದೂ ಅರ್ಥವಾಗಲಿಲ್ಲ. ಇದು ಅವನು ತನ್ನ ಪ್ರೀತಿಯನ್ನು ಅಭಿವ್ಯಕ್ತಿಸುವ ರೀತಿಯೋ ಅಥವಾ ಅವನಿಗಾದ ಸಂಭ್ರಮಾತಿಶಯದಲ್ಲಿ ಹೀಗೆ ವರ್ತಿಸಿದ್ದಾನೆಯೋ!

ನಂತರ ಆ ಒಂದೆರಡು ಸಾಮಾನ್ಯ ರೀತಿಯಲ್ಲಿ ಬರೆದ ಪತ್ರಗಳನ್ನು ಕಳಿಸಿದ್ದ. ಈಗ ಈ ಒಂದು ಪತ್ರ – ಒಂದು ಪ್ರಶ್ನೆಯೊಂದಿಗೆ ಬಂದಿದೆ. "ನನ್ನ ತಂದೆಗೆ ನಿನ್ನನ್ನು ಹೇಗೆ ಪರಿಚಯಿಸಲಿ?" ಕ್ಸಿಯಾವೋ ಇದ್ದಕ್ಕಿದ್ದಂತೆ ಎದ್ದು ಕುಳಿತಳು. ಯಾಂಗ್‌ಮೆಂಗ್‌ಳ ಜೊತೆ ಇದರ ಬಗ್ಗೆ ಮಾತಾಡಬೇಕು ಎಂದುಕೊಳ್ಳುತ್ತಿರು ವಾಗಲೇ ಯಾಂಗ್‌ಮೆಂಗ್ ಮೆಲ್ಲಗೆ ಹೆಜ್ಜೆ ಹಾಕುತ್ತ ಒಳಗೆ ಪ್ರವೇಶ ಮಾಡಿದಳು. ಅವಳ ಕೈಯಲ್ಲಿ ದಪ್ಪನೆಯ ಕವರ್ ಇತ್ತು. ಕ್ಸಿಯಾವೋ ಇನ್ನೂ ಎದ್ದಿರುವುದನ್ನು ನೋಡಿ ಅಚ್ಚರಿಗೊಂಡಳು. ಅವಳು ಬಂದದ್ದನ್ನು ನೋಡಿ ಕ್ಸಿಯಾವೋ ಕೈಲಿದ್ದ ಕವರನ್ನು ದಿಂಬಿನ ಕೆಳಗೆ ಬಚ್ಚಿಟ್ಟಳು. "ಯಾಕೆ ಇನ್ನೂ ನಿದ್ದೆ ಬಂದಿಲ್ಲವೇ?" ನಗುವನ್ನು ತರಿಸಿಕೊಂಡು ಕೇಳಿದಳು.

ಕ್ಸಿಯಾ ತಲೆಯಾಡಿಸಿದಳು. ನಂತರ ಅವಳ ಕೈ ತೆಗೆದುಕೊಳ್ಳುತ್ತ ವಿಚಾರಿಸಿದಳು – "ಯಾಕೆ ಯಾಂಗ್ ಅಳುತ್ತ ಇರುವೆಯಾ? ಯೂನಿವರ್ಸಿಟಿ ಮತ್ತೆ ಪ್ರವೇಶವನ್ನು ತಿರಸ್ಕರಿತಾ?"

"ಹೌದು ಅದಕ್ಕೆ ನಾನು ಸಿದ್ಧವಾಗಿಯೇ ಇದ್ದೆ. ನನಗೆ ವಯಸ್ಸು ಮೀರಿದೆ. ಈಗೇನೋ ಮತ್ತೆ ರೀಸರ್ಚ್ ಸ್ಟೂಡೆಂಟ್ಸ್‌ಗಳನ್ನು ನೇಮಕ ಮಾಡಿಕೊಳ್ತಾರಂತೆ. ಮುಂದಿನ ವರ್ಷ ನಾನು ಪರೀಕ್ಷೆ ಬರೀತೇನೆ. 48ನೇ ನಂಬರಿನ ಬಾವಿಯಿಂದ ಮತ್ತೆ ತೈಲ ಉತ್ಪಾದನೆ ಪ್ರಾರಂಭವಾಗಿದೆ. ನೀರಿನ ಅಂಶ ಜಾಸ್ತಿ ಇದ್ದರೂ ನಾನು ಕಂಡು ಹಿಡಿದ ಸಿದ್ಧಾಂತಗಳು ಸರಿಯಾಗಿವೆ ಎಂದು ಸಾಬೀತಾಗಿವೆ. ಒಮ್ಮೆ ಈ ಬಾವಿ ಪೂರ್ತಿಯಾಗಿ ಪ್ರಯೋಜನಕ್ಕೆ ಬರುವಂತಾಗಲಿ, ಆಗ ನನ್ನ ಸಿದ್ಧಾಂತಗಳಿಗೆ, ಊಹೆಗಳಿಗೆ ಗಟ್ಟಿಯಾದ ಆಧಾರ ಸಿಕ್ಕುತ್ತೆ. ಆಗ ಒಂದು ಲೇಖನವನ್ನು ಬರೆಯುತ್ತೇನೆ. "ನನ್ನನ್ನು ನೋಡಿ ನಗಬೇಡ ತಿಳೀತಾ?" ಯಾಂಗ್ ಮೆಂಗ್ ಕಣ್ಣಲ್ಲಿ ಸಂಭ್ರಮದ ನೋಟ ಕಾಣಿಸಿತು.

ಯಾಂಗ್ ಮೆಂಗ್ ಕಣ್ಣುಗಳು ಅಳುವಿನಿಂದಾಗಿ ಇನ್ನೂ ಊದಿಕೊಂಡಿದ್ದವು. ಕ್ಸಿಯಾವೋಗೆ ಅವಳ ದೃಢವಾದ ನಿಲುವು ನೋಡಿ ಸಂತೋಷದಿಂದ ಕುಣಿಯುವಂತಾಯಿತು. 'ಯಾಂಗ್ ಮೆಂಗ್' ನೀನು ಮಾಡಬೇಕು ಎಂದು ಕೊಂಡದ್ದನ್ನು ಖಂಡಿತ ಮಾಡಿಯೇ ಮಾಡುತ್ತೀ ಅನ್ನೋ ಭರವಸೆ ನನಗಿದೆ"

"ಇಲ್ಲಿ, ನಾನು ಒಂದು ವರ್ಷ ಕಷ್ಟಪಟ್ಟು ಇಂಗ್ಲಿಷ್ ಓದಬೇಕಾಗಿದೆ. ಇರಲಿ. ಈಗ ನಾನು ನಿನಗೊಂದು ಸಂತಸದ ಸುದ್ದಿ ಹೇಳಬೇಕಿದೆ. ಷಿಜುನ್ ತಂದೆ ಜೊತೆ ಮತ್ತೆ ವಾಪಸ್ ಬಂದಿದ್ದಾನೆ. ಈಗ ತಾನೇ ಟೀಮ್ ಲೀಡರ್‌ಗೆ ಫೋನ್ ಮಾಡಿ ಇಷ್ಟರಲ್ಲೇ ಹೊರಡ್ತಾರೆ ಅನ್ನೋ ವಿಷಯಾನ ತಿಳಿಸಿದ್ದಾನೆ. ನೀನು ಹೋಗಿ ನೋಡಬೇಕಂತೆ. ನಿನಗೆ ಅಭಿನಂದನೆಗಳು ತಾಯ್"

ಕ್ಷಿಯಾವೋಳ ಪ್ರತಿಕ್ರಿಯೆ ಅನಿರೀಕ್ಷಿತವಾಗಿತ್ತು. ಯಾಂಗ್ ಮೆಂಗಳತ್ತ ನೋಡುತ್ತ ಕೇಳಿದಳು – "ಪ್ರೀತಿ ಅಂದ್ರೆ ಏನು? ನಿನಗೆ ಅದರ ಅನುಭವ ಇದೆಯಾ?"

ಯಾಂಗ್ ಮೆಂಗ್ ಸುಮ್ಮನಾದಳು. ಕ್ಷಣ ಹೊತ್ತಿನ ನಂತರ ಹೇಳಿದಳು – "ಪ್ರೀತಿಯ ಅನುಭವ ನನಗೆ ಯಾವತ್ತೂ ಆಗಿಲ್ಲ. ಆದರೆ ಮದುವೆಯ ಪ್ರಸ್ತಾಪವಂತು ಆಗಿತ್ತು."

ಈಗ ಕ್ಷಿಯಾವೋ ಮೌನ ತಳೆದಳು. ಯಾಂಗ್ ಮೆಂಗ್‌ಳನ್ನು ನೋಡಿಯೂ ನೋಡದ ಹಾಗೆ ಇದ್ದು ತನ್ನಲ್ಲೇ ಪ್ರಶ್ನಿಸಿಕೊಂಡಳು. "ಇದನ್ನೇ ಪ್ರೀತಿ ಅಂತಾರಾ? ನಾವು ಮದುವೆ ಆಗಬೇಕೇನು? ಅವನನ್ನು ನಾನು ಪ್ರೀತಿಸುತ್ತಿದ್ದೇನೆಯೇ? ಅವನಲ್ಲಿ ನಾನು ಕಂಡದ್ದಾದರೂ ಏನನ್ನು?"

ಯಾಂಗ್ ಮೆಂಗಳ ಧ್ವನಿ ದೂರದಿಂದೆಲ್ಲೋ ಬಂದಂತೆ ಕೇಳಿಸಿತು. "ಷಿಜುನ್ ಕೂಡಾ ಹೊರಡಲಿದ್ದಾನೆ. ಟೀಮ್ ಲೀಡರ್ ಹೇಳುತ್ತಿದ್ದರು. ಅವನು ಪ್ರಾವಿನ್ಸ ಪ್ರದೇಶಕ್ಕೆ ಹೊರಟು ಹೋಗುತ್ತಾನಂತೆ. ತಂದೆ ಮತ್ತೆ ತಮ್ಮ ಹಿಂದಿನ ಅಧಿಕಾರ ಸ್ಥಾನವನ್ನು, ವಹಿಸಿಕೊಳ್ಳುತ್ತಾರಂತೆ. ಅವನು ಅಲ್ಲಿಯೇ ಆಯಿಲ್ ರೀಸರ್ಚ್ ಇನ್‌ಸ್ಟಿಟ್ಯೂಟ್ ಅಥವಾ ಜಿಯಾಲಾಜಿಕಲ್ ಇನ್‌ಸ್ಟಿಟ್ಯೂಟ್‌ಗೆ ಸೇರಿಕೊಳ್ಳುತ್ತಾನೆ."

"ಅದನ್ನೆಲ್ಲಾ ನನಗ್ಯಾಕೆ ಹೇಳ್ತಿದ್ದೀಯ?" ಗೊಣಗಿದಳು ಕ್ಷಿಯಾವೋ.

"ಯಾಕೂ ಇಲ್ದೇನು ಇರಬಹುದು. ಎಷ್ಟೋ ಇದ್ದರೂ ಇರಬಹುದು. ಅವನನ್ನು ನೋಡೋಕೆ ಯಾವಾಗ ಹೋಗ್ತೀಯ?" "ಗೊತ್ತಿಲ್ಲ. ಇವತ್ತು ಸಂಜೆ ಬಹುಶಃ ಹೋಗ್ತೀನಿ ಅನ್ನತ್ತೆ" ತನ್ನಲ್ಲಿ ತಾನೇ ಹೇಳಿಕೊಂಡಂತಿತ್ತು. ಮೈ ಮರೆತವಳಂತೆ, ಯಾಂಗ್ ಮೆಂಗ್ ದಫ್ಪನೆಯ ಕವರನ್ನು ತೆಗೆದುಕೊಂಡು ಹೋಗುವುದನ್ನು ನೋಡುತ್ತಿದ್ದಳು. ಅವಳಿಗೆ ಯಾವುದೋ ಮುಖ್ಯವಾದ ಕೆಲಸವಿತ್ತು ಅನ್ನೋದನ್ನು ಕೇಳಿಸಿಕೊಂಡಳು. ಅವಳೊಬ್ಬಳೇ ಇದ್ದುದರಿಂದ ಮತ್ತೆ ಅದೇ ಪ್ರಶ್ನೆ "ನಿನ್ನ ತಂದೆಗೆ ನಿನ್ನನ್ನು ಹೇಗೆ ಪರಿಚಯಿಸಲಿ" ಎಂಬುದೇ ಅವಳ ತಲೆಯಲ್ಲಿ ಮಿಸುಕಾಡಿತು.

"ಈ ವಿಷಯಾನ ತಿಳಿಸಿ, ಕತೆ ಮುಗಿಸೋಣ" ಕ್ಷಿಯಾ ಎದ್ದಳು. ಬಟ್ಟೆ ಬದಲಾಯಿಸದೇನೇ ಟೌನ್ ಕಡೆ ಹೊರಟಳು. ರಸ್ತೆ ಬಹಳ ಡೊಂಕುಡೊಂಕಾಗಿ ದ್ದುದರಿಂದ, ಹತ್ತಿರದ ದಾರಿ ಹಿಡಿದಳಾದರೂ ಮತ್ತೆ ರಸ್ತೆಗೇ ಬಂದು ಸೇರಿದಳು. ಈಗ ನಡೆಯಲು ಹಾದಿ ಸುಲಭವಾಗಿತ್ತು. ಕೈಗಳನ್ನು ಜೇಬಿಗೆ ಇಳಿಸಿ, ಹೆಜ್ಜೆಹಾಕುತ್ತ ಸಾಗಿದಳು. ಯಾಕೋ ಅವಳಿಗೆ ನಿರ್ಜನವಾದ ಆ ಹುಲ್ಲುಗಾವಲ ಪ್ರದೇಶ ಒಂದು ರೀತಿಯಲ್ಲಿ ತನ್ನನ್ನು (ನಿಸ್ತೇಜಗೊಂಡಂತೆ) ದಣಿದಂತೆ

ಮಾಡಿತೋ ಅಥವಾ ಯಾಂಗ್ ಮೆಂಗ್ಳ ಉತ್ಸಾಹ ತಾನು ಹಾಗೆ ಕಾಣಿಸುವಂತೆ ಮಾಡಿತೋ? ಏನಾದರೂ ಅವಳು ದುಗುಡದಿಂದ ತುಂಬಿದ್ದಳು ಹಲವು ಬಾರಿ ಪ್ರೀತಿಗಾಗಿ ಕನಸು ಕಂಡಿದ್ದಳು. ಎಷ್ಟೋ ಕಾಲದಿಂದ ಪ್ರೀತಿಗಾಗಿ ಎದುರು ನೋಡಿದ್ದಳು. ಹೃದಯ ತಂತುಗಳನ್ನು ಮಿಡಿವ, ಚಂದ್ರನಂತೆ ಅದ್ಭುತ ಸುಂದರ, ಮಸುಕು ಮಂಜಿನ ನಡುವಿನ ಹೂವಿನಂತೆ ಪ್ರೀತಿ ಇರುತ್ತದೆ ಎಂದುಕೊಂಡಿದ್ದಳು. ಆದರೆ ವಾಸ್ತವದ ಅನುಭವದಲ್ಲಿ ಪ್ರೀತಿ ಅದೆಲ್ಲಕ್ಕಿಂತ ಭಿನ್ನವಾಗಿತ್ತು. ಇದರಲ್ಲಿ ಯಾವುದು ಸತ್ಯ ಎನ್ನುವುದು ತಿಳಿಯದೆ ಗಲಿಬಿಲಿಗೊಂಡಿದ್ದಳು.

"ಎಲ್ಲವೂ ಪರಿಸ್ಥಿತಿಗನುಗುಣವಾಗಿ" ಎಂದಿದ್ದ ಷಿಜುನ್. ಬಹುಶಃ ಅವನು ಹೇಳಿದ್ದೇ ಸರಿಯೇನೋ.

ಕಲ್ಲಿನ ಎರಡು ಮೆಟ್ಟಲ ಬಳಿಗೆ ಬರುವಷ್ಟರಲ್ಲಿ ಮಧ್ಯಾಹ್ನವಾಗಿತ್ತು. ಎದೆ ಹೊಡೆದು ಕೊಳ್ಳುತ್ತಿತ್ತು. ಇಷ್ಟು ಬೇಗ ಬಂದೆದ್ದೇಕೆ ಎನಿಸಿತು. ಚಂದ್ರನ ಬೆಳಕೋ, ದೀಪದ ಬೆಳಕೋ ಇದ್ದಾಗ ಬಂದಿದ್ದರೆ ಚೆನ್ನಾಗಿರುತ್ತಿತ್ತೇನೋ? ಇನ್ನೂ ಹೋಗಲೋ ಬೇಡವೋ ಎಂದು ಅನುಮಾನಿಸುತ್ತಿರುವಾಗಲೇ ಯಾಂಗ್ ಮೆಂಗ್ ಮೆಟ್ಟಲಿಳಿದು ಬೇಗ ಬೇಗನೆ ಹೋಗುತ್ತಿದ್ದದನ್ನು ನೋಡಿದಳು. ಅನಿರೀಕ್ಷಿತವಾದ ಈ ಭೇಟಿ ಅವಳನ್ನು ಬೇಗ ಹೆಜ್ಜೆ ಹಾಕಿ ಒಳಗೆ ಹೋಗುವಂತೆ ಮಾಡಿತು. ಈಗ ಆ ಕೋಣೆ, ಪ್ಯಾಕ್ ಮಾಡಿದ ಸಾಮಾನು ಸರಂಜಾಮುಗಳಿಂದ ತುಂಬಿತ್ತು. ಷಿಜುನ್ ಒಂದು ಸಣ್ಣ ಸೂಟ್ ಕೇಸಿನಲ್ಲಿ ಕೆಲವು ವಸ್ತುಗಳನ್ನು ಇರಿಸುತ್ತಿದ್ದ.

"ಯಾಂಗ್ ಮೆಂಗ್ ಇಲ್ಲಿಗೆ ಬಂದಿದ್ದಳೇನು?" ಕುತೂಹಲದಿಂದ ಕೇಳಿದಳು ಕ್ಲಿಯಾವ್ಓ.

ಷಿಜುನ್ ತಿರುಗಿ ನೋಡಿದ. ಸ್ವಲ್ಪ ಮೈ ಕೈ ತುಂಬಿಕೊಂಡಿದ್ದ. ಮುಗುಳ್ನಗುತ್ತಾ ಹೇಳಿದ – ನೀನು ಬರುತ್ತೀ ಅನ್ನೋದು ಗೊತ್ತಿತ್ತು.

"ಹೌದು ನನ್ನ ತಂದೆಯವರನ್ನು ಮಾತಾಡಿಸಿಕೊಂಡು ಹೋಗಲು ಬಂದಿದ್ದಳು. ಆದರೆ ಅವರು ಸಿಗಲಿಲ್ಲ. ಫೇರ್‌ವೆಲ್ ಪಾರ್ಟಿಗೆ ಹೋಗಿದ್ದರು. ನಾನು, ನೀನು ಬರ್ತೀಯಾಂತ ಹೋಗಲಿಲ್ಲ. ಸೂಟ್ ಕೇಸನ್ನು ಸ್ಟೂಲ್ ಮೇಲಿಂದ ಇಳಿಸಿ ಅವಳಿಗೆ ಕುಳಿತುಕೊಳ್ಳಲು ಜಾಗ ಮಾಡಿದ."

ಕ್ಲಿಯಾವ್ಓ ತಾಯ್ ಟೇಬಲ್ ಮೇಲೆ ಕಾಮ್ರೆಡ್ ಷಿಯೆಫೆಂಗ್ನ ವಿಳಾಸ ಬರೆದಿದ್ದ ದಪ್ಪನೆಯ ಲಕೋಟೆಯನ್ನು ನೋಡಿದಳು.

"ಹಾಗಾದರೆ ಅವಳು ಅವರನ್ನು ಭೇಟಿಯಾಗಲಿಲ್ಲ?"

"ಯಾರು?"

"ಅದೇ ಯಾಂಗ್ ಮೆಂಗ್ ನಿನ್ನ ತಂದೇನ ನೋಡಲಿಲ್ಲ?"

"ಇಲ್ಲ ಈಗ ನೋಡಿದರೂ ಪ್ರಯೋಜನವಾಗಿತರಲಿಲ್ಲ ಎಂದು ಓಣ ನಗೆ ನಕ್ಕ. ನಿನಗ್ಗೊತ್ತಾ, ನಮ್ಮ ತಂದೆ ಅಧಿಕಾರವಹಿಸಿಕೊಳ್ಳೋಕೆ ಮೊದಲೂ ಕೂಡಾ ಜನ ಅವರ ಸಹಾಯ ಕೇಳ್ತಿದ್ದರು. ಹಿಂದೆ ಯಾಂಗ್ ಮೆಂಗ್ ತಂದೆ, ನನ್ನ ತಂದೆ ಕೈ ಕೆಳಗೆ ಕೆಲಸ ಮಾಡುತ್ತಿದ್ದರು. 1957ರಲ್ಲಿ ಏನೋ ಸಮಸ್ಯೇಲಿ ಸಿಕ್ಕಿ ಹಾಕಿಕೊಂಡರು. ಈಗ ಇನ್ನೂ ಅವರು ಫಾರ್ಮ್‌ನಲ್ಲಿ ಕೆಲಸ ಮಾಡುತ್ತಿದ್ದಾರೆ." ಮೆಲ್ಲಗೆ ಬಿಕ್ಕಿ ಬಿಕ್ಕಿ ಅಳುತ್ತಿರುವ ಸದ್ದು ಮಾರ್ದನಿಸಿದಂತೆನಿಸಿತು. ತುಂಬ ಬಿಸಿಲಿನ ಝುಳದಿಂದಾಗಿ ಷಿಜುನ್ ಶರಟಿನ ಗುಂಡಿಗಳನ್ನು ಬಿಚ್ಚಿ ಸಾಮಾನಿನ ಪೆಟ್ಟಿಗೆ ಮೇಲೆ ಕುಳಿತ. "ಅವಳ ತಂದೆಗೆ ತುಂಬಾ ಅನ್ಯಾಯ ಆಗಿದೆ. ಈಗ ಅವರಿಗೆ ಅರವತ್ತು ವರ್ಷ. ಫಾರಮ್ ಬಿಡೋಕೆ ಅನುಕೂಲ ಮಾಡಿಕೊಡಲು ಆಗುತ್ತಾ ಅಂತ ಕೇಳಿ ಬರೆದಿದ್ದಳು. ಅವಳ ಕಷ್ಟ ಏನೂಂತ ನನಗೆ ಅರ್ಥವಾಗುತ್ತೆ.... ಆದರೆ?"

"ಆದರೆ.....? ಯಾಕೇಂತ?"

"ಯಾಕೂ ಇಲ್ಲ. ನಮ್ಮ ತಂದೆ ಈಗ ತಾನೇ ಅಧಿಕಾರವನ್ನು ವಹಿಸಿ ಕೊಳ್ಳುತ್ತಿದ್ದಾರೆ. ಇಂಥ ಸಂದರ್ಭದಲ್ಲಿ ಅವರಿವರ ವಿಚಾರವಾಗಿ ಶಿಫಾರಸು ಮಾಡೋದೂಂದ್ರೆ? ಅದೂ ಅಲ್ಲದೆ ಅವರ ತಂದೆಗೆ ಯಾರಿಂದ ಅನ್ಯಾಯವಾಯಿತೋ ಆತನೇ ಇನ್ನೂ ಅಧಿಕಾರದಲ್ಲಿದ್ದಾನೆ."

ಕ್ಲಿಯಾವೋ ತಾಯ್ ಮರಗಟ್ಟಿ ಕುಳಿತಳು. ಹಳೇ ಬಟ್ಟೆ ರಾಶಿ, ರದ್ದಿ ಕಾಗದಗಳು ಚೆಲ್ಲಾಪಿಲ್ಲಿಯಾಗಿ ಬಿದ್ದಿರುವುದನ್ನು ಗಮನಿಸುತ್ತಿದ್ದಳು. ಯಾಂಗ್ ಮೆಂಗ್ ಹೊಲಿದು ಸರಿಮಾಡಿದ್ದ ಕಾಲು ಚೀಲಗಳು ಅಲ್ಲಿಯೇ ಬಿದ್ದಿದ್ದವು. ಅವು ಬಿದ್ದಿದ್ದ ರೀತಿಯಿಂದ ಇನ್ನ ಉಪಯೋಗಕ್ಕೆ ಬರಲಾರದು ಎನಿಸಿತು. ಮನಸ್ಸಿನಲ್ಲಿ ನೋವಾಯಿತೇ ಹೊರತು ಏನೂ ಮಾಡಲಾರದವಳಾಗಿದ್ದಳು. ಸ್ವಲ್ಪ ಸಮಯದ ನಂತರ ಹೊರಡಲು ಅನುವಾದಳು. "ನಿಮ್ಮ ತಂದೆ ಬರೋದು ತಡವಾಗ 'ಬಹುದು. ಅವರಿಗಾಗಿ ನಾನು ಕಾಯುವುದಿಲ್ಲ. ಯಾವಾಗ ಹೊರಡ್ತೀರ? ನಿನಗೆ ಬೀಳ್ಕೊಡಲು ಬರುತ್ತೇನೆ."

"ನಾಳೆ ಮಧ್ಯಾಹ್ನ ಮೂರು ಇಪ್ಪತ್ತಕ್ಕೆ" ಇಷ್ಟು ಆತುರವಾಗಿ ಎದ್ದು ಹೊರಡು ತ್ತಿರುವುದನ್ನು ನಿರೀಕ್ಷಿಸಿರಲಿಲ್ಲವಾಗಿ, ಒಂದು ರೀತಿಯಲ್ಲಿ ಯಾಂತ್ರಿಕವಾಗಿ ಉತ್ತರಿಸಿದ. ಕ್ಲಿಯಾ ಬಾಗಿಲ ಬಳಿ ಇರುವಾಗ, ಷಿಜುನ್ ದಿಢೀರನೆ ಎದ್ದು ಬಂದ. ಅವಳ ಹೆಸರು ಗಂಟಲಿಂದ ಆಚೆ ಬರುವುದಕ್ಕೆ ಕಷ್ಟ ಪಡುತ್ತಿದ್ದ. ಬಾಗಿಲಿಗೆ ಅಡ್ಡವಾಗಿ ನಿಂತ. ಒಂದು ಕೈಯನ್ನು ಬಾಗಿಲಿಗೆ ಅಡ್ಡವಾಗಿರಿಸಿ ಮತ್ತೊಂದು ಕೈಯನ್ನು ಷರಾಯಿ ಜೇಬಿಗೆ ಇಳಿಸಿದ್ದ. ಮಾತಾಡಬೇಕೆಂದು ಅವಳತ್ತ ತಲೆ ಹೊರಳಿಸಿದ. ಮಾತು ತುಟಿಯಿಂದ ಆಚೆ ಬರುತ್ತಿರಲಿಲ್ಲ. ಇಬ್ಬರೂ ಹತ್ತಿರ ಹತ್ತಿರವಾಗಿಯೇ ನಿಂತಿದ್ದರು. ಅವರ ನಡುವೆ ಮೌನ ಹೊರತಾಗಿ ಮಾತಿರಲಿಲ್ಲ. ತಾನಿಷ್ಟು ಪ್ರಶಾಂತವಾಗಿರುವುದನ್ನು ನೋಡಿ ಕ್ಲಿಯಾ ತನ್ನಲ್ಲೇ ಅಚ್ಚರಿಗೊಂಡಳು. ಮೊದಲಿನ ಅಳುಕು ಈಗಿರಲಿಲ್ಲ. ಎದುರಿಗಿದ್ದ ಪುಟ್ಟ ಅಂಗಳವೂ ಮೊದಲಿಗಿಂತ ಬೇರೆಯಾಗಿ ಕಾಣಿಸಿತು. ನೆಲದ ಮೇಲೆ ಲೈಲಾಕ್ ಸಸಿಗಳು ಅಚ್ಚುಕಟ್ಟಾಗಿ, ಬೇರಿನ ಜಾಗದಲ್ಲಿ ಪೇಪರಿನಿಂದ ಸುತ್ತಿದಲಾಗಿತ್ತು.

"ನಿಮ್ಮ ಸೌತ್ ಕಡೆಗೆ ತೆಗೆದುಕೊಂಡು ಹೋಗ್ತೀಯಾ?"

"ಹೌದು. ತಗೊಂಡು ಹೋಗ್ತೀನೀಂತ ಇದಕ್ಕೆ ಮೊದಲೂ ಹೇಳಿದೆನಲ್ಲ. ಅವನಿಗೆ ಈಗ ಆತ್ಮ ವಿಶ್ವಾಸ ಭರವಸೆಗಳು ಮೈಗೂಡಿದ್ದವು. "ನೀನೂ ವಾಪಸ್ ಹೋಗ್ತೀಯಾ ಕ್ಸಿಯಾ? ನನ್ನ ಪ್ರಶ್ನೆಗೆ ಉತ್ತರವನ್ನೇನಾದರೂ ಯೋಚ್ನೆ ಮಾಡಿದ್ದೀಯ?"

"ಅಂದರೆ ನನ್ನನ್ನು ನಿಮ್ಮ ತಂದೆಗೆ ಹೇಗೆ ಪರಿಚಯಮಾಡಿ ಕೊಡಬೇಕು ಅನ್ನೋ ವಿಚಾರದಲ್ಲೇನು?"…. ಹೂಂ! ನನ್ನ ಹೆಸರು ಕ್ಸಿಯಾವ್ಓ ತಾಯ್ ನಿನ್ನ ಕಾಮ್ರೇಡ್. ನಾನೂ ಸೌತ್‌ನಿಂದ ಬಂದಿದ್ದೀನಿ" – ಹುಡುಗಾಟಿಕೆಯ ದನಿಯಲ್ಲಿ ಹೇಳಿದಲು.

"ನೀನು ಅಷ್ಟೇನಾ ಯೋಚ್ನೆ ಮಾಡಿರೋದು? ಇದು ತಮಾಶೆ ಮಾತಲ್ಲ ಕ್ಸಿಯಾ, ನಿನ್ನ ಭವಿಷ್ಯಕ್ಕೆ ಸಂಬಂಧಿಸಿದ್ದು."

"ಇರಬಹುದು" ಅವಳ ದನಿ ಅವನಿಗೆ ಅಚ್ಚರಿಯುಂಟು ಮಾಡಿತು. ಅವಳು ಯಾವುದೋ ಒಂದು ಸಣ್ಣ ಸಭೆಯನ್ನು ಉದ್ದೇಶಿಸಿ ಮಾತನಾಡುತ್ತಿದ್ದಾಳಂತೆ ಎನಿಸಿತು. "ಯಾರೇ ಆದರೂ ಅವರವರ ಭವಿಷ್ಯಕ್ಕೆ ಅವರು ಕಷ್ಟಪಡಲೇ ಬೇಕಲ್ಲವೇ!" ಯಾಂಗ್ ಮೆಂಗ್‌ಳ ಹೊಳೆಯುವ ಕಣ್ಣುಗಳು ಅವಳಿಗೆ ಕಾಣಿಸುತ್ತಿರುವಂತೆನಿಸಿತು.

ಷಿಜುನ್ ಉತ್ತರಿಸುವುದಕ್ಕೆ ಮೊದಲು ಅವಳತ್ತಲೇ ಸಾಕಷ್ಟು ಹೊತ್ತು ನೋಡುತ್ತಿದ್ದ. "ನೀನು ನನ್ನ ನೋಡಲು, ನಾನು ಕಷ್ಟದಲ್ಲಿದ್ದಾಗ ಸಹಾಯ ಮಾಡಲು ಬಂದೆ. ಅದನ್ನು ನಾನೆಂದೂ ಮರೆಯೊಲ್ಲ. ಅಮೂಲ್ಯವಾದ ನಿಧಿಯನ್ನು ಕಾಪಾಡಿದಂತೆ ಆ ನೆನಪುಗಳನ್ನು ಕಾಪಾಡಿಕೊಳ್ಳುತ್ತೇನೆ."

ಕ್ಸಿಯಾವ್ಓ ಕರಗಿದಲು. ಆದರೆ ಅದು ದೊಡ್ಡ ಲಾಭವೆಂದೆನಿಸಲಿಲ್ಲ. ಷಿಜುನ್… ಸತ್ಯ ಏನೂಂತ ತಿಳ್ಕೋಬೇಕೇನು? ನನಗೆ ಏನೂಂತ ಯೋಚಿಸೋಕೇ ಸಾಧ್ಯವಿಲ್ಲ. ಸಹಾನುಭೂತಿ, ಒಳ್ಳೆಯ ಉದ್ಯೋಗ, ಒಳ್ಳೆಯ ಬದುಕು… ಇದನ್ನು 'ಪ್ರೀತಿ' ಅಂತ ಕರೆಸಿಕೊಳ್ಳೊಲ್ಲ. ಒಮ್ಮೊಮ್ಮೆ ಹಾಗನಿಸಬಹುದೇನೊ ಯಾಕೆಂದ್ರೆ ಅವೆಲ್ಲ ಒಂದರ ಜೊತೆ ಒಂದು ಹೆಣೆದುಕೊಂಡಿವೆ. ಆದರೆ ನನಗೆ…. ನನಗೇನೂಂತ ಗೊತ್ತಾಗ್ತಿಲ್ಲ.

"ನೀನೊಬ್ಬಳು ಹುಚ್ಚು ಹುಡುಗಿ" ಎಂದು ಹೇಳುತ್ತಾ ಸಂತೋಷಾತಿರೇಕದಲ್ಲಿ ಅವಳ ಕೈಗಳನ್ನು ಗಟ್ಟಿಯಾಗಿ ಹಿಡಿದುಕೊಂಡ. "ನಿನ್ನಿಂದ ಇದನ್ನ ನಿರೀಕ್ಷಿಸಿರಲಿಲ್ಲ. ನನಗೆ ಜವಾಬುಕೊಡೋ ಮೊದಲು ಸ್ವಲ್ಪ ಯೋಚಿಸಿನೋಡು. ನಾನು ನಿನಗಾಗಿ ಕಾಯುತ್ತಿರುತ್ತೇನೆ."

ಕ್ಸಿಯಾ ತಲೆಯಾಡಿಸಿ, ಕೈಗಳನ್ನು ಬಿಡಿಸಿಕೊಂಡು "ನಾಳೆ ನಾನು ನಿನ್ನನ್ನು ಬೀಳ್ಕೊಡಲು ಬರುತ್ತೇನೆ" ಎಂದು ಹೇಳುತ್ತಾ ಅಲ್ಲಿಂದ ಹೊರಟಲು.

ಸೂರ್ಯ ಮುಳುಗುತ್ತಿದ್ದ. ಮುಳುಗುತ್ತಿದ್ದ ಸೂರ್ಯನ ಕಾಂತಿ ಆ ಪ್ರದೇಶವನ್ನೆಲ್ಲ ಬೆಳಗಿಸಿ ಅದ್ಭುತ ಪ್ರಶಾಂತತೆಯನ್ನು ತುಂಬಿತ್ತು. ಕಡಿದಾದ ರಸ್ತೆಯಲ್ಲಿ ಕ್ಸಿಯಾ ಹೆಜ್ಜೆ ಹಾಕಿದಲು. ಅವಳ ಒಳಮನಸ್ಸು ಪಿಸುದನಿಯಲ್ಲಿ ಹೇಳುತ್ತಿತ್ತು. "ಸೌತ್‌ಗೆ ಮರಳಿ ಹೋಗುವುದೆಂದರೆ ಎಷ್ಟು ಚೆನ್ನಾಗಿರುತ್ತಲ್ಲ!" ಇಂಥದ್ದನ್ನೇ ಅವಳೂ ಅವಳ ತಾಯಿ ಇಬ್ಬರೂ ಕನಸು ಕಂಡಿದ್ದರು.

ಷಿನುನ್ನನ್ನು ಒಪ್ಪಿಕೊಂಡರೆ ಕನಸು ನನಸಾಗುವುದರಲ್ಲಿ ಸಂದೇಹವಿಲ್ಲ. ಅದಕ್ಕೆ ಅವಳ ಅಮ್ಮ ಒಂದು ಸಲ ಹೇಳಿದ್ದು ಹುಡುಗಿಯರು ಎರಡು ಸಲ ಜನ್ಮ ಪಡೆಯುತ್ತಾರೆ ಎಂದು. ಹೀಗಿರುವಾಗ ಪ್ರೀತಿಯ ಪ್ರಶ್ನೆ ಎಲ್ಲಿ ಬಂತು. ಹಾಗಾದರೆ ಸೌತ್ ಕಡೆ ಮದುವೆಯಾಗುತ್ತಾಳೆಯೇ? ಉತ್ತಮ ಬದುಕು ಉತ್ತಮವಾದ ಊಟ ಕೂಡಾ? ಪ್ರೀತಿ ಹೊಟ್ಟೆ ತುಂಬಾ ಬೇಕಾಗುತ್ತೆ. ಆದರೆ ಪ್ರೀತಿ, ಮದುವೆ – ಇವೆರಡೂ ಬೇರೆಬೇರೆ, ಒಳಮನಸ್ಸು ಹೇಳಿತು. – ಷಿಜುನ್ ಬಗ್ಗೆ ಪ್ರೀತಿ ಇಲ್ಲ ಅನ್ನೋಹಾಗೆ ನಟಿಸಬೇಡ. ತುಂಬ ಗಾಢವಾದ ಪ್ರೀತಿ ಇಲ್ಲದೆ ಇರಬಹುದು. ಆಮೇಲೆ ಅದು ಬೆಳೆಯುತ್ತೆ ಗಾಢವಾಗುತ್ತೆ. ಸೌತ್ ಜೊತೆಯಲ್ಲಿ ಮದುವೆಯಾಗೋಕೆ ಯಾಕೆ ಏನೆಲ್ಲ ಯೋಚನೆ ಮಾಡ್ತಿ? ನಿನ್ನನ್ನು ನೀನು ಯಾಕೆ ಇಷ್ಟೊಂದು ನಿಯಂತ್ರಿಸಿಕೊಳ್ತೀ? ಷಿಜುನ್ ಇನ್ನೂ ಹೊರಟಿಲ್ಲ ತಡಮಾಡಬೇಡ."

ಸ್ನೇಹ, ಪ್ರೀತಿಗಳ ಸ್ವರೂಪವನ್ನು ಆಲೋಚಿಸುತ್ತಾ ಹೋಗುತ್ತಿದ್ದ ಕ್ಸಿಯಾಳ ಭಾವನಾತ್ಮಕತೆಗೆ ಸಾಕ್ಷಿಯಾಗಿ ಇದ್ದದ್ದು ಅವಳು ಹೆಜ್ಜೆ ಹಾಕುತ್ತಿದ್ದ ರಸ್ತೆ ಮಾತ್ರ. ಅಲ್ಲಿ ಇಲ್ಲಿ ಚದುರಿಹೋಗುತ್ತಿದ್ದ ಅವಳ ಭಾವನೆಗಳಂತೆಯೇ ಅವಳು ನಡೆಯುತ್ತಿದ್ದ ರಸ್ತೆಗಳೂ ಆ ಕಡೆ ಈ ಕಡೆ ಯಾವ ಯಾವ ಕಡೆಗೋ ಚಾಚಿಕೊಂಡಿದ್ದವು.

ಟೀಮ್‌ಗೆ ಮರಳಿದ ಮೇಲೆ ಕ್ಸಿಯಾ ತನ್ನ ಅನಿರ್ದಿಷ್ಟ ಭಾವನೆಗಳನ್ನೆಲ್ಲ ಯಾಂಗ್ ಮೆಂಗ್‌ಳಲ್ಲಿ ಹೇಳಿಕೊಂಡು ಸಮಾಧಾನ ಮಾಡಿಕೊಳ್ಳಬೇಕೆಂದಿದ್ದಳು. ಆದರೆ ಒಳಗೆ ಬಂದಾಗ ಕೋಣೆಯಲ್ಲಿ ಯಾಂಗ್ ಮೆಂಗ್ ಇರಲಿಲ್ಲ. ಅವಳು ಕೂತು ಓದುತ್ತಿದ್ದ ಜಾಗದಲ್ಲಿ ಕ್ಯಾನ್ ವಾಸ್ ಹೋಲ್ಡಾಲ್ ಇತ್ತು. "ಯೂನಿವರ್ಸಿಟಿಗೇನಾದರೂ ಸೇರಿಕೊಂಡಳೇ?" ಎಂದು ಅಚ್ಚರಿಗೊಂಡಳು. ಬೇರೆಯವರಿಂದ ವಿಷಯ ತಿಳಿಯಿತು. ಅವಳ ತಂದೆಗೆ ತುಂಬ ಸೀರಿಯಸ್ಸಾಗಿದ್ದುದರಿಂದ, ರಜೆ ಪಡೆದು ಊರಿಗೆ ಹೋಗಲು ಟ್ರೈನ್ ಟಿಕೇಟ್ ಕೊಳ್ಳಲು ಹೋಗಿದ್ದಳು.

ಕ್ಸಿಯಾ ದಣಿವಿನಿಂದ ಸೋತಿದ್ದಳು. ಷೂ ಕೂಡ ಬಿಚ್ಚಲಾಗದಷ್ಟು ನಿಶ್ಶಕ್ತಳಾಗಿದ್ದುದರಿಂದ ಹಾಗೆಯೇ ಹಾಸಿಗೆ ಮೇಲೆ ಕುಕ್ಕರಿಸಿದಳು. ರಾತ್ರಿ ಊಟ ಕೂಡಾ ಮಾಡಿಲ್ಲ ಎಂದು ಹೊಳೆದರೂ ಅವಳಿಗೆ ಹಸಿವೇನೂ ಆದಂತೆನಿಸಲಿಲ್ಲ. ಕತ್ತಲು ಕವಿಯುತ್ತಿದ್ದಂತೆ ಅವಳು ಸುಮ್ಮನೆ ಬಿದ್ದುಕೊಂಡಳು. ಮತ್ತೆ ಬೆಳಕುಬರುತ್ತೆ. ಹೌದಲ್ಲ! ಬದುಕೊಕೂ ಅಷ್ಟೇ! ಕಷ್ಟ ಸುಖ, ನೋವು–ನಲಿವು ವೈಯಕ್ತಿಕ ಸಂಕಟಗಳು. ಜವಾಬ್ದಾರಿಗಳು–ಆಸೆ ಆಕಾಂಕ್ಷೆಗಳು – ಎಲ್ಲ ಹೊರೆಗಳನ್ನು ಹೊತ್ತು ಸಾಗಬೇಕಿದೆ. ಬದುಕೆಂಬುದು ಋತು ಚಕ್ರದಂತೆ. ಋತುಗಳು ಬದಲಾದಂತೆ!! ಬದುಕಲೇ ಬೇಕೆಂಬ ಒತ್ತಡ. ಜೀವನ ಪ್ರವಾಹದಲ್ಲಿ ಸಾಗುವಂತೆ ಸಾಗುತ್ತಲೇ ಹೋಗಬೇಕು. ಅದು ಹರಿದತ್ತ, ಹೊತ್ತು ಸಾಗಿದತ್ತ ಹೋಗಬೇಕೇ ಹೊರತು, ನಾವು ನಮ್ಮ ಗುರಿಗಳನ್ನು ನಿರ್ಧರಿಸಲಾಗುವುದಿಲ್ಲ. ಆದ್ದರಿಂದ ಮುಂದೆ ಹೇಗೆ ಆಗಬೇಕೆನ್ನುವುದನ್ನು ಕಾಲವೇ ನಿರ್ಧರಿಸಲಿ ಎಂದುಕೊಂಡಳು. ಇಲ್ಲವಾದಲ್ಲಿ ನಾವಾಗಿ, ಮೊದಲಿನಿಂದಲೇ ಸೆಣಸಾಡಬೇಕಾಗುತ್ತದೆ. ಕ್ಸಿಯಾ ಬಹಳವಾಗಿ ದಣಿದುಹೋಗಿದ್ದರಿಂದ ಅವಳಿಗರಿವಿಲ್ಲದೆ ಕಣ್ಣುಹತ್ತಿತು.

ಮಧ್ಯರಾತ್ರಿಯಲ್ಲಿ ಯಾಂಗ್ ಮೆಂಗ್ ಅವಳನ್ನು ಎಬ್ಬಿಸಿದಳು. ಗೆಳತಿಯ ಕೈಗಳನ್ನು ಹಿಡಿದುಕೊಂಡು ಎದ್ದು ಕುಳಿತಳು. ಏನಾದರೂ ಸಹಾಯಬೇಕೆ? ಕೇಳಿದಳು. "ನೀನು ಯೋಚನೇನ ತಲೆ ತುಂಬ ಹಚ್ಕೋಬೇಡ" ಎಂದಳು ಕ್ಸಿಯಾಗೆ. ಯಾಂಗ್ ಮೆಂಗ್‌ಳ ಎಣ್ಣೆಗಟ್ಟಿದ ದೊಗಲೆ ಉಡುಪು, ತೊಯ್ದ ಕೂದಲು, ಬೆವರಿಳಿಯುತ್ತಿದ್ದ ಮುಖ. ಆ ಮುಖದಲ್ಲಿ ಮೂಡಿದ ಉತ್ಸಾಹ – ಎಲ್ಲವನ್ನು ಗಮನಿಸಿದ ಮೇಲೆ ಇಂಥ ಸಮಾಧಾನದ ಅಗತ್ಯ ತನಗಿಲ್ಲ ಎಂದುಕೊಂಡಳು.

ತಗ್ಗಿದ ಧ್ವನಿಯಲ್ಲಿದ್ದರೂ, ಯಾಂಗ್ ಮೆಂಗ್‌ಳ ಉತ್ಸಾಹ ತಾರಕದಲ್ಲಿತ್ತು. ಅದನ್ನು ಮರೆಮಾಚುವುದಕ್ಕೆ ಅವಳಿಂದ ಆಗಲೇ ಇಲ್ಲ. "ಕ್ಸಿಯಾ ನಮ್ಮ ಪ್ಲಾನ್ ಖಂಡಿತ ಯಶಸ್ವಿಯಾಗುತ್ತೆ. 48ನೇ ನಂಬರಿನ ಬಾವಿಯನ್ನು ಈಗ ಉಪಯುಕ್ತವಾಗುವಂತೆ ಮಾಡಬಹುದು. ಕೇಳಿಸ್ಕೋತ ಇದ್ದೀಯ?" – ಎಂದು ಹೇಳುತ್ತ ತೊಯ್ದ ಮೇಲಂಗಿಯನ್ನು ಕಳಚಿ, ಅದರಿಂದಲೇ ತಲೆ ಒರೆಸಿ ಕೊಳ್ಳುತ್ತ ಗೆಲುವಿನಿಂದ, ಕ್ಸಿಯಾಳ ಕೂದಲಲ್ಲಿ ಕೈಯಾಡಿಸುತ್ತಾ "ಹೇಗಿರುತ್ತೆ ಯೋಚನೆ ಮಾಡು! 48ನೇ ನಂಬರ್ ಬಾವಿ ಪುನರುಜ್ಜೀವಿಸಿದರೆ ! ಕೇವಲ 50ಟನ್ ತೈಲ ದಿನಕ್ಕೆ ಉತ್ಪಾದಿಸುವಂತಾದರೆ!? ...ಐದು ಸಾವಿರ ಡಾಲರ್‌ಗಳು!.... ನಾನು ಬರೀಬೇಕೂಂತಿರೋ ಪೇಪರ್ ಬೇರೆ!... ಆದರೆ ನಾನು ನಾಳೇನೇ ಹೋಗಬೇಕಿದೆ. ಹದಿನೈದು ದಿನದಲ್ಲಿ ಬಂದು ಬಿಡ್ತೆನೆ. ನಾನು ಬರುವಷ್ಟರಲ್ಲಿ, ಈ ಮಧ್ಯೆ ನನ್ನ ಪ್ರಯೋಗಗಳನ್ನು ನೀನು ಮುಂದುವರೆಸಿಕೊಂಡು ಹೋಗಬೇಕು" – ಎಂದು ಹೇಳುತ್ತಾ ಫೋಲ್ಡರ್ ಅನ್ನು ಅವಳ ಕೈಲಿ ಇರಿಸಿದಳು.

ಕ್ಸಿಯಾ ನಿಶ್ಚಲವಾಗಿ ಹಾಸಿಗೆ ಮೇಲೆ ಕುಳಿತಿದ್ದಳು. ಅವಳ ಯೋಚನೆಗಳನ್ನು ದೂಡಿ ಹೊರಹಾಕಲು, ಯಾಂಗ್ ಮೆಂಗ್ ತಾಜಾಗಾಳಿಯಂತೆ ಇದ್ದಳು. ಇದಕ್ಕೆ ಮೊದಲು ಅವಳೆಂದೂ ಇಷ್ಟೊಂದು ಸಂತೋಷವಾಗಿದ್ದುದನ್ನು ನೋಡಿರಲಿಲ್ಲ. ಅರ್ಥವಿಲ್ಲದ ವರ್ತಮಾನದ ಬದುಕಿನ ಪ್ರವಾಹದಲ್ಲಿ ಯಾರ ಲಕ್ಷಕ್ಕೂ ಬಾರದಂತೆ ನಿಧಾನವಾಗಿ ಈಜುತ್ತ ಈಜುತ್ತ, ಒಂದೇ ಸಮನೆ ತನ್ನ ಗುರಿಯತ್ತ ದೃಢವಿಶ್ವಾಸದೊಂದಿಗೆ ಸಾಗುತ್ತಿದ್ದಳು. ಕ್ಸಿಯಾತಾಯ್ ಕೊಡಬಹುದಾಗಿದ್ದ ಪ್ರೋತ್ಸಾಹವನ್ನೂ ಮೀರಿ ದೃಢ ನಿರ್ಧಾರದೊಂದಿಗೆ ಸಾಗಿತ್ತು ಅವಳ ಪಯಣ. ಫೋಲ್ಡರ್ ಅನ್ನು ಕೈಗೆ ತೆಗೆದುಕೊಂಡಳಾದರೂ, ಒಂದೇ ಒಂದು ಮಾತೂ ಹೊರಬರಲಿಲ್ಲ. ತಲೆ ಕೂದಲು ಒಣಗಿಸಿಕೊಂಡ ಮೇಲೆ ಯಾಂಗ್ ಮೆಂಗ್ ಕ್ಸಿಯಾಳ ಪಕ್ಕ ಕುಳಿತಳು.

"ಶಹಬ್ಬಾಸ್ ಕ್ಸಿಯಾವ್ಹೋತಾಯ್"

"ನಾನು ಏನೂ ಕೈಲಾಗದವಳು"

"ತಪ್ಪು, ನನ್ನ ಕೈಲಿ ಏನೂ ಆಗೋದಿಲ್ಲ ಅನ್ನೋದು ಅರಿವಿಗೆ ಬಂದಾಗಲೇ ಶಕ್ತಿ ಪರಿಚಯ ಆಗುತ್ತೆ. ಹೌದಲ್ಲ?" 'ಮೆಕಾನಿಕ್ಸ್' ಏನು ಹೇಳುತ್ತೆ ಗೊತ್ತಾ. ಯಾವುದೇ ವಸ್ತುವಿನ ಮೇಲೆ ಹೊರಗಿನ ಒತ್ತಡ ಬಿದ್ದಾಗ ಅದು ಚಾಲಿತವಾಗುತ್ತದೆ ಎಂದು. ಇದೊಂದು ರೀತಿಯಲ್ಲಿ

ಸೇತುವೆ. ಆಚೆ ದಡಕ್ಕೆ ಕರೆದೊಯ್ಯುವ ಸಾಧನ. ಜೀವನದಲ್ಲಿ ಏನಾಗುತ್ತೆಂದ್ರೆ. ಇಂತಹ ಸೇತುವೆ ಬಹಳ ಕಡಿದಾಗಿರುತ್ತದೆ. ಒಂದೊಂದು ಸಲ ಭಯ ಹುಟ್ಟಿಸುತ್ತೆ. ಮತ್ತೊಂದೊಂದು ಸಲ ಕಾಮನ ಬಿಲ್ಲಿನಂತೆ ಅತ್ಯಂತ ಆಕರ್ಷಕವಾಗಿರುತ್ತದೆ. ನಮಗೆ ಎಂಥಾದ್ದು ಬೇಕು ಅನ್ನೋದರ ಮೇಲೆ ನಮ್ಮ ದಿಕ್ಕು ನಿರ್ಣಯವಾಗುತ್ತೆ. ನಾನು ಹೇಳಿದ್ದು ಅರ್ಥವಾಯಿತಾ?”

ಕ್ಲಿಯಾ ಯಾಂಗ್ ಮೆಂಗ್‌ಗಳ ಕೈ ಹಿಡಿದು ಅರ್ಥವಾದಂತೆ ತಲೆಯಾಡಿಸಿದಳು. ಕ್ಲಿಯಾಳಿಗೆ ಅದು ಗೆಳತಿಯ ಬೀಳ್ಕೊಡುಗೆಯ ಉಡುಗೊರೆ, ಅವಳ ನಂಬಿಕೆಯ ಉದ್ಘೋಷ.

“ತುಂಬಾ ಸಂತೋಷ ಹೊರಡು. ನಿನ್ನ ಷಿಫ್ಟ್ ಸಮಯ ಇದು” ಎಂದು ತಿಳಿಸಿದಳು. ಕ್ಲಿಯಾಗೆ ತನ್ನ ಷಿಫ್ಟ್ ಬಗ್ಗೆ ಮರೆತೇ ಹೋಗಿತ್ತು. ದಢ ದಢನೆ ಎದ್ದು ಪ್ಯಾಡೆಡ್ ಜಾಕೆಟ್, ಫ್ಲಾಷ್ ಲೈಟ್ ತಗೊಂಡು ಬೇಗಬೇಗ ಹೆಜ್ಜೆ ಹಾಕಿದಳು. ಆದರೆ ಹಿಂದಿರುಗಿ ಬಂದು ಕೇಳಿದಳು – ನಿನ್ನ ಟ್ರೈನಿರೋದು ಎಷ್ಟು ಹೊತ್ತಿಗೆ?” – ಎಂದು.

“ನಾಳೆ ಅಲ್ಲ ಈ ದಿನ ಮಧ್ಯಾಹ್ನ 3.20ಕ್ಕೆ”

ಕ್ಲಿಯಾ ಕೆಲಸದಿಂದ ಹಿಂತಿರುಗುವವಷ್ಟಕ್ಕೆ ಯಾಂಗ್ ಮೆಂಗ್ ಹೊರಟು ಹೋಗಿದ್ದಳು. ಊಟ ಮಾಡಿದಳು. ಒಂದು ಸ್ವಲ್ಪಹೊತ್ತು ನಿದ್ದೆ ಮಾಡಿದಳು. ನಂತರ ಎದ್ದು ಬಟ್ಟೆ ಬದಲಾಯಿಸಿಕೊಂಡು ಷಿಜುನ್‌ನ ಮನೆ ಕಡೆ ಹೊರಟಳು. ಮನೆಯ ಮುಂದಿನ ಮೆಟ್ಟಿಲು ಹತ್ತುತ್ತಿದ್ದಂತೆ, ತಾನು ತಡವಾಗಿ ಬಂದದ್ದರ ಅರಿವಾಯಿತು. ಆಯಿಲ್ ಕಂಪೆನಿಯಿಂದ ಕಡವಾಗಿ ಪಡೆದಿದ್ದ ಫರ್ನಿಚರ್ ಹೊರತಾಗಿ ಆ ಕೋಣೆಯಲ್ಲಿ ಮತ್ತೇನೂ ಇರಲಿಲ್ಲ. ತಾನು ಏನ್ನನ್ನೋ ಕಳೆದುಕೊಂಡೆ ಎಂಬ ಭಾವನೆ ಮೂಡಿತು. ಸ್ಟೇಷನ್‌ಗೆ ಹೋಗಿ ಹೇಳಬೇಕು. ನಾವಿಬ್ಬರೂ ಬಹಳ ಆತ್ಮೀಯರು. ಕೇವಲ ಸಹೋದ್ಯೋಗಿಗಳಲ್ಲ, ಕಾಮ್ರೇಡ್ ಅಲ್ಲ. ಅದಕ್ಕಿಂತ ಬೇರೆ ಏನೋ!.... ಎಂದುಕೊಳ್ಳುತ್ತಾ ಆತುರದಿಂದ ಹೊರಡುತ್ತಿದ್ದಂತೆ ನೀಟಾಗಿ ಮಡಚಿ ಇಟ್ಟಿದ್ದ ಬಟ್ಟೆಗಳ ರಾಶಿಯ ಮೇಲೆ ಒಂದು ಕಾಗದದ ತುಂಡಿತ್ತು. ಅದರ ಮೇಲೆ ಹೀಗೆ ಬರೆದಿತ್ತು.

ಕ್ಲಿಯಾವೋ ತಾಯ್.

ನಮ್ಮ ಲಗ್ಗೇಜನ್ನು ಪರೀಕ್ಷೆಗೆ ಒಳಪಡಿಸಬೇಕಾಗಿರುವುದರಿಂದ ಸ್ಟೇಷನ್‌ಗೆ ಸ್ವಲ್ಪ ಮೊದಲೇ ಹೋಗುತ್ತಿದ್ದೇವೆ. ದಯವಿಟ್ಟು ಈ ಮೇಲಂಗಿಗಳನ್ನು ನನ್ನ ಪರವಾಗಿ ಹಿಂತಿರುಗಿಸು. ಸ್ಟೇಷನ್‌ನಲ್ಲಿ ನಿನಗಾಗಿ ಎದುರುನೋಡುತ್ತಿರುತ್ತೇನೆ.

– ಷಿಜುನ್

ಅವಳು ಆ ಬಟ್ಟೆಗಳನ್ನು ಮೃದುವಾಗಿ ಎತ್ತಿಕೊಂಡಳು. ಪೇಪರ್ ರಾಶಿಯಲ್ಲಿ ದಪ್ಪನೆಯ ಲಕ್ಕೋಟೆಯೂ ಬಿದ್ದಿರುವುದು ಅವಳ ಗಮನಕ್ಕೆ ಬಂತು. “ಅರೆ ಅದು ಯಾಂಗ್ ಮೆಂಗ್ ಬರೆದ ಪತ್ರಗಳು. ಜೊತೆ ತೆಗೆದುಕೊಂಡು ಹೋಗಿ ಕೊಡೋಣ ಎಂದುಕೊಂಡು ನೋಡಿದರೆ, ಅದನ್ನು ಎರಡು ಭಾಗಗಳಾಗಿ ಹರಿಯಲಾಗಿತ್ತು. ಹಾಸಿಗೆ ಮೇಲೆ ಕುಳಿತಳು.

ಅವರು ತೆಗೆದುಕೊಂಡು ಹೋಗುವುದನ್ನು ಮರೆತಿರಲಿಲ್ಲ. ಬಿಸಾಡುವುದನ್ನು ಮರೆತಿದ್ದರು ಅಷ್ಟೆ! ಕ್ಸಿಯಾ ಎರಡೂ ತುಂಡುಗಳನ್ನು ಒಟ್ಟಿಗೆ ಇಟ್ಟು ಕಾಗದವನ್ನು ಓದಲು ಪ್ರಯತ್ನಿಸಿದಳು. ಯಾಂಗ್ ಮೆಂಗ್ ಕಂಪನಿಯಲ್ಲಿ ಬರೆದ ಕಾಗದ ಅದಾಗಿತ್ತು.

ಕಾಮ್ರೇಡ್ ಪಿಯುಫೆಂಗ್,

1957ರಲ್ಲಿ, ನೀವು ಬ್ಯೂರೋ ಪಾರ್ಟಿ ಕಮಿಟಿ ಸೆಕ್ರೆಟರಿಯಾಗಿದ್ದಾಗ, ನಿಮ್ಮ ಕೆಳಗೆ ಯಾಂಗ್ ಷಿ ಚಾಂಗ್ ಎಂಬ ವ್ಯಕ್ತಿಯೊಬ್ಬರು ಕೆಲಸ ಮಾಡುತ್ತಿದ್ದುದು, ಬಹುಶಃ ನಿಮಗೆ ನೆನಪಿರಬಹುದು. ನಿಮಗೇ ಗೊತ್ತು ಅವರನ್ನು ಎಷ್ಟು ಕ್ರೂರವಾಗಿ ದಂಡನೆಗೆ ಒಳಪಡಿಸಿದರು ಅಂತ. ಅವರನ್ನು 'ಲೇಬರ್ ರಿಫಾರ್ಮ್'ಗೇಂತ ಫಾರಮ್‌ನಲ್ಲಿ ಕೂಲಿಮಾಡೋಕೆ ಕಳಿಸಲಾಯಿತು. ಇಷ್ಟಕ್ಕೂ ಅವರು ಮಾಡಿದ ತಪ್ಪೇನು? 'ಬ್ಯೂರೋ' ಕಾರ್ಯನಿರ್ವಹಣೆಯಲ್ಲಿನ ಲೋಪಗಳನ್ನು ತೋರಿಸಿ, ಕೆಲವು ಸಲಹೆಗಳನ್ನು ಸೂಚಿಸಿ ಪತ್ರ ಬರೆದರು ಅಷ್ಟೆ. ಆಗ ನನ್ನ ವಯಸ್ಸು ಕೇವಲ ಎಂಟು ವರ್ಷ. ಅದಕ್ಕಾಗಿ ನಾನು ಯಂಗ್ ಪಯನೀರ್ ಆಗೋದಕ್ಕಾಗಲೀ, ಕೆಂಪು ಸ್ಕಾರ್ಫ್ ಕಟ್ಟಿಕೊಳ್ಳುವುದಕ್ಕಾಗಲಿ ಆಗಲಿಲ್ಲ. ಆದರೆ ನಾನು ನಮ್ಮ ಅಪ್ಪನಿಗೆ ನನ್ನ ಮಾರ್ಕ್ಸ್ ಕಾರ್ಡ್ ಕಳಿಸಿ, ಅವರೂ ಕೂಡಾ ಸುಧಾರಣೆ ಆಗಬೇಕೂಂತ ಪ್ರೋತ್ಸಾಹಿಸಿದೆ. ಸ್ವಲ್ಪ ಸಮಯದ ನಂತರ ಅವರು ಅಪರಾಧಿ ಅಲ್ಲ ಅಂತ ಗೊತ್ತಾದ ಮೇಲೆ ತುಂಬ ಖುಷಿ ಪಟ್ಟೆವು. ಆದರೇನು? ಒಮ್ಮೆ ಒಬ್ಬ ವ್ಯಕ್ತಿ ಅಪರಾಧಿ ಅಂತ ಜನರಲ್ಲಿ ಪ್ರಚಲಿತವಾದರೆ, ಜೀವನ ಪರ್ಯಂತ ಅವನನ್ನು ಅಪರಾಧಿ ಅಂತಲೇ ಕಾಣ್ತಾರೆ. ಇದೇ ಫಾರಮ್‌ನಲ್ಲಿಯೇ ದುಡೀತಾ ಹೋಗಬೇಕಾಯ್ತು. ಇನ್ನು ತಮಗೆ ಭವಿಷ್ಯವೇ ಇಲ್ಲಾಂತ ಗೊತ್ತಾದ ಮೇಲೆ ನಮ್ಮಮ್ಮ, ಷಿಜುನ್‌ನ ತಾಯಿಯ ಹಾಗೇ, ಆತ್ಮಹತ್ಯೆ ಮಾಡಿಕೊಂಡಳು. ನಾನು ನನ್ನ ಎಂಟು ವರ್ಷದ ತಮ್ಮನ ಜೊತೆ ಇರಬೇಕಾಯ್ತು....

ಕ್ಸಿಯಾಳ ಕೈಗಳು ತಣ್ಣಗಿದ್ದವು. ಅವಳು ನಡುಗುತ್ತಿದ್ದಳು. ಗಡಿಯಾರ ನೋಡಿಕೊಂಡಳು. 2.30 ಗಂಟೆ ಆಗಿತ್ತು. ಸ್ಟೇಷನ್ ಇನ್ನೇನು ಸ್ವಲ್ಪವೇ ದೂರದಲ್ಲಿತ್ತು. ಆದರೆ ಅವಳಿಗೆ ನಿಲ್ಲೂ ತ್ರಾಣವಿರಲಿಲ್ಲ. ಕಂಬನಿಯೊರೆಸಿ ಕೊಂಡು ಕಾಗದ ಓದುವುದನ್ನು ಮುಂದುವರೆಸಿದ್ದಳು.

ಈಗ ನಿಮ್ಮ ಕುಟುಂಬವೂ ಗ್ಯಾಂಗ್ ಆಫ್ ಫೋರ್ ಹೊರಿಸಿದ ಸುಳ್ಳು ಆಪಾದನೆಗಳಿಗೆ ಸಿಲುಕಿ ಸಾಕಷ್ಟು ಯಾತನೆ ಅನುಭವಿಸಿರುವುದರಿಂದ ನನ್ನ ಕಷ್ಟ, ನನ್ನ ಉದ್ವೇಗಗಳು ಆಗ ಏನಿದ್ದಿರಬಹುದೆಂದು ಅರ್ಥಮಾಡಿಕೊಳ್ಳಬಲ್ಲಿರಿ. ನಮ್ಮ ಪಾರ್ಟಿ ಸತ್ಯವನ್ನು ಸಾಬೀತು ಮಾಡಲು ಸಾಕ್ಷ್ಯಾಧಾರಗಳನ್ನು ಸಂಗ್ರಹಿಸುತ್ತಿದೆ. ಇವತ್ತು ಎಲ್ಲರೂ ಇದರಿಂದಾಗಿ ಸಂಭ್ರಮಾಚರಣೆಯಲ್ಲಿರುವಾಗ, ನಾನು ಕೂಡ ನಿಮ್ಮಲ್ಲಿ ಪ್ರಾರ್ಥಿಸುವುದೇನೆಂದರೆ......? ಕ್ಸಿಯಾಳ ಗಡಿಯಾರ ಮೂರು ಗಂಟೆಗೆ ಹದಿನೈದು ನಿಮಿಷ ಇದೆಯೆಂಬುದನ್ನು ತೋರಿಸುತ್ತಿತ್ತು. ಆದಷ್ಟು ಬೇಗ ಸ್ಟೇಷನ್ ತಲುಪಿ ಯಾಂಗ್ ಮೆಂಗ್‌ಳನ್ನು ಷಿಜುನ್‌ನನ್ನು ಬೀಳ್ಕೊಡಬೇಕು. ತುಂಡಾಗಿದ್ದ ಕಾಗದವನ್ನು ಮಡಿಚಿಟ್ಟಿದ್ದ ಮೇಲಂಗಿಗಳನ್ನು ತೆಗೆದಿರಿಸಿಕೊಂಡಳು. ಬೇಗ ಬೇಗ ಹೆಜ್ಜೆ ಹಾಕುತ್ತ ಸ್ಟೇಷನ್ ಕಡೆ ಹೆಜ್ಜೆ ಹಾಕಿದಳು.

ಸೀಟಿ ಶಬ್ದ ಕೇಳಿ ಬಂತು. ಟ್ರೈನ್ ಹೊರಟಿತು. ತಮ್ಮವರನ್ನು ಬೀಳ್ಕೊಡಲು ಬೋಗಿಗಳಲ್ಲಿ ಹತ್ತಿದ್ದವರೆಲ್ಲರೂ ಇಳಿಯ ತೊಡಗಿದರು. ಕೇಡರ್‌ನ ಗುಂಪೊಂದು ಸ್ಲೀಪರ್ ಕ್ಯಾರೇಜಿನಲ್ಲಿತ್ತು. ಅವರೆಲ್ಲರೂ ಪಿಜುನ್‌ನ ಕೈ ಕುಲಕಿ ಬೀಳ್ಕೊಡುತ್ತಿದ್ದರು. ಪಿಜುನ್ ಕೂಡಾ ಕೈ ಕುಲುಕುತ್ತಿದ್ದರೂ ಅವನ ಕಣ್ಣುಗಳು ಯಾರನ್ನೋ ಹುಡುಕುತ್ತಿದ್ದವು.

ಕನಸಿನಲ್ಲಿ ಮಧುರ ತರಂಗಗಳು
(ಮೆಲೊಡಿ ಇನ್ ಡ್ರೀಮ್ಸ್)
ಲೇಖಕಿ : ಝೋಂಗ್ ಪು

ಈ ಕಥೆಯ ಲೇಖಕಿ ಜೋಂಗ್ ಪು ಬೀಜಿಂಗನಲ್ಲಿ 1928ರಲ್ಲಿ ಜನಿಸಿದಲು. ಈಕೆ ಹಿಸ್ಟರಿ ಆಫ್ ಚೈನೀಸ್ ಫಿಲಾಸಫಿ' ಕೃತಿಕರ್ತ ಫೆಂಗ್ ಯುಲಾನ್‌ನ ಮಗಳು – ಜಪಾನ್ ವಿರುದ್ಧದ ಹೋರಾಟದ ಸಮಯದಲ್ಲಿ ಈತನ ಕುಟುಂಬವನ್ನು ಕುನ್‌ಮಿಂಗ್ ಪ್ರದೇಶಕ್ಕೆ ಕಳಿಸಲಾಯಿತು. ಅಂತಹ ಉದ್ವಿಗ್ನ ಪರಿಸ್ಥಿತಿಯಲ್ಲಿ ಜೋಂಗ್‌ಪು ಒಳ್ಳೆಯ ಶಿಕ್ಷಣವನ್ನೂ, ಸಾಹಿತ್ಯದಲ್ಲಿ ಹೆಚ್ಚಿನ ಪರಿಣತಿಯನ್ನೂ ಸಾಧಿಸಿದಲು. 60ರ ದಶಕದಲ್ಲಿ ಕಿಂಗ್ ಯುವಾ ವಿಶ್ವವಿದ್ಯಾಲಯದಲ್ಲಿ ಪದವಿ ಪಡೆದ ನಂತರ, ಲಿಟರರಿ ಗೆಜೆಟ್ ಮತ್ತು ವರ್ಲ್ಡ್ ಲಿಟರೇಚರ್ ಬೋರ್ಡ್‌ನಲ್ಲಿ ಸಂಪಾದಕೀಯಗಳನ್ನು ಬರೆಯುವ ಜವಾಬ್ದಾರಿಯನ್ನು ನಿರ್ವಹಿಸಿದಲು. ಸಾಕಷ್ಟು ಸಂಖ್ಯೆಯಲ್ಲಿ ಕಥೆಗಳನ್ನು ಪ್ರಬಂಧಗಳನ್ನು ಬರೆದಲು. 1980ರಲ್ಲಿ ಪ್ರಕಟವಾದ ಈಕೆಯ 'ಮೆಲೊಡಿ ಇನ್ ಡ್ರೀಮ್ಸ್' ಕಥೆಯಲ್ಲಿ ಸಾಂಸ್ಕೃತಿಕ ಕ್ರಾಂತಿಯ ಸಂದರ್ಭದಲ್ಲಿ, ಬುದ್ಧಿಜೀವಿಗಳು, ಕಲಾವಿದರು ಅನುಭವಿಸಿದ ಸಂಕಷ್ಟಗಳನ್ನು ತನ್ನ ಸ್ವಾನುಭವದಿಂದ ಹೃದಯಂಗಮವಾಗಿ ವಿವರಿಸಿದ್ದಾಳೆ. ಅದೇ ಸಮಯದಲ್ಲಿ ಯುವ ಪೀಳಿಗೆ, ಪ್ರಧಾನಮಂತಿ ಚೌಎನ್ ಲಾಯ್' ರ ಸಮಾಧಿಯ ಮುಂದೆ ಶ್ರದ್ಧಾಂಜಲಿ ಅರ್ಪಿಸಲು ಗುಂಪುಗೂಡಿ ತೋರಿದ ಧೈರ್ಯ ಸಾಹಸಗಳನ್ನು, 'ಗ್ಯಾಂಗ್ ಆಫ್ ಫೋರ್' (ಫ್ಯೂಡಲ್ ಫ್ಯಾಸಿಸಂ) ವಿರುದ್ಧ ತೋರಿದ ಪ್ರತಿಭಟನೆಯ ನಿಲುವನ್ನೂ ಸಹ ಅತ್ಯಂತ ವಾಸ್ತವದ ನೆಲೆಯಲ್ಲಿ ಚಿತ್ರಿಸಿದ್ದಾಳೆ. ಪ್ರಸ್ತುತ ಫಾರೆನ್ ಲಿಟರೇಚರ್ ರೀಸರ್ಚ್ ಇನ್‌ಸ್ಟಿಟ್ಯೂಟ್ ಆಫ್ ದಿ ಅಕಾಡೆಮಿ ಆಫ್ ಸೋಷಿಯಲ್ ಸೈನ್ಸ್‌ನಲ್ಲಿ ಕೆಲಸ ನಿರ್ವಹಿಸುತ್ತಿದ್ದಾರೆ. ಚೈನೀಸ್ ರೈಟರ್ಸ್ ಅಸೋಸಿಯೇಷನ್ ಸದಸ್ಯರೂ ಆಗಿದ್ದಾರೆ.

3. ಕನಸಿನಲ್ಲಿ ಮಧುರ ತರಂಗಗಳು

ಮೂಲ : ಮೆಲೊಡಿ ಇನ್ ಡ್ರೀಮ್ಸ್

ಲೇಖಿಕಿ : ಝೋಂಗ್ ಪು

ಮುರಾಂಗ್ ಯೂ ಎಜುನ್ ಒಂದು ಸಂಗೀತ ಶಾಲೆಯಲ್ಲಿ ಸೆಲ್ಲೋ (ವಯೋಲಿನ್) ಶಿಕ್ಷಕಿಯಾಗಿದ್ದಳು. ಸೆಲ್ಲೋ ಅವಳ ಪ್ರಾಣ. ಅವಳ ಸರ್ವಸ್ವ ಸಂಪೂರ್ಣವಾಗಿ ಅದರೊಂದಿಗೆ ಬೆರೆತುಹೋಗುತ್ತಿದ್ದಳು. ತನ್ನೆಲ್ಲ ಭಾವನೆಗಳನ್ನು ಹೇಳುವುದಕ್ಕೆ ಅದನ್ನೇ ಸಮರ್ಥವಾಗಿ ಬಳಸಿಕೊಳ್ಳುತ್ತಿದ್ದಳು. ಆದರೆ ಅದೇಕೋ ಈ ದಿನ ಅವಳಿಗೆ ನುಡಿಸಲು ಸಾಧ್ಯವೇ ಆಗಲಿಲ್ಲ. ಸೆಲ್ಲೋ ಪಕ್ಕಕ್ಕಿಟ್ಟು ಬಾಲ್ಕನಿಗೆ ಬಂದು ಯಾರದೋ ನಿರೀಕ್ಷೆಯಲ್ಲಿ ರಸ್ತೆಯತ್ತ ಕಣ್ಣು ಹಾಯಿಸಿದಳು. ದೂರದವರೆಗೂ ದೃಷ್ಟಿ ಚಾಚಿದಳು.

ಸೆಪ್ಟೆಂಬರ್ 1975. ಮುಳುಗುವ ಸೂರ್ಯನ ಬೆಳಕಿನಲ್ಲಿ ಅವಳ ಬೆಳ್ಳಿ ಕೂದಲು ಹೊಳೆಯುತ್ತಿತ್ತು. ಐವತ್ತರ ಪ್ರಾಯ ಸಮೀಪಿಸಿದ್ದರೂ ನೋಡಲು ಬಹಳ ಆಕರ್ಷಕವಾಗಿ ಕಾಣಿಸುತ್ತಿದ್ದಳು. ಒಂದು ಹುಡುಗಿ ಬರುವುದನ್ನು ಎದುರು ನೋಡುತ್ತಿದ್ದಳಾದರೂ ಯಾರೊಬ್ಬರೂ ಬರುವುದು ಕಾಣಿಸಲಿಲ್ಲ. ತನ್ನ ಆತ್ಮೀಯ ಗೆಳೆಯ, ಲಿಯಾಂಗ್ ಫೆಂಗನ ಮಗಳ ನಿರೀಕ್ಷೆಯಲ್ಲಿ ಇದ್ದಳು. ಅವನು ತೀರಿಕೊಂಡಿದ್ದರೂ ಅವನ ಮಗಳನ್ನು ಅತಿಯಾಗಿ ಪ್ರೀತಿಸುತ್ತಿದ್ದಳು.

1937ರಲ್ಲಿ ಜಪಾನಿನ ವಿರುದ್ಧ ಯುದ್ಧವಾದಾಗ, ಲಿಯಾಂಗ್ ಫೆಂಗ್ ಮತ್ತು ಇನ್ನೊಂದಷ್ಟು ಮಂದಿ ಯುವಕರನ್ನು

ರೆವುಲ್ಯೂಷನರಿ ಬೇಸ್ ಆಗಿದ್ದ (ಕ್ರಾಂತಿಯ ಮೂಲಸ್ಥಾನ) ಯಾನನ್‍ಗೆ ಕಳಿಸಿಕೊಡಲಾಗಿತ್ತು. ಯೂ ಎಜುನ್, ಯಾನ್‍ಜಿಂಗ್ ವಿಶ್ವವಿದ್ಯಾಲಯದಲ್ಲಿ ಸಂಗೀತ ವಿದ್ಯಾರ್ಥಿಯಾಗಿ ಅಧ್ಯಯನ ಮಾಡುತ್ತಿದ್ದಾಗ, ಅವಳ ತಂದೆ ತಾಯಿಯ ಜೊತೆ ಸೌತ್‍ಗೆ ಬಂದಳು. ಅವಳಿಗೆ ಆ ಸಮಯದಲ್ಲಿ ಸ್ಕಾಲರ್‌ಷಿಪ್ ದೊರೆತ ಕಾರಣ ವಿದೇಶಕ್ಕೆ ಹೋಗಬೇಕಾಯಿತು. ಅವಳು ಅಧ್ಯಯನ ಮುಗಿಸಿ, 1949ರಲ್ಲಿ ಸ್ವಾತಂತ್ರ್ಯ (ಲಿಬರೇಷನ್) ಸಿಕ್ಕ ನಂತರ ಹಿಂತಿರುಗಿದಳು. ತಂದೆತಾಯಿ ಕಾಲವಶರಾದ ಮೇಲೆ, ಸಂಗೀತವನ್ನೇ ಹೆಚ್ಚಾಗಿ ನೆಚ್ಚಿಕೊಂಡಳು.

ಕತ್ತಲಾಗತೊಡಗಿದ್ದರಿಂದ, ಆಲೋಚನೆಯಲ್ಲಿ ಮುಳುಗಿಯೇ ತನ್ನ ಕೋಣೆಯನ್ನು ಪ್ರವೇಶಿಸಿದಳು.

ಲಿಬರೇಷನ್ ದೊರೆತ ನಂತರ ಒಂದು ವರ್ಷ ಲಿಯಾಂಗ್ ಫೆಂಗ್ ವಿದೇಶದಲ್ಲಿ ಕಳೆದ ಅರವತ್ತರ ದಶಕದಲ್ಲಿ ಸಾಂಸ್ಕೃತಿಕ ವಿನಿಮಯ ಕಾರ್ಯ ಚಟುವಟಿಕೆ ನಡೆಸಲು, ಮತ್ತೆ ಅವನನ್ನು ಬರಮಾಡಿಕೊಳ್ಳಲಾಯಿತು. ಸಭೆಗಳಲ್ಲಿ ಯೂ ಎಜುನ್ ಭಾಷಣ ಮಾಡುವುದನ್ನು ಗಮನಿಸಿದ್ದ ಪಾರ್ಟಿ ಸಿದ್ಧಾಂತಗಳನ್ನು ಮಂಡಿಸಿ ವಿವರಿಸುವ ರೀತಿಯನ್ನು ಬಹಳವಾಗಿ ಮೆಚ್ಚಿಕೊಂಡಿದ್ದಳು. ಅಲ್ಲದೆ ಪಾರ್ಟಿ ಬಗ್ಗೆ ಅವನಿಗಿದ್ದ ನಿಷ್ಠೆಯನ್ನೂ ಗಮನಿಸಿದ್ದಳು. ಫೆಂಗ್‍ನ ಹೆಂಡತಿ ಮಗಳನ್ನು ಖುದ್ದಾಗಿ ಭೇಟಿಯಾಗಿ ಮಾತನಾಡಿಸಿದ್ದಳು.

ಯೂ ಎಜುನ್ ಫೆಂಗರ ಮಗಳನ್ನು ಭೇಟಿಯಾಗಿ ಮಾತಾಡಿಸಿದ್ದರೂ, ಯಾವುದೋ ಒಂದು ಸಂದರ್ಭದಲ್ಲಿ ಹೊರತಾಗಿ, ಅಷ್ಟಾಗಿ ಮೆಚ್ಚಿಕೊಂಡಿರಲಿಲ್ಲ. ಸಾಂಸ್ಕೃತಿಕ ಕ್ರಾಂತಿಯ ಸಂದರ್ಭದಲ್ಲಿ, ಕೇಡಿಗರು, ಸಮಾಜಘಾತುಕರು, ಬುದ್ಧಿಜೀವಿ ಗಳನ್ನು, ಕಲಾವಿದರನ್ನು ಎಲ್ಲಂದರೆ ಅಲ್ಲಿ ಕೊಚ್ಚಿ ಹಾಕಲು ಮುಂದಾಗುತ್ತಿದ್ದರು. ಯೂ ಎಜುನ್ ಕೂಡಾ ಆಕ್ರಮಣದಿಂದ ತಪ್ಪಿಸಿಕೊಳ್ಳಲು ಸಾಧ್ಯವಿರಲಿಲ್ಲ. ಅದಕ್ಕೆ ಕಾರಣ ಅವಳು ವಿದೇಶದಲ್ಲಿ ಓದಿದವಳು ಎಂಬುದೇ ಆಗಿತ್ತು.

ಒಂದು ಸಭೆಯಲ್ಲಿ ಅವಳನ್ನೂ ಮತ್ತು ಇನ್ನೂ ಹಲವರನ್ನು ವೇದಿಕೆ ಮೇಲೆ ಸಾಲಾಗಿ ನಿಲ್ಲಿಸಿ, ಅವರ ಕೈಗೆ ಮೈಕ್ರೋಫೋನ್ ನೀಡಿ ತಮ್ಮನ್ನು ಪ್ರಗತಿ ವಿರೋಧಿಗಳೆಂದು ಘೋಷಿಸಿಕೊಳ್ಳಲು ಒತ್ತಾಯಿಸಿದರು. ಇದ್ದಕ್ಕಿದ್ದಂತೆ ಒಂದು ಮೂರು ನಾಲ್ಕು ಮಂದಿ ಮಧ್ಯವಯಸ್ಸಿನ ವ್ಯಕ್ತಿಯೊಬ್ಬನನ್ನು ರಂಗದ ಮೇಲೆ ಎಳೆದುತಂದು ಕಂಡಕಂಡಂತೆ ಒದೆಯುತ್ತಾ "ಡೌನ್ ವಿತ್ ರಿವಿಷನಿಷ್ಟ್ ರಾಕ್ಷಸ ಲಿಯಾಂಗ್ ಫೆಂಗ್" ಎಂದು ಸೂರು ಸೀಳಿ ಬೀಳುವಂತೆ ಬೊಬ್ಬೆ ಹಾಕಿದರು.

ಅವನತ್ತ ಒಮ್ಮೆ ಕಳ್ಳ ನೋಟದಿಂದ ತನ್ನ ಗೆಳೆಯ ಫೆಂಗನನ್ನು, ಮೈಕ್ರೋ ಫೋನ್‍ನತ್ತ ದೂಡುತ್ತಿದ್ದುದನ್ನು ಗಮನಿಸಿದಳು. ಫೆಂಗ್ ವಿಧಿಯಿಲ್ಲದೆ ಗುಂಪಿನೆಡೆಗೆ ತಿರುಗಿ, "ನಾನು ಚೈನಾದ ಕಮ್ಯುನಿಸ್ಟ್!" ಎಂದು ಘೋಷಿಸಿಕೊಂಡ.

ಈ ಘೋಷಣೆ ಪೂರೈಸುತ್ತಿದ್ದಂತೆಯೇ ಕೆಲವರು ದುಷ್ಕರ್ಮಿಗಳು, ಎಲ್ಲಿಂದಲೋ ಪ್ರತ್ಯಕ್ಷರಾಗಿ ಲಿಯಾಂಗ್ ಫೆಂಗನ ಹೊಟ್ಟೆಯ ಮೇಲೆ ಬಲವಾಗಿ ಗುದ್ದಿದರು. ಮುಖದ

ಮೇಲೂ ಬಲವಾದ ಏಟು ಬಿದ್ದು ಬಾಯಿಂದ ರಕ್ತ ಹರಿಯತೊಡಗಿತು. ಅದನ್ನು ನೋಡುತ್ತಿದ್ದ ಗುಂಪಿನ ಮಧ್ಯದಿಂದ ಫಾದರ್! ಫಾದರ್! ಎನ್ನುವ ಕೂಗು ಕೇಳಿಸಿತು.

ನೋಡುತ್ತಿದ್ದ ಜನರ ಗುಂಪಿನಿಂದ ಹೊಡೆಯುತ್ತಿದ್ದವರ ವಿರುದ್ಧ ಕೂಗೆದ್ದಿತು. ಮತ್ತೆ ಕೆಲವರು ತಂದೆಯನ್ನು ಕೂಗುತ್ತಿದ್ದ ಆ ಹುಡುಗಿಯನ್ನು ಆ ಜಾಗದಿಂದ ದೂರ ಮಾಡಿದರು.

ಯೂ ಯೆಜುನ್ ಗೂ ಈ ದೃಶ್ಯವನ್ನು ನೋಡಲಾಗಲಿಲ್ಲವಾದರೂ, ನೋಡದಿರಲೂ ಆಗದೆ ಒಮ್ಮೆ ಇಡೀ ದೃಶ್ಯದತ್ತ ಒಂದೆರಡು ಕ್ಷಣ ಕಣ್ಣು ಹಾಯಿಸಿದಳು. ಆದರೆ ಹುಡುಗಿಯನ್ನು ಗಮನಿಸಲಿಲ್ಲ. ಆದರೂ ಆ ಮಗುವಿನ ನೆನಪಾದಾಗಲೆಲ್ಲ ದುಃಖಿಸುತ್ತಿದ್ದಳು. ಅವಳ ಬಗ್ಗೆ ಒಂದು ಬಗೆಯಲ್ಲಿ ಕನಿಕರದ ಪ್ರೀತಿ ತಳೆಯುತ್ತಿದ್ದಳು.

ಆ ಹುಡುಗಿ ಇಂದು ಬರುವವಳಿದ್ದಳು.

ಹೊರಗೆ ಯಾರದೋ ದನಿ ಕೇಳಿಸಿತು. "ಓ ನೀನಾ ಪೀ?" ಎಂದು ಕೇಳಿದಳು. ವಯಸ್ಸಾದ ಸ್ವಲ್ಪ ದಢೂತಿಯಾದ ಹೆಂಗಸೊಬ್ಬಳು ಪ್ರವೇಶಿಸಿದಳು. ತನ್ನ ಡಿಪಾರ್ಟ್‌ಮೆಂಟ್‌ನಲ್ಲಿ ಆ ಹೆಂಗಸು ಪಾರ್ಟಿ ಸದಸ್ಯಳಾಗಿದ್ದಳು.

ಯೂ ಯೆಜುನ್‌ಳ ಬಹಳ ಆತ್ಮೀಯ ಗೆಳತಿಯಾಗಿದ್ದಳು. "ಹೀಗೇ ಈ ಕಡೆ ಹೋಗುತ್ತಿದ್ದೆ, ಲಿಯಾಂಗ್ ಫೆಂಗ್‌ನ ಮಗಳೇನಾದರೂ ಇವತ್ತು ಇಲ್ಲಿಗೆ ಬಂದಿದ್ದಾಳೇನೋ, ನೋಡೋಣವೆಂದು ಬಂದೆ" ಎಂದಳು.

"ಬರಬೇಕಾಗೇನೋ ಇತ್ತು, ಆದರೆ ಇಷ್ಟು ಹೊತ್ತಾದರೂ ಇನ್ನೂ ಬಂದಿಲ್ಲ."

ನಿನಗೆ ನೆನಪಿದೆಯೇ?... ಪೀ. ಕಿಟಕಿಯ ಹೊರಗೆ ಕಣ್ಣಾಡಿಸಿದಳು.

"ನನಗಂತೂ ಆವತ್ತು ನಡೆದದ್ದೆಲ್ಲಾ ಮರೆಯೋಕೇ ಸಾಧ್ಯವಾಗುತ್ತಿಲ್ಲ"

ಯೂ ಎಜುನ್‌ಳ ದೃಷ್ಟಿ ಅವಳತ್ತ ನೆಟ್ಟಿತು. ಪ್ರತಿಯೊಂದು ಟೀಕೆಯ ಸಭೆಯ ನಂತರ ಪೀ ಅವಳ ಕಿವಿಯಲ್ಲಿ ಗೆಲುವಾಗು ಇದೆಲ್ಲ ಇಂಫಧ್ದೆಲ್ಲಾ ಮಾಮೂಲೇ! ಇದೊಂದು ಪರೀಕ್ಷೆ? ಎಂದೆಲ್ಲ ಪಿಸುಗುಡುತ್ತಿದ್ದಳು.

ಇದರಿಂದ ನೀನು ನಿನ್ನ ಸಂತೋಷವನ್ನು ಹಾಳು ಮಾಡಿಕೊಳ್ಳಬೇಡ. ಇವಳ ಇಂಫ ಮಾತುಗಳಿಂದ ಯೂ ಎಜುನ್ ಧೈರ್ಯ ತುಂಬಿಕೊಳ್ಳುತ್ತಿದ್ದಳು.

ಹಾಗೆ ನೋಡಿದರೆ ಪೀ ಬಹಳ ಬೇಗ ಉತ್ತೇಜಿತಳಾಗುತ್ತಿದ್ದಳು. ಅವಳಿಗೆ ರಕ್ತದೊತ್ತಡ ಬೇರೆ. "ಆ ಮಗುವಿಗೆ ಚೆನ್ನಾಗಿ ಪಾಠ ಹೇಳಿಕೊಡು". ಖಂಡಿತ ಕಲಿಸಲೇ ಬೇಕಂತೇನೋ ಇದೆ. "ಆದರೆ ಅದಕ್ಕೆ ಬೇಕಾದ್ದನ್ನು ತರೋದು ಹೇಗೆ?"

"ಯಾರಾದರೂ ಒಬ್ಬರು ಮಾಡಲೇಬೇಕು. ಆದರೆ ಅಧಿಕಾರ ಯಾರಿಗಿದೆ? ಕೆಟ್ಟಜನ ಒಳ್ಳೆಯವರನ್ನು ಹಾಳು ಮಾಡೋದು ಅಷ್ಟೇ ಅಲ್ಲ, ಇಡೀ ನಮ್ಮ ಸಮಾಜ, ಸಂಸ್ಕೃತಿಯನ್ನೇ ಹಾಳು ಮಾಡ್ತಿದ್ದಾರೆ" ಪೀಳ ದನಿಯಲ್ಲಿ ಸ್ವಲ್ಪ ನಡುಕ ಕಾಣಿಸಿತು.

"ಹಾಗಾದರೆ ನಾವು ಮಾಡುವುದಾದರೂ ಏನು," ಯೂ ಎಜುನ್ ಗೊಣಗುತ್ತ ಹೇಳಿದಳು.

"ಸ್ವಲ್ಪ ಕಾಯ್ತಿರು". ಎನ್ನುತ್ತ ಪೀ ಕುರ್ಚಿಯ ಬದಿಯನ್ನು ತಟ್ಟುತ್ತಾ ಹೇಳಿದಳು. ಒಂದೆರಡು ನಿಮಿಷಗಳ ನಂತರ, ಆಸ್ಪತ್ರೆಯಲ್ಲಿ ಪೆರಾಲಿಸಿಸ್ ಹೊಡೆದು ಮಲಗಿರುವ ತನ್ನ ಗಂಡನನ್ನು ನೋಡಲು ಹೋಗುವುದಾಗಿ ಹೇಳಿ ಅಲ್ಲಿಂದ ಹೊರಟಳು.

ರಾತ್ರಿಯಾಗಿತ್ತು. ಪಕ್ಕದಲ್ಲಿನ ದೀಪಗಳ ಬೆಳಕಿನಲ್ಲಿ ಸ್ಪಷ್ಟವಾಗಿ ಕಾಣುತ್ತಿದ್ದ 'ಮೇಪಲ್ ಟ್ರೀ' ಕಡೆ ದೃಷ್ಟಿ ಹಾಯಿಸಿದಳು. ಬಹುಶಃ ಇನ್ನು ಬರಲಾರಳೇನೋ ಎಂದು ಯೋಚಿಸುತ್ತಿರುವಾಗ, ಬಾಗಿಲು ತಟ್ಟುವ ಸದ್ದು ಕೇಳಿಸಿತು.

ತಾನು ಮಾತಾಡಿಸುವ ಮೊದಲೇ ಒಬ್ಬಳು ಹುಡುಗಿ ಒಳಗೆ ಬಂದು, "ನೀವೇನಾ ಯೂ ಎಜುನ್ ಆಂಟ್?" ನಿಮ್ಮ ಮನೆ ಹುಡುಕುವುದು ತುಂಬಾ ಕಷ್ಟವಾಯಿತು. ಒಂದು ಹತ್ತನ್ನೆರಡು ಜನಾನಾ ವಿಚಾರಿಸಿದೆ. ನಿಮ್ಮ ರೂಮಿನಲ್ಲಿ ಬೆಳಕೂ ಇರಲಿಲ್ಲ. ಆದರೆ ನಿಮ್ಮ ಸೆಲ್ಲೋ ಧ್ವನಿ ಕೇಳಿ ಒಳಗೆ ಬಂದೆ. ನನ್ನ ಲೆಕ್ಕಾಚಾರ ಸರಿ ಇದೆ ಅನ್ನಿಸಿತು. ನಾನು ಲಿಯಾಂಗ್ ಕ್ಷಿಯಾ".

ಯೂ ಎಜುನ್ ದೀಪದ ಸ್ವಿಚ್ ಹಾಕಿದಳು. ಬೆಳಕಿನಲ್ಲಿ ಆ ಹುಡುಗಿ ತುಂಬಾ ಮುದ್ದಾಗಿ ಕಾಣಿಸಿದಳು. ಕೂದಲನ್ನು ಕತ್ತರಿಸಿಕೊಂಡಿದ್ದಳು. ಕೆನೆಬಣ್ಣದ ಜಾಕೆಟ್ ಮೇಲೆ ಕಪ್ಪು ಬಣ್ಣದ ಜೆರ್ಸಿ ಹಾಕಿಕೊಂಡಿದ್ದಳು. ಅದಕ್ಕೆ ಒಪ್ಪುವಂತೆ ಬೂದು ಬಣ್ಣದ ಟ್ರೌಸರ್ ಧರಿಸಿದ್ದಳು – ದೊಡ್ಡ ದೊಡ್ಡ ಕಣ್ಣುಗಳು, ತೀಡಿ ತಿದ್ದಿದ ಹುಬ್ಬುಗಳು ಗುಲಾಬಿ ಬಣ್ಣದ ಕೆನ್ನೆಗಳು! ಮುಗುಳು ನಗುತ್ತಾ ಯೂ ಎಜುನ್‍ಳತ್ತ ನೋಡುತ್ತಿದ್ದಳು.

"ಓಹೋ! ನನ್ನನ್ನು ಪರೀಕ್ಷೆ ಮಾಡುತ್ತಿರಬೇಕು" ಎಂದು ತನ್ನಲ್ಲೇ ಯೋಚಿಸಿದಳು. ನಂತರ ಅವಳ ಕೈಕುಲುಕಿ, "ನಾನು ನಿನಗೋಸ್ಕರವೇ ಕಾಯುತ್ತಿದ್ದೆ" ಎಂದಳು.

– 2 –

ಲಿಯಾಂಗ್ ಕ್ಷಿಯಾ ವಯಸ್ಸು ಹತ್ತೊಂಬತ್ತರ ಸುಮಾರಿತ್ತು. 1966 ರಲ್ಲಿ ಸಾಂಸ್ಕೃತಿಕ ಕ್ರಾಂತಿ ಆದಾಗ ಅವಳ ವಯಸ್ಸು ಹತ್ತು. ಈ ಕ್ರಾಂತಿಯ ಘಟ್ಟ ಅವಳ ಬದುಕಿನಲ್ಲಿ ಒಂದು ತಿರುವನ್ನು ನೀಡಿತ್ತು. ಅಲ್ಲೀವರೆಗೆ ಅವಳು ತಂದೆತಾಯಿಯರ ಮುದ್ದಿನಲ್ಲಿ ಬೆಳೆದಿದ್ದಳು. ಅವರ ಹೆಮ್ಮೆಯ ಮಗಳು ಎನಿಸಿಕೊಂಡಿದ್ದಳು. ಆದರೆ ಅವಳ ಸುಖ–ಸಂತೋಷಗಳೆಲ್ಲವೂ ಸಾಂಸ್ಕೃತಿಕ ಕ್ರಾಂತಿಯ ಆರಂಭದ ಕ್ಷಣದಿಂದ ಮರೆಯಾಗಿ ಹೋಗಿದ್ದವು. ಅವಳ ತಂದೆ, ತಾನು ಪ್ರತಿನಿಧಿಸುತ್ತಿದ್ದ ಪಕ್ಷದ ನಾಯಕನಾಗಿದ್ದ. ಒಂದು ದಿನ ಇದ್ದಕ್ಕಿದ್ದಂತೆ ಒಂದಷ್ಟು ಮಂದಿ ಗೂಂಡಾಗಳು ಮನೆಗೆ ನುಗ್ಗಿ ಲಿಯಾಂಗ್‍ನನ್ನು ಎಳೆದುಕೊಂಡು ಹೋದುದೇ ಅಲ್ಲದೆ ಅವನ ಹೆಂಡತಿಯನ್ನೂ ಅವನಿಂದ ದೂರಮಾಡಿ, ಬೇರೆ ಬೇರೆಯಾಗಿ ಬಂಧನದಲ್ಲಿ ಇರಿಸಿದ್ದರು. ಲಿಯಾಂಗ್ ಕ್ಷಿಯಾ ತುಂಬ ಉದ್ರಿಕ್ತಳಾಗಿದ್ದಳು, ಮನೆಯಲ್ಲಿ ಒಂಟಿಯಾಗಿ ಇರಬೇಕಾಯಿತು.

ಆದರೂ ಬಂಧನದಲ್ಲಿದ್ದ ತನ್ನ ತಂದೆ ತಾಯಿಯರಿಗೆ ತಾನೇ ಅವರಿಗೆ ಇಷ್ಟವಾದ ತಿಂಡಿಗಳನ್ನು ಮಾಡಿ ತೆಗೆದುಕೊಂಡು ಹೋಗಿ ಕೊಡುತ್ತಿದ್ದಳು. ತನ್ನ ಹಸಿವನ್ನೂ ಮರೆತು, ಅವರಿಗೆ ಊಟ ಒದಗಿಸುತ್ತಿದ್ದಳು. ದಿನಂಪ್ರತಿ ಇವಳು ಇದೇ ರೀತಿ ಮಾಡುತ್ತಿದ್ದಳು. ಆದರೆ ಒಂದು ದಿನ ಒಬ್ಬ ವ್ಯಕ್ತಿ, ಅವಳಿಗೆ, ಇನ್ನು ಮುಂದೆ ಅವಳ ತಂದೆಗೆ ಊಟ ತರಬೇಕಾದ ಅಗತ್ಯವಿಲ್ಲವೆಂದೂ, ಆತ ತೀರಿಕೊಂಡಿದ್ದಾನೆಂಬ ಸುದ್ದಿಯನ್ನು ತಿಳಿಸಿದ.

ತಂದೆ ತಾಯಿಯರು ಬಂಧನದಲ್ಲಿ ಇರುವ ಸುದ್ದಿ ತಿಳಿದಾಗ, ಅವರ ಸ್ನೇಹಿತರು ಎಷ್ಟೋ ಮಂದಿ, ಕ್ಸಿಯಾಳನ್ನು ತಮ್ಮ ಜೊತೆ ಇರಲು ಕೇಳಿಕೊಂಡಿದ್ದರು. ಆದರೆ ಕೆಲವರು ಅದನ್ನು ಒಪ್ಪಲಿಲ್ಲ. ಕಡೆಗೆ ಅವಳು ಅಮ್ಮನ ತಂಗಿಯ ಮನೆಯಲ್ಲಿ ಬೇಕಾದರೆ ಇರಬಹುದೆಂದು ಸಲಹೆ ನೀಡಿದರು. ಆದರೆ ಅಮ್ಮನ ತಂಗಿ ಅವಳನ್ನು ಇರಿಸಿಕೊಳ್ಳಲು ಒಪ್ಪಲಿಲ್ಲ. ಅವಳು ಬೇಕಾದರೆ, ಆಗಾಗ ಬಂದು ತನ್ನನ್ನು ನೋಡಬಹುದೆಂದೂ ಮತ್ತು ತನ್ನ ಮನೆ ಕೆಲಸಗಳಲ್ಲಿ ಸಹಾಯ ಮಾಡಬಹುದೆಂದು ಹೇಳಿದಳು.

ಆಗಿನ್ನೂ ಅವಳು ನಾಲ್ಕನೇ ಕ್ಲಾಸಿನಲ್ಲಿ ಇದ್ದಳು. ತಂದೆ ತಾಯಿಯರ ಕಾರಣದಿಂದ, ಜನ ಅವಳನ್ನೂ ಆಗಾಗ ಜರಿಯುತ್ತಲೇ ಇದ್ದರು.

ಅಂತಹ ದುಃಖದ ದಿನಗಳಲ್ಲಿ, ದೊಡ್ಡ ದೊಡ್ಡ ಬಂಡೆಗಲ್ಲುಗಳ ಅಡಿಯಲ್ಲಿ ತಾನು ಸಿಕ್ಕಿಬಿದ್ದಿರುವಂತೆ ಕನಸು ಕಾಣುತ್ತಿದ್ದಳು. ಬೆಳಿಗ್ಗೆ ಕನಸು ನೆನಸಾಗುತ್ತಿದ್ದಂತೆ ಬಿಕ್ಕಿ ಬಿಕ್ಕಿ ಅಳುತ್ತಿದ್ದಳು. ಆದರೆ ಕಾಲ ಸರಿದಂತೆ, ಎಲ್ಲವನ್ನೂ ಸಹಿಸಿಕೊಳ್ಳುವ ದನ್ನು ಕಲಿತಳು. ಏನೇ ನೋವು ಸಂಕಟಗಳು ಎದುರಾದರೂ ಅವುಗಳನ್ನು ಎದೆಯಲ್ಲಿ ಬಚ್ಚಿಟ್ಟುಕೊಳ್ಳುತ್ತಿದ್ದಳು.

ತಾಯಿಯನ್ನು ಬಿಡುಗಡೆ ಮಾಡಿ, ದುಡಿಯುವ ಶಿಕ್ಷೆಯನ್ನು ವಿಧಿಸಿ ಕೇಡರ್ ಸ್ಕೂಲಿಗೆ ಕಳಿಸಿಕೊಟ್ಟರು. ಆಗ ಅವಳೂ ಕೂಡಾ ತಾಯಿಯ ಜೊತೆಯಲ್ಲಿರಲು ಹೋದಳು. ಮತ್ತೆ ಕೆಲ ಕಾಲದ ನಂತರ ಸೌತ್ ಚೈನಾದಲ್ಲಿನ ಒಂದು ಸಣ್ಣ ಊರಿಗೆ ಅವಳ ತಾಯಿಯನ್ನು ಸ್ಥಳಾಂತರಿಸಿದರು. ಅದೇ ಸಮಯದಲ್ಲಿ ಶಾಲೆಯಿಂದ ವಜಾ ಮಾಡಿದ ಸೆಲ್ಲೋ ಟೀಚರ್ ಒಬ್ಬರ ಪರಿಚಯವಾಯಿತು. ಮಗಳ ಸಮಯ ವ್ಯರ್ಥವಾಗದಿರಲೆಂದು ಅವರ ಬಳಿಗೆ ಸೆಲ್ಲೋ ಕಲಿಯಲು ಕಳಿಸಬೇಕೆಂದುಕೊಂಡಳು. ಆದರೆ ದುರಾದೃಷ್ಟ ಎರಡು ತಿಂಗಳ ಹಿಂದೆ ಕಾಯಿಲೆಯಿಂದ ತಾಯಿ ತೀರಿಕೊಂಡಳು. ಮತ್ತೆ ಅನಾಥಳಾಗುವ ಸ್ಥಿತಿ ಬಂತು. ತಂದೆಯ ಮೇಲಿದ್ದ ಆರೋಪ ದೂರವಾಗಿ ಇನ್ನೇನು ಬಿಡುಗಡೆಯಾಗಿ ಬರುತ್ತಾನೆ ಎನ್ನುವ ಸುದ್ದಿ ತಲುಪುವ ಮುನ್ನವೇ ತಾಯಿ ತೀರಿಕೊಂಡದ್ದು ದೊಡ್ಡ ದುರಂತವಾಗಿತ್ತು. ಕ್ಸಿಯಾ ಬೀಜಿಂಗ್‌ಗೆ ಬಂದು ಚಿಕ್ಕಮ್ಮನ ಮನೆಯಲ್ಲಿ ಬಂದು ಇರತೊಡಗಿದಳು. ತಾನು ಕಲಿಯಬೇಕಿದ್ದ ಸೆಲ್ಲೋ ಪಾಠಗಳನ್ನು ಯೂ ಎಜುನ್‌ನಿಂದ ಮುಂದುವರೆಸಬಹುದೆಂಬ ಆಸೆಯಿಂದಲೇ ಅವಳು ಇಲ್ಲಿಗೆ ಬಂದಿದ್ದಳು.

"ತಡವಾಗಿದ್ದಕ್ಕೆ ದಯವಿಟ್ಟು ಕ್ಷಮಿಸಿ. ಆಂಟಿಗೆ ಬಟ್ಟೆ ತೊಳೆಯಲು ಸಹಾಯ ಮಾಡಬೇಕಿತ್ತು" ಎಂದು ಹೇಳಿ, ಯೂ ಎಜುನ್‌ಳ ರೂಮಿನ ಸುತ್ತ ಕಣ್ಣಾಡಿಸಿದಳು. ಕಿಟಕಿಗೆ

ಸೇರಿದಂತೆ, ಯೂ ಎಜುನ್‌ನ ತಾಯಿಯಿಂದ ಬಂದ ಮಾರ್ಬಲ್ ಹೊದಿಸಿದ ಮಹೋಗನಿ ಮರದಿಂದ ಮಾಡಿದ ಡೆಸ್ಕ್ ಇತ್ತು. ಒಂದು ಮೂಲೆಯಲ್ಲಿ ಒಂದು ಪಿಯಾನೋ ಇತ್ತು. ಅದಕ್ಕೆ ಆನಿಕೊಂಡಂತೆ ಸೆಲ್ಲೋ ವಾದ್ಯವೂ ನಿಂತಿತ್ತು. ಅವಳ ಹಾಸಿಗೆಯ ಮುಂದೆ, ಹೂವು ಹಕ್ಕಿ ಚಿತ್ತರಗಳಿರುವ ಒಂದು ಪರದೆ ಇತ್ತು. ಎರಡು ಕುರ್ಚಿಗಳ ಹಿಂದೆ ಕಿತ್ತಲೆ ಬಣ್ಣದ ಷೇಡ್‌ನ ಕೆಳಗೆ ಒಂದು ಲ್ಯಾಂಪಿತ್ತು.

"ತುಂಬಾ ಚೆನ್ನಾಗಿ, ಹಿತವಾಗಿದೆ ಜಾಗ" ಎಂದು ಹೇಳುತ್ತಾ ಲಿಯಾಂಗ್ ಕ್ಲಿಯಾ, ಅಡಿಗೆ ಮನೆ ಕಡೆ ಹೋಗುತ್ತಿದ್ದ ಯೂ ಎಜುನ್‌ಳನ್ನು ಹಿಂಬಾಲಿಸಿದಳು. ಅವಳ ಕೈಲಿದ್ದ ಫ್ಲಾಸ್ಕನ್ನು ತಾನೇ ಕೇಳಿ ತೆಗೆದುಕೊಂಡು ಬಟ್ಟಲಿಗೆ ಚಹಾ ಬಗ್ಗಿಸಿಕೊಂಡಳು.

"ನಮ್ಮನ್ನೆಲ್ಲ ಮನೆಯಿಂದ ಹೊರ ಹಾಕಿದರು. ಆಗ ಎಲ್ಲವನ್ನೂ ಹಿಂದೆ ಬಿಟ್ಟು ಹೊರಡಬೇಕಾಯಿತು. ನನ್ನ ತಂದೆ ತಾಯಿಯನ್ನು ಬಂಧನದಲ್ಲಿ ಇರಿಸಿದ್ದಾಗ, ನಾನು ಅಟ್ಟದ ಮೇಲೆ ವಾಸ ಮಾಡಬೇಕಾಗಿ ಬಂತು. ಆದರೆ ಆಗ ಅದೇ ಸುಖ ಅಂತ ಅನ್ನಿಸಿತ್ತು. ಒಮ್ಮೊಮ್ಮೆ ತಾಯಿಗೆ ಮೈ ಹುಷಾರಿಲ್ಲದೆ ಹೋದಾಗ, ನಾನು ಅವಳನ್ನು ಬೆನ್ನ ಮೇಲೆ ಕೂರಿಸಿಕೊಂಡು ಮೇಲೆ ಹೋಗಬೇಕಾಗುತ್ತಿತ್ತು.

ಇಷ್ಟು ಸಣ್ಣ ಹುಡುಗಿಗೆ, ಈ ಕೆಲಸ ಹೇಗೆ ಮಾಡಲು ಸಾಧ್ಯವಾಗುತ್ತಿತ್ತು ಎಂದು ಯೂ ಎಜುನ್ ಯೋಚಿಸುತ್ತಿದ್ದಳು. ತಾಯಿಯ ಕಾಯಿಲೆ ಬಗ್ಗೆ ವಿಚಾರಿಸಬೇಕು ಎನಿಸಿದರೂ, ಹಳೆಯದನ್ನೆಲ್ಲ ಕೆದಕಿ ನೋವುಂಟು ಮಾಡುವುದು ಸರಿಯಲ್ಲವೆನಿಸಿ ಸುಮ್ಮನಾದಳು.

ಆದರೆ ಲಿಯಾಂಗ್ ಕ್ಲಿಯಾ ಯೂ ಎಜುನ್‌ಳ ಅಂತರಂಗವನ್ನು ಗ್ರಹಿಸಿದಳೆಂಬಂತೆ, ತಾನೇ ತಾಯಿಯ ಅನಾರೋಗ್ಯದ ಬಗ್ಗೆ ವಿವರಿಸತೊಡಗಿದಳು. "ನನ್ನ ತಾಯಿಗೆ ಎಲ್ಲ ಬಗೆಯ ಕಾಯಿಲೆಗಳೂ ಇದ್ದುವು. ನಾನೇ ಡಾಕ್ಟರಾಗಿ ನಿರ್ವಹಿಸಿದೆ. ಅವಳ ಕಾಯಿಲೆಗೆ ಬೇಕಾಗಿದ್ದ ಔಷಧಿಗಳೆಲ್ಲವೂ ನನಗೆ ತಿಳಿದಿದ್ದುವು. ಆದರೆ ಕೊನೆಗೆ ಅವಳು ಸಾವನ್ನಪ್ಪಿದಳು. ಎಷ್ಟೋ ಸಲ ಸಾಯ್ತಾಳೆ ಅನಿಸಿದರೂ ಚೇತರಿಸಿಕೊಳ್ಳುತ್ತಿದ್ದಳು. ಆದ್ದರಿಂದ ಕಡೆಯ ಸಲವೂ ಹಾಗೇ ಅಂದುಕೊಂಡಿದ್ದೆ. ದುರಾದೃಷ್ಟ, ನಿಮೋನಿಯಾದಿಂದ ಕಡೆಗೆ ಸಾವನ್ನಪ್ಪಿದಳು" ಕ್ಲಿಯಾಳ ದನಿಯಲ್ಲಿ ಒಂದು ಬಗೆಯ ನಿರ್ಲಿಪ್ತತೆ ಕಾಣಿಸಿತು. ಯೂ ಎಜುನ್‌ಗೆ ಅಯ್ಯೋ ಪಾಪ ಎನಿಸಿತು.

"ಎಷ್ಟು ವರ್ಷಗಳಿಂದ ಸೆಲ್ಲೋ ಕಲೀತಿದ್ದೀಯ?" ಯೂ ಎಜುನ್ ಅವಳ ಸೆಲ್ಲೋ ಕಡೆ ಕಣ್ಣು ಹಾಯಿಸುತ್ತಾ ಕೇಳಿದಳು.

"ನಿನಗೆ ಸಂಗೀತ ಅಂದ್ರೆ ಇಷ್ಟ, ಹೌದಲ್ಲಾ?"

"ಇಲ್ಲ, ಇಷ್ಟ ಇಲ್ಲ" ಅವಳ ಉತ್ತರ ಕೇಳಿ ಯೂ ಎಜುನ್ ಅಚ್ಚರಿಪಟ್ಟಳು". ನನಗೆ ಏನಾದರೂ ಕೆಲಸ ಮಾಡಬೇಕಾಗಿದೆ. ಅದಕ್ಕೆ ಕಲಿಯಬೇಕೆಂದಿದ್ದೆನೆ. ನನಗೆ ಹದಿನಾಲ್ಕು ವರ್ಷ ವಯಸ್ಸಾಗಿದ್ದಾಗಿನಿಂದ ಕಲೀತಿದ್ದೇನಿ. ಆದರೆ ನನಗೆ ಆಸಕ್ತಿಯಂತೂ ಇಲ್ಲ. ನನಗೆ ಹಳ್ಳಿ

ಪ್ರದೇಶಗಳಲ್ಲಿ ಕೆಲಸ ಮಾಡೋಕೆ ಇಷ್ಟ. ನನ್ನ ಜೊತೆ ಬರುವ ಸ್ಥಿತಿಯಲ್ಲಿ ನನ್ನ ತಾಯಿ ಇರಲಿಲ್ಲವಾಗಿ ನಾನು ಅವಳ ಜೊತೆ ಉಳಿದೆ.

ಯೂ ಎಜುನ್‌ಗೆ ಸಂದಿಗ್ಧವೆನಿಸಿತು. ಅವಳು ಯಾವುದನ್ನು ಆಯ್ಕೆ ಮಾಡಿಕೊಳ್ಳಬಹುದು ಎಂದು ಆಶ್ಚರ್ಯ, ನಿರಾಶೆಗಳನ್ನು ಅನುಭವಿಸಿದಳು.

ಮಾತು ಮುಂದುವರೆಸುತ್ತ ಕ್ಸಿಯಾ "ನನ್ನ ತಂದೆ ತಾಯಿ ಯಾವಾಗಲೂ ನಿಮ್ಮ ಬಗ್ಗೆ ಮಾತಾಡುತ್ತಿದ್ದುದರಿಂದ, ನಿಮ್ಮನ್ನು ಎಷ್ಟೋ ವರ್ಷಗಳಿಂದ ಬಲ್ಲೆ ಎಂದೆನಿಸುತ್ತಿದೆ. ನನ್ನ ತಾಯಿಯಂತು, ನನ್ನನ್ನು ಸಂಗೀತಗಾರಳನ್ನಾಗಿ ಮಾಡುತ್ತೀರಿ ಎಂದು ಹೇಳುತ್ತಿದ್ದಳು. ತನ್ನ ನಿರಾಸಕ್ತಿ, ನಿರ್ಲಕ್ಷ್ಯಗಳನ್ನು ಮರೆಮಾಚಲು ಪ್ರಯತ್ನಿಸಿ, ಭರವಸೆಯ ಹೊಳಪನ್ನು ಚೆಲ್ಲಿ, "ನೀವು ಹೇಳಿಕೊಡಲು ಸಾಧ್ಯವಿಲ್ಲವೆಂದರೆ, ನನಗೇನೂ ಬೇಸರವಾಗುವುದಿಲ್ಲ."

"ಬೇಸರ ಯಾಕೆ ನಿನಗೆ ಇಷ್ಟವಿಲ್ಲವೆಂದ ಮೇಲೆ?"

"ಜೀವನೋಪಾಯಕ್ಕಾದರೂ ಬೇಕಲ್ಲ!" ಎಂದು ಮುಸಿಮುಸಿ ನಕ್ಕಳು.

ಈ ಥರದ ಉತ್ತರವನ್ನು, ಒಂದು ಹತ್ತು ವರ್ಷಗಳ ಹಿಂದೆ ಯಾರಾದರೂ ಕೊಟ್ಟಿದ್ದರೆ, ಅವಮಾನ ಎನಿಸುತ್ತಿತ್ತು. ಆದರೆ ಈಗ ಅವಳು ಒಂದಿಷ್ಟೂ ವಿಚಲಿತಳಾಗಲಿಲ್ಲ.

"ನಿನಗೆ ಬರುವ ಯಾವುದಾದರೂ ಕೃತಿಯನ್ನು ನುಡಿಸು, ನೋಡೋಣ".

ಲಿಯಾಂಗ್ ಕ್ಸಿಯಾ ಮೂಲೆಯಲ್ಲಿ ಇದ್ದ ಸೆಲ್ಲೋ ತೆಗೆದುಕೊಳ್ಳಲು ಹೋದಾಗ, ಪರದೆಯ ಹಿಂದಿನ ಹಳೆಪಳೆ ಸಾಮಾನುಗಳನ್ನೆಲ್ಲಾ ನೋಡಿದಳು. "ಅಯ್ಯೋ ಆಂಟಿ ಬೇಡದ್ದನ್ನೆಲ್ಲ ಇಲ್ಲಿ ಯಾಕೆ ತುಂಬಿಕೊಂಡಿದ್ದೀರಿ! ಒಂದು ದಿನ ನಾನೇ ಬಂದು ಬೇಕು ಬೇಡದ್ದನ್ನು ಆರಿಸಿ, ಕ್ಲೀನ್ ಮಾಡಿಕೊಡ್ತೀನಿ". ಎಂದು ಸೆಲ್ಲೋ ನುಡಿಸಲು ಮುಂದಾದಳು.

ತಂತಿಗಳ ಮೇಲೆ ಸ್ವರಗಳ ಚಲನೆ ಪ್ರಾರಂಭವಾದದ್ದೇ. ಯೂ ಎಜುನ್ ಅವಳೊಳಗಿನ ಸಂಗೀತದ ಸುಳಿಗಳನ್ನು ಗಮನಿಸತೊಡಗಿದಳು. ಅಂಥ ಅದ್ಭುತ ಅಂತ ಅನಿಸದಿದ್ದರು ಏನೋ ಒಂದು ಬಗೆಯ ಮಾಧುರ್ಯವನ್ನು, ಮೋಹಕ ಸೆಳೆತವನ್ನು ಅನುಭವಿಸಿದಳು. ನುಡಿಸುವ ವಿಧಾನದಲ್ಲಿ ಶಾಸ್ತ್ರೀಯತೆ ಇರಲಿಲ್ಲವಾದರೂ ಅವಳದೇ ಭಾವನೆಗಳ ಮಿಡಿತವಿತ್ತು. ಸಂಗೀತವನ್ನು ಸೃಷ್ಟಿಸುತ್ತಿದ್ದಳು. "ಅವಳಿಗೆ ತುಂಬಾ ಒಳ್ಳೆಯ ಸಂಗೀತ ಜ್ಞಾನವಿದೆ.

ಕ್ಸಿಯಾ ಸಂಗೀತ ನುಡಿಸುವುದನ್ನು ನಿಲ್ಲಿಸಿದ್ದರೂ, ಆ ರೂಮಿನಲ್ಲಿ ಸಂಗೀತ ಅನುರಣಿತವಾಗುತ್ತಿದ್ದಂತೆ ಭಾಸವಾಯಿತು. ಕೈಲಿದ್ದ ಸೆಲ್ಲೋ ಪಕ್ಕಕ್ಕೆ ಇರಿಸಿ ಯೂ ಎಜುನ್‌ಳ ಮುಖದ ಕಡೆ ನೋಡಿದಳು.

"ಸಂಗೀತದ ಬಗ್ಗೆ ಸ್ಪಂದಿಸುವ ಗುಣವಿದ್ದರೆ ಸಾಕು, ಅದೇ ಮುಖ್ಯ!" ಎಂದು ಭಾವುಕತೆಯಿಂದ ಹೇಳಿದಳು. "ಸೆಲ್ಲೋ ನುಡಿಸುವಾಗ ಚೌ ಅನ್ನು ಸರಿಯಾಗಿ ಹಿಡಿಯಬೇಕು, ನೋಡು ಹೀಗೆ" ಎಂದು ತೋರಿಸಿಕೊಟ್ಟಳು. ಅದೇ ಅವಳ ಮೊದಲ ಪಾಠವಾಗಿತ್ತು.

3

ಅದಾದ ಮೇಲೆ ಲಿಯಾಂಗ್ ಕ್ಸಿಯಾ ವಾರಕ್ಕೊಮ್ಮೆ ಸಂಗೀತ ಪಾಠ ಹೇಳಿಸಿಕೊಳ್ಳಲು ಬರುತ್ತಿದ್ದಳು. ಅವಳ ಪಾಠ ಮುಗಿದ ಮೇಲೆ, ಯೂ ಎಜುನ್ ಜೊತೆ ಹರಟೆಗೆ ಕೂರುತ್ತಿದ್ದಳು. ಇಲ್ಲವೆ ಅವಳಿಗೆ ಕೆಲಸ ಮಾಡಲು ಸಹಕರಿಸುತ್ತಿದ್ದಳು. ಅವಳು ಬಹಳ ಚುರುಕಾಗಿದ್ದಳು. ಸಾಕಷ್ಟು ತಿಳಿದು ಕೊಂಡಿದ್ದಳು. ಆದರೆ ವ್ಯವಹಾರಜ್ಞಾನ ಅಷ್ಟಾಗಿ ಇರಲಿಲ್ಲ ಎನ್ನುವುದು ಒಂದು ಸಂದರ್ಭದಲ್ಲಿ ತಿಳಿದುಬಂತು. ಒಂದು ಸಲ ಯೂ ಎಜುನ್ ತನ್ನ ಸಹೋದ್ಯೋಗಿ ಜೊತೆ ಯಾವುದೋ ಕಾದಂಬರಿಗಳ ಕುರಿತು ಚರ್ಚೆ ಮಾಡುತ್ತಿದ್ದಾಗ ಲಿಯಾಂಗ್ ಕ್ಸಿಯಾ ಮಧ್ಯೆ ಪ್ರವೇಶಿಸಿ, ತಾನು ಬಹಳಷ್ಟು ಕಾದಂಬರಿಗಳನ್ನು ಓದಿದ್ದಾಗಿ ತಿಳಿಸಿದಳು. ಕೈಗೆ ಯಾವುದೇ ಪುಸ್ತಕ ಸಿಕ್ಕಿದರೂ ಬಿಡದೆ ಓದುತ್ತಿದ್ದುದನ್ನು ಸ್ವತಃ ತಾನೇ ಹೇಳಿದಳು. ವಿದ್ಯಾಭ್ಯಾಸದಲ್ಲಿ ಮಾತ್ರ ಮಧ್ಯೆ ಮಧ್ಯೆ ಅಡಚಣೆ ಉಂಟಾಗಿತ್ತು. ತಂದೆ ತಾಯಿ ಇಲ್ಲದೆ ಹೋದುದಕ್ಕಾಗಿ ಎಲ್ಲವನ್ನೂ ತಾನೇ ನಿಭಾಯಿಸಬೇಕಾದ ಸಂದರ್ಭ ಬಂದದ್ದರಿಂದ ಸ್ವಾವಲಂಬಿಯಾಗಿ ಬದುಕುವುದನ್ನು ರೂಢಿಸಿಕೊಂಡಿದ್ದಳು. ಜೊತೆಗೆ ಬೇರೆಯವರ ಸಹಾಯಕ್ಕೂ ಮುಂದಾಗುತ್ತಿದ್ದಳು.

ಒಂದು ದಿನ ಯೂ ಎಜುನ್ ಇಂಜಕ್ಷನ್ ಕೊಡುವುದನ್ನು ಅಭ್ಯಾಸ ಮಾಡಿ ಕೊಳ್ಳುತ್ತಿದ್ದಾಗ ಕ್ಸಿಯಾ ತನ್ನ ಕೈಯನ್ನು ಮುಂದೆ ಚಾಚಿ, "ನನಗೇನೂ ನೋವು ಆಗುವುದೆಂಬ ಹೆದರಿಕೆ ಇಲ್ಲ" ಎಂದು ಹೇಳಿದ್ದಷ್ಟೇ ಅಲ್ಲ, "ನಿನ್ನ ಸಮಸ್ಯೆ ಏನು ಎಂದರೆ, ಹೆದರಿಕೆ. ಯಾಕೇಂದರೆ ನೀನು ಜೀವನದಲ್ಲಿ ಕಷ್ಟವನ್ನು ಕಂಡಿಲ್ಲ!" ಎಂದು ತಣ್ಣಗೆ ನುಡಿದಳು. ಆ ಸಣ್ಣ ವಯಸ್ಸಿಗೇ ಬಹಳಷ್ಟು ಅನುಭವಿಸಿದ್ದಳು. ಹೆಚ್ಚುತ್ತಿರುವ ಕ್ರಾಂತಿಯ ಬಗ್ಗೆ ಪತ್ರಿಕೆಗಳಲ್ಲಿ ಏನೇನೋ ಬರುತ್ತಿದ್ದುದನ್ನು ಓದಿ ಬೇಸತ್ತಿದ್ದಳು. "ಎಲ್ಲ ಸುಳ್ಳು, ಪ್ರಧಾನಮಂತ್ರಿ ಝೌ ಕೂಡಾ, ಪ್ರತಿಗಾಮಿ (Reactionary) ಎಂದು ಬಿಂಬಿಸಿದ್ದರು. ಆದರೆ ಯಾರೂ ಅದನ್ನು ನಂಬುವಷ್ಟು ಮೂರ್ಖರಾಗಿರಲಿಲ್ಲ. ಅವಳಿಗೆ, ಝೌ ಈ ಸೂಳೆಮಕ್ಕಳ ಮೇಲೆ ಖಂಡಿತ ಜಯ ಸಾಧಿಸುತ್ತಾನೆ ಎನ್ನುವ ಪೂರ್ಣ ಭರವಸೆ ಇರಿಸಿಕೊಂಡಿದ್ದಳು. ಯೂ ಎಜುನ್‌ಗೂ ಅದೇ ಭರವಸೆ ಇತ್ತು.

ಕ್ಸಿಯಾ ಜಿಯಾಂಗ್ ಬಿಂಗ್ ಬಗ್ಗೆ ಮಾತಾಡುವಾಗ ಅವಳನ್ನು ರಾಕ್ಷಸಿಯೆಂದೇ ಸಂಬೋಧಿಸಿದ್ದಳು. ಯಾಕೆಂದರೆ ಅವಳು ಇಲ್ಲ ಸಲ್ಲದ ಹಗರಣಗಳನ್ನು ಸೃಷ್ಟಿಸಿ, ಜನರನ್ನು ಮೂರ್ಖರನ್ನಾಗಿಸುತ್ತಿದ್ದಳು. ಈಗಲೂ ಆ ಪ್ರಯತ್ನಗಳನ್ನು ಮಾಡುತ್ತಲೇ ಇದ್ದಾಳೆ ಎಂದಿದ್ದಳು. "ಅಲ್ಲದೆ ಅವಳು ಸೇಡು ತೀರಿಸಿಕೊಳ್ಳುವ ಕಥೆಯನ್ನುಳ್ಳ ಕಾದಂಬರಿಯ ಬಗ್ಗೆ ತುಂಬಾ ಮೆಚ್ಚಿಕೊಳ್ಳುತ್ತಾಳೆ. ಅಂತೆಯೇ ನಮ್ಮ ಮೇಲೆ ಆಕ್ರಮಣ ಮಾಡಬೇಕೆನ್ನುತ್ತಾಳೆ. ಅವಳಿಗೆ ಪಾಠ ಕಲಿಸುತ್ತೇನೆ. ನಾನೂ ಒಂದಲ್ಲ ಒಂದು ದಿನ ಅವಳ ಮೇಲೆ ಸೇಡು ತೀರಿಸಿಕೊಳ್ಳುತ್ತೇನೆ" ಎಂದದ್ದನ್ನು ಕೇಳಿ ಯೂ ಎಜುನ್ ಹೆದರಿದಳು. ಪರಿಸ್ಥಿತಿ ಹೇಗಿದೆ ಎನ್ನುವುದನ್ನು ತಿಳಿಯದೆ ಇಷ್ಟು ನಿರ್ಭಯವಾಗಿ ಮಾತಾಡುವುದನ್ನು ನೋಡಿದಾಗ ಅವಳಿಗೆ ತುಂಬಾ ಅಚ್ಚರಿ ಯಾಯಿತು. ಜೊತೆಗೆ, ಅವಳಿಗೇನಾದರೂ ತೊಂದರೆಯಾದರೆ ಎಂದು ಒಳಗೊಳಗೇ ಕಂಪಿಸಿದಳು.

ಪೀ, ಯಾ ಎಜುನ್ ಮನೆಗೆ ಸಾಮಾನ್ಯ ಬಂದು ಹೋಗುತ್ತಿದ್ದಲು. ಕ್ಲಿಯಾಳ ವಿಚಾರ ತಿಳಿದು ಬಂತು. ಅವಳಿಗೆ ಬಾಯಿಗೆ ಬಂದದ್ದನ್ನು, ಕೆಲಸಕ್ಕೆ ಬಾರದ್ದನ್ನು ಮಾತಾಡುವುದನ್ನು ನಿಲ್ಲಿಸಿ ಗಂಭೀರವಾಗಿ ಮಾತಾಡಲು ಬುದ್ಧಿ ಹೇಳಿದಲು.

ಒಂದು ದಿನ ಪೀ ಕ್ಲಿಯಾ ಕಲಿತಿರುವುದನ್ನು ಕೇಳಲು ಬಂದಲು. ಯಾ ಎಜುನ್‌ಳಿಗೆ ಕಲಿಸಲು ಏನಾದರೂ ಮೆಟೀರಿಯಲ್ ಬೇಕಾದರೆ, ಪಾಶ್ಚಿಮಾತ್ಯ ಸಂಗೀತದ ಪಟ್ಟುಗಳನ್ನು ಬಳಸಿಕೊಳ್ಳಲು ಸೂಚಿಸಿದಲು. ಅವಳ ದೃಷ್ಟಿಯಲ್ಲಿ ಯಾ ಎಜುನ್‌ಗೆ ಹೆದರಿಕೆ ಎನಿಸಿತು. ಅದನ್ನು ಹೇಳಿಯಾ ಹೇಳಿದಲು.

ಲಿಯಾಂಗ್ ಕ್ಲಿಯಾ ಸೆಲ್ಲೆ ನುಡಿಸುತ್ತ, ಪ್ರತಿಭಟಿಸುವ ದನಿಯಲ್ಲಿ, "ಹೌದು ಅವಳಿಗೇನೋ ಹೆದರಿಕೆ. ಆದರೆ ನಿಮಗೆ?" – ಎಂದು ಪ್ರಶ್ನಿಸಿದಲು.

"ನಾನು ಧೈರ್ಯವಂತೆ ಅಂತ ಎಂದೂ ಹೇಳಿರಲಿಲ್ಲವಲ್ಲ!" ಎಂದು ಮುಗುಲು ನಗುತ್ತ ಹೇಳಿದಲು. "ಆದರೆ ನಮಗೆಲ್ಲರಿಗೂ ನಮ್ಮ ನಮ್ಮ ಜವಾಬ್ದಾರಿಗಳು ಇವೆ. ಸ್ವಲ್ಪ ಯೋಚನೆ ಮಾಡಿ ದಾರಿಗಳನ್ನು ಹುಡುಕಿಕೊಳ್ಳಬೇಕು".

"ಅಯ್ಯೋ ನನ್ನ ತಲೇನೇ ನನಗೆ ಭಾರವಾಗಿದೆ. ಆಂಟಿ ನಿಮಗೆ ಬೇಕಾದರೆ ನನ್ನದನ್ನು ಕೊಡ್ತೇನೆ. ತಗೊಳ್ಳೋದಾದರೆ ನೋಡಿ. ಆಗ ಕ್ರಾಂತಿ ಮಾಡೋಕೆ ಧೈರ್ಯ ಬರುತ್ತೆ. ಆದರೆ ಒಂದು ವಿಚಾರ, ನೀವು ಮಾಡೋಕೆ ಹೊರಟರೆ ಎಲ್ಲ ತಲೆಕೆಳಗಾಗುವುದರಿಂದ ಹೆದರಬಾರದು ಅಷ್ಟೆ!" ಎಂದು ಬಿದ್ದು ಬಿದ್ದು ನಗಲು ತೊಡಗಿದಲು. ಕ್ರಾಂತಿ ಚೆನ್ನಾಗೇನೋ ಇರುತ್ತೆ. ಆದರೆ ಅದರ ಹೆಸರಲ್ಲಿ ನನ್ನ ತಂದೇನ ಕೊಲೆ ಮಾಡಿದರು!"

"ಆದರೆ ಅದು ಕ್ರಾಂತಿಗೆ ಪ್ರತಿಕ್ರಾಂತಿಯಾಗಿತ್ತು" ಎಂದು ಜೋರಾಗಿ ಅಬ್ಬರಿಸಿ ಹೇಳಿದಲು. "ಹುಚ್ಚಾಟ ಆಡುವುದನ್ನು ನಿಲ್ಲಿಸು. ನಿನ್ನ ತಾಯಿ ನಿನಗೆ ಹೇಳಿದ್ದನ್ನು ನೆನಪಿಡು. ನಿನ್ನ ತಂದೆಯನ್ನು ಸಾವಿನ ಬಾಯಿಗೆ ದೂಡಿದರು. ನೀನು ನಿನ್ನ ಭವಿಷ್ಯದ ಬಗ್ಗೆ ಗಂಭೀರವಾಗಿ ಯೋಚಿಸು"

ಲಿಯಾಂಗ್ ಕ್ಲಿಯಾ ಗಂಭೀರಳಾದಲು. ತುಟಿ ಕಚ್ಚಿ, ಪೀ ಳತ್ತ ನೋಡಿದಲು. ಒಂದು ಕ್ಷಣದ ನಂತರ, ಮತ್ತೆ ಹಗುರವಾಗಿ ಮಾತಾಡುವ ತನ್ನ ಪೂರ್ವ ಸ್ಥಿತಿಗೆ ಮರಳಿದಲು. "ಅವರಿಗೆ ಒಂದು ಅಗುಳೂ ಕೊಡೋದಿಲ್ಲ! ಊಟಕ್ಕೇನು ಮಾಡೋದು?.... ಹೋಗಿ ಮಾಡೋಣ. ನಾನು ತುಂಬ ಚೆನ್ನಾಗಿ ಅಡಿಗೆ ಮಾಡ್ತೀನಿ. ...." ಎಂದು ನಕ್ಕಲು.

ಅವಳು ಪ್ರತಿಕ್ರಿಯಿಸಿದ ರೀತಿ ಇದಾಗಿತ್ತು.

ಒಂದು ಸಲ ಯಾ ಎಜುನ್ ಕ್ಲಿಯಾಳನ್ನು, ಅವಳ ಭವಿಷ್ಯದ ಬಗ್ಗೆ ಏನು ಯೋಚಿಸಿದ್ದಾಳೆ ಎಂದು ಕೇಳಿದಾಗ ಹುಬ್ಬೇರಿಸುತ್ತ "ಏನೂ ಇಲ್ಲ. ಅಲ್ಲಿ ಇಲ್ಲಿ ಹಾಗೇ ಅಡ್ಡಾಡಿ, ನನ್ನ ಆಂಟ್, ನನ್ನನ್ನು ಮನೆಯಿಂದ ಹೊರಗೆ ಹಾಕುವ ತನಕ ಕಾಲ ಕಳೀತೀನಿ. ಆದರೆ ಅದೆಲ್ಲಾ ಆಗೋಕೆ ಸಮಯ ಹಿಡಿಯುತ್ತೆ. ನನ್ನ ತಂದೆಯ ಮೇಲಿನ ಆರೋಪಗಳು ಸುಳ್ಳೆಂದು ಸಾಬೀತಾದರೆ,

ಆಕೆಗೇ ಲಾಭ ಬರುತ್ತೆ" ಎಂದು ಹೇಳಿ ಒಂದು ಮೂಲೆ ಕಡೆ ಹೋಗಿ ಪರದೆ ಸರಿಸಿ ಮತ್ತೊಮ್ಮೆ ಕಣ್ಣಾಡಿಸಿದಳು.

ಕ್ಸಿಯಾಳ ಆಂಟ್ ಅವಳನ್ನು ಹೊರಗೆ ಹಾಕುವುದಕ್ಕೆ ಮೊದಲು, ಚಳಿಗಾಲದ ಒಂದು ದಿನ, ಸಂಗೀತ ಪಾಠ ಹೇಳಿಸಿಕೊಳ್ಳಲು ಬರಬೇಕಾಗಿತ್ತು. ಸೂರ್ಯ ಮುಳುಗುವ ಹೊತ್ತಾಗಿದ್ದರೂ ಅವಳು ಬಂದಿರಲಿಲ್ಲ. ಯೂ ಎಜುನ್‌ಗೆ, ಅವಳಿಗೆ ಏನಾಯಿತೋ ಎಂದು ಹೆದರಿಕೆಯಾಯಿತು.

ಇದ್ದಕ್ಕಿದ್ದಂತೆ ಲಿಯಾಂಗ್ ಕ್ಸಿಯಾ ಪ್ರತ್ಯಕ್ಷಳಾಗಿ ಬಿಟ್ಟಳು. ಹೆಗಲ ಮೇಲೆ ಭಾರವಾಗಿದ್ದ ಚೀಲವೊಂದಿತ್ತು. ಕೈಯಲ್ಲಿ ಒಂದು ಚೀಲವಿತ್ತು. ಮುಖ ಸಿಟ್ಟಿನಿಂದ ಊದಿಕೊಂಡಿತ್ತು. ಜೋರಾಗಿ, ದೊಡ್ಡ ದನಿಯಲ್ಲಿ, ಕ್ಷಮಿಸಿ ನಿಮ್ಮನ್ನು ತುಂಬಾ ಕಾಯಿಸಿಬಿಟ್ಟೆ, ನನ್ನ ಆಂಟ್ ಜೊತೆ ದೊಡ್ಡ ಜಗಳವೇ ಆಯಿತು". ಎಂದು ಹೇಳುತ್ತ ಹೆಗಲಮೇಲಿದ್ದ ಹೊರೆಯನ್ನು ಇಳಿಸಿ ಒಂದು ಮೂಲೆಯಲ್ಲಿಟ್ಟು ಕರವಸ್ತದಿಂದ ಗಾಳಿ ಬೀಸಿಕೊಳ್ಳುತ್ತಾ ಕುಳಿತಳು. ಅಸಮಾಧಾನದಿಂದಲೇ "ರಿಡಿಕ್ಯುಲಸ್" ಎಂದು ತನ್ನಲ್ಲೇ ಹೇಳಿಕೊಳ್ಳುತ್ತ 'ವಿಕಟವಾಗಿ ನಕ್ಕಳು'.

"ಹಾಗೆಲ್ಲ ನಗಬೇಡ. ಹೇಳು ಏನಾಯ್ತು ಅಂತ". ಯೂ ಎಜುನ್ ಬೆನ್ನು ತಟ್ಟುತ್ತ ಕೇಳಿದಳು.

"ನನ್ನ ಆಂಟ್ ಹೇಳ್ತಾಳೆ, ನನ್ನ ತಂದೆಗೆ ಬಿಡುಗಡೆ ಆಗೊಲ್ಲ. ಯಾಕೇಂದ್ರೆ ಅವನು ಪ್ರಗತಿ ವಿರೋಧಿಯಾಗಿದ್ದ. ಶಿಕ್ಷೆ ತಪ್ಪಿಸಿಕೊಳ್ಳುವುದಕ್ಕಾಗಿ ಆತ್ಮಹತ್ಯೆ ಮಾಡಿಕೊಂಡಿದ್ದಾನೆ ಎನ್ನುವ ಪುಕಾರು ಇದೆ. ಅಂಥಾದ್ದರಲ್ಲಿ ಅವಳ ಮಗಳು ನಾನೂಂತ ಗೊತ್ತಾದರೆ, ನನಗೆ ಭವಿಷ್ಯವೇ ಇಲ್ಲ. ಅವಳ ಜೊತೆ ಇರುವುದರಿಂದ ಅವಳಿಗೆ ತೊಂದರೆ ತಪ್ಪುವುದಿಲ್ಲ. ಅವಳ ಗಂಡನಿಗೆ ಈಗ ಡೆಪ್ಯುಟಿ ಮಿನಿಸ್ಟರ್ ಪದವಿ ಸಿಕ್ತಾ ಇದೆ. ಅವರು ಇರುವ ಬ್ಲಾಕ್‌ನಲ್ಲಿ ಎಲ್ಲಾ ಮಂತ್ರಿಗಳು, ದೊಡ್ಡ ದೊಡ್ಡ ವ್ಯಕ್ತಿಗಳೇ ಇರುವುದರಿಂದ, ನನ್ನಂಥವಳಿಗೆ ಅಂಥಾಕಡೆ ಜಾಗ ಇರೊಲ್ಲ. ಅವರ ಸುರಕ್ಷತೆಗೆ ನಾವು ಅಡ್ಡಿ ಅಂತ ಭಾವಿಸಲಾಗಿದೆ. ಎಂಥ ದರಿದ್ರ!"

ಯೂ ಎಜುನ್‌ಗೆ ಅವಳ ಬಗ್ಗೆ ಕನಿಕರವೆನಿಸಿತು. ಮುಂದೇನು ಮಾಡ್ತಾಳೆ ಎಂದು ಚಿಂತಿತಳಾದಳು.

"ನಾನು ನಿಮ್ಮ ಜೊತೆ ಇರಬಹುದು ಎನ್ನುವುದಾದರೆ, ಇರುತ್ತೇನೆ. ನಿಮಗೆ ಭಯ ಇಲ್ಲ ತಾನೇ?" ಎಂದು ಎದ್ದು ನಿಂತು ಕೇಳಿದಳು.

ಯೂ ಎಜುನ್‌ಗೆ ಏನು ಹೇಳಬೇಕೋ ತಿಳಿಯದೆ ಸುಮ್ಮನಿದ್ದಳು. ಅವಳಿಗೆ ಭಯವಂತೂ ಆಗಿಯೇ ಇತ್ತು! ಲಿಯಾಂಗ್ ಕ್ಸಿಯಾ ಜೊತೆಗೆ ಇದ್ದರೆ ಅವಳನ್ನೂ ಪ್ರಗತಿ ವಿರೋಧಿ ಎಂತಲೇ ಹಣೆಪಟ್ಟಿ ಕಟ್ಟುತ್ತಾರೆ. ಆದರೆ ಆ ಮಗುವನ್ನು ಹೊರಗೆ ಹೋಗು ಎಂದು ಹೇಳುವುದಾದರೂ ಹೇಗೆ? ಅದೂ ತಾನು ಪ್ರೀತಿಸಿದ ಲಿಯಾಂಗ್ ಫೆಂಗ್‌ನ ಮಗಳಾಗಿರುವಾಗ?

ಯೂ ಎಜುನ್ ಮೌನವಾಗಿದ್ದುದನ್ನು ಗಮನಿಸಿ ಲಿಯಾಂಗ್ ಕ್ಸಿಯಾ ತಿರಸ್ಕಾರದ ನಗೆ ನಕ್ಕಳು. ಕೊನೆಗೆ ಯೂ ಎಜುನ್ ನಿರ್ಧಾರವನ್ನು ತೆಗೆದುಕೊಂಡಿರಬೇಕು ಎನಿಸಿತು. ಕೂಡಲೇ

ತನ್ನ ಸಾಮಾನು ಇರಿಸಿದ್ದ, ಜಾಗಕ್ಕೆ ಹೋದಳು. ಇಲ್ಲಿ ಒಂದು ಹಾಸಿಗೆ ಹಾಕಿಕೊಳ್ಳಬಹುದು. ಎಂದು ಹೇಳುತ್ತಾ, ಆ ಜಾಗದಲ್ಲಿ ತುಂಬಿದ್ದ ಹಳೆ ಪಳೆ ವಸ್ತುಗಳನ್ನೆಲ್ಲ ತೆಗೆಯಲು ತೊಡಗಿದಳು. "ಆಂಟಿ ನೀನು ಅಲ್ಲಿ ಕೂತ್ಕೋ" ಎಂದು ಹೇಳುತ್ತಾ ಜೋರಾಗಿ ಸೀನಿದಳು. "ಅಬ್ಬಾ ಎಷ್ಟೊಂದು ಧೂಳಿದೆ!" ನಾನು ನಿಮಗೆ ಕ್ಲೀನ್ ಮಾಡೋಕೆ ಸಹಾಯ ಮಾಡ್ತೀನಿ ಅಂತ ಹೇಳ್ತಾನೇ ಇದ್ದೆ. ಈಗ ನನ್ನ ಮಾತು ನಿಜ ಆಗಿದೆ! ಎಂದು ಗೆಲುವಿನ ನಗೆ ನಕ್ಕಳು.

ಅಷ್ಟೊಂದು ಧೂಳಿದ್ದರೂ ಹಾಡಿನ ತುಣುಕನ್ನು ಗುಣುಗುಣಿಸುತ್ತಲೇ ಕೆಲಸ ಮಾಡಿದಳು. ಜಾಗವನ್ನೆಲ್ಲ ಶುಭ್ರಮಾಡಿದ ಮೇಲೆ ಪೆಟ್ಟಿಗೆಗಳನ್ನೆಲ್ಲ ಒಂದು ಕಡೆ ಅಚ್ಚುಕಟ್ಟಾಗಿ ಜೋಡಿಸಿ ಅವುಗಳ ಮೇಲೆ ಮರದ ಹಲಗೆಯನ್ನು ಹಾಸಿ ಮಂಚದಂತೆ ಸಿದ್ಧಗೊಳಿಸಿದಳು. ನಂತರ ಯೂ ಎಜುನ್ ಕೊಟ್ಟ ಹಾಸಿಗೆ ಹೊದಿಕೆಗಳನ್ನು ಅದರ ಮೇಲೆ ಹಾಸಿದಳು. ಬೇಡದ ವಸ್ತುಗಳ ರಾಶಿಯಲ್ಲಿ ಒಂದು ಕಾಗದದ ಸುರುಳಿ ಸಿಕ್ಕಿತು. ಕುತೂಹಲದಿಂದ ಬಿಡಿಸಿ ಓದಿದಳು.

"ನಿನ್ನ ಹಳೆ ಮನೆಯಿಂದ ಹೊರಟು ಬಂದಾಗ

ಅಲ್ಲಿ ಏನಾಗುತ್ತಿದೆ ಎಂಬುದನ್ನು ನೋಡಬೇಕು.

ರೇಶಿಮೆಯ ಪರದೆಯ ಹಿಂದಿನ ಕಿಟಕಿಯಿಂದ

ನೋಡಿದೆಯೇನು ಹೂವು ಅರಳುವುದನ್ನು?"

ಕೈಯಲ್ಲಿ ಹಿಡಿದು ಅದನ್ನು ಎರಡೆರಡು ಬಾರಿ ಮೆಲುದನಿಯಲ್ಲಿ ಓದಿದಳು.

"ಯಾರು ಬರೆದದ್ದು?" ಕೇಳಿದಳು.

"ಕವಿತೇನೂ ಚೆನ್ನಾಗಿದೆ. ಅಕ್ಷರವೂ ಚೆನ್ನಾಗಿದೆ. ಅದನ್ನು ಇಲ್ಲಿ ಯಾಕೆ ತೂಗು ಹಾಕಬಾರದು?" ಎಂದು ಕೇಳಿದಳು.

"ಯಾರಾದರೂ ಟೀಕೆ ಮಾಡೋದಿಲ್ವೆ" ತಮಾಶೆಯಿಂದ ಹೇಳಿದಳು ಯೂ ಎಜುನ್.

"ವಾಸ್ತವವಾಗಿ ಅದು ಮುಚ್ಚುವ ಹಾಗೆ ಪರದೆ ಹಾಕಿದ್ದು ಈ ವರ್ಷಾನೆ. ನಿಜ ಹೇಳೋದಾದರೆ, ಏನಾದರೂ ಇದರಿಂದ ತೊಂದರೆ ಆಗಬಹುದೇನೋ ಎನ್ನೋ ಭಯ"

"ನನಗೇನೂ ಆ ಫರ ಭಯಗಿಯ ಇಲ್ಲ". ಮತ್ತೊಮ್ಮೆ ಆ ಕವಿತೆಯನ್ನು ಗಮನಿಸಿದಾಗ, 'ಹ್ಯಾಂಗ್ ವೀ ಬರೆದ ಕವಿತೆ, ನಕಲು ಮಾಡಿದ್ದು ಯೂ ಎಜುನ್' – ಎಂದು ಬರೆದದ್ದು ಕಾಣಿಸಿತು.

"ಓ ಅಂದರೆ ಬರೆದದ್ದು ನೀವೇ! ಅಕ್ಷರವಂತೂ ತುಂಬಾ ದುಂಡಾಗಿ ಚೆನ್ನಾಗಿ ಇದೆ". ಎಂದು ಉತ್ಸಾಹದಿಂದ ಹೇಳುತ್ತಾ, ಅದನ್ನು ತನ್ನ ಹಾಸಿಗೆಯ ಮೇಲ್ಭಾಗದಲ್ಲಿ ತೂಗು ಹಾಕಿದಳು. ಒಂದೆರಡು ಹೆಜ್ಜೆ ಹಿಂದೆ ಹೋಗಿ ಅದನ್ನು ನೋಡುತ್ತಾ, ಖುಷಿಯಿಂದ ಚಪ್ಪಾಳೆ ಹೊಡೆಯುತ್ತಾ, "ಅದರಲ್ಲಿ ಜಿ. ಸಿಟಿ ಅಂತ ಇದೆಯಲ್ಲ, ಅದು ಎಲ್ಲಿದೆ?" ಎಂದು ಕೇಳಿದಳು.

"ಸ್ವಿಟ್ಜರ್ ಲ್ಯಾಂಡ್‌ನಲ್ಲಿರುವ ಜಿನಿವಾ" ಯೂ ಎಜುನ್ ಆ ಹಳೆಯ ಬರವಣಿಗೆಯನ್ನು ತುಂಬಾ ಭಾವುಕವಾಗಿ ಗಮನಿಸಿದಳು. ನಾನು ಸಂಗೀತ ಕಲಿಯೋಕೆ, ಅಂತ ಅಲ್ಲಿಗೆ ಹೋಗಿದ್ದೆ ಒಬ್ಬಳೇ ಇದ್ದುದರಿಂದ ಮನೆಕಡೆ ಮನಸ್ಸು ತುಂಬ ಎಳೀತಿತ್ತು. ಒಂದು ಸಲವಂತೂ ಧ್ವೋರಾಕ್‌ನ ನ್ಯೂ ವರ್ಲ್ಡ್ ಸಿಂಫೋನಿಯನ್ನು ಏನಿಲ್ಲವೆಂದರೂ ಒಂದು ಡಜನ್ ಸಲ ಕೇಳಿದ್ದೆ. ಎರಡನೆ ಸ್ಥಾಯಿಗೆ ತಲುಪುತ್ತಿದ್ದಂತೆ ನಾನು ತುಂಬ ಮೈಮರೆತು ಬಿಡುತ್ತಿದ್ದೆ. ಅಂಥ ಸಂದರ್ಭದಲ್ಲಿ ಈ ಪದ್ಯ ಬರೆದೆ. ಬರವಣಿಗೆ ನೋಡು ಎಷ್ಟು ಕೆಟ್ಟದಾಗಿದೆ!"

"ನಿಮ್ಮ ಬರವಣಿಗೆಯಲ್ಲಿ ದೇಶಪ್ರೇಮವಿದೆ" ಲಿಯಾಂಗ್ ಕ್ಸಿಯಾ ಒಂದು ಫರ ಕಹಿನಗೆ ನಕ್ಕಳು.

"ಆದರೆ ಈಗ ದೇಶಪ್ರೇಮ ಇರಿಸಿಕೊಳ್ಳೋದೂ ಅಪರಾಧವಾಗಿದೆ. ಜನ ಟೀಕೆ ಮಾಡ್ತಾರೆ".

"ನನಗೆ ಸ್ಪಷ್ಟವಾಗಿ ಏನೂ ಗೊತ್ತಿರಲಿಲ್ಲ" ಎಂದು ಹೇಳುತ್ತ ಟೇಬಲ್ ಮುಂದೆ ಕುಳಿತಳು. "ಆಗ ಚೈನಾನ ತುಂಬ ಮಿಸ್ ಮಾಡಿದೆ ಅನ್ನಿಸಿತು. ನನ್ನ ತಾತ ಮುತ್ತಾತಂದಿರಿಂದ ಹಿಡಿದು ನನ್ನವರೆಗೆ ಎಲ್ಲರೂ ಹುಟ್ಟಿದ್ದು ಇಲ್ಲಿಯೇ ಚೈನಾ ಅಂದರೆ ಈಗಲೂ ನನಗೆ ಹೆಮ್ಮೆಯೇ? ಅದಕ್ಕೆ ಆ ಪುಟ್ಟ ಕವಿತೆ ನನಗೆ ಇಷ್ಟವಾಗೋದು. ಅಂಥಾದ್ದರಲ್ಲಿ, ಈಗ ಇದೆಲ್ಲಾ ತಪ್ಪು ಅನ್ನುವುದಾದರೆ ಇನ್ನೇನಿದೆ? ಭಾವುಕಳಾಗಿ ಕಿಟಕಿಯ ಕಡೆ ತಿರುಗಿದಳು. ನಾನು ಪಾಶ್ಚಿಮಾತ್ಯ ಸಂಗೀತವನ್ನೇನೋ ಕಲಿತೆ, ಆದರೆ ಅದೂ ಕೂಡಾ, ನನ್ನ ದೇಶಕ್ಕೆ ಹೆಚ್ಚಿನ ಸೇವೆ ನೀಡುವ ಉದ್ದೇಶದಿಂದ".

"ಏನು ನಿನ್ನ ದೇಶ?" ಲಿಯಾಂಗ್ ಕ್ಸಿಯಾ ವ್ಯಂಗ್ಯವಾಗಿ ನಗುತ್ತಾ ಪ್ರಶ್ನಿಸಿದಳು. ಇವತ್ತು ಅದನ್ನೆಲ್ಲ ******** ಕೌಂಟರ್ ರೆವಲ್ಯೂಷನರಿ ರಿವಿಷನಿಸಂ" ಎಂದೆಲ್ಲ ಲೇಬಲ್ ಹಚ್ತಾರೆ. ಹೋಗಲಿ ಬಿಡಿ, ಸಂಗೀತ ಕಲಾವಿದೆಯಾಗಿದ್ದೀರಲ್ಲ, ಅದೇ ಸಾಕು. ಇತ್ತೀಚೆಗೆ ಸಿಂಗಿಂಗ್ ಆಕ್ಟಿಂಗ್ – ಎಲ್ಲಾ ಒಂದು ಫರಾ ಫ್ಯಾಷನ್ ಆಗ್ಬಿಟ್ಟಿರಬೇಕಲ್ಲ?"

ಯೂ ಎಜುನ್‌ಗೆ ಕ್ಸಿಯಾಳ ಕಠೋರ ಪ್ರಶ್ನೆಗಳಿಗೆ ಉತ್ತರ ಕೊಡಬೇಕಂತ ಅನ್ನಿಸಲಿಲ್ಲ.

ಕಡೆಗೆ ಕ್ಸಿಯಾ ಕ್ಲೀನ್ ಮಾಡೋ ಕೆಲಸ ಮುಗಿಸಿದಳು. "ನನ್ನ ಹಾಸಿಗೆ ಒಂದು ಫರ ಕ್ರ್ಯಾಷ್ಟ್ ಇದ್ದಂಗೆ ಇದೆಯಲ್ಲ?" ಎಂದು ಹೇಳುತ್ತ, ತನ್ನ ಮಂಚದೆಡೆಗೆ ಹೋಗಿ, ನನ್ನ ರ್ಯಾಫ್ಟ್‌ನಲ್ಲಿ ನಾನಿರುತ್ತೇನೆ. ಬೆಳಗಿನ ಹೊತ್ತು ಇಲಿ ಹಾಗೆ ಸದ್ದು ಮಾಡದೆ ಕೂತಿರ್ತೇನಿ. ಕುಳಿತ ಒಂದೆರಡು ಕ್ಷಣಗಳ ನಂತರ ಪರದೆ ಆಚೆಗೆ ತಲೆ ಚಾಚಿ, ಇಲ್ಲಿ ನಿಶ್ಚಿಂತೆಯಿಂದ ಇರ್ತೇನಿ. ಋತುಗಳು ಬದಲಾಗುತ್ತೋ ಇಲ್ಲ್ವೋ, ನನಗೆ ಅದೆಲ್ಲ ಬೇಕಾಗಿಯೇ ಇಲ್ಲ.

"ಈ ಫರ ಎಲ್ಲಾ ನಾಟಕ ಬೇಡ" – ಯೂ ಎಜುನ್ ನಗುತ್ತ ಹೇಳಿದಳು.

ಪರದೆಯನ್ನು ಪಕ್ಕಕ್ಕೆ ಸರಿಸಿ ನೋಡಿದಳು. ಹೊದಿಕೆಯನ್ನು ಕೊರಳ ತನಕ ಎಳೆದುಕೊಂಡು ಕಣ್ಣು ಮುಚ್ಚಿದ್ದಳು. ಅವಳ ಗುಲಾಬಿ ಕೆನ್ನೆಗಳ ಮೇಲೆ ಧೂಳಿನ ರೇಖೆಗಳೆರಡು ಕಾಣಿಸಿದವು.

"ಏಳೇಳು ನಿದ್ದೆ ಸಾಕು. ಎದ್ದು ಮುಖ ತೊಳೆದುಕೊ ಕ್ಸಿಯಾಂಗ್, ನಾವು ಈಗ ಪಾಠ ಕಲಿಯೋಣ. ಸ್ವಲ್ಪ ದಿವಸ ಮಾತ್ರವೇ ನೀನಿಲ್ಲಿ ಇರೋದು. ಆದ್ದರಿಂದ ಸಮಯ ಹಾಳುಮಾಡದೆ ಕಲೀಬೇಕಾದ್ದನ್ನು ಕಲಿತುಬಿಡು".

'ಸ್ವಲ್ಪ ದಿವಸ' ಅನ್ನೋ ಶಬ್ದ ಕಿವಿ ಮೇಲೆ ಬಿದ್ದದ್ದೇ, ತೆಳ್ಳಗೆ ನಕ್ಕಳು ಮತ್ತು ದುಗುಡದಿಂದ ಅವಳತ್ತ ನೋಡಿದಳು.

ರಾತ್ರಿ 8.30ಕ್ಕೆ ಸಂಗೀತ ಪಾಠ ಶುರುವಾಯಿತು. ಲಿಯಾಂಗ್ ಕ್ಸಿಯಾ ಮೊದಲು ನುಡಿಸಿದಳು. ನುಡಿಸುವ ವಿಧಾನದಲ್ಲಿ ಸ್ವಲ್ಪ ಸುಧಾರಣೆ ಇತ್ತು. ಯೂ ಎಜುನ್ ಅವಳಿಗೆ ನುಡಿಸುವ ವಿಧಾನಗಳನ್ನು ತಿದ್ದುತ್ತಿರುವಾಗ ಬಾಗಿಲು ಸದ್ದು ಕೇಳಿಸಿತು.

ಯಾವುದೇ ಪರಿಚಯವಿಲ್ಲದ ಯುವಕನೊಬ್ಬ ಹಸಿರು ಬಣ್ಣದ ಯೂನಿಫಾರಂನಲ್ಲಿ, ಪ್ರವೇಶಿಸಿದ. ಅವನ ಸಹಜವಾಗಿದ್ದ ಮುಖದಲ್ಲಿ ಏನೋ ಬದಲಾವಣೆ ಕಾಣಿಸಿತು.

ಲಿಯಾಂಗ್ ಕ್ಸಿಯಾ ಸೆಲ್ಲೊ ಹಿಡಿದು ಕೂತಿದ್ದಳು. ಅವನು "ಕ್ಷಮಿಸಬೇಕು, ನೀವು ಆಂಟ್ ಯೂ ಎಜುನ್ ಅಲ್ಲವೆ? ಇವಳ ಹತ್ತಿರ ಒಂದೆರಡು ಮಾತಾಡಬೇಕು" ಎಂದು ಕ್ಸಿಯಾಳತ್ತ ನೋಡಿ ಮುಗುಳು ನಕ್ಕ.

ಅವನ ಕಡೆ ಒಂದಿಷ್ಟೂ ಗಮನ ಕೊಡದೆ ಕ್ಸಿಯಾ ತನ್ನ ಪಾಡಿಗೆ ತಾನು ವಾದ್ಯ ನುಡಿಸುತ್ತಿದ್ದು, ನಂತರ ನುಡಿಸುವುದನ್ನು ನಿಲ್ಲಿಸದೆಯೇ "ಇವನು ಮಾವೂ ತೋ, ನನ್ನ ಕಸಿನ್‌ನ ಫ್ರೆಂಡ್. ಆಂಟಿ, ನಮ್ಮ ಪಾಠ ಮುಂದುವರಿಸೋಣ."

"ಮಾವೂ ತೋ'? ಅದು ನಿನ್ನ ಅಡ್ಡ ಹೆಸರೇನು?" ಎಂದು ಯೂ ಎಜುನ್ ಅವರಿಬ್ಬರ ಸಂಬಂಧದ ಬಗ್ಗೆ ಯೋಚಿಸುತ್ತ ಮಾಮೂಲಿನಂತೆ ಕೇಳಿದಳು.

"ನಿಜ ಹೇಳಬೇಕೆಂದರೆ, ನನಗೆ ಇವನ ಅಸಲಿ ಹೆಸರು ಗೊತ್ತಿಲ್ಲ". – ಇಷ್ಟು ಹೇಳಿ ಅಭ್ಯಾಸ ಮುಂದುವರೆಸಿದಳು. ಅವನಿಗೆ ಅವಮಾನ, ಆದಂತಾದರೂ ಹತ್ತಿಕ್ಕಿಕೊಂಡು, ಸಹಾಯಕ್ಕಾಗಿ ಯೂ ಎಜುನ್ ಕಡೆ ನೋಡಿದ. ಯೂ ಎಜುನ್ ಅವರಿಬ್ಬರನ್ನೂ ಗಾಳಿ ಸೇವನೆಗೆ ಒಂದಷ್ಟು ಹೊತ್ತು ಅಡ್ಡಾಡಿ ಬರಲು ಆದೇಶಿಸಿದಳು".

ನಂತರ ಕ್ಸಿಯಾ ಇದ್ದಲ್ಲಿಗೆ ಹೋಗಿ, ಅವನ ಜೊತೆ ಹೋಗಲು ಪುಸಲಾಯಿಸಿದಳು.

ಮಾರನೇ ದಿನ ಸಂಗೀತ ಶಾಲೆಯಲ್ಲಿ ಪೀ ಸಿಕ್ಕಾಗ ಯೂ ಎಜುನ್, ಕ್ಸಿಯಾಳ ನಿರ್ಧಾರದ ಬಗ್ಗೆ ತಿಳಿಸಿದಳು. ಪೀಗೆ ತುಂಬಾ ಸಂತೋಷವಾಯಿತು. "ನೀನು ಹೇಳೋದೇ ಸರಿ. ನಿನ್ನ ಜೊತೆ ನಿನ್ನ ಮನೆಯಲ್ಲಿರಬೇಕು". ಪೀ ಅಲ್ಲದೆ ಇನ್ನೂ ಕೆಲವರು ಸಹೋದ್ಯೋಗಿಗಳು, ಕ್ಸಿಯಾಳ ಬಗ್ಗೆ ಮರುಕ ತೋರಿದವರ ಅಭಿಪ್ರಾಯವೂ ಇದೇ ಆಗಿತ್ತು. ಇದರಿಂದ ಲಿಯಾಂಗ್ ಕ್ಸಿಯಾ ಸಂಗೀತ ಅಧ್ಯಯನ ಮಾಡೋಕೆ ತುಂಬ ಅನುಕೂಲವಾಗುತ್ತೆ ಅನ್ನುವುದೂ, ಅವರ ವಿಚಾರವಾಗಿತ್ತು. ಇಂಥ ಅವಕಾಶ ಕಳೆದುಕೊಂಡರೆ ದಿಕ್ಕುದೆಶೆಯಿಲ್ಲದೆ ಅಲೆದಾಡಬೇಕಾಗುತ್ತೆ. – "ಆದರೆ ಜವಾಬ್ದಾರಿ ತೆಗೆದುಕೊಳ್ಳೋವ್ರು ಯಾರು?" ಪೀ ಪ್ರಶ್ನಿಸಿದಳು. ಯಾರು ಈ

ನಿಲುವನ್ನು ವಿರೋಧಿಸಿದರೋ ಅವರು. "ಅಕಸ್ಮಾತ್ತಾಗಿ ಪೊಲೀಸರು ವಿಚಾರಣೆ ಮಾಡೋಕೆ ಶುರುಮಾಡಿದರೆ? ಲಿಯಾಂಗ್ ಕ್ಸಿಯಾ ಮಾಡಬಾರದ್ದನ್ನು ಮಾಡಿದರೆ, ವಿನಾಕಾರಣ ಯೂ ಎಜುನ್‌ಗೆ ಶಿಕ್ಷೆಯಾಗುತ್ತೆ" ಯೂ ಎಜುನ್ ಚಿಂತೆಗೆ ಒಳಗಾದಲು. ಒಂದು ವೇಳೆ ಪೊಲೀಸ್ ಅಧಿಕಾರಿಗಳು, ಕ್ಸಿಯಾಳನ್ನು ಹೊರಗೆ ಹೋಗಲೇಬೇಕೆಂದು ಹೇಳಿದರೆ, ಹಾಗೆಯೇ ಮಾಡಿದರಾಯಿತು. ಅಂಥ ಸಮಸ್ಯೆ ಬರದೆ ಇದ್ದ ಪಕ್ಷದಲ್ಲಿ ಕ್ಸಿಯಾ ಎಷ್ಟು ದಿವಸ ಬೇಕಾದರೂ ಇರಲಿ, ಎಂದುಕೊಂಡಲು.

ಕಾಲ ಕಳೆದಂತೆ ಕ್ಸಿಯಾ ಮತ್ತು ಯೂ ಎಜುನ್ ತುಂಬಾ ಆತ್ಮೀಯರಾದರು. ಅವರಿಬ್ಬರ ಓಡನಾಟ ತುಂಬ ಚೆನ್ನಾಗಿತ್ತು. ಕ್ಸಿಯಾ ಬುದ್ಧಿವಂತೆ, ಕನಿಕರವುಳ್ಳವಳು, ವಿವೇಕವಂತಳೂ ಆಗಿದ್ದಲು. ಸದಾ ಹಸನ್ಮುಖಿ, ಉತ್ಸಾಹದಿಂದ ತುಂಬಿರುತ್ತಿದ್ದಲು. ಆದರೆ ಯಾವಾಗಲೂ ತನ್ನನ್ನು ಹೆಮ್ಮೆಯಿಂದ ಬೀಗಿ ತೋರಿಸಿಕೊಂಡವಳಲ್ಲ. "ನೀನು ನಾನಾಗಿದ್ದರೆ, ತುಂಬ ಪ್ರಾಕ್ಟಿಕಲ್ ಆಗಿರುತ್ತಿದ್ದೆ" ಎಂದು ವಾದಿಸಿದಲು.

ಚಳಿಗಾಲ ಬಂತು. ತುಂಬ ತುಂಬ ಶೀತಗಾಳಿ ಬೀಸುತ್ತಿತ್ತು. ಚಳಿ ತಡೆದು ಕೊಳ್ಳುವುದಕ್ಕೆ ಆಗುತ್ತಿರಲಿಲ್ಲ. ಯೂ ಎಜುನ್‌ಗೆ ಕ್ಸಿಯಾಳ ಬಗ್ಗೆ ಕನಿಕರವೆನಿಸಿತು. ಉಲ್ಲನ್ ಬಟ್ಟೆ ತಂದು ಜಾಕೆಟ್ ಹೊಲಿಸಿಕೊಳ್ಳೆಂದು ಕ್ಸಿಯಾಗೆ ನೀಡಿದಲು. ಆದರೆ ಕ್ಸಿಯಾ ಟೈಲರ್‌ಗೆ ಕೊಡದೆ ತಾನೇ ಹೊಲಿಯುವುದಾಗಿ ಹೇಳಿದಲು. ಪೀ ಮನೆಯಲ್ಲಿ ಹೊಲಿಗೆ ಯಂತ್ರವಿತ್ತು. ಅದಕ್ಕಾಗಿ ಅವಲು ಪೀ ಮನೆಗೆ ಹೊರಟಲು. ಬರುವಾಗ ಯಾಕೋ ತುಂಬಾ ಸೀರಿಯಸ್ಸಾಗಿ ಕಾಣಿಸಿದಲು.

"ಯಾಕೆ? ಏನಾಯ್ತು?"

"ಓ ಅಂಥಾದ್ದೇನೂ ಆಗಿಲ್ಲ!" ಎಂದು ಕೈಲಿದ್ದ ಬಟ್ಟೆ ಜೊತೆ ಆಟವಾಡುತ್ತಿದ್ದಲು.

"ಆಂಟ್ ಪೀ ಗಂಡ ಪೆರಾಲಿಸಿಸ್ ಆಗಿ ಆಸ್ಪತ್ರೆಯಲ್ಲಿದ್ದಾರೆ. ಪೀ ಆಂಟ್ ಪಾಪ! ದಿನಾಗಲೂ ಆಸ್ಪತ್ರೆಗೆ ಹೋಗಿ ಅವರನ್ನು ಶುಶ್ರೂಷೆ ಮಾಡಬೇಕು... ಎಷ್ಟೊಂದು ರಕ್ತದೊತ್ತಡ ಇದ್ದರೂ, ತನ್ನ ಆಫೀಸಿಗೆ ಹೋಗಿ, ಮಾರ್ಕ್ಸ್ ಮತ್ತು ಲೆನಿನ್‌ರ ಪುಸ್ತಕಗಳನ್ನು ಓದುತ್ತಾರೆ. ಯಾನನ್ ಕಾಲದಲ್ಲಿ ಹುಲ್ಲಿನ ಚಪ್ಪಲಿ ಹಾಕಿಕೊಂಡಿದ್ದರೂ ಒಂದೊಂದು ಹೆಜ್ಜೆಯನ್ನೂ ಬಹಳ ಜಾಗರೂಕತೆಯಿಂದ ಇಡುತ್ತಿದ್ದನೆಂದು ನನಗೆ ಹೇಳಿದರು. ಜೀವನದಲ್ಲಿ ತುಂಬ ಭರವಸೆಯಿತ್ತು. ಅಲ್ಲಿ ಅವರಿಗೆ ನನ್ನ ತಂದೆತಾಯಿಯರ ಪರಿಚಯವಾಯಿತು. ಸ್ನೇಹಿತರಾದರು. ಇದ್ದಕ್ಕಿದ್ದಂತೆ ಮುಖದಲ್ಲಿ ಗೆಲುವು ಚೆಲ್ಲುತ್ತಾ, "ಆಂಟ್ ಪೀ ಹೇಳಿದರು, ಒಂದು ಸಲ ನನ್ನ ತಂದೆತಾಯಿ, ಅವರು ಕಳೆದುಕೊಂಡಿದ್ದ ಜಮೀನನ್ನು ವಾಪಸ್ಸು ಪಡೆಯಲು, ತುಂಬಾ ಸಹಾಯ ಮಾಡಿದರು ಎಂದು ಹೇಳುತ್ತಿದ್ದರು. ಜೊತೆಗೆ ನನ್ನ ತಾಯಿ ನೂಲು ತೆಗೆಯುತ್ತಿದ್ದರೆಂದೂ ತಿಳಿಸಿದಲು. ನನಗೂ ಹಾಗೇ ಇರಬೇಕು, ಬದುಕಬೇಕು ಎಂದೆನಿಸುತ್ತದೆ. ಆದರೆ ಸೆಲ್ಲೋ ಕಲಿಯುವುದು ಅಪರಾಧ ಎನಿಸುತ್ತದೆ" ಎಂದು ಹೇಳುತ್ತ ಬಟ್ಟೆಯನ್ನು ಕತ್ತರಿಸತೊಡಗಿದಲು.

ಮಾಮೂಲಾಗಿ ಅವಳ ಮುಖದಲ್ಲಿ ಕಾಣಿಸುತ್ತಿದ್ದ ಜಿಗುಪ್ಸೆ, ಬೇಸರಗಳು ಮತ್ತೆ ಕಾಣಿಸಿಕೊಳ್ಳತೊಡಗಿದವು. ಅವಳ ಮೃದು ಹೃದಯ ಕಲ್ಲಾಗತೊಡಗಿತು. ಯೂ ಎಜುನ್ ಪ್ರೀತಿಯಿಂದ ಅವಳ ನುಣುಪಾದ ಕೂದಲನ್ನು ನೇವರಿಸಲು ತೊಡಗಿದ್ದಾಗ ಬಾಗಿಲು ತಟ್ಟುವ ಸದ್ದು ಕೇಳಿಸಿತು. ಷೀಪ್‌ಸ್ಕಿನ್ ಹ್ಯಾಟು, ಫ್ಯಾಷನ್ನಾಗಿದ್ದ ಟ್ರೌಜರ್‌ಗಳನ್ನು ಧರಿಸಿದ್ದ ಇಬ್ಬರು ಯುವಕರು ಪ್ರವೇಶಿಸಿದರು. ಅವರನ್ನು ನೋಡುತ್ತಿದ್ದಂತೆ, ಎತ್ತರದ ದನಿಯಲ್ಲಿ ಹೊರಗೆ ಹೋಗೆಂದು ಆದೇಶಿಸುತ್ತಿದ್ದಳು. ಬಾಗಿಲವರೆಗೆ ತಳ್ಳಿಕೊಂಡು ಹೋಗಿ ಹೊರಗೆ ದಬ್ಬಿ ಬಾಗಿಲು ಹಾಕುವವಳಿದ್ದಳು. ಅವಳ ಗೆಳೆಯರು ಯೂ ಎಜುನ್‌ಳನ್ನು ತುಂಬ ಪೀಡಿಸಿದರು. ಕ್ಸಿಯಾಗೆ ಈ ಹುಡುಗರು ಎಲ್ಲಿ ಗಂಟುಬಿದ್ದರು ಎಂದು ಯೂ ಎಜುನ್ ಯೋಚಿಸತೊಡಗಿದಳು. ಯೂ ಎಜುನ್ ಮನೆಯಲ್ಲಿದ್ದಾಗ, ತನ್ನ ಆ ಗೆಳೆಯರನ್ನು ಹೊರಗೆಲ್ಲೂ ಭೇಟಿಯಾಗುತ್ತಿದ್ದಳು. ಅವಳು ಮನೆಯಲ್ಲಿ ಇಲ್ಲದಿದ್ದಾಗ, ಅವರ ಜೊತೆ ಏನೇನು ಮಾಡುತ್ತಿದ್ದಳೊ! ಅವಳ ಸ್ನೇಹಿತರಲ್ಲಿ ಬಹಳ ಮಂದಿ ಹುಡುಗರೇ ಇದ್ದರು. ಅದಕ್ಕಾಗಿ ಯೂ ಎಜುನ್ ಕ್ಸಿಯಾಗೆ, ಇಷ್ಟು ಸಣ್ಣ ವಯಸ್ಸಿಗೇ ಪ್ರೀತಿ ಗೀತಿ ಅಂತ ಹಾಳಾಗಬೇಡ ಎಂದು ಉಪದೇಶಿಸಿ ಎಚ್ಚರಿಸಿದಳು.

ಅವಳ ಎಚ್ಚರಿಕೆ ಮಾತು ಕೇಳಿ ಕ್ಸಿಯಾ ಜೋರಾಗಿ ನಕ್ಕು "ನೀವೇನೂ ಚಿಂತಿಸಬೇಡಿ. ನಾನೇನು ಮೂರ್ಖಿಳಲ್ಲ. ಈ ಹುಡುಗರಿಗೆ ಒಂದಿಷ್ಟೂ ಗೌರವ ಕೊಡೊಲ್ಲ. ನಾನು ಮದುವೆ ಆಗುವವನು ದೊಡ್ಡ ಆಫೀಸರ್ ಆಗಿರ್ತಾನೆ!" ಮುಖ ಒಂದು ಥರಾ ಮಾಡಿಕೊಂಡು, ಆಫೀಸರ್‌ಗಳು ಆಟದ ಗೊಂಬೆಗಳಾಗಿರ್ತಾರೆ ಅನ್ನೋ ರೀತಿ ಮಾತನಾಡಿದಳು. ಒಂದುವೇಳೆ ಮದುವೆ ಆಗಲಿಲ್ಲ ಅನ್ನೋದಾದರೆ, ನಿಮ್ಮ ಹಾಗೆ ಕನ್ಯೆಯಾಗಿಯೇ ಇದ್ದುಬಿಡ್ತೇನೆ. "ಅಂದ ಹಾಗೆ ಆಂಟ್ ನೀವು ಮದುವೆ ಯಾಕೆ ಮಾಡಿಕೊಳ್ಳಲಿಲ್ಲ?"

"ನೀನೇ ಹೇಳು ಯಾಕೇಂತ?" ಎಂದು ಅವಳು ಕೇಳಿದ ಪ್ರಶ್ನೆಗೆ ಪ್ರಶ್ನೆಯಿಂದಲೇ ಉತ್ತರಿಸಿದಳು.

"ನಿಮಗೆ ಒಬ್ಬಳೇ ಇರೋದರಲ್ಲಿ ನಂಬಿಕೆ ಇದೆ ಅಲ್ವಾ? ಆದರೆ ನೀವು ಪ್ರೀತಿಸುವ ಹುಡುಗನನ್ನು ನೀವೆಂದೂ ಭೇಟಿಯಾಗಲಿಲ್ಲ" ತೀಕ್ಷ್ಣಮತಿಯಿಂದ ಉತ್ತರಿಸಿದಳು.

ಕ್ಸಿಯಾ ಮನೆಗೆ ಬಂದಾಗಿನಿಂದ, ಅವಳನ್ನು ಹೊಸ ಹೊಸದನ್ನು ಚೆನ್ನಾಗಿ ಅಭ್ಯಾಸ ಮಾಡುವಂತೆ ಒತ್ತಾಯಿಸುತ್ತಿದ್ದಳು. ಯೂ ಎಜುನ್ ವೆಸ್ಟರ್ನ್ ಸಂಗೀತವನ್ನು ಇನ್ನೂ ಕಲಿಸಿರಲಿಲ್ಲವಾದರೂ, ಕ್ಸಿಯಾ ಖುಷಿಗಾಗಿ, ತನ್ನಷ್ಟಕ್ಕೆ ತಾನೇ ನುಡಿಸಿಕೊಳ್ಳುತ್ತಿದ್ದಳು. ಒಂದು ದಿನ ಯೂ ಎಜುನ್ ಎಲ್ಲಿಗೋ ಹೋಗಿ ಹಿಂತಿರುಗಿದ್ದಾಗ ಅಕಸ್ಮಾತ್ತಾಗಿ ಅವಳಿಗೆ, ಮ್ಯಾಸೆನೆಟ್‌ನ ದುಃಖಸೂಚಕ ರಾಗವೊಂದನ್ನು ನುಡಿಸುತ್ತಿದ್ದುದು ಕೇಳಿಸಿತು. ಎಷ್ಟು ವಿಷಾದ ತುಂಬಿತ್ತೆಂದರೆ, ಯೂ ಎಜುನ್ ಮೈಮರೆತು ಅದು ಮುಗಿಯುವತನಕ ಕೇಳಿಸಿಕೊಳ್ಳುತ್ತಲೇ ನಿಂತಿದ್ದಳು.

ಯೂ ಎಜುನ್‌ಗೆ ಲಿಯಾಂಗ್ ಕ್ಸಿಯಾಳಲ್ಲಿದ್ದ ಸಂಗೀತ ಪ್ರತಿಭೆಯನ್ನು ಗುರುತಿಸಿದ್ದಳು. ಅವಳು ಯಾವುದಾದರೂ ಒಳ್ಳೆಯ ಸಂಗೀತ ವಿದ್ಯಾಲಯ ಸೇರಿದರೆ ಒಳ್ಳೆಯದೆನಿಸಿತು.

ಆದರೆ ತಂದೆಯ ಹೆಸರು ಅಪರಾಧಿಗಳ ಪಟ್ಟಿಯಿಂದ ಕ್ಲಿಯರ್ ಆಗುವವರೆಗೆ ಅವಳಿಗೆ ಒಳ್ಳೆಯದಾಗುವುದು ಸಾಧ್ಯವಿರಲಿಲ್ಲ.

ಅದೇ ಸಮಯದಲ್ಲಿ ಕ್ಲಿಯಾ ಲಂಗುಲಗಾಮಿಲ್ಲದಂತೆ ಬದುಕುತ್ತಿದ್ದಳು. ತನ್ನ ಹಾಸಿಗೆಯಲ್ಲಿ ಕುಳಿತು ಏನೇನೋ ಪುಸ್ತಕಗಳನ್ನು ಓದುತ್ತಿದ್ದಳು. ಒಂದು ದಿನ ಅಕಸ್ಮಾತ್ತಾಗಿ, ಕೈಬರಹದಲ್ಲಿ ಇದ್ದ, ಭೂಗತ ಚಟುವಟಿಕೆಗಳನ್ನು ಕುರಿತ ಪುಸ್ತಕ ಓದುತ್ತಿದ್ದುದು, ಯೂ ಎಜುನ್ ಕಣ್ಣಿಗೆ ಬಿತ್ತು.

"ಆ ಪುಸ್ತಕವನ್ನು ಯಾಕೆ ಓದುತ್ತಿದ್ದಿ"

"ಪುಸ್ತಕದ ಕವರ್ ನೋಡಿದರೇನೇ ಭಯವಾಗುತ್ತೆ ನನಗೆ"

"ಅಯ್ಯೋ ನೀವಾ? ಒಂದು ಇಲಿ ಓಡಿಸೋಕೂ ಹೆದರ್ತೀರಿ" ಎಂದು ಕಿಸಿಕಿಸಿ ನಕ್ಕಳು. "ನನ್ನ ತಂದೆತಾಯಿ ಬಂಧನದಲ್ಲಿದ್ದಾಗ, ಎಲ್ಲರೂ ನನ್ನ ಬಗ್ಗೆ ಟೀಕೆ ಮಾಡಿದರು. ಚೆನ್ನಾಗಿ ಹೊಡೆದರು. ಆದರೆ ನಾನು ಸುಮ್ಮನೆ ಬಿಡಲಿಲ್ಲ. ನನಗೆ ಶಿಕ್ಷೆ ಕೊಟ್ಟ ಹುಡುಗರ ವಿರುದ್ಧ ನಾನೂ ಯುದ್ಧ ಮಾಡಿದೆ. ಅವರಂತೂ ನನಗೆ ಪಂಚ್ ಕೊಟ್ಟರು. ನಾನೂ ಕೊಟ್ಟೆ, ನಾನು ಹೆದರಲಿಲ್ಲ. ಬದಲಾಗಿ ನಾನೂ ಅದನ್ನೇ ಮಾಡಿದೆ!"

ಅವಳ ಮಾತಿಗೆ ಏನುತ್ತರ ಕೊಡಬೇಕೋ ಹೊಳೆಯದೆ, ಅವಳ ಮುದ್ದು ಮುಖದ ಕಡೆ ನೋಡತೊಡಗಿದಳು. ಅವಳೇನೋ ಗೆಲುವಾಗಿಯೇ ಮಾತನಾಡಿದರೂ ಅದರ ಆಳದಲ್ಲಿ ಇದ್ದ ನೋವು ಸಂಕಟ ಗುರುತಿಸಿದೆ.

"ಈಗ ನಾನು ಬೆಳೆದಿದ್ದೇನೆ. ಜಗಳ ಆಡುವುದನ್ನು ಬಿಟ್ಟಿದ್ದೇನೆ. ಅದೆಲ್ಲಾ ಈಗ ಇಷ್ಟ ಆಗೊಲ್ಲ".

ನಂತರ ಯೂ ಎಜುನ್‌ಳನ್ನು ಸಮಾಧಾನಪಡಿಸಿ, ಭರವಸೆ ನೀಡಿದಳು. "ನೀವೇನೂ ಚಿಂತೆ ಮಾಡಬೇಡಿ ಆಂಟಿ. ಆದರೆ ಇಡೀ ದಿನ ಸೆಲ್ಲೋ ನುಡಿಸುತ್ತ ಕೂರುವುದು ನನ್ನಿಂದ ಸಾಧ್ಯವಿಲ್ಲ. ಕೆಲವು ಪುಸ್ತಕಗಳನ್ನ ಓದಬೇಕಾಗುತ್ತೆ. ಒಳ್ಳೆ ಪುಸ್ತಕಗಳು ಯಾವುದೂ ಸಿಗಲಿಲ್ಲವಾಗಿ ಇದನ್ನು ಓದುತ್ತಿದ್ದೀನಿ. ಇವುಗಳು ಕೆಟ್ಟದ್ದು ಇರಬಹುದು, ಸಮಯ ಕಳೆಯೋದಕ್ಕೆ ಮಾತ್ರವೇ ಓದುತ್ತಿದ್ದೀನಿ. ತಿನ್ನೋವಾಗಲೂ ಅಷ್ಟೆ! ರುಚಿಕಟ್ಟಾದ್ದೇನೂ ಸಿಗಲಿಲ್ಲವೆಂದಾಗ ಏನಾದರೂ ತಿಂದು ಬಿಡ್ತೇನೆ, ಅಷ್ಟೇ!"

ಅವಳು ಒಳ್ಳೊಳ್ಳೆ ಪುಸ್ತಕಗಳನ್ನು ಇಟ್ಟಿದ್ದ ಅಲಮಾರಿನ ಕಡೆ ನೋಡಿದಳು.

"ಇಲ್ಲ ನೀನು ಹೇಳಿದ್ದು ಸರಿ ಇಲ್ಲ" ಯು ಎಜುನ್ ಅವಳ ಮಾತನ್ನು ವಿರೋಧಿಸುವಂತೆ ಹೇಳಿದಳು.

"ನನಗೆ ಗೊತ್ತು ಮುಗುಳು ನಗುತ್ತ ಹೇಳಿದಳು. ನಾನು ಈಗ ಬದುಕಿದ್ದೀನಿ. ಆದರೆ ಎಂದಾದರೂ ಒಂದು ದಿನ, ಒಂದು ವೇಳೆ ನನಗೆ ಈಗಿರುವ ಹಾಗೆ ಇರೋಕೆ ಆಗೊಲ್ಲ

ಅಂತಾದರೆ, ನನ್ನ ಆಲೋಚನೆ ಕ್ರಮವನ್ನು ಬದಲಾಯಿಸಿಕೊಳ್ಳುತ್ತೇನೆ. ಮಾವೂ ತೋ ಮಾಡಿದ್ದು ಹಾಗೇ!"

"ಮಾವೂ ಯಾವುದನ್ನು ಓದುತ್ತಿದ್ದರೂ ಅದನ್ನು ನೀನೂ ಓದಬಹುದು ಅಂತ ನನಗೆ ಅನಿಸುತ್ತೆ" ಮಾವೂ ತೋ ಬಹಳ ವಿಚಾರವಂತ. ಅವನು ತತ್ವಶಾಸ್ತ್ರ, ಸಾಹಿತ್ಯ, ಚರಿತ್ರೆ ಮುಂತಾದ ವಿಷಯಗಳನ್ನು ಗಂಭೀರವಾಗಿ ಅಧ್ಯಯನ ಮಾಡಿದ್ದ. ಅವನನ್ನು ವಿದ್ವಾಂಸ ಅಂತ ಭಾವಿಸಲಾಗಿದ್ದರೂ, ಅಧಿಕಾರಿಗಳು ಕಟ್ಟಿದ್ದ ಬರಹಗಾರರ ತಂಡ ಅಥವಾ ಗುಂಪನ್ನು ಸೇರಲು ನಿರಾಕರಿಸಿದ. ಅವನ ವಯಸ್ಸಾದ ತಂದೆಯೊಬ್ಬರು ಹಳೆ ಕಾಲದವರು. ಲಿಯಾಂಗ್ ಕ್ಸಿಯಾ ಬಗ್ಗೆ ಆಗಾಗ ಗಮನ ಹರಿಸುತ್ತಿದ್ದರು.

ಯು ಎಜುನ್ಳ ಮಾತಿಗೆ ಕ್ಸಿಯಾ, ನಕ್ಕಳು. ಒಂದು ಕ್ಷಣದ ನಂತರ ಯೂ ಎಜುನ್ ಅಲಮಾರಿಯ ಬಾಗಿಲು ತೆಗೆದು, ಕ್ಸಿಯಾಗೆ ಅವಳಿಗೆ ಬೇಕಾದ ಪುಸ್ತಕಗಳನ್ನು ತೆಗೆದುಕೊಳ್ಳಲು ಹೇಳಿದಳು. ಬಹಳ ಸಂತೋಷದಿಂದ ಪುಸ್ತಕಗಳ ಮೇಲೆ ಕೈಯಾಡಿಸುತ್ತ ಇದ್ದಕ್ಕಿದ್ದಂತೆ "ನಮ್ಮ ತಂದೆ ಹತ್ತಿರ ಕೂಡಾ ಬಹಳಷ್ಟು ಪುಸ್ತಕಗಳು ಇದ್ದವು. ಎಷ್ಟೇ ತಡವಾದರೂ ರಾತ್ರಿ ಹೊತ್ತು ಪುಸ್ತಕವನ್ನು ಓದದೆ ಮಲಗುತ್ತಿರಲಿಲ್ಲ. ಆದರೆ ಎಂಥಾ ದುರಾದೃಷ್ಟ. ಆಗ ನಾನಿನ್ನೂ ಬಹಳ ಚಿಕ್ಕವಳಾಗಿದ್ದೆ!...

ಸುತ್ತ ತಿರುಗುತ್ತ, ಅಲಮಾರಿಯನ್ನು ಗಟ್ಟಿಯಾಗಿ ಹಿಡಿದುಕೊಂಡಳು. ಕಣ್ಣುಗಳು ಪ್ರಜ್ವಲಿಸುತ್ತಿದ್ದವು. "ಫಾದರ್ ಫಾದರ್" ಎಂದು ನೋವಿನಿಂದ ಕೂಗುತ್ತಿದ್ದಳು. ನನಗೆ ನಂಬಿಕೆ ಇಲ್ಲ ನನ್ನಪ್ಪ ನಿಜವಾದ ಉತ್ಸಾಹಿ ಕಮ್ಯುನಿಸ್ಟ್ ಆಗಿದ್ದ. ಅಂಥವನು ಆತ್ಮಹತ್ಯೆ ಮಾಡಿಕೊಳ್ಳೋದು ಸಾಧ್ಯವೇ ಇರಲಿಲ್ಲ. ಅವನನ್ನು ಕೊಲೆ ಮಾಡಿದ್ದಾರೆ. ಆದರೂ ಅವರೆಲ್ಲ "ಆತ್ಮಹತ್ಯೆ ಎಂದೇ ವಾದಿಸುತ್ತಿದ್ದಾರೆ" ಅವಳು ಯಾವೊಂದು ಪುಸ್ತಕವನ್ನೂ ಆರಿಸಿಕೊಳ್ಳಲಿಲ್ಲ. ಆದರೆ ಒಂದೇ ಸಮನೆ ಯೂ ಎಜುನ್ಳನ್ನು ನೋಡುತ್ತಾ ನಿಂತಳು.

ನಾನು ನಿರೀಕ್ಷಿಸುತ್ತಿರುವ ದಿನಗಳು ಬರುತ್ತವೆ ಎಂದು ನಿಮಗೆ ಅನಿಸುವುದೇ? ನನ್ನಮ್ಮ ಅಂಥ ದಿನಗಳು ಬರುವುದನ್ನು ನೋಡುವುದಕ್ಕಾಗಿ ಬದುಕಿರಬೇಕೆಂದು ಹೇಳುತ್ತಿದ್ದಳು.

ಯೂ ಎಜುನ್‌ಗೆ ಅವಳ ಮುಖಭಾವವನ್ನು ನೋಡಲಾಗಲಿಲ್ಲ. ಅಳುವಷ್ಟೂ ಅತ್ತು ಬಿಡಲಿ ಎಂದು ಸುಮ್ಮನಿದ್ದಳು. ಒಂದು ವೇಳೆ ಆತ್ಮಹತ್ಯೆಯಾಗಿದ್ದರೂ, ಆ ಸ್ಥಿತಿಗೆ ಬಲಾತ್ಕಾರದಿಂದ ದೂಡುವವರೆಗೂ ಆತ್ಮಹತ್ಯೆ ಮಾಡಿಕೊಳ್ಳುತ್ತಿರಲಿಲ್ಲ. ಭಯಂಕರವಾದ ಪರಿಸ್ಥಿತಿಯಲ್ಲಿ ಸಿಕ್ಕಿಹಾಕಿಕೊಂಡಿದ್ದಿರಬೇಕು. ಕ್ಸಿಯಾ ಜೊತೆಗೆ ತನಗೂ ಅಳಬೇಕೆಂದೆನಿಸಿತು. ಆದ್ದರಿಂದ ಅವಳ ಕಣ್ಣೀರು ತನ್ನ, ಸಿನಿಕತನವನ್ನೂ ತೊಳೆದು ಹಾಕಬಹುದೇನೋ ಎಂದುಕೊಂಡಳು. ಆದರೆ ಕ್ಸಿಯಾ ಅಳುತ್ತಲೇ ಹೋಗಿ ತನ್ನ ಹಾಸಿಗೆಯ ಮೇಲೆ ಬಿದ್ದುಕೊಂಡಳು. ಅವರೆದೆಯಲ್ಲಿ ದೊಡ್ಡದೊಂದು ಶೂನ್ಯತೆಯೊಂದು ಸೃಷ್ಟಿಯಾಗಿತ್ತು. ಅವರ ಕಂಬನಿಯಿಂದಾಗಲಿ, ಆಲೋಚನೆಗಳಿಂದಾಗಲಿ ತುಂಬಲು ಸಾಧ್ಯವಿರಲಿಲ್ಲ.

4

1976 ವಸಂತ ಹಬ್ಬ ಆಗಮನದಲ್ಲಿತ್ತು. ಆದರೆ ಹಬ್ಬ ಮರೆತು ಎಲ್ಲರೂ ದುಃಖದಲ್ಲಿ ಇದ್ದರು. ವಸಂತ ಋತು?! ಏನು ಮಾಡಬೇಕು? ಅವರಿಗೆ, ಪ್ರಧಾನಿ ಝೌ ನ ಸಾವಿನ ನಂತರ ದಿಕ್ಕೇ ಕಾಣದಾಗಿತ್ತು. ಭವಿಷ್ಯದ ಬಗ್ಗೆ ಕಾತುರರಾಗಿದ್ದರು.

ಜನವರಿಯಲ್ಲಿ ಯು ಎಜುನ್ ಸೈನಿಕಶಾಲೆಯಲ್ಲಿ ಬೇರೆ ಯಾವುದೋ ಕೆಲಸದ ಮೇಲೆ ಹೋಗುವುದಕ್ಕೆ ಮೊದಲೇ ಲಿಯಾಂಗ್ ಕ್ಸಿಯಾಳನ್ನು ತನ್ನ ಗೆಳತಿ ಪೀ ಹತ್ತಿರ ಒಪ್ಪಿಸಿ ಹೋಗಿದ್ದಳು. ಪ್ರಧಾನ ಮಂತ್ರಿಯ ಸಾವಿನ ಸುದ್ದಿ ಕಿವಿಗೆ ಬೀಳುತ್ತಿದ್ದಂತೆ ಕ್ಸಿಯಾಳ ಬಗ್ಗೆ ಕಾತರಳಾದಳು. ಗೆಳತಿಗೆ ಪತ್ರ ಬರೆದು ಅವಳ ಯೋಗಕ್ಷೇಮ ವಿಚಾರಿಸಿದಳು. ಪತ್ರವನ್ನು ಪೋಸ್ಟ್‌ಗೆ ಹಾಕಿದ ಮೇಲೆ ಅವಳಿಗೆ ಕ್ಸಿಯಾ ಏನಾದರೂ ಎಚ್ಚರಿಕೆಯಿಲ್ಲದೆ ಮನಸ್ಸಿಗೆ ಬಂದದ್ದನ್ನು ಬರೆದುಬಿಟ್ಟರೆ ಎಂದು ಹೆದರಿಕೆಯಾಗಿ, ಪತ್ರಕ್ಕೆ ಅವಳು ಉತ್ತರ ಬರೆಯ ಬಾರದೆಂದು ತಿಳಿಸುವಂತೆ ಗೆಳತಿಗೆ ಬರೆದಳು. ಆದರೆ ಅವಳಿಂದ ಉತ್ತರ ಬಂದೇ ಬಂತು.

"ನನ್ನ ಜವಾಬ್ದಾರಿಗಳನ್ನು ನಿರ್ವಹಿಸಲು ನಾನು ಸಮರ್ಥಳಿದ್ದೇನೆ" ಎಂದು ಬರೆದಿದ್ದಳು. ಅದರ ಅರ್ಥ ನಿಗೂಢವೆನಿಸಿದರೂ ಯಾವುದೋ ಒಂದು ಪ್ರಳಯ ಸೃಷ್ಟಿಯಾಗುವ ಸೂಚನೆ ಕಾಣಿಸಿತು.

ಹಿಂತಿರುಗಿ ಮನೆಗೆ ಬರುವಷ್ಟರಲ್ಲಿ ಲಿಯಾಂಗ್ ಕ್ಸಿಯಾಳಲ್ಲಿ ಸಾಕಷ್ಟು ಬದಲಾವಣೆಯಾಗಿತ್ತು. ಹೆಚ್ಚು ಮಾತಾಡುತ್ತಿರಲಿಲ್ಲ. ಮೊದಲಿನಂತೆ ಅಸಹ್ಯವಾಗಿ ನಗುತ್ತಿರಲಿಲ್ಲ. ತನ್ನ ಜವಾಬ್ದಾರಿಗಳನ್ನು ಚೆನ್ನಾಗಿ ಅರ್ಥಮಾಡಿಕೊಂಡಿದ್ದಂತೆ ಕಾಣಿಸಿತು. ಒಂದೊಂದು ಸಲ ಯು ಎಜುನ್ ಕ್ಸಿಯಾಳಿಗೆ ಮನಸ್ಸಮಾಧಾನ ಕ್ಕೋಸ್ಕರ ಸೆಲ್ಲೋ ನುಡಿಸಲು ಹೇಳುತ್ತಿದ್ದಳು. ಆದರೆ ಪ್ರಧಾನಮಂತ್ರಿ ಝೌ ನ ಸಾವು ಅವಳ ಗಮನವನ್ನು ಎತ್ತೆತ್ತಲೋ ಹರಿಸುವಂತೆ ಮಾಡುತ್ತಿತ್ತು. ಇತ್ತೀಚಿನ ಒಂದು ಮೂರು ನಾಲ್ಕು ವಾರಗಳಲ್ಲಿ ಇದ್ದಕ್ಕಿದ್ದಂತೆ ತುಂಬಾ ಪ್ರಬುದ್ಧಳಾದಂತೆ ಕಾಣಿಸುತ್ತಿತ್ತು. ಹುಡುಗಾಟ ಮಾಯವಾಗಿತ್ತು. ಅವಳೆದುರು ಭಾರವಾದ ಭಾವನೆಗಳನ್ನು ಅಭಿವ್ಯಕ್ತಿಸುವಲ್ಲಿ ಕಣ್ಣುಗಳು ಸೋಲುತ್ತಿದ್ದವು. ಅವಳ ಆಟದ ಗೆಳೆಯರೂ ಬರುವುದನ್ನು ನಿಲ್ಲಿಸಿದ್ದರು. ಅವರೆಲ್ಲ ಎಲ್ಲಿ ಹೋದರು ಎಂದು ಕೇಳಿದರೆ, ಪಿಳಿ ಪಿಳಿ ಕಣ್ಣು ಬಿಡುತ್ತಾ, ಅವರು ಯಾರೆಂದು ತನಗೆ ಗೊತ್ತೇ ಇಲ್ಲವೆಂಬಂತೆ ಕಾಣಿಸಿಕೊಂಡಳು.

ಮೊದಲು ಓದುತ್ತಿದ್ದ ಕೆಟ್ಟಕೆಟ್ಟ ಪುಸ್ತಕಗಳನ್ನು ಓದುವುದನ್ನು ಬಿಟ್ಟಿದ್ದಳು. ಆದರೆ ಒಳ್ಳೆ ಪುಸ್ತಕಗಳಲ್ಲಿ ಆಸಕ್ತಿಯನ್ನೇನೂ ಬೆಳೆಸಿಕೊಂಡಿರಲಿಲ್ಲ.

ಯೂ ಎಜುನ್‌ಗೇ ಆಶ್ಚರ್ಯವೆಂಬಂತೆ, ಕ್ಸಿಯಾ ಮಾರ್ಕ್ ಲೆನಿನ್‌ರ ಪುಸ್ತಕಗಳನ್ನು ಓದಲು ಶುರುಮಾಡಿದ್ದಳು. ವಸಂತ ಹಬ್ಬದ ಹಿಂದಿನ ದಿನ, ಕ್ಸಿಯಾ ಚೇರ್‌ಮನ್ ಮಾವ್‌ರ ಲೇಖನವೊಂದನ್ನು ಓದುತ್ತಿದ್ದುದನ್ನು ಪೀ ಗಮನಿಸಿದಳು. ಪಕ್ಕದಲ್ಲಿಯೇ ಒಂದು ನೋಟ್ ಬುಕ್ ಇತ್ತು. ಅದರ ಪುಟಗಳನ್ನು ತಿರುವಿ ಹಾಕುತ್ತಿದ್ದಾಗ ಪೀಳ ಕಣ್ಣಿಗೆ "ಝಿಯಾಂಗ್ ಕಿಂಗ್‌ನಿಂದ ಆದ ಅಪರಾಧಗಳು" ಪಟ್ಟಿ ಮಾಡಿದ್ದ ಅಪರಾಧದ ಆರೋಪಗಳು ತರ್ಕಬದ್ಧವೂ

ಸಮರ್ಥನೀಯವೂ ಆದಂತೆ ತೋರಿತು. ಪೀ ಲಿಯಾಂಗ್ ಕ್ಸಿಯಾಳ ಕೈ ಹಿಡಿದುಕೊಂಡು "ನೀನು ಯಾವಾಗಲೂ ಒಳ್ಳೆಯ ಹುಡುಗಿಯೆಂದೇ ತಿಳಿದಿದ್ದೆ" ಎಂದು ಮೆಚ್ಚುಗೆಯ ದನಿಯಲ್ಲಿ ಹೇಳಿದಳು.

ಲಿಯಾಂಗ್ ಕ್ಸಿಯಾ ನಗುತ್ತ "ಬಹಳ ಹಿಂದೆಯೇ ನಿಮ್ಮ ಬುದ್ಧಿವಾದದ ಬಗ್ಗೆ ಯೋಚಿಸಿದ್ದೆ" ಎಂದಳು.* ನನ್ನ ಬದುಕು ಮತ್ತು ಪ್ರಾಯವನ್ನು ವ್ಯರ್ಥಮಾಡಬಾರದು. ಅದೂ ಈ ಹೊತ್ತಲ್ಲಿ.

ಹೆಚ್ಚಿನ ನೋಟ್ಸ್ ಲಿಯಾಂಗ್ ಕ್ಸಿಯಾಳಿಂದ ಮತ್ತು ಸ್ವಲ್ಪ ಮಾವ್ಹೋ ತೋ ನಿಂದ ಮಾಡಿದ್ದಾಗಿತ್ತು. ಯೂ ಎಜುನ್ ಅದನ್ನ ಓದಿದಾಗ, ಅಲ್ಲಿರುವುದೆಲ್ಲ ಸತ್ಯ ಸಂಗತಿಗಳೇ ಎಂದು ಭಾವಿಸಿದಳು. ಸತ್ಯ ಎಂದಾದರೆ ಕಷ್ಟ ಕಟ್ಟಿದ್ದದ್ದೇ ಎನಿಸಿತು. ಏನು ಮಾಡಬೇಕೆಂದು ತೋಚದೆ ಪೀಳ ಕಡೆ ನೋಡಿದಳು.

ಪೀ ಅವಳತ್ತ ನೋಡಿ ನಕ್ಕಳು. "ಅವರು ಮಾಡಿರುವ ತಪ್ಪುಗಳು ಏನೆಂದು ಬಹಿರಂಗ ಪಡಿಸಿ ಅವರನ್ನು ಜನರ ಮುಂದೆ, ನಿಲ್ಲಿಸಬೇಕು. ಇಲ್ಲಿ ಬರೆದಿರುವ ನೋಟ್ಸ್ ಅಥವಾ ವಿವರಗಳನ್ನೇ ನಾವೂ ಹೇಳಬೇಕೆಂದು ಇದ್ದುದು".

"ಲಿಯಾಂಗ್ ಕ್ಸಿಯಾ, ಯೂ ಎಜುನ್‌ಗೆ "ನಿಮಗೂ ಕೂಡ ಹೀಗೇ ಹೇಳಬೇಕೆಂದಿದೆಯಲ್ಲವೇ?... ಆದರೆ ಹೇಳಲು ನಿಮಗೆ ಧೈರ್ಯವಿಲ್ಲ".

"ಹಾಗಾದರೆ ನಾವು ಯಾರಿಗೆ ಇದನ್ನೆಲ್ಲ ಹೇಳಬಹುದು?" ಎಂದು ಯೂ ಎಜುನ್ ಪ್ರಶ್ನಿಸಿದಳು.

"ಸಂಪಾದಕೀಯಗಳನ್ನೇ ಗಿಳಿ ಪಾಠದಂತೆ ಒಪ್ಪಿಸಬಹುದು ಅಷ್ಟೇ" ಎಂದಳು ಪೀ.

ಲಿಯಾಂಗ್ ಕ್ಸಿಯಾ ಮೌನವಾದಳು. ಅವಳ ಮುಗುಳು ನಗೆ, ನಿರಾಶೆ, ಮತ್ತು ಜಿಗುಪ್ಸೆಯಲ್ಲಿ ಪರಿವರ್ತಿತವಾಯಿತು.

ಕುತೂಹಲದಿಂದ, ಯೂ ಎಜುನ್ ಕ್ಸಿಯಾಳ ಕಡೆ ನೋಡಿದಳು. ಪೀ ಮಾತ್ರ, "ಈ ಹೋರಾಟವನ್ನು ಎದುರಿಸಲು ಧೈರ್ಯ ತಾಳುವ ಪ್ರಶ್ನೆಯೊಂದೇ ಅಲ್ಲ, ಇದನ್ನು ಎಲ್ಲಿ ಹೇಗೆ, ಯಾವಾಗ? ಎನ್ನುವುದನ್ನೂ ಯೋಚಿಸಬೇಕು" ಎಂದಳು.

ಮಂದ ಬೆಳಕಿನಲ್ಲಿ ರಾತ್ರಿಯೂಟವನ್ನು ಬೇಗ ಮುಗಿಸಿದರು. ಯೂ ಎಜುನ್ ಕ್ಸಿಯಾ ಮತ್ತು ಮಾವ್ಹೋ ತೌ ಯಾಕೆ ಹೀಗೆ ನೋಟ್ಸ್ ಬರೆದಿದ್ದಾರೆ ಎಂದು ಕೇಳಬೇಕೆಂದಿದ್ದಳು. ಆದರೆ ಒತ್ತಾಯ ಮಾಡುವುದು ಸರಿಯಲ್ಲವೆನಿಸಿ ಸುಮ್ಮನಾದಳು.

ದಿಢೀರನೆ ಬಾಗಿಲು ಬಡಿವ ಸದ್ದು ಕೇಳಿಸಿತು. ಲಿಯಾಂಗ್ ಕ್ಸಿಯಾ ಥಟ್ಟನೆ ಎದ್ದು ಬಾಗಿಲು ತೆರೆಯಲು ಹೊರಟಳು. ಮಾವ್ಹೋ ಒಳಗೆ ಬಂದ. ತುಂಬ ಗಂಭೀರ ಸಮಸ್ಯೆಯಲ್ಲಿದ್ದಂತೆ ಕಾಣಿಸಿದರೂ ಯೂ ಎಜುನ್‌ಳನ್ನು ಕ್ಸಿಯಾಳಿಗಿಂತ ಮೊದಲೇ ಮಾತನಾಡಿಸಬೇಕೆಂಬುದನ್ನು ಮರೆಯಲಿಲ್ಲ.

"ಬಾ ಹೊರಗೆ ಹೋಗೋಣ"

"ಏನು ವಿಚಾರ?"

"ದಯವಿಟ್ಟು ಕುತುಕೋ. ಹೊರಗೆ ಬಹಳ ಚಳಿ ಇದೆ. ವಿಷಯ ಏನೂಂತ ಹೇಳು" ಎಂದು ಯೂ ಎಜುನ್ ಪ್ರಾರ್ಥಿಸುವ ದನಿಯಲ್ಲಿ ಹೇಳಿದಳು.

ಮಾವ್ಫೋ ತೋ ಇಬ್ಬರ ಕಡೆಯೂ ನೋಡುತ್ತ – "ನನ್ನ ತಂದೆಯನ್ನು ಬಂಧಿಸಿದ್ದಾರೆ" ಎಂದ.

"ಯಾವ ಅಪರಾಧಕ್ಕಾಗಿ?" ಕ್ಲಿಯಾ ಕೇಳಿದಳು.

"ಯಾವ ಅಪರಾಧವನ್ನಾದರೂ ಸೃಷ್ಟಿಸಬಲ್ಲರು" ಎಂದು ಸಿಟ್ಟನ್ನು ಹತ್ತಿಕ್ಕೊಳ್ಳುತ್ತಾ ಹೇಳಿದ.

"ಕೆಲ ದಿನಗಳ ಹಿಂದೆ, ನನ್ನ ತಂದೆ, ಪ್ರಧಾನಮಂತ್ರಿ ಜ಼ೋ ಅವರ ಬಗ್ಗೆ ಪಿತೂರಿ ನಡೆಸುತ್ತಿದ್ದಾರೆನ್ನುವದನ್ನು ನನಗೆ ಹೇಳಿದರು" ಎಂದು ಮಾತು ಮುಂದುವರೆಸಿದ. "ತಾನು ಬದುಕಿರುವವರೆಗೆ ಅವರನ್ನು ರಕ್ಷಿಸುವುದಕ್ಕೆ ಪ್ರಯತ್ನಿಸುತ್ತೇನೆ. ಅವರ ಪರವಾಗಿ ಮಾತಾಡುತ್ತೇನೆ, ಎಂದಿದ್ದರು. ಈ ದಿನ ಬೆಳಿಗ್ಗೆ ನನ್ನ ಅಂಕಲ್, ನನ್ನ ತಂದೆಯನ್ನು ಒಂದು ಮೀಟಿಂಗ್ ಅಟೆಂಡ್ ಮಾಡಬೇಕೆಂದು ಹೇಳಿದರು. ಪಕ್ಕದ ಮನೆಯವರು ಯಾರೋ ಒಬ್ಬರು, ನನ್ನ ತಂದೆಯನ್ನು ಎತ್ತಿ ಕಾರಿನಲ್ಲಿ ಒಗೆದು, ಮನೆಯವರಿಗೆ ಸುದ್ದಿ ತಿಳಿಸಲೂ ಅವಕಾಶ ಕೊಡದೆ, ಕರೆದುಕೊಂಡು ಹೋದರಂತೆ"

"ನಾನೇ ಅದೃಷ್ಟವಂತೆ. ನನ್ನ ತಂದೆಯನ್ನು ಎಳೆದುಕೊಂಡು ಹೋದರು" ಎಂದು ಗೊಣಗಿಕೊಂಡಳು.

"ನನ್ನ ತಂದೆಯನ್ನು ನೋಡಲೆಂದು ಆಫೀಸಿಗೆ ಹೋದರೆ, ಡ್ಯೂಟಿಯಲ್ಲಿದ್ದ ವ್ಯಕ್ತಿಯೊಬ್ಬ ನನ್ನ ತಂದೆಯನ್ನು ವಿಚಾರಣೆಗೆ ಒಳಪಡಿಸಬೇಕಾಗಿರುವುದರಿಂದ ನೋಡಲು ಅವಕಾಶ ಕೊಡುವುದಿಲ್ಲವೆಂದು" ಹೇಳಿ ಹೊರದಬ್ಬಿದ.

ಎಷ್ಟೊಂದು ಕುಟುಂಬಗಳು ಈ ಗ್ಯಾಂಗ್‍ನಿಂದಾಗಿ ಹಾಳಾಗಿ ಹೋದದ್ದನ್ನು ನೆನೆದು ಸಿಟ್ಟಿನಿಂದ ಅವಡುಗಚ್ಚಿದಳು. ಎಷ್ಟು ಮಂದಿ ಯುವಕರು ಓದುವ, ಕಲಿಯುವ ಕೆಲಸ ಮಾಡುವ ಅವಕಾಶಗಳಿಂದ ವಂಚಿತರಾಗಿದ್ದಾರಲ್ಲದೆ, ಪ್ರಾಣಗಳನ್ನು ಕಳೆದುಕೊಂಡಿದ್ದಾರೆ. ಪ್ರಧಾನ ಮಂತ್ರಿಯನ್ನೂ ಬಿಡಲಿಲ್ಲ. ಅವರು, ನಮ್ಮ ಅತ್ಯಂತ ಹೆಮ್ಮೆಯ ನಾಯಕರು. ತನ್ನದೆಂದು ಏನೊಂದನ್ನೂ ಉಳಿಸಿ ಹೋಗಿಲ್ಲ. ಆತನ ಭಸ್ಮವನ್ನೂ ಕೂಡಾ ಬೆಟ್ಟಗಳ, ನದಿಗಳ ಮೇಲೆಲ್ಲಾ ಎರಚಲಾಯಿತು.

ಲಿಯಾಂಗ್ ಕ್ಲಿಯಾ ಸಿಟ್ಟಿನಿಂದ ಕುದಿಯುತ್ತಿದ್ದಳು. ಆದರೆ ಒಮ್ಮೆಲೇ ಜೋರಾಗಿ ನಗಲು ತೊಡಗಿದ್ದಳು. ಯೂ ಎಜುನ್ ಲಿಯಾಂಗ್ ಕ್ಲಿಯಾಳ ಕೈ ಹಿಡಿದು ಕೊಂಡಳು. ತಣ್ಣಗೆ ಕೊರೆಯುತ್ತಿದ್ದವು. ಕ್ಲಿಯಾ! ಉದ್ವಿಗ್ನಳಾಗಿ ಕಿರುಚಿದಳು.

"ಆ ರಾಕ್ಷಸರ ಮುಖವಾಡಗಳು ಇಷ್ಟರಲ್ಲೇ ಕಳಚಿ ಬೀಳುತ್ತವೆ" ಎಂದು ಯೂ ಎಜುನ್ಳ ಕೈಯನ್ನು ಪಕ್ಕಕ್ಕೆ ಸರಿಸಿದಳು.

"ಹೌದು, ತಮ್ಮ ನಿಜ ಬಣ್ಣಗಳನ್ನು ಖಂಡಿತವಾಗಿಯೂ ಬಯಲು ಮಾಡುತ್ತಾರೆ" ಎಂದು ಮಾವೋ ತೋ ತನ್ನಗೆ ಕ್ಸಿಯಾಳ ಮುಖದತ್ತ ನೋಡುತ್ತಾ ಹೇಳಿದ. "ನಮಗೆ ಬೇಕಾದ ವಸ್ತುಗಳನ್ನೆಲ್ಲಾ ಸಂಗ್ರಹಿಸಿ ಇಟ್ಟುಕೊಳ್ಳಬೇಕು. ಖಂಡಿತವಾಗಿಯೂ, ಈ ಗ್ಯಾಂಗಿನವರನ್ನೆಲ್ಲಾ ವಿಚಾರಣೆಗೆ ಒಳಪಡಿಸುವ ದಿನಗಳು ಬಂದೇ ಬರುತ್ತವೆ.

"ನನ್ನ ತಂದೆ ಇವತ್ತು ಇದ್ದಿದ್ದರೆ ನಿನ್ನ ತಂದೆಯಂತೆಯೇ ಅವರೂ ಮಾಡುತ್ತಿದ್ದರು ಇದು ಸತ್ಯ."

ಮಾವೋ ತೋ ಆ ಕೋಣೆಯಲ್ಲಿ ಅಡ್ಡಾಡಿದ. ತನ್ನ ಗೆಳೆಯರೆಲ್ಲರಿಗೆ ತಂದೆಯ ಬಂಧನದ ಬಗ್ಗೆ ತಿಳಿಸಲು ಮುಂದಾದ. ಯೂ ಎಜುನ್ಳನ್ನು ಎಚ್ಚರದಿಂದಿರಲು ಸೂಚನೆ ಕೊಟ್ಟು ಅಲ್ಲಿಂದ ಹೊರಟ.

ಬಾಗಿಲಲ್ಲಿದ್ದ ಕ್ಸಿಯಾ "ತೋ ನೀನು ಊಟವನ್ನೇ ಮಾಡಿಲ್ಲ!" ಎಂದು ಜೋರಾಗಿ ಕಿರುಚಿ ಹೇಳಿದಳು. ಮಾವೋ ಸುಮ್ಮನೆ ತಲೆಯಾಡಿಸಿ ಅಲ್ಲಿಂದ ಹೊರಟು ಬಿಟ್ಟ. ಯೂ ಎಜುನ್ಗೆ ಅವನ ತಾಯಿ, ಹೋರಾಟದ ಸಭೆಯ ನಂತರ ಹೃದಯಾಘಾತದಿಂದ ತೀರಿಕೊಂಡಿದ್ದ ವಿಷಯ ಗೊತ್ತಿತ್ತು. ಸಮಾಜದ ಮೇಲೆ ಆಗುತ್ತಿದ್ದ ಭೀಕರ ಪರಿಣಾಮಗಳ ಮಧ್ಯೆಯೂ ಕಾಲ ಸರಿಯುತ್ತಲೇ ಇತ್ತು. ಎಷ್ಟೆಲ್ಲ ನೋವು, ಸಂಕಟ, ಅನುಮಾನ, ಆತಂಕಗಳೆಲ್ಲ ತಣ್ಣಗಾದ ಮೇಲೆ, ಜನ ಸತ್ಯ ಏನೆಂಬುದನ್ನು ತಿಳಿಯಲು ಮುಂದಾದರು.

ಕಿಂಗ್‌ಮಿಂಗ್ ಹಬ್ಬದ ಹಿಂದಿನ ದಿವಸ, ಬೀಜಿಂಗ್‌ನ ತಿಯಾನನ್‌ಮನ್ ಸ್ಕ್ವೇರ್ ನಿಬಿಡವಾದ ಕತ್ತಲೆನಿಂದ ತುಂಬಿತ್ತು. ಆದರೆ ಹೊಳೆವ ಹೂದಂಡೆಗಳ ರಾಶಿ, ಮತ್ತು ಜನರ ಪ್ರಾಮಾಣಿಕ ಮನಸ್ಸುಗಳು ಕತ್ತಲೆಗೆ ಸವಾಲಿನಂತೆ ಇದ್ದವು. ಬೆಟ್ಟದಷ್ಟು ಎತ್ತರ ಹೂ ಮಾಲಿಕೆಗಳು ಬಿದ್ದಿದ್ದವು. ಹುತಾತ್ಮರ ಸ್ಮಾರಕದಿಂದ ಹಿಡಿದು ರಸ್ತೆಯವರೆಗೂ ಜನ ತುಂಬಿದ್ದರು. ಚರಿತ್ರೆಯಲ್ಲಿಯೇ ಅವಿಸ್ಮರಣೀಯ ವೆನ್ನುವಂತೆ, ಶೋಕಾಚರಣೆಯ ದೊಡ್ಡ ಸಭೆ ಎನ್ನುವಂತೆ ಕಾಣುತ್ತಿತ್ತು. ಪೈನ್ ಮರಗಳಲ್ಲಿ ಶೋಕ ಸಂಕೇತವಾಗಿ ಕಾಗದದ ಬಿಳಿ ಹೂ ಬುಟ್ಟಿಗಳು ಜೋಲಾಡುತ್ತಿದ್ದವು. ದೀಪಕಂಬಗಳಿಂದಲೂ ಅಲಂಕೃತ ಬುಟ್ಟಿಗಳು ಇಳಿಬಿದ್ದಿದ್ದವು. ಬಲೂನುಗಳು ಗಾಳಿಯಲ್ಲಿ ತೇಲಾಡುತ್ತಿದ್ದವು. "ಪ್ರಧಾನಮಂತ್ರಿ ಝೌ ಚಿರಾಯು" ತುಂಬಿದ ಜನ ಸಾಗರ ಚಲಿಸುವಂತಿತ್ತು. ಸಹನೆಯ ತುಟ್ಟ ತುದಿಯಲ್ಲಿದ್ದರೂ ಆಕ್ರೋಶದ ಪರಮಾವಧಿ ತಲುಪಿದ್ದರೂ ಮೌನವಾಗಿಯೇ ಇದ್ದರು. ಅವರೆದೆಯಲ್ಲಿನ ಸತ್ಯದ ಜ್ವಾಲಾಮುಖಿ ಸ್ಫೋಟಿಸುವ ಕ್ಷಣಗಳು ಹತ್ತಿರವಾಗುತ್ತಿದ್ದವು.

ಸತ್ಯವನ್ನು ನೋಡಲು ಸಾಧ್ಯವಾಗುವುದಾದರೆ, ಈ ಸ್ಕ್ವೇರ್‌ನಲ್ಲಿ ಮಾತ್ರವೇ ಎಂದು ಯೂ ಎಜುನ್ ಯೋಚಿಸಿದಳು. ಜನ ಅದಕ್ಕಾಗಿ ಪ್ರಾಣ ಬಿಡಲೂ ಸಿದ್ಧರಿದ್ದರು. ಲಿಯಾಂಗ್ ಕ್ಸಿಯಾ ಕವಿತೆಗಳನ್ನು ಬರೆದುಕೊಳ್ಳಲು ಪ್ರತಿದಿನಾ ಇಲ್ಲಿಗೆ ಬರುವ ಸಂಗತಿ ಯೂ ಎಜುನ್‌ಗೆ

ತಿಳಿದಿತ್ತು. ಯೂ ಎಜುನ್ ಮತ್ತು ಕ್ಸಿಯಾ ಇಬ್ಬರೂ ಗುಂಪಿನ ನಡುವಿನಿಂದ ಸ್ಮಾರಕದ ಸಮೀಪಕ್ಕೆ ಬರಲು ಯತ್ನಿಸುತ್ತಿದ್ದರು. ಅವರೂ ಕೂಡಾ ಬುಟ್ಟಿಗಳನ್ನು ಪೈನ್ ಮರಗಳಿಗೆ ತೂಗು ಹಾಕಿದರು. ಅವುಗಳಲ್ಲಿ ಅಚ್ಚ ಬಿಳಿಯ ಹೂಗಳು ತುಂಬಿದ್ದವು. ಅವರ ಕಣ್ಣ ಹನಿಗಳಂತೆ ಅವುಗಳೂ ಹೊಳೆಯುತ್ತಿದ್ದವು.

ಲಿಯಾಂಗ್ ಕ್ಸಿಯಾ, ಜನವರಿಯಲ್ಲಿ, ಪ್ರಧಾನಮಂತ್ರಿಯ ಮರಣದ ನಂತರ ಆ ಸ್ಕ್ವೇರ್ ಬಳಿ ಬಂದಾಗ ಜನ ಬಿಕ್ಕಿ ಬಿಕ್ಕಿ ಅಳುವುದನ್ನು ಕೇಳಿಸಿಕೊಂಡಿದ್ದಳು. ಮಧ್ಯವಯಸ್ಕಿನ ಹೆಂಗಸೊಬ್ಬಳು ಸ್ಮಾರಕ ಸಮಾಧಿಯ ಬಳಿಗೆ ಸಾರುತ್ತ "ಓ ಪ್ರಧಾನಮಂತ್ರಿ ಶ್ರೇಷ್ಠನೇ, ನಾಳಿನ ನಮ್ಮ ಪಾಡೇನು? ಏನು? ಏನು?" ಎಂದು ಕೂಗಿಕೊಳ್ಳುತ್ತಿದ್ದಳು. ಆ ಕೂಗು ಅಲ್ಲಿನ ಪರಿಸರದಲ್ಲೆಲ್ಲ ಅನುರಣಿತವಾಗುತ್ತಿತ್ತು. ಕ್ಸಿಯಾಳ ಎದೆಯಲ್ಲೂ ಮಾರ್ದನಿಸಿತು.

ಇದ್ದಕ್ಕಿದ್ದಂತೆ ಯೂ ಎಜುನ್ ಲಿಯಾಂಗ್ ಕ್ಸಿಯಾ ಕಂಪಿಸುತ್ತಿದ್ದುದನ್ನು ಗಮನಿಸಿದಳು. ಅದೇ ದಿಕ್ಕಿನಲ್ಲಿ ಹಾರಾಡುತ್ತಿದ್ದ ಬಾವುಟವೊಂದನ್ನು ನೋಡಿದಳು. "ರಾಕ್ಷಸರು ವಿಷಜ್ವಾಲೆಗಳನ್ನು ಉಗುಳಿದರೂ ಜನ ಅವುಗಳನ್ನು ತಣ್ಣಗಾಗಿಸಬಲ್ಲರು" ಬೀದಿ ದೀಪಗಳು ಮಂಕಾಗಿದ್ದರೂ, ಈ ಮಾತುಗಳು ಮಾತ್ರ ಪ್ರಜ್ವಲಿಸುತ್ತಿದ್ದವು. ಇದೇ ನಿಜವಾದ ಜನಶಕ್ತಿ! ಪ್ರತಿ ಸಮರಕ್ಕೆ ಸಜ್ಜಾಗುತ್ತಿದ್ದಾರೆ!

ಕವಿತೆಗಳನ್ನು ಬರೆದುಕೊಳ್ಳುವುದರಲ್ಲಿ ಮೈಮರೆತಿದ್ದ ಗುಂಪಿನ ನಡುವೆ ಕ್ಸಿಯಾ ಮತ್ತು ಯೂ ಎಜುನ್‌ರು ನಡೆದುಹೋದರು. ಯಾರಿಗೆ ದೂರದಿಂದ ಅಕ್ಷರಗಳು ಕಾಣಿಸುತ್ತಿರಲಿಲ್ಲವೋ ಅವರಿಗೆ ತಿಳಿಯುವಂತೆ ಹತ್ತಿರವಿದ್ದವರು ಜೋರಾಗಿ ಓದಿ ಹೇಳುತ್ತಿದ್ದರು. ಬರೆದುಕೊಳ್ಳಲು ಕಾಗದವಿಲ್ಲದಿದ್ದವರಿಗೆ, ಕೆಲವರು ತಮ್ಮ ನೋಟ್ ಬುಕ್ಕಿನ ಹಾಳೆಗಳನ್ನು ಹರಿದು ಕೊಡುತ್ತಿದ್ದರು. ಹಾಳೆಗಳನ್ನು ತಮ್ಮ ಮುಂದಿದ್ದವರ ಬೆನ್ನುಗಳ ಮೇಲೆ ಇರಿಸಿ ಬರೆದುಕೊಳ್ಳುತ್ತಿದ್ದರು. ಒಟ್ಟಾರೆಯಾಗಿ ಅಲ್ಲಿ ಸೇರಿದ್ದ ಎಲ್ಲರೂ ಮಾವೋನ ಬಗೆಗಿದ್ದ ಗಾಢ ಪ್ರೀತಿಯನ್ನು ತೋರಿಸುತ್ತಿದ್ದರು.

ಅನಿರೀಕ್ಷಿತವಾಗಿ ಮಾವೋ ತೋ ಕಾಣಿಸಿಕೊಂಡ. ಕ್ಸಿಯಾಳ ಕಿವಿಯಲ್ಲಿ ಯಾರಿಗೂ ಕೇಳಿಸದಂತೆ ಏನನ್ನೋ ಗುಟ್ಟಾಗಿ ಹೇಳಿದ. ಕ್ಸಿಯಾ ಆತುರದಿಂದ ಯೂ ಎಜುನ್‌ಳನ್ನು ಕೈಹಿಡಿದು ಗುಂಪಿನ ಮಧ್ಯದಿಂದ ಎಳೆದುಕೊಂಡು ಹೋದಳು.

ಮನೆಯ ಕಡೆ ಹೊರಟಾಗ ಯೂ ಎಜುನ್‌ಳ ಮನಸ್ಸು ದುಃಖ ಮತ್ತು ಉದ್ವಿಗ್ನತೆಗಳಿಂದ ತುಂಬಿತ್ತು. ಅವಳಿಗೆ ತನ್ನ ಬಗ್ಗೆ ಭಯವಿರಲಿಲ್ಲ. ಆದರೆ ಕ್ಸಿಯಾ ಮತ್ತು ಮಾವೋರ ವಿಚಾರದಲ್ಲಿ ಚಿಂತಿತಳಾಗಿದ್ದಳು. ಅವರಿಬ್ಬರಷ್ಟೇ ಅಲ್ಲ. ಆ ವಯಸ್ಸಿನ ಯುವ ಪೀಳಿಗೆಯ ಬಗ್ಗೆಯೂ ಯೋಚಿಸುತ್ತಿದ್ದಳು. ಮನೆ ತಲುಪಿದಾಗ ಪ್ರಧಾನಮಂತ್ರಿ ಝೌ ನ ಭಾವಚಿತ್ರದ ಮುಂದೆ ಕುಳಿತಳು. ಅವನು ಇನ್ನೂ ಯುವಕನಾಗಿದ್ದಾಗಿನ ಚಿತ್ರ ಅದಾಗಿತ್ತು. ಆ ಭಾವಚಿತ್ರವನ್ನು ತನಗೆ ಕೊಟ್ಟಿದ್ದ ಗೆಳತಿ ಪೀಳೊಂದಿಗೆ ಮಾತಾಡಬೇಕು ಎನಿಸಿತಾದರೂ, ಅವಳು ಹೃದಯಾಘಾತದಿಂದಾಗಿ ಆಸ್ಪತ್ರೆಯಲ್ಲಿದ್ದಳು. ತುಂಬಾ ತುಂಬಾ ಕಷ್ಟ ಪಡುತ್ತಿದ್ದಳು.

ಲಿಯಾಂಗ್ ಕ್ಷಿಯಾ ತನ್ನ ಹಾಸಿಗೆ ಮೇಲೆ ಕುಳಿತು ಕೆಲಸದಲ್ಲಿ ಮಗ್ನಳಾಗಿದ್ದಳು. ಒಂದು ಕ್ಷಣದ ನಂತರ ಒಂದು ಲೋಟ ನೀರು ಕುಡಿದಳು. ಪ್ರಶಾಂತವಾಗಿ ಕಾಣಿಸಿದಳು. "ಆಂಟಿ ನಿಮಗೂ ನೀರು ಕೊಡಲೇ?" ಎಂದು ಕೇಳಿದಳು. ಆದರೆ ಉತ್ತರವಿರಲಿಲ್ಲ.

ಯೂ ಎಜುನ್, ಅವಳ ಕಡೆ ನೋಡುತ್ತಾ "ಕ್ಷಿಯಾ ನಾನು ನಿನಗೊಂದು ಮಾತು ಹೇಳಬೇಕೊಂತಿದ್ದೀನಿ. ನೀನು ಪೋಸ್ಟರ್ಸ್ ಹಾಕಬೇಕಂತಿದ್ದೀಯ, ಹೌದಲ್ಲ? ನೋಡು ಅದೆಲ್ಲ ಬಹಳ ಅಪಾಯಕಾರಿ!" ಎಂದು ಹೇಳಿ. ಸ್ವಲ್ಪ ಹೊತ್ತು ಬಿಟ್ಟು, "ನೀನು ಇನ್ನೂ ಚಿಕ್ಕವಳು. ಮುಂದಿನ ದಿನಗಳನ್ನು ನೋಡಲು ನೀನು ಜೀವಂತವಾಗಿರಬೇಕು. ನಿನ್ನ ಕುಟುಂಬದಲ್ಲಿ ಬದುಕಿ ಉಳಿದವಳು ನೀನು ಒಬ್ಬಳೇ!" ಎಂದು ಮಾತು ಮುಂದುವರೆಸಿದಳು.

ಆದರೆ ಲಿಯಾಂಗ್ ಕ್ಷಿಯಾ ಇದರಿಂದ ಒಂದಿಷ್ಟೂ ವಿಚಲಿತಳಾಗದೆ, "ನಿಮ್ಮಿಂದ ನಾನೇನೂ ಮುಚ್ಚಿಡುವುದಿಲ್ಲ. ಆದರೆ ನಾವು ದನಿ ಎತ್ತಿ ಹೇಳಬೇಕು ಆ ಸೂಳೆ ಮಕ್ಕಳಿಗೆ, ನಾವು ಇನ್ನೂ ಬದುಕಿದ್ದೇವೆ ಅನ್ನೋದು ಗೊತ್ತಾಗಬೇಕು. ನಿಮಗೇ ಗೊತ್ತಿದೆ, ನಾನು ಯಾವುದಕ್ಕೂ ಹೆದರುವವಳಲ್ಲ".

ಯೂ ಎಜುನ್ ಒಂದು ಕ್ಷಣ ಮೌನವಾಗಿದ್ದಳು. ಕಂಬನಿಧಾರೆ ಇಳಿಯತೊಡಗಿತು. "ಹಾಗಾದರೆ ನನಗೆ ಹೋಗಲು ಬಿಡು! ನನಗೆ ವಯಸ್ಸಾಗಿದೆ ಗೊತ್ತು. ಆದರೂ ನಿನ್ನಷ್ಟೇ ಸಮರ್ಥವಾಗಿ ನಾನೂ ಮಾಡಬಲ್ಲೆ!" ಎಂದಳು.

"ಏನು ನೀವ್ಸು?" ಲಿಯಾಂಗ್ ಕ್ಷಿಯಾ ಅವಳ ಕರುಣಾರ್ದ್ರತೆ ನೋಡಲು ಆಪ್ತವೆನಿಸುವ ಕಣ್ಣೀರ ಕಲೆಗಳಿಂದ ಕೂಡಿದ ಮುಖದತ್ತ ನೋಡಿದಳು. ತಾನೂ ಕೂಡಾ ಅಳುವುದಕ್ಕೆ ಆರಂಭಿಸಿದಳು. ಎಷ್ಟೇ ತಡೆದುಕೊಳ್ಳಲು ಪ್ರಯತ್ನಿಸಿದರೂ ಅಳು ನಿಲ್ಲಲಿಲ್ಲ.

"ಕ್ಷಿಯಾ!" ಎಂದು ಯೂ ಎಜುನ್ ಅವಳನ್ನು ಬರಸೆಳೆದು ಬಿಗಿದಪ್ಪಿ ಕೊಂಡಳು. ಯೂ ಎಜುನ್ಳ ಕಂಬನಿ ಕ್ಷಿಯಾಳ ಕೂದಲು ತೋಯ್ದಿದರೆ, ಕ್ಷಿಯಾಳ ಕಂಬನಿ ಯೂ ಎಜುನ್ಳ ವಕ್ಷವನ್ನು ತೋಯಿಸಿತು.

ಲಿಯಾಂಗ್ ಕ್ಷಿಯಾ ಥಟ್ಟನೆ ಕಣ್ಣು ಒರೆಸಿಕೊಂಡಳು. ಅಳುತ್ತ ಕುಳಿತು ಕೊಳ್ಳುವ ಸಮಯ ಅದಾಗಿರಲಿಲ್ಲ. ಅವಳಿಗೆ ರಣಕಹಳೆಯ ಸದ್ದು ಕೇಳಿದಂತಾಯಿತು. ಅವಳೆದೆಯಲ್ಲಿ ಪ್ರೀತಿ ಮತ್ತು ಸೇಡಿನ ಜ್ವಾಲೆಗಳು ಎದ್ದವು. ಅವುಗಳನ್ನು ತಣಿಸಲು ಪ್ರಯತ್ನಿಸಿದಳು. ಯೂ ಎಜುನ್ಗೆ, ಈಗಾಗಲೇ ತಾನು ಕರಪತ್ರಗಳನ್ನು ಎಲ್ಲ ಕಡೆಗೆ, ಪಾರ್ಕು ಮತ್ತು ಇತರೆ ಸಾರ್ವಜನಿಕ ಸ್ಥಳಗಳಿಗೆ ಹಂಚುವುದಕ್ಕಾಗಿ ಕಳಿಸಿಕೊಟ್ಟಿರುವ ವಿಷಯವನ್ನು ತಿಳಿಸಿ ಬಿಡಲು ಯೋಚಿಸಿದಳು. ಕೆಲವರು ಅವಳ ವಿಚಾರಗಳನ್ನು ಸಮರ್ಥಿಸಿದ್ದರು. ಮತ್ತೆ ಕೆಲವರು 'ಡೌನ್ ವಿತ್ ಗ್ಯಾಂಗ್', "ಇಷ್ಟೆಲ್ಲ ವಿನಾಶಗಳಿಗೆ, ಕಾರಣವಾದ ಈ ಗ್ಯಾಂಗ್ ಸಾಯಲಿ!" ಎಂದಷ್ಟೇ ಬರೆದಿದ್ದರು.

ಅವಳಿಗೆ ಇದರಿಂದ ತೊಂದರೆಯೇನೂ ಬರುವುದಿಲ್ಲವೆನಿಸಿತಾದರೂ, ಯೂ ಎಜುನ್ಳನ್ನು ದೂರವಿಡಬೇಕೆಂದು ಯೋಚಿಸಿದಳು. ತಾನು ಮಾಡುತ್ತಿರುವ ಕೆಲಸಗಳ ಬಗ್ಗೆ

ಅವಳಿಗೆ ತಿಳಿಯಬಾರದೆಂದು ಭಾವಿಸಿ, ಮಾತಿನ ದಿಕ್ಕನ್ನು ಬದಲಾಯಿಸಿದಳು. "ಸರಿ, ನಾನು ಹೋಗುವುದಿಲ್ಲ, ನೀವೆಲ್ಲಿ ಹೋಗುತ್ತಿದ್ದೀರಿ ಆಂಟಿ?" ಎಂದು ಕೇಳಿದಳು.

"ಪಿಶಾಚಿ! ನಾನು ಗಂಭೀರವಾಗಿ ಮಾತಾಡುತ್ತಿದ್ದೀನಿ ಅರ್ಥವಾಗೊಲ್ವ?"

"ನಾನೂ ಕೂಡಾ ಸೀರಿಯಸ್ಸಾಗೇ ಇದ್ದೀನಿ' ಎಂದು ಹೇಳಿ ಕಂಬನಿ ಒರೆಸಿಕೊಂಡಳು' ನೀವು ವಿಶ್ರಾಂತಿ ತಗೋಬೇಕು.

ಬಹಳ ಸುಸ್ತಾಗಿದ್ದೀರಿ. ಚೊತೆಗೆ ಉದ್ವಿಗ್ನರಾಗಿದ್ದೀರಿ? ಎಂದು ಹೇಳಿ ಯೂ ಎಜುನ್‌ಗೆ ಹಾಸಿಗೆ ಸಿದ್ಧಪಡಿಸಲು ಹೊರಟಳು. ನಂತರ ಒಂದು ಲೋಟ ನೀರಿನಲ್ಲಿ ಎರಡು ನಿದ್ರೆಮಾತ್ರೆ ಬೆರೆಸಿ, ಅವಳಿಗೆ ಕೊಡುತ್ತಾ, ನೀವು ಮಲಗಲೇ ಬೇಕು, ನೀರು ಕುಡಿದು ಮೈಚಾಚಿ ಮಲಗಿ" ಎಂದಳು.

ಯೂ ಎಜುನ್‌ಗೆ ಕೂಡಲೇ ನಿದ್ದೆ ಆವರಿಸಿತು. ಲಿಯಾಂಗ್ ಕ್ಸಿಯಾ ಮಾತ್ರ ಗೆಲುವಿನಿಂದ ಅತ್ತಿಂದಿತ್ತ ಇತ್ತಿಂದತ್ತ ಓಡಾಡುತ್ತಿದ್ದಳು. "ಬೆಚ್ಚಗೆ ಇರೋಕೆ, ಈಗ ಹಾಕಿರೋ ಬಟ್ಟೆ ಚೊತೆ ಮತ್ತೇನ್ನಾದರೂ ಹಾಕಿಕೋ. ನಿನ್ನ ಬಗ್ಗೆ ನೀನು ಸ್ವಲ್ಪ ಕೇರ್ ತಗೋಬೇಕು!" ನಂತರ ಅವಳಿಗೆ ತಾನು ನಿಜವಾಗಿಯೂ ವಯಸ್ಸಾದವಳೇ? ಎಂದು ಯೋಚಿಸಿದಳು.

ಯೂ ಎಜುನ್ ಗಾಢ ನಿದ್ದೆಗೆ ಇಳಿದಳು. ಅವಳಿಗೆ ಗೊತ್ತಿಲ್ಲದಂತೆ ಕ್ಸಿಯಾ ರೂಮು ಸ್ವಚ್ಛ ಮಾಡಿದಳು. ಅಲ್ಲಿಂದ ಹೊರಡುವುದಕ್ಕೆ ಮುಂಚೆ, ತನ್ನ ಸೆಲ್ಲೋ ಕಡೆ ಪ್ರೀತಿಯ ನೋಟ ಬೀರಿದಳು. ಹಾಗೆಯೇ ಯೂ ಎಜುನ್ ಮಲಗಿದ್ದ ಹಾಸಿಗೆಯತ್ತ ಕಣ್ಣು ಹಾಯಿಸಿದಳು. ಕಡೆಗೂ ಹೋಗಲೇ ಬೇಕೆಂದು ನಿರ್ಧರಿಸಿ ಒಲ್ಲದ ಮನಸ್ಸಿನಿಂದ ಬಾಗಿಲೆಡೆ ಹೆಜ್ಜೆ ಹಾಕಿದಳು.

ರಾತ್ರಿಯಾದರೂ ಹಿಂತಿರುಗಿ ಬರಲಿಲ್ಲ. ಮರುದಿನವೂ ಬರಲಿಲ್ಲ.

* * *

ಒಂದು ದಿನ ಸಂಜೆ, ಆಸ್ಪತ್ರೆಯಿಂದ ಡಿಸ್ಚಾರ್ಜ್ ಆಗಿ ಬಂದ ಮೇಲೆ ಯೂ ಎಜುನ್‌ಳನ್ನು ಭೇಟಿಯಾಗಲು ಪೀ ಆಗಮಿಸಿದಳು. ಆಗಲೇ ಬೇಸಿಗೆ ಆರಂಭ ವಾಗಿತ್ತು. ಕಿಟಕಿಯೊಳಗಿಂದ ಆಗತಾನೇ ನಕ್ಷತ್ರಗಳು ಕಾಣಿಸಲು ಆರಂಭಿಸಿದ್ದವು. ಇಬ್ಬರು ಹೆಂಗಸರೂ ಎದುರುಬದರಾಗಿ ಕುಳಿತರು. ಸ್ವಲ್ಪ ಹೊತ್ತಿನ ನಂತರ ಯೂ ಎಜುನ್ ಡ್ರಾಯರೊಳಗಿಂದ ಒಂದು ನೋಟ್ ಬುಕ್ ಹೊರ ತೆಗೆದಳು. "ಇದು ನನಗೆ ನೆನ್ನೆ ಸಿಕ್ಕಿತು. ಕ್ಸಿಯಾ ಇದರಲ್ಲಿ ಏನೇನೋ ನೋಟ್ಸ್ ಮಾಡಿಕೊಂಡಿದ್ದಳು".

ಪೀ, ಆ ಪುಸ್ತಕದ ಹಾಳೆಗಳನ್ನು ತಿರುವಿ ಹಾಕುತ್ತಿದ್ದಾಗ "ನನ್ನ ದೇಶ ಮತ್ತು ನನ್ನ ಕುಟುಂಬದ ಬದ್ಧಶತ್ರುಗಳ ಚೊತೆ ಒಂದೇ ಆಕಾಶದಡಿಯಲ್ಲಿ ಬದುಕಲು ಸಾಧ್ಯವಿಲ್ಲ" ಎನ್ನುವ ಸಾಲುಗಳು ಕಣ್ಣಿಗೆ ಬಿದ್ದು ಬೆಚ್ಚಿದಳು. ಮತ್ತೆ ಮತ್ತೆ ಆ ಸಾಲುಗಳನ್ನು ಓದಿ ಖಚಿತಪಡಿಸಿಕೊಂಡ ಮೇಲೆ "ದುಃಖಿಸಬೇಡ, ಅವಳು ಖಂಡಿತವಾಗಿ ಹಿಂತಿರುಗಿ ಬರುತ್ತಾಳೆ ಅನ್ನುವ ಭರವಸೆ ನನಗಿದೆ" ಎಂದು ಯೂ ಎಜುನ್‌ಗೆ ಧೈರ್ಯ ತುಂಬಲು ಪ್ರಯತ್ನಿಸಿದಳು.

"ನಾನೂ ಅದನ್ನೇ ನಿರೀಕ್ಷಿಸುತ್ತೇನೆ ಮಾವ್ಪೋ ತೋ ಎಲ್ಲಿ ಬಂಧನದಲ್ಲಿ ಇರಿಸಿದ್ದಾರೆ ಅನ್ನೋದು ನನಗೆ ತಿಳಿದಿದೆ. ಆದರೆ ಕ್ಸಿಯಾ ಎಲ್ಲಿದ್ದಾಳೆ ಅನ್ನೋದು ನನಗೆ ಗೊತ್ತಿಲ್ಲ" ಎಂದು ಯೂ ಎಜುನ್ ತಲೆಯಾಡಿಸುತ್ತಾ ಹೇಳಿದಲು.

"ಎಲ್ಲಿದ್ದಾಳೇಂತ ನಾವು ಹುಡುಕೋಣ" ಎಂದು ಪೀ ನೋಟ್‌ಬುಕ್ಕನ್ನು ಗಟ್ಟಿಯಾಗಿ ಹಿಡಿದಲು.

ಯೂ ಎಜುನ್ ಒಂದು ದೀರ್ಘ ನಿಟ್ಟುಸಿರೆಳೆದಲು. "ಇತ್ತೀಚೆಗೆ ನಾವು ಯಾವುದೋ ಮಧುರ ಸಂಗೀತವನ್ನು ನುಡಿಸುತ್ತಿದ್ದೇವೇನೋ ಎನಿಸುತ್ತಿದೆ. ಆ ಮಧುರ ಸಂಗೀತದ ಎಳೆ ಯಾವಾಗ ಕಿತ್ತುಹೋಗುವುದೋ ಎಂದು ಭಯವಾಗುತ್ತಿದೆ".

"ಯೋಚನೆ ಮಾಡಬೇಡ. ನಾವು ಈ ಸಿಂಫೊನಿಯನ್ನು ಅದ್ಭುತವಾಗಿ ನಿರಂತರವಾಗಿ ಮುಂದುವರೆಸೋಣ. ಹಾಂ! ಇನ್ನೊಂದು ಮಾತು. ಹೋದ ಎರಡು ತಿಂಗಳಿಂದ ಲಿಯಾಂಗ್ ಕ್ಸಿಯಾ ಮತ್ತು ನಿನ್ನ ಸಂಬಂಧ ಹೇಗೆ ಅನ್ನೋ ವಿಚಾರವನ್ನು ಶೋಧಿಸಬೇಕೆಂಬ ಆದೇಶವನ್ನು ಹೊರಡಿಸಿದ್ದಾರೆ ಅಂತ ಕೇಳಿ ಬಂತು. ನಾವು ಯಾರೂ ಪತ್ತೆ ಹಚ್ಚುವುದಕ್ಕೆ ಆಗದೆಂದು ತಿರಸ್ಕರಿಸಿ ಬಿಟ್ಟೆವು".

ಎದ್ದೇಳುತ್ತ ಯೂ ಎಜುನ್ "ಹೇಳು ಅವರಿಗೆ, ಕ್ಸಿಯಾ ನನ್ನ ಮಗಳೂಂತ! ಅವಳನ್ನು ನಾನು ದತ್ತು ತಗೋತೇನೆ" ಸಪ್ಪೆಯಾಗಿದ್ದ ಅವಳ ಮುಖದ ಮೇಲೆ ಗೆಲುವಿನ ಛಾಯೆ ಕಾಣಿಸಿಕೊಂಡಿತು.

ಪೀ ಅವಳ ಕೈಯನ್ನು ಗಟ್ಟಿಯಾಗಿ ಹಿಡಿದುಕೊಂಡಲು.

ಆ ರಾತ್ರಿ ಯೂ ಎಜುನ್‌ಗೆ ಕನಸು ಬಿತ್ತು. ಅವಳು ಒಂದು ಸಂಗೀತ ಸಭೆಯಲ್ಲಿ ಸೆಲ್ಲೋ ನುಡಿಸುತ್ತಿದ್ದಾಳೆ. ಸೆಲ್ಲೋದಿಂದ ಅದ್ಭುತ, ಅಮೃತ ಸಮವಾದ ಸವಿಯಾದ ನಾದ ತರಂಗಗಳು ಘುಮ್ಮಿಕ್ಕುತ್ತಿದೆ. ಶ್ರೋತೃಗಳ ಮಧ್ಯೆ ಒಂದು ಜೊತೆ ಕಪ್ಪು ಕಣ್ಣುಗಳು ತಾಳಲಯಕ್ಕೆ ತಕ್ಕಂತೆ ನರ್ತಿಸುತ್ತಿವೆ.

ಇದ್ದಕ್ಕಿದ್ದಂತೆ ಲಿಯಾಂಗ್ ಕ್ಸಿಯಾ ತನ್ನ ಸ್ಥಾನದಲ್ಲಿ ಕುಳಿತಿದ್ದಾಳೆ. ಸೆಲ್ಲೋ ಮೇಲೆ ಕೈಯಾಡಿಸುತ್ತಿದ್ದಾಳೆ. ತುಂಬ ತುಂಬ ಕೌಶಲ್ಯದಿಂದ. ನುರಿತ ಅನುಭವದೊಂದಿಗೆ. ರಾಗ ತರಂಗಗಳನ್ನು ಹೊಮ್ಮಿಸುತ್ತಿದ್ದಾಳೆ. ರಂಗದ ಮೇಲಿನ ಬೆಳಕು ಅವಳ ಮುಖದ ಮೇಲೆ ಬಿದ್ದಿದೆ. ಬೆಳ್ಳಿ ಎಳಗಳಿಂದ ಹೆಣೆದ ಉಡುಪನ್ನು ಧರಿಸಿದ್ದಾಳೆ. ಹಾಗೆಯೇ ಕಂಬನಿಮುತ್ತುಗಳೂ ಟಪಟಪನೆ ಉದುರುತ್ತಿವೆ. ಬೆಳಕಿನಲ್ಲಿ ಅವೆಲ್ಲ ಇನ್ನಷ್ಟು ಸ್ಪಷ್ಟವಾಗಿ ಹೊಳೆಯುತ್ತಿವೆ. ಅವಳ ಸಂಗೀತದ ನಾದ ಮಾಧುರ್ಯ ಸಂಭಾಂಗಣದ ಒಳ ಹೊರಗೆಲ್ಲ ಅನುರಣಿತವಾಗುತ್ತಿದೆ. ಅವಳೆದೆಯ ಭಾವಗಳನ್ನೆಲ್ಲ ಸಂಗೀತವಾಗಿ ಹೊಮ್ಮಿಸುತ್ತಿದ್ದಾಳೆ.

ಪ್ರೀತಿಯನ್ನು ಮರೆಯಲಾಗದು

(ಲವ್ ಮಸ್ಟ್ ನಾಟ್ ಬಿ ಫರ್ಗಾಟನ್)

ಲೇಖಕಿ : ಝಾಂಗ್ ಜೀ

ಈ ಕಥೆಯ ಲೇಖಕಿ ಝಾಂಗ್ ಜೀ 1937ರಲ್ಲಿ ಜನಿಸಿದಳು. ಬೀಜಿಂಗ್‌ನ ಶಾಲೆಯೊಂದರಲ್ಲಿ ಟೀಚರ್ ಆಗಿದ್ದವನ ಮಗಳಾಗಿದ್ದು, ಪೀಪಲ್ಸ್ ಯೂನಿವರ್ಸಿಟಿಯಲ್ಲಿ ಅರ್ಥಶಾಸ್ತ್ರವನ್ನು ಅಧ್ಯಯನ ಮಾಡಿದಳು. ಕೈಗಾರಿಕಾ ಇಲಾಖೆಯಲ್ಲಿ ಕೆಲಸವನ್ನು ನಿರ್ವಹಿಸುತ್ತಿದ್ದಳು. ನಂತರ ಬೀಜಿಂಗ್‌ಗೆ ಸ್ಥಳಾಂತರಗೊಂಡಳು. ಅಲ್ಲಿ ಫಿಲಂ ಸ್ಟುಡಿಯೋ ಒಂದರಲ್ಲಿ ಫಿಲಂಗಾಗಿ ಚಿತ್ರಕಥೆಗಳನ್ನು ಬರೆಯುವ ಕೆಲಸವನ್ನು ನೀಡಲಾಗಿತ್ತು. 'ಸರ್ಚ್ ಮತ್ತು ವೀ ಆರ್ ಸ್ಟಿಲ್ ಯಂಗ್' ಎನ್ನುವ ಚಿತ್ರಗಳಿಗೆ, ಕಥೆಯನ್ನು ಬರೆದಳು. 1978ರಲ್ಲಿ 'ಮ್ಯೂಸಿಕ್ ಆಫ್ ದಿ ಫಾರೆಸ್ಟ್' ಗೆ ಆ ವರ್ಷದ ಅತ್ಯುತ್ತಮ ಚಿತ್ರ ಕಥೆಯಾಗಿ ಪ್ರಶಸ್ತಿ ಪಡೆದುಕೊಂಡಿತು. ಆಕೆಯ ತಾಜಾ ಹಾಗೂ ರಮ್ಯ ಶೈಲಿಯಿಂದ ಗುರುತುಸಿಕೊಂಡಿವೆ. 'ಲವ್ ಮಸ್ಟ್ ನಾಟ್ ಬಿ ಫರ್‌ಗಾಟನ್' ಎನ್ನುವ ಕಥೆ ವ್ಯಾಪಕವಾದ ಓದುಗರನ್ನು ಗಳಿಸಿಕೊಂಡಿರುವುದರ ಜೊತೆಗೆ ಸಾಹಿತ್ಯ ವಲಯದಲ್ಲಿ ಚರ್ಚೆಗೆ ಗ್ರಾಸವಾಗಿದೆ. 1981ರಲ್ಲಿ ಈ ಲೇಖಕಿಯ ಮಹತ್ವಾಕಾಂಕ್ಷೆಯ ನೀಳ್ಗತೆ 'ಲೇಡನ್ ವಿಂಗ್ಸ್' ಪ್ರಕಟವಾಯಿತು. ಈ ಕಥೆಯಲ್ಲಿ ಲೇಖಕಿ ಉದ್ಯಮ ಜಗತ್ತಿನ ಸಮಸ್ಯೆಗಳು, ಆಧುನಿಕೀಕರಣದಿಂದ ಉದ್ಭವಿಸುವ ವಿಭಿನ್ನ ವಿಭಿನ್ನವಾದ ಧೋರಣೆಗಳು ಸ್ವಭಾವ ವೈವಿಧ್ಯಗಳು ಮುಂತಾದವುಗಳನ್ನು ಕುರಿತು ಗಂಭೀರವಾಗಿ ಚರ್ಚಿಸಿದ್ದಾರೆ. ಪಾತ್ರಗಳ ಮೂಲಕ ಮನುಷ್ಯ ಸಂಬಂಧಗಳ ಸ್ವರೂಪವನ್ನು ವಿವರಿಸಿದ್ದಾರೆ. ಚೀನೀ ಬರಹಗಾರರ ಸಂಘದ ಸದಸ್ಯರಾಗಿಯೂ ಕೆಲಸ ನಿರ್ವಹಿಸಿದ್ದಾರೆ. 'ಚೈನಾ ಫೆಡರೇಷನ್ ಆಫ್ ಲಿಟರರಿ ಅಂಡ್ ಆರ್ಟ್ ಸರ್ಕಲ್' ನ ಬೀಜಿಂಗ್ ಶಾಖೆಯ ಉಸ್ತುವಾರಿಯನ್ನು ವಹಿಸಿಕೊಂಡಿದ್ದಾರೆ.

4. ಪ್ರೀತಿಯನ್ನು ಮರೆಯಲಾಗದು

ಮೂಲ : ದಿ ಫ್ಲೈಟ್ ಆಫ್ ದಿ ವೈಲ್ಡ್ ಗೂಸ್

ಲೇಖಕ : ಝಾಂಗ್ ಜೀ

ನನ್ನ ವಯಸ್ಸು ಮೂವತ್ತು. ಪೀಪಲ್ಸ್ ರಿಪಬ್ಲಿಕ್‌ಗೆ ಆದಷ್ಟೇ ವಯಸ್ಸು ! ಮೂವತ್ತು ಅನ್ನುವದೂ ಕೂಡಾ ವಯಸ್ಸಿನ ದೃಷ್ಟಿಯಿಂದ ಕಡಿಮೆಯೇ. ಆದರೆ ಮೂವತ್ತು ವರ್ಷವೆನ್ನುವುದು ಹುಡುಗಿಯ ದೃಷ್ಟಿಯಿಂದ ಹೆಚ್ಚೇ.

ಈಗಾಗಲೇ ನನಗೊಬ್ಬ ಅಧಿಕೃತವಾಗಿ ನಿಶ್ಚಯವಾದ ವರನಿದ್ದಾನೆ. ಗ್ರೀಕ್ ಶಿಲ್ಪಿ ಮೈರೋನ್‌ನ 'ಡಿಸ್ಕೋ ಬೋಲಸ್' ಶಿಲ್ಪವನ್ನು ನೋಡಿರ ಬಹುದು? ಅದೇ ಥರ ಇರುವ ಕಿಯಾವೋಲಿನ್, ಬಹುಚರ್ಚಿತ ಅಥವಾ ಪ್ರಸಿದ್ಧ ತ್ರೋಬಾಲ್ ಆಟಗಾರನಂತೆಯೇ ಇದ್ದಾನೆ. ಚಳಿಗಾಲದ ದಪ್ಪನೆಯ ಉಡುಪು ಧರಿಸಿದ್ದರೂ ಸುಂದರವಾದ ದೇಹದ ನೋಟ ನೋಡುವವರಿಗೆಲ್ಲಾ ಸಾಧ್ಯವಿದೆ. ಅಗಲವಾದ ಹಣೆ, ತೀಡಿ ತಿದ್ದಿದ ಮುಖ ಚಹರೆ, ವಿಶಾಲವಾದ ಕಣ್ಣುಗಳು... ಮುಂತಾದವುಗಳಿಂದಲೇ ಹುಡುಗಿಯರು ಬಹಳವಾಗಿ ಆಕರ್ಷಿತರಾಗುತ್ತಾರೆ.

ಆದರೆ ನಾನು ಅವನನ್ನು ಮದುವೆಯಾಗಲು ಸಾಧ್ಯವಿಲ್ಲ. ನಾನೇಕೆ ಅವನೆಡೆ ಆಕರ್ಷಿತಳಾದೆ ಅವನೇಕೆ ನನ್ನೆಡೆ ಆಕರ್ಷಿತನಾದ ಎನ್ನುವುದಕ್ಕೆ ಯಾವ ತರ್ಕವೂ ಸಮಾಧಾನ ನೀಡಲಾರದು.

"ನನಗೆ ಗೊತ್ತು ಜನ ನನ್ನ ಬೆನ್ನಹಿಂದೆ, ಓಹೋ, ಅವಳು ತನ್ನನ್ನು ಏನೆಂದು ತಿಳಿದುಕೊಂಡಿದ್ದಾಳೆ ಮಹಾಜಂಬ!" ಎಂದೆಲ್ಲ ಮಾತನಾಡಿಕೊಳ್ಳುತ್ತಿದ್ದಾರೆ.

ಅವರಿಗೆಲ್ಲ ನಾನಷ್ಟು ಸುಲಭವಾಗಿ ಬಗ್ಗುವವಳಲ್ಲ ಎಂಬುದು ಗೊತ್ತಿದೆ. ನನ್ನ ನಡವಳಿಕೆ ಅವರಿಗೆ ಅಷ್ಟೊಂದು ಹಿಡಿಸುವುದಿಲ್ಲ.

ನಾನು ಇದಕ್ಕೆಲ್ಲ ತಲೆಕೆಡಿಸಿಕೊಳ್ಳುವುದಿಲ್ಲ. ಇಂದಿಗೂ ವ್ಯಾಪಾರಿ ಮನೋಭಾವ ಇರುವ ಸಮಾಜದಲ್ಲಿ ಮದುವೆ ಅನ್ನುವ ಗಂಭೀರ ವಿಷಯವನ್ನೂ ಕೊಡು–ಕೊಳುವ ವ್ಯವಹಾರವಾಗಿಯೇ ಭಾವಿಸುತ್ತಾರೆ.

ಕಿಯಾವ್ಲೊಲಿನ್, ನನಗೆ ಎರಡು ವರ್ಷಗಳಿಂದ ಪರಿಚಯವೇ. ಆದರೆ ಅವನು ಮಾತಾಡದೆ ಮೌನವಾಗಿರುವುದು ಮಾತಾಡುವುದರ ಬಗೆಗಿನ ತಿರಸ್ಕಾರವೋ ಅಥವಾ ಮಾತಾಡಲು ಏನೂ ಇಲ್ಲೆಂಬ ಭಾವನೆಯೋ? – ನನಗಿನ್ನೂ ಅರ್ಥಮಾಡಿಕೊಳ್ಳಲು ಸಾಧ್ಯವಾಗಿಲ್ಲ. ಯಾವಾಗಲಾದರೂ ಒಮ್ಮೆ ಅವನಬುದ್ಧಿ, ತಿಳಿದುಕೊಳ್ಳಲು ಸಣ್ಣ ಪರೀಕ್ಷೆ ಎಂಬಂತೆ ಯಾವುದರ ಬಗ್ಗೆಯಾದರೂ ಅಪರೂಪವಾಗಿ ಅಭಿಪ್ರಾಯ ಕೇಳಿದರೆ, 'ಚೆನ್ನಾಗಿದೆ ಇಲ್ಲ ಚೆನ್ನಾಗಿಲ್ಲ', ಎಂದಷ್ಟೇ ಅಬೋಧ ಮಗುವಿನಂತೆ ಉತ್ತರ ಕೊಡುತ್ತಾನೆ.

ಒಮ್ಮೆ ನಾನು "ಕಿಯಾವ್ಲೊಲಿನ್ ನನ್ನನ್ನೇಕೆ ಪ್ರೀತಿಸ್ತೀಯ?" ಅಂತ ಕೇಳಿದೆ. ಅವನೇನೋ, ವಯಸ್ಸಿನ ವಿಚಾರವಾಗಿ ಕೇಳಿದೆ ಅಂತ ಅಂದುಕೊಂಡಿರಬೇಕು. ಮಾಮೂಲಾಗಿ ನುಣುಪಾಗಿರುತ್ತಿದ್ದ ಅವನ ಹಣೆ ಮೇಲೆ ಈಗ ಗೆರೆಗಳೆದ್ದು ಕಾಣುತ್ತಿದ್ದೆ, ತಲೆಯೊಳಗೆ ಸ್ವಲ್ಪ ಗೋಜಲು ಗೋಜಲು ಆಲೋಚನೆಗಳು ಹುಟ್ಟುತ್ತಿದ್ದಿರಬೇಕು! ನಾನು ಕೇಳಿದ ಪ್ರಶ್ನೆ ಬಗ್ಗೆ ಈಗ ನನಗೇ ನಾಚಿಕೆ ಎನಿಸಿತು.

ಅಂತೂ ಕೊನೆಗೆ ಮುಗ್ಧ ಮಗುವಿನಂತೆ ಕಣ್ಣರಳಿಸಿ "ಯಾಕೇಂದ್ರೆ ನೀನು ಬಹಳ ಒಳ್ಳೆಯವಳು" ಎಂದು ಉತ್ತರಿಸಿದ.

ನನ್ನೆದೆಯಲ್ಲಿ ಏಕಾಂಗಿತನದ ಉಬ್ಬರವೆದ್ದಿತು. "ಧನ್ಯವಾದ ಕಿಯೋಲಿನ್" ನನಗೆ ಆಶ್ಚರ್ಯ! ನಾವಿಬ್ಬರೂ ಮದುವೆಯಾದರೆ ನಿಜವಾಗಿಯೂ ನಾವು ಗಂಡಹೆಂಡಿರಾಗಿ ಕರ್ತವ್ಯಗಳನ್ನು ನಿರ್ವಹಿಸಲು ಸಾಧ್ಯವೇ ಎಂದು ಯೋಚಿಸಿದೆ. ಕಾನೂನು ಮತ್ತು ನೈತಿಕತೆ ನಮ್ಮನ್ನು ಒಟ್ಟಿಗೆ ಬೆಸೆದಿರಬಹುದು. ಆದರೆ ಅದಕ್ಕಾಗಿ ನಾವು ರಾಜಿ ಮಾಡಿಕೊಂಡು ಬದುಕುವುದು ಸಾಧ್ಯವೇ? ಅದಕ್ಕಿಂತ ಬಲವಾದ ಸಂಬಂಧ ತಂತುವಿಲ್ಲವೇ? ಎಂದು ಯೋಚಿಸಿದೆ. ಇಂಥ ಆಲೋಚನೆಗಳು ಮನಸ್ಸಿಗೆ ಬಂದಾಗ, ನನಗೆ ಅನಿಸುತ್ತೆ ಹುಡುಗಿಯಾಗಿ ಮದುವೆ ಬಗ್ಗೆ ಯೋಚಿಸುವುದಕ್ಕಿಂತ ನಾನೊಬ್ಬ ಪ್ರಬುದ್ಧ ಸಮಾಜ ವಿಜ್ಞಾನಿಯಾಗಿ ಯೋಚಿಸಲಾರೇನೇ?

ಬಹುಶಃ ನಾನು 'ತುಂಬ ಯೋಚನೆ ಮಾಡ್ತಿರಬೇಕು... ನಾವೂ ಕೂಡಾ ಸಾಮಾನ್ಯವಾಗಿ ಎಲ್ಲ ಗಂಡಸರು ಹೆಂಗಸರು ದಂಪತಿಗಳಂತೆ ಬದುಕುವ ಹಾಗೆ, ಕಾನೂನು ಒಪ್ಪಿತ ರೀತಿಯಲ್ಲಿ ಬದುಕಲಾರೆವೆ.... ಇಪ್ಪತ್ತನೇ ಶತಮಾನದ ಎಪ್ಪತ್ತರ ದಶದಲ್ಲಿ ಬದುಕುತ್ತಿದ್ದರೂ, ಆಲೋಚನೆಗಳು ಮಾತ್ರ ಹಳೆಯವೇ ಆಗಿವೆ. ಮದುವೆ, ದಾಂಪತ್ಯ, ವಂಶೋದ್ಧಾರ ಇತ್ಯಾದಿ ಇತ್ಯಾದಿಗಳೆಲ್ಲವೂ ಕೇವಲ ವ್ಯಾವಹಾರಿಕ ವ್ಯಾಪಾರಿ ದೃಷ್ಟಿಯಿಂದಲೇ ನೋಡುತ್ತಿರುವಂತಿದೆ. ಪ್ರತಿ ಮದುವೆ ಇವೆರಡನ್ನೂ ಬೇರೆ ಬೇರೆಯಾಗಿಯೇ ನೋಡಲಾಗುತ್ತಿದೆ, ಇದನ್ನೇ ಜನ ಮುಂದುವರಿಸಿ ಕೊಂಡು ಹೋಗುತ್ತಿದ್ದಾರೆ.

ಆದರೆ ನನಗೆ ಮಾತ್ರ ಇನ್ನೂ ಹಾಗೆ ಮನಸ್ಸು ಮಾಡಲು ಸಾಧ್ಯವಿಲ್ಲ. ನಾನು ಮಗುವಾಗಿದ್ದಾಗ, ಕಾರಣವಿಲ್ಲದೆಯೇ ಸುಮ್ಮನೆ ಅಳುತ್ತಿದ್ದೆ. ಮನೆಯವರನ್ನೆಲ್ಲ ನಿದ್ದೆಯಿಲ್ಲದೆ ಗೋಳಾಡಿಸುತ್ತಿದ್ದೆ.

ಈಗಲೂ ಅದೆಲ್ಲಾ ನೆನಪಿದೆ. ನನ್ನ ಆಯ್ಯಾ, ಅಕ್ಷರ ಕಲಿತವಳಲ್ಲ. ಅವಳು ನನಗೇನೋ ಕೆಟ್ಟ ದೃಷ್ಟಿ ಬಿದ್ದಿದೆ ಅಂತ ಹೇಳಿದಲು. ಅವಳು ಹೇಳಿದ್ದು ವಿಜ್ಞಾನಕ್ಕೆ ತರ್ಕಕ್ಕೆ ಸಿಲುಕುವಂಥಾದ್ದಲ್ಲ ವಾದರೂ, ಅದೇನೋ ಈಗಲೂ ಒಮ್ಮೊಮ್ಮೆ ಹಾಗೇ ಆಗುತ್ತಿದೆ, ಕಾರಣ ಇಲ್ಲದೆಯೇ ಯಾವಯಾವುದಕ್ಕೋ ಸಿಟ್ಟಾಗುತ್ತೇನೆ. ಯಾರ ಯಾರದೋ ಸಮಯ ಹಾಳು ಮಾಡುತ್ತೇನೆ; ಬೇಸರ ಪಡಿಸುತ್ತೇನೆ. ಯಾರದೇ ಸ್ವಭಾವವನ್ನು ಬದಲಾಯಿಸುವುದಂತೂ ಸುಲಭದ ಮಾತಲ್ಲ; ಬದಲಾಗುವುದೂ ಇಲ್ಲ.

ನನ್ನ ತಾಯಿಯ ಬಗ್ಗೆ ನೆನಪಾಗುತ್ತದೆ. ಒಂದು ವೇಳೆ ನನ್ನ ತಾಯಿ ಬದುಕಿದ್ದರೆ ಕಿಯೋಲಿನ್ ಬಗ್ಗೆ ಏನು ಹೇಳುತ್ತಿದ್ದಳು ನನ್ನ ಮದುವೆ ಬಗ್ಗೆ ಹೇಗೆ ಪ್ರತಿಕ್ರಿಯಿಸುತ್ತಿದ್ದಳು ಎಂದೆಲ್ಲ ಯೋಚಿಸುತ್ತೇನೆ.

ನಿರಂತರವಾಗಿ ನನ್ನ ತಾಯಿಯ ನೆನಪು ಬರುತ್ತಲೇ ಇರುತ್ತದೆ. ಇದಕ್ಕೆ ಅವಳು ಬಹಳ ಶಿಸ್ತಿನ ಹೆಂಗಸಾಗಿದ್ದಳು ಎನ್ನುವುದಾಗಲೀ, ಸತ್ತ ನಂತರ ಆತ್ಮವಾಗಿ ನನ್ನನ್ನು ಗಮನಿಸುತ್ತಿರುತ್ತಾಳೆ ಎನ್ನುವುದಾಗಲೀ ಕಾರಣವಲ್ಲ. ಅವಳು ನನಗೆ ತಾಯಿ ಮಾತ್ರವಾಗಿರಲಿಲ್ಲ, ಸ್ನೇಹಿತಳೂ ಆಗಿದ್ದಳು. ಅವಳನ್ನು ನಾನು ಎಷ್ಟು ಪ್ರೀತಿಸುತ್ತಿದ್ದೆನೆಂದರೆ, ಒಂದು ಕ್ಷಣ ನೆನಪು ಬಾರದಿದ್ದರೂ ನನ್ನ ಹೃದಯಕ್ಕೆ ನೋವಾಗುತ್ತದೆ.

ಯಾವತ್ತೂ ನನಗೆ ಭಾಷಣ ಕೊಟ್ಟದ್ದಿಲ್ಲ. ಸುಮ್ಮನೆ ತನ್ನ ಅಂತರಾಳದ ನೋವು ಗಳನ್ನು, ಸೋಲುಗೆಲುವುಗಳನ್ನು ನನ್ನ ಬಳಿ ಹೇಳಿಕೊಳ್ಳುತ್ತಿದ್ದಳು. ತನ್ನ ಅನುಭವಗಳು ಮಗಳಿಗೆ ಪಾಠವಾಗುತ್ತದೆಂಬುದು ಅವಳ ನಂಬಿಕೆಯಾಗಿತ್ತು. ಜೀವನದಲ್ಲಿ ಹೆಚ್ಚಿನ ಯಶಸ್ಸನ್ನು ಕಂಡವಳಲ್ಲ. ಬರಿ ಸೋಲುಗಳೇ ಅವಳ ಬದುಕನ್ನೆಲ್ಲ ತುಂಬಿದ್ದವು.

ಅವಳ ಕಡೆಯ ದಿನಗಳಲ್ಲಿ, ಅಚ್ಚರಿಯ ಕಣ್ಣುಗಳಿಂದ, ನಾನು ಸ್ವತಂತ್ರವಾಗಿ ನನ್ನ ಬದುಕನ್ನು, ಹೇಗೆ ನಿಭಾಯಿಸಬಲ್ಲೆ ಎಂಬುದನ್ನು, ಗಮನಿಸುತ್ತಿದ್ದಳು. ಜೊತೆಗೆ ನನಗೇನಾದರೂ ಬುದ್ಧಿವಾದ ಹೇಳಬೇಕೆಂದುಕೊಂಡೂ ಹೇಳಲು ಸಂಕೋಚ ಪಡುತ್ತಿದ್ದಳೆಂಬುದು ಸ್ಪಷ್ಟ ಗೋಚರವಾಗುತ್ತಿತ್ತು. ಅವಳಿಗೆ ನನ್ನ ಹುಡುಗಾಟ ದುಡುಕಾಟಗಳಿಂದ ಯೋಚನೆಗೆ ಒಳಗಾದವಳಂತೆ ಕಾಣಿಸಿದಲು. ಒಂದು ದಿನ ಇದ್ದಕ್ಕಿದ್ದಂತೆ "ಷಾನ್‌ಷಾನ್ ನೀನು ಏನು ಮಾಡಬೇಕೆಂಬುದರ ಬಗ್ಗೆ ಖಚಿತವಾಗಿಲ್ಲದಿದ್ದರೆ, 'ಮದುವೆ' ವಿಚಾರದಲ್ಲಿ ದುಡುಕಬೇಡ – ಸ್ವತಂತ್ರವಾಗಿ ನಿನ್ನ ಕಾಲುಗಳ ಮೇಲೆ ನಿಲ್ಲುವುದಕ್ಕೆ ಪ್ರಯತ್ನಿಸು".

ಮಗಳಿಗೆ ಇಂಥ ಉಪದೇಶ ಬೇರೆಯವರ ದೃಷ್ಟಿಯಲ್ಲಿ ಸರಿ ಅಂತ ಅನಿಸದಿರಬಹುದು ಆದರೆ ನನಗೆ ನನ್ನಮ್ಮನ ಉಪದೇಶ, ತನ್ನ ಕಹಿ ಅನುಭವದ ಪ್ರತೀಕವಾಗಿತ್ತು. ನನ್ನ ಬದುಕಿನ ಅನುಭವವನ್ನಾಗಲೀ, ನನ್ನನ್ನಾಗಲೀ ಕಡಿಮೆಯೆಂದೇನು ಭಾವಿಸಿರಲಿಲ್ಲ. ನನ್ನನ್ನು ತುಂಬ

ಪ್ರೀತಿಸುತ್ತಿದ್ದ ಕಾರಣ, ನನಗೆ ದುಃಖ ಕಷ್ಟ ಬಾರದಿರಲೆಂದೇ ಹೀಗೆಲ್ಲ ಬುದ್ಧಿವಾದ ಹೇಳಿದ್ದಳು.

"ನನಗೆ ಮದುವೆ ಇಷ್ಟವಿಲ್ಲ" ಎಂದೆ ಹೀಗೆ ಹೇಳುವುದರಲ್ಲಿ ತೋರಿಕೆಯ ಧೋರಣೆ ಇರಲಿಲ್ಲ. ಅಲ್ಲದೆ ತೋರಿಕೆಗಾಗಿ ಹೀಗೆ ಮಾತಾಡುವ ಅಗತ್ಯವೂ ಇರಲಿಲ್ಲ. ಹುಡುಗಿಯರಿಗೆ ಸಾಮಾನ್ಯವಾಗಿ ಹೇಳಬಾರದ ವಿಚಾರಗಳನ್ನೂ ನನಗೆ ಬಹಳ ಹಿಂದೆಯೇ ತಿಳಿಸಿ ಹೇಳಿದ್ದಳು.

"ನಿನಗೆ ಸರಿಯಾದ ಹುಡುಗ ಸಿಕ್ಕಲ್ಲಿ, ನಿನಗೆ ಅವನು ಸರಿ ಎನಿಸಿದಲ್ಲಿ ಮಾತ್ರವೇ ಮದುವೆಯಾಗು"

"ಅಂಥವನು ಇರೋಕೆ ಸಾಧ್ಯವೇ ಇಲ್ಲ !"

"ಹಾಗೆ ಹೇಳಬೇಡ. ಕಷ್ಟ ಆಗಬಹುದು ಅಷ್ಟೆ ! ಪ್ರಪಂಚ ಬಹಳ ವಿಶಾಲ ವಾಗಿದೆ. ಬಹುಶಃ ಹುಡುಕುವುದು ಕಷ್ಟವಾಗಬಹುದು. ಅಂಥವನು ಸಿಗದೆಯೂ ಇರಬಹುದು. ನಾನು ಮದುವೆ ಆಗ್ತೇನೋ ಇಲ್ಲವೋ ಅನ್ನುವುದು ಅವಳಿಗೆ ಮುಖ್ಯವಾಗಿರಲಿಲ್ಲ. ಆದರೆ 'ಮದುವೆ' ಒಳ್ಳೆಯವನ ಜೊತೆ ಆಗಬೇಕು ಅಷ್ಟೆ !".

"ಗಂಡ ಇಲ್ಲದೆಯೂ ಚೆನ್ನಾಗಿ ಬದುಕನ್ನು ನಿರ್ವಹಿಸಲಿಲ್ಲವೇ?"

"ಹಾಗಂತ ಯಾರು ಹೇಳಿದರು?"

"ಚೆನ್ನಾಗಿಯೇ ಬಾಳಿದೆ ಅನಿಸುತ್ತೆ."

"ನನಗೆ ಬೇರೆ ಆಯ್ಕೆ ಇರಲಿಲ್ಲ"..... ಎಂದು ಅಲ್ಲಿಗೇ ಮಾತನ್ನು ಕತ್ತರಿಸಿ ಯೋಚನೆಗಳಲ್ಲಿ ಮುಳುಗಿದಳು. ಬಾಡಿದ ಅವಳ ಮುಖ ನನ್ನ ಪುಸ್ತಕದ ಹಾಳೆಗಳ ನಡುವೆ ಇರಿಸಿಕೊಂಡಿದ್ದ ಒಣಗಿದ ಹೂವನ್ನು ನೆನಪಿಸುತ್ತಿತ್ತು."

"ಆಯ್ಕೆ ಯಾಕೆ ಇರಲಿಲ್ಲ?"

"ನೀನು ತುಂಬ ಪ್ರಶ್ನೆ ಕೇಳ್ತೀಯ"... ಅವಳಿಗೆ ತನ್ನ ಜೀವನ ರಹಸ್ಯಗಳನ್ನು ನನ್ನಲ್ಲಿ ಹೇಳಿಕೊಳ್ಳಲು ಸಂಕೋಚವಿರಲಿಲ್ಲವಾದರೂ, ತಪ್ಪು ಗ್ರಹಿಕೆಗೆ ದಾರಿ ಮಾಡಬಹುದೇನೋ ಎಂದು ಹೆದರಿದ್ದಳು. ಅದಲ್ಲದೆ ಪ್ರತಿಯೊಬ್ಬರೂ ಯಾವುದಾದರೂ ತಮ್ಮೊಂದು ರಹಸ್ಯವನ್ನು ಸಾವಿನ ಸಮಾಧಿಯವರೆಗೂ ಮರೆಮಾಚಿ ಇಟ್ಟುಕೊಂಡಿರುತ್ತಾರೆ. ನನ್ನ ಬಾಯಿ ಮುಚ್ಚಿಸಿದಳೆಂಬ ಅನುಮಾನ ಬಿದ್ದರೂ ಈಗ ನೇರವಾಗಿ, ಒರಟಾಗಿ,

"ನನ್ನ ತಂದೆಯನ್ನು ನೀನು ಪ್ರೀತಿಸಲೇ ಇಲ್ಲವೇನು?" ಎಂದು ಕೇಳಿದೆ.

"ಇಲ್ಲ, ಎಂದೂ ಪ್ರೀತಿಸಲಿಲ್ಲ".

"ಅವನು ನಿನ್ನನ್ನು ಪ್ರೀತಿಸಿದನೇ?"

"ಇಲ್ಲ, ಪ್ರೀತಿಸಲಿಲ್ಲ."

"ಮತ್ಯಾಕೆ ಮದುವೆಯಾದೀ?"

ಒಂದು ಕ್ಷಣ ಸುಮ್ಮನಿದ್ದಳು. ಬಹುಶಃ ಮಾತಾಡಲು ಸರಿಯಾದ ಶಬ್ದಗಳಿಗಾಗಿ ಹುಡುಕಾಡುತ್ತಿದ್ದಳೆನಿಸಿತು. ಕಡೆಗೆ ಕಟುವಾಗಿ ಹೇಳ ತೊಡಗಿದಳು.

"ನೀವು ಚಿಕ್ಕವರಾಗಿದ್ದಾಗ, ನಿಮಗೆ ಏನು ಬೇಕು ಅನ್ನೋದು ತಿಳಿಯುವುದಿಲ್ಲ. ಯಾವುದಕ್ಕಾಗಿ ಹುಡುಕುತ್ತಿದ್ದೀರಿ ಅನ್ನೋದು ಗೊತ್ತಾಗುವುದಿಲ್ಲ. ಜನ ಮದುವೆಯಾಗಲು ಸೂಚಿಸುತ್ತಾರೆ. ನೀವು ದೊಡ್ಡವರಾದ ಮೇಲೆ ನಿಮ್ಮ ನಿಜವಾದ ಅಗತ್ಯಗಳೇನು ಅನ್ನುವುದು ನಿಮ್ಮ ಅನುಭವಕ್ಕೆ ಬರುತ್ತೆ ಅಷ್ಟು ಹೊತ್ತಿಗೆ, ನೀವೇನೇನು ಹುಚ್ಚು ಕೆಲಸಗಳನ್ನು ಮಾಡಿದ್ದೀರಿ ಅನ್ನೋದು ಮರೆತು ಹೊಸ ಬದುಕನ್ನು ಕಂಡುಕೊಳ್ಳಲು ಏನನ್ನಾದರೂ ಕೂಡುತ್ತೀರಿ. ಮತ್ತು ಹೊಸದಾಗಿ ಬದುಕನ್ನು ಆರಂಭಿಸಿ ಜಾಣತನದಿಂದ ಬದುಕುತ್ತೀರಿ. ತಮಗೆ ಲಭ್ಯವಾದದ್ದರಲ್ಲಿ ತೃಪ್ತಿ ಕಂಡವರು ಯಾವಾಗಲೂ ಸಂತೋಷದಿಂದ ಇರುತ್ತಾರೆ ಅಂತ ಹೇಳ್ತಾರೆ. ಆದರೆ ನನಗೆ ಅಂಥ ಸಂತೋಷ ಸಾಧ್ಯವೇ ಇಲ್ಲ. "ನಾನೊಬ್ಬಳು ದರಿದ್ರ ಆದರ್ಶವಾದಿ" ಎಂದು ತನ್ನನ್ನು ತಾನೇ ಅಣಕಿಸಿಕೊಳ್ಳುವಂತೆ ಹೇಳಿದಳು.

"ನಾನೂ ಕೂಡಾ ಅಮ್ಮನಂತೆ, ಅವಳದೇ ವಂಶವಾಹಿನಿಗಳನ್ನು ಹೊಂದಿರ ಬೇಕು. ಅದಕ್ಕೇ ಅದೃಷ್ಟದ ವಿಚಾರದಲ್ಲಿಯೂ ಹಾಗೇ ಆಗಿರಬೇಕು?"

"ಮತ್ತೆ ಯಾಕೆ ಮದುವೆ ಆಗಬಾರದು?"

"ನನಗೇನು ಬೇಕು ಅನ್ನೋದು ನನಗಿನ್ನೂ ಗೊತ್ತಾಗಿಲ್ಲ ಅನಿಸುತ್ತೆ!" ಅಂದಳಾದರೂ ಸತ್ಯವನ್ನು ಹೇಳಲು ಮನಸ್ಸಿಲ್ಲ ಎಂದು ಅರ್ಥಮಾಡಿಕೊಂಡೆ.

ನನಗೆ ತಂದೆಯ ನೆನಪಿಲ್ಲ. ಚಿಕ್ಕವಳಿದ್ದಾಗಲೇ ಅಪ್ಪ, ಅಮ್ಮ ಬೇರೆಯಾಗಿದ್ದರು. ಏನೋ ಒಂಥರಾ ಹೆದರಿದಂತೆ, ಅವನು ಬಹಳ ಸುಂದರ ಪುರುಷ ಎಂದು ಹೇಳಿದ್ದನ್ನು ನೆನಪಿಸಿಕೊಂಡೆ. ಹೊರಗಿನ ರೂಪಕ್ಕೆ ಮರುಳಾಗಿ ತೀರ್ಮಾನ ತೆಗೆದುಕೊಂಡದ್ದಕ್ಕೆ ತನ್ನಲ್ಲಿ ತಾನೇ ನಾಚಿಕೊಂಡಿರಬೇಕು ಎನಿಸಿತು. ಆಯ್ಕೆಯೇ ತಪ್ಪಾಗಿತ್ತು. ರಾತ್ರಿ ಹೊತ್ತು ಮಲಗುವುದಕ್ಕೆ ಕಷ್ಟವೆನಿಸಿದಾಗ ನಾನು ಮಾಡಿದ ಮೂರ್ಖ ಕೆಲಸಗಳನ್ನು ನೆನಪಿಸಿಕೊಂಡು ಸಮಾಧಾನ ತಂದುಕೊಳ್ಳುತ್ತಿದ್ದೆ. ಎಷ್ಟು ಅಸಹ್ಯವಾಗುತ್ತಿತ್ತೆಂದರೆ, ನನ್ನ ಮುಖವನ್ನು ನಾಚಿಕೆಯಿಂದ ದುಪ್ಪಟಿಯಲ್ಲಿ ಮುಚ್ಚಿಕೊಳ್ಳುತ್ತಿದ್ದೆ. ಯಾರ ಕಣ್ಣಾದರೂ ನನ್ನನ್ನು ಗಮನಿಸುತ್ತಿರಬಹುದೆಂದು ನಾಚಿಕೆಯಿಂದ ಸಾಯುತ್ತಿದ್ದೆ. ಇಂಥ ಕೆಲಸ ಮಾಡಲು ಇಷ್ಟವಿಲ್ಲದಿದ್ದರೂ ನಾನು ಮಾಡಿದ ತಪ್ಪುಗಳಿಗೆ ಪರಿಹಾರವೆಂದು ಭಾವಿಸುತ್ತಿದ್ದೆ".

ಮತ್ತೆ ಅವಳು ಮದುವೆ ಆಗದೆ ಹೋದದ್ದು ನನಗೆ ದುಃಖವೆನಿಸಿತು. ಅವಳಂತೂ ತುಂಬಾ ಆಕರ್ಷಕ ವ್ಯಕ್ತಿತ್ವದವಳು ಎನಿಸಿತು. ತಾನು ಪ್ರೀತಿಸಿದ ವ್ಯಕ್ತಿಯನ್ನೇ ಒಂದು ವೇಳೆ ಮದುವೆ ಆಗಿದ್ದರೆ ಸಂಸಾರ ಎಷ್ಟು ಚೆನ್ನಾಗಿರುತ್ತಿತ್ತು. ಅಂಥ ಸೌಂದರ್ಯ ಅವಳದಲ್ಲಿದ್ದರೂ, ನೋಡಿದವರ ಮನಸೆಳೆಯುವಂತಹ ಆಕರ್ಷಣೆಯಿತ್ತು. ತುಂಬ ಒಳ್ಳೆಯ ಬರಹಗಾರ್ತಿ. ಮತ್ತೊಬ್ಬ ಲೇಖಕಿ ಅವಳನ್ನು ಕೆಣಕುತ್ತ "ನಿನ್ನ ಕೃತಿಗಳನ್ನು ಓದಿದರೆ, ಸಾಕು, ಯಾರಿಗಾದರೂ ನಿನ್ನನ್ನು ಪ್ರೀತಿಸಬೇಕು ಎನಿಸುತ್ತೆ" ಎಂದಿದ್ದಳು.

ಆಗ ಅವಳು ತಿರುಗಿ "ಅವನಿಗೆ ತಾನು ಪ್ರೀತಿಸುವವಳು ಬಿಳಿ ಕೂದಲಿನ ಮುದುಕಿ ಅಂತ ಗೊತ್ತಾದರೆ ಹೆದರಿ ಓಡಿ ಹೋಗ್ತಾನೆ".

ಅವಳ ವಯಸ್ಸಿಗೆ, ತನಗೆ ಏನು ಬೇಕು ಎನ್ನುವುದನ್ನು ತಿಳಿದಿರಬೇಕು. ಆದರೂ ಹಾರಿಕೆಯ ಮಾತನಾಡುತ್ತಾಳೆ. ಯಾಕೆ ಈ ಸುತ್ತಿ ಬಳಸಿ ಮಾತಾಡುತ್ತಾಳೆ ಅನ್ನುವುದು ನನಗೆ ಒಗಟಾಗಿ ಕಾಣಿಸಿತು.

ಉದಾಹರಣೆಗೆ ಹೇಳುವುದಾದರೆ ಬೀಜಿಂಗೊನಿಂದ ಹೊರಗೆ ಪ್ರಯಾಣಿಸ ಬೇಕಾಗಿ ಬಂದಾಗಲೆಲ್ಲ ತನ್ನ ಜೊತೆ ಚೆಕಾವ್‌ನ ಸಾಹಿತ್ಯದ ಸಂಪುಟಗಳನ್ನೆಲ್ಲ ಹೊತ್ತೊಯ್ಯುತ್ತಿದ್ದಳು. ಅಲ್ಲದೆ ಅವುಗಳನ್ನು ನಾನೆಂದೂ ಮುಟ್ಟಬಾರದೆಂದು ಎಚ್ಚರಿಸಿ, ನನಗೆ ಬೇಕಾದಲ್ಲಿ ಪ್ರತ್ಯೇಕವಾಗಿ ತಂದುಕೊಟ್ಟಿದ್ದ ಒಂದು ಸೆಟ್ ಪುಸ್ತಕಗಳಲ್ಲಿ ಆರಿಸಿಕೊಳ್ಳಬೇಕೆಂದು ಆದೇಶಿಸಿದ್ದಳು. ಆದರೆ ನನಗೆ ಎಚ್ಚರಿಕೆ ನೀಡಬೇಕಾದ ಅಗತ್ಯ ಇರಲಿಲ್ಲ. ನನ್ನ ಹತ್ತಿರವೇ ಅಷ್ಟೆಲ್ಲ ಪುಸ್ತಕಗಳು ಇರುವಾಗ ನಾನ್ಯಾಕೆ ಅವಳದನ್ನು ಮುಟ್ಟಲಿ? ಆದರೂ ಪದೇ ಪದೇ ಹೇಳಿದ್ದನ್ನೇ ಹೇಳುತ್ತಿದ್ದಳು ಮತ್ತು ಸದಾ ಅವುಗಳ ಮೇಲೆ ಕಣ್ಣಿಡುತ್ತಿದ್ದಳು. ಆ ಪುಸ್ತಕಗಳೆಂದರೆ ಬಿದ್ದು ಸಾಯುತ್ತಿದ್ದಳು.

ಹಾಗಾಗಿ ಚೆಕಾವ್‌ನ ಕಥೆಗಳು ಮನೆಯಲ್ಲಿ ಎರಡು ಸೆಟ್ ಇದ್ದವು. ಹಾಗಂತ ಚೆಕಾವ್‌ನನ್ನು ಪ್ರೀತಿಸುತ್ತಿದ್ದೆವು ಅಂತೇನಲ್ಲ. ಜನಕ್ಕೆ ಅಂದರೆ ನನ್ನಂತಹವರಿಗೆ ಚೆಕಾವ್‌ನನ್ನು ಪ್ರೀತಿಸುವಂಥವರಿಗೆ ಓದಲು ಸಿಗಲಿ ಎನ್ನುವುದಾಗಿತ್ತು. ಯಾವಾಗಲಾದರೂ ಯಾರಾದರೂ ಚೆಕಾವ್‌ನ ಪುಸ್ತಕವನ್ನು ಕೇಳಿದರೆ ನನ್ನ ಬಳಿ ಇದ್ದವುಗಳಲ್ಲಿ ಒಂದನ್ನು ತೆಗೆದು ಕೊಡುತ್ತಿದ್ದಳು. ಒಂದು ಸಲ ಅವಳು ಇಲ್ಲದಿದ್ದಾಗ, ಅವಳ ಬಹಳ ಹತ್ತಿರದ ಗೆಳತಿಯೊಬ್ಬಳು ಅವಳ ಬಳಿ ಇದ್ದ ಸಂಪುಟಗಳಲ್ಲಿ ಒಂದನ್ನು ತೆಗೆದುಕೊಂಡು ಹೋದದ್ದನ್ನು ಗಮನಿಸಿ ಕೂಡಲೆ ಅದನ್ನು ಬದಲಿಸಿ ನನ್ನ ಬಳಿ ಇದ್ದುದನ್ನು ಕೊಟ್ಟಳು.

ಅಂದಿನಿಂದ ಆ ಪುಸ್ತಕಗಳು ಬುಕ್ ಕೇಸಿನಲ್ಲಿ ಇದ್ದುದನ್ನು ನೆನಪಿಸಿಕೊಳ್ಳುತ್ತೇನೆ. ಚೆಕಾವ್ ತುಂಬ ಒಳ್ಳೆಯ ಬರಹಗಾರ ಎನ್ನುವುದು ನಿಜವೇ ಆದರೂ ತಲೆಕೆಡುವಷ್ಟು ಸಲ ಓದುವುದಕ್ಕೆ ಕಾರಣ ಏನೂಂತ ನನಗಿನ್ನೂ ಸಮಸ್ಯೆಯೇ ಆಗಿದೆ. ಯಾಕೆ? ಕಳೆದ ಇಪ್ಪತ್ತು ವರ್ಷಗಳಿಂದ ಒಂದು ದಿನವೂ ತಪ್ಪಿಸದಂತೆ ಓದುವುದಕ್ಕೆ ಅದರಲ್ಲಿ ಅಂಥಾದ್ದೇನಿದೆ? ಯಾಕೆ? ಎನ್ನುವುದು ಇನ್ನೂ ಅಚ್ಚರಿಯಾಗಿಯೇ ಉಳಿದಿದೆ.

ಕೆಲವು ಸಲ ಬರೆಯುವುದು ಬೇಸರವಾದಾಗ, ಒಂದು ಕಪ್ಪು ಸ್ಟ್ರಾಂಗ್ ಟೀಯನ್ನು ಕುಡಿಯುತ್ತಾ, ಬುಕ್ ಕೇಸಿನಲ್ಲಿ ಜೋಡಿಸಿಟ್ಟಿದ್ದ ಚೆಕಾವ್‌ನ ಪುಸ್ತಕಗಳತ್ತ ದೃಷ್ಟಿ ನೆಟ್ಟಿರುತ್ತಿದ್ದಳು. ನಾನೇನಾದರೂ ಒಳಗೆ ಹೋದರೆ ಸ್ವಲ್ಪ ಗಲಿಬಿಲಿಗೊಂಡು, ತಾನು ಕುಡಿಯುತ್ತಿದ್ದ ಚಹಾದಲ್ಲಿ ಅರ್ಧವನ್ನು ನನಗೆ ಸುರಿದುಕೊಡುತ್ತಿದ್ದಳು. ಕೊಡುವಲ್ಲಿ ಚಹಾ ಚೆಲ್ಲಿ ಬಿಡುತ್ತಿದ್ದಳು. ಇಲ್ಲವೇ ತನ್ನ ಪ್ರೇಮಿಯ ಜೊತೆ ಸಿಕ್ಕಿಬಿದ್ದಾಗ ನಾಚುವಂತೆ, ನಾಚುತ್ತಿದ್ದಳು.

ಇವಳೇನಾದರೂ ಚೆಕಾವ್‌ನ ಪ್ರೇಮದಲ್ಲಿ ಸಿಲುಕಿದ್ದಾಳೆಯೇ ಎಂದು ಆಶ್ಚರ್ಯ ಪಟ್ಟೆ. ಬಹುಶಃ ಅವನು ಬದುಕಿದ್ದರೆ ಖಂಡಿತ ಅವನ ಪ್ರೇಮದಲ್ಲಿ ಸಿಲುಕಿ ಬಿಡುತ್ತಿದ್ದಳು.

ಸಾಯುವುದಕ್ಕೆ ಸ್ವಲ್ಪ ಮುಂಚೆ

ನನಗೆ ಕೇಳಿಸಿದ್ದು – "ಆ ಸೆಟ್...." ಎಂದದ್ದು. ಅಷ್ಟೇ! ಅವಳಿಗೆ ವಾಕ್ಯ ಪೂರ್ತಿ ಮಾಡುವಷ್ಟೂ ಶಕ್ತಿ ಇರಲಿಲ್ಲ. ಆದರೆ ನನಗೆ ಅವಳು ಏನು ಹೇಳಬೇಕೆಂದಿದ್ದಾಳೆ ಅನ್ನೋದು ಅರ್ಥವಾಗಿತ್ತು.

ಕಷ್ಟಪಟ್ಟು ಮುಂದುವರೆಸಿದಳು. "ನನ್ನ ಡೈರಿ... 'ಲವ್ ಮಸ್ಟ್ ನಾಟ್ ಬಿ ಫರ್ಗಾಟನ್'... ನನ್ನ ಜೊತೆಗೇ ಸಮಾಧಿ ಮಾಡು" ಎಂದು.

ಚೆಕಾವ್‌ನ ವಿಷಯವಾಗಿ ಅವಳು ಬಯಸಿದಂತೆ ಮಾಡಿದೆನಾದರೂ ಡೈರಿಯನ್ನು ಹಾಳು ಮಾಡಲು ಮನಸ್ಸು ಬರಲಿಲ್ಲ. ಅದನ್ನು ಪ್ರಕಟಿಸಿದರೆ, ಅದೊಂದು ಅತ್ಯುತ್ತಮವಾದ ಕೃತಿ ಎನಿಸಿಕೊಳ್ಳುತ್ತದೆ. ಉಳಿದೆಲ್ಲ ಬರಹಕ್ಕಿಂತ ಶ್ರೇಷ್ಠ ಎಂದು ಗುರುತಿಸಿಕೊಳ್ಳುತ್ತದೆ. ನಿಜ. ಆದರೆ ಪ್ರಕಟಣೆ ಎನ್ನುವುದು ಅಸಾಧ್ಯದ ಮಾತಾಗಿತ್ತು.

ನಾನು ಡೈರಿಯ ಬರಹವನ್ನು ಗಮನಿಸಿದೆ. ಹಸಿ ಹಸಿಯಾಗಿದ್ದವು. ಸಂಬಂಧವೇ ಇಲ್ಲದ ತುಣುಕುಗಳಾಗಿದ್ದವು. ಅವು ಕಥೆಗಳೂ ಆಗಿರಲಿಲ್ಲ. ಪ್ರಬಂಧಗಳೂ ಆಗಿರಲಿಲ್ಲ ಮತ್ತು ಪತ್ರಗಳಾಗಲೀ ದಿನಚರಿಯಾಗಲಿ ಆಗಿರಲಿಲ್ಲ. ಆದರೆ ಅದನ್ನು ಪೂರ್ತಿ ಓದಿದ ಮೇಲೆ ಒಂದು ಸಮಗ್ರ ಚಿತ್ರವನ್ನು ಊಹಿಸಿಕೊಳ್ಳಲು ನನಗೆ ಸಾಧ್ಯವಾಯಿತು. ಅದರ ಜೊತೆಗೆ ನನ್ನ ಅಸ್ಪಷ್ಟ ನೆನಪುಗಳೂ ಸೇರಿದ್ದವು. ಮತ್ತು ಆಲೋಚಿಸಿದಾಗ, ಇದು ನಿರ್ಜೀವವಾದ ಹಸ್ತಪ್ರತಿ ಅಲ್ಲ, ಆಪ್ತವಾದ, ಸಂವೇದನಾತ್ಮಕವಾದ ಹೃದಯ ಎನಿಸಿತು. ಇಪ್ಪತ್ತು ವರ್ಷಗಳ ಕಾಲ ಒಬ್ಬ ಪುರುಷ, ಅವಳ ಹೃದಯವನ್ನು ಆಕ್ರಮಿಸಿಕೊಂಡಿದ್ದ. ಆದರೆ ಅವನು ಅವಳಿಗಾಗಿ ಅಲ್ಲ, ಈ ಡೈರಿಗಳು ಅವನ ಜಾಗವನ್ನು ತುಂಬಿದ್ದವು. ಅವನಿಗೆ ಪರ್ಯಾಯವಾಗಿ ಡೈರಿಗಳು ಇದ್ದವು. ಇವುಗಳಲ್ಲಿ ತನ್ನ ಭಾವನೆಗಳನ್ನು ನೋವು ಸಂಕಟಗಳನ್ನು ಸುರಿದುಕೊಳ್ಳುತ್ತಿದ್ದಳು. ದಿನಗಳ ಪರ್ಯಂತ ತಿಂಗಳು, ವರ್ಷಗಳ ಪರ್ಯಂತ !!

ಮರುಮದುವೆಯ ಸಲಹೆಗಳನ್ನು ಎಂದಿಗೂ ಮಾನ್ಯ ಮಾಡಲಿಲ್ಲ. ಯಾರು ಎಷ್ಟೇ ಒಳ್ಳೆ ಮಾತಾಡಿಕೊಳ್ಳಲಿ, ಕೆಟ್ಟದಾಗಿ ಮಾತಾಡಿಕೊಳ್ಳಲಿ, ಕೇಳಿಸಿಕೊಳ್ಳಲು ಹೋಗಲೇ ಇಲ್ಲ. ಅವಳ ಹೃದಯ ತುಂಬಿಕೊಂಡಿತ್ತು. ಬೇರೆ ಯಾರಿಗೂ ಜಾಗವಿರಲಿಲ್ಲ. "ಸಮುದ್ರಕ್ಕೆ ಸರೋವರ ಸಾಟಿಯೇ, ಮೌಂಟ್ ವೂ ಮೇಲಿನ ಮೋಡಗಳಿಗೆ, ಬೇರೆ ಮೋಡಗಳು ಸಾಟಿಯೇ" ಈ ಸಾಲುಗಳನ್ನು, ನೆನಪಿಸಿಕೊಳ್ಳುತ್ತಾ ಅವುಗಳ ಬಗ್ಗೆ ವಿಚಾರ ಮಾಡುತ್ತಾ ಕೆಲವರಿಗೆ ಮಾತ್ರವೇ ಇಂಥ ಪ್ರೀತಿ ಬದುಕಿನಲ್ಲಿ ಸಾಧ್ಯ ಎಂದುಕೊಂಡೆ. ನನಗೆ ಮಾತ್ರ ಖಂಡಿತವಾಗಿಯೂ ಇಂಥ ಪ್ರೀತಿ ಸಿಗಲಾರದು.

ನಂತರ ನನಗೆ ಒಂದು ವಿಷಯ ತಿಳೀತು. ಮೂವತ್ತರ ದಶಕದ ಕಡೆಯಲ್ಲಿ ಈ ವ್ಯಕ್ತಿ ಷಾಂಗಾಯ್‌ನಲ್ಲಿ ಭೂಗತ ಚಟುವಟಿಕೆಗಳನ್ನು ನಡೆಸುತ್ತಿದ್ದುದು ಗೊತ್ತಾದಾಗ, ಮತ್ತೊಬ್ಬ ಕಾರ್ಯಕರ್ತ ಅವನನ್ನು ರಕ್ಷಿಸಲು ಹೆಂಡತಿ ಮಕ್ಕಳನ್ನು ಅನಾಥರಾಗಿ, ಅಸಹಾಯಕರಾಗಿ ಬಿಟ್ಟು ತನ್ನ ಪ್ರಾಣವನ್ನು ಬಲಿಗೊಟ್ಟನಂತೆ. ಕರ್ತವ್ಯ ಪ್ರಜ್ಞೆಯಿಂದ, ಕೃತಜ್ಞತೆಯಿಂದ, ಈ ವ್ಯಕ್ತಿ ಒಂದಿಷ್ಟೂ ಸಂಕೋಚವಿಲ್ಲದೆ ಆ ಹುಡುಗಿಯನ್ನು ಮದುವೆಯಾಗಿದ್ದನಂತೆ. ಅವನಿಗೆ ಪ್ರೀತಿಗೋಸ್ಕರ

ಮದುವೆಯಾದ ದಂಪತಿಗಳ ನಡುವಿನ ಕಷ್ಟಗಳನ್ನು ಸಂಘರ್ಷಗಳನ್ನು ನೋಡಿದ ಮೇಲೆ ಅವನಿಗೆ "ದೇವರೇ ಸಧ್ಯಕ್ಕೆ ನಾನು ಪ್ರೀತಿಸಿದವಳನ್ನು ಮದುವೆಯಾಗಲಿಲ್ಲ. ಪ್ರೀತಿಸದೆಯೂ ಮದುವೆಯಾದ ಈ ದಾಂಪತ್ಯ ತುಂಬ ಚೆನ್ನಗಿದೆ. ಇಬ್ಬರ ನಡುವೆಯೂ ಸಾಮರಸ್ಯವಿದೆ. ಒಬ್ಬರಿಗೊಬ್ಬರು ಸಹಾಯಮಾಡಿ ಕೊಂಡಿದ್ದೇವೆ" ಎಂದು ಅನಿಸಿರಬೇಕು. ಅವನು ಅಂದು ಕೊಂಡಂತೆಯೇ ಸುಮಾರು ವರ್ಷಗಳು ಕಷ್ಟ ಕಾಲದಲ್ಲಿಯೂ ಬಿಟ್ಟು ಕೊಡದೆ ಸುಖವಾಗಿಯೇ ಜೀವಿಸಿದರು. ಆ ವ್ಯಕ್ತಿ ನನ್ನ ತಾಯಿಯ ಸಹೋದ್ಯೋಗಿ ಆಗಿರಬಹುದು. ಎಂದಾದರೂ ಅವರ ಭೇಟಿಯಾಗಿತ್ತೇ? ಮನೆಗೆ ಬಹುಶಃ ಬಂದಿರಲಾರರು. ಯಾರಿರಬಹುದು ಆತ?

1962 ವಸಂತ ಮಾಸ, ಅಮ್ಮ ನನ್ನನ್ನು ಒಂದು ಸಂಗೀತ ಕಛೇರಿಗೆ ಕರೆದು ಕೊಂಡು ಹೋದರು. ಥಿಯೇಟರ್ ಹತ್ತಿರದಲ್ಲಿಯೇ ಇತ್ತು. ನಡೆದುಕೊಂಡೇ ಹೋದೆವ್ವು.

ಪುಟ್‌ಪಾತ್ ಕಡೆಯಿಂದ ಒಂದು ಲಿಮೋಸಿನ್ ಕಾರು ಹಾದು ಹೋಯಿತು. ಕಪ್ಪು ಸೂಟು ಧರಿಸಿದ್ದ, ಬಿಳಿಕೂದಲಿನ ವ್ಯಕ್ತಿಯೊಬ್ಬರು ಕಾರಿನಿಂದ ಹೊರಗೆ ಬಂದರು. ಬಿಳಿ ಕೂದಲು! ಅಚ್ಚರಿ. ಶಿಸ್ತು, ಪ್ರತಿಷ್ಠೆ, ಪ್ರಾಮಾಣಿಕತೆಗಳು ಸ್ಪಷ್ಟವಾಗಿ ಗುರುತಿಸಲು ಸಾಧ್ಯವಿತ್ತು. ಕಣ್ಣಿನ ಹೊಳಪು ಖಿಡ್ಗಗಳು ಒಂದಕ್ಕೊಂದು ತಾಕಿದಾಗ ಹೊಮ್ಮುವ ಕೋರೈಸುವ ಬೆಳಕಿನಂತೆ ಇತ್ತು. ಹೆಣ್ಣಿನ ಬಗ್ಗೆ ಪ್ರಾಮಾಣಿಕ ಪ್ರೀತಿ ಇರಿಸಿಕೊಂಡವರಲ್ಲಿ ಮಾತ್ರವೇ ಇಂಥ ಹೊಳಪಿನ ಕಣ್ಣುಗಳು ಸಾಧ್ಯ. ಆ ಕಣ್ಣುಗಳಲ್ಲಿ ಮಾರ್ದವತೆಯೂ ತುಂಬಿಕೊಂಡಿತ್ತು.

ಕಾರಿನಿಂದ ಇಳಿದು ಅಮ್ಮನ ಬಳಿ ಬಂದು ಹೇಗಿದ್ದೀಯ ಕಾಮ್ರೇಡ್ ಜೊಂಗ್ ಯೂ ಬಹಳ ದಿವಸ ಆಯ್ತು ನೋಡಿ ಎಂದ.

"ಹೇಗಿದ್ದೀಯ?" ಪ್ರಶ್ನಿಸಿದ. ನನ್ನ ಕೈ ಹಿಡಿದುಕೊಂಡಿದ್ದ ಅಮ್ಮನ ಕೈ ತಣ್ಣಗೆ ಕೊರೆಯುತ್ತಿತ್ತು. ಸ್ವಲ್ಪ ನಡುಗುತ್ತಿದ್ದಂತೆನಿಸಿತು.

ಮಾತಿಲ್ಲದೆ ಮೌನವಾಗಿ ಇಬ್ಬರೂ ಎದುರುಬದುರು ನಿಂತಿದ್ದರು. ಒಬ್ಬರಿಗೊಬ್ಬರು ನೋಡಿಕೊಂಡರು. ಇಬ್ಬರಲ್ಲಿಯೂ ಕೊಂಚ ಬೇಸರ ಮತ್ತು ಗಟ್ಟಿ ಮನಸ್ಸಿನಲ್ಲಿದ್ದಂತೆ ಕಾಣಿಸಿತು. ಅಮ್ಮ ರಸ್ತೆಯ ಬದಿಗಿದ್ದ ಬೋಳು ಮರದ ಕಡೆ ನೋಡುತ್ತಿದ್ದಳು. ಆತ ನನ್ನ ಕಡೆ ನೋಡುತ್ತಾ "ಆಗಲೇ ಇಷ್ಟು ದೊಡ್ಡ ಮಗಳಿದ್ದಾಳಾ? ಗುಡ್! ನೀನು ಫೇಟ್ ಅಮ್ಮನ ಹಾಗೇ ಇದ್ದೀಯ" ಎಂದರು.

ಅಮ್ಮನ ಕೈ ಷೇಕ್ ಮಾಡುವ ಬದಲು ನನ್ನ ಕೈ ಷೇಕ್ ಮಾಡಿದರು. ಆತನ ಕೈಗಳೂ ಅಮ್ಮನ ಕೈಗಳಷ್ಟೇ ಕೊರೆಯುತ್ತಿದ್ದವು. ಮತ್ತು ಸ್ವಲ್ಪ ಕಂಪನವೂ ಇತ್ತು. ನನ್ನಲ್ಲಿ ವಿದ್ಯುತ್ ಸಂಚಾರವಾದಂತೆನಿಸಿತು. ಕೈಯನ್ನು ಹಿಂದಕ್ಕೆಳೆದುಕೊಂಡು "ಚೆನ್ನಾಗಿರುವುದಕ್ಕೆ ಏನೂ ಎಲ್ಲ!"

"ಯಾಕಿಲ್ಲ?" ಸಣ್ಣವರು ಹೀಗೆ ಇದ್ದುದನ್ನು ಇದ್ದಂತೆ ಹೇಳುವಾಗ ದೊಡ್ಡವರಲ್ಲಿ ಸಹಜವಾಗಿ ಕಾಣಿಸಿಕೊಳ್ಳುವ ದಿಗ್ಭ್ರಮೆ ಇವರಲ್ಲಿಯೂ ಕಾಣಿಸಿತು.

ಅಮ್ಮನ ಕಡೆ ದೃಷ್ಟಿ ಹಾಯಿಸಿದೆ. ಅಮ್ಮನ ಹಾಗೆ ನಾನಿದ್ದೇನಂತೆ ! ನನಗೆ ನಿರಾಶೆಯಾಯಿತು. "ಅಮ್ಮ ನೋಡಲು ಅಷ್ಟೇನೂ ಸುಂದರವಾಗಿಲ್ಲ" ಎಂದೆ.

ಆತ ನಕ್ಕ. ನನ್ನನ್ನು ರೇಗಿಸುತ್ತ, "ಟೂ ಬ್ಯಾಡ್, ಅಮ್ಮನನ್ನು ಸುಂದರವಾಗಿಲ್ಲ ಎಂದು ಹೇಳುವ ಮಕ್ಕಳನ್ನು ನಾನೆಲ್ಲೂ ಕಾಣೆ" ಎಂದರು. ನಿನಗೆ ನೆನಪು ಇರಬೇಕು. 1953 ರಲ್ಲಿ ನಿನ್ನಮ್ಮನ ಜೊತೆ ನೀನು ಬೀಜಿಂಗ್‌ನ ಮಿನಿಸ್ಟ್ರಿಗೆ ಬಂದಿದ್ದೆ. ಅಮ್ಮ ಡ್ಯೂಟಿಗೆ ರಿಪೋರ್ಟ್ ಮಾಡಿಕೊಳ್ಳಬೇಕಿತ್ತು. ನೀನು ಹೊರಗೇ ಇದ್ದೆ.

ಕೋತಿಯಂತೆ ನನ್ನ ಆಫೀಸಿನ ಮೆಟ್ಟಿಲುಗಳನ್ನು ಹತ್ತುತ್ತಾ, ಬಾಗಿಲ ಸಂದಿ ಗಳಿಂದ, ಬಿರುಕುಗಳಿಂದ ಇಣುಕಿ ಇಣುಕಿ ನೋಡುತ್ತಿದ್ದೆ. ಹಾಗೆ ಮಾಡುವಾಗ ನನ್ನ ಆಫೀಸಿನ ಬಾಗಿಲ ಸಂದಿನಲ್ಲಿ ನಿನ್ನ ಬೆರಳು ಸಿಕ್ಕಿಹಾಕಿಕೊಂಡಿತು. ನೀನೆಷ್ಟು ಜೋರಾಗಿ ಅತ್ತೆ ಗೊತ್ತಾ? ನಾನೇ ನಿನ್ನನ್ನು ಎತ್ತಿಕೊಂಡು ಅಮ್ಮನ ಬಳಿಗೆ ಕರೆದುಕೊಂಡು ಹೋದೆ.

"ಅದೆಲ್ಲ ನನಗೆ ನೆನಪಿಲ್ಲ" ನಾನಿನ್ನೂ ಮಗುವಾಗಿದ್ದಾಗಿನ ಕತೆಗಳನ್ನು ಕೇಳುವುದಕ್ಕೆ ಇಷ್ಟವಾಗದೆ ಬೇಸರಗೊಂಡೆ.

"ವಯಸ್ಸಾದವರಿಗೆ ಹಳೆಯ ನೆನಪುಗಳೆಲ್ಲ ಚೆನ್ನಾಗಿರುತ್ತೆ" ಎಂದು ಹೇಳಿ ಥಟ್ಟನೆ ಅಮ್ಮನ ಕಡೆ ತಿರುಗಿ "ನಿನ್ನ ಕೊನೆಯ ಕತೆಯನ್ನು ಓದಿದೆ" ನಿಜ ಹೇಳ ಬೇಕೆಂದರೆ ಅದೇನೋ ಒಂದು ಥರಾ ವಿಭಿನ್ನವಾಗಿದೆ ವಿಷಾದನೀಯವಾಗಿದೆ. ನಾಯಕಿಯನ್ನು ಅಷ್ಟಾಗಿ ನೀಚವಾಗಿಸಬಾರದಿತ್ತು... ಯಾರಿಗೂ ತೊಂದರೆಯಾಗ ದಂತಿದ್ದಾಗ, ಪ್ರೀತಿಸುವುದರಲ್ಲಿ ತಪ್ಪೇನಿದೆ. ಹಾಗೆ ನೋಡಿದರೆ, ನಾಯಕ ಕೂಡಾ ಅವಳನ್ನು ಪ್ರೀತಿಸಿದ್ದ. ಯಾರೋ ಮೂರನೆಯವರ ಸಂತೋಷಕ್ಕಾಗಿ ತಮ್ಮ ಪ್ರೀತಿಯನ್ನು ತ್ಯಾಗ ಮಾಡಬೇಕಿತ್ತೇ?....

ಕಾರನ್ನು ನಿಲ್ಲಿಸಿದ್ದ ಜಾಗಕ್ಕೆ ಒಬ್ಬ ಪೊಲೀಸ್ ಬಂದು ಕಾರನ್ನು ಅಲ್ಲಿಂದ ತೆಗೆಯಲು ಆದೇಶಿಸಿದ. ಡ್ರೈವರ್ ಏನೋ ಸಮಾಧಾನ ಹೇಳಲು ಪ್ರಯತ್ನಿಸುತ್ತಿದ್ದಾಗ, ವಯಸ್ಸಾದ ಕಾರಿನ ಯಜಮಾನ ಅಲ್ಲಿಗೆ ಬಂದು ಪೊಲೀಸಿನವನಿಗೆ ಡ್ರೈವರನ ತಪ್ಪಿಲ್ಲವೆಂದು ತಾನೇ ತಪ್ಪು ಮಾಡಿದನೆಂದೆ ಒಪ್ಪಿಕೊಂಡ. ಕ್ಷಮಿಸಲು ಕೇಳಿಕೊಂಡ. ಹೊರಡುವುದಕ್ಕೆ ಮೊದಲು ಅವಳಿಗೆ ಗುಡ್ ಬೈ ಹೇಳಲು ಮರೆಯಲಿಲ್ಲ.

ಪೊಲೀಸಿನವನು ವಿವರಿಸುತ್ತಿದ್ದ ನಿಯಮಗಳನ್ನು ಹಿರಿಯ ಸಮಾಧಾನದಿಂದ ಕೇಳಿಸಿಕೊಳ್ಳುತ್ತಿದ್ದುದನ್ನು ನೋಡಿ ನನಗೆ ನಗೆ ಬರುತ್ತಿತ್ತು. ಅಮ್ಮನ ಕಡೆ ತಿರುಗಿ ತುಂಟನಗೆ ಬೀರಿದೆ. ಆದರೆ ಅಮ್ಮ ಪ್ರಾಥಮಿಕ ಶಾಲೆಯ ಹುಡುಗಿಯಂತೆ ಮುಖ ಸಪ್ಪಗೆ ಮಾಡಿಕೊಂಡು ಒಂಟಿಯಾಗಿ ಹೆಡ್‌ಮೇಡಂ ಎದುರು ಬುದ್ಧಿವಾದ ಕೇಳುತ್ತಿದ್ದಂತೆ ಕಾಣಿಸಿತು. ಯಾರಿಗಾದರೂ ನೋಡಿದವರಿಗೆ ಪೊಲೀಸಿನವನಿಂದ ಅವಳೇ ಭಾಷಣ ಕೇಳುತ್ತಿರುವಂತೆ ಕಾಣಿಸುತ್ತಿತ್ತು.

ಕಾರು ಹೊರಟಿತು. ಹಿಂದೆಯೇ ಹೊಗೆ ಮೋಡವೂ ಹೊರಟಿತು. ಕೆಲ ನಿಮಿಷಗಳಲ್ಲಿ ಎಲ್ಲವೂ ಮರೆಯಾಗಿ ಮೊದಲಿನಂತೆ ಕಾಣಿಸಿತು. ಆದರೆ ಈ ಘಟನೆ ನನ್ನ ಮನಸ್ಸಿನಲ್ಲಿ ನೆಲೆನಿಂತಿತು.

ಅದೆಲ್ಲವನ್ನೂ ಈಗ ವಿಶ್ಲೇಷಿಸತೊಡಗಿದೆ. ಆ ವ್ಯಕ್ತಿಯ ವ್ಯಕ್ತಿತ್ವಕ್ಕೆ ಅಮ್ಮ ಮಾರು ಹೋಗಿರಬೇಕು. ಜೊತೆಗೆ ರಾಜಕೀಯ ಸಿದ್ಧಾಂತಗಳು, ಸಾವಿನಂಚನ್ನು ತಲುಪಿ

ಬದುಕಿಬಂದದ್ದು. ಅತ್ಯಂತ ಕ್ರಿಯಾಶೀಲ ಮನಸ್ಸು. ಚುರುಕುತನ ಕಾರ್ಯಬದ್ಧತೆ, ಸಂಸ್ಕಾರ ಇತ್ಯಾದಿಗಳೆಲ್ಲವೂ ಅಮ್ಮನನ್ನು ಆಕರ್ಷಿಸಿರಬೇಕು. ಇಬ್ಬರಿಗೂ ಸಮಾನ ಆಸಕ್ತಿಗಳು, ಆತನನ್ನು ನಿಜವಾಗಿಯೂ ಆರಾಧಿಸುತ್ತಿರಬೇಕು. ಒಮ್ಮೆ ಹೇಳಿದ್ದಳು, ಯಾವ ಗಂಡನನ್ನೇ ಆಗಲಿ ಪೂಜಿಸಬೇಕು ಆರಾಧಿಸಬೇಕು, ಎನ್ನುವಷ್ಟರಮಟ್ಟಿಗೆ ಪ್ರೀತಿ ಇರದಿದ್ದರೆ ಒಂದು ದಿನವೂ ಪ್ರೀತಿಸಲು ಸಾಧ್ಯವಿಲ್ಲ.

ಆತ ಅಮ್ಮನನ್ನು ಅವಳು ಪ್ರೀತಿಸುತ್ತಿದ್ದಷ್ಟೇ ಗಾಢವಾಗಿ ಪ್ರೀತಿಸುತ್ತಿದ್ದನೋ ಇಲ್ಲವೋ ಹೇಳಲಾರೆ. ಆದರೆ ಹಾಗೆ ಪ್ರೀತಿಸಿರದಿದ್ದರೆ ಅವಳೇಕೆ ದಿನಚರಿಯಲ್ಲಿ ಆತನ ಪ್ರಸ್ತಾಪ ಮಾಡುತ್ತಿದ್ದಳು?

"ಇದು ಬಹಳ ಬಹಳ ಒಳ್ಳೆಯ ಉಡುಗೊರೆ. ಆದರೆ ನಾನು ಚೆಕಾವ್‌ನನ್ನು ಇಷ್ಟಪಡುತ್ತೇನೆಂದು ನಿಮಗೆ ಹೇಗೆ ಗೊತ್ತು?"

"ನೀನೇ ಹಾಗೆ ಹೇಳಿದ್ದೆ"

"ನನಗೆ ನೆನಪಿಲ್ಲ".

"ನನಗೆ ನೆನಪಿದೆ. ಯಾರದೋ ಜೊತೆ ಹರಟೆ ಹೊಡೆಯುತ್ತಿದ್ದ ಸಂದರ್ಭದಲ್ಲಿ ಚೆಕಾವ್‌ನ ಹೆಸರನ್ನು ಪ್ರಸ್ತಾಪಿಸಿದ್ದೆ."

ಹಾಗಾದರೆ ಚೆಕಾವ್‌ನ ಕೃತಿಗಳನ್ನು ಕೊಟ್ಟವರು ಇವರೇ. ಅಮ್ಮನಿಗೆ ಆ ಉಡುಗೊರೆ ಪ್ರೀತಿಯ ಪರಾಕಾಷ್ಠೆಯ ಪತ್ರಕ್ಕಿಂತ ದೊಡ್ಡದಾಗಿತ್ತು.

ಬಹುಶಃ ಪ್ರೀತಿಯಲ್ಲಿ ಈತನಿಗೆ ನಂಬಿಕೆ ಇದ್ದಿಲ್ಲದಿದ್ದು, ನಂತರ ಎದೆಯಲ್ಲಿ ಪ್ರೀತಿ ಅನ್ನುವಂಥಾದ್ದೇನೋ ಮಿಸುಕಾಡಲು ಆರಂಭವಾದಾಗ, ಕೂದಲು ನರೆತುಹೋಗಿತ್ತು ಎಂಬ ಸತ್ಯದ ಅರಿವಾಗಿರಬೇಕು. ಅವನಿಗೆ ಪ್ರೀತಿಸುವ ಅಧಿಕಾರ ಕಳೆದುಕೊಂಡಮೇಲೆ, ಈ ದುರಂತ ಪ್ರೀತಿಯ ಅರಿವಾಗಿರಬೇಕು. ಇದು ಸಿಕ್ಕಿದ್ದರೆ ತನ್ನ ಪ್ರಾಣವನ್ನು ಕೊಡಲೂ ಸಿದ್ಧನಾಗಿದ್ದಿರಬಹುದು. ಆತನ ಬಗ್ಗೆ ಇಷ್ಟು ಮಾತ್ರವೇ ನನಗೆ ತಿಳಿದದ್ದು.

ಇಷ್ಟೊಂದು ಗಾಢವಾಗಿ ಆರಾಧಿಸುವ ಪೂಜಿಸುವ ವ್ಯಕ್ತಿಯಿಂದ ವಂಚಿತಳಾದದ್ದು ಎಷ್ಟು ಭಯಂಕರವಾದ ಅನುಭವವಾಗಿ ಅಮ್ಮನನ್ನು ಕಾಡಿರಬೇಕು. ಆತನ ಒಂದು ನೋಟಕ್ಕಾಗಿ ಅಮ್ಮ ಎಷ್ಟು ಜಾಗರೂಕತೆಯಿಂದ, ಆತ ಕೆಲಸಕ್ಕೆ ಹೋಗಿ ಬರುವ ಹಾದಿಗಳ ಮೇಲೆ ಕಣ್ಣೆರಿಸುತ್ತಿದ್ದಳು. ಆತ ಮಾತನಾಡಲು ನಿಂತಾಗ, ಹಿಂದಿನ ಸಾಲಿನಲ್ಲಿ ಕುಳಿತು ಆತನ ಕಡೆಯೇ ಗಮನ ನೆಟ್ಟಿರುತ್ತಿದ್ದಳು. ಆದರೆ ಆತನ ಸಿಗರೇಟು ಹೊಗೆಯಿಂದ ಆತನ ಮೇಲಿನ ನೋಟ ಮಸಕುಮಸುಕಾಗುತ್ತಿತ್ತು. ಕಂಬನಿ ತುಂಬಿ ಬರುತ್ತಿತ್ತು. ಹತ್ತಿಕ್ಕೊಂಡು ಸುಮ್ಮನಿರುತ್ತಿದ್ದಳು. ಸಿಗರೇಟಿನ ಕಾರಣ ಅತಿಯಾದ ಕೆಮ್ಮು ಹೊಮ್ಮಿದಾಗ, ಯಾರಾದರೂ ಸಿಗರೇಟು ಸೇದಬಾರದೆಂದು ಬುದ್ಧಿ ಹೇಳಬಾರದೆ ಎಂದು ಬಯಸುತ್ತಿದ್ದಳು. ಅವನಿಗೇನಾದರೂ ಶ್ವಾಸಕೋಶದ ತೊಂದರೆಯಾದೀತೆಂದು ಹೆದರುತ್ತಿದ್ದಳು. ಹೀಗಿದ್ದಾಗ, ಇಷ್ಟು ಹತ್ತಿರದ ಸಂಬಂಧವಿದ್ದರೂ ದೂರವೇ ಉಳಿದರೇಕೆ?

ಆತ ಕೂಡ ಕಾರಿನ ಗಾಜಿನೊಳಗಿಂದ ಅವಳನ್ನು ನೋಡಲು, ಕಣ್ಣಿಗಾಗಬಹುದಾದ ಶ್ರಮವನ್ನೂ ಲೆಕ್ಕಿಸದೆ ಪ್ರಯತ್ನಿಸುತ್ತಿದ್ದ. ಸೈಕಲ್ಲು ಸವಾರರ ಮಧ್ಯೆ ಆಕೆ ಓಡಾಡುವಾಗ ಅವಳಿಗೇನಾದರೂ ಆಘಾತವಾದೀತೇನೋ ಎಂದು ಹೆದರುತ್ತಿದ್ದ. ಅಪರೂಪವಾಗಿ, ಆತನಿಗೆ ಹೆಚ್ಚಿನ ಕೆಲಸವೇನೂ ಇಲ್ಲದಿದ್ದಾಗ, ಬಳಸು ದಾರಿಗಳನ್ನು ಹಿಡಿದು ಅವಳ ಕಾಂಪೌಂಡ್ ಪಕ್ಕದ ರಸ್ತೆ ಹಿಡಿದೇ ಮನೆ ತಲುಪುತ್ತಿದ್ದ. ಎಷ್ಟೇ ಕೆಲಸಕಾರ್ಯಗಳಿದ್ದರೂ ಪತ್ರಿಕೆಗಳಲ್ಲಿ ಮ್ಯಾಗಜೀನ್‌ಗಳಲ್ಲಿ ಅವಳ ಕತೆಗಳಿಗಾಗಿ, ಲೇಖನಗಳಿಗಾಗಿ ಹುಡುಕಾಡುತ್ತಿದ್ದ.

ಎಷ್ಟೇ ಕಷ್ಟದ ಸಮಯದಲ್ಲಿಯಾಗಲೀ, ತನ್ನ ಕರ್ತವ್ಯವನ್ನು ಎಚ್ಚರದಿಂದ ನಿರ್ವಹಿಸುತ್ತಿದ್ದ. ಆದರೆ ಈ ಪ್ರೀತಿಗೆ ಎದುರಾದಾಗ ಅಥವಾ ಮುಖಾಮುಖಿಯಾದಾಗ ದುರ್ಬಲತೆ ಅಸಹಾಯಕತೆಗಳಿಗೆ ಗುರಿಯಾಗುತ್ತಿದ್ದ. ಈ ವಯಸ್ಸಿನಲ್ಲಿ ಪ್ರೀತಿ ಮಾಡುವುದೆಂದರೆ ನಗೆಪಾಟಲಿಗೆ ಗುರಿಯಾದಂತೆಯೇ ! ಆತನ ಜೀವನದಲ್ಲಿ ವಿಧಿಯಾಟ ಹೀಗಿರಬೇಕಿತ್ತೇ?

ಇಷ್ಟೆಲ್ಲ ಆದರೂ ಒಂದು ವೇಳೆ ಕೆಲಸದ ಜಾಗದಲ್ಲಿ ಪರಸ್ಪರ ಎದುರಾದರೆ, ಕೇವಲ ಒಂದು ನಗೆನಕ್ಕು ತಮ್ಮ ಪಾಡಿಗೆ ತಾವು ಏನೂ ತಿಳಿಯದವರಂತೆ, ಪರಿಚಯವೇ ಇಲ್ಲದವರಂತೆ ಒಬ್ಬರನ್ನೊಬ್ಬರು ನಿವಾರಿಸುತ್ತಿದ್ದರು. ಇಷ್ಟೆಲ್ಲ ಆದರೂ ಅಮ್ಮ ಯಾವುದನ್ನೂ ಗಮನಕ್ಕೆ ತಂದುಕೊಳ್ಳುತ್ತಿರಲಿಲ್ಲ. ಅವಳ ಸಹೋದ್ಯೋಗಿ ವ್ಯಾಂಗ್ ಯಾವಾಗಲಾದರೂ ಆಕಸ್ಮಿಕವಾಗಿ ಸಿಕ್ಕಾಗ ಅವನನ್ನು 'ಗಾವ್' ಎಂದು ಕರೆದು ಅಸ್ಪಷ್ಟ ದನಿಯಲ್ಲಿ ಏನೇನೋ ಹೇಳುತ್ತಿದ್ದಳು. ಅವಳಿಗಂತೂ ಅಂತಹ ಸಮಯದಲ್ಲಿ ವಿಷಮ ಪರೀಕ್ಷೆ ಎನಿಸುತ್ತಿತ್ತು.

ಆಕೆ ಬರೆದಳು:–

ನಾವಿಬ್ಬರೂ ಒಬ್ಬರನ್ನೊಬ್ಬರು ಮರೆಯಬೇಕೆಂದು ಒಪ್ಪಂದ ಮಾಡಿಕೊಂಡೆವು. ಆದರೆ ನಾನು ನಿನಗೆ ಮೋಸ ಮಾಡಿದೆ. ನನಗೆ ಮರೆಯಲು ಸಾಧ್ಯವಾಗಲಿಲ್ಲ. ಬಹುಶಃ ನಿನಗೂ ಹಾಗೇ ಆಗಿರಬೇಕು. ನಾವು ಪರಸ್ಪರ ಒಬ್ಬರಿಗೊಬ್ಬರು ಮೋಸ ಮಾಡಿಕೊಳ್ಳುತ್ತಿದ್ದೇವೆ. ನಮ್ಮ ದುಃಖವನ್ನು ಮರೆಮಾಚುತ್ತಿದ್ದೇವೆ. ಉದ್ದೇಶಪೂರ್ವಕವಾಗಿ ಮೋಸ ಮಾಡಲಿಲ್ಲ. ಶಕ್ತಿಮೀರಿ ನಿನ್ನನ್ನು ಮರೆಯಲು ಪ್ರಯತ್ನಿಸಿದೆ. ನಾನು ಎಷ್ಟು ಸಾಧ್ಯವೋ ಅಷ್ಟು ನಿನ್ನಿಂದ ದೂರವಿರಲು ಬೀಜಿಂಗ್‌ನಿಂದ ಬೇರೆಡೆಗೆ ಹೋಗುತ್ತಿದ್ದೆ.

ಸ್ಥಳ, ಕಾಲ ಎಲ್ಲವೂ ಬದಲಾದಂತೆ, ನಿನ್ನ ನೆನಪೂ ಮರೆತು ಹೋಗುತ್ತೆ ಅಂತ ಭಾವಿಸಿದೆ. ಆದರೆ ಹಿಂತಿರುಗಿ ಬರುತ್ತಿದ್ದಂತೆ, ಸ್ಟೇಷನ್ ಬಂದ ತಕ್ಷಣವೇ ಯಾರೋ ನನಗಾಗಿ ಕಾಯುತ್ತಿದ್ದಾರೆನಿಸಿ ಸುತ್ತಲೂ ಕಣ್ಣಾಡಿಸುತ್ತೇನೆ. ಆದರೆ ಯಾರೂ ಇರುವುದಿಲ್ಲ ಎನ್ನುವುದು ನಂತರ ಹೊಳೆಯುತ್ತದೆ. ಆಗ ನನಗೆ ಅನಿಸುತ್ತೆ. ಎನನ್ನೂ ನನ್ನಿಂದ ಮರೆಯಲಾಗುತ್ತಿಲ್ಲ ಎಂದು. ನನ್ನ ಪ್ರೀತಿ ಎನ್ನುವುದು ಮರದ ಬೇರಿನಂತೆ, ವರ್ಷ ವರ್ಷವೂ ಆಳಕೆ ಇಳಿಯುತ್ತಲೇ ಹೋಗುತ್ತದೆ. ಅದನ್ನು ಕಿತ್ತೆಸೆಯಲು ಸಾಧ್ಯವಾಗುತ್ತಿಲ್ಲ ಎನ್ನುವುದು ಅರಿವಾಗುತ್ತದೆ.

ಪ್ರತಿಯೊಂದು ದಿನದ ಕಡೆಯಲ್ಲಿ ನಾನು ಏನನ್ನೋ ಮುಖ್ಯವಾದದ್ದನ್ನು ಮರೆತಿದ್ದೇನೆ ಎನಿಸುತ್ತದೆ. ನನ್ನ ಕನಸುಗಳಿಂದ ದಿಢೀರನೆ ಎಚ್ಚೆತ್ತುಕೊಂಡು, ಏನಾಗಿದೆ ಎಂದು ಗಾಭರಿಗೊಂಡು ನೋಡುತ್ತೇನೆ. ಏನೂ ಆಗಿಲ್ಲ, ಆದರೆ ನೀನು ಕಾಣೆಯಾಗಿದ್ದೀಯ

ಅನ್ನೋದು ಅರಿವಿಗೆ ಬರುತ್ತೆ. ಮನೆಯೆಲ್ಲಾ ಖಾಲಿ ಖಾಲಿ ಎನಿಸುತ್ತೆ. ಏನೋ ಕಳೆದುಕೊಂಡಿದ್ದೇನೆ. ಯಾಕೋ ಶೂನ್ಯವೆನಿಸುತ್ತದೆ. ನಾವಿಬ್ಬರೂ ಬದುಕಿನ ಕೊನೆಗಾಲದಲ್ಲಿ ಇದ್ದೇವೆ. ಆದರೂ ನಾವೇಕೆ ಮಕ್ಕಳಂತೆ ಭಾವನೆಗಳ ಸೆಳೆತಕ್ಕೆ ಸಿಗಬೇಕು? ಬದುಕು ಹಲವು ಬಗೆಯ ಪರೀಕ್ಷೆಗಳಿಗೆ ದೂಡಬೇಕೇಕೆ? ಅಂತಿಮ ಹಂತದಲ್ಲಿ ನಮ್ಮ ಜೀವನದ ಬಹು ದೀರ್ಘ ಕಾಲದ ಬಯಕೆಯನ್ನು ಬಿಚ್ಚಿಡುವುದಾದರೂ ಏಕೆ? ನಾನು ಕಣ್ಣುಮುಚ್ಚಿಕೊಂಡು ಹೆಜ್ಜೆಯಿಟ್ಟೆ, ತಪ್ಪು ದಾರಿ ಹಿಡಿದೆನೆಂದು ಅರಿವಾಯಿತು. ಈಗ ನನ್ನ ಮತ್ತು ನನ್ನ ಕನಸುಗಳ ಮಧ್ಯ ನಿವಾರಿಸಿಕೊಳ್ಳಲಾಗದ ಸಂಕಷ್ಟಗಳು ಹರಡಿಕೊಂಡಿವೆ.

ಹೌದು ಅಮ್ಮ ನನ್ನನ್ನು ಸ್ಟೇಷನ್‌ಗೆ ಬಂದು ಕಾಣಲು ಬಿಡುವುದಿಲ್ಲ. ಒಬ್ಬಳೇ ಫ್ಲಾಟ್‌ಫಾರಂನಲ್ಲಿ ನಿಂತು ಆತನನ್ನು ಭೇಟಿಯಾಗುತ್ತಿದ್ದ ನೆನಪುಗಳನ್ನು ಮರುಕಳಿಸಿಕೊಳ್ಳುತ್ತಾಳೆ.

ಅಮ್ಮನ ದಿನಚರಿಯಲ್ಲಿ ಅವರಿಬ್ಬರ ರೊಮಾನ್ಸ್‌ಗೆ ಹೆಚ್ಚಿನ ಜಾಗವಿರಲಿಲ್ಲ. ಅದೂ ಇದೂ ಸಣ್ಣ ಪುಟ್ಟ ಸಂಗತಿಗಳು ದಾಖಲಾಗಿದ್ದವು. ನನ್ನ ಲೇಖನ ಯಾಕೋ ಪ್ರಕಟವಾಗಿಲ್ಲ, ಬಹುಶಃ ನನ್ನಲ್ಲಿ ಪ್ರತಿಭೆ ಇಲ್ಲವೇನೋ; ಅಯ್ಯೋ ಥಿಯೇಟರ್‌ಗೆ ಹೋಗಬೇಕಿತ್ತು. ಆದರೆ ಸಮಯ ಮರೆತದ್ದರಿಂದ ಹೋಗಲು ಸಾಧ್ಯವಾಗಲಿಲ್ಲ. ಕೊಡೆ ಮರೆತದ್ದರಿಂದ ಮಳೆಯಲ್ಲಿ ಪೂರ್ತಿ ನೆಂದು ಹೋದೆ.... ಮಾನಸಿಕವಾಗಿ ಮಾತ್ರ ಎಲ್ಲ ಗಂಡ ಹೆಂಡಿರಂತೆ ಜೊತೆಗೆ ಇರುತ್ತಿದ್ದರು. ವಾಸ್ತವವಾಗಿ ಹೇಳಬೇಕೆಂದರೆ, ಇಪ್ಪತ್ತಾಲ್ಕು ಗಂಟೆಗಳೂ ಜೊತೆಗೆ ಕಳೆದಿರಲಿಲ್ಲ – ಆದರೂ ಸಿಕ್ಕ ಅತ್ಯಲ್ಪ ಅವಧಿಯಲ್ಲಿ ಯಾವುದೇ ದಂಪತಿ ಜೀವಮಾನವಿಡೀ ಅನುಭವಿಸಿರಬಹುದಾದಷ್ಟು ಸುಖವನ್ನು ಅನುಭವಿಸಿದ್ದರು.

ಆತ 'ಸಾಂಸ್ಕೃತಿಕ ಕ್ರಾಂತಿ' ಯಲ್ಲಿ ಸಾವನ್ನು ಅಪ್ಪಿರಬಹುದು. ಆ ಅವಧಿಯಲ್ಲಿನ ಪರಿಸ್ಥಿತಿಯಿಂದಾಗಿ ದಿನಚರಿಯಲ್ಲಿನ ಬರಹಗಳು ಅಸಂಬದ್ಧ ಮತ್ತು ಅಸ್ಪಷ್ಟವಾಗಿದೆ. ನನ್ನ ಅಮ್ಮನ ಬರವಣಿಗೆ ವಿರುದ್ಧ ಪ್ರತಿಭಟನೆ ಇದ್ದರೂ ದಿನಚರಿಯನ್ನು ಭದ್ರ ಪಡಿಸಿಟ್ಟುಕೊಂಡಿರುವುದೇ ಆಶ್ಚರ್ಯವಾಗಿದೆ. ಆತನ ಸಿದ್ಧಾಂತಗಳು ಸ್ವೀಕೃತವಾಗದೆ ಆಲೋಚನೆಗಳು ಬಲಪಂಥೀಯವೆನಿಸಿದ್ದರಿಂದ, ಬಹಿಷ್ಕಾರಕ್ಕೆ ಒಳಗಾಗಬೇಕಾಯಿತು, ಆದರೂ ಆ ಹಿರಿಯ ಯಾವುದೇ ಅಧಿಕಾರಿಗಳ ಮುಂದೆ ತಲೆ ಬಾಗಿಸಲಿಲ್ಲ. ಆತನ ಕೊನೆಯ ಮಾತುಗಳೆಂದರೆ, "ನಾನು ಮಾರ್ಕ್ಸ್‌ನನ್ನು ಭೇಟಿಯಾಗಲು ಹೋದಾಗ ನನ್ನ ಪರವಾಗಿ ನಾನೇ ಹೋರಾಟ ಮಾಡುತ್ತೇನೆ".

ಇದು ಆದದ್ದು 1969ರ ಚಳಿಗಾಲದಲ್ಲಿರಬಹುದು, ಯಾಕೆಂದರೆ ರಾತ್ರೋರಾತ್ರಿ ಅಮ್ಮನ ಕೂದಲು ಬೆಳ್ಳಗಾಗಿ ಬಿಟ್ಟಿತು. ಆಗಿನ್ನೂ ಅವಳಿಗೆ ಕೇವಲ ಐವತ್ತು ವರುಷವಷ್ಟೇ ಆಗಿತ್ತು. ಅವಳು ತೋಳಿಗೆ ಕಪ್ಪು ಬ್ಯಾಂಡ್ ಧರಿಸಿದಳು. ಅವಳ ಸ್ಥಿತಿ ಬಹಳ ಕಷ್ಟಕರವಾಗಿತ್ತು. ಹಳೆ ಪದ್ಧತಿಯಲ್ಲಿ ಶೋಕಾಚರಣೆಯ ಉಡುಪು ಧರಿಸಿದ್ದರ ಬಗ್ಗೆ ಟೀಕೆ ಮಾಡುತ್ತಿದ್ದರು. ಅಲ್ಲದೆ ಯಾರ ಸಾವಿನ ಬಗ್ಗೆ ಈ ಶೋಕಾಚರಣೆ ಎಂದು ಪ್ರಶ್ನಿಸುತ್ತಿದ್ದರು.

ನಾನೂ ಕೂಡಾ ಕೇಳಿದೆ – "ಯಾರಿಗೋಸ್ಕರ ಈ ರೀತಿ ಶೋಕಾಚರಣೆ?" ಎಂದು.

"ನನ್ನ ಪ್ರೇಮಿಗಾಗಿ" ನನ್ನನ್ನು ಹೆದರಿಸಬಾರದೆಂದು "ನಿನಗೆ ಗೊತ್ತಿಲ್ಲದ ಒಬ್ಬರು" – ಎಂದು ಹೇಳಿದಳು.

"ನಾನೂ ಒಂದು ಬ್ಯಾಂಡ್ ಧರಿಸಿಕೊಳ್ಳಲೇ?" ನನ್ನ ಕೆನ್ನೆ ಮೇಲೆ ಮೃದುವಾಗಿ ತಟ್ಟಿದಳು. ಹಿಂದೆ ಮಗುವಾಗಿದ್ದಾಗಲೂ ಹೀಗೆ ಮಾಡಿದ್ದುಂಟು, ಎಷ್ಟೋ ವರ್ಷಗಳ ಮೇಲೆ ಈ ರೀತಿಯ ಪ್ರೀತಿಯನ್ನು ಅನುಭವಿಸಿದೆ. ನನಗೆ ಒಮ್ಮೊಮ್ಮೆ ಅನಿಸಿದ್ದುಂಟು. ವಯಸ್ಸಾಗುತ್ತಿದ್ದಂತೆ, ಅದರಲ್ಲಿಯೂ ತನ್ನ ಪ್ರಿಯತಮನ ವಿಚಾರಣೆಯ ನಂತರ, ತನ್ನೆಲ್ಲ ಮೃದುತ್ವವನ್ನು, ಕೋಮಲತೆಯನ್ನು ಕಳೆದುಕೊಂಡು ಗಂಡಸಿನಂತೆ ಆಗಿರಬಹುದೇ ಇಲ್ಲವೆ ತನ್ನೆದೆಯಲ್ಲಿ ಆ ಭಾವನೆಗಳನ್ನು ಅಡಗಿಸಿಟ್ಟುಕೊಂಡಿದ್ದಾಳೆಯೇ? – ಎಂದು.

"ಇಲ್ಲ, ನೀನು ಬ್ಯಾಂಡ್ ಹಾಕಿಕೊಳ್ಳಬೇಕಾದ್ದಿಲ್ಲ".

ಅವಳ ಕಣ್ಣುಗಳು, ಕಣ್ಣೀರು ಸುರಿಸಲು ಕಣ್ಣೀರೇ ಇಲ್ಲವೇನೋ ಎಂಬಂತೆ ಪೂರ್ತಿಯಾಗಿ ಬತ್ತಿದ ಕೊಳಗಳಂತೆ ಇದ್ದವು. ಅವಳಿಗೆ ಸಮಾಧಾನ ಹೇಳೋಣ, ಸಂತೋಷ ಪಡಿಸಲು ಪ್ರಯತ್ನಿಸೋಣ ಎಂದುಕೊಂಡೆ, ಆದರೆ ಅವಳು,

"ನೀನು ಹೋಗು" ಎಂದಳು.

ನನಗೆ ಹೇಳಿಕೊಳ್ಳಲಾಗದಷ್ಟು ಹೆದರಿಕೆ ಆಯಿತು. ನನ್ನನ್ನು ಎಲ್ಲಿ ದೂರ ಮಾಡುತ್ತಾಳೊ ಎಂದುಕೊಂಡೆ. ತೊದಲುತ್ತಾ ಹೇಳಿದೆ. "ಅಮ್ಮ" ಎಂದು.

ನನ್ನ ಒಂಟಿತನ ಅವಳಿಗೆ ಅರ್ಥವಾಗಿರಬೇಕು. "ಹೆದರಿಕೆ ಬೇಡ – ನೀನು ಹೊರಟು ಬಿಡು. ನನ್ನನ್ನು ಒಂಟಿಯಾಗಿರಲು ಬಿಡು".

ನಾನು ಯೋಚಿಸಿದ್ದು ಸರಿ ಎಂದು ಕೊಂಡೆ. ಅವಳು ಬರೆದಳು.

ನೀನು ಹೊರಟು ಹೋದೆ. ನನ್ನ ಅರ್ಧ ಆತ್ಮ ನಿನ್ನ ಜೊತೆ ಹೊರಟು ಹೋಗಿದೆ. ನಿನಗೆ ಏನಾಗಿದೆ ಅಂತ ತಿಳಿಯಲು ದಾರಿಗಳೇ ಇಲ್ಲ. ನಿನ್ನನ್ನು ಹೆಚ್ಚು ನೋಡೋಕೂ ಆಗಿಲ್ಲ. ನಾನು ನಿನ್ನ ಹೆಂಡತೀನೂ ಅಲ್ಲ, ಗೆಳತಿಯೊ ಅಲ್ಲ... ಕೇಳೋ ಅಧಿಕಾರ ಇಲ್ಲ.... ನಾವಿಬ್ಬರೂ ಬೇರೆ ಬೇರೆಯಾಗಿದ್ದೀವಿ. ನೀನು ಅನುಭವಿಸಿದ ಅಮಾನುಷ, ಕ್ರೂರ ಯಾತನೆಯನ್ನು ನಾನು ಅನುಭವಿಸು ವಂತಿದ್ದರೆ, ನೀನು ಬದುಕಿರುತ್ತಿದ್ದೆ! ನೀನು ಸ್ವಲ್ಪ ಕಾಯಬೇಕಿತ್ತು. ಅಪರಾಧ ಮುಕ್ತನೆಂದು ಘೋಷಿತವಾಗುವವರೆಗೆ ಕಾದಿದ್ದರೆ, ನೀನು ಬದುಕಿದ್ದು ನಿನ್ನ ಕೆಲಸ ಗಳನ್ನು ಮುಂದುವರೆಸಬಹುದಿತ್ತು. ನಿನ್ನನ್ನು ಪ್ರೀತಿಸುವವರಿಗಾದರೂ ನೀನು ಬದುಕಿರಬೇಕಿತ್ತು. ನನಗೆ ಗೊತ್ತು. ನೀನು ಕ್ರಾಂತಿವಿರೋಧಿ ಅಲ್ಲ. ಕೊಲೆಗೆ ಒಳಗಾದವರಲ್ಲಿ ನೀನೊಬ್ಬ ಸಜ್ಜನ ವ್ಯಕ್ತಿಯಾಗಿದ್ದೆ. ನಿನ್ನನ್ನು ನಾನು ಪ್ರೀತಿಸಿದ್ದು ಅದೇ ಕಾರಣಕ್ಕಾಗಿಯೇ. ನಿನಗಾದ ಅನ್ಯಾಯಕ್ಕೆ ಸೇಡುತೀರಿಸಿಕೊಳ್ಳಲು ಪಣತೊಡುವುದಕ್ಕೆ ನನಗೀಗ ಭಯವಿಲ್ಲ.

ಮಂಜು ಬೀಳುತ್ತಿದೆ. ದೇವರೂ ಕೂಡ ದ್ರೋಹಿಯೇ. ಅವನೂ ಕೂಡಾ ಕೊಲೆಯ ಹಗರಣವನ್ನು ಮುಚ್ಚಿ ಹಾಕಲು, ಪ್ರಯತ್ನಿಸುತ್ತಿದ್ದಾನೆ.

ಅದ್ಯಾಕೋ ಈಗ ನನಗೆ ಅನಿಸುತ್ತಿದೆ – ನಾನೇನಾದರೂ ಹೇಳಿದರೆ ಅಥವಾ ಮಾಡಿದರೆ ನೀನು ಹುಬ್ಬು ಗಂಟಿಡುತ್ತಿದ್ದೆಯೇನೋ ಎಂದು. ಆದರೆ ನಾನು ಬದುಕಬೇಕು. ಬದುಕಿ ಉಳಿದು, ನಿನ್ನಂತೆ ಬದುಕನ್ನು ಅರ್ಥಪೂರ್ಣವಾಗಿಸ ಬೇಕು. ದೇಶಕ್ಕಾಗಿ ನಾನೂ ಏನಾದರೂ ಪ್ರಾಮಾಣಿಕವಾಗಿ ಕೆಲಸ ಮಾಡಬೇಕು. ಈಗ ಆಗುತ್ತಿರುವುದನ್ನು ಹಾಗೇ ಆಗಲು ಬಿಡಬಾರದು. ಆ ಅಪರಾಧಿಗಳಿಗೆ ಸರಿಯಾದ ಶಿಕ್ಷೆಯಾಗುತ್ತದೆ.

ಈಗಲೂ ನಾನು ಒಂಟಿಯಾಗಿ, ನೀವು ಹಿಂದೆ, ನನ್ನ ಹೆಜ್ಜೆಗಳ ಸದ್ದನ್ನು ಕೇಳಿಸಿಕೊಳ್ಳುತ್ತ ಓಡಾಡುತ್ತಿದ್ದ ರಸ್ತೆಯಲ್ಲಿ ನಡೆಯುತ್ತೇನೆ. ಯಾವಾಗಲೂ ಅಲ್ಲಿ ಹಿಂದೆ ಮುಂದೆ ಓಡಾಡುತ್ತಿದ್ದೆ, ಸುಳಿದಾಡುತ್ತಿದ್ದೆ. ಆದರೆ ಈಗ ನನ್ನ ನಡೆ ಅಸಹ್ಯವಾಗಿದೆ. ಆಗ ನೀನು ನನ್ನ ಪಕ್ಕದಲ್ಲಿ ಇಲ್ಲದಿದ್ದರೂ, ನೀನು ಇನ್ನೂ ಈ ಪ್ರಪಂಚದಲ್ಲಿ ಇದ್ದೀಯ. ನನ್ನ ಜೊತೆಯಲ್ಲಿಯೇ ಓಡಾಡುತ್ತಿದ್ದೀಯ ಎನ್ನುವ ಭಾವನೆಯಲ್ಲಿರುತ್ತಿದ್ದೆ. ಆದರೆ ಈಗ ನೀನು ಈ ಲೋಕದಲ್ಲಿ ಇಲ್ಲ ಅನ್ನುವುದನ್ನು ಊಹಿಸಿಕೊಳ್ಳಲೂ ಆಗುತ್ತಿಲ್ಲ.

ರಸ್ತೆಯ ಕೊನೆಯಲ್ಲಿ ನಿನ್ನ ಹೆಜ್ಜೆಗಳನ್ನು ಗುರುತಿಸುತ್ತ ಮತ್ತೆ ಮೊದಲಿನ ಜಾಗಕ್ಕೆ ಬರುತ್ತೇನೆ.

ಬೇಲಿಯ ಸುತ್ತ ಓಡಾಡಿ ಹಿಂತಿರುಗಿ ನೋಡುತ್ತೇನೆ. ನೀನೇನಾದರೂ ಇನ್ನೂ ಅಲ್ಲಿಯೇ ನಿಂತು ಗುಡ್ ಬೈ ಹೇಳುತ್ತಿರುವೆಯೇನೋ ! ಎಂದು ನಮ್ಮ ಅಮರ ಪ್ರೇಮವನ್ನು ಮರೆಮಾಚಿ ಕೇವಲ ಪರಿಚಿತರಂತೆ, ಎದುರಾಗುತ್ತ ಮುಗುಳುನಗೆ ಮಾತ್ರದಿಂದ ಸಂತೃಪ್ತರಾಗುತ್ತಿದ್ದೆವು. ವಸಂತ ಮಾಸದ ಮೊದಲ ದಿನಗಳಲ್ಲಿ, ಸಂಜೆ ಹೊತ್ತಿನಲ್ಲಿ, ತಣ್ಣನೆಯ ಗಾಳಿ ಬೀಸುತ್ತಿರುವ ಸಮಯದಲ್ಲಿ ನಾವು ಸುಮ್ಮನೆ ಮೌನವಾಗಿ ಒಬ್ಬರಿಂದೊಬ್ಬರು ದೂರ ಸರಿದು ಹೋಗುತ್ತಿದ್ದೆವು.

ನೀನು ನಿನ್ನ ಶ್ವಾಸಕೋಶದ ತೊಂದರೆಯಿಂದ ಸೀನುತ್ತಿದ್ದೆ. ನನಗಂತೂ ಬಹಳ ಗಾಭರಿಯಾಗುತ್ತಿತ್ತು. ಸ್ವಲ್ಪ ನಿಧಾನ ಮಾಡು ಎಂದು ಬೇಡಿಕೊಳ್ಳ ಬೇಕೆಂದಿದ್ದೆ. ಆದರೆ ಹೇಳಲಾಗುತ್ತಿರಲಿಲ್ಲ. ಏನೋ ಮುಳುಗಿ ಹೋಗುವ ಕೆಲಸಗಳಿವೆ ಅನ್ನುವ ಹಾಗೆ ವೇಗವಾಗಿ ಹೆಜ್ಜೆ ಹಾಕುತ್ತಿದ್ದೆವು. ಹಾಗೆ ಹೆಜ್ಜೆ ಹಾಕುವ ಆ ಅವಕಾಶ ನಮಗೆಷ್ಟು ಅಮೂಲ್ಯವೆನಿಸಿತೋ, ಆದರೆ ಅದೇ ಸಮಯದಲ್ಲಿ ಸಂಯಮ ಮರೆತು ಎಲ್ಲ "ನಾನು ನಿನ್ನನ್ನು ಪ್ರೀತಿಸುತ್ತೇನೆ" ಎಂದು ಉದ್ಗಾರ ತೆಗೆಯುತ್ತೇವೆಯೋ ಎಂಬ ಹೆದರಿಕೆ ಕೂಡಾ ಇತ್ತು. ಆ ಮೂರು ಶಬ್ದಗಳು ವರ್ಷಾನುಗಟ್ಟಲೆ ನಮ್ಮನ್ನು ಕಾಡಿವೆ.

ನಾವು ಒಮ್ಮೆಯೂ ಕೈಗಳನ್ನು ಗಟ್ಟಿಯಾಗಿ ಹಿಡಿದಿರಲಿಲ್ಲ ಎಂದು ಹೇಳಿದರೆ ಬಹುಶಃ ಯಾರೊಬ್ಬರೂ ನಂಬುವುದಕ್ಕೆ ಸಾಧ್ಯವಿರಲಿಲ್ಲ !

ಇಲ್ಲ ಅಮ್ಮ ನಾನು ನಂಬುತ್ತೇನೆ. ನನ್ನೊಬ್ಬಳಿಗೆ ಮಾತ್ರವೇ ನಿನ್ನ ಹೃದಯಾಂತರಾಳವನ್ನು ಇಣುಕಿ ನೋಡಲು ಸಾಧ್ಯ.

ಆಹಾ ! ಆ ಪುಟ್ಟ ಆಸ್ಖಾಲ್ಸ್ ರಸ್ತೆಯನ್ನು ಎಷ್ಟೊಂದು ಕಹಿ ನೆನಪುಗಳು ಕಾಡುತ್ತಿವೆಯೋ ಭೂಮಿಯ ಮೇಲಿನ ಯಾವುದೇ ಅಮುಖ್ಯವೆನಿಸುವ ಜಾಗಗಳನ್ನು ನಿರ್ಲಕ್ಷಿಸಬಾರದು.

ಯಾಕೆಂದರೆ ಅಂತಹ ಜಾಗಗಳಲ್ಲಿಯೇ [ರಹಸ್ಯ] ನೋವು ನಲಿವಿನ ರಹಸ್ಯಗಳಲ್ಲ ಎಷ್ಟೊಂದು ಅವಿತು ಕುಳಿತಿರುತ್ತವೊ!

ಅದಕ್ಕೆ ಅವಳು ಬರವಣಿಗೆಯಿಂದ ಬೇಸರವಾದಾಗ ನಮ್ಮ ಕಿಟಕಿಯ ಹಿಂಬದಿಯ ಪುಟ್ಟ ರಸ್ತೆಯಲ್ಲಿ ಶತಪಥ ಹೆಜ್ಜೆ ಹಾಕುತ್ತಿದ್ದಿರಬೇಕೆಂಬುದರಲ್ಲಿ ಆಶ್ಚರ್ಯವಿಲ್ಲ. ಕೆಲವೊಮ್ಮೆ ಬೆಳ್ದಿಂಗಳ ರಾತ್ರಿಗಳಲ್ಲಿ ಮತ್ತೆ ಕೆಲವೊಮ್ಮೆ ಚಂದ್ರನಿಲ್ಲದ ರಾತ್ರಿಗಳಲ್ಲಿ ಹೀಗೆ ಮಾಡುತ್ತಿದ್ದಳು. ಚಳಿಗಾಲದ ರಾತ್ರಿಗಳಲ್ಲಿ ಭಯಂಕರ ಶೀತಗಾಳಿ ರಭಸದಿಂದ ಬೀಸಿ ಕಿಟಕಿ ಗಾಜುಗಳನ್ನು ತಾಕುತ್ತಿರುವಾಗಲೂ ಲೆಕ್ಕಿಸದೆ ತನ್ನ ಅಭ್ಯಾಸ ಮುಂದುವರೆಸಿದ್ದಳು. ಅವಳ ಈ ತರದ ಅಭ್ಯಾಸ ನನಗೆ ಮಾತ್ರ ಅತಿರೇಕ ಎನಿಸುತ್ತಿತ್ತು. ಬಹುಶಃ ಹಾಗೆ ಅನಿಸಿದ್ದು, ಅವನ ಆತ್ಮವನ್ನು ಭೇಟಿ ಮಾಡಲು ಹೋಗುತ್ತಾಳೆ ಎನ್ನುವುದು ನನಗೆ ತಿಳಿದಿರಲಿಲ್ಲವಾಗಿ.

ಕಿಟಕಿಯ ಪಕ್ಕದಲ್ಲಿ ನಿಂತು ಆಸ್ಫಾಲ್ಟ್ ರಸ್ತೆಯನ್ನೇ ಕಣ್ಣು ರೆಪ್ಪೆ ಮಿಟುಕಿಸದೆ ನೋಡುತ್ತಿದ್ದಳು. ಒಂದು ಸಲ, ಅವಳ ಮುಖಚರ್ಯೆಯಿಂದ ಯಾರೋ ನಮ್ಮ ಸ್ನೇಹಿತರು ಬರುವವರಿದ್ದಾರೆ ಅನ್ನುವುದನ್ನು ಅರ್ಥಮಾಡಿಕೊಂಡೆ. ನಾನು ಕಿಟಕಿಯ ಬಳಿಗೆ ಆತುರದಿಂದ ಹೋದೆ. ಶರದೃತುವಿನ ಸಂಜೆಯಾಗಿತ್ತು. ಶೀತಗಾಳಿಯ ರಭಸಕ್ಕೆ ಎಲೆಗಳು ಉದುರುತ್ತಿದ್ದವು. ಆ ಎಲೆಗಳಲ್ಲ ರಸ್ತೆ ಮೇಲೆ ಹಾಸಿನಂತೆ ಬಿದ್ದಿದ್ದವು.

ತನ್ನ ದಿನಚರಿಯಲ್ಲಿ, ಅವನು ಬದುಕಿದ್ದಾಗ ಹೇಗೋ ಹಾಗೆ ತನ್ನೆಲ್ಲ ಭಾವನೆ ಗಳನ್ನು, ಸುರಿದುಕೊಳ್ಳುತ್ತಿದ್ದಳು. ಕೈಲಿ ಹಿಡಿದಿದ್ದ ಪೆನ್ನು ಕೆಳಗೆ ಬೀಳುವವರೆಗೂ ಬರೆಯುವುದನ್ನು ಮುಂದುವರೆಸಿದ್ದಳು. ಅವಳ ಕಡೆಯ ಸಂದೇಶ ಹೀಗಿತ್ತು :

ನಾನು ಮೆಟೀರಿಯಲಿಸ್ಟ್ ಆದರೂ ಸ್ವರ್ಗವಿದ್ದಿದ್ದರೆ ಎಂದು ಬಯಸುತ್ತೇನೆ. ನನಗೆ ಗೊತ್ತು ಅಲ್ಲಿ ನೀನು ನನಗಾಗಿ ಕಾಯುತ್ತಿರುತ್ತೀಯ ಎಂದು. ಇಷ್ಟರಲ್ಲಿಯೇ ನಾನು ನಿನ್ನನ್ನು ಸೇರಲಿದ್ದೇನೆ. ನಾವಿಬ್ಬರೂ ಎಂದೆಂದಿಗೂ ಒಟ್ಟಿಗೆ ಇರಬಹುದು. ಆಗ ಯಾರದೋ ಬದುಕಿನ ಸುಖಕ್ಕಾಗಿ ನಮಗೆ ಅಗಲಬೇಕಾದ ಅಗತ್ಯವಿರುವುದಿಲ್ಲ. ನನಗಾಗಿ ಎದುರುನೋಡುತ್ತಿರು. ನಾನು ಬರುತ್ತಿದ್ದೇನೆ –

ಸಾವಿನ ಕ್ಷಣದವರೆಗೂ ಅಷ್ಟೊಂದು ತೀವ್ರವಾಗಿ ಪ್ರೀತಿಸುವುದಕ್ಕೆ ಹೇಗೆ ಸಾಧ್ಯ ವಾಯಿತು ಎನ್ನುವುದು ನನಗೆ ಅರ್ಥವಾಗುತ್ತಿಲ್ಲ. ನನಗಂತೂ ಅದು ಪ್ರೀತಿ ಎನಿಸುವುದಕ್ಕಿಂತ ಒಂದು ರೀತಿಯ ಹುಚ್ಚೆಂದೇ ಅನಿಸುತ್ತದೆ – ಸಾವಿಲ್ಲದ ಪ್ರೀತಿಯೇ ಆಗಿದ್ದರೆ ಅದು ಪರಾಕಾಷ್ಠೆಯನ್ನೇ ತಲುಪಿದೆ. ಒಂದಂತು ನಿಜ. ಅವಳು ಸಾಯುವಾಗ ತುಂಬ ಸಂತೋಷವಾಗಿಯೇ ಇದ್ದಳು. ಯಾಕೆಂದರೆ ನಿಜವಾದ ಪ್ರೀತಿಯನ್ನು ಬಲ್ಲವಳಾಗಿದ್ದಳು. ಪಶ್ಚಾತ್ತಾಪ ಪಡುವಂಥದ್ದೇನೂ ಉಳಿದಿರಲಿಲ್ಲ.

ಈ ವೃದ್ಧರಿಬ್ಬರ ಬೂದಿ ಪಂಚ ತತ್ವಗಳಲ್ಲಿ ಬೆರೆತುಹೋಗಿದೆ. ಅವರು ಈಗ ಯಾವ ರೂಪದಲ್ಲಿ ಇದ್ದಾರೋ ಗೊತ್ತಿಲ್ಲ. ಆದರೆ ಅವರಿಬ್ಬರೂ ಇನ್ನೂ ಪ್ರೀತಿಸುತ್ತಲೇ ಇರುತ್ತಾರೆ. ಲೌಕಿಕದ ನೆಲೆಯಲ್ಲಿ ಯಾವುದೇ ಸಾಮಾಜಿಕ ನೀತಿ ನಿಯಮಗಳಿಂದ ಬದ್ಧರಾಗಿ ಇರದಿದ್ದರೂ, ಎಂದೂಮ್ಮೆಯೂ ಪರಸ್ಪರ ಗಟ್ಟಿಯಾಗಿ ಕೈಗಳನ್ನು ಹಿಡಿದುಕೊಂಡಿರದಿದ್ದರೂ,

ಇಬ್ಬರೂ ಒಬ್ಬರಿಗೊಬ್ಬರು ಬದ್ಧರಾಗಿದ್ದರು, ಪೂರ್ಣವಶರಾಗಿದ್ದರು. ಯಾವುದರಿಂದಲೂ ಅವರ ಅಗಲಿಕೆ ಸಾಧ್ಯವಿರಲಿಲ್ಲ. ನೂರಾರು ವರ್ಷಗಳವರೆಗೂ ಒಂದು ಮೋಡದ ಹಿಂದೆ ಮತ್ತೊಂದು ಮೋಡ ತೇಲುತ್ತಿದ್ದರೆ, ಎರಡು ಹುಲ್ಲಿನೆಸಳುಗಳು ಅಕ್ಕಪಕ್ಕದಲ್ಲಿ ಇದ್ದರೆ ಒಂದು ಅಲೆ ಮತ್ತೊಂದು ಅಲೆಯನ್ನು ಅಪ್ಪಳಿಸಿದರೆ, ಒಮ್ಮೆ ಬೀಸಿದ ಗಾಳಿಯ ಹಿಂದೆ ಮತ್ತೊಮ್ಮೆ ಗಾಳಿ ಬೀಸಿ ಬಂದರೆ – ನಾನು ಖಚಿತವಾಗಿ ಹೇಳುತ್ತೇನೆ, ಅದು ಅವರಿಬ್ಬರೇ.

ಪ್ರತಿಸಲವೂ 'ಲವ್ ಮಸ್ಟ್ ನಾಟ್ ಬಿ ಫರ್ಗಾಟನ್' ಶೀರ್ಷಿಕೆಯ ಡೈರಿ ಓದಿದಾಗಲೆಲ್ಲ ನನ್ನ ಕಣ್ಣು ಹನಿಗೂಡುತ್ತದೆ. ಹತ್ತಿಕ್ಕಿಕೊಳ್ಳಲು ಸಾಧ್ಯವಾಗುವುದೇ ಇಲ್ಲ. ಎಷ್ಟೋ ಸಲ ಅವರ ಪ್ರೀತಿಯ ವಿಚಾರದಲ್ಲಿನ ದುರಾದೃಷ್ಟ ನೆನಪಾದಾಗಲೆಲ್ಲ, ಆ ಅನುಭವಗಳು ನನ್ನವೇ ಎಂದು ಭಾವಿಸುವಂತಾಗುತ್ತದೆ. ಎಷ್ಟೇ ಸುಂದರವಾಗಿರಲಿ ಮನಸ್ಪರ್ಶಿಯಾಗಿರಲಿ ನನಗಂತೂ ಮದುವೆ ಆಗೋ ಇಷ್ಟ ಇಲ್ಲ ನನಗೆ ಅಸಹ್ಯ ಆಗೋದು ಏನೂಂದ್ರೆ, ಅವರು ಕಳೆದುಕೊಂಡ ತಮ್ಮ ಪರಸ್ಪರ ಪೂರಕ ತತ್ವವನ್ನು ಪ್ರತಿಯೊಬ್ಬರೂ ಆತುರಕ್ಕೆ ಒಳಗಾಗಿ ಮದುವೆಗೆ ಮುಂದಾಗದಿದ್ದರೆ ಎಷ್ಟೊಂದು ದುರಂತಗಳನ್ನು ತಪ್ಪಿಸಬಹುದು.

ಕಮ್ಯುನಿಸಂನ್ನು ಅಪ್ಪಿಕೊಂಡಾಗ ಪ್ರೀತಿ ಇಲ್ಲದ ಮದುವೆಗಳು ಇನ್ನೂ ಮುಂದುವರೆಯುತ್ತವೇನು? ಇದ್ದರು ಇರಬಹುದು. ಪ್ರಪಂಚ ವಿಶಾಲವಾಗಿದೆ. ಪ್ರೀತಿ ಹೊತ್ತಿ ಉರಿಯುತ್ತಿರುವ ಹೃದಯಗಳ ಪರಸ್ಪರ ಕರೆಯನ್ನು ಕೇಳಿಸಿಕೊಂಡು ಉತ್ತರಿಸಲು ಆಗದೆಯೂ ಇರಬಹುದು. ಎಂಥ ದುರಂತ ! ಆದರೆ ಒಂದಾನೊಂದು ದಿನ, ಇಂಥ ದುರಂತಗಳಿಂದ ತಪ್ಪಿಸಿಕೊಳ್ಳುವ ದಾರಿಗಳು ಕಾಣಿಸಿಕೊಳ್ಳಬಹುದು.

ಅಯ್ಯೋ ! ಕೂದಲು ಸೀಳುವ ಕೆಲಸ ನನಗೇಕೆ?

ಇಂಥ ದುರಂತಗಳಿಗೆ ಬಹುಶಃ ನಾವೇ ಜವಾಬ್ದಾರರಾಗಿರಬಹುದು. ಯಾರಿಗೆ ಗೊತ್ತು. ಹಳೆಯ ವಿಚಾರಗಳು ಯಾವುದು ಪರಂಪರೆಯಿಂದ ನಮ್ಮವರೆಗೂ ಬಂದಿವೆಯೋ ಅವುಗಳ ಜವಾಬ್ದಾರಿಯನ್ನು ನಾವೇ ನಿರ್ವಹಿಸಬೇಕಾಗಿ ಬರಬಹುದು. ಯಾಕೆಂದರೆ ಯಾರಾದರೂ ಮದುವೆಯಾಗದೆ ಹಾಗೇ ಉಳಿದರೆ, ಅದೇ ಹಳೇ ವಿಚಾರಗಳಿಗೆ ಸವಾಲಾಗುತ್ತದೆ. ತಲೆ ಕೆಟ್ಟಿದೆ ಅಂತಾರೆ, ಏನೋ ರಹಸ್ಯ ಅಪರಾಧಗಳಿರಬೇಕು ಎನ್ನುತ್ತಾರೆ ಇಲ್ಲವೆ ರಾಜಕೀಯ ತಪ್ಪುಗಳನ್ನು ಮಾಡಿರ ಬೇಕೆಂದು ಭಾವಿಸುತ್ತಾರೆ. ಸಾಮಾನ್ಯರೂ ಭಾವಿಸುವಂತೆ ಹುಚ್ಚರೆಂದು ಹಳೆ ಸಂಪ್ರದಾಯಗಳ ಬಗ್ಗೆ ಗೌರವ ಇಲ್ಲವೆಂದು ದೂರುತ್ತಾರೆ. ಎಲ್ಲಕ್ಕಿಂತ ಹೆಚ್ಚಾಗಿ ಟೀಕೆಗಳಿಂದ, ಅದೂ ಇದೂ ಇಲ್ಲ ಸಲ್ಲದ ವದಂತಿಗಳಿಂದ ನಮ್ಮ ಪ್ರತಿಷ್ಠೆಯನ್ನೇ ಹಾಳು ಮಾಡುತ್ತಾರೆ. ಇಂತಹ ಒತ್ತಡಗಳಿಂದ ಇಷ್ಟವಿರಲಿ, ಇಲ್ಲದಿರಲಿ ಮದುವೆಯ ನೊಗಕ್ಕೆ ತಲೆ ಕೊಡುತ್ತಾರೆ. ಆದರೆ ಒಮ್ಮೆ ಪ್ರೀತಿಯಿಲ್ಲದ ಮದುವೆಯ ಬಂಧನಕ್ಕೆ ಸಿಲುಕಿದರೆ ಜೀವನ ಪರ್ಯಂತ ದುಃಖ ಅನುಭವಿಸದೆ ಇರಲು ಸಾಧ್ಯವಿಲ್ಲ. ಒಬ್ಬಳೇ ಮದುವೆಯಾಗದೆ ಉಳಿಯುವುದರಲ್ಲಿ ಅಂಥ ಭಯಾನಕತೆಯೇನೂ ಇರುವುದಿಲ್ಲ. ಅದು ನಮ್ಮ ಪ್ರಗತಿಯ, ಸಂಸ್ಕೃತಿಯ ಒಂದು ಹೆಜ್ಜೆ ಮುಂದೆ ಹೋಗುವುದರ ಶಿಕ್ಷಣದ ಪ್ರಗತಿಯ, ಬದುಕಿನ ಉನ್ನತ ಗುಣಮಟ್ಟದ ಸಂಕೇತವಾಗುತ್ತದೆ.

ಪುಟ್ಟ ಅಂಗಳದಲ್ಲಿನ ಬದುಕು

ಲೈಫ್ ಇನ್ ಎ ಸ್ಮಾಲ್ ಕೋರ್ಟ್‌ಯಾರ್ಡ್

ಲೇಖಿಕಿ : ವ್ಯಾಂಗ್ ಆನ್ಸಿ

ಈ ಕಥೆಯ ಲೇಖಿಕಿ ವ್ಯಾಂಗ್ ಆನ್ಸಿ ಪ್ಯುಜಿಯನ್‌ನಲ್ಲಿ 1954 ರಲ್ಲಿ ರೂಜಿಜುಳೆನ್‌ನ ಮಗಳಾಗಿ ಜನಿಸಿದರು. ಕಲ್ಚರಲ್ ರೆವುಲ್ಯೂಷನ್ ನಿಂದಾಗಿ ವಿದ್ಯಾಭ್ಯಾಸವನ್ನು ಮುಂದುವರಿಸಲಾಗದೆ ಹಳ್ಳಿಗಾಡಿನಲ್ಲಿ ಕೆಲಸಮಾಡಲು ಕಳಿಸಿಕೊಟ್ಟ ಯುವ ಪೀಳಿಗೆಯನ್ನು ಪ್ರತಿನಿಧಿಸುತ್ತಾಳೆ. ಆದರೆ ನಂತರ ನಗರಗಳಿಗೆ ಹಿಂತಿರುಗಿ ಬಂದ ಯುವ ಪೀಳಿಗೆಯ ಸಮಸ್ಯೆಗಳನ್ನು ತನ್ನ ಸ್ವಂತ ಅನುಭವಗಳ ಮೂಲಕ ಯಥಾವತ್ತಾಗಿ ಬಿಂಬಿಸುವಲ್ಲಿ ಯಶಸ್ವಿಯಾಗಿದ್ದಾಳೆ. "ಲೈಫ್ ಇನ್ ಎ ಸ್ಮಾಲ್ ಕೋರ್ಟ್‌ಯಾರ್ಡ್" ಕತೆಯಲ್ಲಿ, ಬ್ಯೂರೋ ಡೈರೆಕ್ಟರ್ ಮಗನನ್ನು ಹೊರತುಪಡಿಸಿ ಮಿಕ್ಕೆಲ್ಲ ಯುವ ದಂಪತಿಗಳು ಕಿಷ್ಕಿಂಧೆಯಂತಿರುವ ಪುಟ್ಟ ಪುಟ್ಟ ಕ್ವಾರ್ಟರ್ಸ್‌ಗಳಲ್ಲಿ ಕಡಿಮೆ ಆದಾಯದಲ್ಲಿ ನಡೆಸುವ ಬದುಕಿನ ಚಿತ್ರಣವನ್ನು ಸಮರ್ಥವಾಗಿ ನೀಡಿದ್ದಾಳೆ. ಎಲ್ಲಕ್ಕಿಂತ ಹೆಚ್ಚಾಗಿ ಚೈನಾದಲ್ಲಿನ ಬದುಕಿನ ಸ್ವರೂಪವನ್ನು ಸರಳವಾಗಿ ವಾಸ್ತವವಾಗಿ ಬಿಂಬಿಸುವ ಪ್ರಯತ್ನ ನಡೆಸಿದ್ದಾಳೆ. ಆ ಕಾಲಘಟ್ಟದ ಯುವ ಪೀಳಿಗೆಯ ದೃಷ್ಟಿ ಧೋರಣೆ ಮೌಲ್ಯಗಳ ಬಗ್ಗೆ ಬೆಳಕು ಚೆಲ್ಲುತ್ತಾಳೆ.

ವ್ಯಾಂಗ್ ಆನ್ಸಿ ಹಲವಾರು ಕಥೆಗಳನ್ನು ನೀಳ್ಗತೆಗಳನ್ನೂ ಬರೆದಿದ್ದಾಳೆ. 'ಚೈನೀಸ್ ರೈಟರ್ಸ್ ಅಸೋಸಿಯೇಷನ್'ನ ಸದಸ್ಯೆಯಾಗಿಯೂ ಷಾಂಗಾಯ್ ಪತ್ರಿಕೆಯಾದ 'ಚೈಲ್ಡ್‌ಹುಡ್' ಗೆ ಸಂಪಾದಕಿಯಾಗಿಯೂ ಕೆಲಸ ಮಾಡುತ್ತಿದ್ದಳು.

5. ಪುಟ್ಟ ಅಂಗಳದಲ್ಲಿನ ಬದುಕು

ಮೂಲ : ಲೈಫ್ ಇನ್ ಎ ಸ್ಮಾಲ್ ಕೋರ್ಟ್‌ಯಾರ್ಡ್

ಲೇಖಕಿ : ವ್ಯಾಂಗ್ ಆನ್ಸಿ

ಅಂತೂ ಮುನಿಸಿಪಲ್ 'ಸಾಂಗ್ ಅಂಡ್ ಡಾನ್ಸ್ ಆನ್‌ಸಾಂಬ್ಲ' ಕಟ್ಟಡ ಪೂರ್ಣಗೊಂಡಿದ್ದರಿಂದ ನಾವೆಲ್ಲ ನಮ್ಮ (ಪ್ರದರ್ಶನ ತಂಡ) ಪ್ರವಾಸ ಮುಗಿಸಿ ಹಿಂತಿರುಗಿದೆವು. ಅಷ್ಟರಲ್ಲಿ ಈಸ್ಟ್ ರೈಲ್ವೆ ಸ್ಟೇಷನ್ ಬಳಿಯಿದ್ದ ಪುಟ್ಟ ಅಂಗಳದಲ್ಲಿದ್ದ ಹಳೆಯ ಹೆಡ್‌ಕ್ವಾರ್ಟರ್ಸ್ ಈಗ ನಮ್ಮ ಕುಟುಂಬಗಳು ವಾಸ ಮಾಡಬೇಕಿದ್ದ ಮನೆಗಳಾಗಿ ಪರಿವರ್ತಿತವಾಗಿದ್ದವು. ಜೊತೆಗೆ ಒಂದು ವದಂತಿಯೂ ಹರಿದಾಡುತ್ತಿತ್ತು. ಸ್ಟೇಷನ್ ಸ್ಕ್ವೇರ್ ಅನ್ನು ವಿಸ್ತರಿಸಬೇಕಾದ್ದರಿಂದ, ನಮ್ಮ ಕೋರ್ಟ್ ಯಾರ್ಡ್‌ಗೆ ಸಮೀಪ ವಾಗಿದ್ದ ಮನೆಗಳನ್ನು ನೆಲಸಮಮಾಡುತ್ತಾರೆಂದು ಮಾತಾಡಿ ಕೊಳ್ಳುತ್ತಿದ್ದರು. ಇದರ ಅರ್ಥ ಮುಂದೆ ನಮಗೆಲ್ಲ ಅಧಿಕಾರಿಗಳು ಪುನರ್ವಸತಿ ಗೃಹಗಳನ್ನು ಹೊಸದಾಗಿ ನೀಡುತ್ತಾರೆಂದು ನಂಬಲಾಗಿತ್ತು. ಆದ್ದರಿಂದ ಒಳ್ಳೆಯ ಕಾಲ ಬರಲಿದೆ ಅನಿಸಿತು. ಒಂದೆರಡು ದಿನಗಳಲ್ಲಿಯೇ ಕೋರ್ಟ್‌ಯಾರ್ಡ್‌ನಲ್ಲಿ ಒಂದು ರಿಹರ್ಸಲ್ ಹಾಲ್, ಸ್ಟೇಜ್ ಕೂಡಾ ನಿರ್ಮಾಣವಾದುದೇ ಅಲ್ಲದೆ ಒಂದು ಹತ್ತಕ್ಕಿಂತ ಹೆಚ್ಚು ರೂಮುಗಳು ಪ್ರತ್ಯೇಕವಾಗಿ ನಿರ್ಮಿಸಲಾಯಿತು.

ರಂಗಪರಿಕರಗಳನ್ನು ಇರಿಸುತ್ತಿದ್ದ ಕಟ್ಟಡದಲ್ಲಿ ನಾಲ್ಕು ರೂಮುಗಳನ್ನು ನಿರ್ಮಿಸಿದರು. ನಮಗಿದ್ದ, ಅಷ್ಟು ಅಚ್ಚುಕಟ್ಟಾಗಿ

ಇರದಿದ್ದ ಆ ಪುಟ್ಟ ಕೋರ್ಟ್‌ಯಾರ್ಡ್ ಬಗ್ಗೆ ಮೂಗು ಮುರಿಯಬೇಕಿಲ್ಲ. ಅದರಲ್ಲಿ ಹೊಸದಾಗಿ ಮದುವೆಯಾದ ಯುವ ದಂಪತಿಗಳಿಗೆ ವಾಸ ಯೋಗ್ಯ ಮನೆಗಳಾಗಿ ಉಪಯೋಗಕ್ಕೆ ಬಂದಿತು. ಜೊತೆಗೆ ಮೂರು ತಲೆಮಾರಿನ ಮಂದಿಗೆ ವಾಸ ಮಾಡಲು ಉಪಯೋಗಕ್ಕೆ ಬಂದಿತ್ತು. ಆದ್ದರಿಂದ ನಾನು ಮತ್ತು ನನ್ನ ಗಂಡ ವಾಸ ಮಾಡಲು, ಮೊದಲು ರಿಹರ್ಸಲ್ ರೂಮಾಗಿದ್ದುದನ್ನೇ ನಮಗೆ ವಾಸ ಯೋಗ್ಯ ಮನೆಯಾಗಿಸಿ ನೀಡಲಾಗಿತ್ತು. ಅದು ತುಂಬ ದೊಡ್ಡದೂ ಆಗಿರಲಿಲ್ಲ, ಚಿಕ್ಕದೂ ಆಗಿರಲಿಲ್ಲ. ಮುಂದೆ ಹೊಸ ಕ್ವಾರ್ಟರ್ಸ್ ರೆಡಿಯಾದಾಗ ಒಂದು ಫ್ಲಾಟು ನಮಗೆ ಸಿಗುವುದಾಗಿತ್ತು. ಇದಕ್ಕೂ ಮುಂಚೆ ಎಂಟು ಚದರದ, ಶೌಚಾಲಯಕ್ಕೆ ಹೊಂದಿಕೊಂಡಂತಿದ್ದ ರೂಮೊಂದನ್ನು ಹೊರತುಪಡಿಸಿ ಮಿಕ್ಕೆಲ್ಲ ಮನೆಗಳಲ್ಲಿ ಜನ ವಾಸವಾಗಿದ್ದರು. ಹೀಗಾಗಿ ಮುನಿಸಿಪಲ್ ಸಾಂಗ್ ಅಂಡ್ ಡಾನ್ಸ್ ಆನ್‌ಸಾಂಬ್ಲ ಸಂಸ್ಥೆಯ ಹೌಸಿಂಗ್ ಸಮಸ್ಯೆ ಪರಿಹಾರವಾಗಿತ್ತು. ಅದಕ್ಕಿಂತ ಹೆಚ್ಚಾಗಿ ಗಾಳಿ ಬೆಳಕು ತುಂಬಾ ಚೆನ್ನಾಗಿ ಇರುವಂಥ ಆಫೀಸು ರೂಮುಗಳನ್ನು ಬೇಕಾದರೆ ಮೂರು ರೂಮು ಮತ್ತು ಒಂದು ಅಡಿಗೆ ಮನೆ ಇರುವ ವಾಸದ ಮನೆಯಾಗಿ ಪರಿವರ್ತಿಸಿಕೊಳ್ಳಬಹುದಾಗಿತ್ತು. ಸದ್ಯಕ್ಕೆ ಅದರಲ್ಲಿ ಕಲ್ಚರಲ್ ಬ್ಯೂರೋದ ಡೈರೆಕ್ಟರ್ ಮಗ, ಹುವಾಂಗ್ ಜಿಯಾನ್ ಮತ್ತು ಅವನ ಹೆಂಡತಿ ಲಿ ಕ್ಲಿಯುವೆನ್ ವಾಸಿಸುತ್ತಿದ್ದರು. ಅವರಿಬ್ಬರೂ ನಮ್ಮ ತಂಡದ ಸದಸ್ಯರಾಗಿ ಇರಲಿಲ್ಲ.

ಮೊದಲಿಗೆ ಇವು ಖಾಲಿಯಾಗಿಯೇ ಇದ್ದುವು. ನಮಗೆ ಮೊದಲೇ ಗೊತ್ತಿತ್ತು. ಅವು ನಮ್ಮಂಥವರ ಪಾಲಿಗೆ ಸಿಗುವುದಿಲ್ಲ ಎಂದು! ಒಂದು ವೇಳೆ ತಾತ್ಕಾಲಿಕವಾಗಿ ವಾಸಮಾಡಿರ ಬಹುದಾಗಿದ್ದರೂ ಎಂದು ಒಂದು ದಿನ ಅದನ್ನು ಖಾಲಿ ಮಾಡಲೇ ಬೇಕಾಗುತ್ತಿತ್ತು. ಅದೊಂದು ದೊಡ್ಡ ತಲೆನೋವೇ? ಅದಕ್ಕಿಂತ, ಮೊದಲೇ ಅನುಕೂಲಕರವಾದ ಸಾಧಾರಣವಾದ ಕ್ವಾರ್ಟರ್ಸ್ ಅನ್ನೇ ಆಯ್ಕೆ ಮಾಡಿಕೊಳ್ಳೋದು ಒಳ್ಳೆಯದೆನಿಸಿತ್ತು. ನಿರೀಕ್ಷಿಸಿದಂತೆ ಹುವಾಂಗ್ ಜಿಯಾನ್ ಮತ್ತು ಅವನ ಹೆಂಡತಿ ತುಂಬ ಒಳ್ಳೆಯ ಎರಡು ಬೆಡ್ ರೂಂಗಳಿದ್ದುದನ್ನೇ ಆಯ್ಕೆ ಮಾಡಿಕೊಂಡು ವಾಸಕ್ಕೆ ಬಂದರು.

ಮೊದಲ ದಿನ ರಾತ್ರಿಯೇ ಕ್ಲಿಯುವೆನ್ ಎಷ್ಟು ಹೇಳಿದರೂ ಬಿಡದೆ ತನ್ನ ಮನೆಗೆ ನನ್ನನ್ನು ಎಳೆದುಕೊಂಡು ಹೋದಳು. ಬೆಕ್ಕಸ ಬೆರಗಾಗಿ ಹೋಗಿದ್ದೆ. ಅದು ನಮ್ಮ ಹಳೆಯ ಆಫೀಸು ರೂಮುಗಳಾಗಿದ್ದುವೆಂಬುದನ್ನು ನಂಬಲೂ ಸಾಧ್ಯವಾಗಲಿಲ್ಲ. ಎಲ್ಲವನ್ನೂ ಒಪ್ಪ ಓರಣವಾಗಿ ಇರಿಸಲಾಗಿತ್ತು. ತಿಳಿ ನೀಲಿಯ ಸೀಲಿಂಗ್‌ನಿಂದ ತಿಳಿ ಗುಲಾಬಿ ಬಣ್ಣದ ಷಾಂಡಲೇರನ್ನು ಇಳಿಬಿಟ್ಟಿದ್ದರು. ಗೋಡೆ ಬಣ್ಣಗಳಿಗೆ ಒಪ್ಪುವಂಥ ಪೀಠೋಪಕರಣಗಳು, ಸ್ಪ್ರಿಂಗ್ ಮಾಟ್ರಿಸ್, ಹಾಸಿಗೆಯಾಗಿತ್ತು. ಅದರ ಮೇಲೆ ದಟ್ಟ ಹಸಿರಿನ ಚಾದರ ಹಾಸಲಾಗಿತ್ತು. ಮೇಲು ಭಾಗದಲ್ಲಿ ಗೋಡೆಗೆ ಒಂದು ಲೈಟಿತ್ತು. ಎರಡು ಕುರ್ಚಿಗಳ ನಡುವೆ ಒಂದು ಫ್ಲೋರ್ ಲ್ಯಾಂಪಿದ್ದು ಅದು ನೆಲದ ಮೇಲೆ ಹಸಿರು ಬೆಳಕಿನ ವೃತ್ತವನ್ನು ನಿರ್ಮಿಸಿತ್ತು, ನೋಡಿದರೆ ಏನೋ ಪವಾಡವೇ ನಡೆದಿರಬೇಕು ಎನಿಸುತ್ತಿತ್ತು.

ಥಟ್ಟನೆ ನಾನು ಮತ್ತು ಕ್ಲಿಯುವೆನ್ ಇಬ್ಬರೂ ಹಂಚಿಕೊಂಡಿದ್ದ ಪುಟ್ಟರೂಮಿನ ನೆನಪಾಯಿತು. ನಾಲ್ಕು ಹಾಸಿಗೆಗಳನ್ನು ಒಂದರ ಪಕ್ಕದಲ್ಲಿ ಒಂದನ್ನು ಹಾಸಿರಿಸಲಾಗಿತ್ತು.

ಅದರ ಮೇಲುಹಾಸುಗಳು ಕೈಮಗ್ಗದಿಂದ ನೇಯ್ದವು ಗಳಾಗಿದ್ದವು. ಪಕ್ಕದಲ್ಲಿ ಸೂಟ್‌ಕೇಸೊಂದಿತ್ತು. ಅದು ಕ್ಷಿಯುವೆನ್‌ಳದಾಗಿತ್ತು. ಅದರ ಪಕ್ಕದಲ್ಲಿ ನನ್ನದಿತ್ತು. ನಮ್ಮಿಬ್ಬರನ್ನೂ ಹಳ್ಳಿಗಾಡಿನ ಕೆಲಸದಿಂದ ಇಲ್ಲಿಗೆ, ತಿಂಗಳಿಗೆ ಹದಿನೆಂಟು ಯುವಾನ್‌ಗಳ ಸಂಬಳದ ಮೇಲೆ ಸ್ಥಳಾಂತರಿಸಿದ್ದರು.

ಈಗ ನೋಡಿದರೆ ಕ್ಷಿಯುವೆನ್ ಎತ್ತರದ ಹೀಲ್ ಇದ್ದ ಚಪ್ಪಲಿಗಳನ್ನು ಹಾಕಿಕೊಂಡು ವಯ್ಯಾರದಿಂದ ನಡೆಯುತ್ತಿದ್ದಾಳೆ. ದೊಡ್ಡ ಟೀವಿಯನ್ನು ಹಾಕಿ ನನಗೆ ಕುಡಿಯಲು ಒಂದು ಕಪ್ ಹಾಲು ಮತ್ತು ಜೊತೆಗೆ ಒಂದಷ್ಟು ಕೇಕುಗಳನ್ನು ಇರಿಸಿದಳು. ನೋಡೋಕೆ ಈಗ ತುಂಬ ಚೆನ್ನಾಗಿ ಕಾಣಿಸುತ್ತಿದ್ದಳು. ಮೊದಲು ನಮ್ಮ ಕೋರಸ್‌ನ ಸದಸ್ಯಳಾಗಿದ್ದಳು. ಆದರೆ ಆಮೇಲೆ ಅವಳಿಗೆ ಗಂಟಲ ಸಮಸ್ಯೆಯೇನೋ ಆಗಿ, ಹಾಡುವುದನ್ನು ಬಿಟ್ಟು ನಿರೂಪಣೆ ಕೆಲಸ ವಹಿಸಿ ಕೊಂಡಳು. ಮೊದಲ ಬಾರಿಗೆ ಮೈಕ್ ಮುಂದೆ ನಿಂತಾಗ, ಜನ ಅವಳ ರೂಪದ ಬಗ್ಗೆ ಮಾತಾಡುತ್ತಿದ್ದರು. ಹುವಾಂಗ್ ಜಿಯಾನ್ ಅವಳ ಅಭಿಮಾನಿಗಳಲ್ಲಿ ಒಬ್ಬನಾಗಿದ್ದ. ತುಂಬ ತುಂಬಾನೇ ಅವಳನ್ನು ಮೆಚ್ಚಿಕೊಳ್ಳುತ್ತಿದ್ದ. ಆದರೆ ಕ್ಷಿಯುವೆನ್ ಅವನ ಮೊದಲ ಪ್ರೀತಿಯಂತೂ ಆಗಿರಲಿಲ್ಲ. ನನ್ನ ಆಲೋಚನೆಗಳು ಎಲ್ಲೆಲ್ಲಿಗೋ ಹರಿಯುತ್ತಿದೆ ಎಂದು ನನ್ನಷ್ಟಕ್ಕೆ ನಾನೇ ತಲೆಯಾಡಿಸಿದೆ.

"ಹಾಲು ಚೆನ್ನಾಗಿಲ್ಲವೇನು?" ಅಚ್ಚರಿಯಿಂದ ಕ್ಷಿಯುವೆನ್ ಕೇಳಿದಳು.

"ಹಾಗೇನಿಲ್ಲ, ಚೆನ್ನಾಗಿದೆ.... ಆದರೆ ನನಗೆ ನಿಜವಾಗಿ ಹಾಲು ಬೇಡವಾಗಿದೆ. ಈಗ ತಾನೇ ಊಟ ಮಾಡಿ ಬಂದಿದ್ದೇನಿ"

"ಹಾಗಾದರೆ ಒಂದೆರಡು ಹಣ್ಣು ತಿನ್ನು" ಎಂದು ಹೇಳುತ್ತ ಎದ್ದು ಹೋಗಿ ಹಣ್ಣು ಮತ್ತು ಚಾಕುವನ್ನು ತಂದು, ಹಣ್ಣುಗಳನ್ನು ಹೋಳು ಮಾಡಿ ಇರಿಸಿದಳು. ಟೂತ್‌ಪಿಕ್‌ನಂಥ ಕಡ್ಡಿಯಿಂದ ಒಂದೊಂದೇ ಹಣ್ಣಿನ ತುಂಡನ್ನು ಚುಚ್ಚಿ ಎತ್ತಿಕೊಂಡು ಅವಳ ಕೈಗೆ ನೀಡುತ್ತಿದ್ದಳು.

"ನಿನ್ನ ರೂಮು ತುಂಬಾ ಚೆನ್ನಾಗಿದೆ" ಎಂದು ಪ್ರಾಮಾಣಿಕವಾಗಿ ನನ್ನ ಅಭಿಪ್ರಾಯ ತಿಳಿಸಿದೆ. ಮತ್ತೊಂದು ಹೋಳನ್ನು ಎತ್ತಿಕೊಳ್ಳಲು ಪ್ರಯತ್ನಿಸುತ್ತಿದ್ದೆ. ಈ ಥರದ ನಾಜೂಕು ಶೈಲಿ ನನಗೆ ಪರಿಚಯವಿರಲಿಲ್ಲ. ಮೊದಲೆಲ್ಲ, ನಮ್ಮ ಕಂಪೆನಿ ಅಗ್ಗವಾಗಿ ಹಣ್ಣುಗಳು ಸಿಕ್ಕಿದಾಗ ನಮಗೆಲ್ಲ ಹಂಚುತ್ತಿದ್ದರು. ನಾನಂತೂ ಸಿಕ್ಕಿದ್ದೇ ಗಬಗಬ ತಿಂದು ಬಿಡುತ್ತಿದ್ದೆ. ಕ್ಷಿಯುವೆನ್ ನನಗಿಂತ ಬೇಗ ಒಳ್ಳೇ ಬಕಾಸುರಿಯಂತೆ ತಿಂದು ಮುಗಿಸಿ ಬಿಡುತ್ತಿದ್ದಳು. ಆದರೆ ಈಗ ನಯ ನಾಜೂಕುಗಳನ್ನು ಕಲಿತಿದ್ದಾಳೆ.

"ಹುವಾಂಗ್ ಜಿಯಾನ್ ಷಾಂಗಾಯ್‌ನಿಂದ ಅಲ್ಲದಿದ್ದರೂ ಅವನಿಗೆ ರುಚಿ ಬಗ್ಗೆ ಚೆನ್ನಾಗಿ ಗೊತ್ತಿದೆ. ನನಗೇನು ಇಷ್ಟಾನೋ ಅದನ್ನೆಲ್ಲ ನನಗೆ ತಂದು ಕೊಡೋಕೆ ಪ್ರಯತ್ನಿಸ್ತಾನೆ." ಅವಳ ಮುಗುಳ್ನಗೆಯಲ್ಲಿ ಆತ್ಮ ತೃಪ್ತಿಯ ಝಲಕು ಇತ್ತು. ನಿನ್ನ ಊರನ್ನು ಇನ್ನೂ ನಾನು ನೋಡೇ ಇಲ್ಲ! ಆಪಿಂಗ್ ಮತ್ತು ನೀನು ಇಬ್ಬರೂ ಒಂದೇ ಊರಿನವರು ನಿನ್ನ ಮನೇನೂ ತುಂಬಾ ಚೆನ್ನಾಗಿರಬೇಕು!".

"ಯಾವುದೋ ಮನೆ. ನಾವು ಪ್ರವಾಸದಲ್ಲಿ ಇದ್ದಾಗೆಲ್ಲಾ ನಮ್ಮ ಮನೇನೂ ನಮ್ಮ ಜೂತೇಗೇ ಇರುತ್ತೆ".

"ನೀನು ಹೇಳೋದು ನಿಜ. ನೀನು ನಿನ್ನ ಕೆಲಸ ಬದಲಾಯಿಸು. ಜೀವನ 'ಪೂರ್ತಿ ಡಾನ್ಸರ್ ಆಗಿಯೇ ಮುಂದುವರಿಯಬೇಕು ಅಂತ ಇದ್ದೀಯೇನು?"

"ಖಂಡಿತ ಇಲ್ಲಪ್ಪ" ವಯಸ್ಸಾದ ಮೇಲೆ ನನಗೆ ಡ್ಯಾನ್ಸ್ ಇನ್ನು ಸಾಧ್ಯ ಇಲ್ಲ ಎನಿಸಿದಾಗ, ಬೇರೆ ಕೆಲಸ ಏನಾದರೂ ಕೊಡಬಹುದು".

"ಅಷ್ಟು ಹೊತ್ತಿಗೆ ಕಾಲ ಮಿಂಚಿ ಹೋಗಿರುತ್ತೆ. ಈಗ ನಾನು ಕಲ್ಚರಲ್ ಬ್ಯೂರೋನಲ್ಲಿ ಟೈಪಿಸ್ಟ್ ಆಗಿ ಕೆಲಸ ಮಾಡ್ತಿದ್ದೇನೆ. ಅದು ಸುಲಭದ ಕೆಲಸ. ಹಾಗೆ ನೋಡಿದರೆ ತುಂಬ ಜಾಗಗಳಲ್ಲಿ ಟೈಪಿಸ್ಟ್ ಹುದ್ದೆಗಳು ಬೇಕಾದಷ್ಟು ಖಾಲಿ ಇವೆ. ಬೇರೆ ಕೆಲಸಕ್ಕೆ ಸ್ಥಳಾಂತರ ಆಗೋಕೆ ಪ್ರಯತ್ನ ಪಡು".

"ಹೇಳೋದು ಸುಲಭ!" ಎಂದು ನಿಟ್ಟುಸಿರು ಬಿಟ್ಟು ಮತ್ತೊಂದು ಹಣ್ಣಿನ ಹೋಳಿಗೆ ಕೈ ಹಾಕಿದಲು. ತನ್ನೊಳಗೇ "ನಿನಗೆ ಯಾರು ಹೋಲಿಕೆ? ನೀನು ಬ್ಯೂರೋ ಡೈರೆಕ್ಟರ್ನ ಸೊಸೆಯಾಗಿದ್ದಿ".

ಇದ್ದಕ್ಕಿದ್ದಂತೆ ಕಿಟಕಿ ಬಾಗಿಲುಗಳು ಧಡ್ ಶಬ್ದದೊಂದಿಗೆ ತೆರೆದುಕೊಂಡಿತು. ಕಿಟಕಿ ಆಚೆ ಕಡೆಯಿಂದ ಮೂರು ಪುಟ್ಟ ತಲೆಗಳು ಒಂದೇ ಸಮನೆ ನೋಡುತ್ತಿದ್ದ ಕಣ್ಣುಗಳು ಕಾಣಿಸಿದವು. ಅವರು ಗಮನಿಸುತ್ತಿದ್ದ ನೋಟದ ಕಡೆ ನಾನೂ ನೋಡಿದಾಗ ದೂರದರ್ಶನದಲ್ಲಿ ಜೋರಾಗಿ ಹೊಡೆದಾಟ ನಡೆಯುತ್ತಿತ್ತು. ಮತ್ತೆ ಆ ಕಡೆ ನೋಡಿ, ಅವರು ಮೂವರೂ ಜಿಯಾಂಗ್ ಮೈ ಮಕ್ಕಳಾಗಿದ್ದರು. ಪ್ರಾವಿನ್ಸಿಯಲ್ ಆರ್ಟ್ ಕಾಲೇಜಿನಲ್ಲಿ ಓದು ಮುಗಿಸಿದ್ದರು. ಜಿಯಾಂಗ್ ಮೈ Trombonist (ತುತೂರಿ ವಾದಕ) ಆಗಿ ನಮ್ಮ ತಂಡದಲ್ಲಿದ್ದ. ಯಾರೋ ಹೇಳುತ್ತಿದ್ದರು ಆತ ಬಹಳ ಬುದ್ಧಿವಂತ. ಹುಡುಗೀರಂತು ಅವನ ಹಿಂದೆ ಬೀಳುತ್ತಿದ್ದರಂತೆ. ಇದರಿಂದ ಅವನ ತಲೆ ನಿಲ್ಲದೆ, ಎಲ್ಲವನ್ನೂ ಅತಿಯಾಗಿ ಮಾಡುತ್ತಿದ್ದನಂತೆ. ಅವನ ಸ್ವರದ್ರೂಪ ಹಾಳಾಗಿ ಹೋಯಿತಂತೆ. ಅವನ ಗೆಳತಿಯರೆಲ್ಲ ಅವನಿಗೆ ಮೋಸ ಮಾಡಿಬಿಟ್ಟರಂತೆ. ಕಡೆಗೆ ಮೂವತ್ತನೇ ವಯಸ್ಸಿನಲ್ಲಿ, ಚಿಕ್ಕ ವಯಸ್ಸಿನ ಕೆಲಸದ ಹುಡುಗಿಯೊಬ್ಬಳು ಸಿಕ್ಕಿದಳಂತೆ. ಅವಳ ಹೆಸರು ಕ್ಲಿಯಾವೋ ಝಾಂಗ್ ಅವಳು ಅವನನ್ನು ಮದುವೆಯಾಗಲು ಒಪ್ಪಿದಳಂತೆ. ಆದರೆ ಅವರ ಸಂಸಾರ ಸುಖ ಬಹಳ ದಿನ ಮುಂದುವರೆಯಲಿಲ್ಲ. ಕ್ಲಿಯಾವೂ ಝಾಂಗ್‌ಗೆ ಹೆಣ್ಣು ಮಗೂನೇ ಬೇಕೂಂತ ಹಠ ಮಾಡಿದಳಂತೆ. ಆದರೆ ದುರಾದೃಷ್ಟ ಮೂರು ಗಂಡುಮಕ್ಕಳನ್ನೇ ಹೆತ್ತಳಂತೆ. ಆದರೆ ನಮ್ಮ ಜಿಯಾಂಗ್ ಸಾಕು ಅಂತ ಹಠ ಹಿಡಿದದ್ದಕ್ಕೆ ಸುಮ್ಮನಾದಳಂತೆ. ಇಲ್ಲಿದ್ದರೆ ನಾಲ್ಕನೇ ಮಗುವಿಗೂ ಹಿಂದು ಮುಂದು ನೋಡುತ್ತಿರಲಿಲ್ಲ. ನಾಲ್ಕು, ಐದು ಹೀಗೇ ಬಹುಶಃ ಮುಂದುವರೆಯುತ್ತಿತ್ತು. ಆರ್ಥಿಕ ಸಮಸ್ಯೆಗಳಿಂದ ಗಂಡ–ಹೆಂಡತಿ ನಡುವೆ ಆಗಾಗ ಜಗಳಗಳು ಆಗುತ್ತಲೇ ಇರುತ್ತಿದ್ದವು. ಕೇವಲ ಒಂದು ವಾರ ಮಾತ್ರವೇ ಅವಳ ಪಕ್ಕದ

ಮನೆಯಲ್ಲಿದ್ದೆನಾದರೂ ಅವರ ಜಗಳಕ್ಕೆ ಅಭ್ಯಸ್ತಳಾಗಿಬಿಟ್ಟಿದ್ದೆ. ಅವರಿಬ್ಬರೂ ಹೇಗೆ ಕಚ್ಚಾಡುತ್ತಿದ್ದರೋ ಊಹಿಸಲೂ ಸಾಧ್ಯವಿರಲಿಲ್ಲ.

ಕಿಟಕಿಯ ಬಳಿಗೆ ಹೋಗಿ ಕ್ಲಿಯಾವೆನ್ ಆ ಮೂವರನ್ನೂ ಒಳಗೆ ಬರಲು ಹೇಳಿದಳು. ಅವರಿಗೆ ಸಂಕೋಚವಾಗಿ ಹೊರಟು ಹೋದರು. ಕ್ಲಿಯುವೆನ್‌ಗೆ ಯಾರಿಂದಲಾದರೂ ತೊಂದರೆಯಾದರೆ ಸಿಡುಕುತ್ತಿದ್ದುದು ನೆನಪಾಯಿತು. ನಾವು ಪ್ರವಾಸದಲ್ಲಿದ್ದಾಗ ಯಾರಾದರೂ ಮಕ್ಕಳನ್ನು ಕರೆತಂದಿದ್ದರೆ ಅವರು ಅಳೋದು, ನಗೋದು ಜಗಳ ಮಾಡೋದು ಅವಳಿಗೆ ಸಹಿಸಲಾಗುತ್ತಿರಲಿಲ್ಲ. ರೇಗಾಡುತ್ತಿದ್ದಲು. ಆದರೆ ಈಗ ಸಾಕಷ್ಟು ಬದಲಾಗಿ ಬಿಟ್ಟಿದ್ದಾಳೆ.

"ಸುಖೀಜೀವನ ವ್ಯಕ್ತಿಗಳಲ್ಲಿ ಎಂತಹ ಸಹನೆಯ ಮನೋಭಾವವವನ್ನು ಹುಟ್ಟು ಹಾಕುತ್ತದೆ!"

ಹುವಾಂಗ್ ಜಿಯಾಂಗ್ ಹಿಂತಿರುಗಿ ಬಂದ. ನನ್ನನ್ನು ನೋಡಿದ್ದೇ ಒಂದು ಕ್ಷಣ ನಿಬ್ಬೆರಗಾದ. ಆದರೆ ತಕ್ಷಣವೇ ಅದರಿಂದ ಹೊರಬಂದು ಮಾಮೂಲಿನಂತೆ ಆದ. ಕೈಕಾಲು ತೊಳೆದುಕೊಳ್ಳಲು ಹೋದ. ಯಾಕೆ ಹಾಗೆ ಇರಬೇಕು? ಆದದ್ದು ಆಗಿಹೋಯಿತು. ಕ್ಲಿಯುವೆನ್ ಜೊತೆ ಸ್ನೇಹ ಆರಂಭವಾದಾಗಿನಿಂದ ನಾನು ದೂರವೇ ಇದ್ದೆ. ಆದರೂ ಅವನಿಗೆ ನನ್ನ ಮೇಲೆ ದ್ವೇಷ ಇತ್ತು. ಅದು ತಿಳಿದಾಗ ಸುಮ್ಮನೆ ನಕ್ಕು ಬಿಡುತ್ತಿದ್ದೆ. ಆದರೂ ಏನೋ ಒಂದು ರೀತಿ ಕಸಿವಿಸಿ ಎನಿಸುತ್ತಿತ್ತು. ಕೊನೆಯ ಹೋಳನ್ನು ಬಾಯಿಗಿರಿಸಿ ನುಂಗುವ ಮೊದಲೇ ಅಲ್ಲಿಂದ ಹೊರಟುಬಿಟ್ಟೆ.

ಮೊದಲಿಗೆ ಡ್ರೆಸ್ಸಿಂಗ್ ರೂಂ ಆಗಿದ್ದನ್ನು ಈಗ ಕೇವಲ ರೂಮು ಆಗಿದ್ದುದರ ಮುಂದೆ ಹಾದು ಹೋಗುತ್ತಿದ್ದಾಗ ಯಾರೋ ಮಾತಾಡಿದ್ದು ಕೇಳಿಸಿತು..."ಅವಳು ಸುಂದರಿ ಅಲ್ಲವೇ ಅಲ್ಲ. ಒಂದು ವೇಳೆ ವಿಶಾಲವಾದ ಕಣ್ಣುಗಳು ಇರಬಹುದು. ಆದರೆ ಅವುಗಳಲ್ಲಿ ಭಾವನೆಗಳೇ ಇಲ್ಲ. ಎತ್ತರದ ಮೂಗಿದ್ದರೂ ಚಪ್ಪಟೆಯಾಗಿದೆ". ಅದು ರೆನ್‌ಜಿಯಾಳ ಮಾತಾಗಿತ್ತು. ರೆನ್‌ಜಿಯಾ ಹಾಯ್ ಪಿಂಗನ ಹೆಂಡತಿ. ಅಸೂಯೆಗೆ ಪ್ರತಿರೂಪವಾಗಿತ್ತು. ಅವಳಿಗೆ ಒಂದು ರೀತಿ ಕೀಳರಿಮೆ. ತನ್ನ ಗಂಡ ತನಗಿಂತ ಚೆನ್ನಾಗಿ ಇದ್ದಾನೆ ಅನ್ನೋದೇ ಅವಳ ಸಂಕಟಕ್ಕೆ ಕಾರಣ. ಜೊತೆಗೆ ಏನೋ ಒಂದು ರೀತಿ ಭಯ. ಅದಕ್ಕೆ ಅವಳು ಪ್ರತಿಯಾಗಿ ಬೇರೆಯವರೆಲ್ಲರನ್ನೂ ಹೆದರುವಂತೆ ವರ್ತಿಸುತ್ತಿದ್ದಳು. ಬೇರೆ ಹುಡುಗೀರ ಮೇಲೆಲ್ಲ ಹಾರಾಡುವುದನ್ನು ಪ್ರತಿ ಅಸ್ತ್ರವನ್ನಾಗಿ ಮಾಡಿಕೊಂಡಿದ್ದಳು. ಪ್ರಸ್ತುತ ಯಾರನ್ನು ಗುರಿಮಾಡಿಕೊಂಡು ವಾಗ್ವಾದ ಮಾಡುತ್ತಿದ್ದಳೆಂಬುದು ತಿಳಿಯಲಿಲ್ಲ. ಕ್ಲಿಯುವೆನ್‌ಳ ಕಣ್ಣುಗಳು ವಿಶಾಲವಾಗಿಯೂ ಆಕರ್ಷಕವಾಗಿಯೂ ಇದ್ದವು. ಬಹುಶಃ ಅವಳನ್ನೋ ಇಲ್ಲ ನನ್ನನ್ನೋ ಗುರಿಮಾಡಿಕೊಂಡು ಮಾತಾಡುತ್ತಿದ್ದಿರಬೇಕು.

ನಾನು ನನ್ನ ಮನೆಯೊಳಗೆ ಪ್ರವೇಶಿಸಿದಾಗ ಆಪಿಂಗ್ ಕನ್ನಡಿಯ ಮುಂದೆ ನಿಂತು ಹೇಗೆ ಕಾರ್ಯಕ್ರಮ ನಿರೂಪಣೆ ಮಾಡಬೇಕೆಂದು ಬಹಳ ಉತ್ಸಾಹದಿಂದ ಭಾವ ಭಂಗಿಗಳನ್ನು ಅಭ್ಯಾಸ ಮಾಡುತ್ತಿದ್ದ. ನಮ್ಮ ಮದುವೆಗೆ ಮೊದಲು ಸಂಗೀತ ಮತ್ತು ಕಾವ್ಯದ ಬಗ್ಗೆ ದಂಡಿಯಾಗಿ ಮಾತಾಡುತ್ತಿದ್ದ. ಆ ಮಾತುಗಳಿಗೇ ನಾನು ಮುಗ್ಧಳಾಗಿ ಬಿಡುತ್ತಿದ್ದೆ.

ಮಾರನೆಯ ದಿನ ಕಾರ್ಪೆಂಟರ್ ಕ್ಸಿಯಾವೂ ಜೀ ಶೌಚಾಲಯದ ಮುಂಭಾಗದಲ್ಲಿ, ತನ್ನ ಸ್ಟೇಜ್ ಡಿಸೈನ್ ಗುಂಪಿನ ಜೊತೆ ಕುಳಿತು ಹಲ್ಲುಜ್ಜುತ್ತಿದ್ದ. ನನಗೆ ನೋಡಿ ಗಲಿಬಿಲಿ ಎನಿಸಿತು. ಎರಡು ಮೂರು ನಿಮಿಷ ಹಾಗೇ ಇದ್ದೆ. ಅವನು ಎಂಟು ಚದರ ಮೀಟರ್ ರೂಮಿನಲ್ಲಿ ವಾಸಕ್ಕೆ ಬಂದಿರಬೇಕು. ಆದರೆ ಯಾವಾಗ ಬಂದಿರಬೇಕು ಎನ್ನುವುದು ಸರಿಯಾಗಿ ತಿಳಿದಿರಲಿಲ್ಲ. ಒಂದು ಚೂರೂ ಸದ್ದಾಗಿರಲಿಲ್ಲ. ನಮ್ಮ ಎನ್‌ಸಾಂಬಲ್ ಗ್ರೂಪ್‌ನಲ್ಲಿ ಅಷ್ಟಾಗಿ ಮಹತ್ತ್ವವಿಲ್ಲದ್ದೆಂದರೆ ಈ ಸ್ಟೇಜ್ ಡಿಸೈನ್ ಗ್ರೂಪೇ! ಎಷ್ಟೋ ಬಾರಿ ಅಸ್ತಿತ್ವವೇ ಇಲ್ಲವೇನೋ ಎನಿಸಿತ್ತು. ಇನ್ನೂ ಹೇಳಬೇಕೆಂದರೆ, ಕ್ಸಿಯಾವೂಜೀ ಬಹಳ ಸಾದು ಸರಳ ವ್ಯಕ್ತಿ. ಅವನನ್ನು ಯಾರೂ ಗಮನಿಸುತ್ತಲೇ ಇರಲಿಲ್ಲ.

ಕ್ಸಿಯಾವೂ ಒಳಗೆ ಬಂದಾಗ ನಾವೆಲ್ಲ ಉಪಹಾರ ಸೇವಿಸುತ್ತಿದ್ದೆವು. ಅವನು ಅಪರೂಪಕ್ಕೆ ಬರುವ ವ್ಯಕ್ತಿಯಾಗಿದ್ದರಿಂದ ನಾವೆಲ್ಲ ಎದ್ದು ನಿಂತು ಸ್ವಾಗತಿಸಿದೆವು. ಒಂದು ಫರಾ ಮುಗುಳು ನಗುತ್ತಾ ಕೈಲಿದ್ದ ಎರಡು ಸ್ವೀಟ್ ಪ್ಯಾಕೆಟ್ಟುಗಳನ್ನು ಕೊಟ್ಟ, "ಅದೆಲ್ಲದರ ಅಗತ್ಯ ಇರಲಿಲ್ಲ" ಎಂದು ಆಪಿಂಗ್ ಹೇಳಿದ. ಕ್ಸಿಯಾವೂ ಜೀನ ಮುಖಿ ಕೆಂಪಾಯಿತು. ನನಗೆ ಅರ್ಥ ಆಯ್ತು. ಮತ್ತೊಂದು ಮಾತು ಹೇಳದೆ ಕೂಡಲೇ ಅವನ್ನು ಕೈಗೆ ತೆಗೆದುಕೊಂಡು "ಕಂಗ್ರಾಚುಲೇಷನ್ಸ್!" ಎಂದೆ. ಕ್ಸಿಯಾವೂ ಏನೂ ಮಾತಾಡದೆ ಬಾಗಿಲ ಕಡೆ ಹೆಜ್ಜೆ ಹಾಕಿದ. ಆಪಿಂಗ್ "ಇದರ ಅಗತ್ಯ ಇರಲಿಲ್ಲ" ಎಂದು ಹೇಳುತ್ತಲೇ ಇದ್ದ. ಎಂಥವನು! ನಾನು ಎಷ್ಟು ಹೊತ್ತು ಕೈಲೇ ಹಿಡಿದುಕೊಂಡಿದ್ದರೂ ಅದರ ಮೇಲಿದ್ದ 'ವೆಡ್ಡಿಂಗ್ ಸ್ವೀಟ್ಸ್' ಎಂಬ ಬರಹವನ್ನೇ ಓದಲಿಲ್ಲ. ನಿಜವಾಗಿಯೂ ಮಹಾ ದಡ್ಡ! ಆ ಮೇಲೆ "ಓಹೋ ಮದುವೆಯಾಯಿತೇ ಎಂದು ತಡವಾಗಿ ಉದ್ಗರಿಸಿದ".

"ನೀನು ಮಹಾ ದಡ್ಡ!" ಎಂದು ಬೈದೆ.

ಅವನಿಗೆ ಸಿಟ್ಟು ಬಂತು. "ತೀರಾ ಆಕಸ್ಮಿಕವಾಗಿತ್ತು. ಅದಕ್ಕಾಗಿ ನಾನು ಸಿದ್ಧನಾಗಿರಲಿಲ್ಲ".

ಅವನ ಮಾತನ್ನು ತಲೆಗೆ ಹಚ್ಚಿಕೊಳ್ಳಲಿಲ್ಲವಾದರೂ ಅವನು ಹೇಳಿದ್ದರಲ್ಲಿ ಸತ್ಯ ಇತ್ತು. ಅವನ ಮದುವೆಯನ್ನು ನಿರೀಕ್ಷಿಸಿರಲಿಲ್ಲ. ಒಂದು ಚೂರು ಸುಳಿವೂ ಇರಲಿಲ್ಲ ಕ್ಸಿಯಾವೂ ಜೀ ಯಾವಾಗಲೂ ಅಷ್ಟೆ ಸದ್ದಿಲ್ಲದೆ ಮಾಡುತ್ತಾನೆ. ಆದರೆ ಅವನು ಮದುವೆಯಾದ ಹುಡುಗಿ ಯಾರು?

ನಮ್ಮ ಊಟ ಮುಗಿದಮೇಲೆ, ಬಾಗಿಲಿಗೆ ಬೀಗ ಹಾಕಿ ನಮ್ಮ ಬೈಕ್‌ಗಳು ಇದ್ದಲ್ಲಿಗೆ ಹೋದೆವು. ಜಿಯಾಂಗ್ ಮೈ, ಹಾಯ್‌ಪಿಂಗ್ ಮತ್ತು ಅವನ ಹೆಂಡತಿ ಅವರೂ ಕೂಡಾ ಬೈಕುಗಳನ್ನು ತೆಗೆದುಕೊಳ್ಳಲು ಬಂದರು. ನಾವೆಲ್ಲ ಒಟ್ಟಿಗೆ ಕ್ಸಿಯಾವೂ ಜೀ ಯ ಬಾಗಿಲ ಕಡೆ ನೋಡಿದೆವು. ಅವನು ಬಾಗಿಲಿಗೆ ಬೀಗ ಹಾಕುತ್ತಿದ್ದ. ಅವನ ಪಕ್ಕದಲ್ಲಿ ಸಣ್ಣ ಪ್ರಾಯದ ಹುಡುಗಿಯೊಬ್ಬಳು ನೇರಳೆ ಬಣ್ಣದ ಜಾಕೆಟ್ ಹಾಕಿದ್ದಳು. ದಟ್ಟವಾದ ಊದು ಬಣ್ಣದ ಸ್ಕಾರ್ಫ್ ಸುತ್ತಿಕೊಂಡಿದ್ದಳು. ಜಡೆ ಹೆಣೆದು ಗಂಟು ಸುತ್ತಿಕೊಂಡಿದ್ದಳು. ಕನ್ನಡಕ ಧರಿಸಿದ್ದಳು. ಹಣೆ ಮತ್ತು ಬಾಯಿ ಅಗಲವಾಗಿದ್ದವು. ನಾವಿದ್ದಲ್ಲಿ ಅವರಿಬ್ಬರೂ ಬಂದರು. ಕ್ಸಿಯಾವೂ

ಯಾಕೂ ಹಿಂಜರಿಕೆಯೊಂದಿಗೆ ಒಂದು ನಗೆ ನಕ್ಕ. ಆದರೆ ಅವಳು ಮಾತ್ರ ನಿರಾಳವಾಗಿದ್ದು, ಸಹಜವೆಂಬಂತೆ ನಮ್ಮ ಕುತೂಹಲದ ನೋಟವನ್ನು ಸ್ವೀಕರಿಸಿದಳು.

"ತುಂಬಾ ಉತ್ಸಾಹ ಜೀವಂತಿಕೆಯಿಂದ ಕೂಡಿದ್ದಾಳೆ ಹುಡುಗಿ" ವಯಸ್ಸಾಗಿದ್ದ ಜಿಯಾಂಗ್ ಮೊದಲಿಗೆ ಅಭಿಪ್ರಾಯ ವ್ಯಕ್ತ ಪಡಿಸಿದ.

"ಕಲಾವಿದೆಯ ಭಂಗಿಯಲ್ಲಿ ನಿಲ್ಲುತ್ತಾಳೆ" ಆಪಿಂಗ್ ಮಾತನ್ನು ಸೇರಿಸಿದ.

"ಒಂದು ರೀತಿಯ ಗಾಂಭೀರ್ಯವಿದೆ ಅವಳಲ್ಲಿ" ಎಂದು ಹಾಯ್ ಪಿಂಗ್ ಹೇಳಿದ. ಅವನು ಹೇಳೋದು ಯಾವಾಗಲೂ ಸರಿ ಇರುತ್ತಿತ್ತು. ನಾನು ರೆನ್‌ಜಿಯಾಳನ್ನು ಗಮನಿಸಿದೆ. "ಅವಳಂತೂ ತುಂಬಾ ಮುಖ ಗಂಟು ಹಾಕಿಕೊಂಡಿರುವಂತೆ ಕಾಣಿಸುತ್ತಾಳೆ. ನೋಡೋಕೆ ಇಷ್ಟಾನೇ ಆಗೊಲ್ಲ" ಅಬ್ಬ ಎಷ್ಟು ಕಟುವಾಗಿ ಮಾತಾಡುತ್ತಾಳೆ! ಅವಳು ತನ್ನ ಸ್ಟೂಡೆಂಟ್ಸ್ ಜೊತೆಗೂ ಹೀಗೆ ಇರ್ತಾಳೇನೋ ಎಂದು ಯೋಚಿಸುತ್ತಿದ್ದೆ.

ಅವರು ಕೊಟ್ಟಿರೋ ಸ್ಟೀಟ್ಸ್ ಬಹಳ ಅಗ್ಗದ್ದು. ಬಹುಶಃ ಅವರ ಸ್ಥಿತಿ ಅಷ್ಟು ಚೆನ್ನಾಗಿಲ್ಲ ಅಂತ ಅನಿಸುತ್ತೆ.

ವಯಸ್ಸಾದ ಜಿಯಾಂಗ್ ಯಾವಾಗಲೂ ಹೀಗೇ ಬೆಲೆಗಳ ಬಗ್ಗೆ ತುಂಬಾ ಗಮನವಿರಿಸಿಕೊಂಡಿರುತ್ತಾನೆ ಯಾಕೆಂದರೆ ಅವನೂ ಕೂಡಾ ಕಷ್ಟದಿಂದ ಬಂದವನು. ಅವನ ಕಡೆ ಅನುಕಂಪದಿಂದ ನೋಡಿದೆ.

ಆನ್‌ಸಾಂಬ್ಲ ಹೆಡ್ ಕ್ವಾರ್ಟರ್ಸ್ ತಲುಪುವಷ್ಟರಲ್ಲಿ, ಲೀಡರ್ಸ್ ನವದಂಪತಿಗಳಿಗೆ ಉಡುಗೊರೆ ಕೊಡಲು ಹಣ ಸಂಗ್ರಹಿಸುತ್ತಿದ್ದರು. ಆದರೆ ಮದುಮಗ, ಹಣ ಸಂಗ್ರಹ ಮಾಡಬಾರದೆಂದು ಒತ್ತಾಯಿಸುತ್ತಿದ್ದ. ಹೀಗೆ ಮಾಡುತ್ತಿರೆಂದೇ ತನ್ನ ಮದುವೆಯ ವಿಚಾರವನ್ನು ಗುಟ್ಟಾಗಿ ಇರಿಸಿದ್ದ. ತನ್ನ ಸಹೋದ್ಯೋಗಿಗಳು ಖರ್ಚು ಮಾಡುವುದನ್ನು ಇಷ್ಟಪಡುತ್ತಿರಲಿಲ್ಲ. ಆದರೆ ಯಾರೂ ಅವನ ಮಾತನ್ನು ಕಿವಿ ಮೇಲೆ ಹಾಕಿಕೊಳ್ಳಲಿಲ್ಲ. ಸಾಮಾನ್ಯವಾಗಿ ನಮ್ಮಲ್ಲಿ ಯಾರೇ ಮದುವೆಯಾಗಲಿ ಅವರಿಗೆ ಏನಾದರೂ ಉಡುಗೊರೆ ನೀಡುವುದು ಸಂಪ್ರದಾಯವಾಗಿ ನಡೆದುಬಂದಿತ್ತು. ಹೀಗೆ ಮಾಡುವುದರಿಂದ ನಾವೆಲ್ಲ ಒಂದೇ ಕುಟುಂಬ ಎನ್ನುವ ಭಾವನೆ ಬರುತ್ತಿತ್ತು.

ನಮ್ಮ ಗುಂಪಿನ ಪರವಾಗಿ ಕ್ಸಿಯಾವೂ ಜೀಗೆ ಉಡುಗೊರೆಯನ್ನು ನಾನೇ ಕೊಡಬೇಕೆಂದು ತೀರ್ಮಾನಿಸಿದ್ದರು. ರಾತ್ರಿ ಊಟ ಆದ ಮೇಲೆ ನಾನು ಅವನ ರೂಮಿಗೆ ಹೋದೆ.

ಬಾಗಿಲಿಗೆ ಬೀಗ ಹಾಕಿರಲಿಲ್ಲ. ಸುತ್ತಿಗೆಯಿಂದ ಹೊಡೆಯುತ್ತಿದ್ದ ಸದ್ದು ಜೋರಾಗಿದ್ದುದರಿಂದ ಬಹುಶಃ ನಾನು ಬಾಗಿಲು ತಟ್ಟಿದ್ದು ಕೇಳಿಸಲಿಲ್ಲ ಎನಿಸಿತು. ಉತ್ತರವೇ ಇರಲಿಲ್ಲ. ಜೋರಾಗಿ ಬಾಗಿಲು ತಳ್ಳಿ ಒಳ ಹೋದೆ. ಕ್ಸಿಯಾವೂ ಜೀ ಗೋಡೆ ಮೊಳೆ ಹೊಡೆಯುತ್ತಿದ್ದ. ಮತ್ತು ನಂತರ ಚಿತ್ರಪಟವನ್ನು ಅದಕ್ಕೆ ನೇತು ಹಾಕುತ್ತಿದ್ದ. ಇನ್ನೂ ನೆಲದ ಮೇಲೆ ಅಲ್ಲಿ ಇಲ್ಲಿ ಎಲ್ಲ ಬಿದ್ದಿತ್ತು. ಅವನ ನವವಧುವೂ ಕೂಡಾ ಅವನ ಜೊತೆ

ಸಹಕರಿಸುತ್ತಿದ್ದಳು. ಈಗಾಗಲೇ ಚಿತ್ರಪಟಗಳು ಗೋಡೆಗಳ ಮೇಲೆಲ್ಲ ತುಂಬಿದ್ದವು. ಇಡೀ ರೂಮನ್ನು ಸುಂದರವಾಗಿ ಸಜ್ಜುಗೊಳಿಸಿದ್ದರು. ನಾನು ಬಂದದ್ದು ಗಮನಕ್ಕೆ ಬಂದು ನನ್ನ ಕಡೆ ತಿರುಗಿ ನೋಡಿ ನನ್ನನ್ನು ಆಹ್ವಾನಿಸಿ ಬರಮಾಡಿಕೊಂಡರು. "ಬನ್ನಿ, ಬನ್ನಿ ಕುಳಿತುಕೊಳ್ಳಿ!" ಎಂದು ಹೇಳಿ ಆಸನ ತೋರಿಸಿದರು.

ಇದ್ದ ಒಂದು ಸ್ಟೂಲನ್ನು ಅವರು ಬಳಸುತ್ತಿದ್ದರಾದ್ದರಿಂದ ನಾನು ಹಾಸಿಗೆಯ ಅಂಚಿನಲ್ಲಿ ಕುಳಿತೆ.

ಕೈಲಿದ್ದ ಸುತ್ತಿಗೆಯನ್ನು ಒಂದು ಪಕ್ಕಕ್ಕೆ ಇಟ್ಟು ಟೀ ಮಾಡಲು ಕ್ಸಿಯಾವೂ ಜೀ ಒಳಗೆ ಹೋದ. ಅವನ ಹೆಂಡತಿ ಸ್ಟೂಲಿಲಿದು ತಟ್ಟೆಯೊಂದರಲ್ಲಿ ಸ್ವೀಟ್ಸ್‌ಗಳನ್ನು ತಂದಿರಿಸಿದಳು.

ರೂಮಿನ ಸುತ್ತ ಕಣ್ಣಾಡಿಸಿದೆ. ಹಾಸಿಗೆ ಪಕ್ಕದಲ್ಲಿ ಒಂದು ಟೇಬಲ್ಲು, ಸೀಮೆಎಣ್ಣೆ ಸ್ಟೌವ್, ಒಂದು ಪಾತ್ರೆ ಎನಾಮಲ್‌ನಿಂದಾದ ಬೋಗುಣಿಗಳು, ಸ್ವೀಟ್ಸ್ ಇದ್ದ ತಟ್ಟೆಯನ್ನು ನನ್ನೆದುರಿಗೆ ಇರಿಸುತ್ತಾ, ಮದುಮಗಳು ನನ್ನ ಹತ್ತಿರಕ್ಕೆ ಬಂದು, ನಮ್ಮ ರೂಮು ಗಲೀಜಾಗಿ ಕಾಣುತ್ತಿರಬೇಕಲ್ಲ? ಎಂದಳು. ಹೌದೆನ್ನ ಬೇಕೆ? ಇಲ್ಲವೆನ್ನ ಬೇಕೆ?

"ಹಾಗೇನೂ ಗಲೀಜು ಇಲ್ಲ ಎನಿಸುತ್ತೆ! ನೇತು ಹಾಕಿದ ಚಿತ್ರಗಳ ಕಡೆ ತೋರಿಸುತ್ತಾ, ನೋಡಿ ಇದು ಮ್ಯಾಗ್ನೋಲಿಯಾ ಬಾಂಬೂ, ಪರ್ವತಗಳು, ನದಿಗಳು ಮತ್ತು ಸೂರ್ಯ....."

ಮುಗುಳ್ನಗುತ್ತಾ ಕ್ಸಿಯಾವೂ ಕಡೆ ನೋಡುತ್ತಾ ಹೇಳಿದೆ. ನಿನ್ನ ಹೊಸ ಹೆಂಡತಿಯನ್ನು ಪರಿಚಯ ಮಾಡಿ ಕೊಡುವುದು ಬೇಡವೇ? "ಹೊಸ ಹೆಂಡತಿ, ಹೊಸ ಹೆಂಡತಿ ಅಂತ ಕರೀಬೇಕಾ!"

ಅವನು ಅವಳನ್ನು ಪರಿಚಯಿಸಲು ಬಾಯಿ ತೆರೆಯುತ್ತಿದ್ದಂತೆ, ಅವಳೇ ಮುಂದಾಗಿ "ನಾನೇ ನನ್ನ ಪರಿಚಯ ಹೇಳಿ ಕೊಳ್ತೀನಿ".

"ನಾನು ಲಿಯಾನ್ ಜೂ. ಈಗಷ್ಟೇ ಪ್ರೊವಿನ್ಸಿಯಲ್ ಆರ್ಟ್ಸ್ ಕಾಲೇಜಿನಿಂದ ಫೈನ್ ಆರ್ಟ್ಸ್‌ನಲ್ಲಿ ಪದವಿ ಮುಗಿಸಿ ಹೊರ ಬಂದಿದ್ದೇನೆ. ಫಸ್ಟ್ ಮಿಡ್ಲ್ ಸ್ಕೂಲಿನಲ್ಲಿ ಟೀಚರಾಗಿ ಕೆಲಸ ಮಾಡಿದ್ದೇನಿ. ಬೀಜಿಂಗ್‌ಕಡೆಯ ಆಕ್ಸೆಂಟ್‌ನಲ್ಲಿ ಮಾತಾಡುತ್ತಿದ್ದಳು.

ನಂತರ ನಾನು – ನನ್ನ ಹೆಸರು ಸಾಂಗ್ ಸಾಂಗ್. ಡಾನ್ಸರ್ಸ್‌ರಲ್ಲಿ ನಾನೂ ಒಬ್ಬಳು.

"ನೀನು ಷಾಂಗಾಯ್‌ನಲ್ಲಿ ಓದಿರುವೆಯೇನು?"

ನಾನು ತಲೆಯಾಡಿಸಿದೆ. ಅವಳ ಕಡೆ ನೋಡಿದೆ. ಅವಳನ್ನು ನೋಡಿದಷ್ಟೂ, ನನಗೆ ರೆನ್ಜಿಯಾಳ ಟೀಕೆ ಸಮ್ಮತವೆನಿಸಲಿಲ್ಲ. ಅವಳು ಹಾಗೆ ನೋಡಿದರೆ ತುಂಬಾ ಮೃದು. ಅಪರೂಪಕ್ಕೆಲ್ಲೋ ಒಮ್ಮೆ ಮುಗುಳ್ನಗುತ್ತಿದ್ದಳು.

"ನಾನು ಕರಾವಳಿ ಪ್ರದೇಶದವಳು" ನಾನು ಮುಸಿ ಮುಸಿ ನಗುತ್ತಿದ್ದೆ. ಹೆಚ್ಚು ಹೆಚ್ಚು ಅವಳೆಡೆಗೆ ಸೆಳೆಯಲ್ಪಟ್ಟೆ. ಅವಳ ಮಾತಿನ ರೀತಿಯಿಂದ, ಅರಿವಿನಿಂದ ಲಿಯಾನ್‌ಯುನ್ ಬಂದರು ಭಾಗದಿಂದ ಬಂದಿರಬೇಕು ಎಂದುಕೊಂಡೆ.

ನಾವು ಮಾತಾಡುತ್ತಿರುವ ಸಮಯದಲ್ಲಿ ಗದ್ದಲ ಕೇಳಿಬಂತು. ಯಾರೋ ಜಗಳ ಮಾಡುತ್ತಿರುವಂತೆನಿಸಿತು. ಲಿಯಾನ್ ಜು ಕೂಡ ಅಚ್ಚರಿಯಿಂದ ಬಾಗಿಲ ಕಡೆ ಹೆಜ್ಜೆ ಹಾಕಿದಳು, ನಾನೂ ಅವಳನ್ನು ಹಿಂಬಾಲಿಸಿದೆ. "ಒಂದು ವಾರ ಕಳೆದ ಮೇಲೆ ಇದೆಲ್ಲ ನಿನಗೆ ಅನುಭವ ಆಗಿಬಿಟ್ಟಿರುತ್ತೆ".

ಬಾಗಿಲು ತೆಗೆದಾಗ, ನನ್ನ ಕಡೆಗೆ ನಡೆದು ಬರುತ್ತಿದ್ದ ಒಬ್ಬ ವ್ಯಕ್ತಿಯ ನೆರಳು ಕಾಣಿಸಿತು. ಆತ ನನ್ನ ಹೆಸರು ಹಿಡಿದು ಕರೆಯುತ್ತಿದ್ದುದು ಕೇಳಿ ಬಂತು. ನೋಡಿದರೆ ಕ್ಸಿಯಾವೆನ್! ಇಲ್ಲಿಗೆ ಬಂದು ಒಂದು ವಾರದ ಮೇಲಾದರೂ ಇನ್ನೂ ಅವಳಿಗೆ ಇಂಥ ಜಗಳಗಳ ಬಗ್ಗೆ ಇದ್ದ ಕುತೂಹಲ ತಣಿದಿರಲಿಲ್ಲ. ಜಗಳ ನೋಡ್ತಾ ನಿಲ್ಲುತ್ತಿದ್ದಲ್ಲದೆ, ಜಗಳಕ್ಕೆ ಕಾರಣವೇನೆಂಬುದನ್ನೂ ವಿಚಾರಿಸಿ ತಿಳಿದುಕೊಂಡು ನಂತರ ಎಲ್ಲ ಕಡೆಗೆ ಸುದ್ದಿ ಪ್ರಸಾರ ಮಾಡುತ್ತಿದ್ದಳು.

"ಕ್ಸಿಯಾವ್ಓ ಝಾಂಗ್, ಜಿಯಾಂಗ್‌ನನ್ನು ಒಂದರ್ಧ ಕ್ಯಾಟಿ, ಮಾಂಸವನ್ನು ತರಲು ಹೇಳಿದಳಂತೆ, ಆದರೆ ಆ ಮುದಿ ಜಿಯಾಂಗ್ ಇಡೀ ಕ್ಯಾಟಿಯಷ್ಟು ಮಾಂಸ ತಂದನಂತೆ. ಅಷ್ಟಕ್ಕೆ ಅವರು ಭೂಮಿ ಆಕಾಶ ಒಂದಾಗುವಷ್ಟು ಅತಿರೇಕದ ಜಗಳಕ್ಕೆ ಇಳಿದಿದ್ದಾರೆ. ಕೇಳು ಕೇಳು – ಇನ್ನಷ್ಟು ಜೋರಾಗ್ತಿದೆ. ಬಾ ಮೇಲೆ ಹೋಗಿ, ಇಬ್ಬರಿಗೂ ಬುದ್ಧಿಹೇಳಿ ಜಗಳ ಬಿಡಿಸೋಣ!" ಉತ್ತೇಜಿತಳಾಗಿ, ಕಣ್ಣಲ್ಲಿ ಹೊಳಪನ್ನು ಚೆಲ್ಲುತ್ತಾ ಹೇಳಿದಳು. ನನಗೆ ಗೊತ್ತು ಅವಳು ನಿಜವಾಗಿಯೂ ಇಬ್ಬರನ್ನೂ ರಾಜಿ ಮಾಡಿಸಬೇಕೆಂಬುದಕ್ಕಿಂತ, ಗಂಡ–ಹೆಂಡಿರ ಜಗಳದ ಮಜಾ ಅನುಭವಿಸಬೇಕಿತ್ತು. ಬೇಸರವಾಗಿ, ಅವಳ ಸಲಹೆಗೆ ಸ್ಪಂದಿಸದೆ "ಅಗತ್ಯವಿಲ್ಲ" ಎಂದೆ. "ಬೇಕಾದರೆ ಅವರೇ ಅವರ ಜಗಳಕ್ಕೆ ಪರಿಹಾರ ಕಂಡು ಕೊಳ್ಳಲಿ" ಎಂದು ಮುಂದುವರೆಸಿ ಹೇಳಿದೆ. ಆರೇಳು ವರ್ಷಗಳಿಂದಲೂ ಈ ಫರ ಜಗಳ ಅವರ ಮಧ್ಯೆ ನಡೀತಿದ್ದರೂ, ವಿಚ್ಛೇದನ ಪಡೆಯುವ ಉದ್ದೇಶವೇನೂ ಇರಲಿಲ್ಲ.

ಲಿಯಾನ್ ಜು ನಾನು ಹೇಳಿದ್ದನ್ನು ಸಮರ್ಥಿಸಿದಳು. "ಯಾವ ದಂಪತಿಗಳೂ ತಮ್ಮ ಮಧ್ಯೆ ಮೂರನೆಯವರ ಪ್ರವೇಶ ಇಷ್ಟ ಪಡೋದಿಲ್ಲ. ಪ್ರತಿಯೊಬ್ಬರಿಗೂ ಅವರವರದೇ ಆದ ಆತ್ಮ ಗೌರವ ಇರುತ್ತೆ".

ಕ್ಸಿಯುವೆನ್, ಮದುಮಗಳ ಕಡೆ ತಿರುಗಿ ಅಡಿಯಿಂದ ಮುಡಿವರೆಗೂ ಒಮ್ಮೆ ಕಣ್ಣಾಡಿಸಿದಳು. "ಬಾ ಹೋಗಿ ಅವರ ರೂಮು ಹೇಗಿದೆ ಅಂತ ನೋಡಿ ಬರೋಣ" ಎಂದು ನನ್ನ ಕೈಹಿಡಿದು ಆ ಕಡೆಗೆ ಎಳೆದುಕೊಂಡು ಹೋದಳು.

ಇದ್ದಕ್ಕಿದ್ದಂತೆ ನನ್ನ ಕಣ್ಣ ಮುಂದೆ ಅಲ್ಲಿನ ರೂಮು ಮತ್ತು ಪೀಠೋಪಕರಣ ಗಳು ಕಣ್ಣ ಮುಂದೆ ಬಂತು. ನಾನು ಅವಳನ್ನು ಹಿಡಿದು ನಿಲ್ಲಿಸಲು ಪ್ರಯತ್ನಿಸಿದೆ. ಆದರೆ ಅಷ್ಟು ಹೊತ್ತಿಗೆ ಅವಳು ಅಲ್ಲಿಗೆ ಹೋಗಿಯೇ ಬಿಟ್ಟದ್ದಳು. ಹೋದವಳೇ ಖಾಲಿಯಾಗಿದ್ದ ಕೋಣೆಯ ಮಧ್ಯೆ ನಿಂತಿದ್ದಳು. ನನ್ನ ಕಡೆ ಅವಳು ಕಣ್ಣು ಮಿಟುಕಿಸಿದಳು. ತಕ್ಷಣವೇ ನಾನು, ಅವಳು ಆತುರದಲ್ಲಿ ಏನೇನೋ ಮಾತಾಡಿ ಬಿಟ್ಟಾಳೆಂದು ಹೆದರಿ ಅವಳ ಗಮನ ಬೇರೆಡೆ ಸೆಳೆಯಲು ತಕ್ಷಣವೇ ಮುಂದಾದೆ.

"ಈವತ್ತು ರಾತ್ರಿ ಟೆಲಿವಿಷನ್ ನೋಡ್ತಿಯೇನು?" ಕೇಳಿದೆ.

"ಟೆಲಿವಿಷನ್!" ಅವಳ ಹಾಸಿಗೆಯತ್ತ ಕಣ್ಣಾಡಿಸಿದಲು. ಅದರ ಮೇಲೆ ಎರಡು ಹಳೆಯ ಹೊದಿಕೆಗಳು ಬಿದ್ದಿದ್ದವು. ಅವನ್ನು ನೋಡುತ್ತಾ.

"ಪ್ರತಿದಿನಾ ರಾತ್ರಿ ಟೆಲಿವಿಷನ್ ನೋಡೋದೊಂದ್ರೆ, ಒಂದು ಥರ ಅಸಹ್ಯ!"

"ಕ್ಯಾಸೆಟ್ ಟೇಪುಗಳನ್ನ ಕೇಳೋಕೆ?"....?

"ದಿನಾ ದಿನಾ ಕೇಳಿದ್ದನ್ನೇ ಕೇಳೋದ? ಮತ್ತೂ ಹುಚ್ಚುತನ"

"ಹುವಾಂಗ್ ಜಿಯಾನ್ ಎಲ್ಲಿ ಕಾಣಿಸೋದೇ ಇಲ್ಲ?" ಅವನ ಹೆಸರು ಹೇಳಲು ಇಷ್ಟವಿಲ್ಲದೆಯೂ ಹೆಸರನ್ನು ಉಸಿರಿದೆ.

"ಮಜಾ ಮಾಡೋಕೆ ಹೊರಗೆ ಹೋಗಿದ್ದಾನೆ". ಅಸಮಾಧಾನದಿಂದ ಹೇಳಿದಲು.

ಹೀಗೆ ಮಾತಾಡ್ತಾ ಇರುವಾಗಲೇ ಕ್ಲಿಯುವೆನ್! ಕ್ಲಿಯುವೆನ್! ಎಂದು ಕರೆಯುತ್ತಿದ್ದುದು ಕೇಳಿ ಬಂತು.

"ಹೋಗು ಬೇಗ, ಕರೀತಿದ್ದಾನೆ!" ಎಂದು ಹೊರಗೆ ದೂಡಿದಲು. ಸದ್ಯ ಹೋಗ್ತಾಳಲ್ಲ! ಎಂದು ಸ್ವಲ್ಪ ಸಮಾಧಾನ ಆಯ್ತು.

ಕಡೆಗೆ ಕೋಣೆಯಿಂದ ಹೊರಗೆ ಹೋದಲು. ಅದೃಷ್ಟಕ್ಕೆ ಮೇಲಿನ ಮನೆಯಲ್ಲಿ ಜಗಳವೂ ತಣ್ಣಗಾಗಿತ್ತು.

ಮೇಲೆ ನೋಡುತ್ತಾ ಲಿಯಾನ್ ಝೂ ಮೆದುದನಿಯಲ್ಲಿ "ಯಾವಾಗಲೂ ಅವರು ಹೀಗೆ ಜಗಳ ಮಾಡ್ತಾರೇನು?"

"ಹೌದು, ಯಾವಾಗಲೂ, ಅವರಿಗೆ ಹಣದ ಕೊರತೆ"

"ನಿಜವಾಗಿಯೂ?" ಸುತ್ತಲೂ ತಿರುಗಿ ಮೊದಲು ನನ್ನತ್ತ ನೋಡುತ್ತಿದ್ದು, ನಂತರ ಕ್ಲಿಯಾವೂ ಝೀ ಕಡೆ ದೃಷ್ಟಿ ಹೊರಳಿಸಿದಲು.

ದಪ್ಪನೆಯ ಕನ್ನಡಕ ಧರಿಸಿದ್ದರೂ ಇನ್ನೂ ಅವಳ ಕಣ್ಣಲ್ಲಿ ಅನುಮಾನ ಕುತೂಹಲಗಳು ಇದ್ದಂತೆ ಕಾಣಿಸಿತು. ಅದು ಸಹಜವೇ. ಹೊಸದಾಗಿ ಮದುವೆಯಾದವರು ಪ್ರೀತಿ, ಪ್ರೇಮದ .... ಅವರಿಬ್ಬರೂ ಪ್ರೀತಿ ಮಾಡಿದ್ದಾದರೂ ಹೇಗೆ? ನನಗೆ ಕುತೂಹಲ ತಡೆಯಲಾಗಲಿಲ್ಲ ಕೇಳಿದೆ.

ಲಿಯಾನ್ ಝು ಒಂದು ರೀತಿಯಲ್ಲಿ ಅಪರೂಪದ ನಗೆ ನಕ್ಕು ಗಂಡನ ಕಡೆ ನೋಡಿದಲು. ಗಂಡನೂ ನಗುವಿನ ಮೂಲಕವೇ ಉತ್ತರಿಸಿದ. ಈ ಯುವ ಕಾರ್ಪೆಂಟರ್ ಕಣ್ಣುಗಳು ಇಷ್ಟೊಂದು ಆಳದ ಕೊಳಗಳಾಗಿರುತ್ತವೆ ಎನ್ನುವುದು ಯಾರ ಗಮನಕ್ಕೆ ತಾನೇ ಬಂದಿರಲು ಸಾಧ್ಯ?

"ನಮ್ಮ ಪ್ರೀತಿ ಎಲ್ಲಿ ಹೇಗೆ ಅನ್ನೋದನ್ನು ಎಲ್ಲಿಂದ ಶುರುಮಾಡಲಿ?...." ಲಿಯಾನ್ ಝು ಸಂಕೋಚದಿಂದ ಕೇಳಿದಲು.

"ನಿನಗೆ ಹೇಗೆ, ಎಲ್ಲಿಂದ ಹೇಳಬೇಕೆಂದೆನಿಸಿದರೆ ಹಾಗೇ ಹೇಳು".

"ಓ ಅದೇನೂ ಅಂಥದ್ದೇನೂ ದೊಡ್ಡದಲ್ಲ" ಲಿಯಾನ್ ಝು ಅಂತು ಕಡೆಗೆ ಹೇಳಲು ಆರಂಭಿಸಿದಳು.

"ಇಲ್ಲ ಅಷ್ಟು, ಸರಳವಾದ್ದಲ್ಲ. ತುಂಬಾ ಸಂಕೀರ್ಣ" ಎಂದು ಆ ಯುವಕ ಹೇಳಿದ.

"ನಾವು ಸಾಕಷ್ಟು ಕಾದೆವು. ಹಳ್ಳಿ ಗಾಡಿನಿಂದ ಇಲ್ಲಿಗೆ ಸ್ಥಳಾಂತರ ಮಾಡಿದ ಮೇಲೆ, ನನಗೆ ಕಾಲೇಜಿನಲ್ಲಿ ಓದಬೇಕೆನ್ನುವ ಆಸೆ ಇತ್ತು. ನನ್ನ ಓದು ಮುಗಿದು ಗ್ರಾಜ್ಯುಯೇಟ್ ಆಗುವವರೆಗೆ ಕಾಯೋದು ಕಾಯೋದೇ ಆಯ್ತು. ನಿನ್ನ ವಿಚಾರ?" ಲಿಯಾನ್ ಝುಗೆ ಹೇಳಲು ಮತ್ತೇನೂ ಉಳಿದಿರಲಿಲ್ಲವಾಗಿ ಎದುರು ಪ್ರಶ್ನೆ ಆರಂಭಿಸಿದ್ದಳು.

"ಓಹೋ, ನಾವೀಗ ಹಳೆ ದಂಪತಿಗಳು"

"ಸುಮ್ಮನಿರು. ಹೆಚ್ಚು ಕಡಿಮೆ ನನ್ನ ವಯಸ್ಸಷ್ಟೇ ನಿನ್ನದೂ ಇರಬೇಕು. ಇಪ್ಪತ್ತೊಂಬತ್ತು?"

"ಇಪ್ಪತ್ತೆಂಟು. ಅದರಲ್ಲೇನೂ ವಿಶೇಷವಿಲ್ಲ. ಕವಿತೆ, ಸಂಗೀತಗಳ ಮೂಲಕ ನನ್ನನ್ನು ಕಾಡುತ್ತಿದ್ದ".

"ನೀನು ಅವನ ಹಿಂದೆ ಬೀಳಲಿಲ್ಲ?"

"ಖಂಡಿತ ಇಲ್ಲ!"

"ಏನು?" ಲಿಯಾನ್ ಝು ನಿರಾಶೆಯಿಂದ ಪ್ರಶ್ನಿಸಿದಳು.

"ನೀನೂ ಒಂದು ಕವಿತೇನ ಕಳಿಸಲಿಲ್ಲವೇ?" ಕ್ವಿಯಾವೂ ಜೀ ಥಟ್ಟನೆ ಪ್ರಶ್ನೆ ಕೇಳಿದ.

"ಅದು ನಿನಗೆ ಹೇಗೆ ಗೊತ್ತಾಯಿತು?" – ಎಂದು ಜೋರಾಗಿ ಕೇಳಿದಳು.

"ನನ್ನ ಪ್ರೀತಿಯ ಸಾಂಗ್ ಸಾಂಗ್?" – ಎಂದು ಲಿಯಾನ್ ಝು ತನ್ನೆರಡೂ ಬಾಹುಗಳಿಂದ ಕೊರಳನ್ನು ಬಳಸಿ ಮುಸಿ ಮುಸಿನಕ್ಕಳು. ನಾನೂ ಜೊತೆಯಲ್ಲಿ ನಕ್ಕೆ.

ರಾತ್ರಿ ಹತ್ತು ಗಂಟೆ ತನಕ ಅಲ್ಲಿಯೇ ಕುಳಿತಿದ್ದು ನಂತರ ಹೊರಟೆ. ನಾನು ರೂಮು ತಲುಪಿದಾಗ ನನ್ನ ಸಂತೋಷವೆಲ್ಲ ಕರಗಿಹೋಯಿತು. ಆಪಿಂಗ್, ನಮ್ಮ ಲೀಡರ್ ಟೆಲಿಫೋನ್ ಮಾಡಿ ನಾವು ನಾಳೆಯಿಂದ ರೀಹರ್ಸಲ್‍ಗೆ ಹೋಗ ಬೇಕೆಂದೂ ನಂತರ ಮುಂದಿನ ಸೋಮವಾರ ಮತ್ತೆ ಆನ್ ಸಾಂಬ್ಲ ತಂಡ ಪ್ರವಾಸಕ್ಕೆ ಸಿದ್ಧವಾಗಬೇಕೆಂದು ಹೇಳಿದ ಸುದ್ದಿಯನ್ನು ನನಗೆ ತಿಳಿಸಿದ. ಒಮ್ಮೇಲೆ "ನಾನು ಹೋಗೋಲ್ಲ" ಎಂದೆ.

ಆಪಿಂಗ್ ಫೆನ್ನು, ಕೆಳಗಿಟ್ಟು ಎದ್ದು ನಿಂತು ನನಗೆ ಸಮಾಧಾನ ಹೇಳಲು ನನ್ನ ಬಳಿಗೆ ಬಂದ. ಅವನನ್ನು ಪಕ್ಕಕ್ಕೆ ತಳ್ಳಿ ಹಾಸಿಗೆ ಬಳಿಗೆ ನಡೆದೆ. "ನಾನು ಹೋಗೋಲ್ಲ? ನಾವ್ಯಾಕೆ ಮತ್ತೆ ಹೋಗಬೇಕು? ನಾವು ಬಂದು ಇನ್ನೂ ಎರಡುವಾರ ಕೂಡಾ ಆಗಿಲ್ಲ. ನಾನಂತು ಹೋಗೋಲ್ಲ!" ಎಂದು ಹೋಗಿ ಹಾಸಿಗೆ ಮೇಲೆ ಬಿದ್ದುಕೊಂಡೆ. ಮತ್ತೆ ಪ್ರಯಾಣ ಎಂದರೆ,

ಸಾಮಾನು ಸರಂಜಾಮುಗಳನ್ನು ಮತ್ತೊಮ್ಮೆ ಹೊಂದಿಸಿಕೊಳ್ಳುವುದೇ ಆಗಿರುತ್ತೆ, ದೊಡ್ಡದೊಂದು ರೂಮಲ್ಲಿ ಎಲ್ಲರೂ ಒಂದೇ ಕಡೆ ಇರೋದು!.... ನನಗಂತೂ ಇನ್ನೇನು ಅಳು ಬಂದೇ ಬಿಡುತ್ತೆ ಅನ್ನೋ ಹಾಗೆ ಇತ್ತು.

ಆಪಿಂಗ್ ನನ್ನ ಬಳಿ ಬಂದು, ನನ್ನನ್ನು ಅಪ್ಪಿಕೊಂಡು, "ಯಾಕೆ ಹಾಗೆ ಉದ್ವೇಗಕ್ಕೆ ಒಳಗಾಗ್ತಿ, ನಾನಿದ್ದೀನಲ್ಲ. ಎಲ್ಲ ಹೊಂದಿಸಿ ಕೊಡ್ತೇನಿ... ಬಿಸಿ ನೀರಿನ ಬಾಟಲ್ ತುಂಬಿಸಿಕೊ"

"ಇದಿಷ್ಟೇನಾ ಹೇಳೋಕೆ ಇರೋದು?" ಸಿಟ್ಟಿನಿಂದ ಅಬ್ಬರಿಸಿದೆ.

"ನೀನು ನನಗೆ ಬೇರೆ ಕೆಲಸ ಯಾವುದಾದರೂ ಇದ್ದರೆ ಅಲ್ಲಿಗೆ ಟ್ರಾನ್ಸ್‌ಫರ್ ಕೇಳು. ನನಗೆ ಇನ್ನು ಡಾನ್ಸ್ ಮಾಡೋಕೆ ಆಗೊಲ್ಲ. ನನಗೆ ಎಲ್ಲಾದರೂ ಒಂದು ಕಡೆ ಶಾಶ್ವತವಾಗಿ ನೆಲಸಬೇಕೆಂದಿದೆ. ನನ್ನದೇ ಲೈಫ್, ನನ್ನದೇ ಫ್ಯಾಮಿಲಿ ಇರಬೇಕೆಂತ ಬಯಸ್ತೇನೆ. ನನಗೆ ..... ನನಗೆ ಒಂದು ಮಗು ಕೂಡಾ ಬೇಕೆನಿಸುತ್ತೆ!.... ಕಂಬನಿಗಳು ನನ್ನ ಕೆನ್ನೆಗಳ ಮೇಲಿಂದ ಜಾರಿ ಬೀಳ ತೊಡಗಿದವು. ಕ್ಲಿಯವೆನ್‌ಳ ಐಷಾರಾಮಿ ಕೋಣೆ ನನ್ನ ಕಣ್ಣಮುಂದೆ ಕಾಣಿಸಿತು. ಆಹಾ... ಅಂಥಾ ರೂಮು ನನಗೂ....

ಆಪಿಂಗ್ ಬೇಸರಗೊಂಡಿದ್ದ. ಎಡ್ಡಾದಿಡ್ಡಿ ಕೂದಲು ನೇವರಿಸಿದ.

– 3 –

ನಿಗದಿಯಾಗಿದ್ದ ಸಮಯಕ್ಕೆ ಸರಿಯಾಗಿ ಹೊರಡ ಬೇಕಿದ್ದರೆ ಹೆಚ್ಚು ಹೊತ್ತು ಕೆಲಸಮಾಡಬೇಕಿತ್ತು. ಕೆಲಸ ಮುಗಿಸಿ, ಹಿಂತಿರುಗುವಾಗ ತುಂಬಾ ರಾತ್ರಿಯಾಗಿತ್ತು. ನಾವೆಲ್ಲ ನಮ್ಮ ಹಿಂದಿನ ಕಾವಲುಗಾರನಾಗಿದ್ದವನ ರೂಮಿನಲ್ಲಿ ಸದ್ದಿಲ್ಲದೆ ಮೌನವಾಗಿ ನಮ್ಮ ಬೈಸಿಕಲ್ಲುಗಳನ್ನು ಇರಿಸಿದೆವು. ನಂತರ ಯಾರು ಯಾರಿಗೂ ಗುಡ್ ನೈಟ್ ಹೇಳದೆ ನಮ್ಮ ನಮ್ಮ ರೂಮುಗಳಿಗೆ ಹೋದೆವು. ನಮ್ಮ ಹೆಚ್ಚಿನ ಸಹೋದ್ಯೋಗಿಗಳಿಗೆ ಬಿಸಿಬಿಸಿಯಾದ ಸೂಪು ಮತ್ತು ಅನ್ನ ರೆಡಿಯಾಗಿತ್ತು. ಆದರೆ ನಾನು ಮತ್ತು ಆಪಿಂಗ್?.... ಬಿಸಿ ಬಿಸಿಯಾದ ಸೂಪಿಗಾಗಿ ನನ್ನ ಮನಸ್ಸು ಹಪಹಪಿಸುತ್ತಿತ್ತು! ಆಪಿಂಗ್ ಪ್ರೀತಿ ಮತ್ತು ಕರುಣೆಯಿಂದ ಮೃದುವಾಗಿ ನನ್ನ ಕೈ ಹಿಡಿದ. ಬೆಚ್ಚಗಿರಲೆಂದು ಗ್ಲೋವ್ಸ್ ಧರಿಸಿದ್ದರೂ ಕೈಗಳು ಇನ್ನೂ ತಣ್ಣಗಿದ್ದವು. ಕೈಗಳನ್ನು ಹಿಂದಕ್ಕೆ ಎಳೆದುಕೊಂಡೆ. ನನಗೆ ಇಂಥ ಕೋಮಲ ಭಾವನೆಗಳು ಬೇಕಿರಲಿಲ್ಲ – ನನಗೆ ಈಗ ಬೇಕಾದ್ದೆಲ್ಲ ಸ್ಥಿರವಾದ ಬದುಕು, ಕುಟುಂಬ ಜೀವನವೇ ಹೊರತು, ಮುತ್ತುಗಳು ಮತ್ತು ಆಲಿಂಗನಗಳಲ್ಲ!

ನನಗೆ ಗೊತ್ತಿಲ್ಲದೆಯೇ ಕ್ಲಿಯುವೆನ್‌ಳ ಕಿಟಕಿಯ ಮುಂದೆ ನಿಂತೆ. ಕಿಟಕಿಯ ಮೂಲಕ ಮಂದವಾದ ಹಸಿರು ದೀಪದ ಬೆಳಕನ್ನು ನೋಡಿದೆ. ಹದವಾದ ಇಂಥ ಬೆಳಕನ್ನು ಅನುಭವಿಸುವುದು ಎಷ್ಟು ಚೆಂದ!.... ಕ್ಲಿಯುವೆನ್ ಈಗ ಏನು ಮಾಡುತ್ತಿರಬಹುದು?

ಕಿಟಕಿಯ ಕಟ್ಟೆಯ ಕಡೆಯಿಂದ ಹಿರಿಯ ಜಿಯಾಂಗ್‌ನ ಮೂವರು ಹುಡುಗರು! ಎಂದು ಗುಸ ಗುಸ ಮಾತಾಡುತ್ತಿದ್ದುದು ಕೇಳಿಸುತ್ತಿತ್ತು.

"ಆಂಟಿ ಲೀ ಗೆ ಟಿ.ವಿ. ನೋಡೋಕೆ ಇಷ್ಟ ಇಲ್ಲವೇ?" ಜಿಯಾಂಗ್‌ನ ಕೊನೆಯ ಹುಡುಗ ಪ್ರಶ್ನಿಸಿದ. ಮೂರು ವರ್ಷ ವಯಸ್ಸಿನ ಹುಡುಗನ ತೊದಲು ಮಾತು ಕೇಳಿಸಿತು.

"ಯಾಕೆ ಟೀ ವೀ ನೋಡೋದಿಲ್ಲ?" ಕಿಟಕಿಯಿಂದ ಕ್ಸಿಯುವೆನ್‌ಳ ಮನೆಯ ಕಿಂಡಿ ಕಾಣಿಸುತ್ತಿತ್ತು. ತಿಳಿ ಬೆಳಕಿನಲ್ಲಿ ಅವಳ ಮುಖ ಆಕರ್ಷಕವಾಗಿ ಕಾಣಿಸುತ್ತಿತ್ತು. ನನಗೇ ಅರಿವಿಲ್ಲದಂತೆ ನಾನು ನನ್ನ ಕೆನ್ನೆಗಳನ್ನು ತಡವಿಕೊಂಡೆ. ಸ್ಟೇಜ್ ಮೇಕಪ್ ಮತ್ತು ಹವಾಗುಣದಿಂದಾಗಿ, ಕೆನ್ನೆಗಳು ಒರಟಾಗಿದ್ದವು.

ಇದ್ದಕ್ಕಿದ್ದಂತೆ ಬಾಗಿಲು ತೆರೆದುಕೊಂಡು ಹುವಾಂಗ್ ಜಿಯಾ ಒಳನುಗ್ಗಿದ. ಅನಿರೀಕ್ಷಿತವಾಗಿ ನನ್ನೆಡೆ ನೋಡಿ ಮುಗುಳ್ನಕ್ಕ. ಅವನ್ಯಾಕೆ ನನ್ನನ್ನು ನೋಡಿ ನಕ್ಕ? ಅವನಿಗೆ ನನ್ನ ಮೇಲಿನ ಸಿಟ್ಟು ಮರೆತಿರಬಹುದೇ? ಅಥವಾ ಅವನ ಪ್ರೀತಿಯನ್ನು ತಿರಸ್ಕರಿಸಿದ್ದು ನೆನಪಾಗಿ ವ್ಯಂಗವಾಗಿ ನಗುತ್ತಿರಬಹುದೇ? ನನ್ನೆದೆಯಲ್ಲಿ ಸಣ್ಣದಾಗಿ ನೋವು ಕಾಣಿಸಿಕೊಂಡಿತು. ಬೇಗ ಅಲ್ಲಿಂದ ಹೊರಟುಬಿಡಬೇಕು ಎಂದುಕೊಂಡೆನಾದರೂ ಕಾಲು ಎಳಲಿಲ್ಲ.

"ನಡಿ ಹೊರಡೋಣ" ತುಟಿಕಚ್ಚಿ ಹೇಳಿದ. ಯಾಕೋ ಹುಷಾರಿಲ್ಲದವನಂತೆ ಕಾಣಿಸಿದ. ನಾನು ಹೆಜ್ಜೆ ಹಾಕತೊಡಗಿದೆ.

ರೂಮು ತಲುಪುತ್ತಿದ್ದಂತೆ ಹೋಗಿ ಹಾಸಿಗೆಯ ಮೇಲೆ ಬಿದ್ದುಕೊಂಡೆ. ಎಳಲು ಮನಸಾಗುತ್ತಿರಲಿಲ್ಲವಾದರೂ ಹೊಟ್ಟೆಯಲ್ಲಿ ಗುಡುಗುಡು, ಸಂಕಟ. ತುಂಬಾ ಹಸಿವಾಗಿತ್ತು. ಆಪಿಂಗ್ ಒಂದೆರಡು ಹಬೆಯಿಂದ ಬೇಯಿಸಿದ ಬನ್ನುಗಳನ್ನು ತಂದು ಕೊಟ್ಟ, ಆದರೆ ಅವನ ಮೇಲೆ ನನಗೆ ಕೋಪವಿದ್ದುದರಿಂದ ಅವುಗಳ ಕಡೆ ಕಣ್ಣೆತ್ತಿಯೂ ನೋಡಲಿಲ್ಲ. ಹಾಸಿಗೆಯಿಂದ ಮೇಲೆದ್ದು ಒಂದು ಬಟ್ಟಲಲ್ಲಿ ಅನ್ನ ತೆಗೆದುಕೊಂಡೆ ಅದು ತಣ್ಣಗಿತ್ತು. ಕುದಿಯುವ ನೀರನ್ನು ಅದರಲ್ಲಿ ಸುರಿದು ಕೊಂಡೆ. ಇನ್ನೇನು ತಿನ್ನಬೇಕೆಂದು ತುಟಿತನಕ ತೆಗೆದುಕೊಂಡೆ ಹೋದೆ ಅಷ್ಟರಲ್ಲಿ ಆಪಿಂಗ್ ಅದನ್ನು ಥಟ್ಟನೆ ಕಿತ್ತುಕೊಂಡ. "ಯಾಕಿಷ್ಟೆಲ್ಲ ಹಿಂಸೆ ಮಾಡ್ಕೋತೀಯ?"

"ನನಗೆ ಹಸಿವಾಗಿದೆ" ಕಿರುಚುತ್ತ ಅವನು ನನ್ನಿಂದ ಕಿತ್ತುಕೊಂಡಿದ್ದ ಬಟ್ಟಲೆಡೆಗೆ ಕೈ ಚಾಚಿದೆ.

"ನೋಡ್ತಿಲ್ವ ನಾನು ಅಡಿಗೆ ಮಾಡೋಕೆ ಶುರುಮಾಡಿದೀನಿ ಅಂತ" ಬಟ್ಟಲುಗಳನ್ನು ಪಕ್ಕಕ್ಕಿಟ್ಟು ಕ್ಯಾಬೇಜನ್ನು ಕತ್ತರಿಸಲು ತೊಡಗಿದೆ.

"ನನಗೆ ಕಾಯೋಷ್ಟು ಸಹನೆ ಇಲ್ಲ" – ಎಂದು ಕಾಲನ್ನು ನೆಲದ ಮೇಲೆ ಝಾಡಿಸಿದೆ.

"ಬಿಸ್ಕತ್ತಾದರೂ ತಿನ್ನು" ತರಕಾರಿ ಕತ್ತರಿಸುವುದನ್ನು ಬಿಟ್ಟು ಅವಳತ್ತ ಬಿಸ್ಕತ್ತು ಡಬ್ಬಿಯನ್ನು ನನ್ನ ಮುಂದೆ ಇರಿಸಿದ.

"ಅವು ತುಂಬ ಡ್ರೈ ಆಗಿದೆ. ನನಗೆ ಅವು ಬೇಕಿಲ್ಲ. ಅವುಗಳನ್ನು ತಿನ್ನುವುದಿಲ್ಲ. ಡಬ್ಬಿಯನ್ನು ತಳ್ಳಿದೆ. ಅದು ಜಾರಿ ನೆಲದ ಮೇಲೆ ಬಿತ್ತು".

"ಸುಮ್ಮನೆ ಜಗಳ ತೆಗೀಬೇಕೂಂತ ಇದ್ದೀಯ ಹೇಗೆ?" ಅವನ ತುಟಿಗಳು ಕಂಪಿಸುತ್ತಿದ್ದವು.

"ಜಗಳ ಯಾರಿಗೆ ಬೇಕಾಗಿದೆ".... ಅದೂ ನಾನು......

"ಹೌದು ನೀನೇ!" ಒರಟಾಗಿ ಮಧ್ಯೆ ಬಾಯಿ ಹಾಕಿದ. ನನಗೆ ಗೊತ್ತು ನನ್ನನ್ನು ಕಟ್ಟಕೊಂಡು ತಪ್ಪುಮಾಡಿದೆ ಎಂದುಕೊಳ್ಳುತ್ತಿದ್ದೀಯ. ಹೌದಲ್ಲ? ನೀನು ಅವನನ್ನೇ ಮದುವೆ ಆಗಿದ್ದರೆ ಸುಖವಾಗಿ ಜೀವನ ಮಾಡಬಹುದಿತ್ತು. ಕಷ್ಟವೇ ಇರ್ತಿರ್ಲಿಲ್ಲ!"

"ನೀನು?" ಒಮ್ಮೆಲೇ ಸಿಟ್ಟು ಆಘಾತಗಳಿಂದಾಗಿ ಮಾತೇ ಬರಲಿಲ್ಲ.

ಸಿಟ್ಟಿನಿಂದ ಕೆಂಪಾಗಿ, "ಏನು ಯೋಚನೆ ಮಾಡ್ತಿದ್ದೆ? ನಾನು ನಿನಗೆ ಮೊದಲೇ ಹೇಳಿದ್ದೆ. ನನ್ನ ಹತ್ತಿರ ಹಣ ಅಧಿಕಾರ, ಸಾಮರ್ಥ್ಯ – ಯಾವುದೂ ಇಲ್ಲಾಂತ. ನನ್ನನ್ನು ಮದುವೆಯಾಗಿ ತುಂಬ ಕಷ್ಟ ಅನುಭವಿಸಬೇಕಾಗಿ ಬರುತ್ತೇಂತ ಕೂಡಾ ಹೇಳಿದ್ದೆ. ನೀನು ಪಶ್ಚಾತ್ತಾಪ ಪಡ್ತೀಯಾಂತ ಹೆದರಿದ್ದೇ ಕೂಡಾ! ಈಗ ಅದು ನಿಜವಾಗಿದೆ!"

ನಾನು ಏನು ಮಾಡ ಹೊರಟಿದ್ದೇನೆ ಅನ್ನೋ ಪರಿಜ್ಞಾನಾನೂ ಇಲ್ಲದೆ ಅವನ ಕೆನ್ನೆಗೆ ಒಂದೇಟು ಕೊಟ್ಟೆ, ಮತ್ತೆ ಹೋಗಿ ಹಾಸಿಗೆ ಮೇಲೆ ಬಿದ್ದುಕೊಂಡು ಬಿಕ್ಕಿ ಬಿಕ್ಕಿ ಅಳತೊಡಗಿದೆ. ಸ್ವಲ್ಪ ಹೊತ್ತಿಗೆ ನಿದ್ದೆ ಹತ್ತಿತ್ತು. ಎಚ್ಚರವಾಗಿ ಎದ್ದಾಗ ಹೊದಿಕೆಯ ಅಡಿಯಲ್ಲಿ ಮಲಗಿದ್ದೆ. ಪಕ್ಕದಲ್ಲಿ ಒಂದು ಬಿಸಿ ನೀರಿನ ಬಾಟಲಿ ಇತ್ತು. ರೂಮಲ್ಲಿ ಯಾರೂ ಇರಲಿಲ್ಲ. ಆಪಿಂಗ್ ಎಲ್ಲಿ? ಇಷ್ಟು ಹೊತ್ತಲ್ಲಿ ಎಲ್ಲಿಗೆ ಹೋಗಿರ ಬಹುದು? ಎದೆ ಮೇಲೆ ಭಾರ ಒತ್ತುತ್ತಿದ್ದಂತೆನಿಸಿತು. ನನಗೆ ತುಂಬಾ ನೋವಾಯಿತು. ಇಂಥ ಮಾತನ್ನು ಆಡೋದಕ್ಕಾದರೂ ಹೇಗಾಯಿತು? ಮದುವೆಯಾಗಿ ಎಷ್ಟೆಲ್ಲ ಅನುಭವಿಸಿದ್ದೇನಿ ಆದರೂ ನಾನು ಪಶ್ಚಾತ್ತಾಪ ಪಡ್ತಿದ್ದೇನಿ ಅಂತ ಹೇಳಿದ್ದಾನೆ. ಆವೊತ್ತು ಹುವಾಂಗ್ ಜಿಯಾನ್ ಲಿಫ್ಟ್ ಕೊಡ್ತೀನಿ ಅಂದ ನಾನು ಒಪ್ಪಿ ಹೋಗಿದ್ದರೆ, ಬಹುಶಃ ಅವನ ಮಾತು ಸತ್ಯ ಅಂತ ಅಂದುಕೊಳ್ಳ...... ಆದರೆ ನಾನೇನು ಮಾಡಿದೆ? ಆಪಿಂಗ್‌ನ ಸೈಕಲ್ ಹತ್ತಿ ಕುಳಿತೆ. ಯಾಕೆ ಅವನ ಜೊತೆ ಹೋದೆ? ನನ್ನ ಡಾನ್ಸ್ ಪ್ರಾಕ್ಟೀಸ್‌ಗೆಲ್ಲ ಪಿಯಾನೋ ನುಡಿಸ್ತಾನೆ ಎಂದೆಲ್ಲ ಆಲೋಚಿಸಿದೆ. ನಾನು ಏಕ ವ್ಯಕ್ತಿ ನೃತ್ಯ ಮಾಡಿದಾಗಲೂ ನನ್ನ ಹೆಜ್ಜೆಗಳ ಲಯಕ್ಕೆ ಪಿಯಾನೋ ಸಾಥ್ ಇರುತ್ತೆ ಎಂದೆಲ್ಲ ಆಸೆಯಿರಿಸಿಕೊಂಡಿದ್ದೆ. ಬೀಥೋವೆನ್ ಮತ್ತು ಚೆಕೋವ್‌ಸ್ಕೀ ರಿಗೆ ಸಂಬಂಧಿಸಿದ ಕಥೆಗಳನ್ನು ಹೇಳುವುದನ್ನು ಕೇಳಿಸಿಕೊಳ್ಳಬೇಕೆಂದಿದ್ದೆ. ಇದರಿಂದಾಗಿ ನಮ್ಮ ಡೈರೆಕ್ಟರ್ ಹುವಾಂಗ್ ಅವರು ಸಿಟ್ಟು ಮಾಡಿಕೊಂಡಂತೆ ನನ್ನ ತಂದೆ ತಾಯಿಯೂ ನನ್ನ ಮೇಲೆ ಸಿಟ್ಟು ಮಾಡಿಕೊಂಡರು.

ಈಗ ನೋಡಿದರೆ ಈ ಆಪಿಂಗ್ ಕೂಡಾ ನನ್ನ ಮೇಲೆ ಬೇಸರ ಮಾಡಿಕೊಂಡಿದ್ದಾನೆ. ನನ್ನ ಕನ್ನೆಗಳ ಮೇಲಿಂದ ಕಂಬನಿಯ ಧಾರೆ ಇಳಿಯ ತೊಡಗಿತು. ಅವನನ್ನು ಪ್ರೀತಿಸಿದ್ದಕ್ಕೆ ನಾನೆಂದಾದರೂ ಪಶ್ಚಾತ್ತಾಪ ಪಟ್ಟಿದ್ದೇನೆಯೇ. ಕ್ಸಿಯುವೆನ್ ಅದೃಷ್ಟಕ್ಕಾಗಿ ಕರುಬಿದ್ದೇನೆಯೇ?

ಎಂದೂ ಅವಳ ಬಗ್ಗೆ ಅಸೂಯೆ ಪಡಲಿಲ್ಲ. ಆದರೆ ಅದಕ್ಕೆ ವಿರುದ್ಧವಾಗಿ ತೀರಾ ಅಗ್ಗವಾಗಿ ನಡೆದುಕೊಳ್ಳುತ್ತಿದ್ದ ರೀತಿಗೆ ಬೇಸರಗೊಂಡಿದ್ದೆ. ಹುವಾಂಗ್ ಜಿಯಾಂಗ್ ಅವಳನ್ನು ಪ್ರೀತಿಸಿದ್ದನ್ನು ಹೇಳಿದಾಗ ಕೂಡಲೇ ಅವಳು ಒಪ್ಪಿಕೊಂಡು ಬಿಟ್ಟಳು. ಚಿಕ್ಕ ವಯಸ್ಸಿನ ಹುಡುಗಿಯರು ಅವಳ ಬಗ್ಗೆ ಒಂಥರಾ ಅಸಹ್ಯ ಪಡುತ್ತಿದ್ದರು.

ನನ್ನ ಗಡಿಯಾರ ನಿಂತು ಹೋಗಿತ್ತು. ಗಂಟೆ ಎಷ್ಟಾಗಿದೆ ಅನ್ನೋದು ಗೊತ್ತಾಗಲಿಲ್ಲ. ಆದರೂ ತುಂಬಾ ರಾತ್ರಿಯಾಗಿರಬೇಕು ಅನ್ನೋದು ಅರಿವಿಗೆ ಬಂತು. ಅಂಗಳದಲ್ಲಿ ಒಂದು ಚೂರೂ ಸದ್ದಿರಲಿಲ್ಲ. ಇದ್ದಕ್ಕಿದ್ದಂತೆ ಕಾರಿನ ಎಂಜಿನ್ ಸದ್ದಾಯಿತು. ಹುವಾಂಗ್ ಜಿಯಾಂಗ್ ಕಾರಿಂದ ಹೊರಗೆ ಬಂದ. ಪ್ರತಿದಿನಾ ರಾತ್ರಿ, ಕ್ಸಿಯುವೆನ್ ಒಬ್ಬಳನ್ನೇ ಬಿಟ್ಟು ಎಲ್ಲಿಗೋ ಹೋಗುತ್ತಿದ್ದ. ಎಂಥ ವಿಚಿತ್ರ! ಎಷ್ಟೊಂದು ಆರಾಮವಾಗಿ ಇರಬಹುದಾದ ರೂಮಿದ್ದೂ, ಮನೇಲಿ ಇರೋದು ಬಿಟ್ಟು, ಹೆಂಡತಿಯೊಬ್ಬಳನ್ನೇ ಬಿಟ್ಟು ಹೊರಗೆ ಹೋಗ್ತಾನಲ್ಲ, ಮನೇಲಿ ಬೆಚ್ಚಗೆ ಇದ್ದುಕೊಂಡು ಹೆಂಡತಿ ಜೊತೆ ಸುಖವಾಗಿ ಕಾಲ ಕಳೆಯಬಹುದಲ್ಲ. ಯಾಕೆ ಕೂತು ಇಬ್ಬರೂ ಹರಟೆ ಹೊಡಿಬಾರದು! ಆದರೆ ನಾವು, ಹೀಗೆ ಆರಾಮವಾಗಿ ಜೊತೆಯಾಗಿ, ನಿರಾಳವಾಗಿ ಕಾಲ ಕಳೀಬೇಕೂಂತ ಎಷ್ಟೋ ಸಲ ಯೋಚನೆ ಮಾಡ್ತೀವಿ. ಏನು ಮಾಡೋದು? ಸುಖವಾಗಿರೋಕೆ ಒಳ್ಳೆ ರೂಮಾಗಲೀ ಬಿಡುವಾಗಿ ಕೂತು ಪ್ರೀತಿ ಮಾತಾಡೋಕೆ ಸಮಯವಾಗಲೀ ನಮ್ಮ ಹಣೇಲಿ ಬರೆದಿಲ್ಲ.

ಕಾರಿನ ಹೆಡ್‌ಲೈಟ್ಸ್ ಆರಿ ಹೋಯಿತು. ಹುವಾನ್ ಜಿಯಾನ್ ಮನೆ ಒಳಗೆ ಹೋದ. ಮತ್ತೆ ಮೌನ ಕವಿಯಿತು. ಆಪಿಂಗ್ ಎಲ್ಲಿ ಹೋದ? ಯಾಕೆ ಅವನಿಗೆ ಇಂಥ ಕೆಟ್ಟ ಕೋಪ? ನನಗೆ ಅವನ ಚಿಂತೆಯಾಯಿತು. ಕಾಟನ್ ಪ್ಯಾಡೆಡ್ ಕೋಟು ಹಾಕಿಕೊಂಡು ಕೂಡಲೇ ಬಾಗಿಲ ಬಳಿ ಹೋಗಿ ಬಾಗಿಲು ತೆರೆದೆ. ಪ್ಯಾಸೇಜನ್ನು ಹಾದು ಹೋದೆ. ಪ್ರತಿಯೊಂದು ರೂಮೂ ಕತ್ತಲೆಯಿಂದಿತ್ತು. ಆದರೆ ಕ್ಸಿಯಾವೂ ಜೀಳ ರೂಮಿನಲ್ಲಿ ದೀಪವೊಂದು ಉರಿಯುತ್ತಿತ್ತು. ಕಿಟಕಿಯಲ್ಲಿ ಬೆಳಕು ಕಾಣಿಸಿತು. ಕ್ಷೀಣವಾಗಿ ಮಾತಾಡುವ ಸದ್ದುಗಳು ಕೇಳಿಸುತ್ತಿದ್ದವು. ಯುವ ಪ್ರೇಮಿಗಳಲ್ಲವೇ? ಮಾತಾಡಲು ಬೇಕಾದಷ್ಟು ಇರುತ್ತೆ.

ಕೋರ್ಟ್‌ಯಾರ್ಡಿನ ಬಾಗಿಲು ಮೆಲ್ಲಗೆ ತೆರೆದುಕೊಂಡಿತು. ಯಾರೋ ಬರುತ್ತಿದ್ದ ಹಾಗೆ ಅನಿಸಿತು. ಅಂತೂ ಇಂತೂ ಅವನು ಹಿಂತಿರುಗಿ ಬಂದಿದ್ದ. ನಾನು ಅವನಿಗಾಗಿ ಕಾಯುತ್ತಿದ್ದುದು ಅವನಿಗೆ ಗೊತ್ತಾಗಬಾರದೆಂದು ಧಡಕ್ಕನೆ ಒಳಗೆ ಹೋಗಿ ಹಾಸಿಗೆಯಲ್ಲಿ ಪೂರ್ತಿಯಾಗಿ ಹೊದ್ದುಕೊಂಡು ಮಲಗಿ ಬಿಟ್ಟಿದ್ದೆ. ಅವನು ರೂಮೊಳಗೆ ಬಂದ. ನನ್ನ ಹಾಸಿಗೆ ಬಳಿ ಬಂದು ನಿಂತ. ನಿದ್ದೆ ಮಾಡುವ ಹಾಗೆ ನಟಿಸುತ್ತಿದ್ದೆನಾದರೂ ನನ್ನ ಕಣ್ಣ ರೆಪ್ಪೆಗಳು ಚಲಿಸುತ್ತಿದ್ದವು. ಅವನು ಮೇಜಿನ ಬಳಿಗೆ ಹೋಗಿ ತನ್ನೆರಡೂ ಕೈಗಳಿಂದ ತಲೆಹಿಡಿದುಕೊಂಡು ಕುಳಿತ. ತಣ್ಣನೆಯ ಅನ್ನ, ಅರ್ಧಂಬರ್ಧ ಕತ್ತರಿಸಿದ್ದ ಕ್ಯಾಬೇಜ್ ಹಾಗೇ ಬಿದ್ದಿತ್ತು. ಅಂದರೆ ಅವನು ರಾತ್ರಿ ಊಟ ಮಾಡಿರಲಿಲ್ಲ. ಎಲ್ಲಿಗೆ ಹೋಗಿದ್ದ?

ಈ ದಿನ ಭಾನುವಾರ. ಉಪಹಾರ ಮುಗಿದ ಕೂಡಲೇ ಆಪಿಂಗ್ ಸಂಗೀತದ ಪುಸ್ತಕವನ್ನು ಕಂಕುಳಲ್ಲಿ ಇರಿಸಿಕೊಂಡು ಹೊರಗೆ ನಡೆದ. ಎಲ್ಲಿಗೆ ಹೋಗುತ್ತಿದ್ದಾನೆಂದು ನಾನು ಕೇಳಲಿಲ್ಲ. ಇನ್ನೂ ನನ್ನ ಕೋಪ ಕಡಿಮೆ ಆಗಿರಲಿಲ್ಲ. ನಾನೂ ಅವನನ್ನು ಲೆಕ್ಕಕ್ಕೆ ತೆಗೆದುಕೊಳ್ಳಲಿಲ್ಲ.

ಮೋಡಗೀಡಾ ಏನೂ ಇಲ್ಲದೆ ಆಕಾಶ ನಿರ್ಮಲವಾಗಿತ್ತು. ಹವಾ ಹಿತವಾಗಿತ್ತು. ಎಳೆ ಬಿಸಿಲು ಅಂಗಳದಲ್ಲಿ ಹರಡಿ, ನೋಡಲು ನೀಟಾಗಿ ಕಾಣಿಸುತ್ತಿತ್ತು. ಬೇರೆ ದಿನಗಳಲ್ಲಿ ಜನರ ಓಡಾಟ ಜಾಸ್ತಿ ಇದ್ದು ಗಲಿಬಿಲಿ ಎನಿಸುತ್ತಿತ್ತು. ಈ ದಿನ ಪ್ರಶಾಂತವಾಗಿತ್ತು. ಉದ್ದಕ್ಕೂ ಕಟ್ಟಿದ ದಾರದ ಮೇಲೆ ಒಗೆದ ಬಟ್ಟೆ ಬರೆ, ಹೊದಿಕೆಗಳು ಬಿಸಿಲಿಗೆ ಒಣಗಲು ಹಾಕಿದ್ದರು. ಒಂದಷ್ಟು ಮಂದಿ ಮಕ್ಕಳು ಆಟ ಆಡುತ್ತಿದ್ದರು. ಹಿರಿಯ ಜಿಯಾಂಗ್ನ ಮೂರೂ ಮಂದಿ ಮಕ್ಕಳು ಗಂಟಲು ಹರಿಯುವಂತೆ ಕಿರುಚುತ್ತಿದ್ದರು. ಬಿಸಿಲಲ್ಲಿ ಒಣಗಿ ಹಾಕಲು ನಾನೂ ಸಹ ಟ್ರಂಕಿನಲ್ಲಿ ಇರಿಸಿದ್ದ ಬಟ್ಟೆಗಳನ್ನು ಹೊರತೆಗೆದು ಕಟ್ಟಿದ ಹಗ್ಗಗಳ ಮೇಲೆ ಹರಡಿದೆ. ಸಾಮಾನ್ಯವಾಗಿ ಉತ್ತರ ಭಾಗದಲ್ಲಿ ಒಣಹವೆ, ಆದರೂ ಎರಡು ತಿಂಗಳಿಂದ ನಾಲ್ಕು ತಿಂಗಳವರೆಗೆ ಪ್ರವಾಸದಲ್ಲಿದ್ದುದರಿಂದ ನಮ್ಮ ಬಟ್ಟೆಗಳೆಲ್ಲ ಸ್ವಲ್ಪ ತೇವದಿಂದ ಇರುತ್ತಿತ್ತು. ಬೂಜು ಬಂದೀತೆಂದು ಬಿಸಿಲಿಗೆ ಹಾಕಿದೆ.

ಕ್ಲಿಯುವೆನ್ ಕೂಡಾ ಬಟ್ಟೆ ಗಾಳಿಯಾಡಲೆಂದು ಹರವುತ್ತಿದ್ದಳು. ಉದ್ದನೆಯ, ಗಿಡ್ಡನೆಯ ಓವರ್ ಕೋಟು, ಕಾಟನ್, ವುಲ್ಲನ್ ಬಟ್ಟೆಗಳು ಮತ್ತು ಇನ್ನೂ ಏನೇನೋ ಬೆಲೆ ಬಾಳುವ ಎಷ್ಟೊಂದು ಬಟ್ಟೆಗಳು! ಎಲ್ಲ ಈಗ ಹೊರಬಂದವು. ಕ್ಲಿಯುವೆನ್ಗೆ ಬಟ್ಟೆ ಹುಚ್ಚು. ಒಳ್ಳೊಳ್ಳೆ ಫ್ಯಾಷನ್ ಆಗಿರುವ ಬಟ್ಟೆ ತೊಡುತ್ತಿದ್ದಳು. ಎಂದೂ ಶುಭ್ರವಾಗಿ ಒಗೆದು ಇಸ್ತ್ರಿ ಮಾಡಿದ ಬಟ್ಟೆ ಹೊರತು, ಎಡ್ಡಾದಿಡ್ಡಿಯಾದ ಬಟ್ಟೆ ತೊಡುತ್ತಿರಲಿಲ್ಲ. ಶೂ ಕೂಡ ಮಿಂಚುವಷ್ಟು ಪಾಲಿಷ್ ಮಾಡಿರುತ್ತಿದ್ದಳು. ಆದರೆ ಅದಕ್ಕೆ ಮೊದಲಿನ ಬದುಕಿನ ಶೈಲಿಯೇ ಬೇರೆ ಇತ್ತು. ಆರ್ಥಿಕ ಸ್ಥಿತಿ ಅಷ್ಟು ಚೆನ್ನಾಗಿ ಇರಲಿಲ್ಲವಾಗಿ ಈಗಿನಂತೆ ದರ್ಬಾರ್ ಮಾಡಲು ಆಗುತ್ತಿರಲಿಲ್ಲ. ಬಯಸಿದ್ದೆಲ್ಲ ಕ್ಷಣ ಮಾತ್ರದಲ್ಲಿ ಅವಳ ಮುಂದೆ ಇರುತ್ತಿದ್ದವು. ಒಂದು ದಿನ ಯಾಕೋ ಇದ್ದಕ್ಕಿದ್ದಂತೆ ವಾಂತಿ ಮಾಡಿಕೊಳ್ಳುತ್ತಿದ್ದಳು. ನಾನು ಓಡಿಹೋಗಿ ಅವಳನ್ನು ವಿಚಾರಿಸಿದೆ. ಅವಳ ಕೈಹಿಡಿದು "ಹುಷಾರಿಲ್ಲವೇ? ಕ್ಲಿಯಾ?" ಕೇಳಿದೆ. ಅವಳು ತಲೆಯಾಡಿಸಿದಳು. "ಹುವಾಂಗ್ಗೇ ವಿಷಯ ಗೊತ್ತೇನೂ" ಅವಳ ರೂಮಿನ ಕಡೆ ಕಣ್ಣು ಹೊರಳಿಸಿದೆ. ಆದರೆ ಅವನಿದ್ದ ಹಾಗೆ ಕಾಣಲಿಲ್ಲ.

"ಹೌದು ಗೊತ್ತು ಅವನಿಗೆ. ನನಗೆ ಒಂದಷ್ಟು ಔಷಧಿ ಕೂಡಾ ತಂದು ಕೊಟ್ಟ".

"ಓ" ಎಂದಷ್ಟೇ ಉದ್ಗರಿಸಿದೆ. ಅವನು ಈ ಸಮಯದಲ್ಲಿ ಜೊತೆಗೆ ಇದ್ದಿದ್ದರೆ ಚೆನ್ನಾಗಿತ್ತು.

ಕ್ಲಿಯವೆನ್ಳನ್ನು ಅವಳ ಪಾಡಿಗೆ ಬಿಟ್ಟು ಹಿಂತಿರುಗಿದೆ. ಲಿಯಾನ್ ಝೂ ಬಟ್ಟೆ ಜೊತೆ ಬಿಸಿಯಾಗಿದ್ದಳು. ಬಟ್ಟೆ ಟ್ರಂಕಿನಲ್ಲಿ ಬಟ್ಟೆಯೊಟ್ಟಿಗೆ ಒಂದಷ್ಟು ಪಾರ್ಸೆಲ್ಲುಗಳು ಇದ್ದವು.

"ಏನಮ್ಮ ಆ ಟ್ರಂಕಿನಲ್ಲಿ ಎಂಥ ಆಸ್ತಿ ಬಚ್ಚಿಟ್ಟಿದ್ದೀಯ?" ಎಂದೆ.

"ಏನಿಲ್ಲ. ಬರೀ ಪತ್ರಗಳು" ಎಂದು ಗಂಭೀರವಾಗಿ ಉತ್ತರಿಸಿದಳು.

"ಪತ್ರಗಳೇ?" ಪ್ರಯೋಜನ ಇಲ್ಲ ಎಂದುಕೊಂಡೆ. ಒಂದು ಪತ್ರವನ್ನು ಎತ್ತಿಕೊಂಡೆ ಅದರ ಮೇಲೆ, ಮುನಿಸಿಪಲ್ ಆನ್ ಸಾಂಬ್ಲ ಇಂದ ಸಂಪುಕಮ್ಯೂನ್ ಎಂದು ಬರೆದಿತ್ತು.

"ಆ ವರ್ಷ, ಕ್ಸಿಯಾವ್ಓ ಝೀ ನನ್ನು ನಿಮ್ಮ ತಂಡಕ್ಕೆ ಸ್ಥಳಾಂತರಿಸಿದರು. ನಾನು ಇನ್ನೂ ಸಂಪು ಕಮ್ಯೂನ್‌ನಲ್ಲಿ ಕೆಲಸ ಮಾಡುತ್ತಿದ್ದೆ" ಎಂದು ಲಿಯಾನ್ ಜೂ ವಿವರಿಸಿದಳು. ಇನ್ನೊಂದು ಪಾರ್ಸೆಲ್ ಮೇಲೆ "ಪ್ರಾವಿನ್ಷಿಯಲ್ ಆರ್ಟ್ಸ್ ಕಾಲೇಜಿನಿಂದ ಮುನಿಸಿಪಲ್ ಆನ್‌ಸಾಂಬ್ಲ, 1977" ಎಂದು ಬರೆದಿತ್ತು.

"ನಾನು ಇನ್ನೂ ಓದುತ್ತಿದ್ದಾಗ ನನಗೆ ಬರೆದ ಪತ್ರಗಳು ಅವೆಲ್ಲಾ"

ಒಂದರ ಮೇಲೆ ಮಾತ್ರ ಸಂಪು 1970 ಎಂದು ಬರೆದಿತ್ತು.

"ಈ ಪತ್ರಗಳು ನಾವಿಬ್ಬರೂ ಒಂದೇ ಊರಲ್ಲಿ ವಾಸಮಾಡುತ್ತಿದ್ದಾಗ ಬರೆದುಕೊಂಡವು". ಒಂದೆರಡು ನಿಮಿಷ ನಗುತ್ತಿದ್ದು, ನಂತರ ನನ್ನ ಕೈಲಿದ್ದ ಪಾರ್ಸೆಲ್ ತೆಗೆದುಕೊಂಡು ಒಂದು ಮೂಲೆಯಲ್ಲಿ ಇರಿಸಿದಳು. ಅದರ ಮೇಲೆ ನೇರವಾಗಿ ಸೂರ್ಯನ ಬೆಳಕು ಬೀಳುತ್ತಿತ್ತು. ಅವಳ ಮುಖಚರ್ಯೆ ಗಮನಿಸಿದಾಗ ಈ ಪತ್ರಗಳನ್ನೆಲ್ಲ ಅಮೂಲ್ಯವಾದ ಆಸ್ತಿ ಎಂಬಂತೆ ರಕ್ಷಿಸಿಕೊಂಡು ಬಂದಿದ್ದಾಳೆ ಎನಿಸಿತು.

ಎಲ್ಲಾ ಎಣಿಸಿದಾಗ ಹತ್ತು ಪಾರ್ಸೆಲ್‌ಗಳು ಇದ್ದವು. ಅಂದರೆ ಅವೆಲ್ಲ ಹತ್ತು ವರ್ಷಗಳಿಂದ ನಡೆಸಿದ ಪ್ರೇಮಪತ್ರ ವ್ಯವಹಾರವೆಂದು ತಿಳಿದುಕೊಂಡೆ. ಅಚ್ಚರಿಯಿಂದ "ಹಾಗಾದರೆ ಹತ್ತು ವರ್ಷಗಳಿಂದ ನೀವು ಸ್ನೇಹಿತರಾಗಿದ್ದೀರಿ !"

"ಹೌದು"

"ಆ ದಿನಗಳಲ್ಲಿ ಹೇಗಿತ್ತು?"

ನೆಟ್ಟಗೆ ಕುಳಿತು ಹೇಳಲು ಮೊದಲು ಮಾಡಿದಳು. "ಪ್ರತಿದಿನ ಸಾಧಾರಣದಿಂದ ಆಹಾರ ತೆಗೆದುಕೊಳ್ಳುತ್ತಿದ್ದೆವು. ಕಷ್ಟಪಟ್ಟು ಬೆಳಗಿನಿಂದ ಸಂಜೆವರೆಗೆ ದುಡಿಯುತ್ತಿದ್ದೆವು. ಇಬ್ಬರೂ ಒಟ್ಟಿಗೆ ಇದ್ದದ್ದರಿಂದ ಹೇಗೋ ನಿಭಾಯಿಸಿದೆವು" ಎಂದು ತನ್ನೊಳಗೆ ತಾನೇ ಮಾತಾಡಿಕೊಳ್ಳುತ್ತಿರುವಂತೆ ಮಾತಾಡಿದಳು.

"ಅಷ್ಟು ಸುಲಭ ಇದ್ದಿರಲಾರದು?" ಎಂದು ಒಂದು ನಿಟ್ಟುಸಿರೆಳೆದೆ.

"ಕಷ್ಟಗಳು ನಮಗೂ ಇದ್ದೇ ಇದ್ದವು. ನಿನಗೇ ಗೊತ್ತಿದೆ. ವಿದ್ಯಾವಂತ ಯುವ ಪ್ರೇಮಿಗಳಿಗೆ ಎಂಥ ಕಷ್ಟಗಳು ಎದುರಾಗುತ್ತಿದ್ದವು ಅನ್ನೋದು!"

"ಹೌದು ತಿಳಿದಿದೆ"

"ಯಾರಾದರೂ ಒಬ್ಬರಿಗೆ ನಗರಗಳಿಗೆ ಟ್ರಾನ್ಸ್‌ಫರ್ ಆದರೆ, ಮತ್ತೊಬ್ಬರು ಕಾಯುತ್ತ ಇದ್ದಲ್ಲೇ ಉಳಿದಿರಬೇಕಿತ್ತು. ನಾವೂ ವರ್ಷಗಟ್ಟಲೆ ಕಾದೆವು. ಮೊದ ಮೊದಲು ನಾನು ಅವನಿಗೆ

ಹೊರೆಯಾಗಬಹುದೇನೋ ಎಂದು ಹೆದರಿದೆ. ನಂತರ ನಾನು ಕಾಲೇಜು ಸೇರಿದಮೇಲೆ, ತನ್ನನ್ನು ಅವಳು ತಿರಸ್ಕರಿಸಬಹುದು ಎಂದು ಹೆದರಿದ" ವ್ಯಂಗ್ಯವಾಗಿ ನಕ್ಕು "ಯಾವಾಗಲೂ ನಮಗೆ ಇಂಥ ಅನುಮಾನ ಇದ್ದೇ ಇರುತ್ತಿತ್ತು" ಎಂದಳು.

"ಎಂದಾದರೂ ನೀವು ಹಿಂಜರಿದರಾ?"

"ಅಷ್ಟು ಸುಲಭವಾಗಿ ಒಬ್ಬರನ್ನೊಬ್ಬರು ಅರ್ಥಮಾಡಿಕೊಳ್ಳೋಕೆ ಸಾಧ್ಯವಾಗಿರಲಿಲ್ಲ. ಒಳ್ಳೇದನ್ನೂ ಕೆಟ್ಟದ್ದನ್ನು ಇಬ್ಬರೂ ಹಂಚಿಕೊಂಡೆವು. ಮತ್ತೊಬ್ಬರೊಂದಿಗೆ, ಮೊದಲಿನಿಂದ ಪ್ರಾರಂಭ ಮಾಡೋದು ಯೋಚನೆಗೂ ಮೀರಿದ್ದಾಗಿತ್ತು".

ಈ ಮಾತನ್ನು ಕೇಳಿದಾಗ ನನ್ನೆದೆಯಲ್ಲಿ ನೋವು ಕಾಣಿಸಿಕೊಂಡಿತು.

"ಭವಿಷ್ಯದಲ್ಲಿ ಮುಂದೆ ಎಂದಾದರೂ.... ಮತ್ತೆ ಕಷ್ಟಗಳು ಕಾಣಿಸಿಕೊಂಡರೆ, ಅವು ಹಿಂದಿನದಕ್ಕಿಂತ ಬೇರೆಯೇ ಆಗಿರುತ್ತವೆ. ಅದೇ ದಿನನಿತ್ಯದ ಕಷ್ಟಗಳು...." ನನ್ನಲ್ಲೇ ನಾನು ಹೇಳಿಕೊಂಡೆ. ಸರಿಯಾದ ಶಬ್ದಗಳು ಸಿಗಲಿಲ್ಲ. ಅದಕ್ಕಾಗಿ ಹುಡುಕಾಡುತ್ತಿದ್ದೆ. ಉದಾಹರಣೆಗೆ ಹಿರಿಯ ಜಿಯಾಂಗ್ ಮತ್ತು ಅವನ ಹೆಂಡತಿ, ಕೇವಲ ಕೆಲವು ಸೆಂಟ್‌ಗಳಿಗಾಗಿ ಜಗಳ ಮಾಡಿದರೆ? ಅಂಥಾದ್ದೆಲ್ಲಾ ಹುಚ್ಚುತನವೆ! ಆದರೆ ನಿಜವಾಗಿಯೂ ಹಣದ ಮುಗ್ಗಟ್ಟಿದ್ದಾಗ?....?"

"ಓ ಹಾಗೋ, ನನ್ನ ಭುಜದ ಮೇಲೆ ಕೈಯಿರಿಸಿ, ಮತ್ತೊಂದು ಕೈಯಿಂದ ನನ್ನ ಕೂದಲನ್ನು ಸುರುಳಿ ಸುತ್ತುತ್ತಾ" ಹೇಳಿದಳು. ಆಕಾಶದ ಕಡೆ ನೋಡಿದಳು. "ಭೌತಿಕ ಅಗತ್ಯಗಳು ಕೂಡಾ ನಮಗೆ ಮುಖ್ಯವೇ. ನಾವೂ ಕೂಡಾ ದುಡ್ಡಿನ ವಿಚಾರದಲ್ಲಿ ಜಗಳ ಮಾಡೋದಿಲ್ಲ ಅನ್ನೋ ಖಾತ್ರಿ ಏನೂ ಇಲ್ಲ. ಜಗಳ ಗೊಣಗಾಟ ಇದ್ದೇ ಇರುತ್ತವೆ. ಜೊತೆಗೆ ನಾವು ಒಟ್ಟಿಗೆ ಏನೆಲ್ಲ ಕಷ್ಟಗಳನ್ನು ಎದುರಿಸಿದ್ದೇವೆ ಅನ್ನೋದನ್ನು ನೆನಪಿನಲ್ಲಿ ಇರಿಸಿಕೊಳ್ಳಬೇಕು. ಹಾಗಾದಾಗ ಇಬ್ಬರೂ ಹೊಂದಿಕೊಂಡು ಬಾಳೋದಕ್ಕೆ ಸಾಧ್ಯವಾಗುತ್ತದೆ."

ತಲೆ ಬಗ್ಗಿಸಿಕೊಂಡು ನಾನೂ ಆಪಿಂಗ್ ಇಬ್ಬರೂ ಒಟ್ಟಿಗೆ ಬದುಕಿನಲ್ಲಿ ಕಷ್ಟಗಳನ್ನು ಎದುರಿಸಿದ್ದೇವೆ ಎನ್ನುವುದು ನೆನಪಾಯಿತು. ಅವಳು

"ಅದೆಲ್ಲಾ ಆಗಿ ಎಷ್ಟೋ ವರ್ಷಗಳು ಕಳೆದುಹೋಗಿವೆ. ಆದರೂ ಅವು ನಮಗೆ ಮುಖ್ಯ ಆಗುತ್ತೆ ಏಕೆಂದರೆ..... ಅದೇ ಪ್ರೀತಿ, ಪ್ರೀತಿ ಅನ್ನೋದು ಇಲ್ಲದೆ ಇದ್ದಿದ್ದರೆ ಇಬ್ಬರೂ ಖಿನ್ನರಾಗಿಯೋ, ಹತಾಶರಾಗಿಯೋ ಉಳಿದು ಬಿಡುತ್ತಿದ್ದೆವು. ನಮಗಿಂತ ಹಿರಿಯ ದಂಪತಿಗಳಾದ ನಿಮಗೆ ಹೇಳುವುದೇನಿದೆ? ನಮ್ಮ ಪ್ರೀತಿಯನ್ನು ಕಾಪಾಡಿಕೊಳ್ಳಬೇಕೆಂದು ನಿರ್ಧಾರ ಮಾಡಿದ್ದೇನೆ. ನಮ್ಮ ಮದುವೆಯನ್ನು ಸಂಭ್ರಮಿಸಬೇಕೆಂದಿದ್ದೇನೆ. ಆದರೆ ಅದೆಲ್ಲ ಅಷ್ಟು ಸುಲಭವಲ್ಲ" ಎಂದಳು.

ನಮಗೂ ಹಾಗೇ ಅನಿಸಿದೆ – ಎಂದು ದೀರ್ಘವಾಗಿ ಉಸಿರೆಳೆದೆ.

"ಯಾಕೆ ನಿಟ್ಟುಸಿರು? ನಮ್ಮ ಜೊತೆ ಊಟ ಮಾಡಬಹುದಲ್ಲ ಇವತ್ತು?" – ಎಂದು ಹೇಳಿದಳು.

ನಾನು ತಲೆಯಾಡಿಸಿದೆ.

ಊಟ ಬಹಳ ಸಿಂಪಲ್ ಆಗಿತ್ತು. ಹಿಂದಿನ ರಾತ್ರಿ ಊಟ ಮಾಡಿರಲಿಲ್ಲವಾಗಿ ಹೊಟ್ಟೆ ತುಂಬ ತೃಪ್ತಿಯಿಂದ ಊಟ ಮಾಡಿದೆ. ಗೋಡೆ ಮೇಲಿನ ಫೋಟೋಗಳನ್ನು ಗಮನಿಸಿದೆ. ಎಲ್ಲವಕ್ಕೂ ಫ್ರೇಮುಗಳಿದ್ದವು. ಎಲ್ಲರಿಗೂ ಇಂಥ ಶ್ರೀಮಂತಿಕೆ ಸಾಧ್ಯವಾಗುವುದಿಲ್ಲ. ಇನ್ನು ಪ್ರವಾಸಕ್ಕೆ ಹೊರಡಲು ಸಾಕಷ್ಟು ಸಿದ್ಧತೆಗಳನ್ನು ಮಾಡಿಕೊಳ್ಳಬೇಕಿದ್ದುದರಿಂದ ಅವಳಿಂದ ಬೀಳ್ಕೊಂಡೆ.

ಆಪಿಂಗ್ ಇನ್ನೂ ಬಂದಿರಲಿಲ್ಲ. ಎಲ್ಲಿಗೆ ಹೋಗಿದ್ದಾನೆ? ಯಾವಾಗ ಬರ್ತಾನೆ? ಇಡೀ ದಿನ ಏನನ್ನೂ ತಿಂದಿರಲಿಲ್ಲವಾಗಿ ನನಗೆ ಸಂಕಟವಾಯಿತು. ಬರುವಷ್ಟರಲ್ಲಿ ಅಡಿಗೆ ಸಿದ್ಧಮಾಡಲು ಎದ್ದು ನಿಂತೆ. ಈರುಳ್ಳಿಯನ್ನು ತೊಳೆದು ಕತ್ತರಿಸಿದೆ. ಮೊಟ್ಟೆಗಳನ್ನು ಒಡೆದು ಪಲ್ಯ ಮಾಡಲು ಹೊರೆಟೆ. ಹಾಗೆಯೇ ಒಂದಷ್ಟು ಅನ್ನ ಬೇಯಿಸಿದೆ. ಇದನ್ನೆಲ್ಲ ಮಾಡಿ ಮುಗಿಸುವ ಮೊದಲೇ ಲಿಯಾನ್ ಜು, ತನ್ನ ಜೊತೆ ಬರಲು ಆಹ್ವಾನಿಸಿದಳು.

ಕ್ಸಿಯಾವೂ ಜಿ ಮತ್ತು ಲಿಯಾನ್ ಜ್ಞು ಪ್ರತಿಯೊಂದು ಪದಾರ್ಥ ಕೊಳ್ಳುವಾಗಲೂ ವಾದ ಮಾಡುತ್ತಲೇ ಇದ್ದರು. ನಾವು ಷಾಪಿಂಗ್ ಮುಗಿಸುವ ಹೊತ್ತಿಗೆ ಸಂಜೆಯಾಗಿತ್ತು.

ಈಗಾಗಲೇ ಕತ್ತಲಾಗಿತ್ತು. ಬೀದಿ ದೀಪಗಳು ನದಿಯ ಇಕ್ಕೆಲಗಳಲ್ಲಿ ಹತ್ತಿ ಉರಿಯುತ್ತಿದ್ದವು. ಅವುಗಳ ಬೆಳಕು ನದಿ ನೀರಿನ ಮೇಲೆ ಚೆಲ್ಲಿತ್ತು. ನಾವು ನಡೆದು ಬರುತ್ತಿದ್ದಾಗ ಲಿಯಾನ್ ಜೂಗೆ ತನ್ನ ತವರೂರು ನೆನಪಾಯಿತು. "ಅಬ್ಬ ನನ್ನೂರು ಎಷ್ಟು ಚೆನ್ನಾಗಿತ್ತು! ನೀಲಿ ಅಲೆಗಳು, ಸ್ವರ್ಣ ಸೂರ್ಯ, ಕಪ್ಪೆ ಚಿಪ್ಪುಗಳು, ಮರಳ ದಂಡೆಗಳು, ನೀರಾನೆಗಳು! ದಂಡೆಗಳಲ್ಲಿ ನಿಂತು ನೋಡುತ್ತಿದ್ದರೆ, ವಿಶಾಲ ಜಗತ್ತೇ ನನ್ನದಾಗಿದೆಯೇನೋ ಎನಿಸುತ್ತಿತ್ತು. ನಮ್ಮ ಬದುಕು ಎಷ್ಟು ಸುಂದರವಾಗಿತ್ತು. ನಮ್ಮ ಪ್ರೀತಿಯಲ್ಲಿ ನಾವು ಪೂರ್ತಿಯಾಗಿ ಮುಳುಗಿ ಹೋಗಿರುತ್ತಿದ್ದೆವು. ಆದ್ದರಿಂದಲೇ ಯಾವ ರೀತಿಯಿಂದಲೂ ನಾವು ಬಡವರಾಗಿರಲಿಲ್ಲ."

"ನಮಗೆ ಹಣದ ಕೊರತೆಯೊಂದೇ ಇದ್ದದ್ದು" ಎಂದು ಕ್ಸಿಯಾವೂ ಜೀ ನೀರಸವಾಗಿ ಹೇಳಿದಳು.

ನಾವೆಲ್ಲ ನಕ್ಕೆವು.

ಹಿಂತಿರುಗಿದ ಮೇಲೆ, ರೇಡಿಯೋ ಸುದ್ದಿ ಮೂಲಕ ಆಗ ಎಳುಗಂಟೆ ಆಗಿರುವುದು ತಿಳಿಯಿತು. ಕ್ಸಿಯುವೆನ್ ಬಟ್ಟೆ ಒಗೆಯುತ್ತಿದ್ದಳು. ನಮ್ಮನ್ನು ನೋಡಿ ಕೈ ಬೀಸಿದಳು. ಅವಳ ಹತ್ತಿರ ನಾವು ಮೂವರೂ ಹೋದೆವು. ಕ್ಸಿಯುವೆನ್ ಮೆಲ್ಲಗೆ ಲಿಯಾನ್ ಜ್ಞುಳನ್ನು "ನೀನೇನಾದರೂ ಹಾಯ್ ಪಿಂಗ್ ಜೊತೆ ನೆನ್ನೆ ಹರಟೆ ಹೊಡೆದೆಯೇನು?" ಎಂದು ಕೇಳಿದಳು.

"ಏನು ಹಾಯ್ ಪಿಂಗ್?" ಮೊದಲು ನನ್ನ ಕಡೆ ನಂತರ ಅವಳ ಕಡೆ ನೋಡುತ್ತ ಕೇಳಿದಳು.

"ಅದೇ ಅಲೆ ಅಲೆಯ ಕೂದಲಿನ ಎತ್ತರದ ಮನುಷ್ಯ"

"ಓ ಆ ಸುಂದರ ಪುರುಷನೇ? ಹೌದು. ನೆನ್ನೆ ಬಟ್ಟೆ ಒಗೀತಾ ಅವನ ಹತ್ತಿರ ಸ್ವಲ್ಪ ಹರಟೆ ಹೊಡೆದೆ."

"ಓ ದೇವರೇ, ಈ ವಿಚಾರವಾಗಿ ಗಂಡ ಹೆಂಡಿರ ನಡುವೆ ದೊಡ್ಡ ಜಗಳವೇ ಆಯಿತು. ಅವನ ಹೆಂಡತಿ ಹೊಟ್ಟೆಕಿಚ್ಚಿನ ಸ್ವಭಾವದವಳು. ಅದು ನಿನಗೆ ಗೊತ್ತಿರಲಿಲ್ಲವೇ?"

"ಅದೊಂದು! ಕೆಲಸಕ್ಕೆ ಬಾರದು" ಎಂದು ಹೇಳುತ್ತ ಸಿಟ್ಟಿನಿಂದಲೇ ಕ್ಲಿಯಾವೂಜೀ ಲಿಯಾನ್ ಘುಳ ಕೈಹಿಡಿದು ಎಳೆದುಕೊಂಡು ಹೋದ.

ಬಾಯಿಬಿಟ್ಟುಕೊಂಡು ಕ್ಲಿಯುವೆನ್ ಏನು ಮಾಡಬೇಕೆಂದು ತೋಚದೆ ನಿಂತಳು. ಅವಳ ಬಗ್ಗೆ ಕನಿಕರ ಎನಿಸಿತು. ಪರಿಸ್ಥಿತೀನ ತಿಳಿಗೊಳಿಸಲು, ನಾನು "ನಾವಿನ್ನು ಬೇಗ ಮತ್ತೆ ಹೊರಡಬೇಕು. ನಿನ್ನನ್ನು ನೋಡಿದರೆ ಹೊಟ್ಟೆಕಿಚ್ಚಾಗುತ್ತೆ" ಅಂತ ಮಾಮೂಲಿ ಧಾಟಿಯಲ್ಲಿ ಮಾತಾಡಿದೆ.

ಬಲವಂತದಿಂದ ಅವಳು ನಗೆ ತಂದುಕೊಂಡಳು. ಕ್ಲಿಯಾವೂಜೀ ಅವಳಿಗೆ ಸಂಕೋಚವಾಗುವ ಹಾಗೆ ವರ್ತಿಸಿದ್ದ. ಮರದ ಟಬ್ ತೆಗೆದುಕೊಳ್ಳಲು ಬಗ್ಗಿದಳು. ಆದರೆ ಅದನ್ನು ಎತ್ತಲಿಕ್ಕೆ ಅವಳಿಂದ ಆಗಲಿಲ್ಲ. ಅವಳು ಬಸಿರಿ ಎನ್ನುವುದು ಗಮನಕ್ಕೆ ಬಂತು "ಹುವಾಂಗ್ ಜಿಯಾನ್ ಎಲ್ಲಿ? ನಿನಗ್ಯಾಕೆ ಸಹಾಯ ಮಾಡೊಲ್ಲ?"

"ವಾಷಿಂಗ್ ಮೆಷಿನ್ ತಂದಿದ್ದಾನೆ. ಆದರೆ ಅದಕ್ಕೆ ಇನ್ನೂ ಕನೆಕ್ಷನ್ ಕೊಟ್ಟಿಲ್ಲ. ಹಾಗಾಗಿ ಸದ್ಯಕ್ಕೆ ಅದನ್ನು ಉಪಯೋಗಿಸೋದು ಸಾಧ್ಯವಾಗ್ತಿಲ್ಲ".

ಟಬ್ ಎತ್ತಿಕೊಳ್ಳಲು ನಾನು ಸಹಾಯ ಮಾಡಿದೆ. ಹುಯಾಂಗ್ ಜಿಯಾಂಗ್ ಹತ್ತಿರ ಸಾಕಷ್ಟು ಹಣ ಇದೆ. ಬೇಕಾದ್ದನ್ನೆಲ್ಲ ಕೊಂಡುಕೊಳ್ಳಬಹುದು. ಆದರೆ ದುಡ್ಡೊಂದರಿಂದಲೇ ಎಲ್ಲವನ್ನೂ ಗಳಿಸಿಕೊಳ್ಳುವುದಕ್ಕೆ ಆಗುವುದಿಲ್ಲ. ಟಬ್ಬನ್ನು ಅವಳ ರೂಮಿನ ಬಾಗಿಲ ಬಳಿ ಇರಿಸಿ, ಹೊರಡಲು ಹೆಜ್ಜೆ ಹಾಕಿದೆ, ಅಷ್ಟರಲ್ಲಿ ಅವಳು – "ನೀನು ಹೊರಟು ಹೋದರೆ ಮತ್ತೊಮ್ಮೆ ನಾನು ಏಕಾಂಗಿಯಾಗಿ ಬಿಡ್ತೇನಿ" ಎಂದಳು.

"ಹಾಗಿದ್ದರೆ ಹುವಾಂಗ್ ಜಿಯಾನ್‌ನನ್ನು ಊರೆಲ್ಲ ಅಲೆಯೋದಕ್ಕೆ ಬಿಡಬೇಡ ನಿನ್ನ ಜೊತೆ ಮನೇಲಿ ಇರುವ ಹಾಗೆ ನೋಡಿಕೋ".

"ನಮ್ಮಿಬ್ಬರಿಗೂ ಏನೂ ಹೇಳಿಕೊಳ್ಳೋಕೆ ಇಲ್ಲ ಎನಿಸುತ್ತೆ" ಈ ಮಾತನ್ನು ಅವಳು ಹಲವು ಬಾರಿ ನನ್ನ ಜೊತೆ ಹೇಳಿಕೊಂಡಿದ್ದಳು. ಈಗ ನೋಡಿದರೆ ತುಂಬ ಖಿನ್ನಳಾಗಿದ್ದಾಳೆ ಎನಿಸಿತು. ಯಾತಕ್ಕೆ ಅನ್ನೋದು ಗೊತ್ತಾಗಲಿಲ್ಲ. ಏನಾದರೂ ಬೇಸರವಾಗುವಂತಹದ್ದನ್ನು ನೋಡಿದ್ದಾಳಾ ಹೇಗೆ?... ಇದಕ್ಕೆ ಮೊದಲು ಎಂದೂ ಹೀಗೆ ದುಃಖದಿಂದ ಇದ್ದದ್ದನ್ನು ಗಮನಿಸಿರಲಿಲ್ಲ.

ಅವಳಿಗೆ ಹೇಗೆ ಸಮಾಧಾನ ಹೇಳಲಿ? ಹುವಾಂಗ್ ಜಿಯಾನ್ ಮತ್ತು ಇವಳು ಮೊದಲ ನೋಟಕ್ಕೇ ಪ್ರೀತಿಗೆ ಬಿದ್ದರು ಹಾಗಾಗುವುದು ಸುಲಭವಾಗಿಯಾ ಇತ್ತು. ಹಿಂದೆಂದೂ ಅವರು ಕಷ್ಟಗಳನ್ನು ಅನುಭವಿಸಿದವರಲ್ಲ. ಅವರ ಪ್ರಣಯಲೀಲೆಗಳಿಗೆ ಯಾವ ತೊಂದರೆಯೂ

ಎದುರಾಗಲಿಲ್ಲ. ನಂತರ ನಾನು ಅವಳಿಗೆ "ಸುಮ್ಮನಿರು ನಿನಗೇನೂ ಒಂಟಿತನ ಅನುಭವಕ್ಕೆ ಬರೊಲ್ಲ. ನಿನಗೇನು ಟಿ.ವಿ. ಇದೆ, ಟೇಪ್ ರೆಕಾರ್ಡರ್ ಸೆಟ್ ಇದೆ. ಮತ್ತೇನು ಬೇಕು?...."

"ಅವುಗಳ ಸಹವಾಸ ಸಾಕಾಗಿದೆ." ಕೋರ್ಟ್‌ಯಾರ್ಡ್ ಗೇಟು ತೆರೆದುಕೊಂಡಿತು. ಹುವಾಂಗ್ ಜಿಯಾನ್ ಪಾರ್ಸಲ್ ಅನ್ನು ಎಸೆದ. ಕ್ಲಿಯುವೆನ್ ಅದನ್ನು ಕ್ಯಾಚ್ ಹಿಡಿದಳು. ಕೂಡಲೇ ಪಾರ್ಸಲ್ ಬಿಚ್ಚಿದಳು. ಅತ್ಯಂತ ಸುಂದರವಾದ ಹೊಸ ಫ್ಯಾಷನ್ನಿನ ಜ್ಯಾಕೆಟ್ ಅದರಲ್ಲಿತ್ತು. ಸಂತೋಷಾತಿರೇಕದ ಸದ್ದಿನೊಂದಿಗೆ ನನ್ನನ್ನು ಬಿಟ್ಟು ಅದನ್ನು ಧರಿಸಿ ನೋಡಲೆಂದು ತನ್ನ ಕೋಣೆಯೊಳಕ್ಕೆ ನುಗ್ಗಿದಳು. ಸ್ವಲ್ಪ ಹೊತ್ತು ಇದರಿಂದ ಸಂತೋಷವಾಗಿರುತ್ತಾಳೆ. ಅವಳಿಗೆ ಅದರಿಂದಲೂ ಬೇಸರವಾಯಿತೆಂದರೆ, ಮತ್ತೊಂದನ್ನು ಹುವಾಂಗ್ ತಂದುಕೊಡುತ್ತಾನೆ. ಒಂದು ವೇಳೆ ಹೊಸ ಫ್ಯಾಷನ್ನುಗಳು ಬರದಿದ್ದರೆ ಅವುಗಳಿಂದ ಅವಳಿಗೆ ಮತ್ತೆ ಬೇಸರ ಬಂತೆಂದರೆ ಮುಂದೇನು? ಪ್ರೀತಿಗೆ ಇವು ಯಾವುವೂ ಪರ್ಯಾಯವಾಗಲಾರದು.

ಈ ಎಲ್ಲ ಅನುಭವ, ಆಪಿಂಗ್ ಬಗ್ಗೆ ಹೆಚ್ಚಿನ ತುಡಿತಕ್ಕೆ ದಾರಿ ಮಾಡಿತು. ಏನು ಮಾಡುತ್ತಿದ್ದಿರಬಹುದು, ನಾನು ಮನೆಗೆ ಹಿಂತಿರುಗಿದೆ. ದೀಪ ಹಾಕಿರಲಿಲ್ಲ, ಬಾಗಿಲಿಗೆ ಬೀಗ ಹಾಕಿತ್ತು. ಒಳಗೆ ಹೋದಾಗ ಈರುಳ್ಳಿ ತುಂಡುಗಳು, ಮೊಟ್ಟೆಗಳು ಇದ್ದದ್ದು ಇದ್ದ ಹಾಗೇ ಇತ್ತು. ಎಲ್ಲಿ ಹೋಗಿದ್ದಾನೆ? ನಾನು ನನ್ನ ಬೈಕ್ ಹತ್ತಿ ರಸ್ತೆಗುಂಟ ಸಾಗಿವೆ.

ಎಲ್ಲಿ ಸಿಗಬಹುದು? ಮೊದಲಿಗೆ ನಾನು ನಮ್ಮ ಹೊಸ ಬಿಲ್ಡಿಂಗ್‌ಗೆ ಹೋದೆ. ಬಹುಶಃ ಅಲ್ಲಿ ಪ್ರಾಕ್ಟೀಸ್ ಮಾಡ್ತಿರಬಹುದು ಎಂದುಕೊಂಡಿದ್ದೆ. ಆದರೆ ಅಲ್ಲಿಯೂ ಅವನ ಸುಳಿವೇ ಇಲ್ಲ. ನಂತರ ಮುನಿಸಿಪಲ್ ಕಲ್ಚರಲ್ ಸೆಂಟರ್‌ಗೆ ಹೋದೆ. ಅಲ್ಲಿ ಅವರಿವರ ಹತ್ತಿರ ಹರಟೆ ಹೊಡೀತಿರಬಹುದು ಎಂದುಕೊಂಡಿದ್ದೆ. ಆದರೆ ಅಲ್ಲಿ ಕತ್ತಲು ಬಿಟ್ಟು ಬೇರೇನೂ ಇರಲಿಲ್ಲ. ಅವನ ವಿದ್ಯಾರ್ಥಿಗಳ ನೆನಪಾಯಿತು. ಅವರುಗಳ ಮನೆಗಳಿಗೆ ಹೋದೆ. ಮೊದಲಿಬ್ಬರ ಮನೆಗಳಲ್ಲಿ ಕಾಣಲಿಲ್ಲ. ಮೂರನೆಯ ಮನೆಗೆ ಹೋದೆ. ಅದು ಡಾ. ಚಾಂಗ್‌ರ ಮನೆಯಾಗಿತ್ತು. ಅವರ ಮಗಳಿಗೆ ಪಿಯಾನೋ ಪಾಠ ಹೇಳುತ್ತಿದ್ದ. ಅಲ್ಲಿಗೆ ಹೋದಾಗ, ಚಾಂಗ್‌ರು, ಆಪಿಂಗ್ ಬಂದಿದ್ದನ್ನು ಮತ್ತು ಅವಳ ಪರವಾಗಿ ಸಿಕ್‌ಲೀವ್ ಸರ್ಟಿಫಿಕೆಟ್ ಬರೆಸಿಕೊಂಡು ಆಗಸ್ಟೇ ಹೋದನೆಂದು ಹೇಳಿದ. ನನಗೆ ಅರ್ಥಮಾಡಿಕೊಳ್ಳಲಾಗಲಿಲ್ಲ. ಚಾಂಗ್ ಮಾತನ್ನು ಮುಂದುವರೆಸಿ, "ನಿನ್ನೆ ಸಂಜೆ ಬಂದು ಸರ್ಟಿಫಿಕೇಟ್ ತೀರಾ ತೀರಾ ಅನಿವಾರ್ಯವಾಗಿ ಬೇಕಾಗಿದೆ ಎಂದ. ಮತ್ತೆ ಈ ದಿನ ಬೆಳಿಗ್ಗೆ ಬಂದು ಸರ್ಟಿಫಿಕೇಟ್ ಬರೆದುಕೊಡಲು ಒತ್ತಾಯಪೂರ್ವಕವಾಗಿ ಪ್ರಾರ್ಥಿಸಿದ. ಹಾಗಾಗಿ ಈ ದಿನ ಸಾಯಂಕಾಲ ಬರುವುದಕ್ಕೆ ಹೇಳಿದ್ದರಿಂದ ಬಂದು ನನ್ನಿಂದ ತೆಗೆದುಕೊಂಡು ಹೋದ. ನಾನೂ ಕೊಟ್ಟೆ, ಇದಕ್ಕೆ ಮೊದಲು ಯಾವುದೇ ಸಹಾಯ ಬೇಡಿದವನಲ್ಲ" – ಎಂದು ವಿವರಿಸಿದರು. ವಿಷಯ ಇದಾ! ಎಂದುಕೊಂಡು ಒಂದು ಕ್ಷಣವೂ ತಡಮಾಡದೆ ಅಲ್ಲಿಂದ ಓಡಿದೆ. ಬೈಕ್ ವೇಗಕ್ಕೆ ಒಂದಿಬ್ಬರು ಪಾದಚಾರಿಗಳು ಡಿಕ್ಕಿ ಹೊಡೆದು ಬೀಳುವುದರಲ್ಲಿದ್ದರು. ಆಪಿಂಗ್‌ನನ್ನು ಕಾಣಬೇಕೆಂಬ ಆತುರವೇ ಇದಕ್ಕೆ ಕಾರಣವಾಗಿತ್ತು !

ಹಾಸ್ಪಿಟಲ್ ಬ್ರಿಡ್ಜ್ ಮೇಲೆ ಬೈಕ್ ಓಡಿಸುತ್ತಿದ್ದೆ. ಬೀದಿ ದೀಪದ ಕೆಳಗೆ ಪರಿಚಿತ ಮುಖದ ಒಬ್ಬ ವ್ಯಕ್ತಿ ನಿಂತಿದ್ದ. ಆಪಿಂಗ್ ! ಆಶ್ಚರ್ಯ ! ನದೀ ಕಡೆ ಮುಖ ಮಾಡಿ ನಿಂತಿದ್ದ. ಅವನು ಏನು ಯೋಚಿಸುತ್ತಿರಬೇಕು? ಕೂಗಿ ಕರೆಯಬೇಕೆಂದುಕೊಂಡೆ. ಆದರೆ ದಿಗ್ಭ್ರಾಂತ ಸ್ಥಿತಿಯಲ್ಲಿ ಇದ್ದ ನನ್ನ ಗಂಟಲಿಂದ ಧ್ವನಿ ಹೊರಡಲಿಲ್ಲ. ಬೈಕಿನ ಒಂದು ಕಡೆ ನಿಲ್ಲಿಸಿ ಅವನತ್ತ ಓಡಿದೆ.

ನನ್ನ ಹೆಜ್ಜೆ ಸದ್ದು ಕೇಳಿ ತಿರುಗಿ ನೋಡಿದ. ಮಾತಿಲ್ಲದೆ ಜೇಬಿನಿಂದ ಒಂದು ಹಾಳೆಯನ್ನು ತೆಗೆದುಕೊಟ್ಟ. ನಾನು ಅದನ್ನು ತೆಗೆದುಕೊಂಡು ಅದರ ಮೇಲೆ ಕಣ್ಣಾಡಿಸಲೂ ಇಲ್ಲ ಅದನ್ನು ಚೂರುಚೂರುಗಳಾಗಿ ಹರಿದು ಹಾಕಿದೆ.

ಯಾವುದೋ ಮೂಡಿನಲ್ಲಿದ್ದ ಅವನು "ಏನಾಗಿದೆ ನಿನಗೆ?" ಎಂದ.

"ಏನೂ ಆಗಿಲ್ಲ" ಎಂದೆ. ಕಂಬನಿಗಳು ಕೆನ್ನೆ ಮೇಲಿಂದ ಜಾರಿ ಬೀಳುತ್ತಿದ್ದವು.

"ವಿಷಯವೇನು?" ಕಾಗದದ ಚೂರುಗಳನ್ನು ನನ್ನ ಕೈಯಿಂದ ತೆಗೆದುಕೊಂಡ.

"ನಾನು ಇಲ್ಲಿಯೇ ಇದ್ದು ಬಿಟ್ಟರೆ ನೀನು ಹೇಗೆ ನಿಭಾಯಿಸುತ್ತೀ?"

ಬಿಕ್ಕಿ ಬಿಕ್ಕಿ ಅಳುತ್ತಾ ಅವನ ಕೈಲಿದ್ದ ಕಾಗದದ ಚೂರುಗಳನ್ನು ಕಿತ್ತುಕೊಂಡು ನದಿಯಲ್ಲಿ ಬಿಸಾಡಿದೆ.

ಹೊಳೆಯುತ್ತಿದ್ದ ಕಣ್ಣುಗಳು ! ಆಪಿಂಗ್ ಗೆಲುವಿನಿಂದ ನನ್ನನ್ನು ಬರಸೆಳೆದು ಆಲಂಗಿಸಿದ.

"ಇಲ್ಲಿ ನಿಂತುಕೊಂಡು ಏನನ್ನು ಯೋಚಿಸುತ್ತಿದ್ದೆ?" ಮೆದು ದನಿಯಲ್ಲಿ ಪ್ರಶ್ನಿಸಿದೆ.

"ಮೊದಲ ಬಾರಿ ನಾವಿಲ್ಲಿ ನಿಂತದ್ದನ್ನು ಯೋಚಿಸುತ್ತಿದ್ದೆ. ನಿನಗೆ ಇನ್ನೂ ನೆನಪಿದೆಯೇನು? ವಾಸ್ತವವಾಗಿ ನಾನು ನಿನ್ನನ್ನು ಪ್ರೀತಿಸುತ್ತಿದ್ದೇನೆ. ಎಂದು ಹೇಳಿದ್ದು ಇದೇ ಜಾಗದಲ್ಲಿ, ಎಷ್ಟೋ ಕಾಲದಿಂದ ಬರೀ ಕಷ್ಟಗಳನ್ನು ಅನುಭವಿಸುತ್ತಾ ಬಂದಿದ್ದ ನನಗೆ ನೀನೆಲ್ಲಿ ನನ್ನನ್ನು ಬೇಡವೆನ್ನುತ್ತೀಯೋ ಎಂದು ಹೆದರಿದ್ದೆ. ನೀನೇನಾದರೂ ಅವನನ್ನು..... ಸುಖವಾಗಿ ಬದುಕಬಹುದಾಗಿತ್ತು".

ಅವನ ಬಾಯಿ ಮೇಲೆ ಕೈಯಿಟ್ಟು ಮುಂದೆ ಮಾತಾಡಬೇಡವೆಂದು ಸೂಚಿಸಿದೆ. "ಆದರೆ ನೀನು ನನ್ನನ್ನು ಪ್ರೀತಿಸುವುದಾಗಿ ಹೇಳಿದ. ನನಗೆ ನೀನು ಸಾಕು, ನೀನು ಮಾತ್ರವೇ ಸಾಕು. ಬೇರೆ ಯಾರೂ ಬೇಡ !"

– 5 –

ಮತ್ತೆ ಹೊರಡುವ ಸಮಯವಾಯಿತು. ಆನ್‌ಸಾಂಬ್ಲ ಲೀಡರ್ ಬಸ್ಸಿನ ವ್ಯವಸ್ಥೆ ಮಾಡಿದ್ದ. ನಮ್ಮ ವಾಸದ ಮನೆಗಳ ಹತ್ತಿರದಿಂದಲೇ ಬಸ್ಸು ಹೊರಡುವುದಾಗಿತ್ತು. ಬೆಳಗಿನ ಜಾವಕ್ಕೆ ನಾವೆಲ್ಲ ಸಿದ್ಧವಾಗಿ ಬಸ್ಸು ಬರುವುದಕ್ಕಾಗಿ ಕಾಯುತ್ತಿದ್ದೆವು. ನಮ್ಮ ನಮ್ಮ ಕುಟುಂಬದವರಿಗೆ ಬೈ ಬೈ ಹೇಳಿದೆವು.

ಬೆಳ್ಳೊಕ್ಳುವ ಸಮಯದಲ್ಲಿ ಹಿರಿಯ ಜಿಯಾಂಗ್ ಮತ್ತು ಅವನ ಹೆಂಡತಿ ನಡುವೆ ನಡೆದ ಸಂವಾದ ಮಾಮೂಲಿನಂತೆ ಲೆಕ್ಕಾಚಾರದ ವಿಷಯಗಳೇ ಆಗಿದ್ದವು.

"ಮುಂದಿನ ತಿಂಗಳು ಇಪ್ಪತ್ತು ಯುವಾನ್‌ಗಳನ್ನು ಕಳಿಸು".

"ಮೂವತ್ತು ಕಳಿಸಿಕೊಡ್ತೀನಿ" "

"ಯಾರೂ ನಿನ್ನನ್ನು ಅಷ್ಟೊಂದು ಕಳಿಸೋಕೆ ಹೇಳಲಿಲ್ಲ" ಎಂದು ಗಂಡನ ಅಂತರ್ಯ ಅರಿಯದೆ ರಪ್ಪೆಂದು ಹೊಡೆದಂತೆ ಮಾತನಾಡಿದಳು.

"ನೀನು ಪ್ರವಾಸದ ಸಮಯದಲ್ಲಿ ಊಟದ ಕಡೆ ಹೆಚ್ಚು ಗಮನಕೊಡು".

"ನಿನಗೆ ನಾನು ಮೂವತ್ತು ಯುವಾನ್‌ಗಳನ್ನೇ ಕಳಿಸ್ತೇನೆ".

"ಇಲ್ಲ ನನಗೆ ಇಪ್ಪತ್ತೇ ಸಾಕು"

ನನಗೆ ನಗು ತಡೆಯಲಾಗಲಿಲ್ಲ. ಅವರಿಬ್ಬರೂ ಇನ್ನೂ ಪ್ರೀತಿಸುತ್ತಿದ್ದಾರೆ. ಆದರೆ ಅವರಿಗೆ ಹಣದ ಸಮಸ್ಯೆಯೊಂದೇ !

ರೆನ್‌ಜಿಯಾ ಹಾಯ್ ಪಿಂಗ್ ಎದುರು ಬದುರಾಗಿ ನಿಂತಿದ್ದರು. ರೆನ್‌ಜಿಯಾ ಭಯ, ಆತಂಕದ ಕಣ್ಣುಗಳಿಂದ ಹಾಯ್ ಪಿಂಗನನ್ನೇ ನೋಡುತ್ತಿದ್ದಳು. ಹಾಯ್ ಪಿಂಗ್ ಅವಳಿಗೆ ಏನನ್ನೋ ಹೇಳುತ್ತಿದ್ದ. ನನಗೆ ಸರಿಯಾಗಿ ಕೇಳಿಸಲಿಲ್ಲ. ಬಹುಶಃ ಸಮಾಧಾನದಿಂದ ಇರಲು ಹೇಳುತ್ತಿದ್ದಿರಬೇಕು. ಹಾಯ್ ಪಿಂಗ್‌ಗೆ ಅವನ ರೂಪ ಹೊರತು ಕೊಡಲು ಏನೂ ಇರಲಿಲ್ಲ. ಹೆಂಡತಿಯ ಅಸೂಯೆಯನ್ನು ಸರಳ ಮನಸ್ಸಿನ ಹಾಯ್ ಪಿಂಗ್‌ಗೆ ಸಹಿಸಿಕೊಳ್ಳುವುದು ಸುಲಭವಾಗಿರಲಿಲ್ಲ. ಅವಳ ಮೇಲೆ ಪ್ರೀತಿ ಇಲ್ಲದಿದ್ದರೆ ಇಷ್ಟೊಂದು ಸಂಕಟವನ್ನು ಸಹಿಸಿಕೊಳ್ಳುವುದೇಕೆ? ಇಷ್ಟಾದರೂ ಪಾಪ, ಹೆಂಡತಿಗೆ ಅನ್ಯಾಯ ಮಾಡದೆ, ತನ್ನ ಪ್ರೀತಿಯನ್ನು ಅವಳಿಗೇ ಮೀಸಲಿರಿಸಿದ್ದ. ಅವಳು ಮಾತ್ರ ಅವನ ಪ್ರೀತಿಯನ್ನು ತನಗಾಗಿಯೇ ಉಳಿಸಿಕೊಳ್ಳ ಬೇಕೆಂದು ಪ್ರಯತ್ನಿಸುತ್ತಿದ್ದಳು. ಯಾರೊಬ್ಬರ ಜೊತೆಗೂ ಒಂದಿಷ್ಟು ಹಂಚಿಕೊಳ್ಳಲು ಅವಕಾಶ ಕೊಡುತ್ತಿರಲಿಲ್ಲ.

ಕ್ಸಿಯಾವ್ಓಜೀ ಮತ್ತು ಅವನ ಹೆಂಡತಿ ಲಿಯಾನ್ ಜು ಇನ್ನೂ ಬಂದಿರಲಿಲ್ಲ. ಅದಕ್ಕೆ ಕಾರಣವೂ ಇತ್ತು. ಎಷ್ಟೋ ವರ್ಷಗಳಿಂದ ಅಗಲಿದ್ದು ಈಗ ಒಟ್ಟಿಗೆ ಇರುವ ಅವಕಾಶ ಕೂಡಾ ಮತ್ತೆ ತಪ್ಪಿಹೋಗಲಿದೆ. ಕ್ಸಿಯಾವ್ಓಜೀ, ಬೇರೆ ಯಾವುದಾದರೂ ಕೆಲಸ, ಹುಡುಕಿದರೂ ಸಿಕ್ಕರಲಿಲ್ಲ. ಹಾಗಿರುವಾಗ ಪತ್ರಗಳಲ್ಲಿ ಹೊಟ್ಟೆ ತುಂಬಿಸಿಕೊಳ್ಳಲು ಸಾಧ್ಯವೇ?

ದಿಢೀರನೆ ಸಂತೋಷದ ಚಿಲುಮೆ ನನ್ನೊಳಗೆ ಹೊಮ್ಮಿತು. ದೇವರ ದಯೆ. ನಾನು ಮತ್ತು ಆಪಿಂಗ್ ಯಾವಾಗಲೂ ಒಟ್ಟಿಗೆ ಇದ್ದೇವೆ. ತಿರುಗಿ ಆಪಿಂಗ್‌ನತ್ತ ತಿರುಗಿದೆ. ನನ್ನ ಕೈಗಳನ್ನು ಬಿಗಿಯಾಗಿ ಹಿಡಿದ. ನಂತರ ತನ್ನ ಓವರ್‌ಕೋಟಿನ ಜೇಬುಗಳಲ್ಲಿ ನನ್ನ ಕೈಗಳನ್ನು ತೂರಿಸಿದ. ಕೈಗಳು ಬೆಚ್ಚಗಾದವು. ಒಳಗೆ ಬಿಸಿನೀರಿನ ಬಾಟಲಿ ಇರಿಸಿದ್ದ. ಎಂಥ ಹುಚ್ಚುತನ !

ಬಸ್ ಬಂತು. ನಮ್ಮ ವಸ್ತುಗಳನ್ನೆಲ್ಲ ಸೀಟುಗಳ ಅಡಿಯಲ್ಲಿ, ತಲೆಮೇಲಿನ ರ್ಯಾಕ್‌ನಲ್ಲಿ ಹೊಂದಿಸಿ ಇರಿಸಿ, ಸೀಟಿನಲ್ಲಿ ಕುಳಿತುಕೊಂಡೆ. ಕಿಟಕಿಯಿಂದ ಕ್ಲಿಯುವೆನ್ ರೂಮಿನಲ್ಲಿ ಹಸಿರು ದೀಪದ ಬೆಳಕು ಕಾಣಿಸುತ್ತಿತ್ತು. ಬೆಳಗಿನ ಜಾವವಾದ್ದರಿಂದ ಬೆಳಕಿನ ತೀಕ್ಷ್ಣತೆ ಅಷ್ಟಾಗಿ ಇರಲಿಲ್ಲ. ಕಿಟಕಿಯೊಳಗಿಂದ ಹುವಾಂಗ್ ಜಿಯಾನ್ ನನ್ನನ್ನೇ ಗಮನಿಸುತ್ತಿದ್ದ. ಮೊದಲಾಗಿದ್ದರೆ ಬೇರೆ ರೀತಿಯಲ್ಲಿಯೇ ಇರುತ್ತಿದ್ದ ನಾನು ಸುಮ್ಮನೆ ಮುಗುಳ್ನಕ್ಕೆ.

ಬಸ್ಸು ನಿಧಾನವಾಗಿ ಮುಂದೆ ಸಾಗಿತು. ನಮ್ಮ ಕೋರ್ಟ್‌ಯಾರ್ಡ್ ಇಷ್ಟಕ್ಕೂ ಬಡವಾಗೇನೂ ಇರಲಿಲ್ಲ.

◯

ವ್ಯರ್ಥವಾದ ವರ್ಷಗಳು
(ದಿ ವೇಸ್ಟೆಡ್ ಇಯರ್ಸ್)
ಲೇಖಿಕಿ : ಝಾಂಗ್ ಕಾಂಗ್‌ಕಾಂಗ್

ಈ ಕಥೆಯ ಲೇಖಿಕಿ ಝಾಂಗ್ ಕಾಂಗ್‌ಕಾಂಗ್, 1950 ರಲ್ಲಿ ಜನಿಸಿದಳು. ಯುವ ಜನಾಂಗದ ಸಮಸ್ಯೆಗಳ ಬಗ್ಗೆ ತನ್ನ ಸ್ವಂತ ಅನುಭವಗಳ ಹಿನ್ನೆಲೆಯಲ್ಲಿ ಅತ್ಯಂತ ವಾಸ್ತವವಾಗಿ ತನ್ನ ಕಥೆಗಳಲ್ಲಿ ಬಿಂಬಿಸಿದ್ದಾಳೆ. "ದಿ ರೈಟ್ ಟು ಲವ್" ಎನ್ನುವುದು ಅವಳ ಅತ್ಯಂತ ಪ್ರಸಿದ್ಧವಾದ ಕಥೆಯೆಂದು ಗುರುತಿಸಲಾಗಿದೆ. ಪ್ರಾರಂಭದ ಹಂತದಲ್ಲಿಯೇ ಪ್ರಬುದ್ಧ, ನುರಿತ ಬರಹಗಾರ್ತಿ ಎಂದು ಗುರುತಿಸಿಕೊಂಡಿದ್ದಾಳೆ. ಚೈನೀಸ್ ವುಮೆನ್ ರೈಟರ್ಸ್ ಅಸೋಸಿಯೇಷನ್‌ನ ಸದಸ್ಯೆಯಾಗಿದ್ದಾಳೆ.

6. ವ್ಯರ್ಥವಾದ ವರ್ಷಗಳು

ಮೂಲ : ದಿ ವೇಸ್ಟೆಡ್ ಇಯರ್ಸ್

ಲೇಖಕಿ : ಝಾಂಗ್ ಕಾಂಗ್ ಕಾಂಗ್

ತುಂಬಾ ಕಿರಿದಾದ ಕಾರಿಡಾರ್. ಕತ್ತಲಲ್ಲಿ ಏನೋ ಬಿದ್ದಹಾಗಾಯಿತು. ಗಲಾಟೆಯಾಗುತ್ತಿದ್ದಂತೆನಿಸಿತು, ಜೊತೆಗೆ ಧಡ ಧಡ ಹೆಜ್ಜೆ ಸದ್ದುಗಳೂ ಕೇಳಿಬಂದುವು. ನನ್ನ ಬಾಗಿಲ ಬಳಿ ಆ ಸದ್ದುಗಳು ನಿಂತವು.

ಢಬ್! ಢಬ್! ಯಾರೋ ಬಾಗಿಲ ಮೇಲೆ ಸುತ್ತಿಗೆಯೇಟು ಬೀಳಿಸುತ್ತಿದ್ದಿರಬೇಕು ಎನಿಸುವಂತಿತ್ತು.

ಬರೆಯುತ್ತಿದ್ದ ಪೆನ್ನನ್ನು ಪಕ್ಕಕ್ಕಿರಿಸಿ ಎದ್ದುನಿಂತು ಅಲಾರಂ ಗಡಿಯಾರ ನೋಡಿದೆ. ಹನ್ನೊಂದು ಗಂಟೆಗೆ ಹದಿನೈದು ನಿಮಿಷ ಬಾಕಿಇತ್ತು. ಆ ಹೊತ್ತಿನಲ್ಲಿ ಕಷ್ಟಪಟ್ಟು ಓದುವ, ಅಥವಾ ಮಾನಸಿಕವಾಗಿ ಡಿಸ್ಟರ್ಬ್ ಆದ ವಿದ್ಯಾರ್ಥಿಗಳು ಮಾತ್ರವೆ ಸ್ಟಾಫ್ ಕ್ವಾರ್ಟರ್ಸ್‌ಗೆ ಬರುತ್ತಿದ್ದರು.

"ನಾನು ಮಿಸ್ಟರ್ ಪೆಂಗ್‌ಗಾಗಿ ಬಂದಿದ್ದೇನೆ. ಅವರು ಇಲ್ಲಿದ್ದಾರೇನು?" ಗಂಡು ದನಿ ಕೇಳಿಸಿತು.

"ಅದು ನಾನೇ. ಒಳಗೆ ಬನ್ನಿ" ನಾ ಹೇಳಿದೆ. ಬಾಗಿಲು ತೆರೆದದ್ದೇ ಅವರು ತಣ್ಣನೆಯ ಗಾಳಿಯ ಜೊತೆಗೆ ಒಳ ಬಂದರು. ಮಧ್ಯ ವಯಸ್ಸಿನ ಇಬ್ಬರು ಅಪರಿಚಿತರು. ಸಾಧಾರಣ

ಉಡುಪು ಧರಿಸಿದ್ದರು. ಅಸ್ವಸ್ಥ ಮನ ಸ್ಥಿತಿಯಲ್ಲಿ. ನಾನು ತೋರಿದ ಜಾಗದಲ್ಲಿ ಕುಳಿತರು.

ಊದಿಕೊಂಡಿದ್ದ ಕಣ್ಣುಗಳು ಆ ಹೆಂಗಸು ಮತ್ತು ಜೋತುಬಿದ್ದ ಮುಖದ ಗಂಡಸು – ಇಬ್ಬರನ್ನೂ ನೋಡಿದಾಗ, ಏನೋ ಆಗಬಾರದ್ದು ಆಗಿರಬಹುದು ಎಂದುಕೊಂಡೆ.

ಒಂದರೆ ಕ್ಷಣ, ಮೌನದ ನಂತರ ಆ ಮನುಷ್ಯ, "ಕ್ಬ್ಲೀ ಗೊತ್ತೇನು ನಿಮಗೆ?" – ಎಂದು ಕೇಳಿದ.

"ಅವನು ಹುಡುಗ!" ಹೆಂಗಸು ಗಂಡನ ಮಾತಿಗೆ ಮಾತು ಜೋಡಿಸಿದಳು.

"ಕ್ಬ್ಲೀ? ಕ್ಷಮಿಸಿ ನನಗೆ ಅವನ ಪರಿಚಯ ಇಲ್ಲ" ಎಂದು ತಲೆಯಾಡಿಸಿ ಹೇಳಿದೆ.

"ಅವನು ಇಲ್ಲಿಗೆ ಬರಲಿಲ್ಲವೇ?" ಎಂದು ಒಂದೇ ಸಮನೆ ಕೆಮ್ಮುತ್ತಾ ಹೇಳಿದ ಆ ವ್ಯಕ್ತಿ.

ನನಗೆ ಹೇಳೋಕೆ ಏನೂ ಇರಲಿಲ್ಲ. ಬರೀ ನಕಾರಾತ್ಮಕವಾಗಿ ತಲೆಯಾಡಿಸಿದೆ ಅಷ್ಟೆ.

ಆ ಹೆಂಗಸು, ಸ್ಕಾರ್ಫನ್ನು ಮುಖಕ್ಕೆ ಒತ್ತಿ ಹಿಡಿದುಕೊಂಡು ಒಂದೇ ಸಮನೆ ಅಳುವುದಕ್ಕೆ ಮೊದಲು ಮಾಡಿದಳು.

"ಅವನು ಇಲ್ಲಿ ಇಲ್ಲವೆಂದ ಮೇಲೆ ಮತ್ತೆಲ್ಲಿ ಇರ್ತಾನೋ"

"ವಿಷಯ ಏನು? ಏನಾಯ್ತು ಸ್ವಲ್ಪ ಸಮಾಧಾನ ತಂದುಕೊಂಡು ಏನೆಲ್ಲ ಆಯ್ತು ಅದನ್ನಾದರೂ ತಿಳಿಸಿ"

"ಏನೆಲ್ಲ ಆಯ್ತಾ? ಯಾಕೆ ನಿಮಗೆ ಗೊತ್ತಿಲ್ಲವೇ? ನೀವೇ ಅವನಿಗೆ ಪಾಠ ಹೇಳಿದ್ದೀರಿ. ಅವನ ತಲೆ ಕೆಡಿಸಿದ್ದೀರಿ !"

ನಿಮಗೂ ಅವನಿಗೂ ಹೋಲಿಕೆ ಎಲ್ಲಿ. ನೀವು ಗುರುಗಳು. ಅವನೊಬ್ಬ ಹುಚ್ಚ ಏನೂ ತಿಳಿಯೋದಿಲ್ಲ !"

ಅವಳ ಜೊತೆಗಿದ್ದ ಆ ಗಂಡಸು ಸಿಟ್ಟಿನಿಂದ ಅಬ್ಬರಿಸಿದ. ನನಗೆ ಗೊಂದಲದಲ್ಲಿ ಬಿದ್ದ ಹಾಗಾಯಿತು.

"ಕ್ಬ್ಲೀ?" ನೆನಪಿನಾಳಕ್ಕಿಳಿದು ಕೆದಕಿದೆ. ಆ ಹೆಸರಿನ ಬೆನ್ನು ಹತ್ತಿದೆ. ಈ ಅಗಲಬಾಯ ಹೆಂಗಸು, ಯಾವುದೋ ಒಂದು ಅಸ್ಪಷ್ಟ ಚಹರೆಯನ್ನು ನನ್ನ ಕಣ್ಣ ಮುಂದೆ ತಂದಂತಾಯಿತು. ಯಾರು ಈ ಕ್ಬ್ಲೀ? ನನ್ನನ್ನೇ ಕೇಳಿಕೊಂಡೆ. ಹೆಸರು ಮಾತ್ರ ಪರಿಚಿತವೆನಿಸಿತು.

"ಇದನ್ನೇ ಅಲ್ವಾ ನೀವು ಅವನಿಗೆ ಬರೆದದ್ದು? ನೋಡಿ...." ಜೇಬಿ ನೊಳಗಿಂದ ಮುದುಡಿಹೋಗಿದ್ದ ಕಾಗದದ ತುಂಡೊಂದನ್ನು, ಹೊರತೆಗೆದು ನನ್ನ ಮುಂದಿರಿಸಿದ.

"ಅವನಿಗೆ ಇದನ್ನು ನೀನೇ ಬರೆದದ್ದು ಅಲ್ಲವೇ? ಅವನೊಬ್ಬ ತಲೆ ತಿರುಕ, ಸುಮ್ಮನೆ ಸಮಯ ಹಾಳು ಮಾಡಿಕೊಂಡಿರಿ..."

ಹೌದು! ಅದು ನನ್ನದೇ ಕೈಬರಹ "ಕಾಮ್ರೇಡ್ ಕ್ಸುಲೀ...." ಘಟ್ಟನೆ ತಾಯಿಯಂತೆ ಅಗಲ ಬಾಯಿನ ತಂದೆಯಂತೆ ದಟ್ಟ ಹುಬ್ಬಿನ ಯುವಕ, ಸಂಕೋಚ ಸ್ವಭಾವದ ಯುವಕನ ನೆನಪಾಯಿತು. ನನಗೆ ಆಶ್ಚರ್ಯವಾಯಿತು. ಜೊತೆಗೆ ಚಿಂತೆಯೂ ಆಯಿತು.

"ದಯವಿಟ್ಟು ಅವನು ಮನೆಗೆ ಬರಲು ಬಿಡಿ" ಎಂದು ಅಳು ಆರಂಭಿಸಿದಳು. "ಅಯ್ಯೋ ! ನನ್ನ ಎರಡನೆ ಮಗ... ಯಾಕೋ ಮನೆ ಬಿಟ್ಟು ಹೋದೆ?"

ರಾತ್ರಿ ತೀರಾ ಹೊತ್ತಾಗಿತ್ತು. ಅವರ ಮಾತು, ಅಳು, ಅಕ್ಕಪಕ್ಕದವರ ನಿದ್ದೆ ಹಾಳು ಮಾಡುತ್ತೆ ಅನಿಸಿ, ಆಕೆಗೆ ಅಳು ನಿಲ್ಲಿಸುವಂತೆ ಹೇಳಿದೆ. ಕ್ಸುಲೀ ನನಗೆ ಹೇಗೆ ಪರಿಚಯ ಅನ್ನೋದನ್ನು ಸಂಕ್ಷಿಪ್ತವಾಗಿ ವಿವರಿಸಿದೆ. ಒಂದು ಸಲ ಯಾವುದೋ ಬುಕ್ ಬೇಕೂಂತ ನನ್ನ ಹತ್ತಿರ ಬಂದಿದ್ದ. ನಾನು ಅವನಿಗೆ ಪುಸ್ತಕ ಸಿಕ್ಕಿರುವ ವಿಷಯ ತಿಳಿಸಿ ಬರೆದಿದ್ದೆ ಅಷ್ಟೆ ! ಇದರಾಚೆಗೆ ಅವನ ವಿಷಯ ನನಗೇನೂ ಗೊತ್ತಿಲ್ಲ.

"ಅವನು ಮನೆ ಬಿಟ್ಟು ಓಡಿಹೋಗಿರುವ ವಿಚಾರ ನನಗೆ ಗೊತ್ತೇ ಇಲ್ಲ". ಎಂದೆ. ಮನಸ್ಸಿಗೆ ನೋವಾಯಿತು.

ಇಬ್ಬರೂ ಒಬ್ಬರ ಮುಖ ಒಬ್ಬರು ನೋಡಿಕೊಂಡು ಕೇವಲ ಹದಿನಾಲ್ಕು ಚದರ ಮೀಟರ್ ಇದ್ದ ಸಣ್ಣ ರೂಮನ್ನು ಸೂಕ್ಷ್ಮವಾಗಿ ಎಲ್ಲ ಕಡೆಯಿಂದಲೂ ಬಹುಶಃ ಎಲ್ಲಾದರೂ ಅಡಗಿರಬಹುದೇನೋ ಎಂಬ ಅನುಮಾನದಿಂದ ಗಮನಿಸಿದರು. ಅವರಿಗೆ ಬೇಕಾದ್ದೇನೂ ಪತ್ತೆಯಾಗಲಿಲ್ಲ.

"ಮೂರು ದಿವಸದಿಂದ ನಾಪತ್ತೆಯಾಗಿದ್ದಾನೆ" ಎಂದು ತನ್ನಲ್ಲೇ ಗೊಣಗುಟ್ಟಿ ಕೊಂಡಳು.

"ಅವನು ಮನೆ ಯಾಕೆ ಬಿಟ್ಟು ಹೋದ?" – ಎಂದು ನನ್ನ ಕುತೂಹಲವನ್ನು ಹತ್ತಿಕ್ಕಿಕೊಳ್ಳಲಾಗದೆ ಕೇಳಿದೆ.

"ಯಾರಿಗೆ ಗೊತ್ತು? ಏನು ಬರೆದೂ ಇಟ್ಟಿಲ್ಲ. ಸುಮ್ಮನೆ ಇದ್ದಕ್ಕಿದ್ದಂತೆ ಹೊರಟು ಹೋಗಿದ್ದಾನೆ" ಎಂದು ತಂದೆ ತಲೆಯಾಡಿಸಿ ಅಭಿನಯಿಸಿ ತೋರಿಸಿದ.

"ಏನಾದರೂ!?..... ಸ್ವಲ್ಪ ಧೈರ್ಯ ತಂದುಕೊಂಡು, ಪ್ರೀತಿ ಗೀತಿ ಅಂತ ಯಾವುದಾದರೂ ಹುಡುಗಿ ಜೊತೆ ಅಥವಾ ಇನ್ನೇನಾದರೂ ಬೇರೆ ರೀತಿ!?

ತಾಯಿ ಮಧ್ಯೆ ಬಾಯಿ ಹಾಕಿದಳು. "ಹುಡುಗೀನ ನೋಡೋಕೆ ನಾಚಿಕೆ ಪಡ್ತಾನೆ. ಅವನು ಮನೆ ಬಿಟ್ಟು ಆಚೆಗೆ ಹೋಗೋದೇ ಇಲ್ಲ. ಯಾವಾಗಲೂ ಪುಸ್ತಕ ಓದ್ತಿರ್ತಾನೆ. ತುಂಬ ಕಷ್ಟ ಪಡ್ತಾನೆ. ನನ್ನ ಆ ಎರಡನೇ ಮಗನನ್ನು ಎಲ್ಲರೂ ಬಾಯಿ ತುಂಬ ಹೊಗಳ್ತಾರೆ... ಅಯ್ಯೋ ಮಗು ಅಪ್ಪ ಸಿಟ್ಟು ಮಾಡ್ಕೊಂಡು ಹೊಡೆದರೂಂತ ಹೀಗೆ ಓಡಿ ಹೋಗಬಾರದಿತ್ತು...."

ನನ್ನ ಪ್ರಶ್ನೆಗಳಿಗೆ ಉತ್ತರ ಕೊಡೋದು ಸಾಧ್ಯವಾಗಲಿಲ್ಲ. ಅವರ ಕುಟುಂಬದ ಸಮಸ್ಯೆಗಳ ಬಗ್ಗೆ ನನಗೇನೂ ಗೊತ್ತಿರಲಿಲ್ಲ. ಹುಡುಗನ ಬಗ್ಗೆ ಮಾತ್ರವಲ್ಲ ಅವನ ತಂದೆತಾಯಿ ಬಗ್ಗೆ

ಕೂಡಾ ಅಯ್ಯೋ ಎನಿಸಿತು. ಪಾಪ, ಮಗನ ಆ ಕೆಲಸಕ್ಕೆ ಕಾರಣ ಏನೆಂಬುದು ಅವರಿಗೂ ತಿಳಿದಿರಲಿಲ್ಲ? ಇಲ್ಲ ನನಗೆ ಗೊತ್ತಾಗಬಾರದೂಂತ ಮರೆಮಾಚಿದ್ದಾರೆ ಹೇಗೆ? ಎಂದು ಅನುಮಾನಿಸಿದೆ.

"ನೋಡಿ, ಕ್ಟಲೀ ಬುಕ್ಕು ಬೇಕೂಂತ ಹೇಳಿದ್ದರಿಂದ, ಅದನ್ನ ತೆಗೆದು ಕೊಳ್ಳೋಕೆ ಬಂದೇ ಬರ್ತಾನೆ. ಅವನು ಬಂದಾಗ, ಕೂಡಲೇ ನಾನು ನಿಮಗೆ ಅವನು ಎಲ್ಲಿರಬಹುದು ಅನ್ನುವ ವಿಚಾರ ತಿಳಿಸ್ತೀನಿ" ಅಂತ ಗಂಟೆ ಎಷ್ಟಾಯಿತೆಂದು ಗಡಿಯಾರದ ಕಡೆ ನೋಡಿದೆ.

ಒಂದೆರಡು ನಿಮಿಷ ಯೋಚನೆ ಮಾಡಿದ ಮೇಲೆ ನನ್ನ ಸಲಹೆ ಒಪ್ಪಿಕೊಂಡರು. ಈಗ ಅವರು ಸ್ವಲ್ಪ ಸಮಾಧಾನದಿಂದ ಇದ್ದರು. ನನ್ನ ಕಡೆ ಆರ್ದ್ರ ಭಾವದಿಂದ ನೋಡಿದರು. ತಾಯಿ "ಕ್ಷಮಿಸಿ ತೊಂದರೆ ಕೊಟ್ಟೆವು" ಎಂದು ತಗ್ಗಿದ ದನಿಯಲ್ಲಿ ಹೇಳಿದಳು. ಅವರ ಜೊತೆ ಬಾಗಿಲ ತನಕ ಹೋದೆ. ಆತ ವಿಳಾಸವನ್ನು ಕೊಟ್ಟ. ವಿಳಾಸ ಅಂದರೆ ಅವರ ಮನೆ ಗುರುತನ್ನು ಹೇಗೆ ಹೇಗೋ ವಿವರಿಸಿ ತಿಳಿಸಲು ಪ್ರಯತ್ನಿಸಿದ. ಆತ ಯಾವುದಾದರೂ ಫ್ಯಾಕ್ಟರಿಯಲ್ಲಿ ಕಾರ್ಪೆಂಟರ್ ಆಗಿರಬೇಕೆಂದು ಊಹಿಸಿದೆ.

"ಮತ್ತೆಂದಾದರೂ ಪುಸ್ತಕಗಳನ್ನು ತರಿಸಿಕೊಡಿ ಅಂತ ಕೇಳಿದರೆ, ದಯವಿಟ್ಟು ತರಿಸಿಕೊಡ ಬೇಡ. ಅವನು ಒಂದು ಫರಾ ಈಡಿಯಟ್ ! ಹಿಸ್ಟರಿ ಪುಸ್ತಕ ಓದುವುದರಿಂದ ಬರೋ ಪ್ರಯೋಜನವಾದರೂ ಏನು? ನೀವೊಬ್ಬರು ಟೀಚರ್ ಇಂಥ ಹುಡುಗನಿಗಾಗಿ ಸುಮ್ಮನೆ ಸಮಯ ಹಾಳು ಮಾಡಿಕೊಳ್ಳಬೇಡಿ" ಹುಡುಗನ ತಂದೆ ಉರಿಮೋರೆ ಹಾಕಿಕೊಂಡೆ ಬುದ್ಧಿ ಹೇಳಿದ.

ನನಗೆ ತಲೆಕೆಟ್ಟು ಗೊಂದಲದಲ್ಲಿ ಇದ್ದುದರಿಂದ ಅವರನ್ನು ಬೀಳ್ಕೊಡುವುದನ್ನೂ ಮರೆತು ಬಿಟ್ಟಿದ್ದೆ.

ಮೊದಲು ಸ್ವಲ್ಪ ಗದ್ದಲ ಎನಿಸಿತು. ಕ್ರಮೇಣ ಹೆಜ್ಜೆ ಸಪ್ಪಳ ಕ್ಷೀಣವಾಯಿತು. ಮತ್ತೆ ಎಲ್ಲ ಮನೆಗಳೂ ಮೌನ ತಳೆದವು.

ಸ್ಟ್ರಾಂಗ್ ಟೀ ಮಾಡಿಕೊಂಡು ಕುಡಿದೆ. ಹೇಳಬೇಕೂಂದ್ರೆ, ಹದಿನ್ಯೆದು ದಿವಸದ ಹಿಂದೆಯಷ್ಟೆ ಕ್ಟಲೀನನ್ನು ನೋಡಿದ್ದೆ. ಅವನನ್ನು ನಾನು ವಿದ್ಯಾರ್ಥಿ ಅಂತ ತಿಳಿದುಕೊಂಡೇ ಇರಲಿಲ್ಲ. ನಾನು ಅವನಿಗಿಂತ ಹತ್ತು ವರ್ಷ ದೊಡ್ಡವನೇ ಆಗಿದ್ದರೂ ನಾನು ಅವನಿಗೆ ಟೀಚರ್ ಎನ್ನುವ ಭಾವನೆ ಬಂದೇ ಇರಲಿಲ್ಲ. ಅವನು ಟೀಚರ್ ಆಗಲು ಕೇಳಿದ್ದೇನೋ ಉಂಟು. ಅವನ ಬಗ್ಗೆ ಅಷ್ಟೇನೂ ನನಗೆ ಗೊತ್ತಿಲ್ಲದಿದ್ದರೂ, ಒಪ್ಪಿಕೊಂಡೆ.

ಅದೊಂದು ದಿನ ಕ್ಲಾಸ್ ಮುಗಿದ ಮೇಲೆ ಯಾರೋ ನನ್ನನ್ನು ಮಹಡಿ ಮೇಲಿಂದಲೇ ಹಿಂಬಾಲಿಸಿ ಬರುತ್ತಿದ್ದರು. ಸ್ಟಾಫ್ ರೂಮ ತಲುಪುತ್ತಿದ್ದಂತೆ ಒಬ್ಬ ಹುಡುಗ ನನ್ನ ಹತ್ತಿರ ಬಂದು, "ಕ್ಷಮಿಸಿ, ಪೆಂಗ್ ಅಂದರೆ ನೀವೇನಾ" ಎಂದು ಕೇಳಿದ.

"ಹೌದು ನಾನೇ. ಏನಾಗಬೇಕಿತ್ತು?" ಎಂದು ಕೇಳುತ್ತ ಅವನನ್ನೇ ಪರೀಕ್ಷಕ ದೃಷ್ಟಿಯಿಂದ ಗಮನಿಸಿದೆ. ತೆಳ್ಳಗೆ ಇದ್ದ ಆ ಯುವಕ ನನ್ನ ಮೇಲೆ ತುಂಬಾ ಒಳ್ಳೆ ಪ್ರಭಾವ ಬೀರಿದ.

"ನಾನು" ಎನ್ನುತ್ತಾ ನಾಚಿಕೆಯಿಂದ ತಡವರಿಸುತ್ತಾ "ನಿಮ್ಮ ಲೇಖನ ಅದೇ ಸಮಕಾಲೀನ ಬಂಡವಾಳಶಾಹಿ ಬೆಳವಣಿಗೆ ಬಗ್ಗೆ ಮ್ಯಾಗ್ಜೀನ್‌ನಲ್ಲಿ ಪ್ರಕಟವಾಗಿದ್ದ ಲೇಖನವನ್ನು ಓದಿದೆ. ನನಗೆ...."

ಅಕಾಡೆಮಿಕ್ ಸಮಸ್ಯೆಗಳ ಬಗ್ಗೆ ಚರ್ಚೆಮಾಡಲು ಆಸಕ್ತಿ ಇರುವವರೆಲ್ಲರೂ ಸಾಮಾನ್ಯವಾಗಿ ನನ್ನನ್ನು ಸುತ್ತುವರೆಯುತ್ತಿದ್ದರು. ಅವನ ಹಿಂಜರಿಕೆಯನ್ನು ದೂರ ಮಾಡಲು ಅವನಿಗೆ, "ನೋಡು ನನಗೆ ಇನ್ನೂ ಎರಡು ಕ್ಲಾಸ್ ಇವೆ. ಅದಕ್ಕೆ ಸದ್ಯಕ್ಕೆ ಕ್ಷಮಿಸು. ಬೇಕಾದರೆ ಮುಂದಿನ ಭಾನುವಾರ ಭೇಟಿಯಾಗೋಣ. ನಾನು 5ನೇ ಬ್ಲಾಕನಲ್ಲಿದ್ದೇನೆ, ಮೂರನೇ ಅಂತಸ್ತಿನಲ್ಲಿ, ಎರಡನೇ ಫ್ಲಾಟ್‌ನಲ್ಲಿ ಇದ್ದೇನೆ" ಎಂದೆ.

ಅವನಿಗೆ ಏನೋ ಹೇಳಬೇಕಂತಿತ್ತು ಆದರೆ ಹೇಳಲಾಗದೆ, ಅದನ್ನು ನುಂಗಿಕೊಂಡು ನನ್ನ ಮಾತನ್ನು ಕೇಳಿಸಿಕೊಂಡು ಅಲ್ಲಿಂದ ಹೊರಟುಹೋದ.

ಭಾನುವಾರ ಮಧ್ಯಾಹ್ನ ಬಂದವನೇ ಮೆಲ್ಲಗೆ ಬಾಗಿಲು ತಟ್ಟಿದ. ಬಾಗಿಲು ಹಾಕಿರಲಿಲ್ಲವಾಗಿ ಒಳಗೆ ಬಂದು ನನ್ನೆದುರು ಪ್ರತ್ಯಕ್ಷನಾದ.

"ಬಾ ಕುಳಿತುಕೋ" ಎಂದು ಹೇಳಿದೆ.

"ಬೇಡ, ಪರವಾಗಿಲ್ಲ. ನನ್ನ ರೂಮಿನ ಮಧ್ಯದಲ್ಲಿ ನಿಂತು, ತನ್ನ ಪಾದಗಳನ್ನೇ ನೋಡುತ್ತಿದ್ದ."

ಥಟ್ಟನೆ ನನ್ನ ದೃಷ್ಟಿ ಅವನ ತೊಯ್ದ ಬಟ್ಟೆಗಳು, ನೀರಿನಿಂದ ಒದ್ದೆಯಾದ ಕೂದಲ ಮೇಲೆ ಬಿತ್ತು.

ತಕ್ಷಣವೆ ತಲೆ ಒರೆಸಿಕೊಳ್ಳಲು ಟವಲ್ ಕೊಟ್ಟೆ, 'ಆಲಿಕಲ್ಲ ಮಳೆಯೇನು?' ಎಂದೆ.

"ಹೌದು"

"ಕೊಡೆಯಾಕೆ ತರಬಾರದಾಗಿತ್ತು?"

"ನಾನು ಕೆಲಸ ಮಾಡೋ ಕಡೆ ಕೊಡೆ ಬಳಸುವ ಹಾಗಿಲ್ಲ".

"ಕಲ್ಲುಗಳನ್ನು ಟ್ರಕ್ಕಿಗೆ ತುಂಬುತ್ತೇನೆ. ಕೆಲಸ ಮಾಡೋ ಜಾಗ ಕೂಡಾ ಇಲ್ಲಿಂದ ಬಹಳ ದೂರ ಏನಿಲ್ಲ, ಎಷ್ಟೋ ತಿಂಗಳಿನಿಂದ ಅಲ್ಲಿ ಕೆಲಸ ಮಾಡ್ತಿದ್ದೇನಿ. ಆದರೆ ಇತ್ತೀಚೆಗಷ್ಟೇ ನಿಮ್ಮ ಅಡ್ರೆಸ್ ಗೊತ್ತಾಯ್ತು."

"ನೀನು ಹಾಗಾದರೆ?"

"ಯಾವುದಾದರೂ ಒಳ್ಳೆ ಕೆಲಸ ಸಿಗಬಹುದೇನೋ ಅಂತ ಪ್ರಯತ್ನ ಮಾಡ್ತಿದ್ದೇನಿ. ಈಗ ಮಾಡ್ತಿರೋ ಕೆಲಸ ಕೂಡಾ ಟೆಂಪರರಿ. ಇವತ್ತು ಮಳೆ ಬಂದದ್ದು ನನ್ನ ಅದೃಷ್ಟ ಇಲ್ಲವಾದಲ್ಲಿ ನಿಮ್ಮನ್ನು ಭೇಟಿಯಾಗಲು ಸಾಧ್ಯವೇ ಆಗುತ್ತಿರಲಿಲ್ಲ".

ಈ ಹುಡುಗ ನನಗೆ ತುಂಬಾ ಹಿಡಿಸಿದ.

ಕೆಲಸಕ್ಕಾಗಿ ಕಾಯ್ತಿದ್ದೀಯ? ಆಶ್ಚರ್ಯದಿಂದ ಕೇಳಿದೆ. ಹಾಗಿದ್ದ ಮೇಲೆ ನನ್ನಂಥ ಹಿಸ್ಟರಿ ಟೀಚರ್ನ ನೋಡೋದರಿಂದ ಪ್ರಯೋಜನವೇನು? ಒಳಗಿಂದ ಒಣಗಿದ ಒಂದಷ್ಟು ಬಟ್ಟೆ ತಂದುಕೊಟ್ಟೆ, ಬದಲಾಯಿಸಿಕೊಂಡು ಬರುವಂತೆ ಹೇಳಿದೆ. ಕೂಡಲೇ ಅವನು ತನ್ನ ಚಾಕೆಟ್ ಪಾಕೆಟ್ನಿಂದ ಒಂದು ಪುಸ್ತಕ ಹೊರತೆಗೆದು ಕೊಟ್ಟ. ಅದಕ್ಕೆ ಹಾಕಿದ್ದ ಪ್ಲಾಸ್ಟಿಕ್ ಕವರ್ ಅಂಚುಗಳಲ್ಲಿ ನೆನೆದಿತ್ತು. ಅದನ್ನು ಟೇಬಲ್ ಮೇಲೆ ಇರಿಸಿ, ಬಟ್ಟೆ ಬದಲಾಯಿಸಿಕೊಳ್ಳಲು ಹೋದ.

ಅದು ಕ್ಸಿನ್ ಹುವಾ ಚೈನೀಸ್ ಡಿಕ್ಷನರಿ ಆಗಿತ್ತು. ಅದನ್ನು ನೋಡಿದಾಗ ಅವನಿಗೆ ಒಂದು ಫರಾ ಮುಜುಗರವಾಯಿತು. ವಿಚಿತ್ರವಾಗಿ ನಕ್ಕ. "ಕ್ಲಾಸಿಕ್ಸ್ ಓದೋದು ತುಂಬ ಕಷ್ಟ ಅವುಗಳಲ್ಲಿ ಎಷ್ಟೋ ಸಾಲುಗಳು ನನಗೆ ಅರ್ಥವೇ ಆಗೋದಿಲ್ಲ...." ಅವನು ಕುಳಿತು ಮಾತು ಮುಂದುವರೆಸಿದ. ಆದರೆ ನೀವು ಬರೆದಿರುವ ಅತ್ಯಂತ ಸೂಕ್ಷ್ಮ ವಿಶ್ಲೇಷಣೆಗಳನ್ನು ಚೆನ್ನಾಗಿ ಅರ್ಥ ಮಾಡಿಕೊಳ್ತೇನಿ. ನಿಮ್ಮ ಕೆಲವು ವಿಚಾರಗಳು ಅತ್ಯಂತ ವಿನೂತನವಾದವು. ಮೊದಲು ಯಾರೂ ಇಂಥಾ ಅಭಿಪ್ರಾಯಗಳನ್ನು ಹೇಳಿರಲಿಲ್ಲ."

"ಹೇಗೇ?

"ನೀವು ಕ್ಯಾಪಿಟಲಿಸಂ ಪ್ರಾಚೀನ ಗ್ರೀಕ್ರಿಂದ ಮತ್ತು ರೋಮನರಿಂದ ಬಂದದ್ದು; ಆದರೆ ಚೈನಾ, ಇಂಡಿಯಾ, ರಷ್ಯಾ ದೇಶಗಳಿಗೆ ಅದನ್ನು ಪೂರ್ತಿಯಾಗಿ ಅಭಿವೃದ್ಧಿ ಪಡಿಸಲು ಇನ್ನೂ ಸಾಧ್ಯವಾಗಲಿಲ್ಲ. ಯಾಕೆಂದರೆ ಕ್ಯಾಪಿಟಲಿಸಂ ಎನ್ನುವುದು ಆರ್ಥಿಕ ವಿಚಾರ ಮಾತ್ರವಲ್ಲ ಅದು ಸಾಂಸ್ಕೃತಿಕವೂ..."

ಅವನ ಮಾತು ಕೇಳಿಸಿಕೊಳ್ಳಲು ಆಸಕ್ತಿ ತೋರಿದೆ. ನಾನು ಹೇಳಿದ್ದನ್ನು ಸಾಕಷ್ಟು ಸರಿಯಾಗಿ ಗ್ರಹಿಸಿದ್ದಾನಾದರೂ ಇನ್ನೂ ಪೂರ್ತಿಯಾಗಿ ಅಲ್ಲ. ನಿಜವಾಗಿಯೂ ತನ್ನ ಬುದ್ಧಿಯನ್ನು ವ್ಯಯಿಸಿದ್ದಾನೆ ಅವನ ಮಾತು ನನಗೆ ಸಮ್ಮತವಾಗುತ್ತಿದೆ ಎಂದೆನಿಸಿ, ಅವನು ಇನ್ನಷ್ಟು ಉತ್ಸಾಹದಿಂದ, ಮುಕ್ತತೆಯಿಂದ ಮಾತನಾಡ ತೊಡಗಿದ.

"ಇತಿಹಾಸದಲ್ಲಿ ಯಾವಾಗಲೂ ಪ್ರಾಮಾಣಿಕ ಅಧಿಕಾರಿಗಳು ಮೋಸಗಾರ ದ್ರೋಹಿಗಳಿಂದ ಸೋಲನ್ನೇ ಕಂಡಿದ್ದಾರೆ" ಎಂದು ಮಾತು ಮುಂದುವರೆಸಿದ.

"ಹಾಗೆ ಯಾಕೆ ಆಯ್ತು ಎಂದರೆ ಮೊದಲ ವರ್ಗದ ಜನ ಪ್ರಾಮಾಣಿಕರಾಗಿರ ಬೇಕೆಂಬುದರ ಬಗ್ಗೆಯೇ ಗಮನ ಕೊಟ್ಟರು. ಆದರೆ ಎರಡನೆಯ ವರ್ಗದವರು ಪ್ರಾಮಾಣಿಕರಾಗಿದ್ದವರ ಶಕ್ತಿ ಸಾಮರ್ಥ್ಯಗಳನ್ನು ಹಾಳುಮಾಡುವುದರಲ್ಲಿಯೇ ನಿರತರಾದರು. ಅಂತಿಮವಾಗಿ ಇಂಥ ಅಪಾಯಕಾರಿ ಜನಕ್ಕೇ ಜಯ ಸಿಕ್ಕಿತು. ಇತಿಹಾಸ ಓದಿದ ಮೇಲೆ ನಾನು ತಲುಪಿದ ತೀರ್ಮಾನವೆಂದರೆ ಇದೇ. ನಿಮಗೆ ಇದು ಸರಿ ಎನಿಸುತ್ತದೆಯೋ ತಪ್ಪು ಎನಿಸುತ್ತದೆಯೋ?"

ತಕ್ಷಣವೇ ಅವನೆಡೆಗೆ ಆಕರ್ಷಿಸಲ್ಪಟ್ಟೆ. ನನ್ನ ಕೆಲವು ವಿದ್ಯಾರ್ಥಿಗಳು ಕೇವಲ ಡಿಪ್ಲೊಮಾ ಸರ್ಟಿಫಿಕೇಟ್‌ಗಾಗಿಯೇ ಇತಿಹಾಸ ಓದಿದರು. ಕೆಲವರು ಮಾತ್ರವೇ ಇಷ್ಟಪಟ್ಟು ಓದಲು ಬಂದರು. ಇಂಥವರಲ್ಲಿ ಈ ಹುಡುಗನೂ ಒಬ್ಬನಾಗಿದ್ದ. ನನಗೆ ಚರಿತ್ರೆಯೆಂದರೆ, ವಿವಿಧ ಕಾಲ ಘಟ್ಟಗಳಲ್ಲಿ ನಡೆದ ಘಟನೆಗಳ, ಸಂಗತಿಗಳ ನೈಜ ವಿವರಗಳನ್ನು ತಿಳಿಸುವ ವಿಶ್ವಕೋಶವಾಗಿತ್ತು. ಇದು ಹೇಗೆಂದರೆ ನೀರ ಹರಿವಿನ ವಿರುದ್ಧ ಹೋಗುವ ಸ್ಟೀಮ್ ಬೋಟ್‌ನಂತೆ ಜನಕ್ಕೆ ಇದರಿಂದ ಅಂದರೆ ಇತಿಹಾಸವನ್ನು ಓದುವುದರಿಂದ ಆಯಾ ಕಾಲ ಘಟ್ಟಗಳಲ್ಲಿ ನಡೆದ ದುರಂತಗಳು ಒಳ್ಳೆಯ ಕೆಲಸಗಳು ಇವಕ್ಕೆಲ್ಲಾ ಇರಬಹುದಾದ ಕಾರಣಗಳನ್ನು ಗುರುತಿಸಲು ಸಾಧ್ಯವಾಗುತ್ತದೆ. ಯಾವುದೇ ಭೌತಿಕ ಲಾಭ ಗಳಿಲ್ಲದ ರಾಶಿರಾಶಿ ದಾಖಲೆಗಳು ಇದಾಗಿರುತ್ತವೆ. ಹೀಗಿರುವಾಗ ಇಂಥದ್ದನ್ನು ಓದಲು ಯಾರಿಗೆ ತಾನೇ ಆಸಕ್ತಿಯಿರುತ್ತದೆ. ಅಂಥಾದ್ದರಲ್ಲಿ ಸ್ವ ಇಚ್ಛೆಯಿಂದ ಇತಿಹಾಸವನ್ನು ಓದುತ್ತಿರುವುದು ನೋಡಿದರೆ ಆಶ್ಚರ್ಯವಾಗುತ್ತದೆ. ಅವನ ತಲೇಲಿ ಎಂಥಾ ಆಲೋಚನೆಗಳು ಇರಬಹುದು, ಎರಡು ಬೇರೆ ಬೇರೆ ತಲೆಮಾರುಗಳಿಗೆ ಸೇರಿದ ನಮ್ಮಿಬ್ಬರ ನಡುವೆ ಇದೆಂಥ ನಂಟು?

"ಇತಿಹಾಸಾನಾ ಇಷ್ಟು ಆಸಕ್ತಿಯಿಂದ ಓದುತ್ತಿರುವುದರಿಂದ ಯೂನಿವರ್ಸಿಟಿ ಯಲ್ಲಿ ಇತಿಹಾಸ ಅಧ್ಯಯನ ನಡೆಸಲು ಮಾಡುತ್ತಿರುವ ತಯಾರಿಯೇನು?" ಎಂದು ಕೇಳಿದೆ.

ನನ್ನ ಪ್ರಶ್ನೆಗೆ ಎಷ್ಟು ತಬ್ಬಿಬ್ಬಾದನೆಂದರೆ, ಮುಂದೆ ಮಾತು ಆಡಲು ಸಾಧ್ಯವೇ ಆಗಲಿಲ್ಲ "ಹಾಗೇನಿಲ್ಲ" ಎಂದು ತಡವರಿಸಿ ಉತ್ತರಿಸಿದ.

"ಪ್ರವೇಶ ಪರೀಕ್ಷೇಲಿ ನನಗೆ ಪಾಸಾಗಲು ಸಾಧ್ಯವೇ ಆಗಲಿಲ್ಲ. ನನ್ನ ಚೈನೀಸ್ ಭಾಷೆ, ವಿದೇಶಿ ಭಾಷೆ – ಎರಡರಲ್ಲೂ ಬಹಳ ಹಿಂದಿದ್ದೇನಿ ಹೊರತು ನಾಮ ಹಿಂದಿಲ್ಲ. ನಾನು ಹೋದವರ್ಷ ಅಲ್ಲ, ಅದಕ್ಕೂ ಹಿಂದಿನ ವರ್ಷವಷ್ಟೇ ಇಲ್ಲಿಗೆ ಬಂದದ್ದು. ನಾನೊಂದು ಖಾಯಂ ಕೆಲಸಕ್ಕಾಗಿ ಪ್ರಯತ್ನಿಸುತ್ತಿದ್ದೇನೆ."

"ಮೊದಲು ಎಲ್ಲಿದ್ದೆ?"

"ಹಳ್ಳಿಗಾಡಿನ ಭಾಗದಲ್ಲಿ. ಕಲ್ಚರಲ್ ರೆವಲ್ಯೂಷನ್ ಆದ ಸಂದರ್ಭದಲ್ಲಿ ನಾಸು ಕೇವಲ ಮಿಡಲ್ ಸ್ಕೂಲಿನಲ್ಲಿದ್ದೆ... ಅದಾದ ನಂತರ ಮುಂದೆ ಓದಲು ಸಾಧ್ಯವಾಗಲಿಲ್ಲ". ಎಂದವನೆ ಒಂದು ಕಡೆ ದೃಷ್ಟಿ ನೆಟ್ಟಿದ್ದ. ಅವನ ಗಮನ ಎಲ್ಲಿದೆ ಅನ್ನುವುದನ್ನು ಗಮನಿಸಿದೆ. ಅವನಿಗೆ ಬೇಕಾದ್ದೇನೋ ಇದ್ದ ಹಾಗಿದ್ದರೂ ದಕ್ಕಿಸಿಕೊಳ್ಳಲು ಸಾಧ್ಯವಿಲ್ಲದಂತಿತ್ತು ಎನಿಸುತ್ತಿತ್ತು. ಒಂದು ದೀರ್ಘ ನಿಟ್ಟುಸಿರೆಳೆದು ಹೇಳಿದ – "ಯೂನಿವರ್ಸಿಟಿ.... ನನಗೆ ಅವಕಾಶವೇ ಇಲ್ಲ. ನಾನು ಅಜ್ಞಾನಿ. ಹೆಚ್ಚು ಬುದ್ಧಿವಂತನಲ್ಲ....."

ಅವನ ಪ್ರಾಮಾಣಿಕತೆ ನೋಡಿ ದುಃಖವೆನಿಸಿತು. ನನ್ನ ಸುತ್ತಲೂ ಇದ್ದದ್ದು ಯೂನಿವರ್ಸಿಟಿ ವಿದ್ಯಾರ್ಥಿಗಳು. ಮೇಲು ವರ್ಗದ ವರಿಷ್ಠ ವರ್ಗದ ವಿದ್ಯಾರ್ಥಿ ಗಳು. ಆದರೆ ಎಂದಾದರೂ ಇಂಥ ಯುವಕರ ಬಗ್ಗೆ ಯೋಚಿಸಿದ್ದೇವೇನು?

ಅವನಿಗಾಗಿ ಒಂದಿಷ್ಟು ಟೀ ಮಾಡಿದೆ.

"ನೀನೇ ಸ್ವತಃ ಓದಿಕೊಳ್ಳುತ್ತೀಯೇನು? ಹೌದೆಂಬಂತೆ ತಲೆಯಾಡಿಸಿದ". ಕೆಲ ವರ್ಷಗಳ ಹಿಂದೆ ಹಿಸ್ಟರಿ ಟೀಚರೊಬ್ಬರು ನನಗೊಂದಷ್ಟು ಪುಸ್ತಕಗಳನ್ನು ಓದಲು ಕೊಟ್ಟರು... ನಂತರ ಬೇರೆ ಯಾವುದೋ ಊರಿಗೆ ಹೋದರು. ಮತ್ತೆ ನಾನು ಬೇರೆಯವರಿಂದ ಒಂದಷ್ಟು ಬುಕ್ಸ್ ಎರವಲು ಪಡೆದೆ. ಹಿಸ್ಟರಿ ಎಂದರೆ ನನಗ್ಯಾಕೆ ಅಷ್ಟು ಪ್ರೀತಿ ಬೆಳೆಯಿತೊ ನನಗೆ ಅರ್ಥವಾಗಿಲ್ಲ. ನನಗನ್ನಿಸುತ್ತೆ, ಹಿಸ್ಟರಿ ಎಂದರೆ ಒಂದು ಕನ್ನಡಿ ಇದ್ದ ಹಾಗೇ, ಎಲ್ಲವೂ ಅದರಲ್ಲಿ ಪ್ರತಿಫಲಿಸುತ್ತೆ. ಅದನ್ನು ಓದಿದ ಮೇಲೇನೆ ನಮಗೆ ಎಷ್ಟೊಂದು ವಿಚಾರಗಳು ತಿಳಿದು ಬರುತ್ತೆ."

ಅವನ ಬಗ್ಗೆ ನನಗೆ ಉಂಟಾದ ಅನುಕಂಪದಿಂದ "ಬೇಕಾದರೆ ನಮ್ಮ ಯೂನಿವರ್ಸಿಟಿಗೆ ಬಂದು ಕೋರ್ಸ್ ಕ್ಲಾಸ್ ಅಟೆಂಡ್ ಮಾಡು. ನಾನು ಅದಕ್ಕೆ ವ್ಯವಸ್ಥೆ ಮಾಡ್ತೀನಿ."

ನನ್ನ ಮಾತು ಕೇಳುತ್ತಿದ್ದಂತೆ ಅವನ ಮುಖದಲ್ಲಿ ಗೆಲುವು ಕಾಣಿಸಿತು. ಆನಂದ ಹೊಮ್ಮುತ್ತಿತ್ತು. ಆದರೆ ಸ್ವಲ್ಪವೇ ಹೊತ್ತಲ್ಲಿ ಮುಖ ಸಪ್ಪಗಾಯಿತು.

"ಸಾಧ್ಯವೇ ಇಲ್ಲ. ಬೆಳಗಿನ ಹೊತ್ತಲ್ಲಿ ನನಗೆ ಕೆಲಸಕ್ಕೆ ಹೋಗಬೇಕಾಗುತ್ತೆ. ತಿಂಗಳು ಪೂರ್ತಿ ಕೆಲಸಕ್ಕೆ ಹೋಗಲೇಬೇಕು. ನನ್ನ ತಂದೆ ತಾಯಿ ನನ್ನನ್ನು ಓದೋಕೆ ಬಿಡೊಲ್ಲ... ನಿಮಗೂ ಗೊತ್ತಿರಬಹುದು....."

ಮಾತು ಮುಂದೆ ಹೇಳಲಾಗದೆ ತಲೆ ತಗ್ಗಿಸಿಕೊಂಡ. ಸ್ವಲ್ಪ ಹೊತ್ತಿನ ನಂತರ ಮಾತು ಮುಂದುವರೆಸಿದ. "ನಿಮಗೆ ಗೊತ್ತಿಲ್ಲ. ಯೂನಿವರ್ಸಿಟಿ ಪ್ರವೇಶ ಪರೀಕ್ಷೆಯಲ್ಲಿ ಫೇಲಾದಾಗ, ನನ್ನನ್ನು ತರಕಾರಿ ಮಾರೋಕೆ ಕಳಿಸಬೇಕೆಂದಿದ್ದರು. ಅದೂ ಎನು, ದಿನಕ್ಕೆ ಆರೋ ಏಳೊ ಯುಆನ್ ಸಂಪಾದಿಸಲು ! ಆಗ ನನಗೆ ಓದಲು ಸಮಯ ಎಲ್ಲಿ ಸಿಗುತ್ತಿತ್ತು?" ಎಂದು ಸಂಕೋಚದ ದನಿಯಲ್ಲಿ ವಿವರಿಸಿದ. ಸಂಬಳ ಕಡಿಮೆ ಆದರೂ ನನಗೆ ಈಗ ಮಾಡುತ್ತಿರುವ ಕೆಲಸ ಇಷ್ಟವಾಗಿದೆ. ಟ್ರಕ್ಕುಗಳಿಗೆ ಲೋಡ್ ತುಂಬಿಸಿದ್ದು ಮುಗಿದ ಮೇಲೆ ನನಗೆ ಸ್ವಲ್ಪ ಸಮಯ ಸಿಗುತ್ತಿತ್ತು. ಓದಲು ಆ ಸಮಯವನ್ನು ಬಳಸಿಕೊಳ್ಳುತ್ತಿದ್ದೆ.

ಅವನು ಇರಿಸಿಕೊಂಡಿದ್ದ ಡಿಕ್ಷನರಿ ನೆನಪಾಯಿತು.

ಟೆಂಪರರಿ ಕೆಲಸಗಾರನಾದರೂ ರಜೆ ಕೇಳಬಹುದಾಗಿತ್ತು. ಪ್ರತಿ ತಿಂಗಳೂ ಸಂಪಾದಿಸಿದ ಹಣವನ್ನು ಮನೆಗೆ ಕೊಟ್ಟು ಬಿಡುತ್ತಿದ್ದೆ! ಎಂದು ಹೇಳಿ ಅಳತೊಡಗಿದ.

"ಹಾಗಾದರೆ ಹೇಗೆ ಓದುತ್ತೀಯಾ?" – ನಾನು ಕೇಳಿದೆ.

"ರಾತ್ರಿ ಒಂಬತ್ತು ಗಂಟೆಯ ನಂತರ ನನ್ನ ಕಿರಿ ತಂಗಿಯ ರೂಮನ್ನು ಹಂಚಿಕೊಳ್ಳುತ್ತೇನೆ. ನನಗಾಗಿ ಒಂದು ಹಾಸಿಗೆ ಮತ್ತು ಡೆಸ್ಕ್ ಇದೆ. ಅವಳ ಹೋಂ ವರ್ಕ್ ಮುಗಿದ ಮೇಲೆ, ನಾನು ಆ ಡೆಸ್ಕನ್ನು ಉಪಯೋಗಿಸುತ್ತೇನೆ. ಅಲ್ಲಿ ಕುಳಿತು ಓದಿಕೊಳ್ಳುತ್ತೇನೆ. ಒಂಬತ್ತು

ಗಂಟೆಯ ನಂತರದ ಸಮಯವೆಲ್ಲ ನನ್ನದೇ ಆಗಿರುತ್ತೆ". ಅದರಿಂದಲೇ ಅವನಿಗೆ ತೃಪ್ತಿ, ಸಂತೋಷ ಅದೃಷ್ಟ ಎಂಬಂತೆ ಭಾವಿಸಿಕೊಂಡು ಒಂದು ಮುಗುಳು ನಗೆ ನಕ್ಕ. ಅವನಿಗೆ ಅರ್ಧ ರೂಮು ದೊರೆತದ್ದೇ ಗರ್ವಕಾರಣವೆಂಬಂತೆ ಕಾಣಿಸಿದ. ಅವನ ಜೊತೆ ಹೋಲಿಸಿದರೆ ಹದಿನಾಲ್ಕು ಚದರ ಮೀಟರ್‌ನ ನನ್ನ ರೂಮು ನನಗೆ ಸ್ವರ್ಗವೆನಿಸಿತು.

ಕತ್ತಲಾಗುತ್ತಿದ್ದುದರಿಂದ ದೀಪ ಹಾಕಿದೆ. "ಓಹ್" ಎಂದು ಉದ್ಗರಿಸುತ್ತಾ ನನ್ನ ಸ್ವೆಟರ್ ಕಳಚಿ, ಡಿಕ್ಷನರಿಯನ್ನು ಎತ್ತಿಕೊಂಡು ಹೊರಡಲು ಥಟ್ಟನೆ ಎದ್ದು ನಿಂತ.

"ನನಗೆ ಹೊರಡುವ ಸಮಯವಾಯಿತು. ನಾನು ಮನೆಗೆ ಓಡಿ ನನ್ನ ತಂಗಿ ತಮ್ಮನಿಗೆ ಊಟಕ್ಕೆ ರೆಡಿ ಮಾಡಬೇಕು. ಅವರು ಹೋಂ ವರ್ಕ್ ಮುಗಿಸುವಷ್ಟರಲ್ಲಿ ನಾನೂ ಅಡಿಗೆ ಕೆಲಸ ಮುಗಿಸಬೇಕು".

ಒದ್ದೆ ಬಟ್ಟೆಯನ್ನೇ ಹಾಕಿಕೊಂಡ. "ಥ್ಯಾಂಕ್ಯು ಮಿಸ್ಟರ್ ಪೆಂಗ್ ! ನನ್ನ ಬಗ್ಗೆ ನಿಮಗೆಷ್ಟು ಕನಿಕರ. ನಿಮ್ಮ ಅಮೂಲ್ಯವಾದ ಸಮಯವನ್ನು ಹಾಳು ಮಾಡಿದೆ. ಏನು ಮಾಡಲಿ, ನಾನು ಒಬ್ಬನೇ ಒಬ್ಬ ! ಬೇಸರವಾಗಿತ್ತು".

ಕತ್ತಲ ಕಾರಿಡಾರ್‌ನಲ್ಲಿ ಅವನ ಕಣ್ಣುಗಳು ಹೊಳೆದವು.

"ನಿಮ್ಮಿಂದ ಒಂದು ಬುಕ್ ಬಾರೋ ಮಾಡಬಹುದಾ?" ಸಂಕೋಚದಿಂದ ಕೇಳಿದ.

"ಯಾವ ಪುಸ್ತಕ?"

"ಯಾನ್ ಯೂ" ಅನುವಾದಿಸಿರುವ "ಆನ್ ಎವುಲ್ಯೂಷನ್" ಅನ್ನೋ ಪುಸ್ತಕ.

'ಆನ್ ಎವುಲ್ಯೂಷನ್'.... ಸಾರಿ, ನನ್ನ ಹತ್ತಿರ ಆ ಪುಸ್ತಕ ಇಲ್ಲ. ನಾಳೆ ಬೇಕಾದರೆ ಯೂನಿವರ್ಸಿಟಿ ಲೈಬ್ರರಿಯಿಂದ ತಂದು ಕೊಡ್ತೇನೆ. ನನಗೆ ಆಶ್ಚರ್ಯವಾಯಿತು. ಆ ಪುಸ್ತಕ, ಟಿ.ಎಚ್. ಹಕ್ಸ್ಲಿ ಬರೆದ 'ಎವುಲ್ಯೂಷನ್ ಅಂಡ್ ಎಥಿಕ್ಸ್' ಪುಸ್ತಕದಲ್ಲಿನ ಮೊದಲೆರಡು ಅಧ್ಯಾಯಗಳ ಸಂಕ್ಷಿಪ್ತ ಆವೃತ್ತಿಯಾಗಿತ್ತು. ಅವನಿಗೆ ಆ ಪುಸ್ತಕದ ವಿಚಾರಗಳು ಅರ್ಥವಾಗುವುದೇನು? ಥಟ್ಟನೆ ಕೊಡೆ ಕೊಡಬೇಕೆಂದು ನೆನಪು ಮಾಡಿಕೊಂಡೆ. ಆದರೆ ನಾನು ಅದನ್ನು ತರಲು ಹೊರಡುತ್ತಿದ್ದ ಹಾಗೇ ಅವನು ಕತ್ತಲಲ್ಲಿ ಮರೆಯಾದ.

ಇನ್ನೂ ಮಳೆ ಬರುತ್ತಲೇ ಇತ್ತು. "ನನ್ನ ಹೆಸರು ಕ್ಸುಲೀ" ಎಂದು ಮಳೆಯಲ್ಲಿ ಅವನ ಧ್ವನಿ ಅನುರಣಿತವಾಯಿತು.

ಏನಾದರೂ ಇಷ್ಟು ಭಿನ್ನ ವ್ಯಕ್ತಿತ್ವದ ಸಂಕೋಚ ಸ್ವಭಾವದ ಯುವಕ ಮನೆಯಿಂದ ಓಡಿಹೋಗಿರಬಹುದೇ? ಅವನಿಗೆ ತಂದೆ ತಾಯಿ ತಂಗಿ ತಮ್ಮ ಎಲ್ಲರ ಬಗ್ಗೆಯೂ ಎಷ್ಟೊಂದು ಕಾಳಜಿಯಿದೆ. ಇಂಥವನು ಮನೆ ಬಿಟ್ಟು ಹೋದನೆಂದರೆ ನಂಬಲು ಸಾಧ್ಯವೇ ಇಲ್ಲ. ಬೇರೆ ಯಾವ ಕಾರಣವೂ ಹೊಳೆಯುತ್ತಿಲ್ಲ. ಅವನ ಜೊತೆ ಆ ರಾತ್ರಿ ಮಾತಾಡುತ್ತಿದ್ದಾಗ, ಅವನ ಮನಸ್ಸಿನಲ್ಲಿ ಏನಿರಬಹುದೆಂದು ತಿಳಿಯಲು ಪ್ರಯತ್ನಿಸಬೇಕಿತ್ತು.

ಟೀ ಈಗಾಗಲೇ ತಣ್ಣಗಾಗಿತ್ತು. ನಾನು ಅದನ್ನು ಕುಡಿಯಲಿಲ್ಲ. ಆ ದಿನ ರಾತ್ರಿ ನನಗೆ ನಿದ್ದೆ ಮಾಡಲು ಆಗಲೇ ಇಲ್ಲ. ನನಗೆ ಗೊತ್ತು ಅವನು ನನಗೆ ತರಲು ಹೇಳಿದ ಪುಸ್ತಕವನ್ನು ತೆಗೆದುಕೊಳ್ಳಲು ಬಂದೇ ಬರುತ್ತಾನೆ ಎನಿಸಿತು. ಸದ್ಯಕ್ಕೆ ಅವನು ಯಾವುದೇ ತೊಂದರೆಗೆ ಸಿಕ್ಕಿಕೊಳ್ಳದಿದ್ದರೆ ಸಾಕೆಂದುಕೊಂಡೆ.

ಮಾರನೆದಿನ 'ಪ್ರಾವಿನ್ಸಿಯಲ್ ಹಿಸ್ಟಾರಿಕಲ್ ರೀಸರ್ಚ್ ಸೊಸೈಟಿಯ' ಮೀಟಿಂಗ್ ಇತ್ತು. ಮಧ್ಯಾಹ್ನ ನಾಲ್ಕು ಗಂಟೆಯವರೆಗೆ ಮನೆಗೆ ಹೋಗಲು ಸಾಧ್ಯವಾಗಿರಲಿಲ್ಲ. ಮನೆಗೆ ಹೋಗಿ ಬಾಗಿಲು ತೆಗೆಯುತ್ತಿದ್ದಂತೆ, ಕಾಗದ ಚೂರೊಂದು ಬಾಗಿಲ ಬಳಿ ಬಿದ್ದಿತ್ತು. ಅದನ್ನು ಎತ್ತಿಕೊಂಡು ಓದಿದೆ.

ಮಿಸ್ಟರ್ ಪೆಂಗ್,

ನಾನು ನಿಮ್ಮನ್ನು ಕಂಡು ಬುಕ್ ತೆಗೆದುಕೊಂಡು ಹೋಗೋಣವೆಂದು ಬಂದಿದ್ದೆ. ಆದರೆ ನೀವು ಇರಲಿಲ್ಲ ಈಗ ನಾನು ಮನೆಯವರ ಜೊತೆ ಇಲ್ಲ, ನನಗೊಂದು ಹೊಸ ಕೆಲಸ ಸಿಕ್ಕಿದೆ. ತುಂಬಾ ಚೆನ್ನಾಗಿದೆ. ನನ್ನ ವಿಳಾಸ ಲಾಜಿಸ್ಟಿಕ್ಸ್ ಟೀಮ್. 7381, ಶೆಲ್ಟರ್ ಕನ್ಸ್ಟ್ರಕ್ಷನ್ ಹೆಡ್ ಕ್ವಾರ್ಟರ್ಸ್. ನಿಮ್ಮನ್ನು ಖುದ್ದಾಗಿ ಭೇಟಿಯಾದಾಗ ಎಲ್ಲವನ್ನೂ ವಿವರಿಸುತ್ತೇನೆ.

ಅವನ ಬರವಣಿಗೆ ಅಷ್ಟು ಚೆನ್ನಾಗಿರಲಿಲ್ಲ. ಬುದ್ಧಿವಂತ ಯುವಕರ ರೀತೀನೇ ಹಾಗೆ. ಶಿಕ್ಷಣ ಚೆನ್ನಾಗಿರುತ್ತೆ. ಆದರೆ ಬರವಣಿಗೆ ಮಾತ್ರ ಅಧ್ವಾನ್ನವಾಗಿರುತ್ತೆ. ಏನೇ ಆದರೂ ಅವನಿಗೆ ಕೆಲಸ ಸಿಕ್ಕಿದ್ದು ಕೇಳಿ ಸಂತೋಷವಾಯಿತು. "7381" ಬಹಳ ದೊಡ್ಡ ಕನ್ಸ್ಟ್ರಕ್ಷನ್ ಪ್ರಾಜೆಕ್ಟ್ ಆಗಿತ್ತು. ಅವನಿದ್ದ ಹೆಡ್ ಕ್ವಾರ್ಟರ್ಸ್ ಸುಲಭವಾಗಿ ಪತ್ತೇಮಾಡಿದೆ. ಇಲ್ಲಿ ಸಾಲು ಸಾಲು ಗುಡಿಸಲಿನಂತಹ ಮನೆಗಳಿದ್ದವು. ಮನೆಗಳ ಭಾವಣೆ ಕಬ್ಬಿಣದ ಷೀಟುಗಳಿಂದ ಮಾಡಲಾಗಿತ್ತು. ನಾನು ಲಾಜಿಸ್ಟಿಕ್ಸ್ ಟೀಮ್ ಆಫೀಸನ್ನು ಪ್ರವೇಶಿಸಿ ಕ್ಸುಲೀಗಾಗಿ ವಿಚಾರಿಸಿದೆ. ಅಲ್ಲೊಬ್ಬ ವ್ಯಕ್ತಿ ಆಕಳಿಸುತ್ತ.

"ಯಾರು? ಕ್ಸುಲೀ? ಆ ಹೆಸರಿನವರು ಯಾರೂ ಇಲ್ಲಿ ಇಲ್ಲವಲ್ಲ" ಎಂದ.

"ದಯವಿಟ್ಟು ಹುಡುಕಿ ನೋಡಿ. ಅವನು ಟೆಂಪರರಿ ಕೆಲಸಗಾರ".

"ನಮ್ಮಲ್ಲಿ ಯಾರನ್ನೂ ಟೆಂಪರರಿ ಕೆಲಸಗಾರರಾಗಿ ತೆಗೆದುಕೊಳ್ಳುವುದೇ ಇಲ್ಲ". ಎಂದು ಹೇಳಿ ನನ್ನ ಕಡೆ ಲಕ್ಷ್ಯ ಕೊಡದೆ ಟೆಲಿಫೋನ್‌ನಲ್ಲಿ ಯಾರ ಜೊತೆಗೋ ಮಾತಾಡಲು ತೊಡಗಿದ.

ರಭಸದಿಂದ ಹೆಜ್ಜೆ ಹಾಕಿದೆ. ಯಾಕೆ ಅವನ ಬಗ್ಗೆ ಗೊತ್ತಿಲ್ಲ ಅಂತ ಹೇಳಿದ ಎಂದು ಅಚ್ಚರಿ ಪಟ್ಟೆ. ತುಂಬ ಒಳ್ಳೆ ಕೆಲಸ ಅಂತ ಕೂಡಾ ಹೇಳಿದ್ದ. ನನ್ನ ಹತ್ತಿರ ಸುಳ್ಳು ಹೇಳುವ ಪ್ರಮೇಯ ಏನಿತ್ತು? ಅವನನ್ನು ಎಲ್ಲಿ ಹುಡುಕಲಿ".

ಕೆಲಸದ ಜಾಗವನ್ನೆಲ್ಲ ಸೈಕಲ್‌ನಲ್ಲಿ ಸುತ್ತಿ ಅವನಿಗಾಗಿ ಹುಡುಕಾಡಿದೆ. ಯಾರನ್ನಾದರೂ ಕೇಳೋಣ ಎಂದುಕೊಂಡೆ. ಕತ್ತಲು ಬೇರೆ ಆಗುತ್ತಿತ್ತು. ದೂರದಿಂದ ಮರದ ಗುಡಿಸಲಿನ

ಚಿಮ್ಮಿಯಿಂದ ಹೊಗೆ ಹೊಮ್ಮುತ್ತಿದ್ದುದನ್ನು ಗಮನಿಸಿದೆ. ಅಲ್ಲಿಗೆ ಹೋದೆ. ಯಾರೋ ಕೆಲಸದಲ್ಲಿ ಮಗ್ನರಾಗಿದ್ದರು.

"ಕಾಮ್ರೇಡ್–"

ಆತ ಏನನ್ನೋ ಆರಿಸಿಕೊಳ್ಳುತ್ತಿದ್ದ. ನನ್ನ ದನಿ ಕೇಳಿಸುತ್ತಿದ್ದಂತೆ ಥಟ್ಟನೆ ತಲೆ ಎತ್ತಿ ತಿರುಗಿ ನೋಡಿದೆ. ಆಶ್ಚರ್ಯ ಅವನೇ ಕ್ಟಲೀ !

"ಕ್ಟಲೀ !" ಕಿರುಚಿದೆ. ಅವನಿಗೆ ಒಮ್ಮೆಲೇ ಆಶ್ಚರ್ಯ ಮತ್ತು ಸಂತೋಷ ಆಯಿತು. ಅವನ ಮುಖ ಅರಳಿತು ನಗೆ ಹೊಮ್ಮಿತು. ಅವನನ್ನು ನೋಡಲು ನಾನು ಖುದ್ದಾಗಿ ಬಂದದ್ದು ಅವನಿಗೆ ನಂಬಿಕೆಯಾಗಲಿಲ್ಲವೆಂಬಂತೆ ಕಾಣಿಸಿದ. ಒಂದು ಕ್ಷಣ ಸುಮ್ಮನಿದ್ದು,

"ಮಿಸ್ಟರ್ ಪೆಂಗ್" – ಎಂದು ಉದ್ಗರಿಸಿದ.

ನೀನು ಬರೆದಿದ್ದ ಚೀಟಿ ನೋಡಿ ನಿನಗೆ ಪುಸ್ತಕ ತಲುಪಿಸೋಣ ಮತ್ತು ಹಾಗೆಯೇ ನಿನಗೆಂಥ ಒಳ್ಳೆ ಕೆಲಸ ಸಿಕ್ಕಿದೆ, ನೋಡಿಕೊಂಡು ಹೋಗೋಣ ಅಂತ ಬಂದೆ !"

"ನೀರು ಕುದಿಸೋದು !" ಉತ್ತರಿಸಿದ.

"ಏನು ನೀರು ಕುದಿಸೋದಾ"

"ಹೌದು, ಬಾಯಲರ್ ರೂಮಿನಲ್ಲಿ ನೀರು ಬಾಯಿಲ್ ಮಾಡ್ತೀನಿ" ಮನೆಯಿಂದ ಹೊರಗೆ ತೆಗೆದುಕೊಂಡು ಹೋಗಲು ಕೈಲಿರಿಸಿಕೊಂಡಿದ್ದ ಸಾಮಾನನ್ನು ಪಕ್ಕಕ್ಕೆ ಇಟ್ಟ. ಒಂದು ದಿಕ್ಕಿನ ಕಡೆ ಬೆರಳು ತೋರಿಸುತ್ತ "ಅದೇ ನನ್ನ ಹೊಸ ಮನೆ" – ಎಂದ.

ತಲೆ ತೂರಿಸಿ ಒಳಗೆ ಹೋದೆ. ಒಂದು ಮರದ ಮಂಚ ಮೂಲೆಯಲ್ಲಿತ್ತು. ಅದರ ಮೇಲೆ ಕ್ವಿಲ್ಟ್ ಹಾಸಿತ್ತು. ಪಕ್ಕದಲ್ಲಿಯೇ ವಸ್ತುಗಳನ್ನು ಇರಿಸಿಕೊಳ್ಳಲು ಮರದ ಒಂದು ಪುಟ್ಟ ಬೀರು ಇತ್ತು. ಅದಕ್ಕೆ ಬೀಗ ಹಾಕಿತ್ತು. ಅದಕ್ಕೆ ಎದುರಾಗಿ ಒಂದು ಬಾಯಲರ್ ಇತ್ತು.

"ದಯವಿಟ್ಟು ಕುಳಿತುಕೊಳ್ಳಿ" – ಎಂದು ಹೇಳಿ, ಧೂಳಿನಿಂದ ತುಂಬಿದ್ದ ಜಾಗವನ್ನು ಒರೆಸಿ ಕುಳಿತುಕೊಳ್ಳಲು ಅನುವುಮಾಡಿಕೊಟ್ಟ, "ತುಂಬಾ ಧೂಳು..." ಎಂದು ಕೈ ಹೊಸಕೊಂಡ.

ಹಾಸಿಗೆ ಮೇಲೆ ಕುಳಿತುಕೊಂಡೆ. ಗಂಟುಗಂಟಾದ ಹಾಸು ತುಂಬಾ ಹಿಂಸೆ ಕೊಡುತ್ತಿತ್ತು. ಸ್ವಲ್ಪ ಮೇಲೆತ್ತಿ ನೋಡಿದರೆ, ಹಾಸಿನ ಕೆಳಗೆ ಇತಿಹಾಸ ಸಂಬಂಧವಾದ ಹಲವಾರು ಪತ್ರಿಕೆಗಳು ಹರಡಿಕೊಂಡು ಬಿದ್ದಿದ್ದವು.

ಭುಜ ಕುಣೆಸುತ್ತ ಕ್ಟಲೀ ಮುಗುಳ್ನಕ್ಕ. "ನನಗೆ ಓದುವುದಕ್ಕೆ ಈಗ ಬೇಕಾದಷ್ಟು ಸಮಯ ಸಿಕ್ಕುತ್ತೆ. ನನ್ನ ಕೆಲಸ ಏನಿದ್ದರೂ ನೀರು ಕುದಿಸೋದು. ಒಲೆಗೆ ಇದ್ದಿಲು ತುಂಬಿ ಬೆಂಕಿ ಉರಿಯುವುದನ್ನು ನೋಡಿಕೊಳ್ಳೋದು ಅಷ್ಟೆ. ರಾತ್ರಿ ಪಾಳಿ ಕೆಲಸಗಾರರು ನೀರು ಹೆಚ್ಚಾಗಿ

ಕುಡಿಯೋದಿಲ್ಲ. ಒಂದು ಬಾಯಲರ್ ನೀರಾದರೆ ಸಾಕು. ಅದಕ್ಕೆ ಈಗ ಓದೋಕೆ ಸಾಕಷ್ಟು ಸಮಯ ಸಿಕ್ಕಿದೆ. ಅದೇ ಅಲ್ಲದೆ ಈಗ ನಾನು ಅಡಿಗೇನೂ ಮಾಡಬೇಕಿಲ್ಲ".

ಅವನು ಬಹಳ ಸಂತೋಷ ಮತ್ತು ತೃಪ್ತಿಯಿಂದ ಇದ್ದಂತೆ ಕಾಣಿಸಿತು. ಆದರೆ ಸುತ್ತ ಕಣ್ಣಾಡಿಸಿದಾಗ, ತಗ್ಗಾದ ಸೂರು, ತೇವದಿಂದ ಕೂಡಿದ ನೆಲ ಮಂದ ಬೆಳಕು – ಇದನ್ನೆಲ್ಲ ನೋಡಿದಾಗ ಮನಸ್ಸಿಗೆ ತುಂಬಾ ನೋವಾಯಿತು.

"ನೀನು ಯಾಕೆ ಇಲ್ಲಿಗೆ ಬಂದೆ? ಹೆಚ್ಚಿನ ಸಂಬಳ ಸಿಗುತ್ತೇನು?" ಆದರೆ ನಾನು ಕೇಳಿದ ಪ್ರಶ್ನೆಗಳ ಬಗ್ಗೆ ಯೋಚಿಸಿದಾಗ ತಲೆಹರಟೆ ಅಂತ ನನಗೇ ಅನಿಸಿತು.

"ಹಿಂದಿನ ಕೆಲಸಕ್ಕೆ ಹೋಲಿಸಿದರೆ ಇಲ್ಲಿನ ಸಂಬಳ ಕಡಿಮೆಯೇ"

"ಹಾಗಾದರೆ ಇಲ್ಲಿಗೆ ಬಂದದ್ದೇಕೆ?"

ನನ್ನ ಪ್ರಶ್ನೆಗೆ ಕೂಡಲೇ ಉತ್ತರ ಕೊಡಲಾಗದೆ ತಲೆತಗ್ಗಿಸಿ ತನ್ನ ಷೂಗಳನ್ನೇ ನೋಡುತ್ತ ನಿಂತ. ಅವನ ಭಂಗಿ ಮೊದಲ ಸಲ ನನ್ನನ್ನು ನೋಡಲು ಬಂದಾಗಿನದಾಗಿತ್ತು.

"ನಾನು...." ಮಾತು ತಡವರಿಸಿತು. ತನ್ನ ಒರಟು ಕೈಗಳಿಂದ ಕಣ್ಣು ಉಜ್ಜಿಕೊಂಡ ನಂತರ ಗರಗರ ಧ್ವನಿಯಲ್ಲಿ,

"ನನಗೆ ಇರುವುದಕ್ಕೆ ಜಾಗ ಇರಲಿಲ್ಲ...." – ಎಂದ.

ನಿನ್ನ ಕುಟುಂಬ? ಅಲ್ಲಿದ್ದ ಸಣ್ಣ ರೂಮು ನಿನಗೆ ಇಲ್ಲವೇನು ಈಗ?

ಮತ್ತೆ ಮೌನ. ಒಬ್ಬ ಯುವಕನ ಹತಾಶ ನಿಟ್ಟುಸಿರಿನಂತೆ ಬಾಯಲರ್‌ನಲ್ಲಿ ಕುದಿಯುತ್ತಿರುವ ನೀರಿನ ಸದ್ದು. ಒಲೆಯೊಳಗೆ ನಿಗಿನಿಗಿ ಕೆಂಡ ಅವನಿಗೆ ಸಂತೋಷವನ್ನು ಕೊಡಲಾರದು.

"ಇನ್ನು ಮುಂದೆ ಸಾಧ್ಯವಿಲ್ಲ... ನನ್ನ ಅಂಕಲ್ ಮದುವೆಯಾಗಲಿದ್ದಾರೆ. ಅವರಿಗೆ ವಾಸಕ್ಕೆ ಮನೆ ಇಲ್ಲವಾಗಿ, ಎರಡು ಹಾಸಿಗೆ ಹಿಡಿಸಬಲ್ಲ ರೂಮನ್ನು ಅವರಿಗೆ ಕೊಟ್ಟಿದ್ದಾರೆ. ನನ್ನ ತಮ್ಮನ ರೂಮನ್ನು ಹಂಚಿಕೊಳ್ಳಬೇಕು. ತುಂಬಾ ಹೊತ್ತು ದೀಪ ಉರಿಯುತ್ತಿದ್ದರೆ ನನ್ನ ತಂದೆ ತಾಯಿಗೆ ನಿದ್ದೆ ಬರೋದಿಲ್ಲ. ಹಾಗಾಗಿ ನನಗೆ ಓದಲು ಕಷ್ಟವಾಗುತ್ತದೆ...."

"ಇದ್ದಕ್ಕಿದ್ದಂತೆ ಅಳತೊಡಗಿದ. ಗಂಟಲು ಕಟ್ಟಿತು. ತರಕಾರಿ ಮಾರುವುದರಿಂದ ದುಡ್ಡು ಹೆಚ್ಚಾಗಿ ಸಿಗುತ್ತೆ. ಅದಕ್ಕೇ ಅವರು ನನ್ನನ್ನು ಆ ಕೆಲಸ ಮಾಡಲು ಹೇಳಿದರು. ಜೊತೆಗೆ ಮದುವೆ ಮಾಡಿಕೊಳ್ಳುವಂತೆಯೂ ಆಗುತ್ತೆ. ಚೆನ್ನಾಗಿ ಸಂಪಾದನೆಯಾದರೆ ಹುಡುಗಿಯರು ಸಿಕ್ತಾರೆ ಅಂತ ಹೇಳಿದರು. ಅವರು ಹೇಳಿದ್ದನ್ನು ಮಾಡೋಕೆ ನಾನು ಒಪ್ಪಲಿಲ್ಲ. ಅದಕ್ಕೆ ನನಗೆ ಓದಲು ಜಾಗ ಕೂಡಾ ಇರಲಿಲ್ಲ... ಆ ಸಮಯದಲ್ಲಿ ನನ್ನ ಕ್ಲಾಸ್‌ಮೇಟ್ ಒಬ್ಬ ನನಗೆ ಸಹಾಯ ಮಾಡಿದ. ಹಿಂದೆ ಇದ್ದ 'ಬಾಯಲರ್ ಮ್ಯಾನ್' ಅವನ ಚಿಕ್ಕಪ್ಪ ಆಗಿದ್ದ. ಆದರೆ ಕೊಡೋ ಸಂಬಳ ಸಾಲದು ಅಂತ ಆತ ಆ ಕೆಲಸ ಬಿಟ್ಟ. ಆದರೆ ನನಗೆ ಸಂಬಳ ಮುಖ್ಯ

ಅಲ್ಲ ಅಂತ ಎನಿಸಿ ಇಲ್ಲಿಗೆ ಬಂದು ಸೇರಿಕೊಂಡೆ...”

ಈಗ ಅವನ ಸಮಸ್ಯೆ ಏನು ಅನ್ನೋದು ಗೊತ್ತಾಯಿತು. ಮುಂದೆ ಅವನು ವಿವರಿಸಬೇಕಾದ ಅಗತ್ಯ ಇಲ್ಲವೆನಿಸಿತು. ಹತ್ತು ವರ್ಷದ ಅವನ ಬದುಕಿನಲ್ಲಿ ನಡೆದದ್ದು ಅವನಿಗೆ ತೀರಾ ಘೋರ ಅನಿಸಿತು. ಸಾಲದ್ದಕ್ಕೆ ಅವನ ತಂದೆ ತಾಯಿಗಳು...? ಹೇಳಬೇಕೆಂದರೆ ಪಾಪ ಕಣ್ಣೀರು ಹಾಕಲೂ ಕೂಡಾ ಒಂದಿಷ್ಟು ಜಾಗ ಇರಲಿಲ್ಲ.

ಅವನು ಎದ್ದುನಿಂತು ಷರ್ಟಿನ ತೋಳಿನಿಂದ ಕಣ್ಣೊರೆಸಿಕೊಂಡ. ಮತ್ತೊಂದು ಕೈಯಿಂದ ಕುಲುಮೆಗೆ ಇದ್ದಲು ತುಂಬಿದ. ನಿಗಿನಿಗಿ ಕೆಂಡದ ಜ್ವಾಲೆ ನೀಲಿ ಸ್ಯಾಟಿನ್‌ನಂತೆ ಕಾಣಿಸಿತು.

“ಮಿಸ್ಟರ್ ಪೆಂಗ್” ಅವನ ಧ್ವನಿಯಿಂದ ನನ್ನ ಆಲೋಚನೆಗಳ ಹರಿವು ನಿಂತಿತು. ಅಳುವುದನ್ನು ಅವನು ನಿಲ್ಲಿಸಿದ್ದ. ಕೆಳದುಟಿ ಕಚ್ಚಿಕೊಂಡು, ಒಮ್ಮೆಲೇ ಎತ್ತರದ ದನಿಯಲ್ಲಿ “ನಿಮಗೆ ನಾನು ಮೂರ್ಖ, ಬುದ್ಧಿ ಇಲ್ಲದವನು ಎನಿಸುತ್ತಾ? ನನಗೆ ಭವಿಷ್ಯವೇ ಇಲ್ಲವೇ?”

“ನೀನು ದಡ್ಡ ಮೂರ್ಖ ಎಂದು ಹೇಳಿದವರು ಯಾರು? ಮುಂದಿನ ವರ್ಷ ಮತ್ತೆ ಯೂನಿವರ್ಸಿಟಿ ಸೇರಲು ಪ್ರಯತ್ನಿಸು”.

“ಮತ್ತೆ ನಾನು ಪ್ರವೇಶ ಪರೀಕ್ಷೆಯಲ್ಲಿ ಫೇಲಾದರೆ, ಮುಂದೆ ಏನಾದರೂ ನನಗೆ ಭವಿಷ್ಯ ಇರುತ್ತಾ? ನಾನು ಯೂನಿವರ್ಸಿಟಿಗಾಗಿ ಓದುತ್ತಿಲ್ಲ. ನನ್ನ ಜ್ಞಾನವನ್ನು ಹಿಸ್ಟರಿಗೆ ಸಂಬಂಧಪಟ್ಟಂತೆ, ಹೆಚ್ಚಿಸಿಕೊಳ್ಳುವುದಕ್ಕಾಗಿ ಓದುತ್ತಿದ್ದೇನೆ. ಕೆಲಸಕ್ಕೆ ಬಾರದವನಂತೆ ಆಗೋದು ನನಗಿಷ್ಟ ಇಲ್ಲ.....”

ಅವನು ಆಯಾಸ ಅನುಭವಿಸುತ್ತಿದ್ದ. ಜೊತೆಗೆ ಒತ್ತಡಕ್ಕೆ ಒಳಗಾಗುತ್ತಿದ್ದ. ಧಗಧಗ ಉರಿಯುತ್ತಿದ್ದ ಬೆಂಕಿಯ ಬಿಸಿಗೆ ಇಡೀ ರೂಮು ಬೇಯುತ್ತಿದ್ದಂತೆ ಎನಿಸಿತು.

ಒಂದೆರಡು ಹೆಜ್ಜೆ ಮುಂದೆ ಹೋಗಿ ಅವನ ಬಳಿ ನಿಂತೆ. ಪ್ರೀತಿಯಿಂದ ತಲೆ ನೇವರಿಸುತ್ತಾ, ಅವನಿಗೆ “ನೀನು ಯೋಚನೆ ಮಾಡಬೇಡ. ನನ್ನ ಮನೆಗೆ ಬಾ. ನಿನಗೆ ಗೊತ್ತಾಗದಿರುವ ವಿಷಯವನ್ನು ನಾನು ನಿನಗೆ ವಿವರಿಸಿ ತಿಳಿಸುತ್ತೇನೆ. ನಾನು ನಿನ್ನ ಗೆಳೆಯ, ಇಬ್ಬರೂ ಒಟ್ಟಿಗೆ ಇರೋಣ” ಎಂದು ಹೇಳಬೇಕೆಂದಿದ್ದೆ. ಆದರೆ ನನ್ನ ಗಂಟಲಲ್ಲಿಯೇ ಮಾತು ಸಿಲುಕಿಕೊಂಡಿತು. ಯುವಕರಿಗೆ ಇನ್ನೂ ಆದರ್ಶಗಳಿವೆ. ಸಮಯದ ಮೌಲ್ಯದ ಅರಿವಿದೆ. ಸಂದಿಗ್ಧಗಳಿಂದಾಗಿ ಕಳೆದ ಹತ್ತು ವರ್ಷ ವ್ಯರ್ಥವೇ ಆಗಿರಬಹುದು. ಸಮಾಜ ಈಗ ಅಂಥವರ ಶಿಕ್ಷಣಕ್ಕೆ ಸಹಾಯ ಮಾಡಲು ಮುಂದಾಗುತ್ತಿದೆ. ಎಲ್ಲ ತಂದೆ ತಾಯಿಯರು ಅಧ್ಯಾಪಕರು ಎಲ್ಲರೂ ಅಂಥವರ ಬಗ್ಗೆ ಕಾಳಜಿ ವಹಿಸಿ, ಎಲ್ಲ ರೀತಿಯಿಂದಲೂ ಅವರಿಗೆ ಸಹಾಯ ಮಾಡಲು ಮುಂದಾದರೆ, ಆ ಪೀಳಿಗೆಯ ಯುವಕರ ಹತಾಶೆ, ನಿರಾಸೆ, ಅಸಹಾಯಕತೆಗಳ ಸ್ಥಿತಿಯಿಂದ ಅವರನ್ನು ಮುಕ್ತಗೊಳಿಸಬಹುದು. ಪರಿಸ್ಥಿತಿಯಲ್ಲಿ ತಕ್ಷಣವೇ ಸುಧಾರಣೆ ಕಂಡು ಬರುತ್ತೆ.

ಅವನು ನನಗೆ ಒಂದು ತುಂಡು ಕೇಕು ಚೈನೀಸ್ ಗ್ರೀನ್ ಆನಿಯನ್ ಕೊಟ್ಟ, ನಾನು

ಅವುಗಳನ್ನು ತಿಂದು ಮುಗಿಸಿದೆ. ಬಿಸಿ ನೀರು ಕುಡಿದೆ. ತುಂಬಾ ರುಚಿಯಾಗಿತ್ತು. ಅವನೂ ತುಂಬಾ ಭಾವುಕನಾಗಿದ್ದ.

ಇಬ್ಬರೂ ಒಬ್ಬರನ್ನೊಬ್ಬರು ನೋಡಿಕೊಂಡೆವು. ಆದರೆ ಮಾತಿಲ್ಲ. ನಾನು ಅಲ್ಲಿಂದ ಹೊರಡುವ ಮೊದಲು ಅವನು ತಲೆಕೆರೆದುಕೊಳ್ಳುತ್ತಾ, "ಮಿಸ್ಟರ್ ಪೆಂಗ್, ದಯವಿಟ್ಟು ನಾನು ಇಲ್ಲಿರುವ ವಿಷಯ ಯಾರಿಗೂ ತಿಳಿಸಬೇಡಿ... ಮಾತು ಕೊಡ್ತೀರಾ?"

ತಕ್ಷಣ ಅವನ ತಂದೆ ತಾಯಿಗೆ ಮಾತು ಕೊಟ್ಟಿದ್ದ ವಿಷಯ ನೆನಪಾಯಿತು. "ನಿನ್ನ ಸ್ನೇಹಿತರು ಯಾರೂ ನನಗೆ ಪರಿಚಯ ಇಲ್ಲ" ಎಂದೆ.

ಅವನೇ ಮುಜುಗರದಿಂದ, "ಉದಾಹರಣೆಗೆ ನನ್ನ ತಂದೆ ತಾಯಿಗೂ ಕೂಡಾ, ಇಲ್ಲೀವರೆಗೆ ನಾನು ಎಲ್ಲಿದ್ದೇನಿ ಅನ್ನೋ ವಿಷಯ ಗೊತ್ತಿಲ್ಲ. ಅವರಿಗೆ ಗೊತ್ತಾದರೆ ಮತ್ತೆ ಮೊದಲಿನಂತೆ ತರಕಾರಿ ವ್ಯಾಪಾರ ಮಾಡಂತ ಬಲವಂತ ಮಾಡ್ತಾರೆ. ನಾನು ಓದುವುದು, ಕಡಿಮೆ ಸಂಬಳ ತರೋದು ಅವರಿಗೆ ಇಷ್ಟ ಇಲ್ಲ. ದುಡ್ಡಿನಿಂದ ಸಮಯಾನ ಕೊಂಡುಕೊಳ್ಳೋಕೆ ಆಗುವುದಿಲ್ಲ. ಈಗ, ನನಗೆ ಓದೋಕೆ ಸಾಕಷ್ಟು ಸಮಯ ಸಿಕ್ತಾ ಇದೆ. ಒಮ್ಮೆ ಖಾಯಂ ಕೆಲಸ ಸಿಕ್ಕಿದರೆ, ಕೆಲಸ ಮಾಡೋವುದರಲ್ಲಿಯೇ ಸರಿಹೋಗಿ ಬಿಡುತ್ತೆ. ಏನಂತೀರಿ ಇದಕ್ಕೆ? ನಾನು ಹೇಳಿದ್ದು ಸರಿ ಅಂತ ಅನಿಸುವುದಿಲ್ಲವೆ! ದಯವಿಟ್ಟು ನನ್ನ ತಂದೆ ತಾಯಿಗಂತು ಹೇಳಲೇ ಬೇಡಿ. ನನ್ನ ತಿಂಗಳ ಸಂಬಳ ಬಂದ ಕೂಡಲೇ, ನನ್ನ ತಿಂಡಿ ತೀರ್ಥಕ್ಕೆ, ಪುಸ್ತಕ ಕೊಂಡುಕೊಳ್ಳೋಕೆ ಎಷ್ಟು ಬೇಕೋ ಅಷ್ಟನ್ನು ಇಟ್ಟುಕೊಂಡು ಉಳಿದದ್ದನ್ನು ಮನೆಗೆ ಕಳಿಸ್ತೀನಿ" ಅವನ ಕಣ್ಣುಗಳು ದಯಾರ್ದ್ರವಾಗಿ ಬೇಡುವಂತೆ ಕಾಣಿಸಿತಾದರೂ, ಅವುಗಳನ್ನು ದಿಟ್ಟಿಸಿ ನೋಡಲು ನನ್ನಿಂದ ಆಗಲಿಲ್ಲ.

ಬಾಗಿಲು ತೆರೆದಿತ್ತು. ಮನೆ ಮುಂದೆ ಕಪ್ಪು ವಸ್ತುಗಳಂತೆ, ಇದ್ದಿಲು ಚೂರುಗಳು ಬಿದ್ದಿದ್ದವು.

"ಓಹ್ !" ನೆಲದ ಮೇಲೆ ಕುಳಿತುಕೊಂಡು, ಅಮೂಲ್ಯವಾದ ರತ್ನಗಳನ್ನು ಆಯ್ದುಕೊಳ್ಳುವಂತೆ, ಆಯ್ದೊಯ್ದು, ರೂಮಿನ ಮೂಲೆಯಲ್ಲಿ ರಾಶಿ ಬಿದ್ದಿದ್ದ ಇದ್ದಿಲತ್ತ ಎಸೆಯತೊಡಗಿದ. ಅನ್ಯಾಯವಾಗಿ ಇವೆಲ್ಲವನ್ನೂ ಎಸೆಯಬೇಕಿದೆ. ಅಂಥ ಒಳ್ಳೆ ಕ್ವಾಲಿಟಿ ಅಲ್ಲದಿದ್ದರೂ ಕೆಲಸಕ್ಕೆ ಬರುತ್ತೆ ಎಂದು ತನ್ನಲ್ಲೇ ಹೇಳಿಕೊಳ್ಳುತ್ತಿದ್ದ.

ನಾನು ನನ್ನ ಬೈಸಿಕಲ್ ಹತ್ತಿ ಗುಡ್ ಬೈ ಹೇಳಿ ಹೊರಟೆ. ಕಿಂಡಿಯ ಬೆಳಕಲ್ಲಿ ಕ್ಯುಲೀ ಮುಖ ಕಾಣಿಸಿತು. ಹಿಂತಿರುಗಿದಾಗ ಅವನ ಬಗ್ಗೆ ಅಷ್ಟಾಗಿ ಚಿಂತಿತನಾಗಿರಲಿಲ್ಲ. ಆದರೆ ಅವನ ತಂದೆ ತಾಯಿಗೆ ಅವನಿರೋ ಜಾಗ ಹೇಳಬೇಕೆ ಬೇಡವೇ ಎನ್ನುವ ಸಂದಿಗ್ಧದಲ್ಲಿ ಮುಳುಗಿದೆ. ಅವರಿಗೆ ಒಂದು ವೇಳೆ ತಿಳಿದರೂ ಆಗುವ ಪ್ರಯೋಜನವಾದರೂ ಏನು? ನನ್ನಲ್ಲೇ ನಾನು ಹೊಯ್ದಾಡುತ್ತಿದ್ದೆ. ಆದರೆ ಯಾವುದೇ ನಿರ್ಧಾರವನ್ನು ತಲುಪಿರಲಿಲ್ಲ.

ನಡು ವಯಸ್ಸಿನಲ್ಲಿ

ಅಟ್ ಮಿಡಲ್ ಏಜ್

ಲೇಖಕಿ : ಷೆನ್ ರೋಂಗ್

ಚೀನಾ ದೇಶದ ಸಮಕಾಲೀನ ಪ್ರಾತಿನಿಧಿಕ ಲೇಖಕಿಯರಲ್ಲಿ ಪ್ರಮುಖಳಾದ ಷೆನ್ ರೋಂಗ್ 1935 ರಲ್ಲಿ "ಹಾಂಕೊ"ನಲ್ಲಿ ಹುಟ್ಟಿದಳು. ಮೂಲತಃ ಸಿಷುಆನ್ ಪ್ರದೇಶಕ್ಕೆ ಸೇರಿದವಳು. ಇವಳು ನ್ಯಾಯವಾದಿಯ ಮಗಳು. ಹೊಸ ಚೈನಾದ ನಿರ್ಮಾಣದ ನಂತರ 15ನೇ ವರ್ಷದವಳಾಗಿದ್ದಾಗ ಜೂನಿಯರ್ ಮಿಡಲ್ ಸ್ಕೂಲ್ ಬಿಟ್ಟು ಕಾರ್ಮಿಕರಿಗಾಗಿ ಇದ್ದ ಪುಸ್ತಕದ ಅಂಗಡಿಯಲ್ಲಿ ಸೇಲ್ಸ್‌ಗರ್ಲ್ ಆಗಿ ಕೆಲಸಕ್ಕೆ ಸೇರಿದಳು. 1952ರಲ್ಲಿ 'ಸೌತ್‌ವೆಸ್ಟ್ ವರ್ಕರ್ಸ್ ಡೈಲಿಗೆ' ಸೇರಿ. 1954 ರಲ್ಲಿ ರಷ್ಯನ್ ಭಾಷೆಯನ್ನು ಓದಲು ಬೀಜಿಂಗ್‌ಗೆ ಹೋದಳು. ಪದವಿಯ ನಂತರ ರೇಡಿಯೋ ಸ್ಟೇಷನ್ನಿನಲಿ ಭಾಷಾಂತರಕಾರಳಾಗಿ ಕೆಲಸ ಮಾಡಿ. ಅನಾರೋಗ್ಯದ ಕಾರಣದಿಂದಾಗಿ ಪಾಂಕ್ತಿಯಲ್ಲಿ ಒಂದು ರೈತ ಕುಟುಂಬದೊಂದಿಗೆ ಇರಲು ಹೋದಳು. 1964ರಲ್ಲಿ ಬೀಜಿಂಗ್‌ಗೆ ಮರಳಿ ಬಂದು, ನಾಟಕಗಳನ್ನು ಬರೆದಳು. 'ಅಟ್ ಮಿಡಲ್ ಏಜ್' ಎಂಬ ಕಾದಂಬರಿಯನ್ನು 1980ರಲ್ಲಿ ಬರೆದಳು. ಈ ಕೃತಿಗೆ ಹಲವು ಪುರಸ್ಕಾರಗಳು ದಕ್ಕಿದವು.

7. ನಡುವಯಸ್ಸಿನಲ್ಲಿ

ಮೂಲ : ಅಟ್ ಮಿಡಲ್ ಏಜ್

ಲೇಖಕಿ : ಪೆನ್ ರೋಂಗ್

1

ನಕ್ಷತ್ರಗಳು ಮಿನುಗುತ್ತಿವೆಯೇ? ಸಮುದ್ರದಲ್ಲಿ ಡೋಲಾಡುತ್ತಿದೆಯೇ? ಲೂ ವೆಂಟಿಂಗ್, ನೇತ್ರತಜ್ಞ ಆಸ್ಪತ್ರೆಯ ಹಾಸಿಗೆಯಲ್ಲಿ ಮಲಗಿದ್ದಾಳೆ. ಅವಳ ಕಣ್ಣಮುಂದೆ ಬೆಳಕಿನ ವೃತ್ತಗಳು ಅಸ್ಪಷ್ಟವಾಗಿ ಕಾಣಿಸಿದವು. ದಿಕ್ಕುಗಳ ತಿಳಿಯದಂತೆ, ಮೋಡಗಳು ಅವಳನ್ನೆತ್ತಿಕೊಂಡು ಮೇಲೆ ಕೆಳಗೆ ಅಲೆದಾಡಿದಂತೆ ಭಾಸವಾಗುತ್ತಿದೆ.

ಅವಳೇನು ಕನಸು ಕಾಣುತ್ತಿರುವಳೇ? ಸಾವಿನತ್ತ ಸಾಗುತ್ತಿದ್ದಾಳೆಯೇ– ಎಲ್ಲಾ ಅಸ್ಪಷ್ಟವಾಗಿ ನೆನಪಾಗುತ್ತಿದೆ. ಆ ದಿನ ಬೆಳಗ್ಗೆ, ಅಪರೇಷನ್‌ಗೆ ಸಜ್ಜುಗೊಂಡು, ಗೌನ್ ಧರಿಸಿ, ಒಳಗೆ ಹೋಗಿ, ವಾಷ್‌ಬೇಸಿನ್ ಬಳಿ ನಿಂತಳು. ಅವಳ ಆಪ್ತ ಗೆಳತಿ ಚಿಯಾಂಗ್ ಯಾಫೆನ್, ಅವಳ ಸಹಾಯಕ್ಕಾಗಿ ಅಂದು ಅವಳ ಜೊತೆಗೆ ಉಳಿದಳು. ಸಧ್ಯದಲ್ಲೇ ಅವಳು ತನ್ನ ಪರಿವಾರದೊಂದಿಗೆ ಕೆನಡಾಗೆ ಹೋಗಲಿದ್ದಳು. ಇದೇ ಅವಳ ಕೊನೆ ಆಪರೇಷನ್. ಅದಕ್ಕಂದೇ ವೆಂಟಿಂಗ್ ಜೊತೆಗೆ ಸಹಾಯಕ್ಕಾಗಿ ನಿಂತಳು.

ಇಬ್ಬರೂ ಕೈ ತೊಳೆದರು. ಇವತ್ತರ ದಶಕದಲ್ಲಿ ಇಬ್ಬರೂ ಒಂದೇ ಕಾಲೇಜಿನಲ್ಲಿ ಓದಿ ವೈದ್ಯಕೀಯ ಪದವಿಧರರಾದರು.

ಅದೃಷ್ಟಕ್ಕೆ ಒಂದೇ ಆಸ್ಪತ್ರೆಯಲ್ಲಿ ಇಬ್ಬರಿಗೂ ಕೆಲಸವಾಯಿತು. ಸ್ನೇಹಿತರಾಗಿ, ಸಹೋದ್ಯೋಗಿಗಳಾಗಿ ಇಪ್ಪತ್ತು ವರ್ಷಗಳ ಗಾಢ ಸಂಬಂಧ. ಅಗಲಿಕೆ ಎನ್ನುವುದು ಇಬ್ಬರಿಗೂ ಅಸಹನೀಯವೆನಿಸಿತು. ಆದರೆ ಶಸ್ತ್ರಚಿಕಿತ್ಸೆಯ ಕ್ಷಣಗಳಲ್ಲಿ ಇಂತಹ ಭಾವುಕತೆಗೆ ಎಡೆಯಿಲ್ಲ. ಆ ನೋವಿನ ಕ್ಷಣಗಳನ್ನು ಮರೆಸುವುದಕ್ಕಾಗಿ ಲೂಗೆ ಏನಾದರೂ ಮಾಡಬೇಕೆನಿಸಿತು. ಅವಳು ಹೇಳಿದ್ದೇನು?.... ಯಾಫೆನ್, ನಿನ್ನ ಪ್ರಯಾಣದ ವ್ಯವಸ್ಥೆಯಾಯಿತೇನು? – ಎಂದಷ್ಟೇ ಕೇಳಿದಳು.

'ಒಂದು ದಿನದಲ್ಲಿ ಮೂರು ಆಪರೇಷನ್‌ಗಳು ಆಗುತ್ತೆ ಅಂತೀಯಾ?' ಲೂಗೆ ತಾನು ಕೊಟ್ಟ ಉತ್ತರ ನೆನಪಾಗಲಿಲ್ಲ. ಸುಮ್ಮನೆ ತನ್ನ ಉಗುರುಗಳನ್ನು ಉಜ್ಜುತ್ತಾ ನಿಂತಳು. ಹೊಸ ಬ್ರಷ್ ಆದ್ದರಿಂದ ಬೆರಳ ತುದಿಗಳಿಗೆ ಸ್ವಲ್ಪ ನೋವಾಯಿತು. ಕೈಗಳನ್ನು ಸೋಪುಹಾಕಿ ಚೆನ್ನಾಗಿ ಉಜ್ಜಿ ತೊಳೆದುಕೊಂಡಳು. ಮುಂಗೈ, ಮೊಳಕೈಗಳನ್ನೂ ಬಿಡದೆ ಸ್ವಚ್ಛವಾಗಿ ತೊಳೆಯುತ್ತಲೇ ಗಡಿಯಾರದ ಕಡೆ ನೋಡಿದಳು. ನಂತರ ಆಂಟಿಸೆಪ್ಟಿಕ್ ದ್ರವದಲ್ಲಿ ತನ್ನ ಕೈಗಳನ್ನು ಅದ್ದಿದಾಗ ಅವಳಿಗೆ ಎಂದೂ ಹೀಗೆ ಭಾಸವಾಗಿರಲಿಲ್ಲ. ಇಷ್ಟಾದರೂ ಅವಳು ದ್ರವದೊಳಗಿಂತಿದ ತನ್ನ ಕೈಗಳನ್ನು ಮೇಲೆತ್ತಬೇಕೆಂಬ ಪ್ರಜ್ಞೆ ಇದ್ದಂತೆ ತೋರಲಿಲ್ಲ.

ರೋಗಿಯ ಕಣ್ಣುಗುಡ್ಡೆಯ ಹಿಂದೆ ನೋವ್ರೋಕೈನ್ ಇಂಜಕ್ಷನ್ ಚುಚ್ಚಿದಳು. ಅಷ್ಟರಲ್ಲಿ ಯಾಫೆನ್ ಕೇಳಿದಳು. ನಿನ್ನ ಮಗಳಿಗೆ ನಿಮೋನಿಯಾ ಹೇಗಿದೆ ಈಗ?

ಏನಾಗಿದೆ ಜಿಯಾಂಗ್‌ಗೆ? ಆಪರೇಷನ್ ಮಾಡುವಾಗ, ವೈದ್ಯರಾದವರು ಎಲ್ಲವನ್ನೂ ಮರೆಯಬೇಕು. ರೋಗಿಯ ಕಡೆಗೇ ಗಮನ ಕೇಂದ್ರೀಕರಿಸಬೇಕೆಂಬುದು ಅವಳಿಗೆ ಮರೆತು ಹೋಯಿತೆ? ಗಂಭೀರವಾಗಿ ಶಸ್ತ್ರಕ್ರಿಯೆ ನಡೆಯಬೇಕಾದ ಈ ಕ್ಷಣಗಳಲ್ಲಿ ಜಿಯಾಂಜಿಯಾಳ ಬಗ್ಗೆ ವಿಚಾರಿಸಬೇಕಾದ ಅಗತ್ಯವೇನಿತ್ತು?... ಎಂದು ಕಸಿವಿಸಿಗೊಂಡಿದ್ದರೂ ಮರುಕ್ಷಣದಲ್ಲಿಯೇ; ಪಾಪ ಅವಳಿಗೆ ಊರುಬಿಟ್ಟು ಹೋಗುವ ಬೇಸರವಿರಬೇಕು. ತಾನೊಂದು ಶಸ್ತ್ರಚಿಕಿತ್ಸೆಯ ಕೆಲಸದಲ್ಲಿ ಸಹಕರಿಸುತ್ತಿದ್ದೇನೆಂಬ ವಿಷಯವನ್ನೇ ಮರೆಸಿರಬೇಕು– ಎಂದು ಸಮಾಧಾನಗೊಂಡಳು.

ಆದರೂ ಸ್ವಲ್ಪ ಕನಲಿದಂತೆ, ಲೂ ಉತ್ತರಿಸಿದಳು. "ಈಗ ನನಗೇನೂ ಕೇಳಬೇಡ. ನನ್ನ ಮುಂದಿರುವ ಈ ಕಣ್ಣಿನ ಬಗ್ಗೆಯಷ್ಟೇ ನನಗೆ ಗೊತ್ತು." ತಲೆ ಬಗ್ಗಿಸಿ, ತನ್ನ ಶಸ್ತ್ರಕ್ರಿಯೆಯಲ್ಲಿ ಮಗ್ನಳಾದಳು. ಒಂದಾದ ಮೇಲೆ ಒಂದರಂತೆ, ಒಂದೇ ದಿನದಲ್ಲಿ ಮೂರು ಶಸ್ತ್ರಕ್ರಿಯೆಗಳು! ಉಪಮಂತ್ರಿಯ ಕಣ್ಣಿನ ಪೊರೆ ತೆಗೆಯಬೇಕಿತ್ತು. ಜ್ಯಾಂಗನ ಕಣ್ಣಿನಲ್ಲಿ ಕಾರ್ನಿಯಾ ಕಸಿ ಮಾಡಬೇಕಿತ್ತು. ಪುಟ್ಟ ಹುಡುಗಿ ವ್ಯಾಂಗ್ ಷಿಯಾವೋಮನ್‌ಳ ಮೆಳ್ಳೆಯನ್ನು ಸರಿಪಡಿಸ ಬೇಕಿತ್ತು. ನಾಲ್ಕುವರೆ ಗಂಟೆಗಳ ಕಾಲ ಒಂದೇ ಸಮನೆ, ಆಪರೇಷನ್ ಸ್ಟೂಲ್ ಮೇಲೆ ಕುಳಿತು ದೀಪದ ಬೆಳಕಿನಲ್ಲಿ ಒಂದಾದ ಮೇಲೊಂದರಂತೆ, ಹೊಲಿಗೆ ಹಾಕೆ, ಹಾಕಿ ಕೊನೆಗೆ ಮುಗಿಸಿದಳು. ಕೊನೆಯ ರೋಗಿಯ ಕಣ್ಣುಗಳಿಗೆ ಪಟ್ಟಿ ಹಾಕುವಷ್ಟರಲ್ಲಿ ಕಾಲುಗಳು ಜೋಮು ಹಿಡಿದಿದ್ದವು. ಜಿಯಾಂಗ್ ಬಟ್ಟೆಬದಲಾಯಿಸಿಕೊಂಡು ಬಂದು 'ವೆಟಿಂಗ್ ಬಾ ಹೋಗೋಣ'– ಎಂದು ಕರೆದಳು.

'ನೀ ಮೊದಲು ಹೋಗು' – ಎಂದು ಹೇಳಿ ಲೂ ತಾನು ಇದ್ದಲ್ಲೇ ಉಳಿದಳು. ಜಿಯಾಂಗ್‌ಳ ಕಣ್ಣು ತುಂಬಿ ಬಂದವು. 'ಇಲ್ಲ, ನೀ ಬರುವರೆಗೆ ನಾನು ಕಾಯ್ತೇನಿ. ಬಹುಶಃ ಇಲ್ಲಿಗೆ ಇದೇ ಕೊನೆ, ನನ್ನದು.'

ಅವಳೇಕೆ ಅಳಬೇಕು? – ಲೂಗೆ ಅರ್ಥವಾಗಲಿಲ್ಲ.

"ನೀನು ಹೋಗಿ ಪ್ರಯಾಣಕ್ಕೆ ಬೇಕಾದ ಸಿದ್ಧತೆ ಮಾಡಿಕೊ. ನಿನ್ನ ಗಂಡ ಬಹುಶಃ ನಿನಗಾಗಿ ಕಾಯುತ್ತಿರಬಹುದು."

"ಅವನಾಗಲೇ ಎಲ್ಲವನ್ನೂ ಪ್ಯಾಕ್ ಮಾಡಿ ಇರಿಸಿದ್ದಾನೆ."

"....ಆದಿರಲಿ, ನೀನು...? ನಿನ್ನ ಕಾಲುಗಳಿಗೇನಾಗಿದೆ?"

"ತುಂಬ ಹೊತ್ತು ಕೂತಿದ್ದೆನಲ್ಲ; ಎಲ್ಲೋ ಅವು ನಿದ್ದೆಗೆ ಬಿದ್ದಿವೆ!! ಒಂದೆರಡು ನಿಮಿಷ, ಸರಿಹೋಗುತ್ತೆ... ಸಂಜೆಗೆ, ನಿನ್ನಲ್ಲಿಗೆ ಬರ್ತೇನೆ."

"ಸರಿ ಹಾಗಾದರೆ, ಬರಲಾ?"

ಜಿಯಾಂಗ್ ಅಲ್ಲಿಂದ ಹೊರಟ ಮೇಲೆ, ಲೂ ಗೋಡೆಗೆ ಹಾಗೇ ಒರಗಿ ನಿಂತಳು. ಇನ್ನೂ ನೆನಪಿದೆ. ಬೂದು ಬಣ್ಣದ ಜಾಕೆಟ್ ಧರಿಸಿ ಆಸ್ಪತ್ರೆಯಿಂದ ಮನೆಯ ಕಡೆ ಹೊರಟಿದ್ದಳು. ಇಂದೇಕೋ ಎಂದೂ ಇಲ್ಲದ ಬಳಲಿಕೆ. ನಡೆಯಲೂ ಆಗದಷ್ಟು ದೌರ್ಬಲ್ಯ. ಹೆಜ್ಜೆಗಳು ತಡವರಿಸುತ್ತಿದ್ದವು. ನಿತ್ಯ ಪರಿಚಿತವಿದ್ದ ಗಲ್ಲಿ ತುಂಬಾ ದೂರವೆನಿಸಿತ್ತು. ನಡೆದಷ್ಟೂ ಕೊನೆ ಸಿಗದಂತೆನಿಸಿತ್ತು. ಕಣ್ಣು ಮಂಜಾಯಿತು. ಬವಳಿ ಬಂದು ಬಿದ್ದಳು. ರೆಪ್ಪೆಗಳು ಬಿಗಿದುಕೊಂಡವು. ತುಟಿಗಳು ಒಣಗಿ ಸೆಡೆದುಕೊಂಡವು. ಒಂದೆರಡು ತೊಟ್ಟು ನೀರು ಸಿಕ್ಕರೆ...? ದಾಹ!... ದಾಹ ತುಟಿಗಳು ನಡುಗಿದವು.

* * *

2

'ಡಾಕ್ಟರ್ ಸನ್; ನೋಡಿ ಬಂದಿದ್ದಾಳೆ'-ಜಿಯಾಂಗ್ ನುಡಿದಳು. ಬೆಳಗಿನಿಂದ 'ಲೂ'ನ ಪಕ್ಕದಲ್ಲಿಯೇ ಕುಳಿತಿದ್ದಾಳೆ.

ಸನ್ ಯಿಮೀನ್-ನೇತ್ರ ವಿಭಾಗದ ಮುಖ್ಯಸ್ಥರು. ಲೂ ನ ಕೇಸ್ ಹಿಸ್ಟರಿಯನ್ನು ಗಂಭೀರವಾಗಿ ಓದಿದರು. ಅವರಿಗೆ ಆಘಾತವಾದಂತಾಯಿತು. ಹೃದಯ ಸಂಬಂಧವಾದ ಮೇಯೋ ಕಾರ್ಡಿಯಲ್ ಇನ್‌ಫಾರ್ಕ್ಷನ್!! ತುಂಬಾ ಚಿಂತೆಗೊಳಗಾಗಿದ್ದರು. ಕಪ್ಪುಕಟ್ಟಿನ ಕನ್ನಡಕವನ್ನು ಹಿಂದಕ್ಕೆಳೆದುಕೊಂಡರು. ಅವರಿಗೆ ಗೊತ್ತಿದೆ. ನಲ್ವತ್ತರ ನಡುವಯಸ್ಸಿನಲ್ಲಿ, ಇಂತಹ ಗಂಭೀರ ಖಾಯಿಲೆಗೆ ತುತ್ತಾದವರಲ್ಲಿ, ತನ್ನ ವಿಭಾಗದಲ್ಲೂ, 'ಲೂ' ಒಬ್ಬಳೇ ಮೊದಲಲ್ಲ. ಆದರೆ ಲೂ ತುಂಬಾ ಗಟ್ಟಿಮುಟ್ಟಾಗಿದ್ದವಳು. ನಲ್ವತ್ತೆರಡು ವಯಸ್ಸಿನಲ್ಲಿ

ಇದ್ದಕ್ಕಿದ್ದಂತೆ ಇಂತಹ ಗಂಭೀರ ಖಾಯಿಲೆ ಅವಳನ್ನು ತಟ್ಟಿದ್ದು ಆಕಸ್ಮಿಕ!

ಡಾಕ್ಟರ್ ಸನ್, ತಮ್ಮ ಎತ್ತರದ ದೇಹವನ್ನು, ಬಿಳಚಿಕೊಂಡ ಲೂ ನ ಮುಖದೆಡೆ ತಿರುಗಿಸಿದರು. ಕಣ್ಣುಗಳು ಬಿಗಿದುಕೊಂಡವು. ಉಸಿರಾಟ ಕ್ಷೀಣವಾಗಿತ್ತು. ಒಣಗಿದ ತುಟಿಗಳು ಮೆಲ್ಲಗೆ ಕಂಪಿಸಿದವು.

'ಡಾಕ್ಟರ್ ಲೂ'–ಮೆದುವಾಗಿ ಕೂಗಿದರು ಸನ್ ಯಿ ಮಿನ್. ಅವಳಲ್ಲಿ ಚಲನೆಯಿಲ್ಲ. ಮುಖದಲ್ಲಿ ಯಾವೊಂದು ಭಾವನೆಯೂ ಕಾಣಿಸಲಿಲ್ಲ.

'ವೆಂಟಿಂಗ್' – ಜಿಯಾಂಗ್ ಮತ್ತೊಮ್ಮೆ ಎಚ್ಚರಿಸಿದಳು. ಆದರೂ ಪ್ರತಿಕ್ರಿಯೆಯಿಲ್ಲ. ಸನ್ ಆ ಕೋಣೆಯ ಮೂಲೆಯಲ್ಲಿ ನಿಂತಿದ್ದ ಆಕ್ಸಿಜನ್ ಸಿಲಿಂಡರ್‌ನೆಡೆಗೊಮ್ಮೆ ನೋಡಿದರು. ಮತ್ತು ಇಸಿಜಿ ಮಾನಿಟರ್ ಕಡೆ ಕಣ್ಣು ಹೊರಳಿಸಿದರು. ಮರಳಿ ಲೂ ಮಲಗಿದ್ದ ಹಾಸಿಗೆಯ ಕಡೆ ತಿರುಗಿ ನೋಡಿ ಹೇಳಿದರು– 'ಈಕೆಯ ಗಂಡನನ್ನು ಬರ ಹೇಳಿ.'

ಅಂದವಾಗಿ ಕಾಣುತ್ತಿದ್ದ, ಆದರೆ ನಲ್ವತ್ತರ ದಶಕದಲ್ಲಿಯೇ ಬಕ್ಕತಲೆಯಾಗಿದ್ದ, ತೀರಾ ಎತ್ತರವೂ ಅಲ್ಲದ ಕುಳ್ಳೂ ಅಲ್ಲದ ವ್ಯಕ್ತಿ ವೇಗವಾಗಿ ಒಳಬಂದ. ಆತ ಫೂ ಜಿಯಾಜೀ, ಲೂ ನ ಗಂಡನಾಗಿದ್ದ. ರಾತ್ರಿಯಿಡೀ, ನಿದ್ದೆಯಲ್ಲದೆ ಲೂನ ಪಕ್ಕದಲ್ಲಿ ಹೊತ್ತು ಕಳೆದಿದ್ದ. ಡಾಕ್ಟರ್ ಸನೋರ ಬಲವಂತಕ್ಕೆ, ಗೊಣಗುತ್ತಲೇ ಹೊರಗೆ ಬೆಂಚಿನ ಮೇಲೆ ಮಲಗಲು ಬಂದಿದ್ದ. ಆದರೆ ನಿದ್ದೆ ಅವನಿಗೆಲ್ಲಿಯದು?

ಒಳಗೆ ಬಂದವನೇ ತನಗೆ ಪರಿಚಿತವಾದ ಆ ಮುಖವನ್ನು ನೋಡಿದ. ಈಗ ಆ ಮುಖ ಬಿಳಚಿಕೊಂಡು ವಿಚಿತ್ರವಾಗಿ ಕಾಣುತ್ತಿತ್ತು.

ಲೂನ ತುಟಿಗಳು ಅಲುಗಿದವು. ಅವನಿಗೆ ಅರ್ಥವಾಯಿತು. 'ಅವಳಿಗೆ ಬಾಯಾರಿಕೆಯಾಗಿದೆ ನೀರು ಬೇಕು' ಎಂದ.

ಜಿಯಾಂಗ್ ಸಣ್ಣ ಟೀ ಪಾತ್ರೆಯನ್ನು ನೀಡಿದಳು. ಫೂ ತುಂಬಾ ಜಾಗರೂಕತೆಯಿಂದ, ಆಕ್ಸಿಜನ್ ಸಿಲಿಂಡರ್‌ನಿಂದ ಹೊರಟಬಂದಿದ್ದ ರಬ್ಬರ್ ಟ್ಯೂಬನ್ನು ತಗುಲಿಸಿದ. ಒಂದೊಂದೇ ತೊಟ್ಟು ನೀರನ್ನು ಕುಡಿಸಿದ. 'ವೆಂಟಿಂಗ್, ವೆಂಟಿಂಗ್'– ಫೂ ಎಚ್ಚರಿಸಲು ಪ್ರಯತ್ನಿಸಿದ. ಒಂದು ಹನಿ ನೀರು ಅವಳ ಮುಖದ ಮೇಲೆ ಬಿತ್ತು. ಕೂಡಲೇ ಮುಖ ಕಿವಿಚಿತು.

* * *

3

ಕಣ್ಣುಗಳು... ಕಣ್ಣುಗಳು... ಕಣ್ಣುಗಳು...

ಮುಚ್ಚಿದ 'ಲೂ' ಕಣ್ಣುಗಳ ಮುಂದೆ... ಎಷ್ಟೋ ಕಣ್ಣುಗಳು ಹೊಳೆದವು. ಮಕ್ಕಳ, ಮುದುಕರ, ಚಿಕ್ಕವರ, ದೊಡ್ಡವರ, ಪ್ರಾಯದವರ... ಪುಟ್ಟ ಪುಟ್ಟ, ದೊಡ್ಡ, ದೊಡ್ಡ ಹೊಳೆವ ಕಣ್ಣುಗಳು–ಮಂಕಾದ ಕಣ್ಣುಗಳು... ಪಿಳಿ ಪಿಳಿ ನೋಡಿದವು ಅವಳತ್ತ!!

ಆಹಾ!... ಇವು ಅವಳ ಗಂಡನ ಕಣ್ಣುಗಳು.

ಅವಳು, ಅವುಗಳಲ್ಲಿ ಪ್ರೀತಿ, ಸ್ನೇಹ, ನೋವು, ನಲಿವುಗಳನ್ನು ಭರವಸೆಯನ್ನು ಕಂಡಿದ್ದಳು. ಬಂಗಾರ ಬಣ್ಣದ ಸೂರ್ಯನಂತೆ ಹೊಳೆ ಹೊಳೆವ ಕಣ್ಣುಗಳು. ಪ್ರೀತಿ ತುಂಬಿದ ಅವನ ಹೃದಯ ಅವಳಿಗೆ ಹಿತವಾದ ಬಿಸುಪನ್ನು ನೀಡಿತ್ತು. ಮೃದ ಮಧುರವಾದ, ಹಿತವಾದ, ಅವನ ಧ್ವನಿ ದೂರದ ಯಾವುದೋ ಲೋಕದಿಂದ ಕೇಳಿಬಂತು:–

> "ಹರಿವ ಆತುರದ ಹೊಳೆಯಾದರೆ ನಾ
>
> ....
>
> ನನ್ನ ಪ್ರೀತಿಯೊಂದು
>
> ಪುಟ್ಟ ಮೀನಾಗಿದ್ದರೆ
>
> ನೊರೆ ತೊರೆಗಳ ಜೊತೆ ನನ್ನ
>
> ಒಲಾಡುತ್ತಿದ್ದೆ."

ಅವಳೆಲ್ಲಿ? ಮಂಜಿನಿಂದ ತುಂಬಿದ್ದ ಸುಂದರ ತೋಟದಲ್ಲಿದ್ದಳು. ಸ್ಫಟಿಕದಂತೆ ಪಾರದರ್ಶಕವಾದ ಹೆಪ್ಪುಗಟಿದ ಸರೋವರದಲ್ಲಿ ಕೆಂಪು, ನೀಲಿ, ನೇರಳೆ, ಬಿಳಿ ಬಣ್ಣಗಳಲ್ಲಿ, ಸಂತೋಷ, ಸಂಭ್ರಮಗಳಿಂದ ಜನರು ಜಾರುತ್ತಿದ್ದರು. ಅವರ ಸಂಭ್ರಮದ ಗದ್ದಲ ಪ್ರತಿಧ್ವನಿಸಿತು. ಅವಳ ಕಣ್ಣಿಗೆ ಕಂಡದ್ದು, ಆ ಮಂದಹಾಸದ ಮುಖಿಗಳಲ್ಲಿ, ಅವಳ ಗಂಡನದು ಮಾತ್ರ. ಎಲ್ಲವನ್ನೂ ಮರೆತು ಜೊತೆಯಾಗಿ ಜಾರಾಟಮಾಡಿದರು. ಅಬ್ಬ! ಎಂತಹ ಅದ್ಭುತ ರೋಮಾಂಚನಕಾರಿ ಅನುಭವ!!

ಅತ್ಯಂತ ಪ್ರಾಚೀನವಾದ ಪಂಚಡ್ರೇಗನ್ ಕ್ರೀಡಾಮಂಟಪಗಳು ಮುಸುಕಿದ ಮಂಜಿನ ಹಿನ್ನೆಲೆಯಲ್ಲಿ ಗಂಭೀರ, ಪ್ರಶಾಂತವಾಗಿ ಕಾಣುತ್ತಿದ್ದವು. ಅಮೃತಶಿಲೆಯ ಕಟಾಂಜನಕ್ಕೆ ಇಬ್ಬರೂ ಒರಗಿನಿಂತರು. ಹಿಮದ ಚೂರುಗಳಿಂದ ಮುಚ್ಚಿಹೋಗಿದ್ದರು. ಒಬ್ಬರೊಬ್ಬರು ಬೆಸೆದುಕೊಂಡು ನಿಂತಾಗ ಚಳಿಯ ಪರಿವೆಯೇ ಇಲ್ಲದಾಯಿತು.

ಆಗಿನ್ನೂ ಅವಳು ಯುವತಿ.

ಪ್ರೀತಿ ಸಂತೋಷಗಳು ಅವಳು ನಿರೀಕ್ಷಿಸಿರಲಿಲ್ಲ. ತಾನಿನ್ನೂ ಹುಡುಗಿಯಾಗಿದ್ದಾಗ, ಅಪ್ಪ ಅಮ್ಮನನ್ನು ದೂರ ಮಾಡಿದ್ದ. ಅಮ್ಮನಿಗೆ ತನ್ನನ್ನು ಬೆಳೆಸುವುದೇ ಕಷ್ಟವಾಯಿತು. ಬಾಲ್ಯವಂತೂ ಉತ್ಸಾಹವಿಲ್ಲದೆ ಕಳೆದಿತ್ತು. ಪುಡು, ಪುಡು ಎಂದು ಉರಿಯುವ ಮಂದ ದೀಪದ ಬೆಳಕಿನಲ್ಲಿ ಹೊಲಿದು, ಹೊಲಿದು ಕಾಲ ಮುಪ್ಪು ಅಡರಿದ ಅಮ್ಮನ ಮುಖವೊಂದು ಚೆನ್ನಾಗಿ ನೆನಪಿದೆ.

ಮೆಡಿಕಲ್ ಕಾಲೇಜಿಗೆ ಸೇರಿದಳು. ನಸುಕಿನಲ್ಲೆದ್ದು, ಹೊಸ ಇಂಗ್ಲಿಷ್ ಪದಗಳನ್ನು ಉರುಹಚ್ಚಿ, ತರಗತಿಗೆ ಹೋಗಿ, ನೋಟ್ ಪುಸ್ತಕಗಳ ತುಂಬಾ ಅಂದವಾಗಿ ಬರೆದು ತುಂಬಿಸುತ್ತಿದ್ದಳು. ಸಂಜೆಯಾದರೆ ಲೈಬ್ರರಿ, ರಾತ್ರಿ ಹೊತ್ತಿನಲ್ಲಿ 'ಆಟೋಪ್ಸಿ'ಗಳನ್ನು ಮಾಡುತ್ತಿದ್ದಳು. ಓದಿನಲ್ಲಿಯೇ ಅವಳ ಪ್ರಾಯ ಕಳೆದುಹೋದರೂ ಅವಳಿಗೆ ಪಶ್ಚಾತ್ತಾಪವೆನಿಸುತ್ತಿರಲಿಲ್ಲ.

ಅವಳ ಬದುಕಿನಲ್ಲಿ ಪ್ರೀತಿಗೆ ಅವಕಾಶವೇ ಇಲ್ಲ. ಲೂ ಮತ್ತು ಜಿಯಾಂಗ್ ಯಾಫೆನ್, ಇಬ್ಬರೂ ಒಂದೇ ಕೊಠಡಿಯನ್ನು ಹಂಚಿಕೊಂಡಿದ್ದರು. ತನ್ನ ಸಹಪಾಟಿ ಜಿಯಾಂಗ್‌ಳದು ಮೋಹಕವಾದ ರೂಪ. ಹೊಳೆವ ಕಣ್ಣುಗಳು, ಮತ್ತೇರಿಸುವ ತುಟಿಗಳು, ಕೆಳಗೆ ಎತ್ತರಕ್ಕೆ ಇದ್ದುದೇ ಅಲ್ಲದೆ ಜೀವನೋತ್ಸಾಹವನ್ನು ಪ್ರೇರಿಸುವಂತಿದ್ದಳು. ಲೂಗೆ ತದ್ವಿರುದ್ಧವಾದ ಸ್ವಭಾವ, ಪ್ರೀತಿ, ಅಲೆದಾಟಗಳು ಅವಳ ಬದುಕಿನ ಭಾಗವಾಗಿದ್ದವು. ಲೂ ಯಾರನ್ನೂ ಆಕರ್ಷಿಸುವಂತಿರಲಿಲ್ಲ. ಅಲ್ಲದೆ ಆಕರ್ಷಿಸಬೇಕೆಂದು ಅವಳು ಏನನ್ನೂ ಮಾಡಲಿಲ್ಲ.

ಪದವಿ ಮುಗಿಯುತ್ತಿದ್ದ ಹಾಗೇ, ಇಬ್ಬರಿಗೂ ಒಂದೇ ಆಸ್ಪತ್ರೆಯಲ್ಲಿ ಕೆಲಸ ಮಾಡುವ ಅವಕಾಶ ಉಂಟಾಯಿತು. ಸುಮಾರು ನೂರು ವರುಷಗಳಷ್ಟು ಹಳೆಯದಾದ ಆ ಪ್ರತಿಷ್ಠಿತ ಆಸ್ಪತ್ರೆಯಲ್ಲಿ, ನಾಲ್ಕು ವರ್ಷಗಳ 'ಇಂಟರ್ನ್ ಷಿಪ್'. ಬೆಳಗಿನಿಂದ ಸಾಕಷ್ಟು ಸಂಜೆಯಾಗುವವರೆಗೂ ಅಲ್ಲೇ ದುಡಿಯುತ್ತಿದ್ದು ಅವಿವಾಹಿತರಾಗಿಯೇ ಉಳಿದಿದ್ದರು. ಸ್ವ ಇಚ್ಛೆಯಿಂದಲ್ಲ. ಅದು ಆಸ್ಪತ್ರೆಯ ನಿಯಮವಾಗಿತ್ತು.

ಜಿಯಾಂಗ್ ಈ ನಿಯಮವನ್ನು ಒಳಗೊಳಗೇ ವಿರೋಧಿಸುತ್ತಿದ್ದಳು; ಶಪಿಸುತ್ತಿದ್ದಳು. ಆದರೆ ಲೂ ಅದನ್ನು ಸಹಜ, ಸ್ವಾಭಾವಿಕ ಎನ್ನುವಂತೆ ಸ್ವೀಕರಿಸಿದ್ದಳು. ಆದ್ದರಿಂದ 24 ಗಂಟೆ ಏನು, 48 ಗಂಟೆಯಾದರೂ ಅಲ್ಲೇ ಉಳಿಯಲು ಅವಳು ಸಿದ್ಧಳಿದ್ದಳು. ನಾಲ್ಕು ವರ್ಷಗಳ ಕಾಲ ಮದುವೆ ಮುಂದೂಡಿದರೆ ನಷ್ಟವೇನು? ಎಷ್ಟೋ ಜನ ಡಾಕ್ಟರ್‌ಗಳು ತಡವಾಗಿ ಮದುವೆಯಾದರು, ಇಲ್ಲವೆ ಮದುವೇನೆ ಆಗದೆ ಉಳಿದಿರುವವರು ಇಲ್ಲವೇ? – ಎಂದು ಯೋಚಿಸಿ ಸಮಾಧಾನಗೊಂಡು ರಾತ್ರಿ ಹಗಲು ಎನ್ನದೆ ಒಂದೇ ಸಮನೆ ಕೆಲಸದಲ್ಲಿ ತೊಡಗಿಸಿಕೊಂಡಳು.

ಆದರೆ ಬದುಕಿನ ವಿಚಿತ್ರ!! ಅವಳ ರೂಢಿಯ ಏಕಾಂತದ ಬದುಕಿನಲ್ಲಿ ಘೂ ಜಿಯಾಜಿ ಆಕಸ್ಮಿಕವಾಗಿ ಪ್ರವೇಶಿಸಿದ.

ಅದು ಹೇಗಾಯಿತೆನ್ನುವುದು ಅವಳಿಗೆ ಅರ್ಥವಾಗಲಿಲ್ಲ. ಕಣ್ಣಿನ ಬೇನೆಯಿಂದು ರೋಗಿಯಾಗಿ ಆಸ್ಪತ್ರೆಯಲ್ಲಿ ದಾಖಲಾಗಿದ್ದ. ಲೂ ನೇ ಅವನಿಗೆ ಚಿಕಿತ್ಸೆ ನೀಡುತ್ತಿದ್ದಳು. ಅವಳ ತಜ್ಞ ಚಿಕಿತ್ಸೆ, ಅವಿಶ್ರಾಂತ ಸೇವೆ, ರೋಗಿಯ ಬಗೆಗೆ ತೋರುತ್ತಿದ್ದ ಲಕ್ಷ್ಯ, ಎಲ್ಲವೂ ಅವಳ ಬಗ್ಗೆ ಅವನ ಭಾವನೆಗಳನ್ನು ಜಾಗೃತಗಳಿಸಿದವು. ಆಳವಾದ ಅವನ ಪ್ರೀತಿ, ಆದರಗಳು ಇಬ್ಬರ ಬದುಕಿನಲ್ಲಿ ಬದಲಾವಣೆ ತಂದವು.

ಉತ್ತರದಲ್ಲಿ ಸಾಮಾನ್ಯವಾಗಿ ಚಳಿಗಾಲದಲ್ಲಿ ಚಳಿ ಹೆಚ್ಚು. ಆದರೆ ಈ ಸಲದ ಚಳಿಗಾಲ ಅವಳಿಗೆ ಹಿತವನ್ನೇ ತಂದಿತ್ತು. ಇಷ್ಟೊಂದು ಉನ್ನತ್ತತೆಯನ್ನು ನೀಡಬಲ್ಲ ಶಕ್ತಿ, ಪ್ರೀತಿಗೆ ಇದೆ ಎಂಬ ಸತ್ಯ ಅವಳಿಗೆ ಅದ್ಭುತ ರೋಮಾಂಚನವನ್ನು ತಂದಿತ್ತು. ಈ ಮೊದಲೇ ಇದರ ಅನುಭವ ತನಗೇಕೆ ಆಗಲಿಲ್ಲ ಎಂದು ಹಂಬಲಿಸುವಂತಾಗಿತ್ತು. ಇಪ್ಪತ್ತೆಂಟರ ಬಲಿತ ವಯಸ್ಸಿನಲ್ಲಿ ಪ್ರೀತಿಯು ಸ್ವಾಗತಾರ್ಹವೆನಿಸಿತು. ಮನಸ್ಸಿನಿಂದ ಹುಡುಗಿಯೇ ಆಗಿದ್ದಳು.

....

ನನ್ನ ಪ್ರೀತಿಯೊಂದು ಹುಟ್ಟು ಹಕ್ಕಿಯಾಗಿದ್ದರೆ
ದಟ್ಟವಾದ ಮರಗಳಲ್ಲಿ ಗೂಡು ಕಟ್ಟುತ್ತಿತ್ತು
ಚಿಲಿಪಿಲಿಗುಟ್ಟುತ್ತಿತ್ತು.

ಓಹ್! ಎಂತಹ ಅದ್ಭುತ!! ಮೆಟಲರ್ಜಿಕಲ್ ರೀಸರ್ಚ್ ಇನ್ಸ್ಟಿಟ್ಯೂಟ್‌ನಲ್ಲಿ ಸ್ಪೇಸ್‌ಕ್ರಾಫ್ಟ್‌ಗೆ ಬಳಸಬಹುದಾದ ಹೊಸದೊಂದು ಬಗೆಯ ಲೋಹದ ಬಗ್ಗೆ ಸಂಶೋಧನೆ ನಡೆಸುತ್ತ ಪುಸ್ತಕ ಹುಳವೆನಿಸಿಕೊಂಡಿದ್ದ ಘೂ ಇಷ್ಟು ಚೆನ್ನಾಗಿ ಕವಿತೆ ಓದಬಲ್ಲನೆಂಬುದಕ್ಕೆ ಹಿರಿಹಿರಿ ಹಿಗ್ಗಿದಳು.

"ಯಾರದು ಈ ಪದ್ಯ?" ಲೂ ಕೇಳಿದಳು.

"ಹಂಗೇರಿಯಾದ ಕವಿ ಪೆಟೋಫಿ ಬರೆದದ್ದು."

"ವಿಜ್ಞಾನಿಯಾದವನಿಗೆ ಕವಿತೆಗೆ ಪುರಸೊತ್ತೆಲ್ಲಿಯದು?"

"ವಿಜ್ಞಾನಿಯಾದರೇನಂತೆ? ಅವನಿಗೂ ಎಲ್ಲಕ್ಕಿಂತ ಮೊದಲು ಕಲ್ಪನಾಶಕ್ತಿ ಬೇಕೇ ಬೇಕು. ಈ ಒಂದು ವಿಷಯದಲ್ಲಿ ವಿಜ್ಞಾನ ಮತ್ತು ಕಾವ್ಯ ಪರಸ್ಪರ ಹತ್ತಿರ."

"ಪರವಾಗಿಲ್ಲ. ಪಂಡಿತನೇ ಹೌದು. ಚೆನ್ನಾಗಿ ಉತ್ತರ ಕೊಡುತ್ತಾನೆ."

"ನಿನಗೆ? – ಕವಿತೆಂದ್ರೆ ಇಷ್ಟವಾ?"

"ನನಗಾ? –? ಅದರ ಬಗ್ಗೆ ಅಷ್ಟಾಗಿ ಗೊತ್ತಿಲ್ಲ. ನಾನು ಓದೋದೇ ಅಪರೂಪ" – ಎಂದು ವ್ಯಂಗ್ಯ ತಿರಸ್ಕಾರದ ದನಿಯಲ್ಲಿ ನುಡಿದಳು.

ಕಣ್ಣಿನ ಚಿಕಿತ್ಸಾ ವಿಭಾಗ ಇದೆಯಲ್ಲ. ಅಲ್ಲಿ ಏನಿದ್ದರೂ ಒಂದೊಂದು ಹೊಲಿಗೆ, ಒಂದೊಂದು ಕತ್ತರಿ ಗುರುತು ಇತ್ಯಾದಿಗಳ ಬಗ್ಗೆ ತೀರಾ ಕಟ್ಟು ನಿಟ್ಟು ಶಿಸ್ತುಗಳನ್ನು ವಿಧಿಸುತ್ತೆ. ಅಲ್ಲಿ ಕಲ್ಪನೆಗೆ ಅವಕಾಶವೇ ಇಲ್ಲ. ಎಲ್ಲವೂ ಇದಮಿತ್ಥಂ ಆಗಬೇಕು"....

ಘೂ ಮಧ್ಯೆ ಬಾಯಿ ಹಾಕಿ ಹೇಳಿದ. ನಿನ್ನ ಕೆಲಸವೇ ಒಂದು ಸುಂದರ ಕವಿತೆ ಇದ್ದ ಹಾಗೆ. ಕಣ್ಣಿಲ್ಲದವರನ್ನು ಮತ್ತೆ ಕಾಣುವಂತೆ ಮಾಡುತ್ತೀಯ."

ನಗುತ್ತಲೇ ಅವಳ ಹತ್ತಿರಕ್ಕೆ ಸರಿದ. ಅವನ ಆ ಪುರುಷ ಸ್ಪರ್ಶ, ಮೊದಲೆಂದೂ ಅನುಭವವಿಲ್ಲದವಳಿಗೆ, ಕಂಗೆಡುವಂತೆ ಮಾಡಿತು. ಏನೇನೋ ಆಗುವುದೆಂದು ಹೆದರಿದ್ದ ಅವಳ ಸುತ್ತ ತನ್ನ ತೋಳುಗಳನ್ನು ಬಳಸಿದ; ಬಿಗಿ ಹಿಡಿದ.

ಇದೆಲ್ಲ ಎಷ್ಟು ಆಕಸ್ಮಿಕವಾಗಿ ನಡೆಯಿತೆಂದರೆ, ಅವಳು ಹೆದರುತ್ತಲೇ ತನ್ನ ಸಮೀಪದಲ್ಲಿ ಮುಗುಳು ನಗುತ್ತಿದ್ದ ಕಣ್ಣುಗಳತ್ತ ನೋಡಿದಳು. ಅವನ ತುಟಿಗಳು ಆಗಲೇ ಬಿರಿದದ್ದನ್ನು ಕಂಡು ಕಂಪಿಸಿದಳು. ನಾಚಿಕೆ, ಸಂಕೋಚಗಳಿಂದ ಬಿಗಿಯಾಗಿ ಕಣ್ಣು ಮುಚ್ಚಿಕೊಂಡಳು. ಉಕ್ಕಿ ಹರಿವ ಅವನ ಪ್ರೀತಿಯ ಹಿಡಿತದಿಂದ ಸ್ವಪ್ರೇರಣೆಯಿಂದ ದೂರ ಸರಿದಳು.

ಮಂಜಿನಿಂದ ಕವಿದಿದ್ದ ಈ ಬೀಹ್ಯ ಪಾರ್ಕ್ ಅವಳಿಗೆ ಸರಿಯಾದ ಜಾಗ. ಸುಂದರವಾದ ಪೈನ್ ಮರಗಳು, ಪ್ರಶಾಂತವಾದ ಕೊಳಗಳು, ಪ್ರಣಯಿಗಳ ರಹಸ್ಯಪ್ರಣಯವನ್ನು ರಹಸ್ಯವಾಗಿಯೇ ಉಳಿಸುವ ಎಡೆ ಅದಾಗಿತ್ತು.

ನಾಲ್ಕು ವರ್ಷದ ಇಂಟರ್ನ್‌ಷಿಪ್ ಮುಗಿಯುತ್ತಿದ್ದಂತೆ, ಮದುವೆಯಾದವರಲ್ಲಿ ಲೂ ಮೊದಲಾದದ್ದು ಎಲ್ಲರಿಗೂ ಆಶ್ಚರ್ಯ! ಘೂ ಅವಳ ಜೀವನದಲ್ಲಿ ಪ್ರವೇಶಿಸಿದ. ಅವನೊಂದಿಗೆ ವಿವಾಹವಾಗಬೇಕೆನ್ನುವ ವಿಧಿಯ ಬರಹವನ್ನು ಹೇಗೆ ತಾನೇ ತಪ್ಪಿಸಲು ಸಾಧ್ಯ? ಘೂನ ಅದಮ್ಯ ಪ್ರೀತಿ ಅವಳನ್ನು ಮೂಕಳನ್ನಾಗಿಸಿತ್ತು. ಅವಳಿಗಾಗಿ ಘೂ ಯಾವುದೇ ತ್ಯಾಗ ಮಾಡಲು ಸಿದ್ಧನಿದ್ದ.

ನಾನೊಂದು ಉರುಳುವ ಅವಶೇಷವಾಗುವ ಬಯಕೆ

....

ನನ್ನ ಪ್ರೀತಿಯೊಂದು ಐವೀ ಬಳ್ಳಿಯಾಗಿದ್ದರೆ
ಮೆದುವಾಗಿ ನನ್ನ ಬಳಸಿ ನಲಿಯುತ್ತಿತ್ತು.

ಬದುಕು ಸುಂದರವಾಗಿತ್ತು. ಇದೆಲ್ಲದರ ನೆನಪುಗಳು ಅವಳಿಗೆ ಶಕ್ತಿ ನೀಡಿರಬೇಕು. ಮೆಲ್ಲನೆ ಕಣ್ಣು ಬಿಡಿಸಿದಳು.

* * *

4

ನೋವು ಕಡಿಮೆಯಾಗಿ ನಿದ್ದೆ ಬರುವುದಕ್ಕೆಂದು ಎಷ್ಟೋ ಔಷಧಿಗಳನ್ನು ಕೊಟ್ಟರೂ ಲೂನ ಪರಿಸ್ಥಿತಿ ಗಂಭೀರವಾಗಿಯೇ ಇತ್ತು. ಇಂಟರ್ನಲ್ ಮೆಡಿಸನ್ ವಿಭಾಗದ ಮುಖ್ಯಾಧಿಕಾರಿ ಅವಳ ಇಸಿಜಿ ಮತ್ತು ಕೇಸ್ ರೆಕಾರ್ಡ್‌ನ್ನು ಎಚ್ಚರಿಕೆಯಿಂದ ಸಾವಧಾನದಿಂದ ಗಮನಿಸಿದರು. ಆಮೇಲೆ ವಾರ್ಡ್ ಡಾಕ್ಟರನ್ನು ಕರೆದು ಲೂ ನ ಇಸಿಜಿ ಕಡೆ ನಿಗಾ ಇಡಲು ಹೇಳಿ ಅವಳಿಗೆ ಕೊಟ್ಟಿದ್ದ ಡ್ರಿಪ್ ಮತ್ತು ಮಾರ್ಫಿನ್ ಇಂಜಕ್ಷನ್ ಅನ್ನುಮುಂದುವರೆಸಿದರು. ಅವಳ ಪರಿಸ್ಥಿತಿ ಈಗಿರುವುದಕ್ಕಿಂತ ಗಂಭೀರವಾದರೆ ಎನ್ನುವ ಭಯ.

ಕೋಣೆಯಿಂದ ಹೊರಗೆ ಹೋಗುತ್ತಾ, ಡಾಕ್ಟರ್ ಸನ್‌ಗೆ ಹೇಳಿದರು. "ಅವಳು ತುಂಬಾ ವೀಕಾಗಿದ್ದಾಳೆ. ಅವಳಲ್ಲಿಗೆ ಬಂದಾಗ ಎಷ್ಟು ಆರೋಗ್ಯವಂತಳಾಗಿದ್ದಳು."

"ಹೌದು" – ನಿಟ್ಟುಸಿರಿನೊಂದಿಗೆ ನುಡಿದ. ಈ ಆಸ್ಪತ್ರೆಗೆ ಬಂದು ಹದಿನೆಂಟು ವರುಷಗಳಾದವು. ಆಗ ಅವಳು ಇನ್ನೂ ಹುಡುಗಿಯಾಗಿದ್ದಳು.

ಹದಿನೆಂಟು ವರುಷಗಳ ಹಿಂದೇನೇ ಡಾಕ್ಟರ್ ಸನ್ ಅವರು ತುಂಬಾ ಪ್ರಸಿದ್ಧರಾದ ಕಣ್ಣಿನ ತಜ್ಞರಾಗಿದ್ದರು. ಕೆಲಸದಲ್ಲಿ ಅವರ ನಿಷ್ಠೆ, ನೈಪುಣ್ಯಗಳನ್ನು ಕಂಡು ಜನರು, ಸಹೋದ್ಯೋಗಿಗಳು ಅವರನ್ನು ತುಂಬಾ ಗೌರವಿಸುತ್ತಿದ್ದರು. ಈ ಸಮರ್ಥ, ನಿಪುಣ ಪ್ರೊಫೆಸರ್ ತನ್ನಷ್ಟೇ ನಿಪುಣರಾದ, ತಗ್ಗರಾದ ಯುವ ವೈದ್ಯರನ್ನು ಸಿದ್ಧಗೊಳಿಸಲು

ಹೆಣಗುತ್ತಿದ್ದರು. ಮೆಡಿಕಲ್ ಕಾಲೇಜ್ ಪ್ರತಿ ಸಲವೂ ಒಂದೊಂದು ವಿದ್ಯಾರ್ಥಿಗಳ ತಂಡವನ್ನು ಅವರಿಗೆ ವಹಿಸಿ ಕಳುಹಿಸಿದಾಗ, ಕಣ್ಣು ಮುಚ್ಚಿಕೊಂಡು ಅವರನ್ನೆಲ್ಲಾ ಕರೆದುಕೊಳ್ಳುತ್ತಿರಲಿಲ್ಲ.

ಒಬ್ಬೊಬ್ಬ ವಿದ್ಯಾರ್ಥಿಯ ಪ್ರತಿಭೆಯನ್ನು ಪರೀಕ್ಷಿಸಿ, ಅವರಿಗೆ ನಂಬಿಕೆ ಬಂದರೆ ಮಾತ್ರ ತಾವು ತೆಗೆದುಕೊಳ್ಳುತ್ತಿದ್ದರು. ಇಡೀ ಚೀನಾ ದೇಶದಲ್ಲಿಯೇ ತಮ್ಮ ನೇತ್ರ ವಿಭಾಗ ಅತಿ ದೊಡ್ಡ ಹೆಸರಾಗಬೇಕೆಂಬುದೇ ಅವರ ಮಹತ್ವಾಕಾಂಕ್ಷೆಯಾಗಿತ್ತು. ಇದು ಸಾಧ್ಯವಾಗಬೇಕಾದರೆ, ಆಯ್ಕೆಯಲ್ಲಿ ಪ್ರತಿಭೆಯೊಂದೇ ಪರಿಗಣಿತವಾಗಬೇಕು.

'ಲೂ' ಇವರ ಆಯ್ಕೆಯಲ್ಲಿ ಬಂದದ್ದಾದರೂ ಹೇಗೆ?... ಅವರಿಗಿನ್ನೂ ಚೆನ್ನಾಗಿ ನೆನಪಿದೆ. ಮೊದಲಿಗೆ 'ಲೂ' ಅವರ ಮೇಲೆ ಯಾವುದೇ ರೀತಿಯ ಪ್ರಭಾವ ಬೀರುವಲ್ಲಿ ಅಸಮರ್ಥಳಾದಳು.

ಆ ದಿನ ಬೆಳಗ್ಗೆ, ಡಾಕ್ಟರ್ ಸನ್ ಅವರು ಐದು ಜನ ವಿದ್ಯಾರ್ಥಿಗಳನ್ನು ಸಂದರ್ಶಿಸಿದ್ದರು. ಆದರೂ ಯಾರೊಬ್ಬರೂ ಅವರಿಗೆ ಸರಿತೋರಲಿಲ್ಲ. ಅವರಿಗೆ ಸರಿತೋರಲಿಲ್ಲ. ಅವರಿಗೆ ಇಷ್ಟವಾದ ಕೆಲವು ವಿದ್ಯಾರ್ಥಿಗಳು, ಈ ವಿಷಯದಲ್ಲಿ ಆಸಕ್ತಿಯನ್ನು ತೋರಲಿಲ್ಲ. ಈ ವಿಭಾಗದಲ್ಲಿ ಕೆಲಸ ಮಾಡಲೂ ಮುಂದೆ ಬರಲಿಲ್ಲ. ಮತ್ತೆ ಕೆಲವರು ಕಣ್ಣಿನ ಚಿಕಿತ್ಸೆ ತೀರಾ ಸರಳ ಎಂದು ಭಾವಿಸಿದ್ದರಿಂದ ಮುಂದೆ ಬರಲು ಒಪ್ಪಿದರಾದರೂ, ಡಾಕ್ಟರ್ ಸನ್ ಅವರಿಗೆ ಅವರ ಧೋರಣೆ ಸರಿ ಬರಲಿಲ್ಲ. 'ಲೂ' ಆರನೆಯ ವಿದ್ಯಾರ್ಥಿಯಾಗಿ ಸಂದರ್ಶಕ್ಕೆಂದು ಒಳಗೆ ಬಂದಳು. ಅವಳ ಫೈಲನ್ನು ಕೈಗೆತ್ತಿಕೊಳ್ಳುವಷ್ಟು ಹೊತ್ತಿಗೆ, ಡಾಕ್ಟರ್ ಸನ್ ತುಂಬಾ ಆಯಾಸಗೊಂಡಿದ್ದರು. ಆದ್ದರಿಂದ ಕಠಿಣವಾದ ಪರೀಕ್ಷೆಯಿಂದ ತಪ್ಪಿಸಿಕೊಂಡಳು. ಈ ವಿಭಾಗದ ಬಗ್ಗೆ ವಿದ್ಯಾರ್ಥಿಗಳಿಗೆ ಸರಿಯಾದ ತಿಳುವಳಿಕೆ ದೊರೆಯುತ್ತಿಲ್ಲವೆಂಬುದು ಅವರಿಗೆ ಈ ಸಂದರ್ಶನಗಳಿಂದ ಸ್ಪಷ್ಟವಾಯಿತು.

ಬಾಗಿಲು ತೆರೆಯುತ್ತಿದ್ದಂತೆ ತೆಳ್ಳನೆಯ ಹುಡುಗಿ ಒಳಗೆ ಮೆಲ್ಲನೆ ಹೆಜ್ಜೆಯಿಡುತ್ತಾ ಪ್ರವೇಶಿಸಿದಳು. ಹತ್ತಿಯ ಅಂಗಿ, ಮೇಲಂಗಿಗಳನ್ನು ಧರಿಸಿದ್ದಳು. ಅಲ್ಲಲ್ಲಿ ಮುಂಗೈ ಮತ್ತು ಮೊಣಕಾಲಿನ ಬಳಿ ಬೆಳ್ಳಗಾಗಿತ್ತು. ಸರಳವಾದ ಉಡುಪನ್ನು ಧರಿಸಿದ್ದರು ಅನ್ನುವುದಕ್ಕಿಂತ, ಸ್ವಲ್ಪ ವೇಷ ವಿಕಾರವಾಗಿತ್ತು. ಎಂದೇ ಹೇಳಬಹುದು. ಅವಳ ಹೆಸರನ್ನು ಕೂಗಿ ಹೇಳಿ ಒಮ್ಮೆ ಅಡಿಯಿಂದ ಮುಡಿಯವರೆಗೆ ತೀಕ್ಷ್ಣವಾಗಿ ನೋಡಿದರು. ನಿಜವಾಗಿಯೂ ಪುಟ್ಟ ಹುಡುಗಿಯಂತೆ ಕಂಡಳು. ಮೊಟ್ಟೆಯಾಕಾರದ ಮುಖ. ಹೊಳೆವ ಕಪ್ಪು ಕೂದಲು. ಶಾಂತವಾಗಿ ಅವರ ಎದುರಿಗಿದ್ದ ಕುರ್ಚಿಯಲ್ಲಿ ಕುಳಿತಳು.

ವಿಷಯಕ್ಕೆ ಸಂಬಂಧಿಸಿದ ಪ್ರಶ್ನೋತ್ತರಗಳಾದವು. ಗಂಭೀರವಾಗಿ, ಕೇಳಿದ್ದಕ್ಕೆಲ್ಲ ಕ್ಲುಪ್ತವಾಗಿ, ಎಷ್ಟು ಬೇಕೋ ಅಷ್ಟನ್ನೇ ಉತ್ತರಿಸಿದಳು.

"ಕಣ್ಣಿನ ವಿಭಾಗದಲ್ಲಿ ಕೆಲಸ ಮಾಡುವ ಬಯಕೆಯೇ?" – ಎಂದು ಏನೋ ಒಂದು ಬಗೆಯ ಬೇಸರದಲ್ಲಿ, ಆದಷ್ಟು ಬೇಗ ಮುಗಿಸಿಬಿಡಬೇಕೆಂಬ ನಿಧಾರದಲ್ಲಿ , ಕೇಳಿದರು. ಮೇಜಿನ ಮೇಲೆ ಮೊಣಕೈಗಳೂರಿ, ಬೆರಳುಗಳಿಂದ ತಮ್ಮ ಕಪಾಲಗಳನ್ನು ಉಜ್ಜಿಕೊಂಡರು.

"ಹೌದು, ನಾನು ಓದುವಾಗಿನಿಂದ ನನಗೆ ಈ ವಿಭಾಗದಲ್ಲಿ ಕಲಿಯಲು ತುಂಬಾ ಇಷ್ಟ ಪಟ್ಟಿದ್ದೇನೆ."

ಈ ಉತ್ತರದಿಂದ ಡಾಕ್ಟರ್ ಸನ್ ಖುಷಿಗೊಂಡರು. ಅವರಲ್ಲಿ ಕುತೂಹಲ ಮೂಡಿತು. ಕಾಣಿಸಿಕೊಳ್ಳುತ್ತಿದ್ದ ತಲೆನೋವು ಮರೆಯಾದಂತಾಯಿತು. ಅವಳನ್ನು ಪರಿಶೀಲಿಸುತ್ತಲೇ, "ನಿನ್ನಲ್ಲಿ ಈ ಆಸಕ್ತಿ ಹೇಗೆ ಬಂತು" – ಎಂದು ಕೇಳಿದರು.

ಮರುಕ್ಷಣದಲ್ಲಿಯೇ ಈ ಪ್ರಶ್ನೆ ಅವರಿಗೆ ಅಸಂಬದ್ಧ ಎನಿಸಿತು. ಇದಕ್ಕೆ ಅವಳು ಹೇಗೆ ಉತ್ತರ ಕೊಟ್ಟಾಳು?... ಆದರೆ ಲೂ ಮಾತ್ರ ಪ್ರಶ್ನೆಯನ್ನು ತುಂಬಾ ಗಂಭೀರವಾಗಿ ತೆಗೆದುಕೊಂಡು ಉತ್ತರಿಸಿದಳು.

"ನಮ್ಮ ದೇಶದಲ್ಲಿ ಕಣ್ಣಿನ ವಿಜ್ಞಾನ ಬಹಳ ಹಿಂದುಳಿದಿದೆ."

"ಶಹಬ್ಬಾಸ್, ಹೇಗೆ ಹಿಂದುಳಿದಿದೇಂತ ಹೇಳ್ತೀಯ?"–ಕುತೂಹಲದಿಂದ ಕೇಳಿದರು. ಉತ್ತರ ಹೇಗೆ ಕೊಡಬೇಕು? ಹೇಗೆ ವಿವರಿಸಬೇಕು–ಅನ್ನೋದು ಅಷ್ಟಾಗಿ ನನಗೆ ಗೊತ್ತಿಲ್ಲ. ಆದರೆ ನನ್ನದೇ ರೀತಿಲಿ ಹೇಳೋಕೆ ಇಷ್ಟಪಡ್ತೀನಿ. ಉದಾಹರಣೆಗೆ – ರೆಟಿನಾದ ಗಾಯಗಳನ್ನು ಗುಣಪಡಿಸಲು ಲೇಸರ್ ಕಿರಣಗಳನ್ನು ಬಳಸಲಾಗುತ್ತೆ. ನಮ್ಮ ದೇಶದಲ್ಲೂ ಅದರ ಬಳಕೆಯಾಗಬೇಕು."

"ಹೌದು"–ಮೆಚ್ಚಿಗೆಯ ದನಿಯಲ್ಲಿ ಬಂತು ಮಾತು. ಈಗಾಗಲೇ ಲೂ ಅವರ ಮೆಚ್ಚಿನ ಆಯ್ಕೆಯಲ್ಲಿದ್ದಳು. ಪ್ರಶ್ನೆಗಳನ್ನು ಮುಂದುವರೆಸಿದರು–

"ಮತ್ತೇನಾದರೂ?.... ಇದಕ್ಕೆ ಸಂಬಂದಿಸಿದಂತೆ ಹೊಸ ಅಭಿಪ್ರಾಯಗಳು?"

"ಹೂಂ... ಏನಂದ್ರೆ.... ಕಣ್ಣಿನ ಪೊರೆಗಳನ್ನು ತೆಗೆಯುವಾಗ ಪ್ರೀಜಿಂಗ್ ವಿಧಾನವನ್ನು ಬಳಸುವುದು... ಅಲ್ಲದೆ, ಗಮನಿಸುತ್ತಾ ಹೋದರೆ ಹೊಸ ಹೊಸ ಸಮಸ್ಯೆಗಳು ಚಿಕಿತ್ಸೆಯ ಅವಧಿಯಲ್ಲಿ ಎದುರಾಗುತ್ತೆ. ಅದೆಲ್ಲವನ್ನೂ ಅಧ್ಯಯನ ಮಾಡಬೇಕಾಗುತ್ತೆ."

"ಬಹಳ ಸಂತೋಷ, ತುಂಬಾ ಸೆನ್ಸಿಬಲ್ಲಾಗಿ ಉತ್ತರ ಕೊಟ್ಟೆ. ಅನ್ಯಭಾಷೆಗಳಲ್ಲಿ ಓದಲು ಬರುತ್ತೇನು?"

"ಹೂಂ, ನಿಘಂಟಿನ ಸಹಾಯದಿಂದ ಓದಬಲ್ಲೆ, ಪರಭಾಷೆಗಳ ಬಗ್ಗೆ ನನಗೇನೋ ತುಂಬಾ ಆಸೆಯಿದೆ."

"ಅದ್ಭುತ."

ವಿದ್ಯಾರ್ಥಿಯೊಬ್ಬರನ್ನು ಮುಖಾಮುಖಿ ಹೊಗಳಿದ್ದು ಇದೇ ಮೊದಲು ಭಾರಿ. ಕೆಲವು ದಿನಗಳ ನಂತರ ಲೂ ವೆಂಟಿಂಗ್ ಮತ್ತು ಜಿಯಾಂಗ್ ಯಾಫೆನ್ ಡಾಕ್ಟರ್ ಸನ್‌ರ ಈ ವಿಭಾಗವನ್ನು ಸೇರಿದರು. ಜಿಯಾಂಗ್‌ಗಳಲ್ಲಿ ಬುದ್ಧಿವಂತಿಕೆ, ಉತ್ಸಾಹಗಳನ್ನು ಮೆಚ್ಚಿಕೊಂಡಿದ್ದರೆ ಲೂ ವೆಂಟಿಂಗ್‌ಗಳಲ್ಲಿ ಅವಳ ಸರಳತೆ, ಶಿಸ್ತು, ಗಂಭೀರತೆ, ಜಿಜ್ಞಾಸು ಪ್ರವೃತ್ತಿಗಳನ್ನು.

ಮೊದಲ ವರ್ಷ ನೇತ್ರಶಾಸ್ತ್ರ ಅಧ್ಯಯನ, ಆಪರೇಷನ್‌ಗಳಲ್ಲಿ ಕಳೆಯಿತು. ಎರಡನೇ ವರ್ಷ ಸ್ವಲ್ಪ ಪರಿಣತಿ ಪಡೆದದ್ದರಿಂದ ಕಣ್ಣಿನ ಒಳಭಾಗಗಳ ಶಸ್ತ್ರಚಿಕಿತ್ಸೆಯ ಕೆಲಸವನ್ನು ಕಲಿತರು. ಮೂರನೆಯ ವರ್ಷದಷ್ಟು ಹೊತ್ತಿಗೆ ಕಣ್ಣಿಗೆ ಸಂಬಂಧಪಟ್ಟಂತೆ ಅತ್ಯಂತ ಸೂಕ್ಷ್ಮವಾದ ಶಸ್ತ್ರಚಿಕಿತ್ಸೆಗಳನ್ನೂ ಮಾಡತೊಡಗಿದರು. ಆ ವರುಷ 'ಲೂ' ಮಾಡಿದ ಒಂದು ಕೆಲಸದಿಂದ, ಡಾಕ್ಟರ್ ಸನ್‌ರಿಗೆ ಅವಳಲ್ಲಿ ಹೊಸ ಭರವಸೆಯನ್ನು ಕಾಣುವಂತಾಯಿತು.

ವಸಂತ ಋತುವಿನ ಒಂದು ಬೆಳಗ್ಗೆ, ಡಾಕ್ಟರ್ ಸನ್‌ರು ಮಾಮೂಲಿನಂತೆ ರೌಂಡ್ಸ್‌ಗೆ ಹೊರಟಾಗ, ಬಿಳೀ ಕೋಟುಗಳನ್ನು ಧರಿಸಿದ್ದ ಡಾಕ್ಟರುಗಳ ಒಂದು ತಂಡ ಅವರನ್ನು ಹಿಂಬಾಲಿಸಿತು. ಅವರಲ್ಲಿ ಕೆಲವರು ಸೀನಿಯರ್, ಮತ್ತೆ ಕೆಲವು ಜೂನಿಯರ್ ಡಾಕ್ಟರುಗಳೂ ಇದ್ದರು. ಇವರು ಬಂದದ್ದೇ, ಹಾಸಿಗೆಯಲ್ಲಿ ಮಲಗಿದ್ದ ರೋಗಿಗಳೆಲ್ಲಾ ಎದ್ದು ಕುಳಿತು, ಆ ದೊಡ್ಡ ಡಾಕ್ಟರು ತಮ್ಮ ಕಣ್ಣುಗಳನ್ನು ಪರೀಕ್ಷಿಸುವರೇನೋ ಎಂದು ನಿರೀಕ್ಷಿಸತೊಡಗಿದರು. ಇವರ ಕರಸ್ಪರ್ಶ ಮಾತ್ರದಿಂದ ತಮ್ಮ ಕಣ್ಣು ಬೇನೆ ವಾಸಿಯಾಗುವುದೆಂಬ ಬಲವಾದ ನಂಬಿಕೆಯಲ್ಲಿ ಅವರೆಲ್ಲರೂ ಕಾದು ಕುಳಿತಿದ್ದರು. ಪ್ರತಿಯೊಂದು ಹಾಸಿಗೆಯ ಬಳಿ ಬಂದು ಕೇಸ್ ಹಿಸ್ಟರ್ ಓದಿ ಅವರ ಮುಖವನ್ನೆತ್ತಿ ಕಣ್ಣು ರೆಪ್ಪೆಗಳನ್ನು ಬಿಡಿಸಿ ಸೂಕ್ಷ್ಮವಾಗಿ ಪರೀಕ್ಷಿಸಿದರು. ಮತ್ತೆ ಕೆಲವು ರೋಗಿಗಳ ಬೆನ್ನ ಮೇಲೆ ಮೃದುವಾಗಿ ತಟ್ಟಿ, ಆಪರೇಷನ್ ಬಗ್ಗೆ ಭಯಪಡಬೇಡ–ಎನ್ನುವಂತೆ ಭರವಸೆ ನೀಡಿದರು. ಒಬ್ಬೊಬ್ಬ ರೋಗಿಯ ಬಳಿಯೂ ಹೋಗಿ ವಿಚಾರಿಸಿ, ಮಾತನಾಡಿಸಿದರು.

ರೌಂಡ್ಸ್ ಮುಗಿದ ಮೇಲೆ ಉಳಿದ ಡಾಕ್ಟರುಗಳ ಜೊತೆ ಚರ್ಚೆ ನಡೆಸಿದರು. ಒಬ್ಬೊಬ್ಬರಾಗಿ ಒಂದೊಂದು ಕೆಲಸ ವಹಿಸಿಕೊಂಡರು. ಡಾಕ್ಟರ್‌ಸನ್ ಮತ್ತು ಉಳಿದ ಡಾಕ್ಟರುಗಳೇ ಸಾಮಾನ್ಯವಾಗಿ ಮಾತನಾಡುತ್ತಿದ್ದುದು. ರೆಸಿಡೆಂಟ್ ಡಾಕ್ಟರುಗಳು ಅವರು ಹೇಳಿದ್ದನ್ನು ಗಂಭೀರವಾಗಿ ಕೇಳಿಸಿಕೊಂಡರು. ವಿಷಯದ ಬಗ್ಗೆ ಮಾತಾಡಲು ಚರ್ಚಿಸಲು ತಮಗಿರುವ ಅರಿವು, ಅನುಭವ ಸಾಲದೆಂದು ಭಾವಿಸಿದ್ದರಿಂದ ಮಾತನಾಡಿ ತಮ್ಮ ಮೂರ್ಖತನ ತೋರಿಸಿಕೊಳ್ಳಲು ಹೆದರಿ, ಬಾಯಿ ಬಿಗಿ ಹಿಡಿದು ಕೂತಿದ್ದರು. ಹೇಳಬೇಕಾದ್ದನ್ನೆಲ್ಲಾ ಹೇಳಿ ಆಗಿತ್ತು. ಎಲ್ಲರಿಗೂ ಕೆಲಸ ವಹಿಸಿಯೂ ಆಗಿತ್ತು. ಹೊರಡುವುದಕ್ಕೆ ಮೊದಲು ಸನ್‌ರು ಕೇಳಿದರು–

"ಇನ್ನೇನಾದರೂ ಕೇಳುವುದಿದೆಯೇ?"

ಕೋಣೆಯ ಮೂಲೆಯೊಂದರಲ್ಲಿ ಕುಳಿತಿದ್ದ ಹುಡುಗಿಯೊಬ್ಬಳು ಮೆಲುದನಿಯಲ್ಲಿ ಕೇಳಿದಳು – "ಡಾಕ್ಟರ್ ಸನ್, ವಾರ್ಡ್ ನಂ. 4ರ ಬೆಡ್ ನಂ. 3ರ ರೋಗಿಯ ಕಣ್ಣಿನ ಎಕ್ಸರೇನ, ನೋಡಿದಿರಾ? ದಯವಿಟ್ಟು ಮತ್ತೊಮ್ಮೆ ಅದನ್ನು ಸರಿಯಾಗಿ ನೋಡುತ್ತೀರಾ?"

ಎಲ್ಲರೂ ಮಾತು ಕೇಳಿ ಬಂದ ದಿಕ್ಕಿನತ್ತ ನೋಡಿದರು. ಡಾಕ್ಟರ್ ಸನ್‌ರೂ ಆ ಕಡೆ ತಿರುಗಿ ನೋಡಿದರು. ಮಾತಾಡಿದ ಹುಡುಗಿ ಬೇರೆ ಯಾರೂ ಅಲ್ಲ; 'ಲೂ' ಸಣ್ಣಗಾತ್ರದ, ತೆಳ್ಳನೆಯ, ಯಾರ ಕಣ್ಣಿಗೂ ಅಷ್ಟಾಗಿ ಬೀಳದ 'ಲೂ' ತಮ್ಮನ್ನು ಅನುಸರಿಸಿ ಬರುತ್ತಿದ್ದ, ಡಾಕ್ಟರುಗಳ

ಗುಂಪಿನಲ್ಲಿ ಇದ್ದುದನ್ನೇ ಗಮನಿಸಿರಲಿಲ್ಲ. ಇಲ್ಲಿ ಇಷ್ಟು ಹೊತ್ತು ಚರ್ಚೆ ನಡೆಯುತ್ತಿದ್ದಾಗಲೂ ಅವಳು ಇದ್ದುದನ್ನೇ ಗಮನಿಸಿರಲಿಲ್ಲ.

"ಮೂರನೇ ನಂಬರ್ ಬೆಡ್?" ಮುಖ್ಯ ರೆಸಿಡೆಂಟರನ್ನು ವಿಚಾರಿಸಿದರು.

"ಅದೇ ಸರ್ ಇಂಡಸ್ಟ್ರಿಯಲ್ ಆಕ್ಸಿಡೆಂಟ್ ಆಗಿತ್ತಲ್ಲ. ಅದೇ ರೋಗಿ"– ತಿಳಿಸಿದರು ರೆಸಿಡೆಂಟ್ ಡಾಕ್ಟರ್.

"ಅವನನ್ನು ಆಸ್ಪತ್ರೆಗೆ ಸೇರಿಸುವಾಗ, ಅವನ ಕಣ್ಣಿನ ಎಕ್ಸ್‌ರೇ ತೆಗೆದು ಚಿಕಿತ್ಸೆ ನಡೆಸಿದ್ದರು. ಎಕ್ಸ್‌ರೇ ರಿಪೋರ್ಟ್ ಪ್ರಕಾರ ಕಣ್ಣಿನ ಒಳಗೆ ಯಾವುದೇ ಲೋಹದ ಚೂರು ಇರಲಿಲ್ಲ. ಕೇವಲ ಗಾಯ ಮಾತ್ರ ಆಗಿತ್ತು. ಅದನ್ನು ಹೊಲಿದು ಪಟ್ಟಿಹಾಕಿದ್ದರು. ಒಂದೆರಡು ದಿವಸ ಆಸ್ಪತ್ರೆಯಲ್ಲಿ ಉಳಿದರೆ ಪೂರ್ತಿ ವಾಸಿಯಾಗುತ್ತೆಂತ ಭಾವಿಸಲಾಗಿತ್ತು. ವಾಸಿಯಾಯ್ತುಂತ ತಿಳಿದಿದ್ದಾಗ ರೋಗಿ ಮತ್ತೆ ಮತ್ತೆ ಕಣ್ಣಿನಲ್ಲಿ ನೋವಿದೇಂತ ದೂರಿತ್ತದ್ದಕ್ಕೆ ಇನ್ನೊಂದು ಎಕ್ಸ್‌ರೇ ತೆಗೆಯಲಾಗಿತ್ತು. ಅದರಲ್ಲಿ ಆ ಚೂರು ಇರುವುದು ಸ್ಪಷ್ಟವಾಗಿ ಕಾಣ್ತಿದೇಂತ ಅನಿಸುತ್ತೆ, ದಯವಿಟ್ಟು ನೋಡ್ತೀರಾ ಸಾರ್?" ಎಂದು ಹೇಳಿದ್ದಕ್ಕೆ, ಎಕ್ಸ್‌ರೇನ ತರಿಸಿ ನೋಡಿದರು. ಡಾಕ್ಟರ್ ಸನ್, ಮುಖ್ಯ ರೆಸಿಡೆಂಟರು ಅದನ್ನು ಸುತ್ತ ಕಳಿಸಿದರು.

ಜಿಯಾಂಗ್, ಕಣ್ಣರಳಿಸಿ ತನ್ನ ತಳತಿಯ ಕಡೆ ನೋಡಿದಳು. "ಮೀಟಿಂಗ್ ಮುಗಿಯುವ ವರೆಗೂ ಸ್ವಲ್ಪ ಸುಮ್ಮನಿದ್ದು, ಆಮೇಲೆ ಡಾಕ್ಟರ್ ಸನ್‌ರಿಗೆ ತೋರಿಸಬಾರದಾಗಿತ್ತಾ? ಒಂದು ವೇಳೆ ನೀನು ಹೇಳಿದ್ದು ಸುಳ್ಳೂಂತ ಆದರೆ, ಡಿಪಾರ್ಟ್‌ಮೆಂಟಲ್ಲಿ ಎಲ್ಲರೂ ನಿನ್ನ ಬಗ್ಗೆ ಮಾತಾಡಿಕೊಳ್ತಾರೆ. ಅಲ್ಲದೆ ಔಟ್ ಪೇಷೆಂಟ್‌ನಲ್ಲಿರುವ ಡಾಕ್ಟರುಗಳನ್ನು ಅಸಮರ್ಥರು ಅಂತ ದೂರ್ತಿದ್ದಿಯಾಂತ ಅವರೆಲ್ಲ ಭಾವಿಸಿದರೆ?!

"ಡಾ|| ಲೂ, ನೀನು ಹೇಳಿದ್ದು ಸರಿ" ಅಂತ ಡಾಕ್ಟರ್ ಸನ್ ಎಕ್ಸ್‌ರೇನ ಮತ್ತೊಂದು ಸಲ ನೋಡಿ ತಲೆದೂಗಿದರು. ಎಲ್ಲರ ಕಡೆ ಒಮ್ಮೆ ನೋಡಿ, ಹೇಳಿದರು– "ಡಾಕ್ಟರ್ ಲೂ ನಮ್ಮ ವಿಭಾಗದಲ್ಲಿ ಬಹಳ ದಿನಗಳಿಂದ ಇದ್ದಾರೆ. ಅವರ ನಿಷ್ಠೆ, ಪರಿಣತಿ, ಸೇವಾಮನೋಭಾವ ನಿಜವಾಗಿಯೂ ಮೆಚ್ಚಬೇಕಾದ್ದೆ."

ಸನ್‌ರ ಹೊಗಳಿಕೆಯಿಂದ ಲೂ ತಲೆ ತಗ್ಗಿಸಿದಳು. ಎಲ್ಲರ ಮುಂದೆ ಅವಳ ಹೊಗಳಿಕೆ...! ನಾಚಿಕೆ, ಸಂಕೋಚಗಳಿಂದ ಮುದುಡಿದಳು. ಈ ಸ್ಥಿತಿಯಲ್ಲಿ ಅವಳನ್ನು ನೋಡಿ ಡಾಕ್ಟರ್ ಸನ್, ಮುಗುಳ್ನಕ್ಕರು. ಸಾಕಷ್ಟು ಅನುಭವ ಇರುವ, ನುರಿತ, ಡಾಕ್ಟರುಗಳ, ರೋಗ, ಕುರಿತಾದ ವಿಶ್ಲೇಷಣಾತ್ಮಕ ನಿರ್ಣಯಗಳನ್ನು, ತಪ್ಪು ಅಂತ ತೋರಿಸಿ ಹೇಳಲು ಎದೆಗಾರಿಕೆ ಮತ್ತು ಆತ್ಮವಿಶ್ವಾಸ ಬೇಕು– ಅನ್ನೋದು, ಡಾಕ್ಟರ್ ಸನ್‌ರಿಗೆ ಚೆನ್ನಾಗಿ ಗೊತ್ತು.

ಆಸ್ಪತ್ರೆಯಲ್ಲಿನ ಅಧಿಕಾರ ವ್ಯವಸ್ಥೆ, ಉಳಿದ ಬೇರೆ ಬೇರೆ ಸಂಸ್ಥೆಗಳಿಗಿಂತ ಸಂಕೀರ್ಣವಾದ್ದು. ಜೂನಿಯರ್ ಡಾಕ್ಟರುಗಳು, ತಮ್ಮ ಸೀನಿಯರ್‌ಗಳ ಅಭಿಮತಕ್ಕೆ ಶುದ್ಧರಾಗಿ ಉಳಿಯ ಬೇಕಾಗಿತ್ತು. ಅವರಿಗೆ ವಿಧೇಯರಾಗಿ ನಡೆದುಕೊಳ್ಳಬೇಕಾಗಿತ್ತು. ಯಾವುದೇ ವಿಚಾರದಲ್ಲಿ

ಅವರೊಂದಿಗೆ ಚರ್ಚೆ, ವಿರೋಧಾಭಿಪ್ರಾಯಗಳಿಗೆ ಅವಕಾಶವೇ ಇರಲಿಲ್ಲ. ಪ್ರೊಫೆಸರ್, ಅಸಿಸ್ಟಂಟ್ ಪ್ರೊಫೆಸರ್‌ಗಳ ಅಭಿಪ್ರಾಯಗಳನ್ನು ಸರ್ವಮಾನ್ಯವೆಂದು ಒಪ್ಪಿಕೊಳ್ಳಬೇಕಾಗಿತ್ತು. ಲೂ, ತುಂಬಾ ಜ್ಯೂನಿಯರ್. ಆದರೂ ಡಾಕ್ಟರ್ ಸನ್‌ರಿಗೆ ಅವಳಲ್ಲಿ ಏನೋ ವಿಶೇಷವಾದ್ದು ಕಾಣಿಸಿತು. ಅವಳ ಅಭಿಪ್ರಾಯವನ್ನು ವಿಶೇಷ ಆಸಕ್ತಿಯಿಂದ ಆಲೋಚಿಸಿದರು. ಅವರಿಗೆ ಲೂ ತುಂಬಾ ಭರವಸೆಯ ವೈದ್ಯಳಾಗಿ, ಕಣ್ಣಿನ ತಜ್ಞಳ್ಯಾಗಿ ಕಂಡಳು.

ಹದಿನೆಂಟು ವರುಷಗಳಾದವು. ಲೂ ವೆಂಟಿಂಗ್, ಜಿಯಾಂಗ್ ಯಾಫೆನ್ ಮತ್ತು ಅದೇ ವಯಸ್ಸಿನ ಇನ್ನೂ ಕೆಲವು ಡಾಕ್ಟರುಗಳು, ತನ್ನ ವಿಭಾಗದ ಬೆನ್ನೆಲುಬಿನಂತೆ ಇದ್ದರು. ಬಡ್ತಿಯನ್ನು ಯೋಗ್ಯತೆಯ ಆಧಾರದ ಮೇಲೆ ನೀಡುವ ಹಾಗಿದ್ದಿದ್ದರೆ ಎಂದೋ ಅವರೆಲ್ಲ ವಿಭಾಗದ ಮುಖ್ಯಸ್ಥರುಗಳಾಗಬೇಕಿತ್ತು. ಆದರೆ ಅದ್ಯಾವುದು ಸಾಧ್ಯವಾಗಿರಲಿಲ್ಲ. ಇಷ್ಟು ವರುಷಗಳಾದರೂ, ಸ್ವತಂತ್ರವಾಗಿ ಸಲಹೆ ಚಿಕಿತ್ಸೆಗಳನ್ನು ನೀಡುವಷ್ಟು ಅಧಿಕಾರ ಅವರ ಪಾಲಿಗೆ ಬಂದಿರಲಿಲ್ಲ. ಹದಿನೆಂಟು ವರುಷಗಳಾಗಿದ್ದರೂ, ಇಂಟರ್ನ್‌ಷಿಪ್ ಡಾಕ್ಟರ್‌ಗಳ ಹಂತದಲ್ಲೇ ಉಳಿದಿದ್ದರು. 'ಸಂಸ್ಕೃತಿಯ ಕ್ರಾಂತಿ'ಯ ಹೆಸರಿನಲ್ಲಿ ಇದಾವುದೂ ಸಾಧ್ಯವಿರಲಿಲ್ಲ.

ಉಸಿರಾಟಕ್ಕಾಗಿ ಹೆಣಗಾಡುತ್ತಿದ್ದ. 'ಲೂ'ನ ಸ್ಥಿತಿಗೆ ಡಾಕ್ಟರ್ ಸನ್‌ರ ಹೃದಯ ತುಂಬಿ ಬಂತು. ಇಂಟರ್ನಲ್ ಮೆಡಿಸನ್ ವಿಭಾಗದ ಮುಖ್ಯಾಧಿಕಾರಿಯ ಕಡೆ ನೋಡಿ ಕೇಳಿದರು— "ನಿಮಗೆ ಹೇಗನಿಸುತ್ತೆ? ಇವತ್ತು ರಾತ್ರಿ ಕಳೆಯಬಹುದೇ ಹೇಗೆ?"

ಅಧಿಕಾರಿ, ಅವಳ ವಾರ್ಡ್ ಕಡೆ ನೋಡಿ, ನಿಟ್ಟುಸಿರು ಬಿಟ್ಟು ಹೇಳಿದರು, "ಮೆಲ್ಲನೆ— ಡಾಕ್ಟರ್‌ಸನ್, ಈ ಗಂಭೀರ ಪರಿಸ್ಥಿತಿಯಿಂದ ಆದಷ್ಟು ಬೇಗ ಪಾರಾಗುವಳೆಂದು ಭರವಸೆ ಇಡೋಣ."

ಮತ್ತೊಮ್ಮೆ ಡಾಕ್ಟರ್ ಸನ್, ಕಾತುರಗೊಂಡು ವಾರ್ಡ್ ಕಡೆಗೆ ನಡೆದರು. ವಯಸ್ಸಿನ ಪರಿಣಾಮ. ಹೆಜ್ಜೆಗಳು ಭಾರವಾಗಿದ್ದವು. ಬಾಗಿಲಿನ ಬಳಿಯಿಂದ ನೋಡಿದರು. ಜಿಯಾಂಗ್ ಇನ್ನೂ ಗೆಳತಿ ಲೂನ ದಿಂಬಿನ ಬದಿಯಲ್ಲೇ ಕುಳಿತಿದ್ದಳು. ಇಬ್ಬರು ಗೆಳತಿಯರ ಸ್ನೇಹದ ಮಧ್ಯೆ ಪ್ರವೇಶಿಸುವುದು ಹೇಗೆಂದು ನಿಂತಲ್ಲಿಯೇ ನಿಂತರು.

ಮಾಗಿಯ ಕಾಲ ಮುಗಿಯುವುದರಲ್ಲಿತ್ತು. ಉದ್ದನೆಯ ರಾತ್ರಿಗಳು. ಆರು ಗಂಟೆಗೆ ಮೊದಲೇ ಕತ್ತಲಾಗಿಬಿಡುತ್ತಿತ್ತು. ಫೀನಿಕ್ಸ್ ಮರಗಳ ನಡುವಿನಿಂದ ಸುಯ್ಯುವ ಗಾಳಿಯಿಂದಾಗಿ, ಎಲೆಗಳ ಮರಮರ ಸದ್ದು. ಬಿದ್ದ ಹಣ್ಣೆಲೆಗಳು ಒಂದೊಂದಾಗಿ ಗಾಳಿಯಲ್ಲಿ ಹಾರಿದವು.

ಸನ್‌ರು ಗಾಳಿಯಲ್ಲಿ ಸುತ್ತಿ ಸುತ್ತಿ ಬೀಳುತ್ತಿದ್ದ ಹಳದಿ ಎಲೆಗಳನ್ನು, ಬೀಸುವ ಗಾಳಿಯನ್ನು ನೋಡಿದರು. ಮನಸ್ಸಿಗೆ ತುಂಬಾ ಬೇಸರವೆನಿಸಿತು. ಯಾವುದೋ ಅವ್ಯಕ್ತ ನೋವು! ತನ್ನ ವಿಭಾಗದಲ್ಲಿ ಶ್ರದ್ಧೆ, ನೈಪುಣ್ಯಗಳಿಂದ ಅವಿರತವಾಗಿ ದುಡಿಯುತ್ತಿದ್ದ ತನ್ನ ನೆಚ್ಚಿನ ಈ ಇಬ್ಬರು ಡಾಕ್ಟರುಗಳಲ್ಲಿ ಒಬ್ಬಳು ಪರದೇಶಕ್ಕೆ ಹೋಗುತ್ತಿದ್ದಳು. ಅವಳು ಬರುವ ಭರವಸೆಯಂತು ಅವರಿಗಿರಲಿಲ್ಲ. ಇನ್ನೊಬ್ಬಳು, ಹೀಗೆ ಹಾಸಿಗೆ ಹಿಡಿದು ಸಾವಿನೊಂದಿಗೆ ಸೆಣಸಾಡುತ್ತಿದ್ದಾಳೆ. ಪ್ರತಿಷ್ಠಿತವಾದ ಈ ಆಸ್ಪತ್ರೆಯಲ್ಲಿ ತನ್ನ ವಿಭಾಗದ ಕಣ್ಣುಗಳಂತೆ ಇವರಿಬ್ಬರು ಕಣ್ಣಿನ

ತಜ್ಞವೈದ್ಯರಾಗಿದ್ದರು. ಇವರಿಲ್ಲದೆ ತನ್ನ ವಿಭಾಗವೂ ಕೂಡ ಎಲೆ ಕಳಚಿನಿಂತ ಈ ಫೀನಿಕ್ಸ್ ಮರಗಳಂತೆ ಬೋಳಾಗಿ ಅಂದಗೆಟ್ಟು ನಿಂತಂತೆ ಎನಿಸಿತು. ದಿನದಿನಕ್ಕೆ ಹಾಳಾಗಿ ಹೋಗುವುದೇನೋ ಎಂದು ಯೋಚಿಸುವಂತಾಯಿತು.

* * *

5

ಅವಳು ನಡೆಯುತ್ತಿದ್ದುದು ಬೆಟ್ಟಗಳನ್ನು ಬಳಸಿ ಸುತ್ತಿದ ರಸ್ತೆಗಳಲ್ಲಿ, ಪರಿಮಳ ಚೆಲ್ಲುವ ಬತ್ತದ ಗದ್ದೆಗಳ ನಡುವೆ ಹಾದುಹೋಗುವ ಕಾಲುದಾರಿಗಳಲ್ಲಿ; ಕೊನೆಯಿಲ್ಲದ ರಸ್ತೆಯ ಗುಂಟ ನಡೆಯುತ್ತಿದ್ದಂತೆ ಅವಳಿಗನಿಸಿತು. ಇದೊಂದು ಮರುಭೂಮಿ; ಪಾಳುಬಿದ್ದ ನೆಲ; ಬರೀ ಬರಡು; ನಿರ್ಜನ. ನಡೆಯಲು ತ್ರಾಣ ಉಳಿದಿರಲಿಲ್ಲ. ಮೇಲುಸಿರಾಗುತ್ತಿತ್ತು.

ಮಲಗಿ ವಿಶ್ರಾಂತಿ ತೆಗೆದುಕೋ. ಮರುಭೂಮಿ ಬೆಚ್ಚಗಿದೆ. ಪಾಳುನೆಲ ಮೃದುವಾಗಿದೆ; ಹೆಪ್ಪುಗಟ್ಟಿದ ಅವಳ ಒಡಲಿಗೆ ಕಾವು ಬರಲಿ. ಹಿತವಾದ ಸೂರ್ಯನ ಬಿಸಿಲು ಸೆಡೆತ ಕ್ಯೆ ಕಾಲುಗಳನ್ನು ನೇವರಿಸಲಿ, ಸಾವು ಮೆಲ್ಲನೆ ಪಿಸುಗುಟ್ಟಿತು...! ವಿಶ್ರಾಂತಳಾಗು ಡಾಕ್ಟರ್ ಲೂ!

ಮಲಗು, ಮಲಗಿ ಚಿರಶಾಂತಿ ಪಡೆ. ಯೋಚನೆಗಳೇ ಇರುವುದಿಲ್ಲ. ದುಃಖ ಇಲ್ಲ; ನೋವಿಲ್ಲ; ದಣಿವಿಲ್ಲ; ಒತ್ತಾರೆ ಭಾವನೆಗಳೇ ಇಲ್ಲ.

ಅವಳಿಗೆ ಅದು ಸಾಧ್ಯವಾಗಲಿಲ್ಲ. ರಸ್ತೆಯ ತುದಿಯಲ್ಲಿ ತನಗಾಗಿ ರೋಗಿಗಳು ಕಾಯುತ್ತಿದಾರೆ. ಒಬ್ಬೊಬ್ಬ ರೋಗಿಯನ್ನೂ, ಅವರವರ ಹಾಸಿಗೆಯಲ್ಲಿ ಹೊರಳಿಸಿ ಸೂಕ್ಷ್ಮವಾಗಿ ಪರಿಶೀಲಿಸುತ್ತಿದ್ದಾಳೆ. ಅಂಥತ್ವದ ಭೀತಿಯಿಂದ ತಲ್ಲಣಿಸಿ ಹೋಗುತ್ತಿರುವ ರೋಗಿಗಳಿಗೆ ಸಾಂತ್ವನ, ಭರವಸೆಗಳನ್ನು ನೀಡುತ್ತಿದ್ದಳು. ಎಲ್ಲರ ಕಣ್ಣುಗಳಲ್ಲೂ ಅವಳ ಬರುವಿನ ನಿರೀಕ್ಷೆಯ ನೋಟವಿದೆ. ಎಲ್ಲ ರೋಗಿಗಳು ತನಗಾಗಿ, ಚಡಪಡಿಸುತ್ತ "ಡಾಕ್ಟರ್‌ಲೂ"– ಎಂದು ಕೂಗುತ್ತಿರುವುದು ಕೇಳಿಸುತ್ತಿದೆ.

ಅವರ ಕೂಗು ಪವಿತ್ರವಾದದ್ದು; ಅದಮ್ಯವಾದದ್ದು. ಅದಕ್ಕೆ ಓಗೊಡಲೇ ಬೇಕು. ನಿತ್ರಾಣವಾದ ತನ್ನ ಕಾಲುಗಳನ್ನೆಳೆದುಕೊಂಡು ಮನೆಯಿಂದ ಆಸ್ಪತ್ರೆಯ ಕಡೆ ನಡೆದಳು. ಕ್ಲಿನಿಕ್‌ನಿಂದ ವಾರ್ಡ್, ಒಂದು ಹಳ್ಳಿಯಿಂದ ಮತ್ತೊಂದು ಹಳ್ಳಿ... ವೈದ್ಯರ ತಂಡದೊಂದಿಗೆ ಹೆಜ್ಜೆ ಹಾಕುತ್ತಲೆ ನಡೆದಳು. ದಿನ, ತಿಂಗಳು, ವರುಷಗಳಿಂದ ಹೀಗೆಯೇ ಸಾಗುತ್ತಿದ್ದಾಳೆ...

"ಡಾಕ್ಟರ್ ಲೂ!"

ಯಾರದೂ ಕರೀತಿರೋದು? ಡೈರೆಕ್ಟರ್ ಜಾವೋ?... ಹೌದು, ಫೋನಿನಲ್ಲಿ 'ಲೂ'ಳನ್ನು ಕರೆದ. ತಾನು ನೋಡುತ್ತಿದ್ದ ರೋಗಿಯನ್ನು ಜಿಯಾಂಗ್‌ಗೆ ಒಪ್ಪಿಸಿ, ತಾನು ರಿಸೀವರನ್ನು ಕ್ಯೆಗೆತ್ತಿಕೊಂಡಳು. ಕೇಳಿದ್ದೇ, ತಕ್ಷಣ ಡೈರೆಕ್ಟರ್ ಕೋಣೆಯ ಕಡೆ ನಡೆದಳು.

"ಡಾಕ್ಟರ್ ಲೂ.... ಬನ್ನಿ ಒಳಗೆ." ಜಾವೋ ಸ್ವಾಗತಿಸಿದರು. ಲೂ, ಹೋಗಿ ಕಿಟಕಿಯ ಬಳಿಯಲ್ಲಿದ್ದ ಕುರ್ಚಿಯಲ್ಲಿ ಕುಳಿತಳು.

158 / ಪ್ರಸಿದ್ಧ ಚೀನೀ ಕಥೆಗಳು

ಜಾವ್ಟೋರ ಕೋಣೆ ಸಾಕಷ್ಟು ದೊಡ್ಡದಾಗಿತ್ತು. ಶುಭ್ರವಾಗಿ, ಗಾಳಿ ಬೆಳಕುಗಳಿಂದ ಕೂಡಿದ ಅಚ್ಚುಕಟ್ಟಾದ ಕೋಣೆ ಅದಾಗಿತ್ತು. ಸದಾ ಗಿಜಿಗಿಡುವ ಕ್ಲಿನಿಕ್‌ನ ಅನುಭವವಿದ್ದ ಅವಳಿಗೆ, ಇಷ್ಟೊಂದು ಸ್ವಚ್ಛವಾದ, ಪ್ರಶಾಂತವಾದ ಜಾಗದಲ್ಲಿ ಸ್ವಲ್ಪ ಕಸಿವಿಸಿ ಎನಿಸಿತು.

ಅಲ್ಲಿ ಕುಳಿತಿದ್ದ ಇಬ್ಬರು ಸುಶಿಕ್ಷಿತರಂತೆ ಕಂಡರು. ಜಾವ್ಟೋರು ಯಾವಾಗಲೂ ಒಂದು ಗತ್ತಿನಲ್ಲಿ ಇರುತ್ತಿದ್ದರು. ಅಚ್ಚುಕಟ್ಟಾಗಿ ಬಾಚಿದ ಕೂದಲು, ದಯೆ ತುಂಬಿದ ಮುಖಿ, ಮಂದಸ್ಮಿತ ಕಣ್ಣುಗಳು ಚಿನ್ನದ ಬಣ್ಣದ ಕಟ್ಟಿನ ಕನ್ನಡಕದೊಳಗಿಂದ ಹೊಳೆಯುತ್ತಿದ್ದವು. ಪ್ರತಿಭೆಯ ಕಾಂತಿ ಒಡೆದದ್ದು ಕಾಣುತ್ತಿತ್ತು. ಬೂದು ಬಣ್ಣದ ಸೂಟು, ಮಿಂಚುವ ಕಪ್ಪುಬಣ್ಣದ ಬೂಟುಗಳನ್ನು ಧರಿಸಿದ್ದರು.

ಸೋಫಾ ಮೇಲೆ ಕುಳಿತಿದ್ದ ವ್ಯಕ್ತಿ ಎತ್ತರವಾಗಿದ್ದ. ಅಲ್ಲಲ್ಲಿ ಕೂದಲು ಕಂದುಬಣ್ಣಕ್ಕೆ ತಿರುಗಿತ್ತು. ಧರಿಸಿದ್ದ ಕಪ್ಪು ಕನ್ನಡಕ ಕಣ್ಣುಗಳನ್ನು ಮರೆಸಿತ್ತು. ಅವಳಿಗೆ ಅರ್ಥವಾಯಿತು,– ಅವನಿಗೆ ಕಣ್ಣಿನ ಬೇನೆ ಇದೆಯೆಂದು ಸೋಫಾಗೆ ಒರಗಿ ಕುಳಿತು ಕೈಯೊಳಗಿನ ವಾಕಿಂಗ್ ಸ್ಟಿಕ್ ಜೊತೆಗೆ ಆಡುತ್ತಿದ್ದ.

ಐವತ್ತರ ಸುಮಾರಿನಲ್ಲಿದ್ದ ಆ ಹೆಂಗಸು ಸುಂದರವಾಗಿ ಕಾಣುತ್ತಿದ್ದಳು. ವಯಸ್ಸಾಗಿರುವುದು, ಅವಳಿದ್ದ ರೀತಿಯಿಂದ ಅಷ್ಟಾಗಿ ತಿಳಿಯುತ್ತಿರಲಿಲ್ಲ. ಕೂದಲಿಗೆ ಬಣ್ಣ ಹಚ್ಚಿದಳು. ಬೆಲೆಯುಳ್ಳ ಉಡುಪನ್ನೇ ಧರಿಸಿದ್ದಳು.

ಲೂಗೆ ನೆನಪಿದೆ. ಅವಳ ಆ ಕಣ್ಣುಗಳು ತನ್ನನ್ನೇ ಗಮನಿಸುತ್ತ ತನಗೆ ಸರಿಯದ ಪಾಠ ಕಲಿಸಿದ್ದಳು. ಅವಳಿಗೆ ಏನೋ ಅನುಮಾನ. ಕಸಿವಿಸಿ, ನಿರಾಶೆ!

"ಡಾಕ್ಟರ್ ಲೂ, ಇವರನ್ನು ನಿಮಗೆ ಪರಿಚಯ ಮಾಡಿಕೊಡುತ್ತೇನೆ. ಈತ ವೈಸ್ ಮಿನಿಸ್ಟರ್ ಜಿಯಾವ್ಟೋ ಚೆಂಗ್ನಿ. ಈಕೆ ಆತನ ಪತ್ನಿ ಕಾಮ್ರೆಡ್ ಕಿಂಬೋ."

"ವೈಸ್ ಮಿನಿಸ್ಟರ್? ಇಲ್ಲೇವರೆಗೆ, ಈಗೊಂದು ಹತ್ತು ವರುಷಗಳಿಂದ ಅವಳು ಎಷ್ಟೋ ಜನ ಮಂತ್ರಿಗಳು, ಸೆಕ್ರೆಟರಿಗಳು, ಡೈರೆಕ್ಟರುಗಳು ಮೊದಲಾದವರಿಗೆ ಚಿಕಿತ್ಸೆ ನೀಡಿದ್ದಾಳೆ. ಎಂದೂ ಅವಳು ಅವರ ಬಿರುದುಗಳು, ವಿಶೇಷಣಗಳು–ಮೊದಲಾದವುಗಳ ಕಡೆ ಗಮನ ಕೊಟ್ಟಿರಲಿಲ್ಲ. ಈತನ ಕಣ್ಣಿಗೆ ಏನಾಗಿರಬಹುದು?– ಎಂದು ಆಶ್ಚರ್ಯದಿಂದ ಯೋಚಿಸಿದಳು. ಬಹುಶಃ ಕಣ್ಣಿನ ದೃಷ್ಟಿ ಕಳೆದುಕೊಳ್ಳುತ್ತಿರಬಹುದೇ?"

ಡೈರೆಕ್ಟರ್ ಜಾವ್ಟೋ ಕೇಳಿದರು – "ಡಾಕ್ಟರ್ ಲೂ, ನೀವೇನು ಕ್ಲಿನಿಕ್‌ನಲ್ಲಿದ್ದೀರೋ, ಇಲ್ಲ ವಾರ್ಡ್ ಡ್ಯೂಟಿನಲ್ಲೋ?"

"ನಾಳೆಯಿಂದ ವಾರ್ಡ್ ಡ್ಯೂಟಿನಲ್ಲೀರ್ತಿನಿ."

"ಒಳ್ಳೇದು"– ಜಾವ್ಟೋ ನಕ್ಕರು. ಮುಂದುವರೆಸಿದರು– "ವೈಸ್ ಮಿನಿಸ್ಟರ್ ಜಿಯಾವ್ಟೋ ಅವರಿಗೆ ಕ್ಯಾಟರಾಕ್ಟ್ ಆಪರೇಷನ್ ಆಗಬೇಕಾಗಿದೆ. ಪೊರೆ ತೆಗೀಬೇಕಂತೆ."

"ಇದರರ್ಥ?.. ಅಂದರೆ ತಾನೇ ಆ ಕೆಲಸ ಮಾಡಬೇಕೂಂತ!

ಆ ವ್ಯಕ್ತಿಯನ್ನು ವಿಚಾರಿಸಿದಳು– "ಒಂದೇ ಕಣ್ಣ ಸಾರ್?"

"ಹೌದು."

"ಯಾವುದು"

"ಎಡಗಣ್ಣು"

"ಆ ಕಣ್ಣಿನಿಂದ ನೋಡೋಕೆ ಆಗೋದೆ ಇಲ್ವ ಸಾರ್?"

ಆತ ನಕಾರಾತ್ಮಕವಾಗಿ ತಲೆ ತಿರುಗಿಸಿದ.

"ಇದಕ್ಕೆ ಮೊದಲು ಡಾಕ್ಟರನ್ನು ಕಂಡಿದ್ದಿರಾ?" ಅವಳು ಎದ್ದು ಆತನ ಕಣ್ಣನ್ನು ಪರೀಕ್ಷಿಸುತ್ತಿರುವಾಗ ಆತ ಆಸ್ಪತ್ರೆಯ ಹೆಸರು ಹೇಳಿದ. ಅಷ್ಟರಲ್ಲಿ ಆತನ ಹೆಂಡತಿ, ಲೂ ಳನ್ನು ತಡೆಯುತ್ತಾ ಸೌಜನ್ಯದಿಂದ ಹೇಳಿದಳು.

"ಆತುರ ಎನಿಲ್ಲ ಡಾ. ಲೂ, ಕುಳಿತುಕೊಳ್ಳಿ. ಪರೀಕ್ಷೆ ಮಾಡಿಸಿಕೊಳ್ಳೋಕೆ, ನಿಮ್ಮ ಕ್ಲಿನಿಕ್‌ಗೇ ಬರ್ತೇವಿ"–ನಗುತ್ತಲೇ ಜಾವ್ಓೆರ ಕಡೆ ತಿರುಗಿ ಕಿಂಬೋ ಮುಂದುವರೆಸಿದಳು–

"ಅವರಿಗೆ ಕಣ್ಣು ಬೇನೆ ಬಂದಾಗಿನಿಂದ, ಒಂದು ರೀತಿಲೇ ನಾನೇ ಕಣ್ಣಿನ ಡಾಕ್ಟರಾಗಿ ಬಿಟ್ಟಿದ್ದೀನಿ." ಲೂ ಆತನನ್ನು ಪರೀಕ್ಷಿಸಲಿಲ್ಲ. ಆದರೂ ಬಹಳ ಹೊತ್ತು ಅಲ್ಲಿ ಕುಳಿತಿದ್ದಳು. ಅವರು ಮಾತಾಡಿದ್ದದರೂ ಏನು?... ಕಿನ್, ತನ್ನ ಸ್ವಂತ ವಿಚಾರಗಳನ್ನ ಕೇಳುತ್ತಿದ್ದಳು–

"ಎಷ್ಟು ದಿವಸದಿಂದ ಇಲ್ಲಿ ಕೆಲಸ ಮಾಡುತ್ತಿದ್ದೀರಿ, ಡಾ॥ ಲೂ?"

ವರುಷಗಳ ಸರಿಯಾದ ನೆನಪಿಲ್ಲ. ತಾನು ಪದವಿ ಪಡೆದ ವರ್ಷ ಮಾತ್ರ ನೆನಪಿದೆ. ಅಂದಿನಿಂದಲೇ ಕೆಲಸ ಪ್ರಾರಂಭಿಸಿದ್ದು. ಅದಕ್ಕೇ ಹೇಳಿದಳು.

"ನಾನು ಇಲ್ಲಿಗೆ 1961ರಲ್ಲಿ ಬಂದೆ."

"ಅಂದರೆ, ಹದಿನೆಂಟು ವರುಷಗಳ ಹಿಂದೆ?!" – ಎಂದು ಬೆರಳೆಣಿಸುತ್ತಾ ನುಡಿದಳು.

"ಆಕೆಗೆ ಯಾಕೆ ನನ್ನ ಖಾಸಗಿ ವಿಚಾರಗಳಲ್ಲಿ ಆಸಕ್ತಿ!"

ಆಗ ಡೈರೆಕ್ಟರ್ ಜಾವ್ಓೆ ಮಧ್ಯ ಪ್ರವೇಶಿಸಿ ನುಡಿದರು,–"ಡಾ॥ ಲೂಗೆ ತುಂಬಾ ಅನುಭವ ಇದೆ. ಆಕೆ ತುಂಬಾ ಎಕ್ಸ್‌ಪರ್ಟ್ ಸರ್ಜನ್!"

ಕಿನ್ ಹೇಳಿದಳು – "ಯಾಕೋ ನಿಮ್ಮ ಆರೋಗ್ಯ ಸರಿ ಇಲ್ಲ ಅಲ್ವಾ ಡಾ॥ ಲೂ?" ಇದರರ್ಥ ಏನು?– ಬೇರೆಯವರಿಗೋಸ್ಕರ ದುಡೀತಾ ದುಡೀತಾ ಎಂದೂ ತನ್ನ ಬಗ್ಗೆ ಕಾಳಜಿ ವಹಿಸಲಿಲ್ಲ. ಆಸ್ಪತ್ರೆಯಲ್ಲಿ ಅವಳ ಕೇಸ್ ಹಿಸ್ಟರಿ ಕೂಡಾ ಇಲ್ಲ. ತನ್ನ ಮೇಲಧಿಕಾರಿಗಳೂ ಎಂದು ತನ್ನ ಆರೋಗ್ಯದ ಬಗ್ಗೆ ವಿಚಾರಿಸಿರಲಿಲ್ಲ. ಅಂಥಾದ್ದರಲ್ಲಿ, – ಅಪರಿಚಿತಳಾದ ಈಕೆಗೆ ಯಾತಕ್ಕೆ ತನ್ನ ಬಗ್ಗೆ ಕಳಕಳಿ? ಆಕೆಯ ಪ್ರಶ್ನೆಗೆ ಉತ್ತರಿಸಲು ಹಿಂಜರಿಯುತ್ತಲೇ ಹೇಳಿದಳು–

"ಇಲ್ಲ ಚೆನ್ನಾಗಿದ್ದೇನೆ, ನನಗೇನಾಗಿದೆ?"

"ಈಕೆ ತುಂಬಾ ಸಮರ್ಥರಲ್ಲಿ ಒಬ್ಬಳು. ಎಂದೂ ಯಾವುದೇ ಕಾರಣಕ್ಕಾಗಿ ಕೆಲಸ ತಪ್ಪಿಸಿಕೊಂಡವಳಲ್ಲ"—ಎಂದೂ ಲೂಳ ಪರವಾಗಿ ಜಾವ್ಹೋ ಮಾತನಾಡಿದರು.

ಲೂ ಇದಕ್ಕೆ ಬದಲು ಹೇಳಲಿಲ್ಲ. ತನ್ನ ಆರೋಗ್ಯದ ವಿಷಯ ಯಾಕೆ ಇಷ್ಟೊಂದು ಪ್ರಮುಖವಾಗಬೇಕು? ... ರೋಗಿಗಳು ಪಾಪ ತನಗಾಗಿ ಕಾಯುತ್ತಿರುತ್ತೆ.. ಆದಷ್ಟು ಬೇಗ ಇಲ್ಲಿಂದ ಬಿಡಿಸಿಕೊಂಡು ಹೊರಡಬೇಕು. ಜಿಯಾಂಗ್ ಒಬ್ಬಳೇ ಅಷ್ಟೊಂದು ರೋಗಿಗಳನ್ನು ಸಂಬಾಳಿಸಿಕೊಂಡು ಹೋಗುವುದಕ್ಕೆ ಆಗೋದಿಲ್ಲ.

ಕಿನ್ ಲೂಳನ್ನೇ ದಿಟ್ಟಿಸಿ ನೋಡಿ ಮುಗುಳ್ನಕ್ಕಳು...

"ಡಾ॥ ಲೂ ನೀವೊಬ್ಬರೇ ಕ್ಯಾಟರಾಕ್ಟ್ ಆಪರೇಷನ್ ಮಾಡೋಕೆ ಸಾಧ್ಯವಾ?"

ಅಬ್ಬ! ಮತ್ತೊಂದು ತಡಬಡಿಸುವ ಪ್ರಶ್ನೆ! ಇಲ್ಲೇವರೆಗೆ ತನ್ನ ಕೈಯಲ್ಲಿ ಯಾವ ಆಕಸ್ಮಿಕಗಳೂ ಸಂಭವಿಸಲಿಲ್ಲ ನಿಜ. ರೋಗಿ ಡಾಕ್ಟರೊಂದಿಗೆ ಸರಿಯಾಗಿ ಸಹಕರಿಸದಿದ್ದರೇ, ಅನೀಸ್ತಿಯಾ ಸರಿಯಾಗಿ ನೀಡದಿದ್ದರೆ... ಏನಾದರೂ ಅನಾಹುತ ಘಟಿಸಬಹುದು. ಆಗುವುದೇ ಇಲ್ಲ, ಅಂತ ಖಾತ್ರಿಯಾಗಿ ಹೇಗೆ ಹೇಳಲು ಸಾಧ್ಯ?

ಆಕೆಯ ಪ್ರಶ್ನೆಗೆ ತಾನು ಏನು ಉತ್ತರ ಕೊಟ್ಟೆನೋ? – ನೆನಪಿಲ್ಲ. ಕಿನ್ಳ ವಿಶಾಲವಾದ ಕಣ್ಣುಗಳು ತನ್ನನ್ನು ಅನುಮಾನದಿಂದಲೇ ಹಿಂಬಾಲಿಸುತ್ತ, ತನ್ನನ್ನು ಮುಜುಗರಕ್ಕೆ ತಳ್ಳಿವೆ. ಎಲ್ಲ ತರದ ರೋಗಿಗಳಿಗೆ ಚಿಕಿತ್ಸೆ ನೀಡುತ್ತ ಬಂದಿರುವುದರಿಂದ, ಆ ರೋಗಿಗಳ ಹೆಂಡತಿಯರ ವಿಚಿತ್ರ ಸ್ವಭಾವಗಳು ತನಗೆ ಪರಿಚಯವಿಲ್ಲದೇ ಇಲ್ಲ. ಆಕೆ ಕೇಳಿದ್ದಕ್ಕೆ ತಾನು ಸರಿಯಾಗಿ ಉತ್ತರ ಕೊಡಬೇಕೊಂತ ಯೋಚಿಸುತ್ತಾ ಈ ಸಂಭಾಷಣೆ ಮುಗಿದದ್ದು ಹೇಗೆ?.. ಜಿಯಾಂಗ್, ಅಷ್ಟರಲ್ಲಿ ಪ್ರವೇಶಿಸಿ, ಅಂಕಲ್ ಜಾಂಗ್, ಅವಳಿಗಾಗಿ ಕಾದಿದ್ದಾರೆ ಎಂದು ತಿಳಿಸಿದಾಗ, ಕಿನ್ ತಾನೇ ಮೃದುವಾಗಿ ಹೇಳಿದಳು–

"ನೀವು ತುಂಬಾ ಬಿಜಿ ಇದ್ದರೆ, ಹೋಗಬಹುದು ಡಾ॥ ಲೂ."

ಸದ್ಯ ಅಲ್ಲಿಂದ ಹೊರಗೆ ಬಂದದ್ದು, ನಿರಾಳವಾಗಿ ಉಸಿರಾಡುವಂತಾಗಿತ್ತು. ಸಾಕಷ್ಟು ಬೆಳಕು, ಗಾಳಿಗಳಿದ್ದ ಆ ಕೊಡಿಯೂ ಉಸಿರು ಕಟ್ಟದಂತೆ ಮಾಡಿತ್ತು. ಅವಳಿಗೆ ಉಸಿರು ಕಟ್ಟುತ್ತಿದೆ.

* * *

6

ಹಗಲು ಕಳೀತಿದ್ದಂತೆ, ಡೈರೆಕ್ಟರ್ ಜಾವ್ಹೋ ಇಂಟರ್ನಲ್ ಮೆಡಿಸನ್ ವಾರ್ಡ್ ಕಡೆಗೆ ವೇಗವಾಗಿ ನಡೆದರು.

"ಡಾ॥ ಲೂ ಯಾವಾಗಲೂ ತುಂಬ ಆರೋಗ್ಯವಂತಳಾಗಿದ್ದಳು. ಯಾಕೆ ಇವಳಿಗೆ ಈ ತರದ ಆಕಸ್ಮಿಕ ಸಂಭವಿಸಿತು. ಡಾ॥ ಸನ್?"– ಎಂದು ಜಾವ್ಹೋ, ಸನ್ರ ಜೊತೆಗೆ ಡಾ॥ ಲೂ

ಇದ್ದ ವಾರ್ಡ್ ಕಡೆಗೆ ಹೋಗುತ್ತ ಕೇಳಿದರು. ಡಾ॥ ಜಾವ್ಹೋ ಡಾ॥ ಸನ್‌ರಿಗಿಂತ ಕೇವಲ ಎಂಟು ವರುಷ ಚಿಕ್ಕವರಾಗಿದ್ದರೂ, ಅವರಿಗಿಂತ ಬಹಳ ಚಿಕ್ಕವರಂತೆ ಕಾಣಿಸುತ್ತಿದ್ದರು. ಅವರ ಮಾತೂ ಹಾಗೆಯೇ ಪ್ರಭಾವಶಾಲಿಯಾಗಿತ್ತು.

ಡಾ॥ ಸನ್ ಸುಮ್ಮನೆ 'ಹೂಂ'ಗುಡುತ್ತಿದ್ದರು... ನಂತರ ನಿಧಾನವಾಗಿ ಮಾತಿಗೆ ಬಂದರು– "ಇದೊಂದು ಎಚ್ಚರಿಕೆ! ನಡುವಯಸ್ಸಿನ ಡಾಕ್ಟರುಗಳು ನಮ್ಮ ಆಸ್ಪತ್ರೆಯ ಬೆನ್ನೆಲುಬಿದ್ದ ಹಾಗೆ. ಹೆಚ್ಚುತ್ತಿರುವ ಜವಾಬ್ದಾರಿಗಳು, ದಿನಂಪ್ರತಿಯ ಸಾಮಾನ್ಯ ವ್ಯವಹಾರಗಳು, ಕೌಟುಂಬಿಕ ಸಮಸ್ಯೆಗಳು ಅವರ ಆರೋಗ್ಯವನ್ನು ಹದಗೆಡಿಸುತ್ತಿವೆ. ಈ ರೀತಿಯಾಗಿ ಒಬ್ಬರಾದ ಮೇಲೆ ಒಬ್ಬರು ಬಿದ್ದು ಹಾಸಿಗೆ ಹಿಡಿದರೆ, ಗತಿ, ಗೋವಿಂದ!! ಅವಳ ಕುಟುಂಬದಲ್ಲಿ ಎಷ್ಟು ಜನ ಇದ್ದಾರೆ? ಅವಳ ಮನೆ ಎಷ್ಟು ದೊಡ್ಡದಾಗಿದೆ?"

ಚಿಂತೆಯಿಂದ ಮೌನವಾಗಿದ್ದ ಡಾ॥ ಸನ್‌ರ ಮುಖನೋಡಿ–ಜಾವ್ಹೋ ಉತ್ತರಿಸಿದರು.... "ಏನು?... ನಾಲ್ಕು ಮಂದಿ? ಅದೂ ಒಂದು ಕೋಣೆಯೊಳಗೆ? ... ಹಾಂ! ಈಗ ಗೊತ್ತಾಯಿತು ಅವಳಿಗೆ ಎಷ್ಟು ಸಂಬಳ ಬರುತ್ತಿದೆ?.... 56...50 ಯುಯಾನ್? ಅಬ್ಬ! ಅಷ್ಟೇನೆಯೆ!! ಅದಕ್ಕೆ ಹೇಳೋದು. ಕೈಯಲ್ಲಿ ಕತ್ತಿ ಹಿಡಿದಿರೂ ಕ್ಲಾರಿಕನೇ, ಸ್ಕಾಲ್ಪೆಲ್ ಹಿಡಿದಿರೋ ಸರ್ಜನ್‌ಗಿಂತ ಎಷ್ಟೋ ಮೇಲು ಅಂತ. ಈ ಮಾತಿನಲ್ಲಿ ಖಂಡಿತ ಸತ್ಯ ಇದೆ. ಹೌದೋ ಅಲ್ಲವೋ, ಹೋದ ವರುಷ ಅವಳ ಸಂಬಳದಲ್ಲಿ ಬಡ್ತಿ ಯಾಕೆ ನೀಡಲಿಲ್ಲ?

"ತುಂಬಾ ಜನ ಇದ್ದರು. ಎಲ್ಲರ ಸಂಬಳಾನೂ ಜಾಸ್ತಿ ಮಾಡೋಕೆ ಆಗೊಲ್ಲ... ಹೌದಲ್ಲ!" ... ಡಾಕ್ಟರ್ ಸನ್‌ರ ಮಾತಿನಲ್ಲಿ ಅಣಕವಿತ್ತು.

"ಈ ಸಮಸ್ಯೆ ಬಗ್ಗೆ ಪಾರ್ಟಿ ಬ್ರಾಂಚ್ ಜೊತೆಗೆ ನೀವು ಮಾತನಾಡುತ್ತೀರಿ ಅಂತ ಭರವಸೆ ಇದಲೇ? ಡಾಕ್ಟರುಗಳ ಕೆಲಸ, ಆದಾಯ, ಅವರ ಮನೆ ಪರಿಸ್ಥಿತಿ ಬಗ್ಗೆ ವಿಚಾರಿಸಿ, ನನಗೊಂದು ವರದಿ ಕಳಿಸಿಕೊಡಿ."

"ಅದರಿಂದ ಪ್ರಯೋಜನವೇನು? ಇಂಥಾದ್ದೇ ಒಂದು ವರದೀನ 1978ರಲ್ಲಿ ಕಳಿಸಿ ಕೊಟ್ಟಿದ್ವಿ, ಅದರಿಂದೇನೂ ಆಗಲಿಲ್ಲ."–ಡಾ॥ ಸನ್ ತಲೆ ಬಗ್ಗಿಸಿ, ನೆಲ ನೋಡುತ್ತಲೇ ಸೌಜನ್ಯದಿಂದ ಹೇಳಿದರು.

"ಈ ಗೊಣಗಾಟ ಸಾಕು ಮಾಡಿ ಡಾ॥ ಸನ್. ಏನೂ ಮಾತನಾಡದೇ ಇರೋದಕ್ಕಿಂತ, ಒಂದು ವರದಿ ತಯಾರು ಮಾಡುವುದಾದರೂ ಮೇಲು. ನಾನು ಅದನ್ನ ಮುನ್ಸಿಪಲ್ ಪಾರ್ಟಿ ಕಮಿಟಿಗೆ, ಮಿನಿಸ್ಟ್ರಿ ಆಫ್ ಹೆಲ್ತ್ ಮತ್ತು ಇದಕ್ಕೆ ಸಂಬಂಧಪಟ್ಟಂತೆ ಇನ್ನೂ ಯಾರು ಯಾರು ಇದ್ದಾರೆ, ಅವರಿಗೆಲ್ಲ ವರದಿಯ ಪ್ರತಿಗಳನ್ನು ಕಳಿಸಿಕೊಡ್ತೇನೆ. ಸೆಂಟ್ರಲ್ ಪಾರ್ಟಿ ಕಮಿಟಿ, ಬುದ್ಧಿಜೀವಿಗಳನ್ನು, ಪ್ರತಿಭಾವಂತರನ್ನು ಗುರುತಿಸಿ ಅವರನ್ನು ಗೌರವಿಸಿ, ಅವರ ಸಂಬಳಗಳನ್ನ ಜಾಸ್ತಿ ಮಾಡಬೇಕು ಅಂತ ಮೇಲಿಂದ ಮೇಲೆ ಒತ್ತಿ ಹೇಳುತ್ತ ಬರುತ್ತಿದೆ. ಅದನ್ನು ಅದನ್ನು ನಾವು ನಿಲಕ್ಷಿಸುವ ಹಾಗಿಲ್ಲ. ಮೊನ್ನೆ ನಡೆದ ಮುನಿಸಿಪಲ್ ಕಮಿಟಿ ಮೀಟಿಂಗ್‌ನಲ್ಲಿ ನಡುವಯಸ್ಸಿನಲ್ಲಿ ಇರುವ ಕಾರ್ಮಿಕರ ಮತ್ತು ಇತರ ಬಗೆಯ ಕೆಲಸಗಳಲ್ಲಿ

ಇರುವವರ ಬಗ್ಗೆ ಮುಖ್ಯವಾಗಿ ಗಮನ ಕೊಡಬೇಕು– ಎನ್ನುವ ವಿಚಾರವನ್ನು ಒತ್ತಿ ಹೇಳಿದರು. ಅವರ ಸಮಸ್ಯೆಗಳನ್ನೆಲ್ಲಾ ಆದಷ್ಟು ಬೇಗನೆ ಪರಿಹರಿಸಲಾಗುತ್ತಂತೆ!"

ಅಷ್ಟರಲ್ಲಿ 'ಲೂ'ನ ವಾರ್ಡ್ ಬಳಿಗೆ ತಲುಪಿದ್ದರಿಂದ, ಜಾವ್ಓ ಮಾತು ನಿಲ್ಲಿಸಿದರು. ಜಾವ್ಓ ಪ್ರವೇಶಿಸಿದ್ದು ನೋಡಿ ಜಿಯಾಜಿ, ಎದ್ದು ನಿಂತ. ನಕ್ಕ ನಮಸ್ಕರಿಸಿ, ಲೂ ನ ಹಾಸಿಗೆ ಬಳಿ ನಡೆದು, ಬಗ್ಗಿ ಅವಳ ಮುಖವನ್ನು ಪರೀಕ್ಷಿಸಿ ನೋಡಿದರು. ಅವಳನ್ನು ನೋಡುತ್ತಿದ್ದ ಡಾಕ್ಟರಿಂದ ಅವಳ ಕೇಸ್ ಹಿಸ್ಟರಿ ಕೇಳಿ ಪಡೆದರು. ಈಗ ಅವರು ಡೈರೆಕ್ಟರಲ್ಲ; ಡಾಕ್ಟರಾಗಿ ಅವಳನ್ನು ಪರೀಕ್ಷಿಸುತ್ತಿದ್ದರು.

ಜಾವ್ಓರು ಎದೆಗೂಡಿನ ತಜ್ಞರಾಗಿದ್ದರು. ಚೀನಾದ ಬಿಡುಗಡೆಯ ನಂತರ ಹಿಂತಿರುಗಿದ್ದರು. ರಾಜಕೀಯ ಪ್ರಜ್ಞೆ, ವೃತ್ತಿ ನೈಪುಣ್ಯಗಳಿಗೆ ಜಾವ್ಓರನ್ನು ಜನ ಮುಕ್ತವಾಗಿ ಹೊಗಳುತ್ತಿದ್ದರು. ಐವತ್ತರ ದಶಕದ ಸುಮಾರಿಗೆ ಇಲ್ಲಿ ಬಂದು ಸೇರಿದರು. ಆಮೇಲೆ ಕ್ರಮೇಣ ಡೈರೆಕ್ಟರ್ ಹಂತಕ್ಕೆ ಏರಿದರು. ಆಡಳಿತ, ಸಭೆ ಸಮಾರಂಭಗಳಲ್ಲೇ ಕಾಲ ಕಳೆದುಹೋಗುತ್ತಿದ್ದುದರಿಂದ ರೋಗಿಗಳನ್ನು ಪರೀಕ್ಷಿಸಲು, ಚಿಕಿತ್ಸೆ ನೀಡಲು ಅವಕಾಶವೇ ಸಿಗುತ್ತಿರಲಿಲ್ಲ. ತೀರಾ ಮುಖ್ಯವೆನಿಸಿದ ಸಂದರ್ಭಗಳಲ್ಲಿ, ವೈದ್ಯಕೀಯ ಸಮಾಲೋಚನೆಗಳಲ್ಲಿ ಭಾಗವಹಿಸುತ್ತಿದ್ದರು. "ಸಾಂಸ್ಕೃತಿಕ ಕ್ರಾಂತಿಯ" ದಿನಗಳಲ್ಲಿ ಅನ್ಯಾಯವಾಗಿ ಅವರನ್ನು ಒಂದಷ್ಟು ಕಾಲ ನಿರ್ಬಂಧದಲ್ಲಿ ಇರಿಸಿದ್ದರು. ಹಿಂದಿನ ಮೂರು ವರುಷಗಳಿಂದ, ಆಡಳಿತ, ಮೇಲ್ವಿಚಾರಣೆ ಮುಂತಾದ ಕೆಲಸಗಳಲ್ಲಿ ಎಷ್ಟು ಮುಳುಗಿದ್ದರೆಂದರೆ, ಅವರಿಗೆ ಎಷ್ಟೇ ಮುಖ್ಯವೆನಿಸಿದ ಸಂದರ್ಭಗಳಲ್ಲೂ, ಸರ್ಜರಿ ಮಾಡಲು, ಶಕ್ತಿನೂ ಉಳಿಯುತ್ತಿರಲಿಲ್ಲ. ಪುರಸೊತ್ತು ಸಿಗುತ್ತಿರಲಿಲ್ಲ.

ಅಂಥಾದ್ದರಲ್ಲಿ 'ಲೂ'ಗಾಗಿ ವಿಶೇಷ ಆಸಕ್ತಿ ವಹಿಸಿ ಬಂದಿದ್ದರು. ಉಳಿದ ಡಾಕ್ಟರುಗಳೆಲ್ಲ ಅವರನ್ನು ಬಳಸಿ ನಿಂತಿದ್ದರು.

ಗಾಬರಿಗೊಳಿಸುವಂಥಾದ್ದೇನನ್ನೂ ಅವರು ಹೇಳಲಿಲ್ಲ. ಇಸಿಜಿ ಮಾನಿಟರ್ ಕಡೆ ನೋಡಿದರು. ಕೇಸ್ ಷೀಟನ್ನು ಮತ್ತೊಮ್ಮೆ ಓದಿದರು. ಅಲ್ಲಿದ್ದ ಡಾಕ್ಟರ್‌ಗೆ ಅವಳ ಪರಿಸ್ಥಿತಿಯನ್ನು ಸೂಕ್ಷ್ಮವಾಗಿ ಗಮನಿಸುತ್ತಿರುವಂತೆ ಹೇಳಿ, 'ಲೂ'ನ ಗಂಡನ ಬಗ್ಗೆ ವಿಚಾರಿಸಿದರು.

ಡಾ॥ ಸನ್, ಜಾವ್ಓರಿಗೆ ಘೂನನ್ನು ಪರಿಚಯಿಸಿದರು. ಸುಂದರವಾದ, ಆಕರ್ಷಕವಾದ ಮುಖ. ಆದರೆ ಆಗಲೇ ಬಕ್ಕತಲೆ! ತನ್ನನ್ನೇ ಸರಿಯಾಗಿ ನೋಡಿಕೊಳ್ಳಲಾಗದ ಈ ಮನುಷ್ಯ, ಹೆಂಡತಿಯನ್ನು ಸರಿಯಾಗಿ ನೋಡಿಕೊಳ್ಳಬಲ್ಲನೇ? – ಜಾವ್ಓರು ಯೋಚಿಸಿದರು.

"ನೋಡಿ ಮಿ. ಘೂ ತುಂಬಾ ಕಷ್ಟದ ಕೆಲಸ ಅಂತ ಅನ್ನಿಸಬಹುದು. ಆಕೆಗೆ ಪೂರ್ಣ ವಿಶ್ರಾಂತಿ ಬೇಕಾಗಿದೆ. ಕೊನೆಗೆ ಹಾಸಿಗೆಯಲ್ಲಿ ಹೊರಳುವುದಕ್ಕೂ ಆಕೆಗೆ ನಿಮ್ಮ ಸಹಾಯ ಬೇಕಾಗುತ್ತೆ. ದಿನ 24 ಗಂಟೆಗಳೂ ನಿಮ್ಮ ಸಾಹಚರ್ಯ, ಸಹಾಯಗಳು, ಬೇಕಾಗಬಹುದು. .... ಬಹುಶಃ ನಿಮ್ಮೊಬ್ಬರಿಗೇ ಎಲ್ಲಾ ಕೆಲಸ ಸಾಧ್ಯವಾಗಲಾರದು.... ಮನೆಯಲ್ಲಿ ಬೇರೆ ಯಾರಾದರೂ ಇದ್ದಾರೆಯೇ?"

ಘೂ ಇಲ್ಲ ಎನ್ನುವಂತೆ ತಲೆಯಾಡಿಸಿದ. "ಕೇವಲ, ಒಂದಿಬ್ಬರು ಮಕ್ಕಳಿದ್ದಾರೆ"–ಉತ್ತರಿಸಿದ.

ಡಾ॥ ಸನ್‌ರ ಕಡೆಗೆ ತಿರುಗಿ ಕೇಳಿದರು. "ಡಾಕ್ಟರ್ ಸನ್, ನಿಮ್ಮ ವಿಭಾಗದಿಂದ ಯಾರಾದರೂ ಒಬ್ಬರನ್ನು ಕಳಿಸಿಕೊಡಬಲ್ಲಿರಾ?"

"ಒಂದೆರಡು ದಿನಕ್ಕಾದರೆ, ಸಾಧ್ಯ ಇದೆ."

"ಆಯಿತು–ಸಧ್ಯಕ್ಕೆ ಅಷ್ಟಾದರೆ ಸಾಕು."

ಜಾವ್ಪೋರ ಕಣ್ಣುಗಳು 'ಲೂ'ನ ನಿಸ್ತೇಜವಾದ ಮುಖವನ್ನೊಮ್ಮೆ ಪರಿಶೀಲಿಸಿದವು. ಬಲಿಷ್ಠವಾಗಿ, ಆರೋಗ್ಯವಂತನಾಗಿ ಇದ್ದ ಅವಳ ದೇಹ ಕುಸಿದದ್ದೇಕೆ? – ಅವರಿಗೆ ಸಮಾಧಾನ ಹೊಳೆಯಲಿಲ್ಲ.

ವೈಸ್ ಮಿನಿಸ್ಟರ್ ಜಿಯಾವ್ಪೋರ ಆಪರೇಷನ್‌ನಿಂದ ಏನಾದರೂ ಗಾಭರಿ ಗೊಂಡಿದ್ದಾಳೆಯೇ ಎಂದು ಯೋಚಿಸಿದರೂ, ಅವರ ಯೋಚನೆ ಮರುಗಳಿಗೆಯೇ ನಿರಾಧಾರವೆನಿಸಿತು. ಸಾಕಷ್ಟು ಧೈರ್ಯ, ಸ್ಥೈರ್ಯ, ದೃಢ ವಿಶ್ವಾಸಗಳಿಂದ ಮಾಡುತ್ತಿದ್ದ ಆಪರೇಷನ್‌ಗಳ ಅನುಭವವಿದೆ. ಹೀಗೆ ಕುಸಿದುಬೀಳುವಷ್ಟು ಮನೋದೌರ್ಬಲ್ಯ ಅವಳಿಗಿಲ್ಲ. ಅಲ್ಲದೆ ಅವಳಿಗೆ ಬಂದಿರುವ ಹೃದಯ ಸಂಬಂಧವಾದ ಈ ಕಾಯಿಲೆಗೆ ಕಾರಣಗಳು ಬೇಕಿಲ್ಲ.

ಇಷ್ಟೆಲ್ಲ ತರ್ಕದ ನಂತರವೂ, ಅವರಿಗೆ ಜಿಯಾವ್ಪೋನ ಆಪರೇಷನ್ ಮತ್ತು 'ಲೂ'ಳ ಕಾಯಿಲೆ ನಡುವೆ ಏನೋ ಸಂಬಂಧವಿದೆ ಎಂತಲೇ ಅವರ ಅಂತರಾತ್ಮಕ್ಕೆ ಅನಿಸುತ್ತಿತ್ತು. ಅದಕ್ಕಾಗಿ 'ಲೂ'ಳಿಗೆ ಜಿಯಾವ್ಪೋನ ಕೇಸನ್ನು ಒಪ್ಪಿಸಿ ತಪ್ಪು ಮಾಡಿದ್ದೇನೆ–ಎನ್ನುವ ಪಶ್ಚಾತ್ತಾಪ. ಜಿಯಾವ್ಪೋನ ಪತ್ನಿ ಹಾಗೆ ನೋಡಿದರೆ, ಮೊದಲಿನಿಂದಲೂ 'ಲೂ'ಳ ಕೈಯಲ್ಲಿ ಗಂಡನ ಕಣ್ಣಿನ ಆಪರೇಷನ್ ಮಾಡಿಸಲು ಹಿಂಜರಿಯುತ್ತಲೇ ಇದ್ದಳು.

ಆ ದಿನ 'ಲೂ' ಮಾತುಕತೆ ಮುಗಿಸಿ ಹೊರಟು ಹೋದಾಗ ಕಿಂಬೋ, ಡಾ॥ ಜಾವ್ಪೋರನ್ನು ಕೇಳಿಯೇ ಕೇಳಿದರು–

'ಡೈರೆಕ್ಟರ್ ಜಾವ್ಪೋ, ಡಾ॥ ಲೂ ತನ್ನ ವಿಭಾಗದ ಉಪ–ಅಧಿಕಾರಿಯಾಗಿ ಆಗಿದ್ದಾಳೇನು?"

"ಇಲ್ಲ" –

"ಹಾಗಾದರೆ ಅಟೆಂಡಿಂಗ್ ಡಾಕ್ಟರೇನು?"

"ಇಲ್ಲ"

"ಪಾರ್ಟಿ ಸದಸ್ಯೆ?"

"ಇಲ್ಲ"

"ದಯವಿಟ್ಟು ಕ್ಷಮಿಸಿ. ನಾನು ಸ್ವಲ್ಪ ನೇರವಾಗಿ ಮಾತಾಡ್ತೇನಿ. ನಾವೆಲ್ಲ ಪಾರ್ಟಿ ಮೆಂಬರುಗಳು. ಒಬ್ಬ ವೈಸ್ ಮಿನಿಸ್ಟರ್ ಆಪರೇಷನ್‌ನನ್ನು ಸಾಧಾರಣ ಡಾಕ್ಟರ ಕೈಲಿ ಮಾಡಿಸೋದು ಸರಿ ಅಲ್ಲ ಅಂತ ನನ್ನ ಭಾವನೆ."

ಜಿಯಾವೋ ತನ್ನ ಕೈಲಿದ್ದ ವಾಕಿಂಗ್ ಸ್ಟಿಕ್ಕನ್ನು ನೆಲಕ್ಕೆ ಝೂಡಿಸಿ ಆಕೆಯನ್ನು ಸುಮ್ಮನಿರಿಸಿದ. ಆಕೆಯ ಕಡೆ ತಿರುಗಿ ಹೇಳಿದ–

"ಕಿಂಚೋ, ನೀನೇನು ಮಾಡುತ್ತಿದ್ದೀ? ಯಾವ ಸರ್ಜನ್ ಆಪರೇಷನ್ ಮಾಡಬೇಕೆಂಬುದನ್ನು ಆಸ್ಪತ್ರೆಯವರೇ ನಿರ್ಧರಿಸಲಿ. ನೀನೇಕೆ ನಡುವೆ ಪ್ರವೇಶಿಸುತ್ತೀ?"

ಕಿನ್ ಪ್ರತಿಭಟಿಸುವ ಧನಿಯಲ್ಲಿ ಹೇಳಿದಳು–

"ಜಿಯಾವೋ, ನಿಮ್ಮ ಧೋರಣೆ ಸರಿಯಾದ್ದಲ್ಲ. ಸ್ವಲ್ಪ ಜವಾಬ್ದಾರಿಯಿಂದ ಯೋಚಿಸಬೇಕು. ನೀವು ಆರೋಗ್ಯವಾಗಿದ್ದರೆ ತಾನೇ ಚೆನ್ನಾಗಿ ಕೆಲಸ ಮಾಡುವುದಕ್ಕೆ ಆಗೋದು. ಕ್ರಾಂತಿ, ಪಾರ್ಟಿ... ಹೀಗೆ.... ಎಲ್ಲಕ್ಕೂ ನಾವು ಹೊಣೆ ತೆಗೆದುಕೊಳ್ಳಬೇಕು.

ಇಬರಿಬ್ಬರ ನಡುವಿನ ಘರ್ಷಣೆಯನ್ನು ತಡೆಯಲು ಮಧ್ಯೆ ಬಾಯಿ ಹಾಕಿದರು–

"ಕಾಮ್ರೆಡ್ ಕಿನ್, ನಾನು ಹೇಳೋದನ್ನು ಸ್ವಲ್ಪ ಕೇಳಿ. ನನ್ನ ಮಾತಿನಲ್ಲಿ ನಂಬಿಕೆ ಇಡಿ. ಅವಳು ಕಮ್ಯೂನಿಸ್ಟ್ ಅಲ್ಲದೆ ಇರಬಹುದು. ಆದರೆ ಒಳ್ಳೆ ಡಾಕ್ಟರಂತೂ ಹೌದು. ವಿಶೇಷವಾಗಿ, ಕ್ಯಾಟರಾಕ್ಟ್ ಆಪರೇಷನ್‌ಗಳಂತೂ ಅವಳ ಕೈಯಲ್ಲಿ ತುಂಬಾ ಚೆನ್ನಾಗಿ ಆಗುತ್ತೆ. ನೀವೇನೂ ಯೋಚನೆ ಮಾಡಬೇಕಾದ್ದಿಲ್ಲ."

"ಡೈರೆಕ್ಟರ್ ಜಾವೋ, ಅದು ಹಾಗಲ್ಲ. ಜೊತೆಗೆ, ನಾನು ತುಂಬಾ ಜಾಗರೂಕಳಂತೂ ಅಲ್ಲ" – ಕಿನ್ ನೀಳವಾಗಿ ಉಸಿರೆಳೆದಳು.

"ನಾನಿನ್ನೂ ಚಿಕ್ಕ ತರಗತಿಯಲ್ಲಿದ್ದಾಗ, ನನಗಿಂತ ದೊಡ್ಡವನಾಗಿದ್ದ ಕಾಮ್ರೆಡ್ ಒಬ್ಬನಿಗೆ ಆಪರೇಷನ್ ಆಗಬೇಕಿತ್ತು. ಬೀಜಿಂಗ್ ಹಿಂತಿರುಗಿ ಬರಲು ಅವನನ್ನು ಬಿಡಲಿಲ್ಲ. ಅಲ್ಲೇ ಇದ್ದ ಒಂದು ಸಣ್ಣ ಆಸ್ಪತ್ರೆಗೆ ಹೋದ. ಆಪರೇಷನ್ ನಡೆಯುತ್ತಿರಬೇಕಾದರೇನೇ ಕಣ್ಣು ಗುಡ್ಡೆ ಜಾರಿಬಿತ್ತು. ಜಿಯಾವೋರನ್ನು 'ಗುಂಪಿನ' ಅನುಯಾಯಿಗಳು ಎಳುವರುಷ ಕಾಲ ಬಂಧಿಸಿ ಇಟ್ಟಿದ್ದರು.

"ಅಂಥಾದ್ದೇನು ಆಗುವುದಿಲ್ಲ ಕಾಮ್ರೆಡ್ ಕಿನ್. ನಮ್ಮ ಆಸ್ಪತ್ರೆಯಲ್ಲಿ ಅನಾಹುತಗಳೇನೂ ಆಗೋದಿಲ್ಲ."

ಕಿನ್, ಇನ್ನೂ ತನ್ನನ್ನು ಸಮರ್ಥಿಸಿಕೊಳ್ಳುತ್ತಲೇ ಮುಂದುವರೆದಳು. "ವಿಭಾಗದ ಮುಖ್ಯಸ್ಥರಾದ ಡಾ॥ ಸನ್‌ರನ್ನೇ ಯಾಕೆ, ಆಪರೇಷನ್ ಮಾಡಲು ಕೇಳಬಾರದು?"

ಜಾವೋ, ಆಗುವುದಿಲ್ಲವೆಂಬಂತೆ ತಲೆಯಾಡಿಸುತ್ತ, ನಕ್ಕು ಹೇಳಿದರು. ಡಾ॥ ಸನ್‌ರಿಗೆ ಆಗಲೇ ಎಪ್ಪತ್ತು ವಯಸ್ಸಾಯಿತು. ಅವರಿಗೇ ಸರಿಯಾಗಿ ಕಣ್ಣು ಕಾಣದು. ಸಾಲದ್ದಕ್ಕೆ, ಸುಮಾರು ವರುಷಗಳಿಂದ ಅವರು ಆಪರೇಷನ್‌ಗಳನ್ನೇ ಮಾಡಿಲ್ಲ. ಅವರು ಸಂಶೋಧನೆ ನಡೆಸುತ್ತಾರೆ; ಕಿರಿಯ ವೈದ್ಯರಿಗೆ ಮಾರ್ಗದರ್ಶನ, ಸಲಹೆಗಳನ್ನು ನೀಡುತ್ತಾರೆಯೇ ಹೊರತು, ಬೇರೇನನ್ನೂ ಮಾಡೋದಿಲ್ಲ. ಡಾ॥ ಅವರಿಗಿಂತ ಒಳ್ಳೆ ಸರ್ಜನ್ ಆಗಿದ್ದಾರೆ."

"ಡಾ॥ ಗು ಆವೋ ಹೇಗೆ?"

"ಜಾವೋ ತೀಕ್ಷ್ಣವಾಗಿ ನೋಡಿದರು. ಡಾ॥ ಗು ಆವೋ!... ಪರವಾಗಿಲ್ಲ, ಎಲ್ಲವನ್ನೂ ವಿಚಾರಿಸಿಕೊಂಡು ಬಂದಿರಬೇಕು! ಅಲ್ವ"

"ಅದೇ ಗು ಆವೋ ರುಕ್ಕಿಂಗ್," ನೆನಪಿಸಿದಳು.

ಜಾವೋ ಅಸಹಾಯಕರಾಗಿ ಹೇಳಿದರು–"ಆತ ಯಾವಾಗಲೋ ದೇಶ ಬಿಟ್ಟು ಹೋಗಿದ್ದಾನೆ."

ಕಿಂಬೋ ಸುಲಭವಾಗಿ ಸೋಲುವುದಿಲ್ಲ.

"ಹಾಗಾದರೆ ಯಾವಾಗ ಬರ್ತಾರೆ?"

"ಇಲ್ಲ, ಆತ ಬರೋದೇ ಇಲ್ಲ."

"ಅಂದ್ರೆ!!"–ತೀಕ್ಷ್ಣವಾಗಿ ನೋಡಿ ಕೇಳಿದಳು.

ಜಾವೋ ನಿಟ್ಟುಸಿರು ಬಿಟ್ಟು ಹೇಳಿದರು.

"ಡಾ॥ ಗು ಆವೋರ ಹೆಂಡತಿ ಪರದೇಶದಿಂದ, ಅವರ ಅಪ್ಪ ಸತ್ತಾಗ ಹಿಂತಿರುಗಿದಳು, ಆಕೆಯ ಅಪ್ಪ, ತನಗಿದ್ದ ಅಂಗಡಿಯನ್ನು ಮಗಳು ಅಳಿಯನಿಗೆ ಕೊಟ್ಟುಬಿಟ್ಟ, ಅದಕ್ಕೇ ಅವರು ಇಲ್ಲಿ ಬಿಟ್ಟುಬಿಟ್ಟಿದ್ದು."

"ಏನು? – ಕೇವಲ ಅಂಗಡಿಗೋಸ್ಕರ ವೈದ್ಯವೃತ್ತಿ ಬಿಡೋದೇ? ನನಗೆ ಇದರಲ್ಲಿ ಅರ್ಥಾನೇ ಕಾಣ್ಹೊಲ್ಲ!...." ಜಿಯಾವೋ ಕೂಡ ನಿಟ್ಟುಸಿರಿಟ್ಟ.

"ಅವರೊಬ್ಬರೇ ಅಲ್ಲ, ನಮ್ಮಲ್ಲಿರೋ ಎಷ್ಟೋ ಸಮರ್ಥರಾದವರೆಲ್ಲ ಬಿಟ್ಟು ಹೋಗಿದ್ದಾರೆ; ಕೆಲವರು ಹೋಗುವುದರಲ್ಲಿದ್ದಾರೆ."

"ಇವರೆಲ್ಲ ಯಾಕೆ ಹೀಗೆ ಮಾತಾಡುತ್ತಿದ್ದಾರೋ, ನನಗೊಂದು ಅರ್ಥವಾಗ್ತಿಲ್ಲ"– ಎಂದು ರೋಷದಿಂದಲೇ ನುಡಿದಳು.

ಜಿಯಾವೋ ಕೋಲು ತಿರುಗಿಸುತ್ತಾ, ಜಾವೋರ ದಿಕ್ಕಿಗೆ ಮುಖಮಾಡಿ ಹೇಳಿದರು – "ಐವತ್ತರ ದಶಕದ ಪ್ರಾರಂಭದಲ್ಲಿ ನಿಮ್ಮಂತಹ ಬುದ್ಧಿಜೀವಿಗಳು ಅನೇಕರು, ಎಷ್ಟೋ ಕಷ್ಟಗಳನ್ನು ಎದುರಿಸುತ್ತಲೇ, ಹೊಸ ಚೀನಾ ದೇಶದ ನಿರ್ಮಾಣದ ಕನಸು ಕಟ್ಟಿಕೊಂಡು ಹಿಂತಿರುಗಿ ಬಂದರು. ಆದರೆ ಈಗ ನೋಡಿ, ಬುದ್ಧಿಜೀವಿಗಳೂಂತ ಕರೆಸಿಕೊಂಡವರೆಲ್ಲ ದೇಶಾಭಿಮಾನ ಬಿಟ್ಟು, ದೇಶಬಿಟ್ಟು ಹೊರಟು ಹೋಗುತ್ತಿದ್ದಾರೆ.... ಇದೊಂದು ಗುಣಪಾಠವಾಗಲಿದೆ."

"ಇದನ್ನು ಹೀಗೇ ಬಿಡಬಾರದು, ಭಾವನಾತ್ಮಕ ವಿಚಾರ ಚಿಂತನೆಗಳನ್ನು ಮಾಡಬೇಕು. ಆ ವಿದ್ರೋಹಿ ಗುಂಪನ್ನು ಮುರಿದು ಚದುರಿಸಿದ ಮೇಲೆ ಬುದ್ಧಿಜೀವಿಗಳ ಸಾಮಾಜಿಕ ಸ್ಥಿತಿಯಲ್ಲಿ

ಸಾಕಷ್ಟು ಸುಧಾರಣೆಯನ್ನು ತಂದಿದ್ದಾಯಿತು. ಚೀನಾದೇಶ ಆಧುನೀಕರಣದತ್ತ ಸಾಗಿದಂತೆ, ಈ ಬುದ್ಧಿಜೀವಿಗಳ ಸ್ಥಿತಿಗಳಲ್ಲಿ ಖಂಡಿತ ಬದಲಾವಣೆ ಬರುತ್ತೆ. ಅವರ ಜೀವನಸ್ಥಿತಿ ಉತ್ತಮಗೊಳ್ಳುತ್ತೆ."

"ಹೌದು, ನಮ್ಮ ಪಾರ್ಟಿ ಕಮಿಟಿಯೂ ಇದೇ ನಂಬಿಕೆಯನ್ನು ಇಟ್ಟುಕೊಂಡಿದೆ. ನಾನೂ ಕೂಡ ಡಾ॥ ಗು ಅವೋರನ್ನು ಎರಡು ಮೂರು ಸಲ ಭೇಟಿಯಾಗಿ, ಎಷ್ಟೋ ಕೇಳಿಕೊಂಡೆ. ಆದರೆ ಅದರಿಂದ ಏನೂ ಪ್ರಯೋಜನವಾಗಲಿಲ್ಲ."

ಕಿನ್ ಮಾತನ್ನು ಮುಂದುವರಿಸಬೇಕೆಂದಿದ್ದಳು. ಆದರೆ ಜಿಯಾವೋ ಅದನ್ನು ತಡೆದರು.

"ಡಾ॥ ಜಾವೋ, ನಾನು ಇಲ್ಲಿಗೆ ಬಂದದ್ದು, ಇಂತಹವರೇ ಬೇಕು. ಈ ಪ್ರೊಫೆಸರ್, ಈ ಡಾಕ್ಟರ್ ಆಗಬೇಕೂಂತ ಹಟ ಹಿಡಿಯುವುದಕ್ಕಲ್ಲ. ನಿಮ್ಮ ಆಸ್ಪತ್ರೆಯ ಬಗ್ಗೆ ನನಗೆ ವಿಶೇಷವಾದ ಅಭಿಮಾನ. ಯಾಕಂದ್ರೇ ಕೆಲವು ವರುಷಗಳ ಹಿಂದೆ, ನನ್ನ ಬಲಗಣ್ಣಿನಲ್ಲಿ ಪೊರೆ ಬಂದಿತ್ತು. ಅದನ್ನು ತೆಗೆಸಬೇಕೂಂತ ಇಲ್ಲಿಗೆ ಬಂದಿದ್ದೆ. ಅದ್ಭುತವಾದ ರೀತಿಲಿ ಆಪರೇಷನ್ ಮಾಡಿ ಪೊರೆ ತೆಗೆದಿದ್ದರು"– ಸಂತೋಷದಿಂದ ಹೇಳುತ್ತಿದ್ದರು, ಜಿಯಾವೋ.

"ಯಾರು ಮಾಡಿದ್ದು?"

"ಯಾರೂಂತ ಆಗ ವಿಚಾರಿಸೋಕೆ ಹೋಗಲಿಲ್ಲ." – ಧನಿಯಲ್ಲಿ ವಿಷಾದವಿತ್ತು.

"ಹೋಗಲಿ ಬಿಡಿ. ಅದನ್ನು ಸುಲಭವಾಗಿ ಪತ್ತೆ ಹಚ್ಚಬಹುದು. ನಿಮ್ಮ ಕೇಸ್ ಹಿಸ್ಟರಿ ಷೀಟನ್ನು ತರಿಸಿದರೆ ಗೊತ್ತಾಗುತ್ತೆ."

ಜಾವೋ ರೀಸಿವರನ್ನು ಕೈಗೆತ್ತಿಕೊಂಡರು. ಕಡೆಯ ಪಕ್ಷ, ಆ ಡಾಕ್ಟರು ಯಾರೂಂತ ಪತ್ತೆ ಹಚ್ಚಿ ಆಕೆಯ ಕೈಯಲ್ಲೇ ಇವರನ್ನು ಒಪ್ಪಿಸಿದರೆ, ಕಾಮ್ರೆಡ್ ಕಿಂಬೋಗೆ ತೃಪ್ತಿಯಾಗುತ್ತೆ – ಅಂತ ಯೋಚಿಸಿ, ಪ್ರಯತ್ನಿಸುತ್ತಿದ್ದಂತೆ, ಜಿಯಾವೋ ನುಡಿದರು.

"ಇಲ್ಲ ಬಿಡಿ. ಅದು ಸಾಧ್ಯವಾಗೊಲ್ಲ. ಹೊರ ರೋಗಿಯಾಗಿ ಆ ಆಪರೇಷನ್ ಮಾಡಿಸಿಕೊಂಡದ್ದು. ಆದ್ದರಿಂದ ಕೇಸ್ ಹಿಸ್ಟರಿ ನಿಮಗೆ ಸಿಗುವುದಿಲ್ಲ... ಆಕೆ, ದಕ್ಷಿಣದ ಕಡೆಯಿಂದ ಬಂದವಳಂತೆ ಮಾತಾಡುತ್ತಿದ್ದಳು."

"ಅಷ್ಟರಿಂದ ತಿಳಿಯೋದು ಕಷ್ಟವಾಗುತ್ತೆ." ನಗುತ್ತಾ ಜಾವೋ ರಿಸೀವರನ್ನು ಕೆಳಗಿಟ್ಟರು. "ನಮ್ಮಲ್ಲಿ ದಕ್ಷಿಣದ ಕಡೆಯವರಂತೆ ಮಾತನಾಡುವ ಅನೇಕ ಲೇಡಿ ಡಾಕ್ಟರ್ಸ್ ಇದ್ದಾರೆ. 'ಲೂ' ಕೂಡಾ ದಕ್ಷಿಣದ ಕಡೆಯಿಂದ ಬಂದವಳೇ... ಅವಳೇ ಮಾಡಲಿ ಬಿಡಿ."

ಕೊನೆಗೆ ದಂಪತಿಗಳು ಒಪ್ಪಿದರು. ಜಿಯಾವೋ ಕಿನೂರ ಸಹಾಯದಿಂದ ಹೊರಗೆ ನಡೆದರು.

ಲೂನ ಕಾಯಿಲೆಗೆ ಇದೇ ಕಾರಣವೇ! ಜಾವೋ ನಂಬುತ್ತಿಲ್ಲ. ಇಂತಹ ಆಪರೇಷನ್‌ಗಳನ್ನು ನೂರಾರು, ಸಾವಿರಾರು ಸಲ ಮಾಡಿದ್ದಾಳೆ. ಇಷ್ಟೊಂದು ಹೆದರಿಕೊಳ್ಳುವ ಸಂಭಾವನೇ ಇಲ್ಲ.

ಆಪರೇಷನ್ ಪ್ರಾರಂಭಕ್ಕೆ ಮುಂಚೆ ತಾವು ಹೋಗಿ ಆಕೆಯನ್ನು ಮಾತಾಡಿಸಿ ಬಂದಿದ್ದರು. ಪ್ರಶಾಂತವಾಗಿ, ತುಂಬಾ ಆತ್ಮವಿಶ್ವಾಸದಿಂದಲೇ ಇದ್ದಳು. ಹಾಗಾದರೆ ಈ ಆಕಸ್ಮಿಕಕ್ಕೆ ಏನು ಕಾರಣ?" – ಜಾವ್ಹೋ ಕಾಳಜಿಯಿಂದ ಅವಳನ್ನು ನೋಡಿದರು. ಸಾಯುವ ಕ್ಷಣಗಳಲ್ಲೂ ಪ್ರಶಾಂತವಾದ ಮುಖ!!

✳   ✳   ✳

7

ಲೂ ಎಂದೂ ತಾಳ್ಮೆನ ಕಳೆದುಕೊಳ್ಳುತ್ತಿರಲಿಲ್ಲ. ಕೊಂಬೋರು ಕೇಳಿದ ಪ್ರಶ್ನೆಗಳಿಗೆ ಬೇರೆ ಯಾರಾರದೂ ಆಗಿದ್ದರೆ, ಸಹನೆ ಕಳೆದುಕೊಂಡು ಹೌಹಾರಿ ಬೀಳುತ್ತಿದ್ದರು. ಇಲ್ಲವೆ ಆಮೇಲಾದರೂ ಅಸಹನೆಯಿಂದ ಒಳಗೊಳಗೇ ಕುದಿದು ಉರಿ ಕಾರುತ್ತಿದ್ದರು. 'ಲೂ' ಮಾತ್ರ ಏನೂ ಆಗದಂತೆ, ಎಂದಿನಂತೆ ಸೌಮ್ಯ ಶಾಂತ ರೀತಿಯಲ್ಲೇ ಜಾವ್ಹೋರ ಆಫೀಸಿನಿಂದ ಹೊರಗೆ ನಡೆದಳು. ವ್ಯೆಸ್ ಮಿನಿಸ್ಟರೋರಂತಹ ಪ್ರತಿಷ್ಠಿತ ವ್ಯಕ್ತಿಗೆ ಆಪರೇಷನ್ ಮಾಡುವ ಅವಕಾಶದಿಂದ ಹೆಮ್ಮೆಯೂ ಪಡಲಿಲ್ಲ. ಕಿಂಬೋರ ಅಸಂಬದ್ಧ ಪ್ರಶ್ನೆಗಳಿಂದ ಅವಮಾನವಾಯಿತೆಂತಲೂ ಭಾವಿಸಲಿಲ್ಲ. ಅವಳು ಅದನ್ನು ಸ್ವೀಕರಿಸಿದ ರೀತಿನೇ ಬೇರೆಯಾಗಿತ್ತು. ಪ್ರತಿಯೊಬ್ಬ ರೋಗಿಗೂ ತನಗೆ ಬೇಕಾದ ವೈದ್ಯರನ್ನು ಆಯ್ಕೆ ಮಾಡಿಕೊಳ್ಳುವ ಹಕ್ಕು ಇರುತ್ತೆ, ಕಿಂಬೋರ ವಿಚಾರದಲ್ಲೂ ಅಷ್ಟೆ!

"ಏನಮ್ಮ, ಯಾವ ದೊಡ್ಡ ಅಧಿಕಾರಿಗೆ, ನಿನ್ನ ಅಗತ್ಯ ಇದೆಯಂತೇ?" – ಮೃದುವಾಗಿ ಕೇಳಿದಳು, ಜಿಯಾಂಗ್.

"ಇನ್ನೂ ಯಾವುದೂ ನಿರ್ಧಾರ ಆಗಿಲ್ಲ."

"ಬೇಗ ಬೇಗ ನಡಿ", ಆತುರ ಮಾಡಿದಳು ಜಿಯಾಂಗ್. ಅಂಕಲ್ ಜಾಂಗ್‌ರನ್ನು ಒಪ್ಪಿಸುವುದೇ ಒಂದು ದೊಡ್ಡ ಸಾಹಸ. ಆಪರೇಷನ್ ನಂತರ ಚೆನ್ನಾಗಿ ನೋಡಬಲ್ಲ. ಏನಾದರೂ ಮಾಡಿ ಆತನನ್ನು ಗುಣಪಡಿಸಲೇ ಬೇಕು. ಆತನನ್ನು ಮನವೊಲಿಸಿ, ಒಪ್ಪಿಸಬೇಕು. ಇದೇ ನಮ್ಮ ಕರ್ತವ್ಯ."

"ಹಾಗಾದರೆ, ಅದೆಲ್ಲ ನೀನು ಮಾಡು. ಆತನನ್ನು ಒಪ್ಪಿಸುವುದಕ್ಕೆ, ನಿನಗೆ ಮಾತ್ರ ಸಾಧ್ಯವಾಗಬಹುದು."

ಇಬ್ಬರೂ ಮತನಾಡುತ್ತಾ, ವ್ಯೆಟಿಂಗ್ ರೂಂನ ಮೂಲಕ ಹಾದು ಹೋದಾಗ ಒಳಗೆ ಕುಳಿತಿದ್ದ ರೋಗಿಗಳು ಎದ್ದು ಇಬ್ಬರನ್ನೂ ವಂದಿಸಿದರು. ಡಾ॥ಲೂ ನಗುತ್ತ ಪ್ರತಿವಂದನೆ ಸಲ್ಲಿಸಿ, ತನ್ನ ಕೊಠಡಿಯೊಳಗೆ ಪ್ರವೇಶಿಸಿ, ಕೆಲಸದಲ್ಲಿ ಮಗ್ನಳಾದಳು. ಯುವಕನೊಬ್ಬನನ್ನು ಪರೀಕ್ಷಿಸುತ್ತಿರುವಾಗ, ವ್ಯಕ್ತಿಯೊಬ್ಬ ಪ್ರವೇಶಿಸಿ ಜೋರಾಗಿ ಕೂಗಿದ – "ಡಾ॥ ಲೂ".

ಲೂ ಮತ್ತು ರೋಗಿ, ಇಬ್ಬರೂ ಕೂಗು ಕೇಳಿ ಬಂದ ದಿಕ್ಕಿನತ್ತ ನೋಡಿದರು. ಎತ್ತರದ ಆಜಾನುಬಾಹು ವ್ಯಕ್ತಿ. ಐವತ್ತರ ಪ್ರಾಯವಿರಬಹುದು. ಕಪ್ಪು ಪ್ಯಾಂಟು, ಬಿಳಿಯ ಅಂಗಿ

ಧರಿಸಿದ್ದ, ಕತ್ತಿನ ಸುತ್ತ ಒಂದು ಟವೆಲನ್ನು ಸುತ್ತಿಕೊಂಡಿದ್ದ – ನಡೆದು ಬರುತ್ತಿದ್ದ. ಅವನ ಕೂಗಿನಿಂದ ಹೆದರಿದವರೆಲ್ಲ ಕಾರಿಡಾರಿನಲ್ಲಿ ಆತನಿಗೆ ಜಾಗ ಬಿಟ್ಟು ನಿಂತರು. ಎಲ್ಲರಿಗಿಂತ ಎತ್ತರವಾಗಿದ್ದ ವ್ಯಕ್ತಿ. ಸರಿಯಾಗಿ ಕಣ್ಣು ಕಾಣಿಸುತ್ತಿರಲಿಲ್ಲವಾದ್ದರಿಂದ, ಇಷ್ಟೊಂದು ಜನರನ್ನು ತಾನು ಆಕರ್ಷಿಸುತ್ತಿದ್ದೇನೆಂಬ ಪರಿವೆಯೇ ಇಲ್ಲದೆ, ಲೂಳ ಧ್ವನಿ ಕೇಳಿಬಂದ ದಿಕ್ಕಿನಲ್ಲಿ ಹೆಜ್ಜೆ ಹಾಕಿದ.

ಲೂ ಅವನ ಸಹಾಯಕ್ಕೆಂದು ಧಾವಿಸಿದಳು.

"ಅಂಕಲ್ ಜಾಂಗ್ ದಯವಿಟ್ಟು ಕುಳಿತುಕೊಳ್ಳಿ."

"ಥ್ಯಾಂಕ್ಯೂ ಡಾ॥ ಲೂ ನಾನು ನಿಮಗೊಂದು ವಿಷಯ ಹೇಳಬೇಕು."

"ಆಯಿತು, ಹೇಳುವಿರಂತೆ. ಮೊದಲು ಸ್ವಲ್ಪ ಕುಳಿತುಕೊಳ್ಳಿ" ಒಂದು ಕುರ್ಚಿಯಲ್ಲಿ ಕುಳ್ಳಿರಿಸಿದಳು.

"ಬೀಜಿಂಗ್‌ನಲ್ಲಿ ಈಗ ಸಾಕಷ್ಟು ದಿನದಿಂದ ಇದ್ದೇನಿ. ನಾನು ಮನೆಗೆ ಹೋಗಬೇಕೂಂತ ಯೋಚಿಸುತ್ತಿದ್ದೇನಿ. ನಾಳೆ ಹೋಗಿ ಸ್ವಲ್ಪ ದಿನ ಇದ್ದು ಬರೋಣಾಂತ."

"ಇಲ್ಲ, ಸಾಧ್ಯವಿಲ್ಲ. ನಾನಂತೂ ಖಂಡಿತ ಇದಕ್ಕೆ ಒಪ್ಪೊಲ್ಲ... ಎಷ್ಟೋ ದೂರದಿಂದ ಬಂದಿದ್ದೀರಿ. ಸಾಕಷ್ಟು ಹಣ ಖರ್ಚು ಮಾಡಿದ್ದೀರಿ..."

"ಅದೆಲ್ಲ ಏನೂ ಪರವಾಗಿಲ್ಲ. ನಾಳೆ ಮನೆಗೆ ಹೋಗ್ತೇನೆ. ಚೆನ್ನಾಗಿ ಕೆಲಸ ಮಾಡ್ತೇನೆ. ಒಂದಷ್ಟು ಸಂಪಾದನೆ ಮಾಡ್ತೇನೆ. ಕಣ್ಣು ಕಾಣದಿದ್ದರೇನಂತೆ? ಕೆಲಸ ಮಾಡಬಲ್ಲೆ. ಬ್ರಿಗೇಡ್‌ಗೆ ನನ್ನ ಬಗ್ಗೆ ಸಹಾನುಭೂತಿ ಇದೆ.... ನಾನಂತೂ ಹೋಗಲೇ ಬೇಕೂಂತ ನಿರ್ಧಾರ ಮಾಡಿದ್ದೇನೆ. ಡಾ॥ ಲೂ ನಿಮಗೆ ಹೇಳದೆ ಹೋಗೋಕೆ ಮನಸ್ಸು ಒಪ್ಪಲಿಲ್ಲ. ಅದಕ್ಕೆಂದೇ ಬಂದೆ. ಬರ್ತೇನೆ ಡಾಕ್ಟರ್. ನೀವು ನನಗಾಗಿ ಎಷ್ಟೊಂದು ತೊಂದರೆ ತೆಗೆದುಕೊಂಡಿದ್ದೀರಿ!"

ಸ್ವಲ್ಪ ಸಮಯದ ಹಿಂದೆ, ಡಾ॥ ಲೂ ತನ್ನ ತಂಡದ ಜೊತೆಗೆ ಜಾಂಗ್‌ನ ಬ್ರಿಗೇಡ್ ಅನ್ನು ಭೇಟಿಯಾದಾಗ, ಆತನ ಕಣ್ಣಿನಲ್ಲಿದ್ದ ಹುಣ್ಣುಗಳನ್ನು ಗಮನಿಸಿ ಆಸ್ಪತ್ರೆಗೆ ಬರಹೇಳಿದ್ದಳು. 'ಕಾರ್ನಿಯಾ ಟ್ರಾನ್ಸ್‌ಪ್ಲಾಂಟ್' ಮಾಡಿ ಮತ್ತೆ ಅವನ ದೃಷ್ಟಿಯನ್ನು ಮರಳಿ ಪಡೆಯಬಹುದು, ಎಂದು ಅವನಿಗೆ ಭರವಸೆ ನೀಡಿದ್ದಳು.

"ನಿಮ್ಮ ಮಗ, ನಿಮಗಾಗಿ ಎಷ್ಟೊಂದು ಹಣ ಖರ್ಚುಮಾಡಿ ಇಲ್ಲಿಗೆ ಕಳಿಸಿಕೊಟ್ಟಿದ್ದಾನೆ. ಅಂಥಾದ್ದರಲ್ಲಿ ನಾವು ಈಗ ನಿಮ್ಮನ್ನು ವಾಪಸ್ ಕಳಿಸಿದರೆ?... ಇಲ್ಲ ಸಾಧ್ಯವೇ ಇಲ್ಲ."

"ಈಗ ನಾನು ಚೆನ್ನಾಗಿದ್ದೇನೆ"!

ಲೂ ನಕ್ಕಳು – "ನಿಮಗೆ ಪೂರ್ತಿಯಾಗಿ ವಾಸಿಯಾದ ಮೇಲೆ ಎಷ್ಟು ಬೇಕಾದರೂ ಕೆಲಸ ಮಾಡಬಹುದು. ಬೇಕಾದರೆ ಇನ್ನೂ ಇಪ್ಪತ್ತು ವರ್ಷ ದುಡಿಯುವಷ್ಟು ಶಕ್ತಿ ನಿಮಗಿದೆ.

ಅಂಕಲ್ ಜಾಂಗ್ ಜೋರಾಗಿ ನಕ್ಕು ಹೇಳಿದರು– ನಿಮಗೆ ಹಾಗೆ ಅನ್ನಿಸುತ್ತೇನು? ನನ್ನ ಕಣ್ಣೊಂದು ಚೆನ್ನಾಗದರೆ ಏನು ಬೇಕಾದರೂ ಮಾಡುವ ಸಾಮರ್ಥ್ಯ ಇದೆ."

"ಹಾಗಾದರೆ ಇದ್ದುಬಿಟ್ಟು ವಾಸಿಮಾಡಿಕೊಂಡು ಹೋಗಬಹುದಲ್ಲ." ಅಂಕಲ್ ಚಾಂಗ್ ಡಾ॥ ಲೂಗೆ ಗುಟ್ಟೊಂದನ್ನು ಹೇಳುವಂತೆ ಹತ್ತಿರ ಸರಿದು ಹೇಳತೊಡಗಿದರು–

"ಡಾ॥ ಲೂ, ನಿಜ ಹೇಳಬೇಕೂಂದ್ರೆ, ನಾನು ಹೋಗಬೇಕೂಂತ ಹೇಳ್ತೀರೋದಕ್ಕೆ ಕಾರಣಾನೇ ಬೇರೆ. ಬೀಜಿಂಗ್ ಹೋಟೆಲುಗಳಲ್ಲಿ ಇರುವಷ್ಟು ಶ್ರೀಮಂತ ನಾನಲ್ಲ. ನನಗೆ ಹಣದ ಮುಗ್ಗಟ್ಟಿದೆ."

ಲೂ ಗೆ ದಿಗ್ಭ್ರಮೆಯಾಯಿತು. "ನನಗೆ ಅರ್ಥವಾಗುತ್ತೆ. ಇನ್ನೇನು ಲಿಸ್ಟ್‌ನಲ್ಲಿ ನಿಮ್ಮದೇ ಹೆಸರು, ಇನ್ನು ಉಳಿದಿರೋದು – ಯಾರಾರದೂ ದಾನಿಗಳು ಸಿಕ್ಕಿದ ತಕ್ಷಣ, ನಿಮ್ಮದೇ ಸರದಿ!"

ಕೊನೆಗೆ ವಿಧಿಯಿಲ್ಲದೆ ಒಪ್ಪಿಕೊಂಡರು. ಲೂ ಅವರಿಗೆ ಹೋಗಲು ದಾರಿ ತೋರಿದಳು. ಆಮೇಲೆ ಪುಟ್ಟ ಹುಡುಗಿಯೊಬ್ಬಳು ಕರೆದದ್ದು ಕೇಳಿ ಲೂ ಆ ಕಡೆ ನೋಡಿದಳು. ಮುದ್ದಾದ ಮುಖ. ಆದರೆ ಮೆಳ್ಳೆಗಣ್ಣು. ಆಸ್ಪತ್ರೆಯ ಪೈಜಾಮ ಹಾಕಿಕೊಂಡಿದ್ದ ಆ ಹುಡುಗಿ ಹೆದರುತ್ತಲೇ – "ಡಾ॥ ಲೂ" ಎಂದು ಕರೆದಳು.

"ವಾಂಗ್ ಜಿಯೋಮನ್, ವಾರ್ಡ್‌ನಲ್ಲಿ ಇರಬಾರದಾ ಮರಿ?"

"ಹಿಂದಿನ ದಿನ ಆ ಮಗುವನ್ನು ಆಸ್ಪತ್ರೆಗೆ ಸೇರಿಸಲಾಗಿತ್ತು.

"ನನಗೆ ಭಯವಾಗುತ್ತೆ. ಆಪರೇಷನ್ ಬೇಡ. ನಾನು ಮನೆಗೆ ಹೋಗಬೇಕು"– ಎಂದು ಅಳುವುದಕ್ಕೆ ಪ್ರಾರಂಭಿಸಿಬಿಟ್ಟಳು.

ಲೂ ಅವಳ ಬೆನ್ನು ತಟ್ಟಿ, ಸಮಾಧಾನಪಡಿಸುತ್ತಾ, "ವ್ಯಾಂಗ್ ಮರಿ, ನಿನಗೆ ಆಪರೇಷನ್ ಯಾಕೆ ಬೇಡ ಹೇಳು?"

"ಅದು ತುಂಬಾ ನೋವಾಗುತ್ತೆ."

"ಅಯ್ಯೋ ಹುಚ್ಚು ಹುಡುಗಿ ನಾನು ನಿನಗೆ ಅನೀಸ್ತೀಸಿಯಾ ಕೊಡ್ತೇನೆ. ಒಂದು ಚೂರೂ ನೋವಾಗೋದಿಲ್ಲ. ಅವಳನ್ನು ಸಮಾಧಾನ ಪಡಿಸುತ್ತ ಅವಳ ಮುಖವನ್ನೇ ನೋಡುತ್ತಾ, "ಎಷ್ಟು ಸುಂದರಮುಖ. ಯಾಕೆ ಹೀಗೆ ಅದನ್ನು ಕೆಡಿಸಿ ಇಟಿದ್ದಾನೋ?" ಎಂದುಕೊಂಡಳು. ನೋಡು ಮರಿ. ಈ ಕಣ್ಣನ್ನು, ಅದರ ಹಾಗೆ ಮಾಡದೆ ನಿದ್ದೆ ಮಾಡು. ಹೀಗೆಲ್ಲಾ ಆಸ್ಪತ್ರೇಲಿ ಓಡಾಡಬಾರದು."

ಸಮಾಧಾನಗೊಂಡ ಹುಡುಗಿ ಕಣ್ಣೊರೆಸಿಕೊಂಡು ವಾರ್ಡಿನ ಕಡೆಗೆ ಓಡಿದಳು.

ಲೂ ಮತ್ತೆ ರೋಗಿಗಳನ್ನು ನೋಡಲು ಹಿಂತಿರುಗಿದಳು.

ಈಗ ಒಂದೆರಡು ದಿನಗಳಿಂದ ರೋಗಿಗಳ ಸಂಖ್ಯೆ ಜಾಸ್ತಿಯಾಗಿತ್ತು. ಚಾವ್ಹೇರನ್ನು ಕಾಣಲು ಹೋಗಿ ಒಂದಷ್ಟು ಹೊತ್ತು ಕಳೆದಾಗಿತ್ತು. ಎಲ್ಲ ಮರೆತು, ರೋಗಿಗಳನ್ನು ನೋಡುವುದರಲ್ಲಿ ಮುಳುಗಿದಳು. ನರ್ಸ್ ಒಬ್ಬಳು ಬಂದು, ಫೋನ್ ಬಂದಿದೆಯೆಂದು ತಿಳಿಸಿದಳು. ಮತ್ತೆ, ರೋಗಿಗಳ ಕ್ಷಮೆ ಕೋರಿ ಎದ್ದು ನಡೆದಳು.

ಕಿಂಡರ್ ಗಾರ್ಟನ್ ನರ್ಸ್, ಷಿಯಾವೊ ಜಿಯಾಳ ಜ್ವರ ಇಳಿದೇ ಇಲ್ಲಾಂತ, ಫೋನ್‌ನಲ್ಲಿ ತಿಳಿಸಿದಳು. "ನೆನ್ನೆ ರಾತ್ರಿಯಿಂದ ಜ್ವರ ಶುರುವಾಗಿದೆ. ನನಗೆ ಗೊತ್ತು ನಿಮಗೆ ತುಂಬಾ ಕೆಲಸ ಇರುತ್ತೆಂತ. ನಾನೇ ಅವಳನ್ನು ಡಾಕ್ಟರ್ ಹತ್ತಿರ ಕರೆದುಕೊಂಡು ಹೋಗಿದ್ದೆ. ಇಂಜಕ್ಷನ್ ಕೊಟ್ಟಿದ್ದಾರೆ. ಇನ್ನೂ ಜ್ವರ ಇಳಿದ ಹಾಗಿಲ್ಲ. ನಿಮಗಾಗಿ ಕೇಳ್ತಾ ಇದ್ದಾಳೆ. ಬರುವುದಕ್ಕೆ ಆಗುತ್ತಾ?"

"ಇನ್ನು ಸ್ವಲ್ಪ ಹೊತ್ತಿನಲ್ಲಿಯೇ ಅಲ್ಲಿರುತ್ತೇನೆ" – ಎಂದು ಹೇಳುತ್ತಾ ರಿಸೀವರನ್ನು ಕೆಳಗಿಟ್ಟಳು.

ಹೇಳಿದ ಹಾಗೆ ತಕ್ಷಣ ಅವಳಿಗೆ ಅಲ್ಲಿಂದ ಹೋಗುವುದಕ್ಕೆ ಆಗಲಿಲ್ಲ. ತುಂಬಾ ರೋಗಿಗಳು ತನಗಾಗಿ ಕಾಯುತ್ತ ಕುಳಿತಿದ್ದರು. ಒಂದು ಸಲಕ್ಕೆ ಅವರನ್ನೆಲ್ಲ ನಿರಾಶೆಗೊಳಿಸಿ ಹೋಗೋದಕ್ಕೆ ಅವನ ಮನಸ್ಸು ಒಪ್ಪಲಿಲ್ಲ. ಗುಂಡನಿಗೆ ಫೋನ್ ಮಾಡಿದಳು. ಯಾವುದೋ ಮೀಟಿಂಗ್‌ನಲ್ಲಿ ಇದ್ದಾರೇಂತ ತಿಳೀತು. ಹಿಂತಿರುಗಿದ 'ಲೂ'ಳನ್ನು ಜಿಯಾಂಗ್ ಕೇಳಿದಳು–

"ಏನಾದರೂ ಮುಖ್ಯವಾದ ವಿಷಯಾನಾ?"

"ಏನೂ ಇಲ್ಲ."

ಯಾರಿಗೂ ತೊಂದರೆ ಕೊಡೋದಕ್ಕೆ ಅವಳಿಗೆ ಇಷ್ಟವಾಗ್ತಿರಲಿಲ್ಲ. ತನ್ನ ಕೆಲಸ ಮುಗಿದ ಮೇಲೆ, ಕಿಂಡರ್ ಗಾರ್ಟನ್‌ಗೆ ತಾನೇ ಹೋಗಬೇಕು ಎಂದುಕೊಂಡು ತನ್ನ ಮೇಜಿನ ಮುಂದೆ ಕುಳಿತಳು. ತನ್ನ ಮಗಳು ಅಳುತ್ತ ತನಗಾಗಿ ಕೇಳುತ್ತಿರುವ ಚಿತ್ರ ಕಣ್ಮುಂದೆ ಬಂತು. ಆದರೆ ಮರುಗಳಿಗೆಯೇ ಎಲ್ಲವನ್ನೂ ಮರೆತು, ರೋಗಿಗಳ ಕಡೆ ಗಮನ ಕೊಟ್ಟಳು. ಕೆಲಸ ಮುಗಿದದ್ದೇ, ಮಗಳನ್ನು ನೋಡಲು ಉಸಿರು ಕಟ್ಟಿ ಓಡಿದಳು.

* * *

8

"ಯಾಕಷ್ಟು ತಡ ಮಾಡಿದಿರಿ?" ನರ್ಸ್ ಆಕ್ಷೇಪಿಸಿದಳು. ಲೂ ಬೇಗ ಬೇಗ ಮಗಳನ್ನು ಬೇರೆಯಾಗಿ ಮಲಗಿಸಿ ಮಂಚದ ಬಳಿಗೆ ಬಂದಳು. ಜ್ವರದಿಂದ ಮುಖ ಬಾಡಿ ಬತ್ತಿಹೋಗಿತ್ತು. ಬಾಯಿ ತೆರೆದುಕೊಂಡಿದ್ದಳು. ಬಿಗಿಯಾಗಿ ಕಣ್ಣು ಮುಚ್ಚಿಕೊಂಡು ಮಲಗಿದ್ದ ಮಗು ಕಷ್ಟಪಟ್ಟು ಉಸಿರಾಡುತ್ತಿತ್ತು.

ಮಲಗಿದ್ದ ಮಗುವಿನ ಕಡೆ ವಾಲಿ, "ಪುಟ್ಟು, ನೋಡು, ಅಮ್ಮ ಬಂದಿದ್ದಾಳೆ." ಷಿಯಾವೋಜಿಯಾ ಗದುಸಾಗಿ ಹೇಳಿದಳು.

"ಅಮ್ಮ ಇಲ್ಲಿ ಬೇಡ. ಮನೆಗೆ ಕರೆದುಕೊಂಡು ನಡಿ."

"ಆಯ್ತು ಮರಿ. ಹಾಗೇ ಹೋಗೋಣ."

ಷಿಯಾವೋಳನ್ನು, ಮಕ್ಕಳ ಡಾಕ್ಟರಿಗೆ ತೋರಿಸಲು, ಮೊದಲು ತನ್ನ ಆಸ್ಪತ್ರೆಗೆ ಕರೆದೊಯ್ದಳು. ಡಾಕ್ಟರು ಮಗುವಿಗೆ ನಿಮೋನಿಯಾ ಆಗಿದೆಂತ ಹೇಳಿದರು. ಹಾಗೇನೇ ಮಗೂನ ಎಚ್ಚರಿಕೆಯಿಂದ ನೋಡಿಕೊಳ್ಳಬೇಕಂತಲೂ ತಿಳಿಸಿದರು.

171 / **ಪ್ರಸಿದ್ಧ ಚೀನೀ ಕಥೆಗಳು**

ಷಿಯಾಗೆ ಇಂಜಕ್ಷನ್, ಔಷಧಿಗಳನ್ನು ಕೊಡಿಸಿ, ಮನೆಯ ಕಡೆ ನಡೆದಳು. ಆಸ್ಪತ್ರೆಯಲ್ಲಿ ಈಗ ಬರೀ ಪ್ರಶಾಂತತೆ ಇತ್ತು. ಹೊರ ರೋಗಿಗಳು ಇರಲಿಲ್ಲ. ಒಳ ರೋಗಿಗಳ ನಿದ್ರೆ ಮಾಡುತ್ತಿದ್ದರು. ಆಸ್ಪತ್ರೆಯ ಸಿಬ್ಬಂದಿ ಕೂಡ ವಿಶ್ರಾಂತಿ ಪಡೆಯುತ್ತಿದ್ದರು. ಆಸ್ಪತ್ರೆಯ ಮುಂದಿನ ವಿಶಾಲವಾದ ಜಾಗವೂ ನಿರ್ಜನವಾಗಿತ್ತು. ಹಕ್ಕಿಗಳ ಚಿಲಿಪಿಲಿಯ ಸದ್ದನ್ನುಳಿದು ಮತ್ತೇನೂ ಕೇಳಿಸುತ್ತಿರಲಿಲ್ಲ. ಲೂ ಗೆ ತನ್ನ ಕರ್ತವ್ಯ ಹೊರತಾಗಿ ಯಾವುದೂ ಗಮನಕ್ಕೆ ಬರುತ್ತಿರಲಿಲ್ಲ.

ಮಗೂನ ಎಲ್ಲಿಗೆ ಕರೆದೊಯ್ಯಬೇಕು–ಅನ್ನುವುದನ್ನು ತೀರ್ಮಾನಿಸಿರಲಿಲ್ಲ. ಜ್ವರದಿಂದ ನರಳುತ್ತಿರುವ ಮಗೂನ ಕಿಂಡರ್ ಗಾರ್ಟನ್‌ನ ಕಾಯಿಲೆ ಕೋಣೆಯಲ್ಲಿ ಬಿಟ್ಟಿರಲು ಮನಸ್ಸು ಒಪ್ಪುತ್ತಿರಲಿಲ್ಲವಾದರೂ, ಬೇರೆ ದಾರೀನೇ ಇರಲಿಲ್ಲ. ಮನೆಯಲ್ಲಿ ಯಾರೂ ಇಲ್ಲ. ಏನನ್ನೋ ತೀರ್ಮಾನಿಸಿದಂತೆ, ಕಿಂಡರ್ ಗಾರ್ಟನ್ ಕಡೆಗೆ ಹೆಜ್ಜೆ ಹಾಕಿದಳು. ಅದರ ಸುಳಿವು ಹತ್ತಿದ ಷಿಯಾವೋ, ತಾಯಿಯ ಭುಜಗಳ ಮೇಲೆ ತಲೆ ಇರಿಸಿಕೊಂಡೇ– "ಅಲ್ಲಿಗೆ ಬೇಡ. ನಾನು ಹೋಗೋದಿಲ್ಲ" ಎಂದು ಗಟ್ಟಿಯಾಗಿ ಕಿರುಚಿಕೊಂಡಳು.

"ಷಿಯಾ ಮರಿ, ಹಾಗೆಲ್ಲ ಹಟ ಮಾಡಬಾರದು. ನೀನು ಜಾಣ ಮಗು ಅಲ್ಲವೇ?"

"ಇಲ್ಲ, ನನಗೆ ಮನೆ ಬೇಕು" ಎಂದು ಹಟ ಹಿಡಿದಳು.

"ಆಯ್ತು ಮನೆಗೇ ಹೋಗೋಣ."

ಗಿಜಿಗುಡುತ್ತಿದ್ದ ರಸ್ತೆಯ ಮೂಲಕ ಹಾದು ಹೋಗುವಾಗ, ಹೊಸದಾಗಿ ಅಂಟಿಸಿದ ಪೋಸ್ಟರ್‌ಗಳನ್ನು ನೋಡಿದಳು. ಇಲ್ಲೀವರೆಗೆ ಬೆಲೆ ಬಾಳುವ ಯಾವ ವಸ್ತುಗಳನ್ನೂ ನೋಡಲು ಅವಳಿಗೆ ಪುರಸೊತ್ತಿರಲಿಲ್ಲ. ಅಂಗಡಿಗಳಲ್ಲಿನ ಬೆಲೆ ಬಾಳುವ ವಸ್ತುಗಳ ಪ್ರದರ್ಶನವನ್ನು ಕಿಟಕಿಯ ಮೂಲಕ ಕಣ್ಣಾಡಿಸಿ ನೋಡಿದಳು. ರೈತರು ತಾವು ಬೆಳೆದದ್ದನ್ನು ತಂದು ಬೀದಿಗಳಲ್ಲಿ ಮಾರುತ್ತಿದ್ದರು. ಇಬ್ಬರು ಮಕ್ಕಳನ್ನು ಇಟ್ಟುಕೊಂಡು ಬದುಕುವುದೇ ಕಷ್ಟವಾಗಿತ್ತು. ಭುಜದ ಮೇಲೆ ಷಿಯಾಳನ್ನು ಮಲಗಿಸಿಕೊಂಡು, ಮನೆಯಲ್ಲಿದ್ದ ಯುಯಾನ್‌ನ ಬಗ್ಗೆ ಚಿಂತಿಸುತ್ತಿದ್ದಳು. ಸುತ್ತ ತಿರುಗಿ ನೋಡಬೇಕಂತಲೂ ಅನಿಸಲಿಲ್ಲ.

ಮನೆ ತಲುಪಿದಾಗ ಒಂದು ಗಂಟೆಯಾಗಿತ್ತು. ಹಸಿವಿನಿಂದ ಕಂಗೆಟ್ಟಿದ್ದ ಯುಯಾನ್‌ನನ್ನು ನೋಡಿದಳು.

ಮನೆ ತಲುಪಿದಾಗ ಒಂದು ಗಂಟೆಯಾಗಿತ್ತು. ಹಸಿವಿನಿಂದ ಕಂಗೆಟ್ಟಿದ್ದ ಯುಯಾನ್‌ನನ್ನು ನೋಡಿದಳು.

"ಯಾಕಮ್ಮಾ ಇಷ್ಟು ಹೊತ್ತು ಮಾಡಿದೆ?"

"ಷಿಯಾಗೆ ಮೈ ಹುಷಾರಿಲ್ಲ" – ಎಂದು ಹೇಳುತ್ತ ಅವಳನ್ನು ಹಾಸಿಗೆ ಮೇಲೆ ಮಲಗಿಸಿ, ಬಟ್ಟೆ ಬಿಚ್ಚಿ ಹೊದಿಸಿ ಮಲಗಿಸಿದಳು.

ಮೇಜಿನ ಬಳಿ ನಿಂತಿದ್ದ ಯುಯಾನ್ ಅಸಹನೆಯಿಂದ ಹೇಳಿದ – "ಬೇಗ ಅಡಿಗೆ ಮಾಡಮ್ಮ ನನಗೆ ಲೇಟಾಗುತ್ತೆ."

ಮೊದಲೇ ದಣಿದಿದ್ದಲೂ ತಾಳ್ಮೆ ಕಳೆದುಕೊಂಡಳು. ಗಟ್ಟಿಯಾಗಿ ಕೂಗಿದಳು– "ನೀನು ಹೀಗೆ ಮಾಡಿದರೆ ನನಗೆ ತಲೆ ಚಿಟ್ಟು ಹಿಡಿಯುತ್ತೆ. ಸ್ವಲ್ಪ ಸುಮ್ಮನೆ ಇರ್ತೀಯಾ?"

ಮೊದಲೇ ಕಂಗೆಟ್ಟಿದ್ದ ಯುಯಾನ್‌ಗೆ ತಾಯಿ ರೀತಿಯಿಂದ ತುಂಬ ದುಃಖವಾಯಿತು. ಅಳು ಉಕ್ಕಿ ಬಂತು. ಅವನ ಕಡೆ ಗಮನಿಸಲೇ ಇಲ್ಲ. ತಣ್ಣಗಾಗಿದ್ದ ಒಲೆಯನ್ನು ಹೊತ್ತಿಸತೊಡಗಿದ್ದಳು. ಮನೆಯಲ್ಲಿ ಸರಕುಗಳೆಲ್ಲ ಮುಗಿದಿದ್ದವು. ಖಾಲಿ ಡಬ್ಬಗಳು ಮಾತ್ರವೇ ಇದ್ದವು. ತಂಗಳೂ ಉಳಿದಿರಲಿಲ್ಲ.

ಮಗನನ್ನು ಗದರಿಸಿದ್ದಕ್ಕೆ, ಈಗ ಅಯ್ಯೋ ಪಾಪವೆನಿಸಿತು. ಬಡಪಾಯಿ ಅವನೇನು ಮಾಡಿದ? ತನ್ನನ್ನೇ ಶಪಿಸಿಕೊಂಡಳು.

ಈಗೊಂದಷ್ಟು ವರುಷಗಳಿಂದ ಮನೆ ನೋಡಿಕೊಳ್ಳೋದು ತುಂಬಾ ಕಷ್ಟವೆನಿಸಿತ್ತು. ಚೀನಾದ ಸಾಂಸ್ಕೃತಿಕ ಕ್ರಾಂತಿಯ ದಿನಗಳಲ್ಲಿ ಗಂಡನ ಸಂಶೋಧನಾ ಯೋಜನೆಯನ್ನು ರದ್ದು ಮಾಡಿಬಿಟ್ಟಿದ್ದರಿಂದ ಲ್ಯಾಬೊರೇಟರಿಗೂ ಹೋಗುವ ಹಾಗಿರಲಿಲ್ಲ. ಸುಮ್ಮನೆ ಆಫೀಸಿಗೆ ಹೋಗಿ ಮುಖ ತೋರಿಸಿ ಬಂದರೆ ಸಾಕಾಗುತ್ತಿತ್ತು. ಉಳಿದ ಹೊತ್ತನ್ನೆಲ್ಲ ಮನೆಗೆಲಸಗಳಲ್ಲಿ ಕಳೆಯುತ್ತಾ 'ಲೂ'ನ ಹೊರೆಯನ್ನು ಹಂಚಿಕೊಂಡಿದ್ದ. ಅಡಿಗೆ ಮೊದಲ್ಗೊಂಡು, ಹೊಲಿಯುವುದು, ಹೆಣೆಯುವುದು ಮೊದಲಾದ ಕೆಲಸಗಳನ್ನು ಮಾಡುತ್ತಿದ್ದ. ಕ್ರಾಂತಿಕಾರರ ಗುಂಪನ್ನು ಒಡೆದು ತುಳಿದ ಮೇಲೆ ಮತ್ತೆ ಅವನ ಕೆಲಸಗಳು ಪ್ರಾರಂಭವಾದವು. ಮತ್ತೆ 'ಲೂ'ನ ಜವಾಬ್ದಾರಿಗಳು ಮೊದಲಿನಂತೆ ಹೆಚ್ಚಾದವು. ಗಂಡನಿಗೆ ಬಿಡುವು ಸಿಗುವುದೇ ಕಷ್ಟವಾಗಿತ್ತು.

ಪ್ರತಿದಿನ ಮಧ್ಯಾಹ್ನ ಮನೆಗೆ ಹೋಗಿ ಅಡಿಗೆ ಮಾಡಬೇಕಾಗಿತ್ತು. 40–50 ನಿಮಿಷಗಳಲ್ಲಿ ಒಲೆ ಉರಿಸಿ, ತರಕಾರಿ ಹಚ್ಚಿ, ಅಡಿಗೆ ಮಾಡಿ ಬಡಿಸುವುದು ಪ್ರಯಾಸದ ಕೆಲಸವಾಗಿತ್ತು. ಆದರೂ ನಿಭಾಯಿಸಿಕೊಂಡು, ತಾನು ಮತ್ತು ಯುಯಾನ್ ಸರಿಯಾದ ಹೊತ್ತಿಗೆ ತಮ್ಮ ತಮ್ಮ ಕೆಲಸಗಳಿಗೆ ಹಿಂತಿರುಗುತ್ತಿದ್ದರು.

ಅನಿರೀಕ್ಷಿತವಾಗಿ ಏನಾದರೂ ಈ ರೀತಿ ಹೆಚ್ಚು ಕಡಿಮೆಯಾದರೆ ಅಡಿಗೆ ಮಾಡಲು, ಪುರಸೊತ್ತಾಗದೆ, ಎಲ್ಲರಿಗೂ ಉಪವಾಸವೇ ಗತಿಯಾಗುತ್ತಿತ್ತು. 'ಲೂ' ಪಾಲಿಗೆ ಈಗ ನಿಟ್ಟುಸಿರಿನ ಹೊರತು ಮತ್ತೇನೂ ಉಳಿದಿರಲಿಲ್ಲ. ಯುಯಾನ್ ಕೈಗೆ ಹಣ ಕೊಟ್ಟು ಅಂಗಡಿಯಲ್ಲಿ ಬನ್ ಕೊಂಡು ತಿನ್ನಲು ಹೇಳಿದಳು.

ಹೋದವನು ಅರ್ಧದಲ್ಲಿ ನಿಂತು ಕೇಳಿದ– "ಅಮ್ಮ ನೀನೇನು ಮಾಡುತ್ತೀ?"

"ನನಗೆ ಹಸಿವಿಲ್ಲ."

"ಇಲ್ಲ ನಿನಗೂ ಒಂದು ಬನ್ ತರುತ್ತೇನೆ."

ಸ್ವಲ್ಪ ಹೊತ್ತಿನಲ್ಲಿಯೇ ಬನ್‌ಗಳನ್ನು ಹಿಡಿದು ಒಳಗೆ ಬಂದು ಅಮ್ಮನಿಗೊಂದು ಕೊಟ್ಟು ತಾನೂ ತಿಂದು ಸ್ಕೂಲಿಗೆ ಓಡಿದ.

ತಣ್ಣಗೆ ಗಟ್ಟಿಯಾಗಿದ್ದ ಬನ್ ಬಾಯಿಗಿಟ್ಟುಕೊಳ್ಳುತ್ತಲೇ, ತನ್ನ ಸಣ್ಣದಾದ ಆ ಕೋಣೆಯನ್ನು ಪರಿಶೀಲಿಸಿದಳು. ಕೇವಲ 12 ಮೀಟರ್ ಚೌಕಾಕಾರದ ಕೋಣೆ ಅದಾಗಿತ್ತು. ಮದುವೆ ಆದಾಗಿನಿಂದ ಅದೇ ಕೋಣೆಯಲ್ಲಿ ತೃಪ್ತಿಯಿಂದ ಬದುಕುತ್ತಿದ್ದಾರೆ. ಒಂದು ಸೋಫಾ ಆಗಲಿ, ವಾರ್ಡ್‌ರೋಬಾಗಲಿ ಇರಲಿಲ್ಲ. ಒಂಟಿಯಾಗಿದ್ದಾಗ ಅವರ ಬಳಿ ಏನಿತ್ತೋ ಅದರಿಂದಲೇ ಕೆಲಸ ಸಾಗಿಸುತ್ತಿದ್ದಾರೆ. ಪೀಠೋಪಕರಣ ಮತ್ತು ಇತರೆ ವಸ್ತುಗಳಿಗಿಂತ ಅವರ ಬಳಿ ಹೆಚ್ಚಾಗಿ ಇರುವುದು ಪುಸ್ತಕಗಳು. ಒಂದು ಸಲ ಪಕ್ಕದ ಮನೆಯ ಮಾಮಿ ನಗುತ್ತ ಕೇಳಿದ್ದಳು– 'ಈ ಇಬ್ಬರು ಪುಸ್ತಕದ ಹುಳುಗಳು ಏನು ತಿಂದು ಬದುಕುತ್ತಾರೆ?' ಅಂತ. ಲೂ ಮತ್ತು ಘೂಗೆ ಪುಸ್ತಕಗಳಿಂದ ಸಂತೋಷ ಸಿಗುತ್ತಿತ್ತು. ಬದುಕುವುದಕ್ಕೆ ಕನಿಷ್ಠ ಅಗತ್ಯಗಳು – ಒಂದು ಕೋಣೆ, ಸ್ವಲ್ಪ ಬಟ್ಟೆ ಮತ್ತು ದಿನಕ್ಕೆ ಮೂರು ಹೊತ್ತು ಊಟ– ಇಷ್ಟಿದ್ದರೆ ಸಾಕು, ಎನ್ನುವ ಅಭಿಪ್ರಾಯ ಅವರದಾಗಿತ್ತು.

ಸ್ವಲ್ಪ ಸಮಯ ಸಿಕ್ಕರೂ ಅದರ ಸದುಪಯೋಗವಾಗಿತ್ತು. ಸಂಜೆ ರಾತ್ರಿಗಳೆಲ್ಲ ಓದುವುದರಲ್ಲಿ, ಬರೆಯುವುದರಲ್ಲಿ ಕಳೆದುಹೋಗುತ್ತಿದ್ದವು. ಮದುವೆಯ ಆರಂಭದ ದಿನಗಳಲ್ಲಿ ಅಕ್ಕಪಕ್ಕದ ತುಂಟು ಹುಡುಗರು ಕುತೂಹಲದಿಂದ ಕದ್ದು ಕಿಟಕಿಗಳಲ್ಲಿ ಇಣಿಕಿ ನೋಡಿದರೆ, ಅವರಿಗೆ ಕಾಣುತ್ತಿದ್ದುದ್ದು – ಒಂದೊಂದು ದಿಕ್ಕಿಗೆ ಮುಖ ಮಾಡಿ, ಕೈಲಿ ಪುಸ್ತಕ ಹಿಡಿದು ಕೂತಿರುತ್ತಿದ್ದ ದಂಪತಿಗಳು!! ಲೂ ಶಬ್ದಕೋಶದ ಸಹಾಯದಿಂದ ಬೇರೆ ಭಾಷೆಗಳಲ್ಲಿದ್ದ, ವೈದ್ಯ ಸಂಬಂಧವಾದ ವಿಷಯಗಳ ಅಧ್ಯಯನ ನಡೆಸುತ್ತಿದ್ದಳು. ತನ್ನ ಕ್ಷೇತ್ರದ ವಿಜ್ಞಾನದಲ್ಲಿ ಏನೇನು ಹೊಸ ಹೊಸ ಬೆಳವಣಿಗೆಯಾಗುತ್ತಿದೆ ಅನ್ನುವುದನ್ನು ನಿರಂತರವಾಗಿ, ಸೂಕ್ಷ್ಮವಾಗಿ ಗಮನಿಸುತ್ತಿದ್ದಳು. ಘೂ ಕೂಡ ಅದೇ ರೀತಿ ಮೆಟಲರ್ಜಿಗೆ ಸಂಬಂಧಿಸಿದ್ದನ್ನೆಲ್ಲ ಓದಿ ಟಿಪ್ಪಣಿ ಮಾಡಿಕೊಳ್ಳುತ್ತಿದ್ದ.

ರಾತ್ರಿಗಳಲ್ಲಿ ಯಾವುದೂ ತೊಂದರೆಗಳಿರುವುದಿಲ್ಲದ ಕಾರಣ, ಹೆಚ್ಚು ಕೆಲಸವನ್ನು ಮಾಡಿ ಮುಗಿಸುತ್ತಿದ್ದರು. ಪ್ರಶಾಂತ ಸಮಯವಾದ್ದರಿಂದ ಮನಸ್ಸಿಗೂ ಓದಿದ್ದನ್ನು ಗ್ರಹಿಸುವುದು ಸುಲಭವಾಗುತ್ತಿತ್ತು. ಬೇಸಿಗೆ ಕಾಲದಲ್ಲಿ ತಾವಿದ್ದ ಮನೆಯ ಅಕ್ಕಪಕ್ಕದ ಜನ ಹೊರಗೆ ಬಂದು ಅಂಗಳದಲ್ಲೋ, ತಾರಸಿಗಳ ಮೇಲೋ ಕುಳಿತು ನೀಲಾಕಾಶ, ನಕ್ಷತ್ರ, ತಣ್ಣನೆಯ ಗಾಳಿ, ಬಿಸಿಬಿಸಿಯಾದ ಗಮಗಮಿಸುವ ಚಹಾಗಳ ರುಚಿಯ ಅನುಭವ–ಮೊದಲಾದವುಗಳಿಗೆ ಮೈಗೊಟ್ಟು ನಲಿಯುತ್ತಿದ್ದರೆ ಲೂ ಮತ್ತು ಘೂಗೆ ಇದಾವುದರ ಆಕರ್ಷಣೆಯೂ ಇರುತ್ತಿರಲಿಲ್ಲ. ಗಾಳಿಯಾಡದ ಆ ಕೋಣೆಯ ಹೊರಗೆ ಇಣುಕುತ್ತಿರಲಿಲ್ಲ.

ಪ್ರಶಾಂತವಾದ ಸಂಜೆಗಳು, ಓದಿದ ದಿನಗಳು ತುಂಬಾ ಬೇಗನೆ ಮುಗಿದವು. ಯಯಾನ್ ಮತ್ತು ಷಿಯಾರು ಹುಟ್ಟಿದರು. ಅವರಿಂದ ಉಂಟಾದ ತೊಂದರೆ ಮತ್ತು ಸಂತೋಷ ಅವರ ನನಪಲ್ಲಿ ಮಾತ್ರವೇ ಉಳಿಯಿತು. ತೊಟ್ಟಿಲ ಜಾಗದಲ್ಲಿ ಮಂಚ ಬಂತು. ಮನೆ ತುಂಬ ಮಕ್ಕಳ

ಬಟ್ಟೆ, ಆಟದ ಸಾಮಾನುಗಳು ಚೆಲ್ಲಾಪಿಲ್ಲಿ ಹರಡಿ, ಓಡಾಡುವುದಕ್ಕೂ ಆಗದಷ್ಟು ತೊಂದರೆಯಾಗುತ್ತಿತ್ತು. ಇಬ್ಬರ ಮಕ್ಕಳ ಆಟಪಾಠ, ನಗು–ಅಳುಗಳಿಂದ ಶಾಂತಿ ಕದಡಿತ್ತು.

ಪ್ರಪಂಚದ ಬೇರೆ ಬೇರೆ ದೇಶಗಳಲ್ಲಿ ಕಣ್ಣಿನ ರೋಗಕ್ಕೆ ಸಂಬಂಧಿಸಿದಂತೆ ನಡೆಯುತ್ತಿರುವ ಹೊಸ ಸಂಶೋಧನೆಗಳು, ಹೊಸ ಹೊಸ ವಿಚಾರಗಳು – ಇವೆಲ್ಲವನ್ನೂ ತಿಳಿದುಕೊಳ್ಳದಿದ್ದರೆ, ಪ್ರಯೋಜನವೇನು? ಹೆಚ್ಚು ಹೆಚ್ಚು ತಿಳಿದುಕೊಳ್ಳುವ ಅವಳ ಜಿಜ್ಞಾಸೆ, ಜ್ಞಾನದಾಹ, ಎಷ್ಟೋ ರಾತ್ರಿಗಳನ್ನು ಅವಳಿಂದ ಕಸಿದುಕೊಂಡಿವೆ.

ಯುಯಾನ್ ಸ್ಕೂಲಿದ್ದಾಗ, ಇದ್ದ ಒಂದೇ ಒಂದು ಡೆಸ್ಕ್ ಮೇಜನ್ನು ಅವನೇ ಉಪಯೋಗಿಸುತ್ತಿದ್ದ. ಮನೆಯಲ್ಲಿ ಎಲ್ಲರೂ ಅದನ್ನು ಸರದಿಯ ಪ್ರಕಾರ ಉಪಯೋಗಿಸ ಬೇಕಿತ್ತು. ಅದು ಖಾಲಿ ಇದ್ದಾಗ 'ಲೂ' ಒಂದು ದಿನ ಆ ಡೆಸ್ಕಿನ ತುಂಬಾ ಮೆಡಿಕಲ್ ಪುಸ್ತಕಗಳನ್ನು ಹರವಿಕೊಮಡು ನೋಟ್‌ಬುಕ್‌ನಲ್ಲಿ ಟಿಪ್ಪಣಿ ಮಾಡಿಕೊಳ್ಳುತ್ತಿದ್ದಳು. ಘೂ ಕೊನೆಗೆ ಬಂದ "ಬದುಕು ಎಷ್ಟೊಂದು ಅಲ್ಲ?"

ಲೂ ತಲೆ ಎತ್ತಿ ಪುಟ್ಟ ಗಡಿಯಾರದ ಕಡೆ ನೋಡಿದಳು. 1.05–1.10–1.15 ಕೆಲಸಕ್ಕೆ ಹೋಗಲು ಹೊತ್ತಾಯಿತು. ಏನು ಮಾಡಬೇಕು? ಮಾಡುವುದಕ್ಕೆ ಬೇಕಾದಷ್ಟು ಕೆಲಸಗಳಿದ್ದವು. ನಾಳೆ ವಾರ್ಡ್ ಡ್ಯೂಟಿಗೆ ಹೋಗೋಕೆ ಮೊದಲು ಎಲ್ಲ ಮುಗಿಸಬೇಕು. ಆದರೆ ಷಿಯಾಲನ್ನು ಏನು ಮಾಡುವುದು?... ಗಂಡನನ್ನು ಕರೆದರೆ? ... ಹತ್ತಿರದಲ್ಲಿ ಎಲ್ಲಿಯೂ ಟೆಲಿಫೋನ್ ಬೂತ್ ಇರಲಿಲ್ಲ. ಒಂದು ವೇಳೆ ಪ್ರಯತ್ನಿಸಿದರೂ ಸಿಗುವ ಅವಕಾಶ ಇರಲಿಲ್ಲ. ಯಾಕೆಂದರೆ ಹತ್ತು ವರುಷಗಳಿಂದ ಸಾಕಷ್ಟು ಸಮಯ ಹಾಳಾಗಿದೆ. ಇನ್ನೂ ಅವನಿಗೆ ತೊಂದರೆ ಕೊಡೋದು ಬೇಡ ಅಂತ ಅನಿಸಿ ಸುಮ್ಮನಾದಳು.

ದಿಕ್ಕು ತೋರದ್ದಕ್ಕೆ ಸಿಡಿಮಿಡಿಗೊಂಡಳು. ಮದುವೇನೇ ಆಗಬಾರದಾಗಿತ್ತು. ಕೆಲವರು ಹೇಳ್ತಿದ್ದರು. ಮದುವೆ ಮಾಡಿಕೊಂಡರೆ ಪ್ರೀತಿಗೆ ಮಂಗಳ ಹಾಡಿದಂತೆ – ಅಂತ. ಈಗ ಆ ಮಾತು ನಿಜ ಎನಿಸಿತ್ತು. ಈಗ ತನ್ನ ಸ್ವಂತ ಅನುಭವದಿಂದ ಅವಳಿಗೆ ಅದರಲ್ಲಿ ಅರ್ಥ ಇಲ್ಲ, ಅನಿಸಿದೆ. ಬೇರೆಯವರ ವಿಚಾರದಲ್ಲಿ ಹೇಗೋ ಏನೋ – ಆದರೆ ತನ್ನ ಮತ್ತು ಘೂನ ನಡುವೆ ಪ್ರೀತಿ ಕೊನೆ ಆಗೋದು ಸಾಧ್ಯವೇ ಇಲ್ಲ.

ಸ್ವಲ್ಪ ಜಾಣತನದಿಂದ ಇದ್ದಿದ್ದರೆ, ಮದುವೆ, ಮಕ್ಕಳು ಭಾರವಾಗ್ತಿರಲಿಲ್ಲ ಆಗಲೇ ಒಂದು ಇಪ್ಪತ್ತಾಯಿತು. ಪಕ್ಕದ ಮನೆಯ ಷೆನ್ ಮಾಮಿಯನ್ನು ಕೇಳಬೇಕು. ತುಂಬಾ ಒಳ್ಳೆಯವಳು. ಎಷ್ಟೋ ಸಂದರ್ಭಗಳಲ್ಲಿ ತನಗೆ ಸಹಾಯ ಮಾಡಿದ್ದಾಳೆ. ಪ್ರತಿಯಾಗಿ ಏನಾದರೂ ಕೊಟ್ಟರೆ, ಮುಟ್ಟೋದೇ ಇಲ್ಲ. ಆದಕ್ಕೆ ಪದೇ ಪದೇ ಅವಳ ಸಹಾಯ ಕೇಳಬೇಕೆಂದರೆ ಸಂಕೋಚ, ಮುಜುಗರ, ಆದರೆ ಇವತ್ತು ವಿಧಿಯಿರಲಿಲ್ಲ. ಸಂಕೋಚ, ಮಯಾ೯ದೆಗಳನ್ನು ಬಿಟ್ಟು, ಕೇಳಿಕೊಂಡಿದ್ದಾಯಿತು. "ಡಾ॥ ಲೂ, ಅವಳನ್ನು ನನ್ನ ಹತ್ತಿರ ಬಿಟ್ಟು ಹೋಗು" – ಎಂದು ಸಂತೋಷದಿಂದಲೇ ಒಪ್ಪಿಕೊಂಡಳು.

"ಲೂ" ಒಂದಷ್ಟು ಆಟದ ಸಾಮಾನನ್ನು ಷಿಯಾಳ ಪಕ್ಕದಲ್ಲಿರಿಸಿ, ಫೆನ್ ಮಾಮಿಗೆ, ಯಾವ ಯಾವ ಹೊತ್ತಿಗೆ, ಎಷ್ಟು ಎಷ್ಟು ಔಷಧಿ ಕೊಡಬೇಕು – ಎಂಬ ಸೂಚನೆ ನೀಡಿ ಆಸ್ಪತ್ರೆಯತ್ತ ಧಾವಿಸಿದಳು.

ತುಂಬ ಜನಾನ ಕಳಿಸಬೇಡಾಂತ ನರ್ಸ್‌ಗೆ ಹೇಳಬೇಕು ಎಂದುಕೊಂಡವಳು ಮರೆತೇ ಬಿಟ್ಟಳು. ಕೆಲಸದಲ್ಲಿ ಎಲ್ಲವನ್ನೂ ಮರೆಯುವ ಸ್ವಭಾವ ಅವಳದಾಗಿತ್ತು. ನಾಳೆನೇ ಜಿಯಾವೂರೆನ್ನು ಆಸ್ಪತ್ರೆಗೆ ಸೇರಿಸಿಕೊಳ್ಳಬೇಕೂಂತ ನೆನಪು ಮಾಡಲು ಡೈರೆಕ್ಟರ್ ಜಾವೋ ಬೇರೆ ಈ ಮಧ್ಯೆ ಹೇಳಿಕಳಿಸಿದರು.

ಕಿನ್ ಆಗಲೇ ಎರಡು ಮೂರು ಸಲ ಬಂದು ಆಪರೇಷನ್ ಬಗ್ಗೆ ಮತ್ತು ತಾವು ಪೂರ್ವಭಾವಿಯಾಗಿ ಏನೇನು ಸಿದ್ಧತೆ ಮಾಡಿಕೊಳ್ಳಬೇಕೂಂತ ವಿಚಾರಿಸಿ ಹೋದಳು.

ಲೂಗೆ ಅವಳ ಪ್ರಶ್ನೆಗಳಿಗೆ ಹೇಗೆ ವಿವರಣೆ ಕೊಡಬೇಕೋ ಅರ್ಥವಾಗಲಿಲ್ಲ. ನೂರಾರು ಇಂತಹ ಆಪರೇಷನ್‌ಗಳನ್ನು ಯಶಸ್ವಿಯಾಗಿ ಮಾಡಿದ್ದಳು. ಯಾರೂ ಇಷ್ಟೊಂದು ಪ್ರಶ್ನೆ ಕೇಳಿ ತಲೆ ಕೆಡಿಸಿರಲಿಲ್ಲ. ಆದರೂ ಹೇಳಿದಳು

"ಅಂತಹ ವಿಶೇಷವಾದ್ದೇನೂ ಮಾಡಬೇಕಿಲ್ಲ."

"ನಿಜವಾಗಿಯೂ? .... ಆದರೇನಂತೆ, ನಾನು ಬಂದು ನಿಮ್ಮ ಹತ್ತಿರ ಒಂದೆರಡು ಮಾತು ಆಡೋದರಿಂದ ತೊಂದರೆ ಇಲ್ಲಲ್ಲಾ?"

"ಇವತ್ತು ಮಧ್ಯಾಹ್ನ ನನಗೆ ಸ್ವಲ್ಪ ಬೇರೆ ಕೆಲಸ ಇದೆ" – ಲೂ ಹೇಳಿದಳು.

"ಹಾಗಾದರೆ ನಾಳೆ ಆಸ್ಪತ್ತೇಲೇ ಆಗಬಹುದಲ್ಲ."

"ಖಂಡಿತ."

ಆಕೆ ಜೊತೆ ಮಾತು ಮುಗಿದದ್ದೇ, ಕ್ಲಿನಿಕ್‌ನಿಂದ ಆಫೀಸ್ ಕಡೆ ಹೊರಟಳು. ಸಾಕಷ್ಟು ಕತ್ತಲಾಗಿತ್ತು.

ಮನೆಗೆ ಬರುತ್ತಿದ್ದಂತೆ, ಮಾಮಿಯ ಜೋಗುಳ ಕೇಳಿಸಿತು. ಷಿಯಾ ಸಂತೋಷದಿಂದ ನಗುತ್ತಿದ್ದಳು. ಅವಳ ಜ್ವರಾನೂ ಇಳಿದಿತ್ತು. ಮಾಮಿಗೆ ಕೃತಜ್ಞತೆ ಹೇಳಿದಳು. ಷಿಯಾಗೆ ಇಂಜಕ್ಷನ್ ಕೊಟ್ಟಳು. ಫೂ ಬಂದ ಸ್ವಲ್ಪ ಹೊತ್ತಿಗೆ ಜಿಯಾಂಗ್ ಯಾಫೆನ್, ಲಿಯೂ – ಇಬ್ಬರೂ ಬಂದರು.

"ಹೋಗೋಕೆ ಮುಂಚೆ ನಿಮಗೆ ಗುಡ್ ಬೈ ಹೇಳೋಣಾಂತ ಬಂದೆವು" ಜಿಯಾಂಗ್ ಹೇಳಿದಳು.

"ನೀವು ಎಲ್ಲಿಗೆ ಹೋಗ್ತಿದ್ದೀರಿ?" ಲೂ ಪ್ರಶ್ನಿಸಿದಳು.

"ಕೆನಡಾ ಹೋಗೋಕೆ, ಈಗ ತಾನೇ ವೀಸಾ ಬಂದಿದೆ."

ಲಿಯೂನ ತಂದೆ ಕೆನಾಡದಲ್ಲಿ ಡಾಕ್ಟರು. ಮಗ ಸೊಸೆ ಇಬ್ಬರನ್ನೂ ಅಲ್ಲಿಗೇ ಬರೋದಕ್ಕೆ ಹೇಳಿದ್ದಾರೆ. ಆದರೆ ಅವರಿಬ್ಬರೂ ಹೋಗುತ್ತಾರೆನ್ನೋದು ಲೂ ಗೆ ಖಾತರಿ ಇರಲಿಲ್ಲ. ನಿರೀಕ್ಷಿಸಿಯೂ ಇರಲಿಲ್ಲ.

"ಅಲ್ಲಿ ಎಷ್ಟು ದಿವಸ ಇರ್ತೀರ? ಬರೋದು ಯಾವಾಗ?"

"ಬಹುಶಃ ಬರೋದೇ ಇಲ್ವೇನೋ?" ಲಿಯು ಹೇಳಿದ.

"ನನಗೆ ಮೊದಲೇ ಯಾಕೆ ಹೇಳಿಲ್ಲ ಯೂಘೇನ್" – ಗೆಳತಿಯ ಕಡೆ ತಿರುಗಿ ಕೇಳಿದಳು.

"ನೀಮು ಎಲ್ಲಿ ತಡ‍ಿತೀಯೋ ಅನ್ನೋ ಭಯ; ನಾನು ಮನಸ್ಸು ಬದಲಾಯಿಸಿ ಬಿಡಬಹುದೇನೋ ಅನ್ನೋ ಭಯ!" – ಲೂಳ ಕಣ್ಣು ತಪ್ಪಿಸಿ ನುಡಿದಳು.

ಲಿಯು ತಾನು ತಂದಿದ್ದ ಚೀಲದಿಂದ ಸ್ವಲ್ಪ ತಿಂಡಿ ಮತ್ತು ವೈನ್ ಹೊರ ತೆಗೆದ – "ನನಗೆ ಗೊತ್ತು. ನೀವು ಅಡಿಗೆ ಮಾಡಿಲ್ಲ.... ಆದರೇನಂತೆ? ಬನ್ನಿ ಹೋಗೋಕೆ ಮುಂಚೆ ಬೀಳ್ಕೊಡುಗೆಯ ಪಾರ್ಟಿ ಮಾಡೋಣ" ಎಂದು ನಕ್ಕು ನುಡಿದ.

* * *

9

ಬೀಳ್ಕೊಡುಗೆ, ಯಾರಿಗೂ ಖುಷಿ ಕೊಡುವಂಥಾದ್ದಾಗಿರಿಲಿಲ್ಲ. ಅವರು ಕುಡಿದದ್ದು ವೈನ್ ಅಲ್ಲ; ಕಣ್ಣೀರು, ತಿಂಡಿಗಳ ರುಚಿಗಿಂಗ ಬದುಕಿನ ಕಹಿಯನ್ನು ಅನುಭವಿಸುತ್ತಿದ್ದ ಹಾಗಿತ್ತು.

ಷಿಯಾ ಮಲಗಿದ್ದಳು. ಯಯಾನ್ ಪಕ್ಕದ ಮನೆಯಲ್ಲಿ ಟಿ.ವಿ. ನೋಡುತ್ತಿದ್ದ. ಲಿಯು ವೈನ್ ಬಟ್ಟಲನ್ನು ಕೈಗೆತ್ತಿಕೊಂಡು ಅದರೊಳಗಿನ ವೈನ್ ನೋಡುತ್ತಾ, ತೀರಾ ಭಾವುಕನಾಗಿ ಹೇಳಿದ – "ಬದುಕು, ಹೇಗಾಗುತ್ತೆ, ಏನಾಗುತ್ತೇಂತ ಹೇಳೋದೇ ಕಷ್ಟ!... ನನ್ನ ತಂದೆಗೆ ಒಳ್ಳೆ ಶಿಕ್ಷಣ ಸಿಕ್ಕಿತು. ಡಾಕ್ಟರಾದರು. ಮಗುವಾಗಿದ್ದಾಗಿಂದ ನನಗೆ ಕಾವ್ಯ ಅಂದರೆ ತುಂಬಾ ಇಷ್ಟ. ಒಬ್ಬ ಬರಹಗಾರನಾಗಬೇಕು ಅನ್ನೋ ಆಸೆ. ಆದರೆ ನಮ್ಮ ತಂದಲೆಯ ಹೆಜ್ಜೆಯ ಜಾಡಿನಲ್ಲೇ ಹೋಗಬೇಕಾಯಿತು. ಹಾಗೆ ಮೂವತ್ತು ವರುಷ ಕಳೆತು. "ತುಂಬಾ ಮಾತಾಡೋದ್ರಿಂದ ತೊಂದರೆ ತಪ್ಪಿದ್ದಲ್ಲ – ಅನ್ನೋದು ಅಪ್ಪನ ಎಚ್ಚರಿಕೆಯ ನುಡಿ. ಆದರೆ ಅದನ್ನು ನಾನು ಗಮನಕ್ಕೆ ತೆಗೆದುಕೊಳ್ಳಲಿಲ್ಲ. ದುರಾದೃಷ್ಟ! ಮಾತೂ! ಮಾತು... ಮಾತಿನ ಮೂಲಕ ನನ್ನ ಅಭಿಪ್ರಾಯಗಳನ್ನು ಸ್ಪಷ್ಟ ಪಡಿಸಬೇಕೂಂತ ಹೆಣಗಿದೆ. ಪರಿಣಾಮವಾಗಿ ತೊಂದರೆಗಳನ್ನು ತಂದುಕೊಂಡೆ. ಪ್ರತಿ ರಾಜಕೀಯ ಚಳುವಳೀಲಿ ನನ್ನನ್ನು ತರಾಟೆಗೆ ತೆಗೆದುಕೊಂಡರು. ಇವತ್ತೆಲ್ಲರಲ್ಲಿ, ನಾನು ಪದವೀಧರನಾದಾಗ, ಕೇವಲ ಒಂದು ಕೂದಲಿನ ಎಳೆಯಷ್ಟರಿಂದ ನಾನು 'ಬಲಪಂಥೀಯ' ಅನ್ನೋ ಹಣೆಪಟ್ಟಿಯಿಂದ ತಪ್ಪಿಸಿಕೊಂಡೆ. "ಸಾಂಸ್ಕೃತಿಕ ಕ್ರಾಂತಿ'ಯಲ್ಲಿ ಗೊತ್ತೇ ಇದೆ... ಚೆನ್ನಾಗಿ, ನಿಷ್ಠುರವಾದ ಟೀಕೆಗೆ ಗುರಿಯಾದೆ. ನಾನೊಬ್ಬ ಚೀನೀಯ. ಹೆಚ್ಚಿನ ರಾಜಕೀಯ ಪ್ರಜ್ಞೆಯುಳ್ಳವನು ಅಂತ ಕರೆಸಿಕೊಳ್ಳಲಾಗದಿದ್ದರೂ, ನನಗೆ ನನ್ನ ದೇಶದ ಬಗ್ಗೆ ಪ್ರೀತಿ ಇದೆ; ಅಭಿಮಾನ ಇದೆ; ನನ್ನ ದೇಶವಾದ ಈ ಚೈನಾ ಶ್ರೀಮಂತವಾಗಬೇಕು; ಬಲಿಷ್ಠ ರಾಷ್ಟ್ರವಾಗಬೇಕು. ಇದೇ ನನ್ನ ಬಯಕೆ.. ಆದರೆ ನೋಡಿ! ಕನಸಿನಲ್ಲಿಯೂ ಊಹಿಸಿಕೊಂಡಿರಲಿಲ್ಲ. ಇವತ್ತರ ಪ್ರಾಯಕ್ಕೆ ಹತ್ತಿರ ಬಂದಿದ್ದೇನೆ. ಈಗ ದೇಶಬಿಟ್ಟು ಹೋಗಬೇಕಾದ ಪ್ರಸಂಗ ಬಂದಿದೆ, ನನಗೆ."

"ನಿಜವಾಗಿಯೂ ನಿಮಗೆ ಹೋಗಬೇಕಾಗಿದೆಯೇ? – ಲೂ ಮೃದುವಾಗಿ ಕೇಳಿದಳು.

"ಹೌದು, ಯಾಕೆ? ಎಷ್ಟೋಸಲ ನನ್ನಲ್ಲಿ ನಾನೇ ಪ್ರಶ್ನಿಸಿಕೊಂಡಿದ್ದೇನೆ– ಲಿಯೋನ ಕೈಯೊಳಗಿನ ಬಟ್ಟಲಲ್ಲಿನ ವೈನ್ ತುಳುಕಿತು. ಮುಂದುವರೆಸಿದ –

"ನನಗೆ ಮಧ್ಯ ವಯಸ್ಸು ಮೀರುತ್ತಿದೆ. ಹೆಚ್ಚು ಕಾಲವೇನೂ ಬದುಕುವುದಿಲ್ಲ. ನನ್ನ ಬೂದೀನ, ಚಿತಾಭಸ್ಮನ, ನಾನು ಯಾಕೆ ಪರದೇಶದಲ್ಲಿ ಬಿಡಬೇಕು? ಅಂತ ಮತ್ತೆ ಮತ್ತೆ ಯೋಚಿಸಿದ್ದೇನೆ."

ತಾಯ್ನಾಡನ್ನು ಬಿಡುವಲ್ಲಿ ಅವನಿಗಿದ್ದ ದುಃಖಿ, ಮಾತಿನಲ್ಲಿ ಸ್ಪಷ್ಟವಾಗಿತ್ತು. ಮೌನವಾಗಿ ಕೇಳಿಸಿಕೊಂಡರು, ಅವನ ಮಾತುಗಳನ್ನು ಕೈಲಿ ಹಿಡಿದಿದ್ದ ಬಟ್ಟಲನ್ನು ಒಮ್ಮೆಲೇ ಖಾಲಿ ಮಾಡಿ, ಬಡಬಡಿಸಿದ.

"ನನ್ನನ್ನು ಉಗಿರಿ, ಬೈದು ಶಾಪ ಹಾಕಿ, ನಾನೊಬ್ಬ ದ್ರೋಹಿ, ಕೃತಘ್ನ ಮಗ!"

"ಹಾಗೆಲ್ಲ ಹೇಳಬೇಡ ಲಿಯು. ನಮಗೆಲ್ಲ ಗೊತ್ತು, ನೀನು ಏನೆಂಬುದು"– ಘೂ ಅವನ ಬಟ್ಟಲನ್ನು ತುಂಬಿದ. ಈಗ ಆ ಕತ್ತಲ ದಿನಗಳು ಕಳೆದಿವೆ. ಮತ್ತೆ ಸೂರ್ಯ ಉದಯಿಸುತ್ತಿದ್ದಾನೆ. ಒಳ್ಳೆಯ ದಿನಗಳು ಬರುತ್ತವೆ. ದೇಶ ಬದಲಾಗುತ್ತದೆ."

"ಅದರಲ್ಲಿ ನನಗೆ ಭರವಸೆ ಇದೆ" ಲಿಯು ಒಪ್ಪಿದಂತೆ ತಲೆತೂಗಿದ. "ಆದರೆ ನಮ್ಮ ಮೇಲೆ ಸೂರ್ಯನ ಬೆಳಕು ಯಾವಾಗ? ನಮ್ಮ ಮಗಳು ಹಗಲು ಕಾಣುವುದೆಂದು? .... ಇನ್ನು ನನಗೆ ಕಾಯುವ ತಾಳ್ಮೆಯಿಲ್ಲ."

"ಆ ಮಾತೆಲ್ಲ ಈಗ ಯಾಕೆ?" – ಲೂಗೆ ಅರ್ಥವಾಯಿತು. ತನ್ನ ಒಬ್ಬಳೇ ಮಗಳಿಗಾಗಿ, ಬಲವಂತಕ್ಕೆ ಸಿಕ್ಕಿ ಅವನಿಗೆ ಹೋಗಬೇಕಾಗಿ ಬಂದಿದೆ. ಇಲ್ಲಿಗೆ ಈ ಮಾತನ್ನು ಸಾಕು ಮಾಡಬೇಕು. ವಿಷಯಾಂತರ ಮಾಡಲು ಲೂ– "ನಾನೆಂದೂ ಕುಡಿಯುವುದಿಲ್ಲ, ಇವತ್ತು ನಿಮ್ಮಿಬ್ಬರ ಸಂತೋಷಕ್ಕಾಗಿ ಸುಖ ಪ್ರವಾಶಕ್ಕಾಗಿ ಕುಡಿಯುತಿದ್ದೇನೆ."

"ಇಲ್ಲ, ನಾವು ನಿನಗಾಗಿ ಕುಡಿಯಬೇಕು." ಲಿಯು ಬಟ್ಟಲನ್ನೆತ್ತಿಕೊಳ್ಳುತ್ತಾ ನುಡಿದ. ನಮ್ಮ ಆಸ್ಪತ್ರೆಯ ಮುಖ್ಯ ಆಸ್ತಿ ನೀನು. ಪ್ರತಿಭಾವಂತ ಡಾಕ್ಟರುಗಳಲ್ಲಿ ಒಬ್ಬಳು!"

"ಕುಡಿದದ್ದು ಹೆಚ್ಚಾಯಿತೇನೋ!" ಅವಳು ನಕ್ಕಳು.

"ಖಂಡಿತ ಇಲ್ಲ."

ಇಲ್ಲಿಯವರೆಗೆ ಮಾತಿಲ್ಲದೆ ಮೌನವಾಗಿ ಕುಳಿತಿದ್ದ ಜಿಯಾಂಗ್ ಬಟ್ಟಲನ್ನೆತ್ತಿ ತುಟಿಗಿಟ್ಟುಕೊಳ್ಳುತ್ತಾ "ಹೃದಯಪೂರ್ವಕವಾಗಿ ನಿನಗಾಗಿ ನಮ್ಮಿಬ್ಬರ ಇಪ್ಪತ್ತು ವರುಷಗಳ ಗೆಳೆತನಕ್ಕಾಗಿ, ಭಾವಿ ಐ–ಸ್ಪೆಷಲಿಸ್ಟ್‌ಗಾಗಿ – ಇಗೋ ಕುಡಿತಿದ್ದೇನೆ!"

"ಅಯ್ಯೋ ದೇವರೇ! ಯಾಕೆ ಹೀಗೆ ಹುಚ್ಚುಚ್ಚಾಗಿ ಮಾತಾಡ್ತಿದ್ದೀ?" – ಎಂದು ಅವಳ ಹೊಗಳಿಕೆಯನ್ನು ದೂರವಿರಿಸಿದಳು.

"ನೀನು ಯಾರು?" ಲಿಯು ಅರ್ಧ ಅಮಲಿಗಿಳಿದಿದ್ದ. 'ನೀನು ನಿನ್ನಂಥರು, ಕೊಟ್ಟಿಗೆ ತರಹದ, ಇಕ್ಕಟ್ಟಾದ ಜಾಗಗಳನ್ನು ಲೆಕ್ಕಿಸದೆ, ಹಣದ ಮೋಹ ಇಲ್ಲದೆ ಗುಲಾಮರ ರೀತೀಲಿ ದುಡೀತಿರಿ. ನಿನ್ನಂತೆ ಕಷ್ಟಪಟ್ಟು ದುಡೀತಾ, ಮಕ್ಕಳ ಸೇವೆ ಮಾಡ್ತಾ, ಹುಲ್ಲು ತಿಂದು ಹಾಲು ಕೊಡೋ ಹಸು... ಹಸು... ಅಂತ ಕರೆದ. ಕರೆದದ್ದು ಸರಿಯಾಗಿದ ಅಲ್ವಾ?"

ಘೂ ಆ ಮಾತಿಗೆ ಹೌದೆಂದು ತಲೆತೂಗಿದ.

"ಹಾಗಿರುವವರು, ನಾನೊಬ್ಬಳೇ ಇಲ್ಲ. ಬೇರೆಯವರೆಷ್ಟೋ ಮಂದಿ ಇದ್ದಾರೆ" – ನಗುತ್ತಾ ಹೇಳಿದಳು.

"ಅದಕ್ಕೆ ನಮ್ಮ ದೇಶ ಮಹಾನ್ ದೇಶ!" – ಇನ್ನೊಂದು ಬಟ್ಟಲು ವೈನನ್ನು ಗಂಟಲಿಗಿಳಿಸಿದ. ಜಿಯಾಂಗ್ ಷಿಯಾಳ ಕಡೆಗೆ ನೋಡಿದಳು. ಒಳ್ಳೇ ನಿದ್ದೇಲಿ ಇದ್ದಳು.

"ಹೌದು ಲೂ, ರೋಗಿಗಳನ್ನು ನೋಡುವ ಭರದಲ್ಲಿ ನಿನಗೆ ಇನ್ನ ಮಗಳನ್ನು ನೋಡಿಕೊಳ್ಳುವಷ್ಟೂ ಸಮಯ ಸಿಗ್ತಿಲ್ಲ."

ಲಿಯು ಎಲ್ಲ ಎಲ್ಲರ ಬಟ್ಟಲುಗಳನ್ನು ತುಂಬಿಸಿದ. ಘೋಷಣಾತ್ಮಕವಾಗಿ ಹೇಳಿದ – "ಮಾನವ ಕುಲದ ಉದ್ಧಾರಕ್ಕಾಗಿ ಅವಳು ತನ್ನನ್ನು ತ್ಯಾಗ ಮಾಡಿಕೊಳ್ಳುತ್ತಿದ್ದಾಳೆ."

"ನಿಮಗೆಲ್ಲ ಇವತ್ತು ಏನಾಗಿದೆ? ಎಲ್ಲರೂ ಯಾಕೆ ನನ್ನನ್ನು ಅಷ್ಟು ಹೊಗಳಿ ಅಟ್ಟಕ್ಕೇರಿಸುತ್ತಿದ್ದೀರಿ" ... ಗಂಡನ ಕಡೆ ಬೊಟ್ಟು ಮಾಡಿ ಹೇಳಿದಳು – "ನೀವು ಇವರನ್ನು ಕೇಳಿ. ನಿಮಗೇ ಗೊತ್ತಾಗುತ್ತೆ. ನಾನು ಸ್ವಾರ್ಥಿ ಅಲ್ಲದೆ ಇದ್ದರೆ ನನ್ನ ಗಂಡನ್ನ ಹೀಗೆ ಮನೆ ಕೆಲಸಗಳಿಗೆ ಹಚ್ಚುತ್ತಿದ್ದೇನೆ? ಮಕ್ಕಳನ್ನು ಹೀಗೆ ಭಿಕಾರಿಗಳ ಹಾಗೆ ಇಟ್ಟಿರುತ್ತಿದ್ದೇನೆ? ಇಡೀ ಮನೇನೇ ಅಸ್ತವ್ಯಸ್ತವಾಗಿ ಇಡುತ್ತಿದ್ದೇನೆ? ... ನಿಜವಾಗಿ ಹೇಳೋದಾದರೆ, ಈ ಕಡೆ ಒಳ್ಳೇ ಗೃಹಿಣೀನೂ ಆಗಲಿಲ್ಲ. ಆಕಡೆ ಒಳ್ಳೆ ತಾಯೀನೂ ಆಗಲಿಲ್ಲ."

"ಆದರೆ ನೀನು ಒಳ್ಳೆ ಡಾಕ್ಟರಾಗಿದ್ದೀ!" ಲಿಯು ಗಟ್ಟಿಯಾಗಿ ಹೇಳಿದ. ಘೂ ಇನ್ನೊಂದು ಬಟ್ಟಲು ವೈನ್ ತುಂಬಿಸಿಕೊಳ್ಳುತ್ತ ವಿವರಿಸಿದ...

"ಅದಕ್ಕೆ ನಿಮ್ಮ ಆಸ್ಪತ್ರೇನ ದೂರಬೇಕು. ಡಾಕ್ಟರುಗಳಾದರೇನು? ಅವರಿಗೂ ಮನೆ, ಮತ, ಹೆಂಡತಿ ಮಕ್ಕಳು – ಸಂಸಾರಾಂತ ಇರುತ್ತೆ ಅನ್ನೋದನ್ನ ಮರೆತಿದೆ. ಅವರ ಮಕ್ಕಳೂ ಖಾಯಿಲೆ ಬೀಳುತ್ತಾರೆ ಅನ್ನೋ ಪ್ರಶ್ನೇನೇ ಬೇಡವೆ?" ಅವರ ಬಗ್ಗೆ ಯಾರಿಗೂ ಯಾಕೆ ಕಳಕಳಿ ಇಲ್ಲ?"

"ಘೂ" ಮಧ್ಯೆ ಪ್ರವೇಶಿಸಿ ಲಿಯು ಜೋರಾಗಿ ನುಡಿದ. "ನಾನೇನಾದರೂ ಡೈರೆಕ್ಟರ್ ಜಾವ್ಞೋ ಜಾಗದಲ್ಲಿ ಇದ್ದಿದ್ದರೆ, ಮೊದಲು ನಿನಗೊಂದು ಮೆಡಲ್, ಷಿಯಾಗೊಂದು, ಯುಯಾನ್‌ಗೊಂದು ಕೊಡಿಸ್ತಿದ್ದೆ. ಯಾಕೆ ಗೊತ್ತಾ ಇಂತಹ ಒಳ್ಳೆ ಡಾಕ್ಟರುಗಳನ್ನು ತಯಾರು ಮಾಡೋದರಲ್ಲಿ, ನಿಮ್ಮ ಬಲಿಯಾಗ್ತಿದೆ.

ಘೂ ಬಾಯಿ ಹಾಕಿದ, "ನನಗೆ ಮೆಡಲ್ ಗಿಡಲ್ ಬೇಕಾಗಿಲ್ಲ – ನಿಮ್ಮ ಆಸ್ಪತ್ರೆ, ಇಂತಹ ಡಾಕ್ಟರುಗಳ ಗಂಡಂದಿರಾಗಿರೋದು ಎಷ್ಟು ಕಷ್ಟ ಅನ್ನೋದನ್ನು ತಿಳಿದುಕೊಂಡರೆ ಸಾಕು.

ಹೊರಗೆಲ್ಲಿಯಾದರೂ ಮೆಡಿಕಲ್ ಟೂರ್ ಹೋಗಬೇಕೂಂತ ಆರ್ಡರ್ಸ್ ಬಂದರೆ ಸಾಕು. ಮನೆ ಗಿನೆ ಏನೂ ಅವಳಿಗೆ ಬೇಡವಾಗಿ ಬಿಡುತ್ತೆ. ತುದಿಕಾಲ ಮೇಲೆ ಸಿದ್ಧವಾಗಿ ಬಿಡುತ್ತಾಳೆ. ಆಪರೇಷನ್‌ಗಳನ್ನು ಮುಗಿಸಿಕೊಂಡು ದಣಿದು ಮನೆಗೆ ಬಂದರೆ ಮುಗೀತು ಅಷ್ಟೆ! ಒಂದು ಕೆಲಸವೂ ಮಾಡೋಕೆ ಆಗುವುದಿಲ್ಲ. ಸೋತು ಸತ್ತು ಬರುತ್ತಾಳೆ. ಅಂತಹ ಸಮಯದಲ್ಲಿ ನಾನು ಅಡಿಗೆ ಮನೆಗೆ ಹೋಗದೆ ವಿಧೀನೇ ಇಲ್ಲ. ನನ್ನನ್ನು ಬಿಟ್ಟರೆ ಬೇರೆ ಯಾರಿದ್ದಾರೆ? ಒಂದು ರೀತಿಯಿಂದ 'ಸಾಂಸ್ಕೃತಿಕ ಕ್ರಾಂತಿ'ಗೆ ನಾನು ಕೃತಜ್ಞತೆ ಹೇಳಬೇಕು. ಇಷ್ಟೊಂದು ದಿವಸ ನನಗೆ ಬಿಡುವು ಕೊಡಿಸಿ, ಅಡಿಗೆ ಕಲಿಯುವುದಕ್ಕೆ ಅವಕಾಶ ಮಾಡಿ ಕೊಟ್ಟಿತಲ್ಲ!"

"ಯಾ ಫೇನ್ ನನಗೆ ಹಿಂದೇನೇ ಹೇಳಿದಳು 'ಪುಸ್ತಕದ ಹುಳು' ಅನ್ನೋ ನಿನ್ನ ಬಿರುದನ್ನು ಕಿತ್ತು ಆಚೆಗೆ ಎಸೆಯಬೇಕೂಂತ!" ಲಿಯು, ಫೋನ ಬೆನ್ನ ತಟ್ಟಿ ನಕ್ಕ. "ನೀನೇನು? ಸ್ಪೇಸ್ ಟ್ರಾವೆಲ್‌ಗೆ ಸಂಬಂಧಿಸಿದಂತೆ ತುಂಬಾ ಮುಂದುವರೆದ ವೈಜ್ಞಾನಿಕ ವಿಷಯಗಳನ್ನೂ ಕಲೀಬಹುದು; ಹಾಗೆ ಅಡಿಗೆ ಮನೆಯ ಅತ್ಯುತ್ತಮ ನಿಪುಣ ಅಂತಲೂ ಕರೆಸಿಕೊಳ್ಳಬಹುದು! ಒಟ್ಟೊಟ್ಟಿಗೆ ಎರಡು ಪಾತ್ರಗಳು! ಕಮ್ಯುನಿಸ್ಟ್ ಯುಗದ ನೂತನ ವ್ಯಕ್ತಿಗಳಲ್ಲಿ ಒಬ್ಬನಾಗುತ್ತಿದ್ದೀ! 'ಸಾಂಸ್ಕೃತಿಕ ಕ್ರಾಂತಿಯ ಸಾಧನೆಗಳ ಮೊಂದು ಹೊಸಮುಖ ಇದೆಂದು ಯಾರು ತಾನೇ ಹೇಳದೆ ಇರ್ತಾರೆ? ಅಥವಾ ಇಲ್ಲ ಅಂತ ಹೇಳೋ ಧೈರ್ಯ ಯಾರಿಗಿದೆ?"

ಫೋ ಎಂದೂ ಕುಡಿದಿಲ್ಲ. ಇವತ್ತು ಒಂದೆರಡು ಬಟ್ಟಲು ಕುಡಿದದ್ದಕ್ಕೆ ಮುಖ ಕೆಂಪಾಯಿತು. "ಹೌದು. ನೀನು ಹೇಳಿದ್ದು ಸರಿ. "ಸಾಂಸ್ಕೃತಿಕ ಕ್ರಾಂತಿ" ನಮ್ಮಂತಹವರನ್ನು ಹೊಸ ರೀತೀಲಿ ರೂಪಿಸುವುದರಲ್ಲಿ ದೊಡ್ಡ ಪಾತ್ರ ವಹಿಸಿದೆ. ಆ ದಿನಗಳಲ್ಲಿ, ನಾನು ಗಂಡು ಗೃಹಿಣಿಯಾಗಿರಬೇಕಾಯಿತು. ನಂಬಿಕೆ ಬರಲಿಲ್ಲಾಂದ್ರೆ, ವೆಂಟಿಂಗ್‌ನೇ ಕೇಳು – ಪ್ರತಿಯೊಂದು ಮನೆಗೆಲಸದಲ್ಲೂ ನನ್ನ ಸಹಕಾರ ಇತ್ತೋ ಇಲ್ಲ್ವೋಂತ?"

ಫೋನ ಈ ಕೀಟಲೆಯ ಮಾತುಗಳು ಲೂಗೆ ಬೇಸರ ತಂದಿತು. ಆದರೂ ತಡೆಯಲಿಲ್ಲ. ಅಗಲಿಕೆಯ ನೋವನ್ನು ಮರೆಯಲು ಇದೊಂದೇ ದಾರಿ. ಪ್ರಯತ್ನ ಪೂರ್ವಕವಾಗಿ ನಕ್ಕಳು, – ಫೋನತ್ತ ತಿರುಗಿ,

"ಹೌದು ನೀನು ಎಲ್ಲ ಮನೆ ಕೆಲಸಗಳನ್ನು ಕಲಿತರೂ, ಹೊಲಿಯುವುದಕ್ಕೆ ಮಾತ್ರ ಕಲಿಯಲಿಲ್ಲ. ಅದಕ್ಕೆ ಯುಯಾನ್, ಜಿಮ್ ಷೂನೆ ಬೇಕೂಂತ ಸಾಯ್ತಾನೆ."

"ಓಹೋ ನೀನು ಅತಿಯಾಗಿ ನಿರೀಕ್ಷಿಸುತ್ತೀಯ." ನೇರವಾಗಿ ಅವಳತ್ತ ನೋಡುತ್ತ ನುಡಿದ – ಫೋ ಎಷ್ಟೇ ಪ್ರಾವೀಣ್ಯ ಪಡೆದರೂ, ಇಂತಹ ವಿಷಯಗಳಲ್ಲಿ, ಒಬ್ಬ ಹಳ್ಳಿ ಹೆಂಗಸಿನ ಹಾಗೆ 'ಷೂಸೋಲ್ ತೆಗೆದುಕೊಂಡು ಊರೆಲ್ಲಾ ಸುತ್ತುವುದು ಮಾತ್ರ ಸಾಧ್ಯವಿಲ್ಲ."

ನಿಸ್ಸಾರವಾದ ಈ ಹಾಸ್ಯದ ಮಾತುಗಳನ್ನು ಎಷ್ಟೂಂತ ಮುಂದುವರೆಸೋಕೆ ಸಾಧ್ಯ? ವೈಜ್ಞಾನಿಕ ಸಾಧನೆಗಳ ಬಗ್ಗೆ, ರಾಜಕೀಯ ಸ್ಥಿತ್ಯಂತರಗಳ ಬಗ್ಗೆ ಕನಿಷ್ಠ ಸಂಬಳದಲ್ಲಿ ದುಡಿಯುತ್ತಿರುವ ಬುದ್ಧಿಜೀವಿಗಳ ಸ್ಥಿತಿಗತಿಗಳ ಬಗ್ಗೆ ಕನಿಷ್ಠ ಸಂಬಳದಲ್ಲಿ ದುಡಿಯುತ್ತಿರುವ

ಬುದ್ಧಿಜೀವಿಗಳ ಸ್ಥಿತಿಗತಿಗಳ ಬಗ್ಗೆ ವಿಶೇಷವಾಗಿ ನಡುವಯಸ್ಸಿನ ತಜ್ಞರ ಬಗ್ಗೆ ಮಾತನಾಡಿದರು. ವಾತಾವರಣ, ಇಂತಹ ಗಂಭೀರ ಚರ್ಚೆಗಳಿಂದ ಬಿಗುವಾಯಿತು.

"ಲಿಯು, ನಿನಗೆ ಬೇಕಾದಷ್ಟು ಜನರ ಪರಿಚಯ ಇದೆ. ನಿನಗೆ ಹೋಗಲು ಮನಸ್ಸಿಗೆ ಅಷ್ಟೊಂದು ಬೇಸರವಾಗಿದೆ ಎನಿಸಿದರೆ, – ಅವನ ಮೇಲೆ ಒಂದೇಟು ಕೊಟ್ಟು ಮುಂದುವರೆದ ಘೂ – ಒಳ್ಳೇ ಸಂಬಳ ಸಿಗುವ ಜಾಗಗಳಲ್ಲಿ ಇಲ್ಲಿ ಎಲ್ಲಿಯಾದರೂ ಸೇರಬಹುದು. ಮನೆಗಳು ಒಳ್ಳೇ ಸಂಪಾದನೆ ನೀಡುತ್ತವಂತೆ. ನನಗೂ ಯಾವುದಾದರೂ ಒಂದು ಮನೇಲಿ, ಗಂಡಾಳಾಗಿ, ಕೆಲಸ ಸಿಗುತ್ತಾ ಹಾಗೇ ನೋಡಿದು."

"ನಾನು ಹೋಗೋ ಸಮಾಚಾರ ಒಂದು ಕಡೆಗಿರಲಿ. ನೀಮು ಪೇಪರ್‌ನಲ್ಲಿ ಒಂದು ಆ್ಯಡ್ ಕೊಡು. ಹೊಸ ಪೇಪರೊಂದು ಬಂದಿದೆಯಲ್ಲ 'ದಿ ಮಾರ್ಕೆಟ್' ಅಂತ."

"ತುಂಬಾ ಒಳ್ಳೇ ಐಡಿಯಾ! – ದಪ್ಪ ಕಟ್ಟಿನ ಕನ್ನಡಕವನ್ನು ಸರಿ ಮಾಡಿಕೊಳ್ಳುತ್ತಾ ಹೇಳಿದ – "ಜಾಹಿರಾತು ಕೊಡುತ್ತಿರುವ ವ್ಯಕ್ತಿ ಪದವೀಧರ, ಎರಡು ಫಾರಿನ್ ಭಾಷೆಗಳಲ್ಲಿ ಪರಿಣತಿ ಇದೆ. ಒಳ್ಳೆ ಅಡಿಗೆಯನ್ನು ಮಾಡಬಲ್ಲ, ಚೆನ್ನಾಗಿ ಹೊಲಿಯಬಲ್ಲ, ಸೂಕ್ಷ್ಮ ಕೆಲಸಗಳನ್ನೂ, ಶ್ರಮದ ಕೆಲಸಗಳನ್ನೂ ಮಾಡಬಲ್ಲ. ತನ್ನ ಬಗ್ಗೆ ಬರುವ ಟೀಕೆಗಳನ್ನು ಸಹಿಸಿಕೊಳ್ಳಲೂ ಬಲ್ಲ. ಕೊನೆಯದಾಗಿ, ಸಂದರ್ಶನದ ಅವಧಿಯಲ್ಲಿ ಸಂಬಳವನ್ನು ನಿರ್ಧರಿಸಬಹುದು." – ಎಂದು ಹೇಳಿ ದೊಡ್ಡದಾಗಿ ನಕ್ಕ.

ಜಿಯಾಂಗ್ ತಿನ್ನಲೂ ಇಲ್ಲ; ಕುಡಿಯಲೂ ಇಲ್ಲ. ಮಾತಿಲ್ಲದೆ ಕುಳಿತಿದ್ದಳು. ಅವರ ನಗುವಿನ ಜೊತೆಗೆ ಸೇರಬೇಕೆಂದುಕೊಂಡರೂ ಸಾಧ್ಯವಾಗಲಿಲ್ಲ. ಗಂಡನನ್ನು ತಿವಿದು ಹೇಳಿದಳು – "ಹಾಗೆಲ್ಲ ಹುಚ್ಚುಚ್ಚಾಗಿ ಮಾತಾಡಬೇಡ. ಅದರಿಂದ ಪ್ರಯೋಜನವೇನು?"

"ಇದೇ ಇಂದು ಪ್ರಚಲಿತವಾಗಿರುವ ಸಾಮಾಜಿಕ ವಾಸ್ತವ ಸಂಗತಿ. ಅದನ್ನೇ ನಾನು ಹೇಳೋಕೆ ಹೊರಟಿದ್ದು –ಮಧ್ಯವಯಸ್ಸು ... ಮಧ್ಯವಯಸ್ಸಿನ ಜನವೇ ನಮ್ಮ ನಾಡಿನ ಬೆನ್ನೆಲುಬು. ಸಮರ್ಥವಾಗಿ ಆಪರೇಷನ್ ಮಾಡುವವರು ಮಧ್ಯ ವಯಸ್ಸಿನ ಸರ್ಜನ್‌ಗಳು; ಗಂಭೀರವಾದ ವೈಜ್ಞಾನಿಕ ಸಂಶೋಧನೆಗಳು, ತಾಂತ್ರಿಕ ಪರಿಣತಿ ನಿಂತಿರೋದು ಮಧ್ಯವಯಸ್ಸಿನ ವಿಜ್ಞಾನಿಗಳ ಮೇಲೆ. ಔದ್ಯೋಗಿಕ ಕ್ಷೇತ್ರಗಳಲ್ಲಿ, ಮಧ್ಯವಯಸ್ಸಿನ ಕಾರ್ಮಿಕರ ಮೇಲೇ ಜವಾಬ್ದಾರಿಯ ಕೆಲಸಗಳು; ಶಾಲಾ ಕಾಲೇಜುಗಳಲ್ಲಿ ಪ್ರಧಾನವಾದ ಕೋರ್ಸುಗಳನ್ನು ಬೋಧಿಸುವವರು ಮಧ್ಯವಯಸ್ಸಿನ ಶಿಕ್ಷಕರು."

"ಸುಮ್ಮನೆ ಹೇಳಿದ್ದನ್ನೇ ಹೇಳಬೇಡ" ಜಿಯಾಂಗ್ ನಿಲ್ಲಿಸಲು ಯತ್ನಿಸಿದಳು.

"ಡಾಕ್ಟರಾದ ನಿನಗೆ ಅದೆಲ್ಲ ತಲೆನೋವು ಬೇಡ."

ಲಿಯು ಕಣ್ಣ ಅರೆ ಮುಚ್ಚಿ, ಗುಂಗಿನಲ್ಲಿ ಮುಂದುವರೆದ – ಲೂ, ನೀನೇ ಹೇಳಲಿಲ್ವಾ?– ನಾನೊಂದು ಕೆಲಸದಲ್ಲಿದ್ದರೂ, ನನ್ನ ನಾಡಿಗೆ ನಾನು ಬದ್ಧಳಾಗಿರುತ್ತೇನೆ – ಅಂತ? ನಾನು ಒಬ್ಬ ಡಾಕ್ಟರು. ಯಾರೂ ನನ್ನ ಹೆಸರನ್ನು ಕೇಳಿದವರಿಲ್ಲ. ಆದರೆ ನನ್ನ ನಾಡಿನ ವಿಚಾರವಾಗಿ

ಚಿಂತಿಸುತ್ತಿರುತ್ತೇನೆ. ಪ್ರತಿಯೊಬ್ಬರೂ ಮಧ್ಯವಯಸ್ಸಿನವರ ಮಹಾನತೆ ಏನೂಂತ ತಿಳಿದಿದ್ದಾರೆ. ಆದರೆ ಅವರ ಬದುಕುಗಳು ಎಷ್ಟು ಕಷ್ಟ ಅನ್ನೋದು ಯಾರಿಗೆ ಗೊತ್ತು? ಅವರು ಕೆಲಸ ಮಾಡುವ ಕಡೆ ಹೆಚ್ಚು ಜವಾಬ್ದಾರಿಗಳನ್ನು ಹೊರುತ್ತಾರೆ. ಮನೇಲಿ ಮನೆಕೆಲಸಗಳನ್ನೆಲ್ಲಾ ಮಾಡ್ತಾರೆ. ತಂದೆ–ತಾಯಿ ಮಕ್ಕಳು ಎಲ್ಲರ ಪೋಷಣೆಯ ಹೊಣೆಗಾರಿಕೆ ಅವರದಾಗಿರುತ್ತೆ. ಅವರಿಗಿರುವ ಅನುಭವದಿಂದ ಮತ್ತು ಸಾಮರ್ಥ್ಯದಿಂದ ಮಹತ್ವದ ಪಾತ್ರ ವಹಿಸುತ್ತಾರೆ – ಅನ್ನೋದಲ್ಲ. ಅದಕ್ಕಾಗಿ ಅವರ ಪಾತ್ರ ದೊಡ್ಡದಲ್ಲವೂ ಅಲ್ಲ – ಮನೇಲಿ ಬೆಟ್ಟದಷ್ಟು ತೊಂದರೆಗಳನ್ನು ಅನುಭವಿಸುತ್ತಾರೆ. ಹೆಂಡತಿ ಮಕ್ಕಳು ಸಂಸಾರಾನೆಲ್ಲ ಮರೆತು ಕೆಲಸಕ್ಕಾಗಿ ತಮ್ಮನ್ನು ತಾವು ತ್ಯಾಗ ಮಾಡಿಕೊಳ್ಳುತ್ತಾರೆ."

ಲೂ ನಿರ್ಭಾವುಕತೆಯಿಂದ ಕೇಳಿಸಿಕೊಂಡಳು. ಮೆದು ದನಿಯಲ್ಲಿ ಮಧ್ಯೆ ಪ್ರವೇಶಿಸಿ ಹೇಳಿದಲು – "ಆದರೆ ನಮ್ಮ ದುರಾದೃಷ್ಟ ಯಾರಿಗೂ ಇವು ಅರ್ಥವಾಗೊಲ್ಲ. ಎಲ್ಲೋ ಅಪರೂಪಕ್ಕೆ ಒಂದಷ್ಟು ಮಂದಿ ಇದರ ಬಗ್ಗೆ ಮುತುವರ್ಜಿ ವಹಿಸಿ ತಿಳಿಯೋ ಪ್ರಯತ್ನ ಮಾಡ್ತಾರೆ."

ಇಲ್ಲಿಯವರೆಗೆ ಸುಮ್ಮನಿದ್ದ ಫೂ ಲಿಯುನ ಬಟ್ಟಲನ್ನು ತುಂಬಿ ಗೆಲುವಿನಿಂದ ನುಡಿದ– "ನೀನು ಸಮಾಜಶಾಸ್ತ್ರ ಓದಿದ್ದರೆ ಚೆನ್ನಾಗಿತ್ತು."

ಲಿಯು ವ್ಯಂಗ್ಯವಾಗಿ ನುಡಿದ – "ಹಾಗೇನಾದರೂ ಓದಿದ್ದರೆ, ನಾನು ಇಷ್ಟು ಹೊತ್ತಿಗೆ ಬಲಪಂಥಿಯಾಗಿರುತ್ತಿದ್ದೆ. ಯಾಕೆಂದರೆ ಸಮಾಜಶಾಸ್ತ್ರಜ್ಞರು ಸಾಮಾಜಿಕ ಪಿಡುಗುಗಳನ್ನು ಓದಿರಬೇಕಾಗುತ್ತೆ."

"ಅವುಗಳನ್ನು ಬೆಳಕಿಗೆ ತಂದು ನಾಶ ಮಾಡಿದರೆ, ಸಮಾಜ ನಿಜವಾಗಿಯೂ ಅಭಿವೃದ್ಧಿ ಹೊಂದುತ್ತೆ. ಇದೆಲ್ಲ, ಎಡಪಂಥಕ್ಕೆ ಹೊರತು ಬಲಪಂಥದಕ್ಕಲ್ಲ" – ಫೂ ಉತ್ತರಿಸಿದ.

"ನಿನಗೆ ಕಾಳಜಿ ಬೇಡ. ನಾನು ಎಡಕ್ಕೂ ಇಲ್ಲ, ಬಲಕ್ಕೂ ಇಲ್ಲ. ನನಗೆ ಆಸಕ್ತಿ ಇರೋದು ಸಾಮಾಜಿಕ ಸಮಸ್ಯೆಗಳ ಬಗ್ಗೆ. ಉದಾಹರಣೆಗೆ ಮಧ್ಯ ವಯಸ್ಸಿನವರ ಸಮಸ್ಯೆಗಳು" ಲಿಯು ಮೇಜಿನ ಮೇಲೆ ಮೊಣಕೈಯೂರಿ ಖಾಲಿಯಾದ ಬಟ್ಟಲಿನೊಂದಿಗೆ ಆಡುತ್ತಾ, ಮತ್ತೆ ಮಾತನ್ನು ಮುಂದುವರೆಸಿದ – "ಹಿಂದೆ ಒಂದು ಮಾತಿತ್ತು. ಮಧ್ಯವಯಸ್ಸಿಗೆ ಎಲ್ಲ ಚಟುವಟಿಕೆಗಳಿಗೂ ಮುಕ್ತಾಯ ಸಿಗುತ್ತೆಂತ! ಆದರೆ ಅದು ತುಂಬಾ ಹಿಂದೆ. ಆ ಕಾಲ ಮುಷ್ಟು ಸಂಭವಿಸುತ್ತಿದ್ದ ಕಾಲದಲ್ಲಿ, ನಲ್ವತ್ತರ ಪ್ರಾಯಕ್ಕೇ ತಮಗೆ ವಯಸ್ಸಾಗಿ ಹೋಯಿತು ಎನ್ನುವ ಭಾವನೆಯಿತ್ತು. ಆದರೆ ಈಗ ಆ ಮಾತನ್ನು ಬದಲಾಯಿಸಬೇಕಾಗಿದೆ. ಹೌದು ತಾನೇ? ಇದರರ್ಥ ನಮ್ಮ ಸಮಾಜದಲ್ಲಿ ಜನ ಮುದುಕರಾಗುವುದಕ್ಕಿಂತ ಹೆಚ್ಚಾಗಿ ಕ್ರಿಯಾಶೀಲರೂ, ನವಚೈತನ್ಯವುಳ್ಳವರೂ, ಉತ್ಸಾಹಶೀಲರೂ ಆಗುತ್ತಾರೆ ಅನ್ನೋ ಅಂಶ ಸ್ಪಷ್ಟ; ವೇದ್ಯ. ತಮ್ಮ ಅಂತಃಶಕ್ತಿ ಸಾಮರ್ಥ್ಯಗಳಿಗೆ ಪೂರ್ಣ ಅಭಿವ್ಯಕ್ತಿ ಸಾಧ್ಯವಾಗುವುದು, ಮಧ್ಯವಯಸ್ಸಿನಲ್ಲಿ.

"ಸರಿಯಾಗಿ ಹೇಳಿದೆ" – ಫೂ ಸಹಮತಿ ತೋರಿದ.

"ಇಷ್ಟು ಬೇಗ ನಿನ್ನ ಒಪ್ಪಿಗೆ ಕೊಡಬೇಡ. ಇನ್ನೂ ಒಂದು ವಿಚಿತ್ರವಾದ ಅಭಿಪ್ರಾಯ ಇದೆ – ಲಿಯು, ಘೂನ ತೋಳನ್ನು ಬಲವಾಗಿ ಹಿಡಿದು ಉತ್ಸಾಹದಿಂದ ಹೇಳಿದ– ನಾನು ಹೇಳಿದ ರೀತಿಯಿಂದ ನೋಡಿದರೆ, ನಿನಗೆ ಅನಿಸಬಹುದು, ಮಧ್ಯವಯಸ್ಸಿನ ತಲೆಮಾರು ಈ ದಿನಗಳಲ್ಲಿ ಬದುಕಿರುವುದು ಅದೃಷ್ಟ ಅಂತ! ಆದರೆ ಅದು ಹಾಗಲ್ಲ. ವಾಸ್ತವವಾಗಿ ಮಧ್ಯವಯಸ್ಸಿನ ತಲೆಮಾರಿನ ನಾವು ತುಂಬಾ ದುರದೃಷ್ಟಶಾಲಿಗಳು."

"ಸಿಂದೇ ಮಾತು ಜಾಸ್ತಿಯಾಯಿತು. ಯಾರಿಗೂ ಮಾತನಾಡೋಕೆ ಅವಕಾಶನೇ ಸಿಗುತ್ತಿಲ್ಲ" – ಪ್ರತಿಭಟನೆಯ ದನಿಯಲ್ಲಿ ಹೇಳಿದಳು.

ಘೂ ಮಧ್ಯೆ ಹೇಳಿದ–"ಯಾವ ರೀತಿಯಿಂದ ನಾವು ದುರದೃಷ್ಟಶಾಲಿಗಳೂಂತ ತಿಳಿಸುತ್ತೀಯಾ?"

"ಯಾಕೆಂತೀಯಾ? ... ಯಾವಾಗ ನಾವು ನಮ್ಮ ಕೆಲಸಗಳ ಸಾಧನೆ ಎತ್ತರದಲ್ಲಿರಬೇಕಾಗಿತ್ತೋ, ಆಗ ಲಿನ್ ಬಿಯಾ ಓ ಮತ್ತು 'ನಾಲ್ಕು ಜನರ ಗುಂಪಿ'ಸಿಂದ ನಮ್ಮ ಕೆಲಸ ಎಲ್ಲ ಹಾಳಾಯ್ತು" – ನಿಟ್ಟುಸಿರಿಟ್ಟ, "ನಿನ್ನನ್ನೇ ಉದಾಹರಣೆಗೆ ತಗೋ... ಹೆಚ್ಚು ಕಡಿಮೆ ನಿರುದ್ಯೋಗಿ ಅಲೆಮಾರಿಯಂತೆ ಆಗಿಬಿಟ್ಟಿದ್ದೆ. ಚೈನಾದ ಆಧುನೀಕರಣಕ್ಕೆ ನಮ್ಮಂತಹ ಮಧ್ಯವಯಸ್ಸಿನವರೇ ಮುಖ್ಯ ಪ್ರೇರಣೆಯಾಗಿದ್ದರೂ, ನಮ್ಮ ಪ್ರಾಮುಖ್ಯತೆ ನಮ್ಮ ಅರಿವಿಗೇ ಬಾರದಂತಹ ಸ್ಥಿತಿಯಲ್ಲಿದ್ದೇವೆ. ನಮಗಿರುವ ಜ್ಞಾನ, ಸಾಮರ್ಥ್ಯ, ಶಕ್ತಿ – ನಮಗೇ ಗೊತ್ತಿಲ್ಲ. ಶಕ್ತಿ ಮೀರಿದ ಹೊರೆ ನಮ್ಮ ಮೇಲೆ ಹೊರಿಸಿರೋದೇ ಒಂದು ದೊಡ್ಡ ದುರಂತ."

"ಅಬ್ಬಬ್ಬ! ನಿನ್ನನ್ನು ಮೆಚ್ಚಿಸೋದು, ಒಪ್ಪಿಸೋದು ಸಾಧ್ಯವೇ ಇಲ್ಲ!" – ಜಿಯಾಂಗ್ ನಗುತ್ತಾ ಹೇಳಿದಳು.

"ನಿಮ್ಮನ್ನು ಸರಿಯಾಗಿ ಬಳಸಿಕೊಳ್ಳಲಿಲ್ಲಾಂದ್ರೆ, ನಮ್ಮ ಪ್ರತಿಭೆಯೆಲ್ಲಾ ವ್ಯರ್ಥ ಆಯಿತೂ ಅಂತೀರಿ. ಬಳಸಿಕೊಂಡು ಹೆಚ್ಚು ಜವಾಬ್ದಾರಿಗಳನ್ನು ಕೊಟ್ಟರೆ, ಮಿತಿ ಮೀರಿ ಕೆಲಸ ಮಾಡಿಸ್ತಾರೆ, ಕಡಿಮೆ ಸಂಬಳ ಕೊಡ್ತಾರೆ – ಅಂತ ಗೊಣಗುತ್ತೀರಿ!"

"ಹಾಗಾದರೆ ಯಾವತ್ತೂ ನಿನ್ನ ಆಕ್ಷೇಪಣೆ ಇಲ್ಲವೇನು?" – ತಿರುಗಿ ಪ್ರಶ್ನಿಸಿದ.

ಜಿಯಾಂಗ್ ಸುಮ್ಮನೆ ತಲೆ ಬಗ್ಗಿಸಿದಳು. ಅವಳಿಂದ ಉತ್ತರ ಬರಲಿಲ್ಲ.

ಇಷ್ಟೂ ಮಾತಿಂದ ಲೂಗೆ ಒಂದು ಸ್ಪಷ್ಟವಾಯಿತು. ಇಲ್ಲೀವರೆಗೆ ತಿಳಿದಿದ್ದಂತೆ, ಲಿಯು ತನ್ನ ಮಗಳ ಬಲವಂತಕ್ಕೋಸ್ಕರ ಮಾತ್ರವೇ ಅಲ್ಲ. ತನ್ನ ಸ್ವಾರ್ಥಕ್ಕಾಗಿಯೂ, ದೇಶಬಿಟ್ಟು ಹೋಗಲು ನಿರ್ಧರಿಸಿದ್ದಾನೆ.

ಮತ್ತೊಮ್ಮೆ ಲಿಯು ಬಟ್ಟಲನ್ನೆತ್ತಿ, ಜೋರಾಗಿ ಹೇಳಿದ – "ಬನ್ನಿ. ಮಧ್ಯ ವಯಸ್ಸಿಗಾಗಿ ನಾವೆಲ್ಲ ಕುಡಿಯೋಣ!"

* * *

10

ಬಂದ ಅತಿಥಿಗಳು ಹೊರಟು ಹೋದರು. ಮಕ್ಕಳು ಮಲಗಿದ್ದರು. ಲೂ ಅಡಿಗೆ ಮನೆ ಕ್ಲೀನ್ ಮಾಡಿದಳು. ಕೋಣೆಯೊಳಗೆ ತನ್ನ ಗಂಡ ಘೂ ಹಾಸಿಗೆಗೆ ಒರಗಿ ಏನನ್ನೋ ಗಾಢವಾಗಿ ಆಲೋಚಿಸುತ್ತಿರುವುದನ್ನು ನೋಡಿದಳು. ತುಂಬ ಖಿನ್ನನಾಗಿದ್ದಂತೆ ತೋರಿತು. ಲೂಗೆ ಆಶ್ಚರ್ಯವಾಯಿತು. ಘೂ ಕೇಳಿದ – "ಪೆಟೋಫಿಯ ಪದ್ಯ ನೆನಪಿದೆಯಾ?"

"ಖಂಡಿತ ನೆನಪಿದೆ!"

"ನಾನೊಂದು ಉರುಳಿ ಬೀಳುತ್ತಿರುವ ಅವಶೇಷವಾಗಿದ್ದರೆ..." ಹಣೆ ಮೇಲೆ ಇಟ್ಟುಕೊಂಡಿದ್ದ ಕೈಯನ್ನು ಸರಿಸಿದ.

"ನಾನೀಗ ಮುದಿಯನಂತೆ ಕೇವಲ ಒಂದು ಭಗ್ನಾವಶೇಷ. ದಿನದಿನಕ್ಕೆ ಸುಕ್ಕುಗಟ್ಟುತ್ತಾ, ಬಟ್ಟ ತಲೆಯಾಗುತ್ತಾ, ಕೂದಲು ಬೆಳ್ಳಗಾಗುತ್ತ ಹೊರಟಿದ್ದೇನೆ. ನನ್ನ ಹಣೆಯ ಮೇಲೆ ಸುಕ್ಕುಗಳು ನನ್ನ ಅನುಭವಕ್ಕೆ ಬರುತ್ತಿವೆ. ಖಂಡಿತ ನಾನೊಂದು ಭಗ್ನಾವಶೇಷವೇ!"

ಘೂ ವಯಸ್ಸಿಗಿಂತ ಮೀರಿ ಕಾಣುತ್ತಿದ್ದುದು ನಿಜವಾದರೂ ಲೂ ಅವನ ಮಾತುಗಳಿಂದ ಅಸಮಾಧಾನಗೊಂಡಿದ್ದಳು. ಅವನ ಹಣೆ ಮುಟ್ಟಿ ಹೇಳಿದಳು–

"ಅದಕ್ಕೆಲ್ಲ ಕಾರಣ ನಾನು! ನಾವೆಲ್ಲಾ ನಿನಗೊಂದು ಹೊರೆ ಆಗಿದ್ದೇವೆ."

ಘೂ ಅವಳ ಕೈ ಎಳೆದುಕೊಂಡು ಪ್ರೀತಿಯಿಂದ ನೇವರಿಸಿ ನುಡಿದ– "ಇಲ್ಲ, ಇದರಲ್ಲಿ ನಿನ್ನದೇನೂ ತಪ್ಪಿಲ್ಲ; ನಿನ್ನನ್ನು ದೂರುವ ಹಾಗೂ ಇಲ್ಲ."

"ನಾನು ಸ್ವಾರ್ಥಿ. ಬಹಳ ಸ್ವಾರ್ಥಿ. ಯಾವಾಗಲೂ ಕೆಲಸದ ಬಗ್ಗೇನೇ ಯೋಚಿಸಿದೆ" ಉತ್ಕಂಠಿತಳಾಗಿ ನುಡಿದಳು. ಘೂನ ಹಣೆಯ ಮೇಲಿಂದ ತನ್ನ ಕಣ್ಣುಗಳನ್ನು ಸೆಳೆದುಕೊಳ್ಳಲಿಲ್ಲ. ಇನ್ನೂ ಅಲ್ಲೇ ದೃಷ್ಟಿ ನೆಟ್ಟಿದ್ದಳು. "ನನಗೆ ಮನೆ ಅನ್ನೋದು ಇದ್ದರೂ ಅದರ ಕಡೆ ಗಮನ ಕೊಡಲೇ ಇಲ್ಲ. ಆಸ್ಪತ್ರೆಯ ಕೆಲಸ ಇಲ್ಲಿದ್ದಾಗಲೂ ರೋಗಿಗಳ ಬಗ್ಗೇನೇ ಯೋಚಿಸುತ್ತಿದ್ದೆ. ಈ ಕಡೆ ಒಳ್ಳೆ ಹೆಂಡತೀನೂ ಆಗಲಿಲ್ಲ; ಆ ಕಡೆ ಒಳ್ಳೆ ತಾಯೀನೂ ಆಗಲಿಲ್ಲ."

"ಛೆ! ಹಾಗೆಲ್ಲ ಹೇಳಬೇಡ. ಎಲ್ಲರಿಗಿಂತ ನನಗೆ ಹೆಚ್ಚಾಗಿ ಗೊತ್ತು – ನೀನೆಷ್ಟು ತ್ಯಾಗ ಮಾಡಿದ್ದೀಯ ಅನ್ನೋದು ಮರೆಯೋಕೆ ಹೇಗಾಗುತ್ತೆ." ಉಕ್ಕಿಬಂದ ಕಣ್ಣೀರನ್ನು ಒರೆಸಿಕೊಂಡ.

ಅವನ ಹೃದಯಕ್ಕೆ ಒರಗಿ ಕುಳಿತುಕೊಂಡಳು, ದುಃಖದಿಂದಲೇ ಹೇಳಿದಳು – ನಿಮಗೆ ವಯಸ್ಸಾಗಿದೆ. ಇನ್ನೂ ವಯಸ್ಸಾಗೋದು ನನಗಿಷ್ಟವಿಲ್ಲ..."

"ಅದರ ಬಗ್ಗೆ ಯಾಕೆ ಯೋಚಿಸುತ್ತೀಯ. ನಾನು ಹಣ್ಣಾದರೇನಂತೆ ನನ್ನ ಪ್ರೀತಿ ಹಚ್ಚ ಹಸುರಿನ ಐವಿ ಬಳ್ಳಿಯಾದರೆ, ನನ್ನ ಸುತ್ತಿ ಬಳಸಿರುತ್ತದೆ..." ಮೆಲುದನಿಯಲ್ಲಿ ತಮ್ಮ ಪ್ರೀತಿಯ ಕವಿತೆಯ ಸಾಲನ್ನು ಹೇಳಿದ.

ಪ್ರಶಾಂತವಾದ ಮಾಗಿಯ ರಾತ್ರಿಯಲ್ಲಿ, ಲೂ ಗಂಡನ ಬೆಚ್ಚನೆಯ ಎದೆಗೊರಗಿ ನಿದ್ರಿಸಿದಳು. ಅವಳ ಕಣ್ಣುಗಳು ಒದ್ದೆಯಾಗಿದ್ದವು. ಮೃದುವಾಗಿ ಎತ್ತಿಕೊಂಡು, ಫೂ ಅವಳನ್ನು ಹಾಸಿಗೆಯ ಮೇಲೆ ಮಲಗಿಸಿದ. ಎಚ್ಚರಗೊಂಡ ಲೂ ಕೇಳಿದಳು – ಅಯ್ಯೋ ನಾನು ನಿದ್ದೆ ಮಾಡಿಬಿಟ್ಟೆನೇ?

"ತುಂಬಾ ಬಳಲಿದ್ದೆ. ಹಾಗೇ ನಿದ್ದೆ ಬಂದಿರಬೇಕು."

"ಇಲ್ಲ ನಿದ್ದೆ ಬಂದಿಲ್ಲ."

ಫೂ ಜಿಗಿದು ಕುಳುತು ಹೇಳಿದ – ಲೋಹಕ್ಕೂ ಧಣಿವು ಅನ್ನೋದು ಇರುತ್ತೆ. ಅತ್ಯಂತ ಸೂಕ್ಷ್ಮವಾದ ಸೀಳು ಕಾಣಿಸುತ್ತೆ. ಅದೇ ದೊಡ್ಡದಾಗುತ್ತಾ ಕೊನೆಗೆ ಹಠಾತ್ತಾಗಿ ತುಂಡಾಗುತ್ತದೆ."

ಫೋನ ಸಂಶೋಧನೆಯ ಕ್ಷೇತ್ರ ಅದಾಗಿತ್ತು. ಅವನು ತನ್ನ ಕ್ಷೇತ್ರದ ಭಾಷೆಯಲ್ಲಿಯೇ ಮಾತನಾಡುತ್ತಿದ್ದ.

ಭಯಂಕರ ದಣಿವು; ಭಯಂಕರ ಸೀಳು... ನೀರವ ರಾತ್ರಿಯಲ್ಲಿ... ಮುರಿವ, ಕುಸಿವ ಸದ್ದುಗಳು, ಎತ್ತರದ ಸೇತುವೆಗಳು ಕುಸಿಯುತ್ತಿವೆ. ಹಳಗಳು ಸೀಳುತ್ತಿವೆ; ಹಳೆಯ ಇಟ್ಟಿಗೆಯ ಕಟ್ಟಡದ ಅವಶೇಷಗಳನ್ನು ಐ ವೀ ಬಳ್ಳಿ ಬಳಸಿ ಏರುತ್ತಿದೆ. ಎಲ್ಲವೂ ಭಗ್ನ.... ಭಗ್ನ....

* * *

11

ರಾತ್ರಿ ದಟ್ಟವಾಯಿತು.

ತೂಗು ಹಾಕಿದ್ದ ದೀಪವನ್ನು ಆರಿಸಲಾಗಿತ್ತು. ಗೋಡೆ ದೀಪ ಮಂದವಾದ ಬೆಳಕನ್ನು ಚೆಲ್ಲುತ್ತಿತ್ತು. ಅವಳ ಕಣ್ಣೆದುರು ನೀಲಿ ಬೆಳಕಿನ ಎರಡು ಬಿಂದುಗಳು ಕಾಣಿಸಿದವು. ಬೇಸಿಗೆಯ ರಾತ್ರಿಯಲ್ಲಿನ ಮಿಂಚು ಹುಳುಗಳಂತೆ ಹೊಳೆದವು. ಕ್ರಮೇಣ ಆ ಹೊಳೆವ ಬಿಂದುಗಳು ಕಿನ್ಳ ಕಣ್ಣುಗಳಮತೆ ಭಾಸವಾದವು.

ಜಿಯಾವ್ಓ ಆಸ್ಪತ್ರೆ ಸೇರಿದ ದಿನ ಕಿನ್ ಲೂಗಾಗಿ ಹೇಳಿ ಕಳಿಸಿದ್ದಳು. ಅವಳ ಕಣ್ಣುಗಳಲ್ಲಿ ಪ್ರೀತಿ ಸ್ನೇಹಗಳೇ ಇದ್ದವು. ಲೂ ಪ್ರವೇಶಿಸಿದಾಗ ಸೌಜನ್ಯದಿಂದಲೇ ಮಾತನಾಡಿಸಿದಳು.

"ಡಾ॥ ಲೂ ಕುಳಿತುಕೊಳ್ಳಿ. ಜಿಯಾವ್ಓ ಇಸಿಜಿಗಾಗಿ ಹೋಗಿದ್ದಾರೆ. ಒಂದೆರಡು ನಿಮಿಷ ಬಂದುಬಿಡುತ್ತಾರೆ.

ಕಿನ್ ಲೂಗೆ ಒಂದು ಕುರ್ಚಿ ತೋರಿಸಿ, ತಾನು ಹಾಸಿಗೆಯ ಪಕ್ಕದಲ್ಲಿದ್ದ ಲಾಕರ್ ಬಳಿಗೆ ಹೋದಳು. ಅದರ ಮೇಲೆ ಬುಟ್ಟಿಯ ತುಂಬಾ ಕಿತ್ತಲೆ ಹಣ್ಣುಗಳನ್ನು ಇರಿಸಿದಳು.

"ಒಂದು ಹಣ್ಣನ್ನು ತೆಗೆದುಕೊಳ್ಳಿ."

"ದಯವಿಟ್ಟು ಈಗ ಬೇಡ."

"ಒಂದೇ, ಒಂದು ರುಚಿ ನೋಡಿ. ದಕ್ಷಿಣ ಪ್ರಾಂತದಿಂದ ನನ್ನ ಗೆಳತಿಯೊಬ್ಬಳು ಕಳಿಸಿಕೊಟ್ಟಿದ್ದಾಳೆ. ಅವು ತುಂಬಾ ಚೆನ್ನಾಗಿವೆ." ಒಂದನ್ನು ಒತ್ತಾಯದಿಂದ ಅವಳ ಕೈಗೆ ಕೊಟ್ಟಳು.

ಲೂ ಹಣ್ಣನ್ನು ತೆಗೆದು ಕೈಯಲ್ಲಿ ಹಿಡಿದು ಯೋಚಿಸಿದಳು. ಕಿನ್‍ಳ ಇಷ್ಟೊಂದು ಪ್ರೀತಿ, ಸ್ನೇಹ ಒಂದು ರೀತಿಯ ಭಯ ಉಂಟು ಮಾಡಿತು. ಅವಳ ಕಣ್ಣುಗಳಲ್ಲಿ ಮೊದಲಿಗಿದ್ದ ಉದಾಸೀನತೆಯನ್ನು ಮರೆತಿರಲಿಲ್ಲ.

"ಕ್ಯಾಟರಾಕ್ಟ್ ಎಂದರೇನು ಡಾ॥ ಲೂ? ಕೆಲವು ಡಾಕ್ಟರುಗಳು ಹೇಳ್ತಿದ್ದರು– ಎಲ್ಲಾ ಸಂದರ್ಭಗಳಲ್ಲೂ ಆಪರೇಷನ್ ಸರಿಹೋಗೊಲ್ಲ ಅಂತ."

ಕಿನ್‍ಳ ಮಾತಿನಲ್ಲಿ ವಿನಯ ಇತ್ತು. ತಿಳಿದುಕೊಳ್ಳುವ ಕುತೂಹಲವಿತ್ತು. "ಒಂದು ಪೊರೆ ಬೆಳೆದು, ಚೆನ್ನಾಗಿ ಬಲಿತು, ಕಣ್ಣಿನ ಪಾಪೆಯನ್ನೇ ಕವಿದುಬಿಡುತ್ತೆ."

ಕೈಲಿದ್ದ ಹಣ್ಣನ್ನು ಗಮನಿಸುತ್ತಲೇ ಮುಂದುವರೆದಳು. "ಪೊರೆ ಚೆನ್ನಾಗಿ ಬಲಿತಾಗ ಆಪರೇಷನ್ ಮಾಡೋದು ಸೂಕ್ತ."

"ಓ... ಹಾಗೋ; ಒಂದು ವೇಳೆ ಆಪರೇಷನ್ ಮಾಡಿಸದಿದ್ದರೆ ಏನಾಗುತ್ತೆ?"

"ಕಾರ್ಟೆಕ್ಸ್ ಕರಗಿ ಹೋದಂತೆ, ಲೆನ್ಸ್ ಚಿಕ್ಕದಾಗಿ ಬಿಡುತ್ತೆ. ಅದನ್ನು ಹಿಡಿದಿಡುವ ತಂತುಗಳು ತುಂಬಾ ಮೃದುವಾಗಿ ಬಿಡುತ್ತವೆ. ಆಪರೇಷನ್ ಮಾಡೋದು ಕಷ್ಟವಾಗಬಹುದು."

ಕಿನ್ ತಲೆ ತೂಗಿದಳು ಅಷ್ಟೆ.

ಅವಳಿಗೆ ಏನೂ ಅರ್ಥವಾಗಿರಲಿಲ್ಲ. ಅರ್ಥಮಾಡಿಕೊಳ್ಳುವ ಪ್ರಯತ್ನವೂ ಅವಳದಾಗಿರಲಿಲ್ಲ. ಅಂಥಾದ್ದರಲ್ಲಿ ಈ ಪ್ರಶ್ನೆಗಳೆಲ್ಲ ಯಾಕೆ ಇವಳಿಗೆ? ಅನಿಸಿತು. ಬಹುಶಃ ಹೊತ್ತು ಕಳೆಯುವುದಕ್ಕೆ ಇರಬೇಕು. ಆವತ್ತಿನಿಂದ ವಾರ್ಡ್ ಡ್ಯೂಟಿ ಪ್ರಾರಂಭವಾಗಿದ್ದರಿಂದ, ರೋಗಿಗಳ ಕೇಸ್ ಹಿಸ್ಟರಿಗಳ ಬಗ್ಗೆ ಪರಿಚಯ ಮಾಡಿಕೊಳ್ಳಬೇಕಾಗಿತ್ತು. ಇಲ್ಲಿ ಕುಳಿತುಕೊಂಡು ಹರಟೆ ಹೊಡೆಯಲುದು ಅವಳಿಗೆ ಸಾಧ್ಯವಿರಲಿಲ್ಲ. ಜಿಯಾವೂ ಬೇಗ ಬಂದರೆ ಅವನ ಕಣ್ಣನ್ನು ಪರೀಕ್ಷಿಸಿ, ಬೇಗ ಇಲ್ಲಿಂದ ಹೊರಡಬಹುದಾಗಿತ್ತು.

ಕಿನ್‍ಗೆ ಇನ್ನೂ ಕೇಳೋಕೆ ಪ್ರಶ್ನೆಗಳಿದ್ದವು. "ಪರದೇಶದಲ್ಲಿ ಕೃತಕವಾದ ಲೆನ್ಸ್ ಸಿಗುತ್ತಂತೆ ಹೌದಾ? ರೋಗಿಗೆ ಆಮೇಲೆ ಕನ್ನಡಕ ಧರಿಸಬೇಕಾಗಿ ಇರೋದಿಲ್ಲಾಂತಲೂ ಕೇಳಿದೆ. ನಿಜ ತಾನೇ?"

"ನಾವೂ ಅದರಲ್ಲಿ ಪ್ರಯೋಗ ಮಾಡಿದ್ದೇವೆ."

ಕಿನ್ ಕುತೂಹಲದಿಂದ ಕೇಳಿದಳು – "ಹಾಗಾದರೆ ಒಂದನ್ನು ನನ್ನ ಗಂಡನ ಕಣ್ಣಿಗೆ ಅಳವಡಿಸುವುದಕ್ಕೆ ಆಗಬಹುದಾ?"

ಲೂ ನಕ್ಕಳು. "ಇನ್ನೂ ಪ್ರಯೋಗದ ಹಂತದಲ್ಲಿಯೇ ಇದೇಂತ ಕೇಳಿದೆ.
ಅವರಿಗೇನೂ ಬೇಕೂಂತ ಅನಿಸಿರಲಿಕ್ಕಿಲ್ಲ. ಹೌದು ತಾನೇ?"

"ನಿಜ ನಿಜ ಯಾರೂ ಗಿನ್ನಿಪಿಗ್ ಆಗೋದಕ್ಕೆ ಇಷ್ಟಪಡೋಲ್ಲ... ಅಂದ ಹಾಗೆ ಆಪರೇಷನ್ ಪ್ರೊಸೀಜರ್ ಹೇಗೆ?"

"ಅಂದರೆ?" – ಲೂ ಕಕ್ಕಾಬಿಕ್ಕಿಯಾದಳು.

"ಅನಿರೀಕ್ಷಿತವಾಗಿ ಏನಾದರೂ ಆನಾಹುತ ಸಂಭವಿಸಿದರೆ?... ಮೊದಲೇ ನೀವೆಲ್ಲ ಪ್ಲಾನ್ ಹಾಕ್ಕೊಂಡಿರಬೇಕಲ್ಲ?"

ಲೂಗೆ ಏನು ಹೇಳಬೇಕೋ ತಿಳಿಯಲಿಲ್ಲ. ಅವಳು ಶೂನ್ಯವಾಗಿ ನೋಡಿದಳು. ಕಿನ್ ಹೇಳಿದಳು – "ನಾನೂ ಆಗಾಗ ಪೇಪರುಗಳಲ್ಲಿ ಓದಿದ್ದೇನೆ. ಹಾಗಾಗುವುದನ್ನು ಕೆಲವು ಸಲ ಸರ್ಜನ್‌ಗಳೆಲ್ಲ ಒಟ್ಟಿಗೆ ಸೇರಿ ಅದರ ಬಗ್ಗೆ ಚರ್ಚೆ ಮಾಡಿರುತ್ತಾರಂತೆ!"

ಲೂಗೆ ನಗು ತಡೆಯಲಾಗಲಿಲ್ಲ. "ಅಷ್ಟೆಲ್ಲ ಬೇಕಾಗಿಲ್ಲ. ಇದು ತೀರಾ ಸರಳವಾದ ಆಪರೇಷನ್."

ಕಿನ್‌ಗೆ ಸಮಾಧಾನ ಆಗಲಿಲ್ಲ. ಲೂ ಇಂದ ಮುಖ ತಿರುಗಿಸಿದಳು. ಆದರೆ ಮತ್ತೆ, ತಾನು ಹೇಳುವುದನ್ನು ಸರಿಯಾಗಿ ಅರ್ಥ ಮಾಡಿಸುವಂತೆ, ಮುಂದುರೆಸಿದಳು–

"ಅತಿಯಾದ ಆತ್ಮವಿಶ್ವಾಸ ಎಷ್ಟೋ ಸಲ ಸೋಲಿಗೆ ದಾರಿ ಮಾಡುತ್ತೆ. ನಮ್ಮ ಪಕ್ಷದ ವಿಚಾರದಲ್ಲಿ ಆಗಿರೋದು ಹೀಗೆ!"

ಲೂಳನ್ನು ಬಲವಂತ ಪಡಿಸಿ ಆಪರೇಷನ್ ಫೇಲಾಗುವ ಸಂದರ್ಭಗಳನ್ನು ವಿವರಿಸಿ ಹೇಳುವಂತೆ ಮಾಡಿದಳು.

"ಸಾಮಾನ್ಯವಾಗಿ ಹೃದಯ ಸಂಬಂಧವಾದ ಖಾಯಿಲೆಗಳು ಇರುವವರ ವಿಚಾರದಲ್ಲಿ ಎಚ್ಚರಿಕೆಯಿಂದಿರಬೇಕು. ಅಲ್ಲದೆ ಹೈಪರ್‌ಟೆನ್‌ಷನ್ ಶ್ವಾಸಕೋಶ ರೋಗ ಇರುವವರ ಬಗ್ಗೇನೂ ಸ್ವಲ್ಪ ಯೋಚಿಸಬೇಕಾಗುತ್ತೆ. ಕೆಮ್ಮು ಕೂಡಾ ಆಪರೇಷನ್‌ಗೆ ಸಮಸ್ಯೆಯಾಗಬಹುದು."

"ಅದೇ ನನಗಿರುವ ಭಯ" ಎನ್ನುತ್ತಾ ಕುರ್ಚಿಯ ಮೇಲೆ ಕೈಯ್ಯನ್ನು ಕುಟ್ಟಿದಳು.

"ನನ್ನ ಗಂಡನಿಗೆ ಹೃದಯ ದುರ್ಬಲವಾಗಿದೆ. ಬಿ.ಪಿ. ಕೆಮ್ಮು ಎಲ್ಲ ಇವೆ."

"ಆಪರೇಷನ್ ಮಾಡೋಕೆ ಮುಂಚೆ ನಾವು ರೋಗಿಗಳನ್ನು ಸಾಕಷ್ಟು ಪರೀಕ್ಷೆ ಮಾಡುತ್ತೇವೆ." – ಸಮಾಧಾನಪಡಿಸಲು ಯತ್ನಿಸಿದಳು.

"ಆತನಿಗೆ ಬ್ರಾಂಕ್ಯೆಟಿಸ್ ಕೂಡ ಇದೆ."

"ಇತ್ತೀಚೆಗೆ ಏನಾದರೂ ಕೆಮ್ಮುತ್ತಿದ್ದನೇ?"

"ಇಲ್ಲ ಆದರೆ ಆಪರೇಷನ್ ಟೇಬಲ್ ಮೇಲೆ, ಒಂದು ವೇಳೆ ಕಮ್ಮು ಬಂದುಬಿಟ್ಟರೆ?"

ಅವಳೇಕೆ ಅಷ್ಟು ಗಾಬರಿಗೊಂಡಿದ್ದಳೆ? ಲೂ ತನ್ನ ಗಡಿಯಾರದ ಕಡೆ ನೋಡಿಕೊಂಡಳು. ಬೆಳಗಿನ ಸಮಯ ಸಾಕಷ್ಟು ಕಳೆದುಹೋಗಿತ್ತು. ಅವಳ ದೃಷ್ಟಿ, ಬಿಳಿ ಹಣೆಗೆಯ ಪರದೆಯ ಕಡೆ ಹೊರಳಿತು. ಹೆಜ್ಜೆ ಸಪ್ಪಳ ಕೇಳಿದ್ದೇ ಮನಸ್ಸಿನಲ್ಲಿ ಉದ್ವಿಗ್ನತೆ ಪ್ರಾರಂಭವಾಯಿತು. ಹತ್ತಿರ ಬಂದಂತಾಗಿದ್ದ ಹೆಜ್ಜೆಗಳು ಹಿಂದೆ ಸರಿದವು, ಸಾಕಷ್ಟು ಹೊತ್ತಾದ ಮೇಲೆ ಜಿಯಾವ್ಓ ನೀಲಿಯ ಡ್ರೆಸ್ಸಿಂಗ್ ಗೌನನ್ನು ಹಾಕಿಕೊಂಡು ನರ್ಸ್ ಸಹಾಯದಿಂದ ಬಂದ.

"ಏನು ಇಷ್ಟು ಹೊತ್ತು ಮಾಡಿಬಿಟ್ಟೆ" ಆಕ್ಷೇಪಿಸಿದಳು ಕಿನ್. ಜಿಯಾವ್ಓ, ಲೂಳ ಕೈ ಕುಲುಕಿದ. ದಣಿದಂತೆ ಬಂದು ಕುರ್ಚಿಯಲ್ಲಿ ಕುಸಿದು ಕುಳಿತ.

ಎಷ್ಟೊಂದು ಪರೀಕ್ಷೆಗಳು!.... ರಕ್ತ ಪರೀಕ್ಷೆ, ಎಕ್ಸ್‌ರೇ, ಇಸಿಜಿ..... ಸಿಬ್ಬಂದಿಯವರೆಲ್ಲ ತುಂಬಾ ಒಳ್ಳೆಯವರಾಗಿದ್ದರು, ನನಗೆ. ನಾನೇನು ಎಲ್ಲಿಯೂ ಕಾಯಲಿಲ್ಲ.

ಕಿನ್ ಕೊಟ್ಟ ಚಹಾ ಸೇವಿಸತೊಡಗಿದ. "ಕಣ್ಣಿನ ಆಪರೇಷನ್‌ಗೂ ಇಷ್ಟೊಂದು ಪರೀಕ್ಷೆಗಳು ಬೇಕಾಗುತ್ತವೆ ಅಂತಲೂ ಅನಿಸಿರಲಿಲ್ಲ."

ಲೂ ರಿಪೋರ್ಟ್‌ಗಳನ್ನೆಲ್ಲಾ ಓದಿದಳು. ಎಕ್ಸ್‌ರೇ–ಇಸಿಜಿ ಎಲ್ಲಾ ಸರಿಯಾಗಿಯೇ ಇದೆ – ಆದರೆ ಬಿ.ಪಿ. ಒಂದು ಸ್ವಲ್ಪ ಜಾಸ್ತಿಯಿದೆ. ಅಷ್ಟೇ."

"ಎಷ್ಟು ಜಾಸ್ತಿಯಿದೆ?" ಕುತೂಹಲ, ಗಾಭರಿಗಳಿಂದ ಕೇಳಿದಳು ಕಿನ್.

"150/100. ಅದೇನು ಅಷ್ಟು ಗಾಭರಿಪಡಿಸುವಂತಾದ್ದಲ್ಲ." – ಆಮೇಲೆ ಕೇಳಿದಳು – "ಇತ್ತೀಚೆಗೇನಾದರೂ ಕಮ್ಮುತ್ತಿದ್ದೀರಾ ಜಿಯಾವ್ಓ?"

"ಇಲ್ಲ" ನಕಾರಾತ್ಮವಾಗಿ ತಲೆಯಾಡಿಸಿದ.

ಕಿನ್ ಒತ್ತಾಯಪೂರ್ವಕವಾಗಿ ಕೇಳಿದಳು – "ಆಪರೇಷನ್ ಟೇಬಲ್ ಮೇಲೆ ಕಮ್ಮುವುದಿಲ್ಲಾಂತ ಭರವಸೆ ಇದೆಯಾ?"

"ಅದು... ಅದು ಹೇಗೆ ಹೇಳುವುದಕ್ಕೆ ಆಗುತ್ತೆ?"

"ಅದೇ ಮುಖ್ಯ.. ಜಿಯಾವ್ಓ... ಲೂ ಹೇಳುತ್ತಿದ್ದಳು ಎಷ್ಟೋ ಸಲ, ಕೆಮ್ಮಿದಾಗ, ಆಪರೇಷನ್ ಟೈಂನಲ್ಲಿ ಕಣ್ಣುಗುಡ್ಡೇನೇ ಕಳಚಿ ಬೀಳಬಹುದಂತೆ.

ಜಿಯಾವ್ಓ ಲೂಳ ಕಡೆ ತಿರುಗಿ ಹೇಳಿದ – "ಆಪರೇಷನ್ ಹೊತ್ತಿನಲ್ಲಿ ನಾನು ಕೆಮ್ಮುವುದೇ ಇಲ್ಲಾಂತ ಹೇಗೆ ಗೊತ್ತಾಗುತ್ತೆ?"

"ನಿಮಗೆ ಅಷ್ಟೇನೂ ಕಷ್ಟ ಆಗೋಲ್ಲ. ಸಿಗರೇಟು ಸೇದೋ ಅಭ್ಯಾಸ ಇದ್ದರೆ, ಆ ಟೈಂನಲ್ಲಿ ಸೇದಬೇಡಿ."

"ಹಾಗೇ ಆಗಲಿ."

"ಅಕಸ್ಮಾತ್ ಕೆಮ್ಮಿದರೆ?... ಏನಾಗಬಹುದು?" – ಕಿನ್ ಮತ್ತೆ ಪ್ರಶ್ನಿಸಿದಳು. ಲೂ ನಕ್ಕಳು.

"ಕಾಮ್ರೆಡ್ ಕಿನ್ ನಾವು ಕತ್ತರಿಸಿದ ಭಾಗಾನ ಹೊಲಿದುಬಿಟ್ಟೇವೆ. ಆಮೇಲೆ ಬೇಕಾದರೆ ಬಿಚ್ಚಿ ಮುಂದುವರೆಸುತ್ತೇವೆ. ಅದೂ ಕೆಮ್ಮೆಲ್ಲಾ ಪೂರ್ತಿನಿಂತಿದೆ ಅಂತ ಖಾತ್ರಿಯಾದ ಮೇಲೆ."

"ಹಾಗಾದರೆ ಸರಿ" ಜಿಯಾವ್ಹೋ ಹೇಳಿದ. "ನನಗೆ ಬಲಗಣ್ಣು ಆಪರೇಷನ್ ಆಗೋವಾಗ ಇದೇ ರೀತಿ ಒಂದು ಬಿಚ್ಚಿ ಹೊಲಿದು ಮತ್ತೆ ಬಿಚ್ಚಿದರು. ಆದರೆ ಹೀಗೆ ಮಾಡಿದ್ದು ಕೆಮ್ಮು ಬಂದದ್ದಕ್ಕಲ್ಲ."

"ಮತ್ತೆ ಯಾತಕ್ಕೆ?" ಕುತೂಹಲ ಬಂದೂ ಲೂ ಕೇಳಿದಳು.

ಜಿಯಾವ್ಹೋ ಕೈಲಿದ್ದ ಬಟ್ಟಲನ್ನು ಕೆಳಗಿರಿಸಿ ಒಂದು ಸಿಗರೇಟನ್ನು ಹೊರತೆಗೆದ. ಆದರೆ ಲೂನ ಮಾತು ನೆನಪಾಗಿ ಕೇಸಿನ ಒಳಗಿರಿಸಿದ. ದೀರ್ಘವಾಗಿ ಉಸಿರೆಳೆದು ಹೇಳತೊಡಗಿದ – "ನನ್ನನ್ನು ದ್ರೋಹಿ ಅಂತ ಹಣೆಪಟ್ಟಿ ಹಚ್ಚಿದರು. ಬಹಳ ಕಷ್ಟದ ದಿನಗಳವು. ನನ್ನ ಬಲಗಣ್ಣಿನ ದೃಷ್ಟಿ ಹಾಳಾಯಿತು. ತಕ್ಷಣ ಆಪರೇಷನ್ ಮಾಡಿಸಿಕೊಂಡೆ. ಅದು ನಡೀತಿದ್ದ ಹಾಗೇ ಕ್ರಾಂತಿಕಾರರು ಬಂದರು. ನನ್ನ ಕಣ್ಣಿನ ಚಿಕಿತ್ಸೆ ಮಾಡಬಾರದೂಂತ ಸರ್ಜನರನ್ನು ಒತ್ತಾಯ ಮಾಡಿದರು. ನನಗೆ ಪ್ರಾಣಾನೇ ಹಾರಿಹೋದ ಹಾಗೆ ಆಯಿತು. ಆದರೆ ಡಾಕ್ಟರ್ ವಿಚಲಿತರಾಗದೆ ಪ್ರಶಾಂತವಾಗಿದ್ದು, ಬೇಗ ಬೇಗ ಬಿಚ್ಚಿದ್ದ ಜಾಗಾನ ಹೊಲಿದುಬಿಟ್ಟರು. ಕ್ರಾಂತಿಕಾರರನ್ನು ಹೊರಗೆ ಹಾಕಿದ ಮೇಲೆ ಶಸ್ತ್ರಕ್ರಿಯೆ ಮುಂದುವರೆಸಿದರು."

"ನಿಜವಾಗಿಯೋ!"–ದಿಗ್ಭ್ರಮಿತಳಾದಂತೆ ಲೂ ಪ್ರಶ್ನಿಸಿದಳು – "ಯಾವ ಆಸ್ಪತ್ರೇಲಿ ಹಾಗಾದದ್ದು?"

"ಇದೇ ಆಸ್ಪತ್ರೇಲಿ."

"ಇದೆಂತಹ ಯೋಗಾಯೋಗ!" ಇದೆಲ್ಲ ಕೇಳಿದ ಲೂ ಜಿಯಾವ್ಹೋನ ಸೂಕ್ಷ್ಮವಾಗಿ ದೃಷ್ಟಿಸಿ ನೋಡಿದಳು... ತನಗೇನಾದರೂ ನೆನಪಾಗುತ್ತಿದೆಯೇ?.... ನೆನಪಾದಂತೆನಿಸಲಿಲ್ಲ.

ಹತ್ತು ವರುಷಗಳ ಹಿಂದೆ ದ್ರೋಹಿ ಅಂತ ಕರೆಸಿಕೊಂಡಿದ್ದ ಒಬ್ಬ ವ್ಯಕ್ತಿಯ ಕಣ್ಣಿನ ಆಪರೇಷನ್ ಮಾಡುತ್ತಿದ್ದಾಗ, ಒಂದು ಗಂಪು ಬಂದು ಅಡ್ಡಗಟ್ಟಿದರು. ರೋಗಿಯ ಹೆಸರು ಜಿಯಾವ್ಹೋ! ಓ ಹಾಗಾದರೆ ಆ ವ್ಯಕ್ತಿ ಈತನೇ ಇದ್ದಿರಬೇಕು... ಜಿಯಾವ್ಹೋನ ಡಿಪಾರ್ಟ್ಮೆಂಟಿನ ಕೆಲವರು ಆಸ್ಪತ್ರೆಯ ಸಿಬ್ಬಂದಿಯ ಕೆಲವರೊಂದಿಗೆ ಸೇರಿಕೊಂಡು, ಲೂ ವೆಂಟಿಂಗ್, ದ್ರೋಹಿಗಳಾದ ಜಿಯಾವ್ಹೋ ಫೆಂಗ್ಸಿ ಅಂತಹವರಿಗೆ ಚಿಕಿತ್ಸೆ ನೀಡಿ, ಕಾರ್ಮಿಕ ವರ್ಗಕ್ಕೆ ಮೋಸ ಮಾಡುತ್ತಿದ್ದಾರೆ ಎಂಬ ಘೋಷಣೆಯೊಂದಿಗೆ ಒಳನುಗ್ಗಿ ತನ್ನನ್ನು ತಡೆದಿದ್ದರು.

ಅವನು ಗುರುತಾಗಿರಲಿಲ್ಲ. ಹತ್ತು ವರುಷಗಳ ಹಿಂದೆ ಅವನು ಕೊಳಕಾದ ಬಟ್ಟೆ ತೊಟ್ಟು ದೈನ್ಯನಾಗಿ, ಜೋಲು ಮುಖದೊಂದಿಗೆ ಒಬ್ಬ ಸಾಮಾನ್ಯ ರೋಗಿಯಂತೆ ಬಂದಿದ್ದ. ಲೂ ಅವನಿಗೆ ಕೂಡಲೇ ಆಪರೇಷನ್ ಆಗಬೇಕೆಂದು ಹೇಳಿದಳು. ಮತ್ತು ತಾರೀಖನ್ನು ಗೊತ್ತು ಮಾಡಿದ್ದಳು. ಅವನು ಅದರಂತೆ ನಡೆದುಕೊಂಡ. ಆಪರೇಷನ್ ಆರಂಭಿಸಿದ್ದಾಗ "ಒಳಗೆ

ಹೋಗಬೇಡಿ. ಇದು ಆಪರೇಶನ್ ಥಿಯೇಟರ್. ಯಾರಿಗೂ ಪ್ರವೇಶವಿಲ್ಲ! – ಎಂದು ತಡೆಯುತ್ತಿದ್ದ, ನರ್ಸಳ ಧ್ವನಿ ಕೇಳಿಸುತ್ತಿದ್ದು. ಜೊತೆಗೆ 'ಧಿಕ್ಕಾರ! ಅವನೊಬ್ಬ ದ್ರೋಹಿ! ದ್ರೋಹಿಗಳಿಗೆ ಚಿಕಿತ್ಸೆ ನೀಡುವುದನ್ನು ನಾವು ವಿರೋಧಿಸುತ್ತೇವೆ" – ಎಂದು ಅಬ್ಬರಿಸುತ್ತಿದ್ದುದನ್ನೂ ಕೇಳಿದ್ದಳು.

"ದ್ರೋಹಿಗಳಿಗೆ ಚಿಕಿತ್ಸೆ ನೀಡುವುದಕ್ಕೆ ನಾವು ಬಿಡೋಲ್ಲ."

"ಬಾಗಿಲು ಮುರಿಯೋಣ ಬನ್ನಿ."

ಜಿಯಾವ್ಹೋ ತಿರಸ್ಕಾರದಿಂದ ಹೇಳಿದ, "ಹೋಗಲಿ ಬಿಡಿ ಡಾಕ್ಟರೇ, ನನ್ನ ಕಣ್ಣು ಹೋದರೂ ಪರವಾಗಿಲ್ಲ.

ಜಿಯಾವ್ಹೋನನ್ನು ಸ್ವಲ್ಪವೂ ಕದಲಬೇಡವೆಂದು ಎಚ್ಚರಿಸಿ ಅವನ ಕಣ್ಣಿಗೆ ಹೊಲಿಗೆ ಹಾಕಿದ್ದಳು.

ಒಂದು ಮೂರು ಜನ ಒಳ ನುಗ್ಗಿದರು. ಹೆದರಿದ್ದ ಕೆಲವರು ಹೊರಗೇ ಉಳಿದರು. ಲೂ ಒಂದಿಷ್ಟೂ ಚಲಿಸದೆ ಕುಳಿತಿದ್ದಳು. ಜಿಯಾವ್ಹೋ ಹೇಳಿದ – ಡಾಕ್ಟರು ಅವರನ್ನು ಹೊರಗೆ ಹಾಕಿದರು– ಅಂತ. ಆದರೆ ಲೂ ಹಾಗೇನೂ ಮಾಡಿರಲಿಲ್ಲ. ಆಪರೇಟಿಂಗ್ ಟೇಬಲ್ ಬಳಿ ಒಂದು ಸ್ಟೂಲಿನ ಮೇಲ ಬಿಳಿಕೋಟು, ಹಸಿರು ಚಪ್ಪಲಿ, ನೀಲಿ ಟೋಪಿ ಮತ್ತು ಮುಸುಕು ಧರಿಸಿ ಕುಳಿತಿದ್ದಳು. ಕೇವಲ ಎರಡು ಕಣ್ಣುಗಳು ಮತ್ತು ಗ್ಲೋವ್ಸ್ ಮೇಲಿನ ಬರಿದಾದ ಮುಂಗೈಭಾಗಗಳು ಹೊರತಾಗಿ ಮತ್ತೇನೂ ಕಾಣುತ್ತಿರಲಿಲ್ಲ. ಅವಳ ವಿಚಿತ್ರವಾದ ವೇಷ, ರೋಗಿಯ ಮುಖದ ಭಾಗದ ಮೇಲೆ ಮುಚ್ಚಿದ ಬಿಳಿಯ ಬಟ್ಟೆಯೊಳಗಿಂದ ರಕ್ತಸಿಕ್ತವಾದ ಕಣ್ಣು. ಆ ಗಲಭೆಕೋರರಿಗೆ ಸ್ವಲ್ಪ ಭೀತಿ ಹುಟ್ಟಿಸಿರಬೇಕು. ಲೂ ತನ್ನ ಮುಸುಕಿನೊಳಗಿಂದ "ದಯವಿಟ್ಟು ಇಲ್ಲಿಂದ ಹೊರಟು ಹೋಗಿ!" ಎಂದು ಗಡುಸಾಗಿ ಹೇಳಿದಳು.

ಬಂದಿದ್ದವರು ಒಬ್ಬರ ಮುಖ ಒಬ್ಬರು ನೋಡಿಕೊಂಡು ಅಲ್ಲಿಂದ ಮೆಲ್ಲನೆ ಜಾರಿದರು.

ಲೂ ಮತ್ತೆ ಕಾರ್ಯಮಗ್ನಳಾಗಲು, ಜಿಯಾವ್ಹೋ ಅಂಗಲಾಚಿ ಹೇಳಿದ – "ಬೇಡ ಡಾಕ್ಟರ್, ಖಂಡಿತ ಬೇಡ, ನನ್ನ ಕಣ್ಣು ಹಾಗೇ ಇರಲಿ ಬಿಡಿ. ನೀವು ಸರಿ ಮಾಡಿದರೂ ಮತ್ತೆ ನನ್ನ ಕಣ್ಣು ಹಾಳುಮಾಡದೆ ಬಿಡೋದಿಲ್ಲ. ಅನ್ಯಾಯವಾಗಿ ನೀವು ಇಲ್ಲದ ಪೇಚಿನಲ್ಲಿ ಸಿಕ್ಕಿ ಹಾಕಿಕೊಳ್ಳಬೇಕಾಗುತ್ತದೆ."

"ಸುಮ್ಮನಿರು" ಬೇಗ ಬೇಗ ಕೆಲಸ ಮುಂದುವರೆಸಿದಳು. ಶಸ್ತ್ರಚಿಕಿತ್ಸೆಯೆಲ್ಲ ಮುಗಿದ ಮೇಲೆ ಕಣ್ಣಿನ ಮೇಲೆ ಪಟ್ಟಿ ಹಾಕುತ್ತ ಹೇಳಿದಳು – "ನಾನೊಬ್ಬ ಡಾಕ್ಟರು." ಇದಿಷ್ಟೆ ಅಂದು ಆದದ್ದು.

ಜಿಯಾವ್ಹೋ ಡಿಪಾರ್ಟ್ಮೆಂಟಿನಿಂದ ಬಂದ ಜನ ಲೂ ಬಗ್ಗೆ ಘೋಷಣೆ ಬರೆದು ದೊಡ್ಡದಾದ ಪೋಸ್ಟರನ್ನು ಆಸ್ಪತ್ರೇಲಿ ಅಂಟಿಸಿದ್ದು, ದ್ರೋಹಿಯೊಬ್ಬನಿಗೆ ಚಿಕಿತ್ಸೆ ನೀಡದ್ದಕ್ಕಾಗಿ ಧಿಕ್ಕಾರ ಹೇಳಿದ್ದು – ಒಂದು ಬಗೆಯಲ್ಲಿ ಸ್ವಾರಸ್ಯಕರವೆನಿಸಿತ್ತು. ಇದರಿಂದ ಅವಳಿಗೇನೂ ಅನಿಸಿರಲಿಲ್ಲ. ಈಗಾಗಲೇ ಅವಳನ್ನು ಬೂರ್ಷ್ವಾ ಸ್ಪೆಶಲಿಸ್ಟ್ ಅಂತ ಜನ ಟೀಕೆ ಮಾಡಿದ್ದರು. ಇಂತಹ ಅಪವಾದಗಳು, ಈ ಆಪರೇಶನ್ – ಯಾವುದರಿಂದಲೂ ಅವಳು

ವಿಚಲಿತಳಾಗಲಿಲ್ಲ. ಎಲ್ಲ ಅವಳಿಗೆ ಮರೆತುಹೋಗಿತ್ತು. ಜಿಯಾವೋ ಈಗ ಪ್ರಸ್ತಾಪ ಮಾಡಿದ್ದರಿಂದ, ನೆನಪು ಮರುಕಳಿಸಿತು.

"ನಿಜವಾಗಿಯೂ ಆಕೆಯ ಬಗ್ಗೆ ನನಗೆ ಗೌರವ ಇದೆ. ಡಾ॥ ಲೂ" ಕಿನ್ ನಿಟ್ಟುಸಿರಿಟ್ಟಳು. "ದುರದೃಷ್ಟ, ಆಗ ಆಸ್ಪತ್ರೆಯಲ್ಲಿ ರೆಕಾರ್ಡ್ಸ್ ಇಡುತ್ತಿರಲಿಲ್ಲ. ಆಕೆ ಯಾರೂಂತ ತಿಳಿಯೋದಕ್ಕೆ ಆಗುತ್ತಿಲ್ಲ. ನೆನ್ನೆ ಕೂಡ ಡಾ॥ ಜಾವೋರ ಹತ್ತಿರ ಆಕೆಯ ಕೈಯಲ್ಲಿ ಆಪರೇಷನ್ ಮಾಡಿಸೀಂತ ಕೇಳಿದೆ." ಲೂ ಮುಖಾನ ವಕ್ರವಾಗಿಸಿದಳು. "ಕ್ಷಮಿಸಿ ಡಾ॥ ಲೂ, ಜಾವೋರಿಗೆ ನಿಮ್ಮಲ್ಲಿ, ನಿಮ್ಮಲ್ಲಿ ತುಂಬಾ ಭರವಸೆ ಇದೆ. ನಮಗೂ ಕೂಡ. ಅವನ ಭರವಸೇನ ನೀವು ಸುಳ್ಳು ಮಾಡೊಲ್ಲ ಅಂತ ನಂಬಿಕೆ ಇದೆ. ಆ ಡಾಕ್ಟರಿಂದ ನಾವು ಕಲೀಬೇಕಾಗಿದೆ; ಸ್ಫೂರ್ತಿ ಪಡೆಯಬೇಕಾಗಿದೆ... ಹೌದು ತಾನೇ!"

ಅದನ್ನು ಒಪ್ಪಿಕೊಳ್ಳದೆ ಬೇರೆ ದಾರಿ ಇರಲಿಲ್ಲ ಲೂಗೆ. "ನೀವಿನ್ನೂ ಚಿಕ್ಕವರು" ಪ್ರೋತ್ಸಾಹಿಸುವ ದನಿಯಲ್ಲಿ ಕಿನ್ ಹೇಳಿದಳು. ನೀವಿನ್ನೂ ಪಾರ್ಟಿ ಸದಸ್ಯರಾಗಿಲ್ಲ. ಆಗೋದಿಕ್ಕೆ ಪ್ರಯತ್ನಿಸಿ, ಕಾಮ್ರೆಡ್" ಲೂ ನೇರವಾಗಿ ಹೇಳಿದಳು. ನನಗೆ ಅಂತಹ ಹೇಳಿಕೊಳ್ಳುವ ವಂಶದ ಹಿನ್ನೆಲೆಯಿಲ್ಲ.

"ಆ ದೃಷ್ಟಿಯಿಂದ ನೋಡಬಾರದು. ಮನೆ, ಮನೆತನ ಮುಖ್ಯ ಅಲ್ಲ. ನಮ್ಮ ಜೀವನದಲ್ಲಿ ನಾವೇನು ಮಾಡುತ್ತೇವೆ, ಅದೇ ಮುಖ್ಯ" ಕಿನ್ ಉತ್ಸಾಹದಿಂದ ಮಾತಾಡಿದಳು – "ನಮ್ಮ ಪಾರ್ಟಿ ಪ್ರತಿಯೊಬ್ಬರ ಮನೆತನ, ವರ್ಗ ಹಿನ್ನೆಲೆ ನೋಡುತ್ತೆ. ಆದರೆ ಅದೇ ಪಾರ್ಟಿ ಸದಸ್ಯತ್ವಕ್ಕೆ ಪರಿಗಣನೆಯಾಗೋದಿಲ್ಲ. ನಿಮ್ಮ ಧೋರಣೆ, ದೃಷ್ಟಿಗಳು ಮುಖ್ಯವಾಗುತ್ತವೆ. ವ್ಯಕ್ತಿ, ಕುಟುಂಬ, ಬೇರೆ ಬೇರೆಯಾದಾಗಲೇ ಜನತೆಗೆ ಏನಾದ್ರೂ ಮಾಡಲು ಸಾಧ್ಯ. ನಮ್ಮ ಪಾರ್ಟಿ ಅಂತಹವರಿಗೆ ಎಂದೆಂದಿಗೂ ಬಾಗಿಲು ತೆರೆದಿರುತ್ತೆ."

ಲೂ ಪರದೆಯನ್ನು ಸರಿಸಿ ಬಂದು ಜಿಯಾವೋನ ಕಣ್ಣನ್ನು ಪರೀಕ್ಷಿಸಿದಳು. "ಎಲ್ಲ ಸರಿಯಾಗಿದೆ ನಾಳಿದ್ದು ನಿಮ್ಮ ಆಪರೇಷನ್ ಮಾಡುತ್ತೇವೆ" – ಎಂದು ಜಿಯಾವೋಗೆ ಹೇಳಿದಳು.

"ಎಷ್ಟು ಬೇಗನೆ ಆದರೆ ಅಷ್ಟೂ ಒಳ್ಳೆಯದು ಡಾಕ್ಟರೇ."

ಆರು ದಾಟಿತ್ತು. ಲೂ ಅವರಿಂದ ಬೀಳ್ಕೊಂಡಳು. ಕಿನ್ ಆತುರವಾಗಿ ಅವಳ ಹಿಂದೆಯೇ ಬಂದಳು. "ಮನೆಗೆ ತಾನೇ ಹೋಗೋದು ಡಾಕ್ಟರ್?"

"ಹೌದು,"

"ಜಿಯಾವೋರ ಕಾರಿಗೆ ಹೇಳಲೇ?"

"ಬೇಡ" ಎಂದು ವಿನಯದಿಂದಲೇ ಹೇಳಿ ಅಲ್ಲಿಂದ ಮನೆಯತ್ತ ಹೊರಟಳು.

* * *

12

ಮಧ್ಯರಾತ್ರಿ ಆಗಿತ್ತು. ವಾರ್ಡ್ ಪ್ರಶಾಂತವಾಗಿತ್ತು. ಕೇವಲ ಗೋಡೆಯ ದೀಪವೊಂದು ಲೂಳ ಕೈಗೆ ಚುಚ್ಚಿದ್ದ ಡ್ರಿಪ್ಸ್ ಮೇಲೆ ಕ್ಷೀಣವಾದ ಬೆಳಕನ್ನು ಚೆಲ್ಲುತ್ತಿತ್ತು. ಹನಿ ಹನಿಯಾಗಿ ಮೇಲತ್ತಿ ಕಟ್ಟಿದ್ದ ಬಾಟಲೊಳಗಿಂದ ಟ್ಯೂಬಿನೊಳಕ್ಕೆ ಬೀಳುತ್ತಿತ್ತು. ಡಾ॥ ಲೂ ಬದುಕಿರುವುದಕ್ಕೆ ಸಾಕ್ಷಿಯಾಗಿ ಈ ವ್ಯವಸ್ಥೆ ಇದ್ದಂತೆ ಇತ್ತು.

ಅವಳ ಹಾಸಿಗೆಯ ಪಕ್ಕದಲ್ಲಿಯೇ ಕುಳಿತಿದ್ದ ಫೂ, ಭಾವಶೂನ್ಯನಾಗಿ ಹೆಂಡತಿಯ ಮುಖದ ಮೇಲೆ ದೃಷ್ಟಿ ನೆಟ್ಟ, ಅವಳು ಹಾಸಿಗೆ ಹಿಡಿದಂದಿನಿಂದ, ಇಷ್ಟು ಹತ್ತಿರದಿಂದ ಅವಳನ್ನು ಗಮನಿಸಿದ್ದೂ ಇದೇ ಮೊದಲು. ಹನ್ನೆರಡು ವರ್ಷಗಳಲ್ಲಿ ಹೀಗೆ ತದೇಕಚಿತ್ತನಾಗಿ ಅವಳನ್ನು ನೋಡಿದ್ದೂ ಇದೇ ಪ್ರಥಮಬಾರಿ.

ಒಂದು ಸಲ ಹೀಗೆ, ಯಾವುದೋ ಒಂದು ಗಳಿಗೇಲಿ, ನೆಟ್ಟ ನೋಟದಿಂದ ಅವಳನ್ನು ನೋಡುತ್ತಿದ್ದಾಗ, ಅವಳು ಕೇಳಿದಳು – "ಯಾಕೆ ಹಾಗೆ ನನ್ನನ್ನು ನೋಡ್ತಿದ್ದೀರಿ?" ಅಪರಾಧಿಯಂತೆ ಮುಖ ಆ ಕಡೆ ತಿರುಗಿಸಿದ. ಅದು ಪ್ರೀತಿಸುತ್ತಿದ್ದ ದಿನಗಳಲ್ಲಿ!... ನೆನಪಿದೆ. ಈಗ ಅವಳಿಗೆ ಒಂದು ಕಡೆಯಿಂದ ಒಂದು ಕಡೆಗೆ ತಲೆ ಎತ್ತುವುದಕ್ಕಾಗಲೀ, ಮಾತಾಡುವುದಕ್ಕಾಗಲೀ ಆಗುವುದಿಲ್ಲ. ಬೇಡಾಂತ ಹೇಳುವದಕ್ಕೂ ತ್ರಾಣವಿಲ್ಲ.

ಅವನ ಗಮನಕ್ಕೆ ಬಂತು! ಎಷ್ಟೊಂದು ದುರ್ಬಲವಾಗಿದ್ದಾಳೆ. ಮುಪ್ಪಿನ ಸೂಚನೆಗಳು ಕಪ್ಪು ಕೂದಲಿನ ನಡು ನಡುವೆ ಬೆಳ್ಳಗಾಗುತ್ತಿರುವ ಕೂದಲಿನೆಳೆಗಳು. ಮೃದುವಾಗಿ, ಬಿಗಿಯಾಗಿ ಇದ್ದ ಚರ್ಮ ಸಡಿಲವಾಗಿದೆ; ಸುಕ್ಕುಗಟ್ಟಿದ ಹಣೆಯ ಮೇಲೂ ಗೆರೆಗಳು ಎದ್ದು ಕಾಣುತ್ತಿವೆ. ಒಂದು ಕಾಲಕ್ಕೆ ಮುದ್ದಾದ ಕೆನ್ನೆಗಳು ಜೋಲುಬಿದ್ದಿವೆ. ಆರಿಹೋಗುವ ದೀಪದ ಜ್ವಾಲೆಯಂತೆ ಅವಳ ಬದುಕು ವೇಗವಾಗಿ ಉರಿದುಹೋಗುತ್ತಿದೆ. ಎಂತಹ ನಿಶ್ಚಲ, ದೃಢ ವ್ಯಕ್ತಿತ್ವವುಳ್ಳವಳು ಒಂದು ರಾತ್ರಿಯಲ್ಲಿ ಹೇಗೆ ಕ್ಷೀಣಿಸಿ ಹೋಗಿದ್ದಾಳೆ! ಅವಳಲ್ಲಿ ದುರ್ಬಲತೆ ಇಲ್ಲ. ಗಾತ್ರ ಚಿಕ್ಕದು. ಆರೋಗ್ಯವಿದೆ; ಶಕ್ತಿ ಇದೆ ಪುಟ್ಟ ಭುಜಗಳ ಮೇಲೆ ಎಷ್ಟು ಹೊರೆಗಳನ್ನು ಹೊತ್ತಿದ್ದಾಳೆ; ಅನಿರೀಕ್ಷಿತ ಆಘಾತಗಳನ್ನು ಸಹಿಸಿದ್ದಾಳೆ. ಎಂದೂ ಅದಕ್ಕಾಗಿ ಚೆಂತಿಸಿಲ್ಲ; ದೂರಲಿಲ್ಲ; ಎದೆಗೆಡಲಿಲ್ಲ ನಿರಾಶಳಾಗಲಿಲ್ಲ. ಎಷ್ಟೋ ಸಲ ಫೂ ಹೇಳಿದ್ದ – "ನೀನು ತುಂಬಾ ಗಡಸಿನ ಹೆಣ್ಣು."

"ಯಾರು? ನಾನೇ? ನನಗೇನೂ ಧೈರ್ಯ ಸಾಲದು", ಇದೇ ಉತ್ತರವನ್ನು ಪ್ರತಿಸಲವೂ ನೀಡಿದ್ದುಂಟು.

ಖಾಯಿಲೆ ಬೀಳುವುದಕ್ಕೆ ಹಿಂದಿನ ರಾತ್ರಿ, "ಫೂ ಇನ್‌ಸ್ಟಿಟ್ಯೂಟ್‌ನಲ್ಲೇ ಉಳಿಯುವ ತನ್ನ ಧೀರ ನಿರ್ಧಾರವನ್ನು ತಿಳಿಸಿದಾಗೊಮ್ಮೆ ಮತ್ತೆ ಈ ಮಾತನ್ನು ಹೇಳಿದ್ದಳು.

ಷಿಯಾ ಪೂರ್ತಿಯಾಗಿ ಚೇತರಿಸಿಕೊಂಡಿದ್ದಳು. ಯುಯಾನ್ ತನ್ನ ಹೋಂ ವರ್ಕ್ ಮುಗಿಸಿ ನಿದ್ದೆ ಮಾಡಲು ಹೋದ. ಮನೆಯಲ್ಲಿ ಶಾಂತಿ ನೆಲೆಸಿತ್ತು.

ಮಾಗಿ ಕಾಲ ಬಂದಾಗಿತ್ತು. ಆಗಲೇ ಚಳಿಗಾಲ ಬೀಸುತ್ತಿತ್ತು. ಮಕ್ಕಳಿಗೆ ಬೆಚ್ಚನೆಯ ಬಟ್ಟೆಗಳನ್ನು ಕಳಿಸಲು ಕಿಂಡರ್ ಗಾರ್ಟನ್‌ನವರು ಹೇಳಿದ್ದರು. ಲೂ, ಹೋದ ವರುಷ ಷಿಯಾ ಹಾಕೊಳ್ಳುತ್ತಿದ್ದ ಕಾಟಲ್ ಲೈನಿಗ್ ಕೊಟ್ಟಿದ್ದ ಕೋಟನ್ನು ಹೊಲಿಗೆ ಬಿಚ್ಚಿ ದೊಡ್ಡದು ಮಾಡಲು ಡೆಸಿನ ಮೇಲೆ ಹರಡಿ ಇನ್ನೊಂದು ಪದರ ಹತ್ತಿಯ ಲೈನಿಂಗ್ ಕೊಟ್ಟಳು.

ಫೂ ಅರೆಬರೆದ ಲೇಖನವನ್ನ ಬುಕ್‌ಕೇಸಿನಿಂದ ಎಳೆದು ಡೆಸ್ಕಿನ ಪಕ್ಕದಲ್ಲಿ ಅನುಮಾನಿಸುತ್ತ ಕುಳಿತಿದ್ದು, ಆಮೇಲೆ ಹಾಸಿಗೆಯ ಮೇಲೆ ಹೋಗಿ ಕುಳಿತ.

"ಒಂದು ನಿಮಿಷ" ಅವನ ಕಡೆ ತಿರುಗಿ ಹೇಳಿದಳು.

"ಬೇಗ ಮುಗಿಸಿಬಿಡುತ್ತೇನೆ." – ಎಂದು ಆತುರಾತುರವಾಗಿ ಹೊಲಿಯ ತೊಡಗಿದಳು.

ಆದರೆ ಮೇಲಿದ್ದ ಕೋಟನ್ನು ಕೈಗೆತ್ತಿಕೊಂಡ ಮೇಲೆ ಫೂ ಹೇಳಿದ – "ಒಂದು ಆರು ಚದರ ಮೀಟರುಗಳಷ್ಟು ಇನ್ನೊಂದು ಕೋಣೆ ಇದ್ದರೆ ಎಷ್ಟು ಚೆನ್ನಾಗಿರುತ್ತಿತ್ತು. ಅಲ್ವಾ? ಕಡೆಯ ಪಕ್ಷ ಡೆಸ್ಕ್ ಹಾಕಿಕೊಳ್ಳಲು ಸಾಕಾಗುವಷ್ಟಾದರೂ!"

ಹೊಲಿಯುವುದರಲ್ಲಿ ಮಗ್ನಳಾಗಿದ್ದವಳು ಸ್ವಲ್ಪ ಹೊತ್ತಿನ ನಂತರ ಆತುರದಲ್ಲೆದ್ದು, ಅರ್ಧ ಮುಗಿದದ್ದನ್ನು ಮಡಿಚಿಟ್ಟು ಹೇಳಿದಳು – "ನಾನು ಆಸ್ಪತ್ರೆಗೆ ಹೋಗಬೇಕು, ಡೆಸ್ಕನ್ನು ನೀನು ಉಪಯೋಗಿಸಿಕೊಳ್ಳಬಹುದು."

"ಆದರೆ ಯಾಕೆ? ಈಗ ಹೊತ್ತಾಗಿದೆ."

ಜಾಕೆಟ್ ಹಾಕಿಕೊಳ್ಳುತ್ತ ಹೇಳಿದಳು – "ನಾಳೆ ಬೆಳಗ್ಗೇನೆ ಎರಡು ಆಪರೇಷನ್‌ಗಳಿವೆ. ರೋಗಿಗಳು ಹೇಗಿದ್ದಾರೇಂತ ಹೋಗಿ ನೋಡಬೇಕಾಗಿದೆ."

ಅನೇಕ ಸಲ ಸಂಜೆಗಳಲ್ಲಿ ಆಸ್ಪತ್ರೆಗೆ ಹೋಗುತ್ತಿದ್ದಳು. ಆದ್ದರಿಂದ ಫೂ ಸ್ವಲ್ಪ ಕೀಟಲೆ ಮಾಡಿ ಹೇಳಿದ – "ನೀನು ಇಲ್ಲಿದ್ದರೂ ನಿನ್ನ ಮನಸ್ಸೆಲ್ಲಾ ಆಸ್ಪತ್ರೆಲೇ ಇರುತ್ತೆ."

"ತುಂಬಾ ಚಳಿ ಇದೆ. ಅದರ ಮೇಲೆ ಇನ್ನೊಂದು ಕೋಟು ಹಾಕ್ಕೋ."

ಪ್ರಾರ್ಥನೆಯಿತ್ತು ಅವನ ಮಾತಿನಲ್ಲಿ.

"ತುಂಬಾ ಹೊತ್ತು ಮಾಡೋಲ್ಲ. ಬೇಗ ಬಂದುಬಿಡುತ್ತೇನೆ." ಕ್ಷಮಾಪಣೆಯ ದನಿಯಲ್ಲಿ ಹೇಳಿದಳು.

"ಆಸ್ಪತ್ರೇಲಿ ಒಂದಿಬ್ಬರು ವಿಚಿತ್ರವಾದ ರೋಗಿಗಳಿದ್ದಾರೆ. ಒಬ್ಬರು ವೈಸ್ ಮಿನಿಸ್ಟರ್. ಆತನ ಹೆಂಡತಿ ಎಷ್ಟೊಂದು ತಲೆ ಕೆಡಿಸಿಕೊಂಡು, ತೀರಾ ಗಲಿಬಿಲಿಗೊಂಡಿದ್ದಾಳೆ. ಇನ್ನೊಂದು ಒಬ್ಬ ಪುಟ್ಟ ಹುಡುತಿ. ನೆನ್ನೆ ರಾತ್ರಿಯೆಲ್ಲ ಕೆಟ್ಟ ಕೆಟ್ಟ ಕನಸುಗಳು ಬಿತ್ತಂತ ಹೇಳುತ್ತಿದ್ದಳು. ಅವರನ್ನು ಹೋಗಿ ವಿಚಾರಿಸಿಕೊಂಡು ಬರಲೇಬೇಕು."

ಹೇಳಿದಂತೆ ಸ್ವಲ್ಪ ಹೊತ್ತಿನಲ್ಲಿಯೇ ಹಿಂತಿರುಗಿದಲು. ಫೂ ಇನ್ನು ದೀಪದ ಬೆಳಕಿನಲ್ಲಿ ಬರೆಯುತ್ತಿದ್ದ. ಅವನಿಗೆ ತೊಂದರೆ ಕೊಡೋದು ಬೇಡವೆನಿಸಿ, ಮಕ್ಕಳಿಗೆ ಹೊದಿಸಿ, ತಾನೂ ಹೋಗಿ ಮಲಗಿಕೊಂಡಲು.

ಫೂ ಸುತ್ತಲೂ ನೋಡಿದ. ಅವಳು ಮಲಗಿದ್ದುದನ್ನು ಗಮನಿಸಿ ಮತ್ತೆ ತನ್ನ ಕೆಲಸ ಮುಂದುವರೆಸಿದ. ಸ್ವಲ್ಪ ಹೊತ್ತಿನಲ್ಲಿಯೇ ಅವನಿಗೆ ತಿಳಿಯಿತು. ಅವಳು ನಿದ್ದೆ ಮಾಡಿರಲಿಲ್ಲ. ದೀಪದ ಬೆಳಕು ಅವಳ ನಿದ್ದೆಗೆ ಭಂಗ ತಂದಿತೇನೋ ಎನಿಸಿ, ದೀಪವನ್ನು ಇನ್ನೂ ಕೆಳಕ್ಕೆ ಬಗ್ಗಿಸಿ ಪೇಪರನ್ನು ಅಡ್ಡ ಹಿಡಿದು ಮತ್ತೆ ಮಗ್ನನಾದ.

ಸ್ವಲ್ಪ ಹೊತ್ತಿನಲ್ಲಿ ಅವಳು ಸಣ್ಣ ಗೊರಕೆ ತೆಗೆದಲು. ಆದರೆ ಅವನಿಗೆ ಅದು ನಟನೆ ಎನಿಸಿತು. ಎಷ್ಟೋಸಲ, ನಿದ್ದೆ ಬಾರದಿದ್ದಾಗ, ಹೀಗೆಯೇ ನಿದ್ದೆ ಬಂದಂತೆ ನಡಿಸುತ್ತಿದ್ದಲು. ತನ್ನ ಕೆಲಸಕ್ಕೆ ಭಂಗ ಬಾರದಿರಲೆಂದು.. ಅವನಿಗೆ ಅವಳ ಈ ಗುಟು ಎಷ್ಟೋ ಹಿಂದೇನೇ ತಿಳಿದಿದ್ದರೂ ಅವಳ ಮುಂದೆ ಹೇಳುವುದಕ್ಕೆ ಹೋಗಲಿಲ್ಲ.

'ಸ್ವಲ್ಪ ಹೊತ್ತಾದ ಮೇಲೆ ಅವನೂ ಕಾಲು ನೀಡಿ ಮೈಮುರಿದು ಎದ್ದು, "ನಾನೂ ಇನ್ನು ಮಲಗುತ್ತೇನೆ" – ಎಂದು ಕೊಂಡ.

"ನನ್ನ ಬಗ್ಗೆ ಚಿಂತೆ ಮಾಡಬೇಡ! ನನಗಾಗಲೇ ಅರ್ಧ ನಿದ್ದೆ ಹತ್ತಿದೆ" – ಎಂದು ಲೂ ಹೇಳಿದಲು.

ಡೆಸ್ಕಿನ ಅಂಚಿನಲ್ಲಿ ನಿಂತಿದ್ದ ಫೂ, ಪೂರ್ತಿಯಾಗದ ತನ್ನ ಲೇಖನದ ಕಡೆ ನೋಡಿದ. ಪುಸ್ತಕಗಳನ್ನು ಮುಚ್ಚುತ್ತಾ "ಇವತ್ತಿಗೆ ಇನ್ನು ಸಾಕು" – ಎಂದುಕೊಂಡ.

"ನಿನ್ನ ಲೇಖನ ಏನಾಯಿತು? ಇವತ್ತು ರಾತ್ರಿ ಬರೆದು ಮುಗಿಸದಿದ್ದರೆ, ಮತ್ತೆ ಯಾವಾಗಾಗುತ್ತೆ?"

"ಹತ್ತು ವರುಷ ಕಳೆದುಕೊಂಡದ್ದನ್ನು ಒಂದೇ ಒಂದು ರಾತ್ರಿಯಲ್ಲಿ ಪೂರೈಸುವುದಕ್ಕೆ ಆಗುವುದಿಲ್ಲ."

ಲೂ ಎದ್ದು ಕುಳಿತಲು. ಸ್ವೆಟರ್ ತೆಗೆದು ಹೆಗಲ ಮೇಲೆ ಹಾಕಿಕೊಂಡು ಮಂಚಕ್ಕೆ ತಲೆ ಆನಿಸಿ, ಪ್ರಾಮಾಣಿಕವಾದ ದನಿಯಲ್ಲಿ ಹೇಳಿದಲು–

"ಈಗ ನಾನು ಯಾವುದರ ಬಗ್ಗೆ ಯೋಚಿಸುತ್ತಿದ್ದೇನೆ? ಹೇಳು ನೋಡೋಣ."

"ನೀನು ಈಗ ಯಾವುದರ ಬಗ್ಗೇನೂ ಯೋಚಿಸಬೇಕಾಗಿಲ್ಲ. ಸುಮ್ಮನೆ ಕಣ್ಣು ಮುಚ್ಚಿ ಮಲಗು. ಬೇರೆಯವರ ಕಣ್ಣುಗಳನ್ನು ವಾಸಿ ಮಾಡಬೇಕಾಗುತ್ತೆ. ನಿನ್ನ ಕಣ್ಣನ್ನು ಮೊದಲು ನೋಡಿಕೋ."

"ನೋಡು, ನಾನೇನೂ ತಮಾಷೆಗೆ ಹೇಳುತ್ತಿಲ್ಲ. ನೀನು ಇನ್‌ಸ್ಟಿಟ್ಯೂಟಿಗೆ ಹೋಗೋದೆ ಉತ್ತಮ. ಅಲ್ಲಿ ಬೇಕಾದಷ್ಟು ಕೆಲಸ ಮಾಡಬಹುದು."

ಫೂ ಅವಳನ್ನೇ ದಿಟ್ಟಿಸಿ ನೋಡಿದ. ಅವಳ ಮುಖ ಕಾಂತಿಯಿಂದ ಹೊಳೆಯುತ್ತಿದೆ. ಕಣ್ಣುಗಳು ಕುಣಿಯುತ್ತಿವೆ. ಇನ್‌ಸ್ಟಿಟ್ಯೂಟಿಗೆ ಹೋಗುವ ವಿಚಾರ ಅವಳಿಗೆ ಖುಷಿ ತಂದಿತ್ತು.

"ನಾನು ಈ ವಿಚಾರದಲ್ಲಿ ಸೀರಿಯಸ್ಸಾಗಿ ಹೇಳುತ್ತಿದ್ದೇನೆ. ನೀನು ಮಾಡಬೇಕಾದ್ದು ಬೇಕಾದಷ್ಟಿದೆ. ಮಕ್ಕಳಿಂದ, ನನ್ನಿಂದ ನಿನಗೆ ಎಷ್ಟು ತೊಂದರೆ ಅನ್ನೋದು ನನಗೆ ಗೊತ್ತಿದೆ."

"ಸಾಕು ಮಾಡು. ಇದರಲ್ಲಿ ನಿಂದೇನು..."

ಲೂ ಮಧ್ಯೆ ನುಡಿದಳು – "ಅದು ಹೇಗಿಲ್ಲ! ನಾನು ಡೈವೋರ್ಸ್ ಮಾಡುವ ಹಾಗಿಲ್ಲ. ಮಕ್ಕಳಿಗೆ ತಂದೆಯ ಅಗತ್ಯ ಇದೆ. ವಿಜ್ಞಾನಿಗೆ ತನ್ನ ಕುಟುಂಬದ ಅಗತ್ಯ ಇದೆ. ಏನಾದರಾಗಲೇ ಎಂಟು ಗಂಟೆಯ ನಿನ್ನ ಕೆಲಸವನ್ನು ಹದಿನಾರು ಗಂಟೆಗೆ ಏರಿಸಬೇಕಾಗಿದೆ."

"ಇದರಿಂದ ನಿನ್ನ ಹೊರೆ ಹೆಚ್ಚಾಗುತ್ತೆ. ಮನೆ, ಮಕ್ಕಳು – ಎಲ್ಲಾ ನಿನ್ನ ಮೇಲೆ!... ಖಂಡಿತ ಸಾಧ್ಯವಿಲ್ಲ!"

"ಯಾಕಾಗೋಲ್ಲ? ನೀನಿಲ್ಲದಿದ್ದರೂ ಕೆಲಸ ನಡೆಯುತ್ತೆ. ನಾನೆಲ್ಲವನ್ನೂ ನಿಭಾಯಿಸಬಲ್ಲೆ."

ಘೂ ಒಂದಾದ ಮೇಲೊಂದರಂತೆ ಸಮಸ್ಯೆಗಳನ್ನು ವಿವರಿಸಿ ಹೇಳಿದ. ಲೂ ಅದಕ್ಕೆಲ್ಲ ಸಮರ್ಪಕವಾಗಿ ಉತ್ತರಿಸಿದಳು. ಕೊನೆಗೆ ಹೇಳಿದಳು – "ನೀನೇ ಒಂದು ಸಲ ಹೇಳಿದ್ದು ನೆನಪಿದೆಯಾ? – 'ನಾನು ತುಂಬ ಗಟ್ಟಿ ಹೆಣ್ಣು' ಅಂತ. ನಾನೆಲ್ಲ ನೋಡಿಕೊಳ್ಳುತ್ತೇನೆ. ನಿನ್ನ ಮಗನನ್ನು ಉಪವಾಸ ಹಾಕೊಲ್ಲ. ನಿನ್ನ ಮಗಳನ್ನು ಎಚ್ಚರಿಕೆಯಿಂದಲೇ ನೋಡಿಕೊಳ್ಳುತ್ತೇನೆ."

ಕೊನೆಗೆ ಘೂ ಸಮಾಧಾನಗೊಂಡು ಒಪ್ಪಿದ ಮರುದಿವಸದಿಂದಲೇ ಪ್ರಯತ್ನಿಸಿ ಮಾಡಬೇಕು ಅಂತ ತೀರ್ಮಾನವಾಯಿತು.

"ಚೈನಾದಲ್ಲಿ ಏನನ್ನಾದರೂ ಸಾಧಿಸುವುದು ಬಹಳ ಕಷ್ಟದ ಕೆಲಸ!" – ಬಟ್ಟೆ ಬದಲಾಯಿಸುತ್ತ ಹೇಳಿದ.

"ಯುದ್ಧದ ಸಮಯದಲ್ಲಿ ಹೊಸ ಚೈನಾದ ನಿರ್ಮಾಣಕ್ಕಾಗಿ ಹಳೆಯ ಕ್ರಾಂತಿಕಾರರು ಅನೇಕರು ಹುತಾತ್ಮರಾದರು. ಈಗ ಆಧುನಿಕ ಚೈನಾದ ರಚನೆಗಾಗಿ, ಬಲಿದಾನಕ್ಕಾಗಿ ನಮ್ಮ ಸರದಿ ಬಂದಿದೆ. ಆದರೆ ಯಾರಿಗೂ ಇದು ಕಣ್ಣಿಗೆ ಬೀಳುತ್ತಿಲ್ಲ. ಅಷ್ಟೆ."

ತನಗೆ ತಾನೇ ಹೇಳಿಕೊಳ್ಳುತ್ತ ಮುಂದುವರೆಸಿದ. ಬಟ್ಟೆ ಬದಲಾಯಿಸಿ ಆದ ಮೇಲೆ ಮೈ ಚಾಚುವ ಮೊದಲು ಲೂ ಳ ಕಡೆ ನೋಡಿದ, ಅವಳಾಗಲೇ ಗಾಢ ನಿದ್ರೆಯಲ್ಲಿದ್ದಳು. ಪ್ರಶಾಂತವಾಗಿ ಮಲಗಿದ್ದ ಅವಳ ಮುಖದಲ್ಲಿ, ಈ ನಿರ್ಧಾರದಿಂದ ತೃಪ್ತಿ, ಸಂತೋಷಗಳು ಹೊಳೆಯುತ್ತಿದ್ದವು.

ಆದರೆ ಯಾರು ತಿಳಿದಿದ್ದರು? ಮೊದಲ ದಿನವೇ ಅವರ ಯೋಜನೆಗಳೆಲ್ಲ ಹೀಗೆ ತಲೆಕೆಳಗಾಗುತ್ತವೆ – ಎಂದು.

* * *

13

ಲೂ ಳ ಖಾಸಗಿ ಬದುಕಿನಲ್ಲಿ ಸೋಲು ಸಂಭವಿಸಿದರೂ ಅವಳು ಮಾಡಿದ ಆಪರೇಷನ್‌ಗಳು ಯಶಸ್ವಿಯಾಗಿದ್ದವು.

ಆ ದಿನ ಬೆಳಗ್ಗೆ, ಮಾಮೂಲಿನಂತೆ ಹತ್ತುನಿಮಿಷ ಮೊದಲೇ ವಾರ್ಡಿನೊಳಗೆ ಬಂದಳು. ಡಾ॥ ಸನ್‌ರು ಅವಳಿಗಾಗಿ, ಆಗಲೇ ಕಾಯುತ್ತಿದ್ದರು.

"ಗುಡ್ ಮಾರ್ನಿಂಗ್ ಡಾ॥ ಲೂ!" ಅವಳನ್ನು ಸ್ವಾಗತಿಸಿದ. ನಮಗೆ ಕಣ್ಣಿನ ದಾನಿಯೊಬ್ಬರು ಸಿಕ್ಕಿದ್ದಾರೆ. ಇವತ್ತೇ ಕಾರ್ನಿಯಾ ಟ್ರಾನ್ಸ್‌ಪ್ಲಾಂಟ್ ಮಾಡಬಹುದಲ್ಲ?

"ಅದ್ಭುತ! ಆದಷ್ಟು ಬೇಗ ಆಪರೇಷನ್ ಆಗಬೇಕೊಂತ ರೋಗಿಯೊಬ್ಬರು ಕಾಯ್ತಾ ಇದ್ದಾರೆ" ಉಕ್ಕಿ ಬಂದ ಸಂತೋಷದಿಂದಲೂ ನುಡಿದಳು.

"ಆದರೆ ನಿನಗೆ ಈಗಾಗಲೇ ಎರಡು ಆಪರೇಷನ್‌ಗಳಿವೆ. ಮೂರನೆಯದೂ ಸಾಧ್ಯವಾಗುತ್ತಾ?"

"ಖಂಡಿತ" ಎಂದು ತನಗೆ ಮಾಡಬಲ್ಲ ಸಾಮರ್ಥ್ಯ ಇದೆಯೆಂಬಂತೆ ದೃಢವಾಗಿ, ಆತ್ಮವಿಶ್ವಾಸದಿಂದ ತಲೆಯಾಡಿಸಿದಳು.

"ಸರಿ ಹಾಗಾದರೆ... ಎಲ್ಲ ನಿರ್ಧಾರ ಆದ ಹಾಗೆ ಆಯ್ತು", ಎಂದು ತಮ್ಮಲ್ಲಿ ಹೇಳಿಕೊಂಡರು.

ಆತ ತಾನೇ ಬಂದ ಜಿಯಾಂಗ್ಳ ತೋಳು ಹಿಡುದು ಆಪರೇಷನ್ ಥಿಯೇಟರ್ ಕಡೆ ನಡೆದಳು. ಲೂ ತುಂಬಾ ಉತ್ಸಾಹದಲ್ಲಿದ್ದಳು. ಆರಾಮವಾಗಿ ಸುತ್ತಾಡಿಕೊಂಡು ಬರಲು ಹೊರಟಂತೆ ಹೆಜ್ಜೆ ಹಾಕಿ ನಡೆದಳು.

ಈ ಆಸ್ಪತ್ರೆಯ ಆಪರೇಷನ್ ಥಿಯೇಟರ್ ವಿಶಾಲವಾಗಿ, ಅಚ್ಚುಕಟ್ಟಾಗಿ, ಆಕರ್ಷಕವಾಗಿತ್ತು.ಕೆಂಪು ಅಕ್ಷರಗಳಲ್ಲಿ ಗಾಜಿನ ಬಾಗಿಲುಗಳ ಮೇಲೆ 'ಆಪರೇಷನ್ ಥಿಯೇಟರ್' ಎಂದು ಬರೆದಿರುವುದು ಎದ್ದು ಕಾಣುತ್ತಿತ್ತು. ರೋಗಿಯನ್ನು ಗಾಲಿಗಳ ಸ್ಟ್ರೆಚರ್‌ನಲ್ಲಿ ಈ ಬಾಗಿಲಿನ ಮೂಲಕವೇ ಒಳಗೆ ತಂದಾಗ, ರೋಗಿಯ ಸ್ನೇಹಿತರು, ಬಂಧುಗಳು ಮೊದಲಾದವರು ಕುತೂಹಲವಾಗಿ, ನಿಗೂಢವೆನಿಸುತ್ತಿದ್ದ ಮತ್ತು ತಲ್ಲಣಗೊಳಿಸುತ್ತಿದ್ದ ಈ ಜಾಗವನ್ನು, ಸಾವು ಸುಳಿದಾಡುವ ಜಾಗವೆಂಬಂತೆ ನೋಡುತ್ತಾ ಆ ಬಾಗಿಲಿನ ಆಚೆಗೆ ನಿಲ್ಲುತ್ತಿದ್ದರು.

ಹಾಗೆ ನೋಡಿದರೆ ಆಪರೇಷನ್ ಥಿಯೇಟರ್ ಭೀತಿ, ತಲ್ಲಣಗಳ ಎಡೆಯಾಗಿರುವುದಕ್ಕಿಂತ ಭರವಸೆಯ ತಾಣವಾಗಿದೆ. ಒಳಗೆ ವಿಶಾಲವಾದ ಕಾರಿಡಾರಿನ ಗೋಡೆಗಳಿಗೆ ತೆಳು ಹಸಿರು ಬಣ್ಣವನ್ನು, ಹಚ್ಚಲಾಗಿದೆ. ಬೇರೆ ಬೇರೆ ವಿಭಾಗಗಳಿಗೆ ಸೇರಿದ ಆಪರೇಷನ್ ಥಿಯೇಟರುಗಳೆಲ್ಲ ಅಲ್ಲಿವೆ. ಸರ್ಜನರು, ಅವರ ಸಹಾಯಕರು, ಅನೀಸ್ತೀಯಾ ನೀಡುವವರು, ನರ್ಸ್‌ಗಳು

ಮೊದಲಾದವರು ವ್ಯಸ್ತರಾಗಿ ಗಡಿಬಿಡಿಯಿಂದ ಓಡಾಡುತ್ತಿದ್ದಾರೆ. ಆಸ್ಪತ್ರೆಯಲ್ಲೆಲ್ಲ ಅತ್ಯಂತ ಶಿಸ್ತಿನ, ಅಚ್ಚುಕಟ್ಟಿನ ಜಾಗವೆಂದರೆ ಇದೆ. ಎಲ್ಲಾ ಪ್ರಶಾಂತ, ಯಾರದೂ ಮಾತಿಲ್ಲ; ನಗೆಯಿಲ್ಲ.

ವೈಸ್ ಮಿನಿಸ್ಟರ್ ಜಿಯಾವೋರನ್ನು ಇವುಗಳಲ್ಲಿ ಒಂದು ಥಿಯೇಟರೊಳಗೆ ತಂದರು. ಕೆನೆ ಬಣ್ಣದ ಆಪರೇಷನ್ ಟೇಬಲ್ ಮೇಲೆ ಮಲಗಿಸಿದರು. ಕ್ರಿಮಿನಾಶಕ ಮದ್ದಿನಿಂದ ಶುಭ್ರವಾಗಿ ಒಗೆದ ಟವೆಲಿನಿಂದ ಆತನ ತಲೆಯನ್ನು ಸುತ್ತಿದಲು. ಬಾದಾಮಿಯಾಕಾರದ ರಂಧ್ರದೊಳಗಿಂದ ಆತನ ಕಣ್ಣುಗಳಲ್ಲಿ ಒಂದು ಕಾಣುತ್ತಿತ್ತು.

ಲೂ ಆಪರೇಟಿಂಗ್ ಟೇಬಲ್ ಬಳಿಯ ಸ್ಟೂಲೊಂದರ ಮೇಲೆ ಆಗಲೇ ಸಿದ್ಧವಾಗಿ ಕುಳಿತಿದ್ದಲು. ಸ್ಟೂಲನ್ನು ಅಗತ್ಯವಿದ್ದಷ್ಟು ಮೇಲಕ್ಕೂ ಕೆಳಕ್ಕೂ ಹೊಂದಿಸಿಕೊಳ್ಳಬಹುದಾಗಿತ್ತು. ಲೂ ಳದು ಪುಟ್ಟ ಆಕಾರ, ಗಾತ್ರ. ಆಪರೇಷನ್ ಮಾಡುವಾಗಲೆಲ್ಲ ಅವಳು ಸ್ಟೂಲನ್ನು ಮೇಲಕ್ಕೆ ಎತ್ತರಿಸಿಕೊಳ್ಳುತ್ತಿದ್ದಳು. ಈ ದಿನ ಅವಳಿಗೆ ಮೊದಲೇ ಬೇಕಾದ ಎತ್ತರಕ್ಕೆ ಹೊಂದಿಸಿ ಇಟ್ಟಿದ್ದರು. ಈ ಕೆಲಸ ಜಿಯಾಂಗ್‍ಳದೇ ಇರಬೇಕೆನಿಸಿ, ಅವಳ ಕಡೆ ತಿರುಗಿ ಕೃತಜ್ಞತೆಯ ನೋಟ ಬೀರಿದಲು. ಆಪರೇಷನ್‍ಗೆ ಬೇಕಾದ ಉಪಕರಣಗಳ ಟ್ರೇಯೊಂದನ್ನು ಲೂಳ ಸಮೀಪಕ್ಕೆ ದೂಡಿದಲು. ಅದನ್ನು ರೋಗಿಯ ಎದೆಯ ಭಾಗದಲ್ಲಿ, ಸರ್ಜನ್ ಕೈಗೆ ಎಟುಕುವಂತೆ ಸರಿಯಾಗಿ ಹೊಂದಿಸಿ ಇರಿಸಲಾಯಿತು.

ಜಿಯಾವೋರ ಕಣ್ಣನ್ನು ದಿಟ್ಟಿಸುತ್ತಾ "ಪ್ರಾರಂಭ ಮಾಡೋಣವೇ?" – ಎಂದು ಕೇಳಿದಲು – "ಸ್ವಲ್ಪ ನಿರಾಳವಾಗಿರಿ. ಮೊದಲು ಲೋಕಲ್ ಅನೀಸ್ತಿಯಾದ ಇಂಜೆಕ್ಷನ್ ಕೊಡೋಣ. ಆಮೇಲೆ ಕಣ್ಣಿಗೆ ನೋವೆ ಗೊತ್ತಾಗೊಲ್ಲ. ಆಪರೇಷನ್ ಕೂಡ ಹೆಚ್ಚು ಹೊತ್ತು ಹಿಡಿಯೋಲ್ಲ."

ಈ ಮಾತಿಗೆ ಏಕಾಏಕಿ ಕಿರುಚಿಕೊಂಡ, – "ಸ್ವಲ್ಪ ಹಾಗೇ ಇರಿ!" ಏನಾಯ್ತು? ಲೂ ಮತ್ತು ಜಿಯಾಂಗ್ ಇಬ್ಬರೂ ದಿಗ್ಭ್ರಮೆಗೊಂಡು ನಿಂತರು. ಜಿಯಾವೋ ಮುಖಕ್ಕೆ ಸುತ್ತಿದ್ದ ಟವೆಲನ್ನು ಕಿತ್ತೆಸೆದು ತಲೆ ಎತ್ತಲು ಪ್ರಯತ್ನಿಸಿದ. ಲೂಳ ಕಡೆಗೆ ಬೆರಳು ಮಾಡಿ ಪ್ರಶ್ನಿಸುವ ದನಿಯಲ್ಲಿ ಕೇಳಿದ – "ನೀವೇ.... ನೀವೇನಾ ಡಾಕ್ಟರ್ ಲೂ. ಆವತ್ತು ನನಗೆ ಆಪರೇಷನ್ ಮಾಡಿದ್ದು?"

ಗ್ಲೋವ್ಸ್ ಧರಿಸಿದ ಕೈಗಳನ್ನು, ಆತ ಮುಟ್ಟುವನೆಂಬ ಭಯದಿಂದ ಹಿಂದಕ್ಕೆ ತೆಗೆದುಕೊಂಡಲು. ಅವಳು ಮಾತನಾಡಲೂ ಅವಕಾಶವಿಲ್ಲದಂತೆ ತೀರಾ ಭಾವುಕನಾಗಿ "ಹೌದು ಡಾಕ್ಟರ್ ಲೂ ಹೌದು. ಅಂದು ಆಪರೇಷನ್ ಮಾಡಿದವರು ಖಂಡಿತ ನೀವೇ ಆಗಿದ್ದೀರಿ. ಇದೇ ರೀತಿ ಮಾತಾಡಿದಿರಿ. ನಿಮ್ಮ ಧ್ವನಿ, ದಾಟಿ ಎಲ್ಲಾ ನಿಮ್ಮದೇ! ನನಗೆ ಚೆನ್ನಾಗಿ ಗೊತ್ತು. ಅವರು ನೀವೇ!!"

"ಹೌದು ನಾನೇ ಅದು"–ಲೂಗೆ ಬೇರೆ ದಾರಿಯೇ ಇರಲಿಲ್ಲ. ಒಪ್ಪಿಕೊಂಡಲು.

"ನನಗೆ ಮೊದಲೇ ಯಾಕೆ ಹೇಳಲಿಲ್ಲ? ನಿಮಗೆ ನಾನೆಷ್ಟು ಕೃತಜ್ಞ!"

"ಅದೇನೂ ದೊಡ್ಡದಲ್ಲ..." ಲೂಗೆ ಹೇಳಲು ಬೇರೇನೂ ತೋಚಲಿಲ್ಲ. ಟವೆಲಿನ ಕಡೆಗೊಮ್ಮೆ ನೋಡಿದಲು. ನರ್ಸನ್ನು ಕರೆದು, ಅದನ್ನು ಬದಲಾಯಿಸಲು ಹೇಳಿದಲು. ಮತ್ತೆ

ಜಿಯಾವ್ಹೋ ಕಡೆಗೆ ತಿರುಗಿ ಹೇಳಿದಳು– "ಈಗಲಾದರೂ ಶುರು ಮಾಡೋಣವೇ, ವೈಸ್ ಮಿನಿಸ್ಟರ್?"

ಜಿಯಾವ್ಹೋ ನೀಳವಾಗಿ ಉಸಿರೆಳೆದ. ಅಷ್ಟು ಸುಲಭವಾಗಿ ಶಾಂತವಾಗಲು ಅವನಿಗಾಗಲಿಲ್ಲ. ಲೂ ಅಧಿಕಾರವಾಣಿಯಿಂದ ಹೇಳಲೇ ಬೇಕಾಯಿತು – "ಸ್ವಲ್ಪಾನೂ ಕದಲಬಾರದು. ಮಾತನಾಡಬಾರದು. ಈಗ ನಾವು ಆರಂಭಿಸುತ್ತೇವೆ."

ಲೂ ಬಹಳ ಕುಶಲತೆಯಿಂದ ಅವನ ಕೆಳದವಡೆಯ ಕೆಳಗೆ ನೋವ್ಹೋಕ್ಸೆನ್ ಇಂಜೆಕ್ಸನ್ ನೀಡಿದಳು. ಆಪರೇಷನ್ ಆರಂಭಿಸಿದಳು. ಇಂತಹ ಆಪರೇಷನ್‌ಗಳನ್ನು ಲೆಕ್ಕವಿಲ್ಲದಷ್ಟು ಸಲ ಮಾಡಿದ್ದಳು. ಆದರೂ ಪ್ರತಿಸಲವೂ ಶಸ್ತ್ರೋಪಕರಣವೊಂದನ್ನು ಕೈಗೆ ತೆಗೆದುಕೊಳ್ಳುವಾಗ ಅನುಭವವಿಲ್ಲದೆ ಹೊಸಬಳಂತೆ ಭಾವಿಸಿದಳು. ಸೂಜಿಯ ಹಿಡಿಯೊಂದನ್ನು, ಚೂಪಾದ ತನ್ನ ಬೆರಳುಗಳಿಂದ ಎತ್ತಿಕೊಂಡಳು. ಸೂಜಿಯ ಹಿಡಿ ಕತ್ತರಿಯಂತೆ ಕಾಣುತ್ತಿತ್ತು. ಸೂಜಿಯನ್ನು ತೆಗೆದುಕೊಂಡು ಅದಕ್ಕೆ ಫಿಕ್ಸ್ ಮಾಡಿದಳು.

"ಏನಾಗಿದೆ?" – ಜಿಯಾಂಗ್ ಮೆದುವಾಗಿ ಕೇಳಿದಳು. ಜಿಯಾಂಗ್‌ಳ ಪ್ರಶ್ನೆಗೆ ಉತ್ತರಿಸುವ ಬದಲು, ಕೊಕ್ಕೆಯಾಕಾರದ ಸೂಜಿಯನ್ನು ಬೆಳಕಿಗೆ ಹಿಡಿದಳು. ಅದನ್ನು ಸೂಕ್ಷ್ಮವಾಗಿ ಪರೀಕ್ಷಿಸಿ, "ಹೊಸದೇನು ಸೂಜಿ?" ಎಂದಳು.

ನರ್ಸ್ ಮುಂದೆ ಬಂದು, ತಗ್ಗಿದ ದನಿಯಲ್ಲಿ ಹೇಳಿದಳು – "ಹೌದು ಹೊಸದು."

ಲೂ ಮತ್ತೊಮ್ಮೆ ಸೂಜಿಯನ್ನು ನೋಡಿ ಒಳಗೇ ಗೊಣಗಿದಳು– "ಇಂತಹ ಸೂಜಿಯನ್ನು ಬಳಸುವುದು ಹೇಗೆ?"

ಶಸ್ತ್ರಕ್ರಿಯೆಗೆ ಬಳಸುವ ಉಪಕರಣಗಳ ಬಗ್ಗೆ ಲೂ ಮತ್ತು ಇತರರು ದೂರುತ್ತಿದ್ದರು. ಅವುಗಳ ಗುಣಮಟ್ಟ ಸರಿಯಾಗಿಲ್ಲವೆಂದು ಅನೇಕ ಬಾರಿ ಹೇಳುತ್ತಲೇ ಬಂದಿದ್ದರೂ, ಒಮ್ಮೊಮ್ಮೆ ಹೀಗೆ, ಮಧ್ಯೆ ಹಾಳಾದ ಒಂದೆರಡು ಉಪಕರಣಗಳು ಕಾಣಿಸಿಕೊಳ್ಳುತ್ತಿದ್ದವು. ಅದಕ್ಕೆ ಒಳ್ಳೆಯ ಕತ್ತರಿ, ಚೂರಿ ಮುಂತಾದವುಗಳನ್ನು ಕಂಡಾಗ ಬೇರೆಯಾಗಿ ತೆಗೆದಿಡುವಂತೆ ನರ್ಸ್‌ಗೆ ಹೇಳುತ್ತಿದ್ದಳು.

ಎಲ್ಲಾ ಹಳೆಯ ಉಪಕರಣಗಳಿಗೆ ಬದಲಾಗಿ ಹೊಸದನ್ನು ತಂದಿರಿಸಿರುವುದು, ಅಂದು ಅವಳ ಗಮನಕ್ಕೆ ಬಂದಿರಲಿಲ್ಲ. ಅವಳ ದುರಾದೃಷ್ಟ. ಅವುಗಳ ಮಧ್ಯೆ ಕೆಲಸಕ್ಕೆ ಬಾರದ ಈ ಸೂಜಿಯೊಂದು ಸೇರಿಕೊಂಡಿತ್ತು. ಇಂತಹ ಸಂದರ್ಭಗಳಲ್ಲಿ ಅವಳು ತಾಳ್ಮೆಗೆಡುತ್ತಿದ್ದಳು. ಪರಿಣಾಮವಾಗಿ ನರ್ಸ್ ಮೇಲೆ ಕೂಗಾಡಿದಳು. ನರ್ಸ್ ನಿರಪರಾಧಿಯಾಗಿದ್ದರೂ ಈ ಕ್ಷಣದಲ್ಲಿ ಏನನ್ನೂ ಹೇಳಲಾಗಲಿಲ್ಲ. ಮೊಂಡಾದ ಸೂಜಿ ಆಪರೇಷನ್ ತಡಮಾಡುವುದೇ ಅಲ್ಲದೆ ರೋಗಿಯ ನೋವನ್ನು ಹೆಚ್ಚಿಸುತ್ತಿತ್ತು.

ಸಿಟ್ಟುಗೊಂಡ ಲೂ; ತಗ್ಗಿದ ದನಿಯಲ್ಲಿ, ಜಿಯಾವ್ಹೋರಿಗೆ ಕೇಳಿಸಬಾರದೆಂದು ಹೇಳಿದಳು – "ಬೇರೊಂದನ್ನು ತೆಗೆದುಕೊಂಡು ಬಾ." ಅವಳ ಮಾತಿನಲ್ಲಿ ಆದೇಶವಿತ್ತು. ನರ್ಸ್ ಪ್ರತಿಮಾತಾಡದೆ ಸ್ಟೆರ್ಲೈಜರ್‌ನಿಂದ ಹಳೆಯ ಸೂಜಿಯೊಂದನ್ನು ತಂದಿತ್ತಳು.

ಥಿಯೇಟರ್ ನರ್ಸ್‌ಗಳಿಗೆ ಊಳ ವಿಚಾರವಾಗಿ ಗೌರವವಿತ್ತು. ಆದರೆ ಅವಳಿಗೆ ಹೆದರುತ್ತಿದ್ದರು. ಅವಳ ಶಿಸ್ತು, ಜಾಣ್ಮೆ, ಕೌಶಲ್ಯಗಳ ಬಗ್ಗೆ ಅವರಿಗೆ ತುಂಬಾ ಅಭಿಮಾನವಿತ್ತು. ಒಬ್ಬ ಡಾಕ್ಟರ್‌ನ ಅಧಿಕಾರ ಅವನ ಸ್ಕಾಲ್ ಪೆಲ್ ಮೂಲಕ ವ್ಯಕ್ತವಾಗುತ್ತಿತ್ತು. ಒಳ್ಳೆಯ ಕಣ್ಣಿನ ತಜ್ಞನಾಗಿದ್ದರೆ ಕಣ್ಣಿಲ್ಲದವನಿಗೆ ಕಣ್ಣು ಕೊಡುತ್ತಾನೆ; ಕೆಟ್ಟವನಾದರೆ ಇರುವ ಕಣ್ಣನ್ನೂ ಹಾಳು ಮಾಡುತ್ತಾನೆ. ಊ ಗೆ ಅಧಿಕಾರ, ಅಂತಸ್ತು ಯಾವುದೂ ಇರಲಿಲ್ಲ. ಆದರೂ ಅಳಿಗಿದ್ದ ಪ್ರತಿಭೆ, ಸಾಮರ್ಥ್ಯಗಳು ಅವಳಿಗೆ ಅಧಿಕಾರವನ್ನು ತಂದುಕೊಟ್ಟಿದ್ದವು.

ಜಿಯಾವೋನ ದೇಹ ಸ್ವಲ್ಪ ಅಲುಗುವ ಹೊತ್ತಿಗೆ ಆಪರೇಷನ್ ಮುಗಿದಿತ್ತು.

"ಕದಲಬೇಡ"– ಊ ಎಚ್ಚರಿಸಿದಳು.

"ಕದಲಬೇಡ!" ಅವಳ ಮಾತನ್ನೇ ಪುನರುಚ್ಚಿಸಿದಳು ಜಿಯಾಂಗ್.

"ಏನಾಗಿದೆ ನಿಮಗೆ?"

"ನನಗೆ ಕೆಮ್ಮು ಬರುತ್ತಿದೆ!" ಟವೆಲಿನೊಳಗಿಂದ ತಡಬಡಿಸುವ ದನಿ ಕೇಳಿಬಂತು.

ಆತನ ಹೆಂಡತಿ ಹೀಗಾಗಬಹುದೆಂದೇ ಹೆದರಿದ್ದಳು. ಈ ಹೊತ್ತಿನಲ್ಲಿಯೇ ಕೆಮ್ಮು ಬರಬೇಕೇ? ಇದೇನಾದರೂ ಮಾನಸಿಕ ಭಾವನೆಯೇ? ಅಭ್ಯಸ್ತವಾದ ಪ್ರತಿಸ್ಪಂದನವೇ?

"ಒಂದೆರಡು ನಿಮಿಷ ತಡೆದುಕೊಳ್ಳುವುದಕ್ಕೆ ಆಗುತ್ತದೆಯೇ?"

"ಇಲ್ಲ ಇಲ್ಲ.... ಸಾಧ್ಯವೇ ಇಲ್ಲ" – ಆತ ಏದುಸಿರು ಬಿಡುತ್ತಿದ್ದ.

ಹೆಚ್ಚು ಹೊತ್ತಿರಲಿಲ್ಲ. ಆತನನ್ನು ಸಮಾಧಾನ ಪಡಿಸುತ್ತಲೇ ಮುನ್ನೆಚ್ಚರಿಕೆಯ ಕ್ರಮಗಳನ್ನು ತೆಗೆದುಕೊಂಡಳು.

"ಒಂದು ನಿಮಿಷ! ಉಸಿರು ಬಿಡಿ. ಕೆಮ್ಮನ್ನು ಸ್ವಲ್ಪ ತಡೀರಿ!"

ಆತ ದೀರ್ಘವಾಗಿ ಉಸಿರು ಬಿಡುತ್ತಿದ್ದಾಗ, ಊ ಬೇಗ ಬೇಗ ಹೊಲಿಗೆ ಹಾಕುತ್ತಿದ್ದಳು. ಆತ ಉಸಿರು ಕಟ್ಟಿ ಸಾಯುವನೇನೋ ಎಂಬ ಭೀತಿಯನ್ನು ಹುಟ್ಟಿಸುವಂತೆ ಕಷ್ಟಪಟ್ಟು ಬೇಗ ಬೇಗ ಉಸಿರಾಡುತ್ತಿದ್ದ. ಕೊನೆಗೆ ಹೊಲಿಗೆ ಮುಗಿದದ್ದೇ ಊ ನಿರಾಳವಾದಳು. "ಈಗ ಬೇಕಾದರೆ ನೀವು ಕೆಮ್ಮಬಹುದು – ಆದರೆ ತುಂಬಾ ಜೋರಾಗಿ ಅಲ್ಲ."

ಆದರೆ ಆತ ಕೆಮ್ಮಲಿಲ್ಲ. ಬದಲಾಗಿ, ಈಗ ಆತನ ಉಸಿರಾಟವೂ ಯಾವುದೇ ಏರುಪೇರಿಲ್ಲದೆ, ಸಾವಧಾನವಾಗಿ ಮಾಮೂಲಿನಂತೆ ಆಗತೊಡಗಿತ್ತು.

"ಪರವಾಗಿಲ್ಲ. ನಿಮ್ಮ ಇಷ್ಟದಂತೆ ಕೆಮ್ಮಬಹುದು. ಏನೂ ತೊಂದರೆಯಾಗುವುದಿಲ್ಲ" – ಜಿಯಾಂಗ್ ಮತ್ತೊಮ್ಮೆ ಹೇಳಿದಳು.

"ನಿಮಗೆ ತೊಂದರೆ ಕೊಟ್ಟೆ, ದಯವಿಟ್ಟು ಕ್ಷಮಿಸಿ" – ಅಪರಾಧ ಭಾವನೆ ಇತ್ತು.

"ನೀವು ಮುಂದುವರೆಸಿ. ಈಗ ನಾನು ಸರಿಯಾಗಿದ್ದೇನೆ."

ಜಿಯಾಂಗ್ ಅವನಿಗೆ ಸರಿಯಾಗಿ ಬುದ್ಧಿ ಹೇಳಬೇಕೆಂದುಕೊಂಡು ಆ ಕಡೆ ನೋಡಿದಳು. ಅಷ್ಟೊಂದು ವಯಸ್ಸಾಗಿರುವ ವ್ಯಕ್ತಿ ಸರಿಯಾಗಿ ತಿಳಿದುಕೊಂಡಿರಬೇಕು. ಲೂ ಜಿಯಾಂಗ್‌ಳ ಕಡೆ ಕಣ್ಣೆತ್ತಿ ನೋಡಿದ್ದಳು. ಜಿಯಾಂಗ್‌ಗೆ ಅರ್ಥವಾಗಿ ಸುಮ್ಮನಾದಳು. ಇಬ್ಬರೂ ಒಬ್ಬರಿಗೊಬ್ಬರು ಮುಗುಳ್ನಕ್ಕರು. ಇದೆಲ್ಲಾ ದಿನ ದಿನದ ಕೆಲಸದ ಒಂದು ಭಾಗ!

ಲೂ ಹಾಕಿದ ಗಂಟುಗಳನ್ನು ಬಿಚ್ಚಿದಳು. ಮತ್ತೆ ಆಪರೇಷನ್ ಪ್ರಾರಂಭವಾಯಿತು. ಯಾವುದೇ ತೊಂದರೆಯಿಲ್ಲದೆ ಮುಗಿಯಿತು. ಸ್ಟೂಲಿನ ಮೇಲಿಂದ ಎದ್ದು, ಲೂ ಒಂದು ಪುಟ್ಟ ಮೇಜಿನ ಮುಂದೆ ಕುಳಿತು ಔಷಧಿಗಳನ್ನು ಬರೆದಳು. ಜಿಯಾವ್ಓಂದರನ್ನು ಮತ್ತೆ ಸ್ಟ್ರೆಚರ್ ಮೇಲೆ ಮಲಗಿಸಿದರು. ಅದನ್ನು ಹೊರಗೆ ತಳ್ಳುತ್ತಿದ್ದಾಗ, ಜಿಯಾವ್ಓ ಲೂಳನ್ನು ಕರೆದ. ತಪ್ಪು ಮಾಡಿದ ಮಗುವಿನಂತೆ, ಕಂಪಿಸುವ ದನಿಯಲ್ಲಿ,

ಲೂ ಆತನ ಬಳಿಗೆ ಬಂದಳು. ಆತನ ಕಣ್ಣುಗಳಿಗೆ ಪಟ್ಟಿ ಹಾಕಿದ್ದರು.

"ಏನಾದರೂ ಬೇಕಾಗಿತ್ತಾ?" ಲೂ ಆತನನ್ನು ಕೇಳಿದಳು. ಆತ ಅವಳ ಕೈಗಳಿಗಾಗಿ ತನ್ನ ಕೈಗಳನ್ನು ಹೊರ ತೆಗೆದು ಹಿಡಿದುಕೊಂಡು ಗಟ್ಟಿಯಾಗಿ ಅಲುಗಿಸಿದ. ಅವಳಿನ್ನೂ ಗ್ಲೋವ್ಸ್ ತೆಗೆದಿರಲಿಲ್ಲ. "ಎರಡು ಸಲವೂ ನಾನು ನಿಮಗೆ ತುಂಬಾ ತೊಂದರೆ ಕೊಟ್ಟಿದ್ದೇನೆ. ದಯವಿಟ್ಟು ಕ್ಷಮಿಸಿ...."

ಒಂದು ಕ್ಷಣ ಲೂ ಸ್ತಬ್ಧಳಾದಳು. ನಂತರ ಆತನನ್ನು ಆತನ ಮುಖ ನೋಡುತ್ತಲೇ ಸಮಾಧಾನ ಪಡಿಸಿದಳು. "ಅದೆಲ್ಲಾ ಮನಸ್ಸಿಗೆ ಹಚ್ಚಿಕೊಳ್ಳಬೇಡಿ. ಚೆನ್ನಾಗಿ ವಿಶ್ರಾಂತಿ ತೆಗೆದುಕೊಳ್ಳಿ. ಒಂದೆರಡು ದಿವಸದಲ್ಲಿ ಈ ಬ್ಯಾಂಡೇಜ್ ತೆಗೆದುಬಿಡುತ್ತೇವೆ."

ಆತನನ್ನು ಹೊರಗೆ ತೆಗೆದುಕೊಂಡು ಹೋದ ಮೇಲೆ ಲೂ ಗಡಿಯಾರದ ಕಡೆ ನೋಡಿದಳು. ನಲ್ವತ್ತು ನಿಮಿಷದ ಆಪರೇಷನ್‌ಗೆ ಒಂದು ಗಂಟೆ ಹಿಡಿದಿತ್ತು. ತನ್ನ ಬಳಿ ಗೌನ್, ಗ್ಲೋವ್ಸ್‌ಗಳನ್ನು ತೆಗೆದು ಬೇರೊಂದು ಜೊತೆಯನ್ನು ಧರಿಸಿದಳು. ನರ್ಸ್ ಗೌನನ್ನು ಹಿಂದಿನಿಂದ ಕಟ್ಟುತ್ತಿದ್ದಾಗ ಜಿಯಾಂಗ್ ಕೇಳಿದಳು "ಆರಂಭಿಸೋಣವೇ?"

"ಓ ಎಸ್" – ಎಂದಳೂ ಲೂ

* * *

14

"ಮುಂದಿನ ಆಪರೇಷನ್ ನಾನು ಮಾಡುತ್ತೇನೆ. ನೀನು ಸ್ವಲ್ಪ ವಿಶ್ರಾಂತಿ ತೆಗೆದುಕೋ" – ಅವಳ ದನಿಯಲ್ಲಿ ಪ್ರಾರ್ಥನೆ ಇತ್ತು. ವಿಶ್ರಾಂತಿ ತೆಗೆದುಕೊಂಡ ಮೇಲೆ ಮೂರನೆಯದನ್ನು ಮಾಡುವಿಯಂತೆ" – ಜಿಯಾಂಗ್ ಮುಂದುವರೆದು ನುಡಿದಳು.

ಲೂ, ಮುಗುಳ್ನಗುತ್ತಲೇ, ಬೇಡವೆಂದಳು "ನಾನು ಮಾಡುತ್ತೇನೆ. ವ್ಯಾಂಗ್‌ಳ ವಿಚಾರ ನಿನಗಷ್ಟು ಗೊತ್ತಿಲ್ಲ. ಮಗು ಹೆದರಿಬಿಟ್ಟಿದೆ. ಕೆಲವು ದಿವಸಗಳಿಂದ ನಾವಿಬ್ಬರೂ ಸ್ನೇಹಿತರಾಗಿದ್ದೇವೆ. ಆದ್ದರಿಂದ ಅವಳನ್ನು ನನಗೇ ಬಿಡು. ಅದೇ ಒಳ್ಳೆದು."

ಮಗು ಸ್ಟ್ರೆಚರ್‌ನಲ್ಲಿ ಆಪರೇಷನ್ ಥಿಯೇಟರ್‌ಗೆ ಬರಲಿಲ್ಲ. ಅವಳನ್ನು ಎಳೆದು ತರಬೇಕಾಯಿತು. ಅವಳಿಗೆ ಹಾಕಿದ್ದ ಬಿಳಿಯ ಗೌನು ಅವಳಿಗಿಂತ ದೊಡ್ಡದಾಗಿತ್ತು. ಆಪರೇಷನ್ ಟೇಬಲ್ ಹತ್ತಿರ ಸುಳಿಯುವುದಕ್ಕೂ ಒಪ್ಪದೆ ಹಟ ಮಾಡಿದಳು.

"ಆಂಟಿ ಲೂ, ಬೇಡ! ಬೇಡ! ನನಗೆ ಆಪರೇಷನ್ ಬೇಡವೇ ಬೇಡ. ತುಂಬಾ ಹೆದರಿಕೆಯಾಗ್ತಿದೆ. ನನ್ನ ಅಮ್ಮನಿಗೆ ಹೋಗಿ ಹೇಳು, ನನಗೆ ಆಪರೇಷನ್ ಬೇಡಾಂತ!"

ಡಾಕ್ಟರುಗಳು, ನರ್ಸುಗಳು ಮೊದಲಾದವರು ಧರಿಸಿದ್ದ ವಿಚಿತ್ರವಾದ ಉಡುಪುಗಳು ಅವಳ ಹೆದರಿಕೆಗೆ ಕಾರಣವಾಗಿದ್ದವು. ಅವಳ ಎದೆ ಡವಗುಟ್ಟುತ್ತಿತ್ತು. ನರ್ಸುಗಳ ಕೈಯಿಂದ ಬಿಡಿಸಿಕೊಳ್ಳಲು ಹೆಣಗುತ್ತ, ಅವಳ ಸಹಾಯಕ್ಕೆ ಲೂ ಳನ್ನು ಕರೆಯುತ್ತಿದ್ದಳು.

ಲೂ ಟೇಬಲ್ ಬಳಿಗೆ ಹೋಗಿ, ಅವಳನ್ನು ಪುಸಲಾಯಿಸಿ, ಸ್ವಲ್ಪ ಕೋಪದಿಂದ ಹೇಳಿದಳು. "ಬಾ ಮರಿ, ಈ ಆಪರೇಷನ್ ಮಾಡಿಸಿಕೊಳ್ತೀನಿಂತ ನನಗೆ ನೀನು ಪ್ರಾಮಿಸ್ ಮಾಡಿರಲಿಲ್ಲ? ಎಲ್ಲಿ.... ಧೈರ್ಯವಾಗಿರು!.... ಹೆದರಿಕೊಳ್ಳುವುದಕ್ಕೆ ಏನಿದೆ ಹೇಳು? ... ಒಂದು ಸಲ ಅನೀಸ್ತಿಸಿಯಾ ಇಂಜೆಕ್ಷನ್ ಕೊಟ್ಟು ಬಿಟ್ಟರೆ, ನಿನಗೆ ನೋವೇ ಗೊತ್ತಾಗುವುದಿಲ್ಲ."

ಷಿಯಾವ್ಹೋಮನ್‌ಳ ವಿಚಿತ್ರವಾದ ಬಟ್ಟೆ ಲೂಗೆ ನಗು ಬರಿಸುತ್ತಿತ್ತು. ಲೂಳ ಕರುಣೆ, ಪ್ರೀತಿ ತುಂಬಿದ ಕಣ್ಣುಗಳನ್ನು ನೋಡಿದಳು. ಸದ್ದಿಲ್ಲದೆ ಮೇಜಿನ ಮೇಲೆ ಹತ್ತಿದಳು. ನರ್ಸೊಬ್ಬಳು ಅವಳ ಮುಖವನ್ನು ಟವಲೊಂದರಿಂದ ಮುಚ್ಚಿದಳು. ಸನ್ನೆಯಿಂದ ಅವಳ ಕೈಗಳನ್ನು ಕಟ್ಟಿಹಾಕುವಂತೆ ಲೂ, ನರ್ಸ್‌ಗೆ ಹೇಳಿದಳು. ಈ ಪುಟ್ಟರೋಗಿ ಮತ್ತೆ ಪ್ರತಿಭಟಿಸಬೇಕೆಂದು ಕೊಳ್ಳುತ್ತಿರುವಷ್ಟರಲ್ಲಿ ಲೂ, ಟೇಬಲನ್ನು ಗಟ್ಟಿಯಾಗಿ ಹಿಡಿದುಕೊಳ್ಳುತ್ತಾ ಹೇಳಿದಳು. "ಷಿಯಾವ್ಹೋ, ನೋಡು ನೀನು ಒಳ್ಳೇ ಹುಡುಗಿ ಅಲ್ವಾ? ಎಲ್ಲರಿಗೂ ಹೀಗೇ ಮಾಡೋದು. ನಿಜವಾಗಿ ನೋಡಿದರೆ ತುಂಬಾ ಹೊತ್ತು ಆಗೋದೇ ಇಲ್ಲ. ಈಗ ನಿನಗೆ ನಾನೊಂದು ಇಂಜೆಕ್ಷನ್ ಕೊಡ್ತೇನೆ. ನಿನ್ನ ಕಣ್ಣಿಗೆ ಏನೂ ನೋವಾಗುವುದೇ ಇಲ್ಲ. ಎಲ್ಲ ಮರೆತುಹೋಗುತ್ತೆ!" ಎಂದು ತಿಳಿಸಿ ಹೇಳುತ್ತಲೇ ಇಂಜೆಕ್ಷನ್ ಚುಚ್ಚಿದಳು.

ಲೂ, ಡಾಕ್ಟರ್ ಅಷ್ಟೇ ಆಗಿರಲಿಲ್ಲ. ಕಿಂಡರ್ ಗಾರ್ಟನ್ ನರ್ಸ್, ತಾಯಿ ಎಲ್ಲಾ ಆಗಿದ್ದಳು. ಆದ್ದರಿಂದಲೇ ಮಕ್ಕಳನ್ನು ಹೇಗೆ ಯಾವ ಸಂದರ್ಭದಲ್ಲಿ ಸಮಾಧಾನಪಡಿಸಬೇಕು ಅನ್ನೋದು ಗೊತ್ತಿತ್ತು. ಮಗುವಿನ ಸಮಾಧಾನಕ್ಕಾಗಿ ಅವಳೊಂದಿಗೆ ಅದೂ ಇದೂ ಮಾತಾಡುತ್ತಲೇ ಜಿಯಾಂಗ್ ನೀಡುತ್ತಿದ್ದ ಕತ್ತರಿ, ಸೂಜಿ, ಚೂರಿ ಮುಂತಾದವುಗಳನ್ನು ತೆಗೆದುಕೊಳ್ಳುತ್ತಾ ತನ್ನ ಕೆಲಸವನ್ನು ಮುಂದುವರೆಸುತ್ತಿದ್ದಳು. ಮೆಲ್ಲಗೆ ಕಾರಣವಾದ ತಂತುವನ್ನು ಎಳೆದು ನೇರ ಮಾಡಿದಾಗ, ಷಿಯಾಗೆ ತಲೆ ಸುತ್ತಿದಂತೆ, ಓಕರಿಕೆ ಬಂದಂತಾಯಿತು.

"ನಿಂಗೊಂಫರಾ ಆಗ್ತಿದ್ದರೆ, ನೀಳವಾಗಿ ಉಸಿರೆಳೆದುಕೋ... ಆಂ.... ಈಗ ಸರಿಯಾಯ್ತು... ಇನ್ನೂ ಏನಾದರೂ ಆಗ್ತಿದೆಯೇ? .... ಇಲ್ಲ, ಸರಿಹೋಯ್ತಾ?... ಇನ್ನೇನು ಮುಗಿತಾ ಬಂತು... ಆ... ಈಗ ಒಳ್ಳೆ ಹುಡುಗಿ!"

ಲೂ ಳ ಮಾತುಗಳು ಅವಳಿಗೆ ಮತ್ತು ಬರೆಸಿತು. ಆಪರೇಷನ್ ಮುಂದುವರೆಯಿತು. ಮುಗಿದ ಮೇಲೆ ಬ್ಯಾಂಡೇಜ್ ಹಾಕಿ ಸ್ಟ್ರೆಚರ್‌ನಲ್ಲಿ ವಾರ್ಡ್ ಕಡೆಗೆ ಕರೆದೊಯ್ದು. ಹೋಗುವಾಗ ಗುಂಗಿನಲ್ಲಿಯೇ, ತನಗೆ ಅಮ್ಮ ಹೇಳಿದ್ದ ಮಾತುಗಳು ನೆನಪಿಗೆ ಬಂದು – "ಆಂಟಿ ನಿಮಗೆ ನನ್ನ ಕೃತಜ್ಞತೆಗಳು" – ಎಂದು ಮುದ್ದಾಗಿ ಹೇಳಿದಳು.

ಅದ್ನು ಕೇಳಿ ಎಲ್ಲರೂ ನಕ್ಕರು. ಅರ್ಧಗಂಟೆ ಕಳೆದಿತ್ತು. ಲೂ ಮೈಯೆಲ್ಲಾ ಬೆವರುತ್ತಿತ್ತು. ಹಣೆ, ಕಂಕುಳು, ಒಳಭಾಗವೆಲ್ಲಾ ಬೆವರಿನಿಂದ ತೋಯ್ದು ಹೋಗಿದ್ದವು. ಬೇಸಿಗೆಯ ಕಾಲವೇನೂ ಅಲ್ಲ. ಅವಳಿಗೆ ತನ್ನ ಸ್ಥಿತಿ ಕಂಡು ಆಶ್ಚರ್ಯವಾಗಿತ್ತು. ಒಂದೇ ಸಮನೆ ಮಾಡಿದ ಆಪರೇಷನ್‌ಗಳಿಂದಾಗಿ ಅವಳ ಬೆರಳುಗಳು ನೋಯುತ್ತಿದ್ದವು. ತೋಳುಗಳು ಜೋಮು ಹಿಡಿದಿದ್ದವು.

ತಾನು ಧರಿಸಿದ್ದ ಗೌನನ್ನು ಬಿಚ್ಚಿ ಮತ್ತೊಂದು ಗೌನ್ ಧರಿಸಬೇಕೆಂದುಕೊಂಡಾಗ, ಬವಳಿ ಬಂದಂತಾಯಿತು. ಕಣ್ಣುಗಳನ್ನು ಬಿಗಿಯಾಗಿ ಮುಚ್ಚಿಕೊಂಡಳು. ಒಂದು ಸಲ ಮೈ ಕೊಡವಿ, ಗೌನಿನೊಳಕ್ಕೆ ಕೈಗಳನ್ನು ತೂರಿಸಿದಳು. ಹಿಂದೆ ಕಟ್ಟಲು ನರ್ಸೊಬ್ಬಳು ಓಡಿ ಬಂದಳು.

"ಡಾ॥ ಲೂ! ನಿಮ್ಮ ತುಟಿಗಳು ಇದೇನು ಇಷ್ಟೊಂದು ಬಣ್ಣಗೆಟ್ಟಿವೆ?" ಬಟ್ಟೆ ಬದಲಾಯಿಸುತ್ತಿದ್ದ ಜಿಯಾಂಗಳೂ ಲೂ ಕಡೆ ತಿರುಗಿ ನೋಡಿದಳು. "ಅಯ್ಯೋ ದೇವರೆ!" ಗಾಬರಿಯಿಂದ ಕಿರುಚಿದಳು. "ಎಷ್ಟೊಂದು ಬಿಳಿಚಿಕೊಂಡಿದ್ದೀಯಾ!"

ಲೂ ನಿಜವಾಗಿ, ನಿಸ್ತೇಜವಾಗಿ ಬಣ್ಣಗೆಟ್ಟಿದ್ದಳು. ಕಣ್ಣಿನ ಕೆಳಗೆ ಕಪ್ಪು ಉಂಗುರಗಳು ಮೂಡಿದ್ದವು. ಸ್ವತಃ ತಾನೇ ರೋಗಿಯಂತೆ ಕಂಡಳು!

ದಿಗ್ಭಮೆಗೊಂಡ ಜಿಯಾಂಗ್‌ಳ ಕಣ್ಣುಗಳು ಅವಳ ಮೇಲೆ ನೆಟ್ಟಿದ್ದವು. ಲೂ ಅಸಮಾಧಾನದಿಂದ ಹೇಳಿದಳು – "ಏನಾಗಿದೇಂತ ಇಷ್ಠೊಂಡ್ ಗಲಾಟೆ ಮಾಡ್ತೀ? ಎಲ್ಲಾ ಸರಿಹೋಗುತ್ತೆ."

ಇನ್ನೊಂದು ಆಪರೇಷನ್ ಮುಗಿಸಬಲ್ಲೆನೆಂಬ ಭರವಸೆ ಅವಳಿಗಿತ್ತು. ಇಂತಹ ಭರವಸೆ ಇಲ್ಲದಿದ್ದರೆ, ಇಷ್ಟು ವರುಷಗಳು ಸಾವಿರಾರು ಆಪರೇಷನ್ ಮಾಡುವುದಕ್ಕೆ ಸಾಧ್ಯವಿರುತ್ತಿರಲಿಲ್ಲ.

"ನಾವು ಮುಂದುವರೆಸೋಣವೇ?" – ನರ್ಸ್ ಕೇಳಿದಳು.

"ಹೌದು ಖಂಡಿತವಾಗಿ."

ಆಪರೇಷನ್ ನಿಲ್ಲಿಸೋಕೆ ಸಾಧ್ಯವೇ ಇರಲಿಲ್ಲ. ದಾನಿಯ ಕಣ್ಣನ್ನು ತುಂಬಾ ಹೊತ್ತು ಇಡುವುದಾಗಲೀ ಆಪರೇಷನ್ ತಡಮಾಡುವುದಾಗಲೀ ಈ ಸಂದರ್ಭದಲ್ಲಿ ಆಗುವ ಹಾಗಿರಲಿಲ್ಲ. ಕೆಲಸ ಮುಂದುವರೆಯಲೇ ಬೇಕಾಗಿತ್ತು.

"ವೆಂಟಿಂಗ್"– ಜಿಯಾಂಗ್ ಮುಂದೆ ಬಂದು ಹೇಳಿದಳು "ಒಂದರ್ಧ ಗಂಟೆ ನಿಧಾನ ಮಾಡೋಣ."

ಲೂ ಗಡಿಯಾರ ನೋಡಿದಳು. ಆಗ ತಾನೇ ಹತ್ತು ದಾಟಿತ್ತು. ಅರ್ಧಗಂಟೆ ಮಂದೂಡಿದರೆ ಕೆಲವು ಸಹೋದ್ಯೋಗಿಗಳಿಗೆ ತಡವಾಗುತ್ತೆ, ಮತ್ತೆ ಕೆಲವರು ಮನೆಗೆ ಹೋಗ ಅಡಿಗೆ ಮಾಡೋದಕ್ಕೆ ತೊಂದರೆಯಾಗುತ್ತೆ. ಮಕ್ಕಳಿಗೆ ಊಟಕ್ಕೆ ಹೊತ್ತಾಗಿ ಬಿಡುತ್ತೆ.

"ಮುಂದುವರೆಸೋಣವೇ?" ನರ್ಸ್ ಮತ್ತೆ ಕೇಳಿದಳು.

"ಆಗಬಹುದು."

* * *

15

ಲೂ ನಡೆಸುವ ಆಪರೇಷನ್‌ಗಳನ್ನು ನೋಡಲು, ಈ ಆಸ್ಪತ್ರೆ ಮತ್ತು ಬೇರೆ ಬೇರೆ ಕಡೆಗಳಿಂದ ಡಾಕ್ಟರುಗಳು ಬಂದು ಮುತ್ತಿಕೊಳ್ಳುತ್ತಿದ್ದರು. ಅವಳೊಂದಿಗೆ ಮಾತಾಡಲು, ಅವಳು ಆಪರೇಷನ್ ಮಾಡುವುದನ್ನು ನೋಡಲು ವಿಶೇಷವಾಗಿ ಪರ್ಮಿಷನ್ ಪಡೆದಿದ್ದರು.

ಅಂಕಲ್ ಜಾಂಗ್‌ರನ್ನು ನರ್ಸೊಬ್ಬಳು ನಿಧಾನವಾಗಿ ನಡೆಸಿಕೊಂಡು ಬಂದು ಆಪರೇಷನ್ ಟೇಬಲ್ ಹತ್ತಿಸಿದಳು. ಜಾಂಗ್ ಇನ್ನೂ ಮಾತಾಡುತ್ತಾ ನಗುತ್ತಲೇ ಇದ್ದ.

ಈ ಟೇಬಲ್ ಆತನಿಗೆ ಸಾಲದಾಗುತ್ತಿತ್ತು. ಆದ್ದರಿಂದ ಕೈಕಾಲುಗಳು ಟೇಬಲ್‌ನಿಂದ ಹೊರಗೆ ಜೋಲಾಡುತ್ತಿದ್ದವು. ಆತ ಗಡುಸಾದ ದನಿಯಲ್ಲಿ ತಡೆಯಿಲ್ಲದೆಮಾತಾಡುತ್ತಲೇ ಇದ್ದ. ನರ್ಸ್ ಜೊತೆಗೆ ವಿನೋದವಾಗಿ ಮಾತಾಡಿದ್ದು ಆಕೆಗೆ ನಗು ಬರಿಸಿತು– "ನನ್ನನ್ನು ನೋಡಿ ನಗಬೇಡ ಹುಡುಗಿ!" ಎಂದು ಮತ್ತೆ ನಕ್ಕ. "ಒಂದು ಸಲ ನಮ್ಮೂರಿಗೆ ಬಂದಿದ್ದ ವೈದ್ಯರ ತಂಡ, ನನ್ನನ್ನು ಆಪರೇಷನ್‌ಗೆ ಬಲವಂತ ಪಡಿಸದೆ ಇದ್ದಿದ್ದರೆ, ನಾನು ಸತ್ತಾದರೂ, ಸಾಯುತ್ತಿದ್ದನೇ ಹೊರತು ನಿಮ್ಮ ಚಾಕುವಿನಿಂದ ನನ್ನ ಕಣ್ಣನ್ನು ಕೊಯಿಸಿಕೊಳ್ಳುತ್ತಿರಲಿಲ್ಲ. ಅಬ್ಬ! ಉಕ್ಕಿನ ಚಾಕು ನನ್ನ ಕಣ್ಣೊಳಗೆ ಇಳಿದು ಹೋಗುವುದು... ಉಹ್! ಇಷ್ಟೆಲ್ಲದರಿಂದ ನನ್ನ ಕಣ್ಣಿಗೆ ಒಳ್ಳೇದಾಗುತ್ತೋ, ಕೆಟ್ಟದಾಗುತ್ತೋ... ಯಾರಿಗೆ ಗೊತ್ತಿದೆ? ಅಬ್ಬಬ್ಬಬ್ಬಾ".... ಎಂದು ನಕ್ಕ.

ಚಿಕ್ಕ ವಯಸ್ಸಿನ ನರ್ಸೊಬ್ಬಳು ಹಲ್ಲುಗಿಂಜುತ್ತಾ ಮೆದುವಾಗಿ ಹೇಳಿದಳು– "ಸ್ವಲ್ಪ ಮೆತ್ತಗೆ ಮಾತಾಡಿ."

"ಗೊತ್ತಮ್ಮಾ ಹುಡುಗಿ ಗೊತ್ತು. ಆಸ್ಪತ್ರೆಗಳಲ್ಲಿ ಹೀಗೆಲ್ಲ ಜೋರಾಗಿ ಮಾತಾಡಬಾರದು ಅಲ್ವಾ!"– ಒಂದು ಕೈಯಿಂದ ಏನನ್ನೋ ವಿವರಿಸುವಂತೆ, "ನಿನಗೆ ಗೊತ್ತಿಲ್ಲ ನನ್ನ ಕಣ್ಣು ವಾಸಿ ಮಾಡೋಕೆ ಆಗುತ್ತೆಂತ ತಿಳಿದಾಗ ನನಗೆ ಹೇಗಾಯ್ತು ಅಂತ ನೀನು ಊಹಿಸಿಕೊಳ್ಳಲಾರೆ. ನನಗೆ ನಗಬೇಕು ಅಂತ ಅನಿಸುವುದರ ಜೊತೆಗೆ ಅಳಲೂ ಬೇಕೆನಿಸಿತು. ನನ್ನ ತಂದೆಗೆ ವಯಸ್ಸಾಗಿದ್ದಾಗ ಕಣ್ಣು ಹೋಯಿತು. ಕುರುಡನಾಗೇ ಸತ್ತ. ನನ್ನಂಥ ಕುರುಡ ಎಂದಾದರೂ ಹೊಳೆಯುವ ಸೂರ್ಯನನ್ನು ನೋಡುತ್ತಾನೆಯೇ? ಎನಿಸಿತ್ತು. ಕಾಲ ಬದಲಾವಣೆಯಾಗಿದೆ... ಏನಂತೀಯ?"

ನರ್ಸ್ ಕಿಸಿ ಕಿಸಿ ನಕ್ಕಳು. ನಗುತ್ತಲೇ ಟವೆಲಿನಿಂದ ಆತನ ಮುಖವನ್ನು ಮುಚ್ಚಿದಲು. "ಮತ್ತೆ ಕದಲಬೇಡಿ ಅಂಕಲ್!.... ಟವೆಲನ್ನು ಚೆನ್ನಾಗಿ ಸ್ಟೆರಲೈಜ್ ಮಾಡಿದೆ. ಅದನ್ನು ಮುಟ್ಟಬೇಡಿ"– ಎಂದಲು ನರ್ಸ್.

"ಆಯ್ತಯ್ತು" ಗಂಭೀರವಾಗಿ ಹೇಳಿದ –"ಆಸ್ಪತ್ರೇಲಿದ್ದ ಮೇಲೆ ಹೇಳಿದ್ದಕ್ಕೆಲ್ಲ ವಿಧೇಯನಾಗಿರಬೇಕು."

ಆದರೆ ಮತ್ತೆ ತನ್ನ ತೋಳುಗಳನ್ನೆತ್ತಲು ಪ್ರಯತ್ನಿಸುತ್ತಿದ್ದ. ಚಲಿಸುವ ಪ್ರಯತ್ನದಲ್ಲಿದ್ದ ಆತನನ್ನು ನೋಡಿದ ನರ್ಸ್ ಹೇಳಿದಲು – "ಹೀಗೆ ನೀವು ಮಿಸುಕಾಡುತ್ತಿದ್ದರೆ, ಈ ಪಟ್ಟಿಗಳಿಂದ ನಿಮ್ಮನ್ನು ಟೇಬಲ್‌ಗೆ ಕಟ್ಟಿಹಾಕಬೇಕಾಗುತ್ತೆ. ಇಲ್ಲಿನ ನಿಯಮ ಅದೇ. ಗೊತ್ತೇನು?"

ಜಾಂಗ್ ತಬ್ಬಿಬ್ಬಾದ. ಆಮೇಲೆ ಚೇತರಿಸಿಕೊಂಡ. "ನನ್ನ ಮಾತಿನಲ್ಲಿ ನಂಬಿಕೆ ಇರಲಿ ಹುಡುಗಿ! ಈಗ ನೀವು ಏನು ಬೇಕೋ ಮಾಡಿ. ಸ್ಪಷ್ಟವಾಗಿ ಹೇಳಬೇಕೆಂದರೆ, ನನ್ನ ಕಣ್ಣಿಗಾಗಿ ನಾನು ಇಷ್ಟೊಂದು ವಿಧೇಯನಾಗತ್ತಿದ್ದೇನೆ. ಬೇರೇನಾದರೂ ಆಗಿದ್ದರೆ ಅದರ ಮಾತೇ ಬೇರೆ. ನಾನು ಕುರುಡನಾಗಿದ್ದರೂ ದಿನಕ್ಕೆ ಎರಡು ಸಲ ಗದ್ದೆ ಕಡೆ ಹೋಗಿಬರುತ್ತೇನೆ. ನಾನಂತೂ ಬಹಳ ಉತ್ಸಾಹಿ... ಹುಟ್ಟಿದಾಗಿನಿಂದ! ಏನಾದರೂ ಮಾಡುತ್ತಲೇ ಇರಬೇಕು... ಸುಮ್ಮನೆ ಕುಳಿತುಕೊಳ್ಳೋದೊಂದ್ರೇನೇ ಆಗೋದಿಲ್ಲ.

ಆತನ ಈ ಮಾತುಗಳನ್ನು ಕೇಳಿ ನರ್ಸ್‌ಗೆ ಮತ್ತೆ ನಗು ಬಂತು. ಆತನಿಗೂ ಕಚಗುಳಿ– "ನೀವೇನಾ ಡಾ॥ ಲೂ? ನಿಮ್ಮ ಹೆಜ್ಜೆಗಳಿಂದಲೇ ನಾನು ಗುರುತಿಸಬಲ್ಲೆ.... ತಮಾಷೆ ನೋಡಿ! ನಾನು ಕಣ್ಣು ಕಳೆದುಕೊಂಡಾಂಗಿನಿಂದ ನನ್ನ ಕಿವಿಗಳು ಬಹಳ ಚುರುಕಾಗಿಬಿಟ್ಟಿವೆ!"

ಆತ ತುಂಬ ಹುರುಪಿನಿಂದ ಇರುವುದನ್ನು ನೋಡಿದಾಗ, ಲೂಗೆ ನಗದೆ ವಿಧಿಯಿರಲಿಲ್ಲ. ಆಪರೇಷನ್ ಸಿದ್ಧತೆ ಮಾಡಿಕೊಳ್ಳುತ್ತಾ ತನ್ನ ಜಾಗದಲ್ಲಿ ಕುಳಿತಲು. ದಾನಿ ನೀಡಿದ್ದ ಕಾರ್ನಿಯಾವನ್ನು ಫಿಯಲ್ ಒಳಗಿಂದ ತೆಗೆದು ಒಂದು ತುಂಡು ಜಾಲರಿಗೆ ಹೊಲಿದಲು. ಜಾಂಗ್ ಮತ್ತು ನಿಮಿರಿ ಕುಳಿತು ಕೇಳಿದ–

"ಹುಂ! ಹಾಗಾದರೆ ಕಣ್ಣಿಗೆ ಬದಲಾಗಿ ಕಣ್ಣು ಹೊಂದಿಸಬಹುದು! ನನಗಿದು ಗೊತ್ತೇ ಇರಲಿಲ್ಲ."

"ಕಣ್ಣನ್ನೇ ತಂದು ಇಡೋದಲ್ಲ. ಕಣ್ಣಿನ ಮೇಲಿನ ಪದರವನ್ನು ಮಾತ್ರ"– ಜಿಯಾಂಗ್ ಆತನನ್ನು ತಿದ್ದಿದಲು.

"ನನಗೇನೂ ಅದರಲ್ಲಿ ವ್ಯತ್ಯಾಸ ಕಾಣೋಲ್ಲ." ಆತನಿಗೆ ಇವರಗಳು ಬೇಕಿರಲಿಲ್ಲ. ನಿಡಿದಾಗಿ ಉಸಿರುಬಿಡುತ್ತಾ ಮುಂದುರೆಸಿದ, – "ತುಂಬಾ ಜಾಣ್ಮೆ ಬೇಕಾಗುತ್ತೆ ಅಲ್ವಾ?... ನಾನು ನನ್ನ ಹಳ್ಳಿಗೆ ಹಿಂತಿರುಗಿ ಹೋದಾಗ, ನನ್ನ ಹಳ್ಳಿ ಮಂದಿ, ವಾಸಿಯಾದ ನನ್ನ ಎರಡು ಕಣ್ಣುಗಳನ್ನು ನೋಡಿದಾಗ, ಅವರೆಲ್ಲ ಹೇಳ್ತಾರೆ,–ನಾನು ಯಾರೋ ಒಬ್ಬ ದೇವತೆಯನ್ನು ಕಂಡಿರಬೇಕು – ಅಂತ. ಅಹ್ಹ ಹ್ಹಾ! ಹ್ಹ!... ಆಗ ಅವರಿಗೆ ಹೇಳ್ತೀನಿ. ದೇವತೆಯನ್ನಲ್ಲ, ನಾನು ಡಾ॥ ಲೂ ಅವರನ್ನು ಕಂಡಿದ್ದು ಅಂತ.

ಜಿಯಾಂಗ್ ಒಳಗೊಳಲೇ ನಗುತ್ತಾ, ಲೂಳತ್ತ ಕಣ್ಣು ಹೊಡೆದಳು. ಲೂಗೆ ಸಂಕೋಚವೆನಿಸಿತು. ಇನ್ನೂ ಹೊಲಿಗೆ ಹಾಕುತ್ತಲೇ ವಿವರಿಸಿದಳು – "ಎಲ್ಲಾ ಡಾಕ್ಟರುಗಳು ಮಾಡೋದನ್ನೇ ನಾನು ಮಾಡಿರುವುದು."

"ಅದೇನೋ ಸರಿ. ಈ ದೊಡ್ಡ ಆಸ್ಪತ್ರೆಲಿ ಇರುವವರೆಲ್ಲ ಒಳ್ಳೇ ಡಾಕ್ಟರುಗಳೇ!.... ತಮಾಷೆ ಮಾಡ್ತಿಲ್ಲ!"– ಎಂದಳು ಜಿಯಾಂಗ್

ಲೂಳ ಸಿದ್ಧತೆಗಳು ಮುಗಿದವು. ಆತನ ಕಣ್ಣು ರೆಪ್ಪೆಗಳನ್ನು ಬಿಡಿಸಿದಳು – "ಈಗ ನಾವು ಶುರು ಮಾಡ್ತೇವೆ. ಸ್ವಲ್ಪ ಶಾಂತವಾಗಿರಿ."

ಜಾಂಗ್ ಬೇರೆ, ಎಲ್ಲ ರೋಗಿಗಳ ಹಾಗಲ್ಲ. ಡಾಕ್ಟರುಗಳು ಹೇಳಿದ್ದನ್ನು ತಪ್ಪದೆ ಕೇಳುತ್ತಿದ್ದ. ಪ್ರತಿಯಾಗಿ ಮಾತನಾಡೋದು ಉದ್ಧಟತನವಾಗುತ್ತೆಂತ ಆತ ಭಾವಿಸಿದ್ದ. ಅದಕ್ಕೆಂದೇ ವಿನಯವಾಗಿ ಹೇಳಿದ – ನಾನೀಗ ಸರಿಯಾಗಿದ್ದೇನೆ. ನೀವು ನಿಮ್ಮ ಕೆಲಸಮಾಡಿ. ನೋವಾದರೂ ಚಿಂತೆಯಿಲ್ಲ. ಚೂರಿ, ಚಾಕು ತಗುಲಿದರೆ ನೋವಾಗುವುದಂತೂ ಆಗುತ್ತೆ. ಆದರೆ ಅದರ ಬಗ್ಗೆ ನೀವೇನೂ ಯೋಚನೆ ಮಾಡಬೇಡಿ. ನಾನು ಸಹಿಸಿಕೊಳ್ಳಬಲ್ಲೆ. ನನಗೆ ನಿಮ್ಮಲ್ಲಿ ವಿಶ್ವಾಸ ಇದೆ... ಅಲ್ಲದೆ..."

ಜಿಯಾಂಗ್ ನಗುತ್ತಾ ಮತ್ತೆ ಅವನನ್ನು ತಡೆದಳು. "ಅಂಕಲ್ ತುಂಬಾ ಮಾತಾಡಬಾರದು. ಇನ್ನು ಸಾಕು ಮಾಡಿ.

ಕೊನೆಗೆ ಆತ ಒಪ್ಪಿಕೊಂಡ.

ಲೂ ಟ್ರೀಫಿನನ್ನು (ಪೆನ್ ಕ್ಯಾಪಿನಷ್ಟು ಚಿಕ್ಕದಾಗಿರುವ) ಕೈಗೆತ್ತಿಕೊಂಡು ಅಪಾರ ದರ್ಶಕವಾಗಿ ನಿಷ್ಪ್ರಯೋಜಕವಾದ ಕಾರ್ನಿಯಾವನ್ನು ಕತ್ತರಿಸಿ ತೆಗೆದಳು. ದಾನಿಯ ಕಣ್ಣಿನ ಸ್ವಚ್ಛವಾದ ಹೊಲಿಗೆಯನ್ನು ಹಾಕತೊಡಗಿದಳು. ಕೂದಲಿಗಿಂತಲೂ ಸೂಕ್ಷ್ಮವಾಗಿತ್ತು ಹೊಲಿಗೆ!

ತುಂಬಾ ಯಶಸ್ವಿಯಾಗಿಯೇ ನಡೆಯಿತು. ಆಪರೇಷನ್ ಅಲ್ಲಲ್ಲಿ ಕಾಣುತ್ತಿದ್ದ ಪುಟ್ಟ ಪುಟ್ಟ ಗಂಟುಗಳ ಹೊರತಾಗಿ ಮತ್ತೇನೂ ಕಾಣುತ್ತಿರಲಿಲ್ಲ. ಅಷ್ಟೊಂದು ನಾಜೂಕಾಗಿ ಕಾರ್ನಿಯಾ ಟ್ರಾನ್ಸ್‌ಪ್ಲಾಂಟ್ ನಡೆದಿತ್ತು. ಸುತ್ತಲೂ ನಿಂತಿದ್ದ ಡಾಕ್ಟರುಗಳೆಲ್ಲ ಮೆಚ್ಚುಗೆಯ ದನಿಯಲ್ಲಿ ಹೇಳಿದರು – "ತುಂಬಾ ಚೆನ್ನಾಗಿ ಮಾಡಿದ್ದೀರಿ?"

ಇದರಿಂದ ಲೂಗೆ ಹೃದಯ ತುಂಬಿ ಒಂದು ದೀರ್ಘವಾಗಿ ಉಸಿರೆಳೆದಳು. ಜಿಯಾಂಗ್ ತನ್ನ ತೆಳತಿಯನ್ನು ಬಮೆಚ್ಚುಗೆಯಿಂದ ನೋಡಿದಳು. ಆದರೆ ಮಾತಿಲ್ಲ. ಮೌನವಾಗಿ ಜಾಂಗ್‌ರ ಕಣ್ಣಿನ ಮೇಲೆ ಪದರ ಪದರವಾಗಿ ಜಾಲರಿ ಬಟ್ಟೆಯನ್ನು ಹಾಕಿ ಮುಚ್ಚಿದಳು....

ಆತನನ್ನು ಹೊರಗೆ ಕರೆದೊಯ್ಯುತ್ತಿದ್ದಾಗ, ಕನಸಿನೊಳಗಿಂದ ಎದ್ದಂತೆ ಎದ್ದ. ಸ್ವಲ್ಪ ಉದ್ವಿಗ್ನತೆ, ಚಲನೆಗಳು ಕಂಡವು. ಪೂರ್ತಿಯಾಗಿ ಸ್ಟ್ರೆಚರ್ ಹೊರಗೆ ಬಂದಾಗ, ಕಿರುಚಿಕೊಂಡ – "ಧನ್ಯವಾದಗಳು, ಡಾ‖ ಲೂ!!" ಆಪರೇಷನ್‌ಗಳು ಮುಗಿದಿದ್ದವು. ಲೂ ಬಲವಂತವಾಗಿ ಕಾಲೆಳೆದುಕೊಂಡು ನಡೆಯುತ್ತಿದ್ದಳು. ಕಾಲುಗಳಲ್ಲಿ ತ್ರಾಣವಿದ್ದಂತಿರಲಿಲ್ಲ. ನಿಲ್ಲುವುದಕ್ಕೂ

ಆಗಲಿಲ್ಲ. ಒಂದು ಸ್ವಲ್ಪಹೊತ್ತು ಕುಳಿತಿದ್ದು ಮತ್ತೆ ಪ್ರಯತ್ನಿಸಿದಳು.... ಪಕ್ಕೆಗಳಲ್ಲಿ ನೋವು ಕಾಣಿಸಿಕೊಂಡಿತು. ತನ್ನ ಕೈಗಳಿಂದ ಒತ್ತಿ ಹಿಡಿದಳು. ಇದಕ್ಕೂ ಮೊದಲು ಒಮ್ಮೆ ಈ ರೀತಿ ನೋವು ಬಂದಿತ್ತಾದ್ದರಿಂದ, ಇದನ್ನು ಅಷ್ಟೊಂದು ಗಂಭೀರವಾಗಿ ತೆಗೆದುಕೊಳ್ಳಲಿಲ್ಲ. ಗಂಟೆಗಟ್ಟಲೆ ಒಂದೇ ಸಮನೆ ಆಪರೇಷನ್ ಸ್ಟೂಲಿನ ಮೇಲೆ ಕುಳಿತಿದ್ದುದರಿಂದ, ಹೀಗಾಗಿರಬಹುದು. ತನ್ನ ಕೆಲಸದಲ್ಲಿ ತುಂಬ ಮಗ್ನಳಾಗಿದ್ದುದರಿಂದ ಮೊದಲು ಗೊತ್ತಾಗಲಿಲ್ಲ. ಆಗ ಆಪರೇಷನ್‌ಗಳು ಮುಗಿದಿದ್ದವು. ತುಂಬಾ ದಣಿದು ಹೋಗಿದ್ದಳು. ದಣಿವು, ನೋವುಗಳು ಒಂದೊಂದಾಗಿ ಅನುಭವಕ್ಕೆ ಬರುತ್ತಿವೆ.

* * *

<h2 style="text-align:center">16</h2>

ಆ ಹೊತ್ತಿನಲ್ಲಿ ಘೂ ಮನೆ ಕಡೆ ಸೈಕಲ್ ತುಳಿಯುತ್ತಿದ್ದ. ಆ ದಿವಸ ಮನೆಗೆ ಬರಬೇಕು ಅನ್ನೋ ಉದ್ದೇಶ ಇರಲಿಲ್ಲ. ಆ ದಿನ ಬೆಳಿಗ್ಗೇನೆ, ಹೆಂಡತಿಯ ಮಾತಿನಂತೆ, ಹಾಸಿಗೆ ಬಟ್ಟೆ ಎಲ್ಲಾ ಸುತ್ತಿಕೊಂಡು ಸೈಕಲ್ ಮೇಲೆ ಅದನ್ನು ಆಫೀಸಿಗೆ ಒಯ್ದಿದ್ದ, ಹೊಸ ಬದುಕಿನ ನಿರೀಕ್ಷೆಯಲ್ಲಿ!

ಅದೇಕೋ ಏನೋ ಮಧ್ಯಾಹ್ನದ ಹೊತ್ತಿಗೆ, ಅವನ ನಿರ್ಧಾರ ಸಡಿಲವಾದಂತೆನಿಸಿತು. ಲೂ ಆಪರೇಷನ್‌ಗಳನ್ನು ಸಮಯಕ್ಕೆ ಸರಿಯಾಗಿ ಮುಗಿಸಬಲ್ಲೇ?... ದಣಿದು ಉಸ್ಸೆಂದು ಕಾಲೆಳೆದುಕೊಂಡು ಬಂದು ಮಕ್ಕಳಿಗಾಗಿ ಊಟದ ಸಿದ್ಧತೆಗೆ ತೊಡಗುತ್ತಿರುವ ಲೂ ಳ ಚಿತ್ರ ಕಣ್ಮುಂದೆ ಬಂದಾಗ ಅವನಿಗೆ ನೋವೆನಿಸಿತು; ಅಪರಾಧಿ ಎನಿಸಿತು. ತತ್‌ಕ್ಷಣವೇ ಸೈಕಲ್ ಮೇಲೆ ಜಿಗಿದು ಕುಳಿತು ಮನೆಯ ಕಡೆ ಪೆಡಲ್ ಮಾಡತೊಡಗಿದ.

ಗಲ್ಲಿಯೊಳಕ್ಕೆ ತಿರುಗಿದ್ದೇ, ಹೆಜ್ಜೆ ಹಾಕಲೂ ಆಗದೆ ಅಲ್ಲಿಯೇ ಗೋಡೆಯೊಂದಕ್ಕೆ ಒರಗಿ ನಿಂತಿದ್ದ ತನ್ನ ಹೆಂಡತಿಯನ್ನು ನೋಡಿದ.

"ವೇಂಟಿಂಗ್! ಏನಾಗಿದೆಯೇ?" ಸೈಕಲ್ ಮೇಲಿಂದ ಹೌಹಾರಿ ಜಿಗಿದು ಅವಳ ಸಹಾಯಕ್ಕೆ ಬಂದ.

"ಏನಿಲ್ಲ, ಸ್ವಲ್ಪ ಸುಸ್ತಾಗಿದೆ, ಅಷ್ಟೆ." ಹಾಗೆಯೇ ಲೂ ತನ್ನೆರಡು ಕೈಗಳನ್ನು ಅವನ ಭುಜದ ಮೇಲೆ ಹಾಕಿ, ಅವನೊಂದಿಗೆ ಹೆಜ್ಜೆ ಹಾಕುತ್ತ ಮನೆಯ ಕಡೆ ನಡೆದಳು.

ತನ್ನ ಹೆಂಡತಿಯ ಕಡೆ ನೋಡಿದ. ಬಿಳಚಿಕೊಂಡಿದ್ದಳು. ಅವಳ ಹಣೆಯ ಮೇಲೆಲ್ಲ ಬೆವರಿನ ಹನಿಗಳು ಕಾಣಿಸಿಕೊಂಡಿದ್ದವು.

ತುಂಬ ಕಷ್ಟದಿಂದ ಹೇಳಿದ – "ಆಸ್ಪತ್ರೆಗೆ ನಿನ್ನನ್ನು ಕರೆದುಕೊಂಡು ಹೋಗಲೇ?" ಹಾಸಿಗೆಯ ತುದಿಯಲ್ಲಿ ಕುಳಿತುಕೊಳ್ಳುತ್ತ, ಕಣ್ಣು ಮುಚ್ಚಿಕೊಂಡೇ ಹೇಳಿದಳು –

"ನೀನೇನೂ ಚಿಂತೆ ಮಾಡಬೇಡ. ಸ್ವಲ್ಪ ವಿಶ್ರಾಂತಿ ತೆಗೆದುಕೊಂಡರೆ ಎಲ್ಲಾ ಸರಿ ಹೋಗುತ್ತೆ." ಹಾಸಿಗೆಯ ಕಡೆ ಸನ್ನೆ ಮಾಡಿದಳು. ಏನು ಹೇಳುವುದಕ್ಕೂ ತ್ರಾಣವಿರಲಿಲ್ಲ. ಘೂ ಅವಳ ಕೋಟನ್ನು ಬಿಚ್ಚಿದ. ಕಾಲಿನ ಷೂಗಳನ್ನು ಕಳಚಿದ.

"ಮಲಗಿ ನಿದ್ರೆ ಮಾಡು. ನಿನ್ನನ್ನು ಆಮೇಲೆ ನಾನೇ ಎಬ್ಬಿಸುತ್ತೇನೆ." ಸಾಸ್ ಪ್ಯಾನ್‌ನಲ್ಲಿ ಸ್ವಲ್ಪ ನೀರನ್ನು ಕುಡಿಸಲು ಹೋದ. ಒಂದಷ್ಟು ಶಾವಿಗೆಯನ್ನು ತೆಗೆದುಕೊಂಡು ಹೋಗಲು ಬಂದವನು, ಅವಳು ಬಡಬಡಿಸುತ್ತಿದ್ದುದನ್ನು ಕೇಳಿದ. "ನಮಗೆ ವಿಶ್ರಾಂತಿ ಬೇಕು. ಮುಂದಿನವಾರ ನಮ್ಮ ಮಕ್ಕಳನ್ನು ಬೀಡ್ಯ ಪಾರ್ಕಿಗೆ ಕರೆದುಕೊಂಡು ಹೋಗೋಣವೇ? ಅಲ್ಲಿಗೆ ಹೋಗಿ ವರ್ಷಾನುಗಟ್ಟಲೆ ಆಗಿಹೋಯಿತು."

"ಹಾಗೇ ಆಗಲಿ, ನಾನೇನೋ ರೆಡಿ" – ಘೂ ಒಪ್ಪಿದ. ಅವಳಿಗೇಕೆ ಇದ್ದಕ್ಕಿದ್ದ ಹಾಗೆ ಇಂತಹ ಬಯಕೆ?

ಕಾತರದ ಕಣ್ಣುಗಳಿಂದ ಅವಳ ಕಡೆ ನೋಡಿ, ಶಾವಿಗೆ ಕುದಿಸಲು ಒಳಗೆ ನಡೆದ. ಕೈಲಿ ತಿಂಡಿ ಹಿಡಿದು ಬಂದು ನೋಡುವಷ್ಟರಲ್ಲಿ ಚೆನ್ನಾಗಿ ನಿದ್ರೆ ಮಾಡಿಬಿಟ್ಟಿದ್ದಳು. ಅವಳನ್ನು ಎಬ್ಬಿಸುವುದು ಬೇಡವೆನಿಸಿ ಸುಮ್ಮನಾದ. ಯುಯಾನ್ ಬಂದ ಮೇಲೆ ಇಬ್ಬರೂ ಒಟ್ಟಿಗೆ ಕುಳಿತು ತಿಂದರು. ಆಗ ತಾನೇ ಲೂ ಸ್ವಲ್ಪ ನರಳುವುದಕ್ಕೆ ಶುರು ಮಾಡಿದಳು. ಘೂ ಕೈಲಿ ಹಿಡಿದಿದ್ದ ಪಾತ್ರೇನ ಕೆಳಗಿರಿಸಿ ಹಾಸಿಗೆಯ ಬಳಿಗೆ ಓಡಿದ. ಲೂ ಳ ಮುಖ ಹಿಂಡಿ ಹೋಗಿತ್ತು. ಅಡಿಯಿಂದ ಮುಡಿವರಿಗೆ ಬೆವತುಬಿಟ್ಟಿದ್ದಳು.

"ಇನ್ನು ನನ್ನ ಕೈಲಿ ಆಗೋಲ್ಲ" ದನಿ ಕ್ಷೀಣವಾಗಿತ್ತು. ಉಸಿರಾಡುವುದಕ್ಕೆ ಕಷ್ಟ ಪಡುತ್ತಿದ್ದಳು.

ಹೆದರಿದ ಘೂ ಅವಳ ಕೈಗಳನ್ನು ತೆಗೆದುಕೊಂಡು ಕೇಳಿದ– "ಏನಾಗುತ್ತಿದೆ ವೇಂಟಿಂಗ್ ನೋವೇನಾದರೂ?"

ತುಂಬ ಕಷ್ಟಪಟ್ಟುಕೊಂಡು, ಎದೆಯ ಕಡೆ ಸನ್ನೆ ಮಾಡಿದಳು. ಗಾಬರಿಗೊಂಡು ಘೂ ಡ್ರಾಯರ್ ಎಳೆದು ನೋವನ್ನು ತಡೆಯುವಂತಹ ಮಾತ್ರೆಗಳಿಗಾಗಿ ಹುಡುಕಾಡಿದ. ಅವಳಿಗೇನಾದರೂ ಉಪಶಮನ ಮಾತ್ರೆಗಳು ಬೇಕಾಗಬಹುದೇನೋ ಎಂತಲೂ ಯೋಚಿಸಿದ.

ವಿಪರೀತ ನೋವಾಗುತ್ತಿದ್ದರೂ, ಲೂ ಬುದ್ಧಿ ನೆಟ್ಟಗಿತ್ತು. ಸಾವಧಾನವಾಗಿ ಇರುವಂತೆ ಸನ್ನೆಯಿಂದ ಹೇಳಿದಳು. ಅಲ್ಲ ಸ್ವಲ್ಪ ಶಕ್ತಿಯನ್ನೆಲ್ಲ ಸಂಚಯಿಸಿ ಹೇಳಿದಳು – "ಆಸ್ಪತ್ರೆಗೆ ಹೋಗಬೇಕಾಗಿದೆ ನನಗೆ!"

ಅವಳ ಖಾಯಿಲೆಯ ಗಂಭೀರತೆ, ಆಗ ಘೂಗೆ ಸ್ಪಷ್ಟವಾಯಿತು. ಹತ್ತು ವರುಷಗಳಿಗೂ ಮೇಲ್ಪಟ್ಟು ಆಸ್ಪತ್ರೆಗೆ ಹೋಗುತ್ತಿದ್ದಾಳೆಯೇ ಹೊರತು, ಎಂದೂ ತನಗಾಗಿ ಡಾಕ್ಟರನ್ನು ಕಂಡವಳಲ್ಲ. ಈಗ ತೀರಾ ಅಸ್ವಸ್ಥಳಾಗಿದ್ದಾಳೆ. ಆತುರವಾಗಿ ಹೊರಗೆ ಹೊರಟವನು ಬಾಗಿಲ ಬಳಿ ನಿಂತು ಹಿಂತಿರುಗಿ ನೋಡಿ ಹೇಳಿದ – "ಹೋಗಿ ನಾನು ಟ್ಯಾಕ್ಸಿ ತರ್ತೇನೆ."

ಮೂಲೆಯಲ್ಲಿದ್ದ ಪಬ್ಲಿಕ್ ಟೆಲಿಫೋನ್ ಬಳಿಗೆ ಓಡಿದ. ಡಯಲ್ ಮಾಡಿ ಸ್ವಲ್ಪ ಹೊತ್ತು ಕಾದ. ಆ ಕಡೆಯಿಂದ ನಿರ್ಭಾವದ ದನಿ ಕೇಳಿಬಂತು– "ಸದ್ಯಕ್ಕೆ ಟ್ಯಾಕ್ಸಿಗಳು ಸಿಗುವುದಿಲ್ಲ."

"ನೋಡಿ ತುಂಬಾ ಖಾಯಿಲೆಯ ವ್ಯಕ್ತಿಯೊಬ್ಬರಿದ್ದಾರೆ."

"ಆದರೂ ನೀವು ಅರ್ಧಗಂಟೇನಾದರೂ ಕಾಯಬೇಕು." ಘೂ ಎಷ್ಟೋ ಬೇಡಿಕೊಂಡ – ಆಕಡೆಯ ದನಿಗೆ.

ಲೂಳ ಆಸ್ಪತ್ರೆಗೆ ಫೋನ್ ಮಾಡಿ ಪ್ರಯತ್ನಿಸಿದ. ಕಣ್ಣಿನ ವಿಭಾಗದಲ್ಲಿ ಯಾರೂ ಇದ್ದಂತೆ ಇರಲಿಲ್ಲ. ಟೆಲಿಫೋನ್ ಆಪರೇಟರ್‌ಗೆ, ವಾಹನ ಕಳಿಸುವ ವಿಭಾಗಕ್ಕೆ ಕನೆಕ್ಷನ್ ಕೊಡುವ ಹಾಗೆ ಕೇಳಿದ.

"ಪರವಾನಗಿ ಚೀಟಿಯಿಲ್ಲದೆ, ನಾವು ಕಳಿಸುವ ಹಾಗಿಲ್ಲ" – ಎಂದು ಅಲ್ಲಿಂದಲೂ ಉತ್ತರ ಬಂತು.

"ಹಲೋ! ತುಂಬಾ ಅರ್ಜೆಂಟಾಗಿದೆ" – ರಿಸೀವರೊಳಗೆ ಅಬ್ಬರಿಸಿ ಹೇಳಿದ. ಆದರೆ ಅಷ್ಟರಲ್ಲಿ ಫೋನ್ ನಿಂತುಹೋಗಿತ್ತು.

ಪೊಲಿಟಿಕಲ್ ಡಿಪಾರ್ಟ್‌ಮೆಂಟಿಗೆ ಫೋನ್ ಮಾಡಿದರೆ, ಖಂಡಿತ ಸಹಾಯ ಸಿಗಬಹುದೂಂತ ಪ್ರಯತ್ನಿಸಿದ. ತುಂಬಾ ಹೊತ್ತಾದ ಮೇಲೆ ಹೆಂಗಸೊಬ್ಬಳು ರಿಸೀವರನ್ನು ಕೈಗೆತ್ತಿಕೊಂಡಳು. ಸಮಾಧಾನವಾಗಿ ಎಲ್ಲವನ್ನೂ ಕೇಳಿಸಿಕೊಂಡಳು. ವಿನಯದಿಂದ ಹೇಳಿದಳು – "ದಯವಿಟ್ಟು ಅಡ್‌ಮಿನಿಸ್ಟ್ರೇಷನ್ ಆಫೀಸಿಗೆ ಫೋನ್ ಮಾಡಿ ನೋಡಿ."

ಆಪರೇಟರನ್ನು ಹಾಗೆಯೇ ಕೇಳಿಕೊಂಡ. ಆತನ ಧ್ವನಿಯನ್ನು ಗುರುತಿಸಿದ ಆಪರೇಟರ್ ಅಸಮಾಧಾನಗೊಂಡು, ಕಿರುಚಿದ – "ಎಲ್ಲಿಗೆ ಬೇಕೋ ಸರಿಯಾಗಿ ಹೇಳ್ರೀ!"

"ಎಲ್ಲಿಗೆ?" ಅವನಿಗೆ ಎಲ್ಲಿಗೆಂದು ಗೊತ್ತಿರಲಿಲ್ಲ. ಪ್ರಾರ್ಥಿಸುವ ದನಿಯಲ್ಲಿ ಹೇಳಿದ – "ಅಡ್‌ಮಿನಿಸ್ಟ್ರೇಷನ್ ವಿಭಾಗದಲ್ಲಿ ಯಾರಿದ್ದರೂ ಸರಿ, ಅವರಿಗೇ ಕೊಡಿ. ಫೋನ್ ಗಂಟೆ ಬಾರಿಸುತ್ತಿತ್ತೇ ಹೊರತು, ಎತ್ತಿಕೊಳ್ಳುವವರು ಯಾರೂ ಇರಲಿಲ್ಲ.

ನಿರಾಶೆಗೊಂಡ ಘೂ, ಕಾರು ಟ್ಯಾಕ್ಸಿ ವಿಚಾರವನ್ನೇ ಬಿಟ್ಟುಬಿಟ್ಟು, ಹತ್ತಿರದ ಸಣ್ಣ ವರ್ಕ್‌ಷಾಪಿಗೆ ಹೋದ, ಅವರಿಂದ ಟ್ರೈಸಿಕಲ್ ಮತ್ತು ಟ್ರೈಲರನ್ನು ಬೇಡಿ ತೆಗೆದುಕೊಳ್ಳುವ ಆಸೆಯಿಂದ ಅದರ ಮೇಲ್ವಿಚಾರಣೆ ನೋಡಿಕೊಳ್ಳುತ್ತಿದ್ದ ಹೆಂಗಸು, ಘೂನ ಕರುಣಾಜನಕ ಕತೆಯನ್ನು ಕೇಳಿ, ಸಹಾನುಭೂತಿ ತೋರಿಸಿದಳಾದರೂ, ಸದ್ಯಕ್ಕೆ ಟ್ರೈಸಕಲ್ಲು ಕೆಲಸದ ಮೇಲೆ ಹೋಗಿದ್ದುದರಿಂದ, ಯಾವ ಸಹಾಯವನ್ನೂ ಮಾಡಲಿಲ್ಲ.

ಬೀದಿಯಲ್ಲಿ ಅಸಹಾಯಕನಾಗಿ ನಿಂತ ಘೂ ಈಗ ಏನು ಮಾಡಬೇಕೆಂದು ಯೋಚಿಸಿದ. ಬೈಸಿಕಲ್ ಕ್ಯಾರಿಯರ್ ಮೇಲೆ ಲೂಳನ್ನು ಒಯ್ಯುವುದು ಹೇಗೆ? ಖಂಡಿತ ಸಾಧ್ಯವಿಲ್ಲ.

ಅಷ್ಟರಲ್ಲಿ ಒಂದು ವ್ಯಾನ್ ಬರುತ್ತಿದ್ದುದು ಘೂ ನೋಡಿದ. ಯೋಚನೆಗೂ ಅವಕಾಶವಿಲ್ಲದೆ ಕೈಯೆತ್ತಿ ಬೀಸಿದ.

ವ್ಯಾನ್ ನಿಲುಗಡೆಗೆ ಬಂತು. ಲೂಳನ್ನು ವ್ಯಾನಿನ ಕಡೆಗೆ ಎಳೆದುಕೊಂಡು ಬರುತ್ತಿದ್ದುದನ್ನು ನೋಡಿದ ಡ್ರೈವರ್ ತಕ್ಷಣ ಘೂನ ಸಹಾಯಕ್ಕೆ ನಡೆದ. ಇಬ್ಬರೂ ಪ್ರಯತ್ನದಿಂದ ಕ್ಯಾಬಿನ್ನ ಒಳಕ್ಕೆ ಹತ್ತಿಸಿದರು. ನಿಧಾನವಾಗಿ ಅವಳನ್ನು ಆಸ್ಪತ್ರೆಯ ಕ್ಯಾಷುಯಾಲಿಟಿ ಡಿಪಾರ್ಟ್‌ಮೆಂಟಿನ ಕಡೆಗೆ ನಡೆಸಿಕೊಂಡು ಬಂದರು.

* * *

17

ಇಷ್ಟು ಹೊತ್ತು ಎಂದೂ ಮಲಗಿದವಳಲ್ಲ. ಇಂತಹ ಆಯಾಸ ಅವಳಿಗೆ ಅನಿಸಿದ್ದೇ ಇಲ್ಲ. ಈಗ ತಾನೇ ಮುಗಿಲಿನಿಂದ ಬಿದ್ದವಳಂತೆ, ಮೈಯೆಲ್ಲ ನೋವು. ಅಣುವಿನಷ್ಟೂ ಶಕ್ತಿ ಉಳಿದಿರಲಿಲ್ಲ. ಅವಳಲ್ಲಿ ಈಗ ಸ್ವಲ್ಪ ಹೊತ್ತು ನಿದ್ದೆ ಮಾಡಿದ ಮೇಲೆ, ಜೋಮು ಹಿಡಿದಿದ್ದ ಕೈಕಾಲುಗಳನ್ನು ಆಡಿಸಲು ಸಾಧ್ಯವಾಯಿತು. ಈಗವಳ ಎದೆ ಬಡಿತವೂ ಸ್ವಲ್ಪ ಕಡಿಮೆಯಾಗಿತ್ತು. ಆದರೆ ತಲೆ ಎಲ್ಲಾ ಖಾಲಿಯಾದಂತೆನಿಸಿತು, ಬರೀ ಶೂನ್ಯಭಾವ.

ಎಷ್ಟು ವರುಷಗಳೋ?... ತನ್ನ ಜೀವನದಲ್ಲಿನ ಕಷ್ಟಗಳ ಬಗ್ಗೆ – ಹಿಂದಿನದಾಗಲೀ, ಮುಂದಿನದಾಗಲೀ ಯೋಚಿಸಲೂ ಪುರುಸೊತ್ತಿರಲಿಲ್ಲ. ಈಗವಳಿಗೆ ದೈಹಿಕ, ಮಾನಸಿಕ ಹೊರೆಗಳಿಂದ ಮುಕ್ತಳಾದಂತೆನಿಸುತ್ತಿತ್ತು. ಅವಳ ಮುಂದೆ ಬೇಕಾದಷ್ಟು ಬಿಡುವಿದೆ. ಗತ ಬದುಕನ್ನು ವಿಶ್ಲೇಷಿಸಲು ಭವಿಷ್ಯವನ್ನು ಅನ್ವೇಷಿಸಲು ಸಾಕಷ್ಟು ಅವಕಾಶವಿತ್ತು. ಆದರೆ ಅವಳ ಮನಸ್ಸು, ಮೆದುಳು – ಎಲ್ಲಾ ಖಾಲಿ. ನೆನಪುಗಳಿಲ್ಲ; ಭರವಸೆಗಳಿಲ್ಲ; ಯಾವುದೂ ಇಲ್ಲ.

ಅದೊಂದು ಬರೀ ಕನಸು... ಇಂತಹ ಕನಸುಗಳು ಈ ಮೊದಲು ಎಷ್ಟೋ ಸಲ ಬಂದಿವೆ....

ಒಂದು ಸಂಜೆ, ಉತ್ತರದ ಕಡೆಯಿಂದ ಬೀಸುತ್ತಿದ್ದ ಗಾಳಿ ಊಳಿಡುತ್ತಿತ್ತು. ಆಗ ಅವಳಿಗೆ ಕೇವಲ ಐದು ವರ್ಷ. ಅವಳೊಬ್ಬಳನ್ನೇ ಬಿಟ್ಟು ಅವಳಮ್ಮ ಎಲ್ಲೋ ಹೊರಗೆ ಹೋಗಿದ್ದಳು. ಕತ್ತಲಾದ್ದರೂ ಅವಳಮ್ಮ ಹಿಂತಿರುಗಲಿಲ್ಲ. ಜೀವನದಲ್ಲಿ, ಮೊದಲು ಸಲ, ಲೂ ಗೆ ಹೆದರಿಕೆಯಾಗಿತ್ತು; ಒಂಟಿ ಎನಿಸಿತ್ತು. ಜೋರಾಗಿ ಅತ್ತು ಅತ್ತು "ಅಮ್ಮ ಅಮ್ಮ" ಎಂದು ಕರೆದಳು. ಈ ದೃಶ್ಯ ಮುಂದೆ ಅವಳ ಬದುಕಿನಲ್ಲಿ ಎಷ್ಟೋಸಲ ಕನಸಿನಲ್ಲಿ ಕಾಣಿಸಿಕೊಂಡಿದೆ. ಊಳಿಡುವ ಗಾಳಿ; ಗಾಳಿಯ ರಭಸಕ್ಕೆ ತೆರೆದುಕೊಂಡ ಬಾಗಿಲು; ಸೀಮೆಎಣ್ಣೆ ದೀಪದ ಮಂದ ಬೆಳಕು.... ಎಲ್ಲ ಸ್ಪಷ್ಟವಾಗಿ ಅವಳ ಮನಸ್ಸಿನಲ್ಲಿ ಅಚ್ಚೊತ್ತಿ ನಿಂತಿವೆ. ಎಷ್ಟೋ ಕಾಲ ತಾನು ಕಂಡದ್ದು ಕನಸೋ ನಿಜವೋ ಎಂಬುನ್ನು ಗುರುತಿಸಲಾಗಿರಲಿಲ್ಲ.

ಈಗ ಅದು ಕನಸಲ್ಲ; ವಾಸ್ತವ.

ಖಾಯಿಲೆ ಬಿದ್ದು ಹಾಸಿಗೆ ಹಿಡಿದಿದ್ದಳು. ಜಿಯಾಜಿ ಅವಳನ್ನು ನೋಡಿಕೊಳ್ಳುತ್ತಿದ್ದ. ಅವನೂ ಸಾಕಷ್ಟು ದಣಿದುಹೋಗಿದ್ದ. ಹಾಸಿಗೆಯ ಮೇಲೆ ಜೊಂಪು ಹತ್ತಿ ಹಾಗೇ ಮಲಗಿದ. ಎಬ್ಬಿಸದಿದ್ದರೆ, ಖಂಡಿತ ನೆಗಡಿ ಹಿಡಿಯುತ್ತೆ. ಅವನನ್ನು ಎಬ್ಬಿಸಬೇಕೂಂತ ಎಷ್ಟೋ ಪ್ರಯತ್ನಿಸಿದಳು. ಬಾಯಿತೆರೆದು ಕೂಗಲೂ ಅವಳಿಗಾಗಲಿಲ್ಲ. ಗಂಟಲು ಕಟ್ಟಿದಂತಾಗಿತ್ತು. ಕೋಟನ್ನಾದರು ಅವನ ಮೇಲೆ ಹೊದಿಸಬೇಕೆಂದುಕೊಂಡಳು. ಆದರೆ ಕೈಗಳನ್ನು ಚಾಚುವುದಕ್ಕೂ ಆಗಲಿಲ್ಲ.

ಸುತ್ತಲೂ ಕಣ್ಣಾಡಿಸಿ ನೋಡಿದಳು. ಒಬ್ಬರು ಇರಬಹುದಾದ ಕೋಣೆ ಅದಾಗಿತ್ತು. ತುಂಬಾ ಗಂಭೀರವಾದ ರೋಗಿಗಳನ್ನು ಮಾತ್ರವೇ ಇಲ್ಲಿರಿಸಿ ವಿಶೇಷವಾದ ಚಿಕಿತ್ಸೆ ನೀಡುತ್ತಿದ್ದರು. ಇದ್ದಕ್ಕಿದ್ದಂತೆ ಅವಳನ್ನು ಭೀತಿಯೊಂದು ಆವರಿಸಿತು. "ನಾನಿದ್ದೇನೆಯೇ"

ಮಾಗಿಯ ಗಾಳಿ ಬೀಸುವಿಕೆಗೆ ಬಾಗಿಲು, ಕಿಟಕಿಗಳೆಲ್ಲ ಪಟಪಟನೆ ಹೊಡೆದುಕೊಂಡವು. ಕ್ರಮೇಣ ಕತ್ತಲಾಗುತ್ತಾ ಬರುತ್ತಿತ್ತು. ಒಳಗೆ ಹೊರಗೆ ಕತ್ತಲು ತುಂಬಿಕೊಂಡಿತು.

ಚೆನ್ನಾಗಿ ಬೆವರಿಟ್ಟ ಮೇಲೆ ಲೂಗೆ ಎಲ್ಲ ಸ್ಪಷ್ಟವೆನಿಸತೊಡಗಿತು. ಅವಳಿಗೆ ಗೊತ್ತಾಯಿತು. ಇದು ಕನಸಲ್ಲ. ನಿಜ... ನಿಜ.... ಇದೇ ತನ್ನ ಬಾಳಿನ ಕೊನೆ. ಸಾವಿನ ಆರಂಭ!

ಹೌದು – ಇದೇ ಸಾವು... ಭಯವಿಲ್ಲ, ನೋವಿಲ್ಲ. ಬದುಕು ಕಳಚಿ ಬೀಳುತ್ತಿದೆ. ಇಂದ್ರಿಯಾನುಭವಗಳೆಲ್ಲ ಸಾಯುತ್ತಿವೆ. ನಿಧಾನವಾಗಿ ಕರಗುತ್ತಿದೆ. ನದಿಯ ಮೇಲಿನ ಎಲೆಯಂತೆ ಅತ್ತಿಂದಿತ್ತ ಇತ್ತಿಂದತ್ತ ತೇಲುತ್ತಿದೆ.

ಎಲ್ಲವೂ ಕೊನೆಗೊಳ್ಳುತ್ತಿದೆ. ಉರುಳುವ ಅಲೆಗಳು ಅವಳೆದೆಯ ಮೇಲಿಂದ ಸುಳಿದುಹೋಗುತ್ತಿವೆ. ಲೂಗೆ ತಾನು ನೀರಿನಲ್ಲಿ ತೇಲುತ್ತಿರುವಂತೆ ಎನಿಸಿತು...

"ಅಮ್ಮ... ಅಮ್ಮ...."

ಷಿಯಾಳ ಕೂಗು ಕೇಳಿಸಿತು. ದಡದ ಗುಂಟ ಓಡಿ ಬರುತ್ತಿದ್ದಾಳೆ. ನೋಡಿದಳು– ಹಿಂತಿರುಗಿ ನೋಡಿದಳು. ಅವಳು ತೋಳುಗಳನ್ನು ನೀಡಿದಾಗ ಚಾಚಿದಳು.

"ಷಿಯಾ ಓಜಿಯಾ.... ನನ್ನ ಮುದ್ದು ಮಗಳೇ...."

ಆದರೆ ಅಲೆಗಳು ಬಿಡಲೇ ಇಲ್ಲ. ಅವಳನ್ನು ಮುಳುಗಿಸಿಯೇ ಬಿಟ್ಟವು. ಷಿಯಾಳ ಮುಖ ಅಸ್ಪಷ್ಟವಾಯಿತು. ಅವಳ ಗಡುಸಾದ ಧ್ವನಿ ಬಿಕ್ಕುಗಳಾಗಿ ಮಾರ್ಪಟ್ಟವು.

"ಅಮ್ಮ.... ಅಮ್ಮ.... ನನಗೆ ಜಡೆ ಹಾಕು...."

ಹೌದು ಅವಳಿಗೆ ಜಡೆ, ಯಾಕೆ ಹಾಕಬಾರದು? ಈ ಪ್ರಪಂಚಕ್ಕೆ ಬಂದು ಆರು ವರ್ಷಗಳಾಗಿವೆ. ಅವಳ ಈ ಸಣ್ಣದೊಂದು ಬಯಕೆಯನ್ನು ತೀರಿಸಬಾರದೇ? ಬೇರೆ ಮಕ್ಕಳೆಲ್ಲ ಕೂದಲನ್ನು ಮೇಲಕ್ಕೆ ಎತ್ತಿಕಟ್ಟಿ, ಬಣ್ಣ ಬಣ್ಣದ ರಿಬ್ಬನ್ನುಗಳಿಂದ ಅಲಂಕರಿಸಿಕೊಂಡಿದ್ದನ್ನು ಕಂಡಾಗಲೆಲ್ಲ, ಅವಳ ಪುಟ್ಟ ಹೃದಯದಲ್ಲಿ ಬಯಕೆಯೊಂದು ಒಡೆದೇಳುತ್ತಿತ್ತು. ಆದರೆ ಅವಳ

ಬಯಕೆಗಳನ್ನು ಎಂದೂ ಈಡೇರಿಸಿರಲಿಲ್ಲ. ಲೂ ಗೆ ಆಸ್ಪತ್ರೆಯಿಂದ ಬಿಡುವೇ ಸಿಗುತ್ತಿರಲಿಲ್ಲ. ಸೋಮವಾರದ ಬೆಳಗ್ಗೆಯಂತೂ ರೋಗಿಗಳಿಂದ ತುಂಬಿ ಬಿಡುತ್ತಿತ್ತು. ಲೂಗೆ ಪ್ರತಿ ನಿಮಿಷವೂ ಅಮೂಲ್ಯವಾದ್ದು.

"ಅಮ್ಮಾ... ಅಮ್ಮಾ...."

ಯುಯಾನ್ ಕೂಗುತ್ತ, ತನ್ನನ್ನು ಹಿಂಬಾಲಿಸುತ್ತ ದಡದ ಮೇಲೆ ಓಡಿ ಬರುತ್ತಿದ್ದ. ತಿರುಗಿ ನೋಡಿ, ಮತ್ತೆ ತನ್ನ ತೋಳುಗಳನ್ನು ಚಾಚಿದಳು. "ಯುಯಾನ್... ಯುಯಾನ್...."

ದೊಡ್ಡ ಅಲೆಯೊಂದು ಅವಳನ್ನು ದೂಡಿಕೊಂಡು ಹೋಯಿತು. ಅಲೆಗಳ ಜೊತೆಗೆ ಗುದ್ದಾಡಿ ಸ್ವಲ್ಪ ಮೇಲಕ್ಕೆ ತೇಲಿದಳು. ಮಗನಿಗಾಗಿ ನೋಡಿದಳು. ಎಲ್ಲೂ ಅವನ ಸುಳಿವಿರಲಿಲ್ಲ. ದೂರದಿಂದ ಅವನ ಕೂಗು ಮಾತ್ರ ಕೇಳಿಸುತ್ತಿತ್ತು.

"ಅಮ್ಮ... ಅಮ್ಮ... ಮರೆಯಬೇಡ... ನನ್ನ ಬಿಳಿಯ ಜಿಮ್ ಷೂಸ್..."

ಕಣ್ಮುಂದೆ ಸ್ಪೋರ್ಟ್ಸ್ ಷೂಸ್ ಕುಣಿದಾಡಿದವು. ಬಿಳಿ ಮತ್ತು ನೀಲಿ ಬಣ್ಣದ ಸ್ನೀಕರ್‌ಗಳು, ಸ್ಪೋರ್ಟ್ಸ್ ಬೂಟುಗಳು. ಕೆಂಪು ಅಥವಾ ನೀಲಿಪಟ್ಟಿಯ ಬಿಳಿಯ ಷೂಗಳು. ಯುಯಾನ್‌ಗೆ ಒಂದು ಜೊತೆ ಕೊಳ್ಳಬೇಕು. ಪಾಪ ಅವನ ಷೂಗಳೆಲ್ಲ ಕಿತ್ತು ಹೋಗಿವೆ. ಒಂದು ಜೊತೆ ಕೊಂಡು ಕೊಟ್ಟರೆ, ತಿಂಗಳು ಪೂರಾ ಅವನ ಸಂತೋಷಕ್ಕೆ ಕೊನೆ ಇರೋದಿಲ್ಲ.... ಆದರೆ.... ಅವುಗಳ ಬೆಲೆ ನೋಡಿದ ಕೂಡಲೇ, ಕೊಳ್ಳುವ ಯೋಚನೆಯೇ ಕರಗಿಹೋಯಿತು....

ಈಗ ತನ್ನನ್ನು ಜಿಯಾಜಿ ಬೆನ್ನಟ್ಟಿ ಬರುತ್ತಿದ್ದಾನೆ. ಓಡಿ ಬರುತ್ತಿರುವ ಅವನ ಪ್ರತಿಬಿಂಬ ನೀರಿನಲ್ಲಿ ಕಾಣಿಸಿದೆ. ತುಂಬಾ ಆತುರದಲ್ಲಿದ್ದಂತೆ ಇದ್ದಾನೆ. ಅವನ ದನಿ ಕಂಪಿಸುತ್ತಿದೆ.

"ವೆಂಟಿಂಗ್ – ನಮ್ಮನ್ನೆಲ್ಲ ಕೈಬಿಟ್ಟು ಹೋಗಬೇಡ! ಅನಾಥರನ್ನಾಗಿ ಮಾಡಬೇಡ!"

ಅವರಿಗಾಗಿ ತಾನು ಉಳಿಯುವುದು ಸಾಧ್ಯವಾದರೆ! ಘೂ ಅವಳೆಡೆಗೆ ತನ್ನ ಕೈಗಳನ್ನು ಚಾಚಿದ. ಆದರೆ ನಿರ್ದಯ ಜಲ ಪ್ರವಾಹ ನುಗ್ಗಿ ಬಂದು ಅವಳನ್ನು ಕೊಚ್ಚಿಕೊಂಡು ಹೋಯಿತು.

"ಡಾ॥ ಲೂ.... ಡಾ॥ ಲೂ...."

ದಡದಲ್ಲಿ ಸಾಲುಗಟ್ಟಿನಿಂದ ಅಸಂಖ್ಯಾತ ಮಂದಿ ಒಂದೇ ಸಮನೆ ಅವಳಿಗಾಗಿ ಕೂಗುತ್ತಿದ್ದರು. ಯಾಫೇನ್, ಹಿರಿಯರಾದ ಲಿಯು, ಡೈರೆಕ್ಟರ್ ಜಾವ್ಹೋ, ಡಾ॥ ಸನ್... ಎಲ್ಲರೂ ಬಿಳಿಯ ಕೋಟುಗಳನ್ನು ಧರಿಸಿದ್ದಾರೆ. ಜಿಯಾವ್ಹೋ, ಚೆಂಗ್ಸಿ, ಅಂಕಲ್ ಜಾಂಗ್ ಮತ್ತು ವ್ಯಾಂಗ್ ಷಿಯಾ ವೂಮೆನ್... ತಮ್ಮ ಪೈಜಾಮಗಳಲ್ಲಿದ್ದಾರೆ. ಗುಂಪಿನಲ್ಲಿ ಕೆಲವನ್ನು ಗುರುತಿಸಿದಳು. ಅವರು ತನ್ನ ರೋಗಿಗಳಾಗಿದ್ದಾರೆ. ಅವರೆಲ್ಲರೂ ತನ್ನನ್ನು ಕರೆಯುತ್ತಿದ್ದಾರೆ.

ನಾನು ಬಿಡಬಾರದಾಗಿತ್ತು.... ಇಲ್ಲ! ಮಾಡಬೇಕಾದ್ದು ಇನ್ನೂ ಬೇಕಾದಷ್ಟಿವೆ. ಷಿಯಾ,

ಯುಯಾನ್ ತಾಯಿಲ್ಲದ ತಬ್ಬಲಿಗಳಾಗಬಾರದು. ಜಿಯಾಜೀಗೆ ನನ್ನಿಂದ ಹೆಚ್ಚಿಗೆ ದುಃಖವಾಗಬಾರದು. ಈ ಚಿಕ್ಕ ವಯಸ್ಸಿಗೆ ಹೆಂಡತಿಯ ವಿಯೋಗ!... ಕೂಡದು... ಖಂಡಿತಾ ಕೂಡದು... ಆಸ್ಪತ್ರೆ, ರೋಗಿಗಳು – ಇವುಗಳಿಂದ ನಾನು ದೂರ ಇರಲಾರೆ... ಭಯಂಕರ ಯಾತನೆಯಾದರೂ, ಬದುಕಿನ ಮೇಲಿನ ಪ್ರೀತಿಯನ್ನು ಬಿಡಲಾರೆ!!....

ಮುಳುಗಲಾರೆ... ಏನಾದರಾಗಲೀ ಈಜಿ ದಡ ಸೇರಲೇಬೇಕು. ಈ ಪ್ರಪಂಚಲ್ಲಿ ಉಳಿಯಲೇ ಬೇಕು. ಆದರೆ ನಾನೆಷ್ಟು ದಣಿದಿದ್ದೇನೆ... ಹೀಗೇಕೆ? ಹೋರಾಡಲು ನನ್ನಲ್ಲಿ ಬಲವೇ ಇಲ್ಲವಾಗಿದೆ... ಮುಳುಗುತ್ತಿದ್ದೇನೆ... ಮುಳುಗುತ್ತಲೇ ಇದ್ದೇನೆ....

ಯುಯಾನ್... ಗುಡ್ ಬೈ... ಗುಡ್ ಬೈ ಷಿಯಾ... ನಿನ್ನ ಅಮ್ಮ ನಿನ್ನನ್ನು ಬಿಟ್ಟು ಹೋಗುತ್ತಿದ್ದಾಳೆ ಅಲ್ಲ? ನನ್ನ ಜೀವನದ ಈ ಕೊನೆಯ ಕ್ಷಣಗಳಲ್ಲಿ, ನಿನ್ನನ್ನು ನಾನು ಎಷ್ಟು ಅತಿಯಾಗಿ ಪ್ರೀತಿಸುತ್ತೇನೆ, ಗೊತ್ತಾ? ಬಾ ನಿನ್ನನ್ನು ಅಪ್ಪಿಕೊಳ್ಳಬೇಕೆನಿಸುತ್ತಿದೆ. ನನ್ನ ಮುದ್ದಿನ ಮಕ್ಕಳೇ, ನಿಮ್ಮಮ್ಮನನ್ನು ಕ್ಷಮಿಸಿ. ನಿಮಗೆ ಕೊಡಬೇಕಾದಷ್ಟು ಪ್ರೀತಿಯನ್ನು ನನ್ನಿಂದ ಕೊಡಲಾಗಲಿಲ್ಲ. ನಿಮ್ಮ ಮೋಹಕ ಮುಗುಳ್ನಗೆಯ ಮುಖಿಗಳನ್ನು ಎದೆಗಪ್ಪಿಕೊಂಡು ಪದೇ ಪದೇ ಮುದ್ದಾಡಬೇಕಾದವರು, ನಿಮ್ಮನ್ನು ದೂರದಲ್ಲಿರಿಸಿ ಅನ್ಯಾಯ ಮಾಡಿದೆ. ನಿಮ್ಮಮ್ಮನನ್ನು ದಯವಿಟ್ಟು ಕ್ಷಮಿಸಿ. ಸಣ್ಣ ವಯಸ್ಸಿನಲ್ಲಿರುವಾಗಲೇ ನಿಮ್ಮನ್ನು ಬಿಟ್ಟು ಹೋಗಬೇಕಾಗಿದೆ. ಕ್ಷಮಿಸಿ ಬಿಡಿ ಮಕ್ಕಳೇ... ಕ್ಷಮಿಸಿ ಬಿಡಿ.

ಜಿಯಾಜಿ, ಹೋಗಿಬರುತ್ತೇನೆ! ನನಗೋಸ್ಕರ ನೀನೆಷ್ಟೆಲ್ಲ ತ್ಯಾಗ ಮಾಡಿದೆ. ನೀನಿಲ್ಲದೆ ನಾನೇನನ್ನೂ ಸಾಧಿಸಲಾಗುತ್ತಿರಲಿಲ್ಲ. ನೀನಿಲ್ಲದೆ ಬದುಕಿಗೆ ಅರ್ಥವೇ ಇಲ್ಲವೆನಿಸುತ್ತದೆ. ನಿನ್ನ ತ್ಯಾಗ ಔದಾರ್ಯಗಳ ಮುಂದೆ ನಾನೇನೂ ಅಲ್ಲ. ನಿನ್ನ ಮುಂದೆ ತಲೆ ಬಾಗಿ, ನೀನು ಮಾಡಿದ ಉಪಕಾರಗಳಿಗಾಗಿ ಕೃತಜ್ಞತೆ ಸಲ್ಲಿಸುತ್ತೇನೆ. ನಿನ್ನದಕ್ಕೆ ಪ್ರತಿಯಾಗಿ ನನ್ನ ಜೀವಮಾನದಲ್ಲೇ ನಾನು ಎನನ್ನೂ ಮಾಡಲಾರೆ. ನಿನ್ನನ್ನು ನಿರ್ಲಕ್ಷಿಸಿ ನಿನಗೆ ನಾನೆಷ್ಟು ಅನ್ಯಾಯ ಮಾಡಿದೆ. ಎಷ್ಟೋ ಸಲ ನಿನ್ನ ಬಗ್ಗೆ ಆಲೋಚಿಸಿದೆ. ನಿನಗಾಗಿ ಏನಾದರೂ ಮಾಡಲೇಬೇಕು ಎಂದುಕೊಂಡೆ. ನಿನಗೆ ಬರೆದುಕೊಳ್ಳಲು ಡೆಸ್ಕನ್ನು ಬಿಟ್ಟುಕೊಡಬೇಕು, ನೀನು ನಿನ್ನ ಲೇಖನವನ್ನು ಆದಷ್ಟು ಬೇಗ ಮುಗಿಸಬೇಕೆಂದು ಆಶಿಸಿದೆ... ಆದರೆ ಬಹಳ ತಡವಾಯಿತು!... ದುರಾದೃಷ್ಟ!.. ಈಗ ನನ್ನಲ್ಲಿ ಸಮಯವಿಲ್ಲ.

ನನ್ನ ರೋಗಿಗಳೇ, ಹೋಗಿ ಬರುತ್ತೇನೆ! ಕಳೆದ ಹದಿನೆಂಟು ವರುಷಗಳಿಂದಲೂ ನನ್ನನ್ನು ನಿಮಗಾಗಿ ಮೀಸಲಿರಿಸಿದ್ದೇನೆ. ನಿಂತರೆ, ಕುಳಿತರೆ, ನಡೆದರೆ, ಮಲಗಿದರೆ, ಎದ್ದರೆ, ನಿಮ್ಮದೇ ಚಿಂತೆ. ನೀವೇ ನನ್ನ ಕಣ್ಣೆದುರು! ನಿಮ್ಮ ಕಣ್ಣುಗಳು ವಾಸಿಯಾದರೆ, ನಾನೆಷ್ಟು ಖುಷಿಗೊಳ್ಳುತ್ತಿದ್ದೆ – ನೀವು ಖಂಡಿತ ಊಹಿಸಿಕೊಳ್ಳಲಾರಿರಿ... ಆದರೆ... ಆದರೆ.... ಈಗ.... ನನಗೆ ಅದ್ಯಾವುದರ ಅನುಭವವೂ ಆಗುತ್ತಿಲ್ಲ.

* * *

18

ಸ್ಕ್ರೀನ್ ಮೇಲೆ ಮೂಡುತ್ತಿದ್ದುದನ್ನು ನೋಡಿದ ಡಾಕ್ಟರು ಒಮ್ಮೇಲೇ ಕೂಗಿದರು –
"ಅರಿತ್ಮಿಯಾ!"

"ವೆಂಟಿಂಗ್, ವೆಂಟಿಂಗ್! ಉಸಿರಾಡಲೂ ಹೆಣಗಾಡುತ್ತಿದ್ದ ಹೆಂಡತಿಯ ಮೇಲೆ ದೃಷ್ಟಿ
ನೆಟ್ಟು ಕೂಗಿದ.

ಡ್ಯೂಟಿಯಲ್ಲಿದ್ದ ಡಾಕ್ಟರುಗಳು, ನರ್ಸುಗಳು, ಎಲ್ಲರು ಗಾಭರಿಯಿಂದ ವಾರ್ಡೊಳಗೆ
ನುಗ್ಗಿದರು. "ಲಿಡೋಕೈನ್,... ಐ.ವಿ. ಇಂಜಕ್ಷನ್... ಬೇಗ ಬೇಗ"– ಎಂದು ಡಾಕ್ಟರು
ಆದೇಶಿಸಿದರು. ತುಟಿಗಳು ನೀಲಿಗಟ್ಟಿದ್ದವು; ಕೈಗಳು ಸೆಡೆತುಕೊಂಡವು; ಕಣ್ಣುಗಳು
ಮೇಲುಗಣ್ಣಾದವು. ಎದೆ ಬಡಿತ ನಿಂತು ಹೋಯಿತು. ಡಾಕ್ಟರುಗಳು ಮಸಾಜನ್ನು
ಪ್ರಾರಂಭಿಸಿದರು. ಉಸಿರಾಟದ ಯಂತ್ರವನ್ನು ಬಿಗಿದರು. ಅದರೊಂದಿಗೆ ಲಯಬದ್ಧ ಬಡಿತ
ಆರಂಭವಾಯಿತು. ಡಿ ಫ್ಯಬ್ರಿಲೇಟರ್ ಯಂತ್ರವನ್ನು ಹಚ್ಚಿದರು. ಈ ಯಂತ್ರ ಅವಳೆದೆಯನ್ನು
ಒತ್ತಿದ ಕೂಡಲೇ ಎದೆ ಬಡಿತ ಮುಂದುವರೆಯಿತು.

ಬೆವರುತ್ತಿದ್ದ ಡಾಕ್ಟರು 'ಐಸ್ ಕ್ಯಾಪ್'ಗಾಗಿ ಆದೇಶಿಸಿದರು.

ಐಸ್ ಕ್ಯಾಪನ್ನು ಅವಳ ಹಣೆಯ ಮೇಲಿಟ್ಟರು.

* * *

19

ಅಂತೂ ಬೆಳಗಾಯಿತು. ಕಿಟಕಿಯೊಳಗಿಂದ ಬೆಳಗಾದದ್ದು ಕಾಣಿಸಿತು. ರಾತ್ರಿಯ ಗಂಭೀರ
ಪರಿಸ್ಥಿತಿಯಿಂದ ಲೂ ಪಾರಾಗಿ, ಹೊಸಬೆಳಕನ್ನು ಕಾಣುತ್ತಿದ್ದಳು.

ದಿನದ ಡ್ಯೂಟಿಯಲ್ಲಿನ ನರ್ಸ್ ಲೂಳ ಕೋಣೆಯೊಳಗೆ ಬಂದು, ಗಾಳಿ, ಬೆಳಕು
ಬರಲೆಂದು ಕಿಟಕಿಗಳನ್ನು ತೆಗೆದಿರಿಸಿದಳು. ತಾಜಾಗಾಳಿಯ ಜೊತೆಗೆ ಹಕ್ಕಿಗಳ
ಗೆಲುವಿನಿಂಚರವೂ ಕಿಟಕಿಯ ಮೂಲಕವಾಗಿ ಹಾದು ಬರಲು ಅವಕಾಶ ಮಾಡಿದಳು.
ಕಿಟಕಿಗಳು ತೆರೆದದ್ದೇ ಔಷಧಿ, ಸಾವುಗಳ ಘಾಟು ವಾಸನೆ ತೇಲಿ ಮರೆಯಾಯಿತು. ಕುಟು
ಕುಟು ಎನ್ನುತ್ತಿದ್ದ ಜೀವಕ್ಕೆ ಬೆಳಗು ಭರವಸೆಯನ್ನು ತಂದಿತು.

ಇನ್ನೊಬ್ಬ ನರ್ಸ್ ಬಂದು ಅವಳ ತಾಪವನ್ನು ನೋಡಿದಳು. ಬೆಳಗಿನ ತಿಂಡಿಯನ್ನೊಬ್ಬ
ತಂದಿರಿಸಿದ. ಡ್ಯೂಟಿ ಡಾಕ್ಟರು ಕೂಡ ತನ್ನ ರೌಂಡ್ಸ್ ಮಾಡುತ್ತಾ ಒಳಗೆ ಬಂದಿದ್ದರು.

ವ್ಯಾಂಗ್ ಷಿಯಾ ಇನ್ನೂ ಬ್ಯಾಂಡೇಜಿನಲ್ಲಿದ್ದಳು. ತನ್ನನ್ನು ಕಾಣಲು ಬಂದ ನರ್ಸನ್ನು
ಅಂಗಲಾಚಿ ಬೇಡಿದಳು.

"ನರ್ಸ್ ಒಂದೇ ಒಂದು ಸಲ, ಡಾ‖ ಲೂ ರನ್ನು ಕಂಡುಬರುತ್ತೇನೆ. ದಯವಿಟ್ಟು
ಹೋಗಲು ಬಿಡಿ."

"ಇಲ್ಲ. ನೆನ್ನೆ ರಾತ್ರಿ ಅವಳು ಬದುಕಿ ಉಳಿದದ್ದೆ ಹೆಚ್ಚು. ಸದ್ಯಕ್ಕೆ ಯಾರನ್ನೂ ಅವಳ ಬಳಿಗೆ ಬಿಡುವುದಿಲ್ಲ."

"ಆಂಟ್ ಬಹುಶಃ ನಿಮಗೆ ಗೊತ್ತಿಲ್ಲ. ನೆನ್ನೆ ನನ್ನ ಆಪರೇಷನ್ ಮಾಡಿದ್ದಕ್ಕೇ ಡಾ॥ ಲೂ ಖಾಯಿಲೆ ಬಿದ್ದಿದ್ದು. ನನ್ನನ್ನು ಹೋಗಲು ಬಿಡಿ. ಒಂದೇ ಒಂದು ಸಲ ನೋಡಿ ಬಂದುಬಿಡುತ್ತೇನೆ. ಒಂದು ಮಾತೂ ಆಡುವುದಿಲ್ಲ."

"ಇಲ್ಲ ಇಲ್ಲ ಸಾಧ್ಯವೇ ಇಲ್ಲ" ಗಟ್ಟಿಯಾಗಿ ಗದರಿಸಿ ಹೇಳಿದಲು ನರ್ಸ್.

"ದಯವಿಟ್ಟು ಒಂದು ಸಲ ನೋಡಿ ಬರುತ್ತೇನೆ ಅಷ್ಟೆ!" – ಇನ್ನೊಂದು ಕ್ಷಣ ತಡೆದರೂ, ಕಂಬನಿಯೊಡೆದು ಬರುವುದರಲ್ಲಿತ್ತು. ತನ್ನ ಹಿಂದೆ ಹೆಜ್ಜೆ ಸಪ್ಪಳ ಕೇಳಿ ಬಂದುದಕ್ಕೆ ಹಿಂತಿರುಗಿ ನೋಡಿದಲು. ಮುದುಕ ಜಾಂಗ್ ಮೊಮ್ಮಗನ ಕೈ ಹಿಡಿದು ನಡೆದು ಬರುತ್ತಿದ್ದ.

"ಅಜ್ಜ" – ಎಂದು ಕೂಗುತ್ತ ಅವನೆಡೆಗೆ ನುಗ್ಗಿದವಳೇ ಹೇಳಿದಲು – "ಈ ಆಂಟಿ ಹತ್ತಿರ ಮಾತಾಡಿ ಸ್ವಲ್ಪ. ನನಗೆ ಒಳಗೆ ಹೋಗೋಕೆ ಬಿಡ್ತಿಲ್ಲ."

ಇನ್ನೂ ಬ್ಯಾಂಡೇಜಿನಲ್ಲಿಯೇ ಇದ್ದ ಜಾಂಗೊರನ್ನು ಈ ಪುಟ್ಟ ಹುಡುಗಿ ಕೈ ಹಿಡಿದು ನರ್ಸಿದ್ದ ಕಡೆಗೆ ಎಳೆಯ ತೊಡಗಿದಲು.

"ಸಿಸ್ಟರ್ ಒಂದು ಸಲ ನಮ್ಮನ್ನು ನೋಡೋಕೆ ಬಿಡಿ." ಇನ್ನು ಪೀಡಿಸುವುದಕ್ಕೆ ಈ ಮುಗುಕನೂ ಮೊದಲು ಮಾಡಿದ – ಎಂದು ಕೋಪದಿಂದ "ನಿಮಗೆಲ್ಲ ಏನಾಗಿದೆ? ಹೀಗೆಲ್ಲಾ ವಾರ್ಡುಗಳಲ್ಲಿ ತಲೆ ಹರಟೆ ಮಾಡುತ್ತ?

"ಸಾಕು ಸುಮ್ಮನಿರಿ! ನಿಮಗೆ ಸ್ವಲ್ಪವೂ ಅರ್ಥವಾಗುವುದಿಲ್ಲವೇ?" – ಆತನ ಧ್ವನಿ ಮೊದಲಿಗಿಂತ, ಇಂದು ಮೆದುವಾಗಿತ್ತು. ವಿನಯದಿಂದ ಕೇಳಿಕೊಳ್ಳತೊಡಗಿದ – "ನಾವಿಷ್ಟೊಂದು ಪೀಡಿಸುವುದಕ್ಕೆ ಕಾರಣವಿದೆ. ಡಾ॥ ಲೂ ಯಾಕೆ ಕಾಯಿಲೆ ಬಿದ್ದಲು? ಯಾಕೆಂದರೆ, ನಮ್ಮ ಆಪರೇಷನ್ ಮಾಡಿದ್ದಕ್ಕೆ! ನಾನೇನೂ ಅವಳನ್ನು ನೋಡೋದಕ್ಕೆ ಆಗುವುದಿಲ್ಲ ನಿಜ. ಆದರೆ ಅವಳ ಹಾಸಿಗೆಯ ಬಳಿ ನಿಂತುಕೊಂಡರೂ ನಮಗೊಂದು ರೀತಿ ಮನಸ್ಸಿಗೆ ಸಮಾಧಾನ; ನೆಮ್ಮದಿ.

ಆತನ ಪ್ರಾರ್ಥನೆಯಲ್ಲಿ ಪ್ರಾಮಾಣಿಕತೆ ಇತ್ತು; ನಿಜವಾದ ಕಳಕಳಿ ಇತ್ತು. ನರ್ಸ್ ಸ್ವಲ್ಪ ಕರಗಿದಲು. ಮೆದುವಾಗಿ ಹೇಳಿದಲು – "ನೋಡಿ, ನಿಮ್ಮನ್ನು ಒಳಗೆ ಬಿಡಬಾರದು ಅಂತ. ನನ್ನ ಹಟವೇನೂ ಇಲ್ಲ. ನಾನು ಬಿಡದೆ ಇರುವಷ್ಟು ಕೆಟ್ಟವಳೂ ಅಲ್ಲ. ಡಾ॥ ಲೂ ಎದೆಬೇನೆಯಿಂದ ಗಂಭೀರ ಪರಿಸ್ಥಿತಿಯಲ್ಲಿದ್ದಾಳೆ. ಆಕೆಯನ್ನು ಉದ್ರೇಕಗೊಳಿಸಬಾರದು. ನೀವೆಲ್ಲ ಆಕೆಯ ಒಳಿತನ್ನು ಬಯಸುವವರಲ್ಲವೇ? ಆಕೆ ಬೇಗ ಗುಣಮುಖಿವಾಗಬೇಕು ಎನ್ನುವುದಾದರೆ ಸದ್ಯಕ್ಕೆ ತೊಂದರೆ ಕೊಡಬೇಡಿ. ಏನಂತೀರ?"

"ಹೌದು, ನೀನು ಹೇಳೋದು ಸರಿ." ಜಾಂಗ್ ನಿಟ್ಟುಸಿರಿನೊಂದಿಗೆ ಹತ್ತಿರದಲ್ಲಿದ್ದ ಬೆಂಚಿನ ಮೇಲೆ ಕುಳಿತುಕೊಂಡ. ತೊಡೆಯ ಮೇಲೆ ಹೊಡೆದುಕೊಳ್ಳುತ್ತ ಪಶ್ಚಾತ್ತಾಪದ ದನಿಯಲ್ಲಿ

ಹೇಳತೊಡಗಿದ..." ಎಲ್ಲ ನನ್ನದೇ ತಪ್ಪು. ಅವಳ ಖಾಯಿಲೆಯ ಹೊಣೆ ನನ್ನದು. ಎಷ್ಟು ಬೇಗ ಸಾಧ್ಯವಾದರೆ ಅಷ್ಟು ಬೇಗ ಆಪರೇಷನ್ ಮಾಡುವಂತೆ ನಾನೇ ಒತ್ತಾಯಿಸಿದೆ, ಆದರೆ ಹೀಗಾಗುತ್ತೆಂತ ನನಗೇನು ಗೊತ್ತು...? ಅವಳಿಗೇನಾದರೂ ಆದರೆ, ನಾನೇನು ಮಾಡಲಿ? ಪರಿತಾಪದೊಂದಿಗೆ ತಲೆತಗ್ಗಿಸಿದ. ಕೆಲಸಕ್ಕೆ ತೊಡಗುವ ಮೊದಲು ಲೂಳನ್ನು ನೋಡಿ ಹೋಗಲೆಂದು ಡಾ॥ ಸನ್‌ರು ಧಾವಿಸಿದರು. ಮಧ್ಯದಲ್ಲಿ ಷಿಯಾ ಅವರನ್ನು ತಡೆದಳು.

"ಡಾ॥ ಸನ್, ನೀವು ಡಾ॥ ಲೂರನ್ನು ನೋಡಲು ಹೋಗುತಿದ್ದೀರಲ್ಲವೇ!" – ಅವಳು ಕೇಳಿದಳು.

ಸನ್‌ರು ಹೌದೆಂದು ತಲೆಯಾಡಿಸಿದರು.

"ನಿಮ್ಮ ಜೊತೆಗೆ ನನ್ನನ್ನೂ ಕರೆದುಕೊಂಡು ಹೋಗ್ತೀರಾ? ದಯವಿಟ್ಟು."

"ಈಗ ಬೇಡ, ಆಮೇಲೆ ಯಾವಾಗಲಾದರೂ ನೋಡೋಣ. ಆಗಬಹುದಲ್ಲ?"

"ಡಾ॥ ಸನ್‌ರ ದ್ವನಿ ಕೇಳಿ ಜಾಂಗ್ ನಿಂತುಕೊಂಡು ಅವರನ್ನು ತಲುಪಲು ಕೈ ಚಾಚಿದ. ಅವರ ಅಂಗಿಯ ತೋಳನ್ನು ಹಿಡಿದು ಕೇಳಿದ – "ಡಾ॥ ಸನ್, ನೀವು ಹೇಳಿದ ಹಾಗೆ ಕೇಳ್ತೀವಿ. ಆದರೆ ನಿಮ್ಮ ಜೊತೆಗೆ ಒಂದು ಮಾತಾಡೋಕೆ ಅವಕಾಶ ಮಾಡಿಕೊಡ್ತೀರಾ? ನನಗೆ ಗೊತ್ತು ನಿಮಗೆ ತುಂಬಾ ಕೆಲಸ ಇರುತ್ತೆಂತ. ಆದರೂ ನನ್ನನ್ನು ಕಾಡುತ್ತಿರುವ ಒಂದು ವಿಷಯಾನ ನಿಮಗೆ ಹೇಳಲೇಬೇಕು."

ಡಾ॥ ಸನ್, ಪ್ರೋತ್ಸಾಹಕವಾಗಿ, ಜಾಂಗ್‌ನ ಭುಜಗಳನ್ನು ತಟ್ಟಿ ಹೇಳಿದರು.

"ಆಯ್ತು. ಹೇಳಿ."

"ಡಾ॥ ಲೂ, ತುಂಬಾ ಒಳ್ಳೇ ಡಾಕ್ಟರು. ನಿಮ್ಮಂಥವರು, ದೊಡ್ಡವರೆಲ್ಲ ಸೇರಿ ಹೇಗಾದರೂ ಮಾಡಿ ಆಕೆಯನ್ನು ಉಳಿಸಲೇಬೇಕು. ನೀವು ಅವರಂತಹ ಒಬ್ಬರನ್ನು ಉಳಿಸಿದರೆ, ಆಕೆ ಎಷ್ಟೋ ಜನರನ್ನು ಉಳಿಸುತ್ತಾರೆ. ತುಂಬ ಒಳ್ಳೆಯ ಔಷಧಿಗಳೆಲ್ಲ ಇವೆಯಲ್ಲ, ಆಕೆಗೆ ಅವನ್ನೆಲ್ಲ ಕೊಡಿ. ಅದಕ್ಕಾಗಿ ಹಿಂದು ಮುಂದು ನೋಡಬೇಡಿ. ಕೆಲವು ಅಮೂಲ್ಯವಾದ ಔಷಧಿಗಳಿಗೆ ತುಂಬ ಬೆಲೆ ತೆರಬೇಕಾಗುತ್ತೆಂತ ನಾನು ಕೇಳಿದ್ದೆ. ಲೂಗೆ ಇಬ್ಬರು ಮಕ್ಕಳಿದ್ದಾರೆ. ಆಕೆಗೆ ಆರೋಗ್ಯ ಚೆನ್ನಾಗಿಲ್ಲ. ಹಾಸಿಗೆ ಹಿಡಿದು ಬಿಟ್ಟಿದ್ದಾಳೆ. ಔಷಧಿಗಳಿಗೆ ಕೊಡೋಕೆ, ಪಾಪ ಆಕೆ ಹತ್ತಿರ ಹಣ ಕೂಡ ಬಹುಶಃ ಇರಲಾರದು. ಈ ದೊಡ್ಡ ಆಸ್ಪತ್ರೆಯಲ್ಲಿ ಅವುಗಳಿಗೆ ರಿಯಾಯಿತಿ ಏನಾದರೂ ಕೊಡಿಸಬಹುದಲ್ಲ?

ಸನ್‌ರ ಕೈ ಹಿಡಿದಿದ್ದವನು ಹಾಗೆಯೇ ಕಿವಿ ನೆಟ್ಟಗೆ ಮಾಡಿ, ಅವರ ಉತ್ತರಕ್ಕಾಗಿ ಕಾದು ನಿಂತ.

ಸನ್‌ರ ಆಲೋಚನೆ ಒಂದೇ ದಿಕ್ಕಿನಲ್ಲಿರುತ್ತಿತ್ತು. ತಮ್ಮ ಭಾವನೆಗಳನ್ನೆಂದೂ ತೋರಿಸಿಕೊಳ್ಳುತ್ತಿರಲಿಲ್ಲ. ಆದರೆ ಈ ದಿನ ಹಾಗಿರಲು ಸಾಧ್ಯವಾಗಲಿಲ್ಲ. ಜಾಂಗ್‌ನ ಕೈಗಳನ್ನು

ಕುಲುಕುತ್ತಾ ಭಾವುಕರಾಗಿ ಹೇಳಿದರು – "ನಮಗೆ ಸಾಧ್ಯವಾಗುವುದನ್ನೆಲ್ಲಾ ಮಾಡುತ್ತೇವೆ. ಆಕೆಯನ್ನು ಉಳಿಸಿಕೊಳ್ಳಲು ನಮ್ಮ ಪ್ರಯತ್ನಗಳನ್ನು ಬಿಡುವುದಿಲ್ಲ!"

ಜಾಂಗ್‌ಗೆ ತುಂಬಾ ತೃಪ್ತಿಯಾಯಿತು. ತನ್ನ ಮೊಮ್ಮಗನನ್ನು ಹತ್ತಿರಕ್ಕೆ ಕರೆದ. ಭುಜಕ್ಕೆ ತಗುಲಿಕೊಂಡಿದ್ದ ಚೀಲದೊಳಕ್ಕೆ ಕೈ ಹಾಕಿ ಕೆಲವು ಮೊಟ್ಟೆಗಳನ್ನು ಹೊರ ತೆಗೆದ.

"ಕೆಲವು ಮೊಟ್ಟೆಗಳಿವೆ. ಇವನ್ನು ದಯವಿಟ್ಟು ನೀವು ಹೋದಾಗ ಡಾ॥ ಲೂಗೆ ಕೊಡಿ." "ಬೇಕಾಗಿಲ್ಲ ಇವೆಲ್ಲ" – ಸನ್‌ರು ತಕ್ಷಣ ಹೇಳಿದರು. ಜಾಂಗ್ ಬಿಡಲಿಲ್ಲ. ಸನ್‌ರ ಕೈಗಳನ್ನು ಗಟ್ಟಿಯಾಗಿ ಹಿಡಿದುಕೊಂಡು ಎತ್ತರದ ದನಿಯಲ್ಲಿ ಹೇಳಿದ – "ನೀವು ಇವುಗಳನ್ನು ತೆಗೆದುಕೊಂಡು ಹೋಗದಿದ್ದರೆ, ನಾನು ನಿಮ್ಮನ್ನು ಹೋಗಗೊಡುವುದೇ ಇಲ್ಲ!"

ಸನ್‌ರಿಗೆ ಬೇರೆ ದಾರಿಯಿರಲಿಲ್ಲ. ಮೊಟ್ಟೆಗಳಿದ್ದ ಚೀಲವನ್ನು ತೆಗೆದುಕೊಂಡರು. ಆಮೇಲೆ ನರ್ಸ್ ಕೈಯಲ್ಲಿ ಇವುಗಳನ್ನು ಹಿಂದಿರುಗಿಸಿ, ವಿವರಿಸಿ ಹೇಳುವಂತೆ ಹೇಳಬೇಕು ಎಂದುಕೊಂಡರು. ಜಾಂಗ್ ಊಹಿಸಿದನೆಂಬಂತೆ ಹೇಳಿದ – "ಯಾರ ಕೈಯಲ್ಲಾದರೂ ಹಿಂತಿರುಗಿಸುವ ಯೋಚನೆ ಮಾಡಬೇಡಿ."

ಬಲವಂತಕ್ಕೆ ಒಪ್ಪಿಕೊಳ್ಳಲೇ ಬೇಕಾಯಿತು. ಸನ್‌ರು ಷಿಯಾ ಮತ್ತು ಜಾಂಗ್‌ಗೆ ಮೆಟ್ಟಿಲಿಳಿಯಲು ಸಹಕರಿಸಿದರು.

ಡೈರೆಕ್ಟರ್ ಜಾವ್ರೋರ ಜೊತೆ ಕಿನ್ ಡಾ॥ ಲೂಳ ಕೋಣೆಯನ್ನು ಪ್ರವೇಶಿಸಿದಳು. ತುಂಬಾ ಉತ್ಸಾಹದಿಂದ ಮಾತಾಡುತ್ತಿದ್ದಳು.

"ನಾನೊಂದು ರೀತಿ, ಬ್ಯೂರೋಕ್ರಾಟ್ ಆಗಿದ್ದೆ. ಜಿಯಾ ಅವರನ್ನು ಆಪರೇಷನ್ ಮಾಡಿದ್ದು ಡಾ॥ ಲೂ ಅನ್ನೋದನ್ನು ತಿಳೀದೇ ಹೋಗಿದ್ದೆ. ಆದರೆ ನಿಮಗಾದರೂ ಗೊತ್ತಿರಬೇಕು. ಹೌದಲ್ಲ? ಜಿಯಾವೂ ಲೂಳನ್ನು ಗುರುತಿಸಿದಳು. ಇಲ್ಲದೆ ಇದ್ದರೆ ಇಂದಿಗೂ ನಮಗೆ ಯಾರೂಂತ ತಿಳೀತಿರಲಿಲ್ಲ."

"ನಾನು ಆಗ ಹೊರಗೆ ಕೆಲಸದ ಮೇಲೆ ಹೋಗಿದ್ದೆ." – ಅಸಹಾಯಕ ದನಿಯಲ್ಲಿ ನುಡಿದರು, ಜಾವ್ರೋ.

ಅವರು ಬಂದ ಸ್ವಲ್ಪ ಹೊತ್ತಿಗೆಲ್ಲ ಸನ್ ಪ್ರವೇಶಿಸಿದರು. ಡ್ಯೂಟಿ ಡಾಕ್ಟರ್, ಹೋದ ರಾತ್ರಿ ಹೇಗೆ ಎಮರ್ಜೆನ್ಸಿ ಮುನ್ನೆಚ್ಚರಿಕೆ ಕ್ರಮಗಳನ್ನು ತೆಗೆದುಕೊಂಡಿದ್ದರೆಂಬುದನ್ನು ವಿವರಿಸಿದರು. ಜಾವ್ರೋರು ಲೂಳ ಕೇಸ್ ಹಿಸ್ಟರಿಯನ್ನು ಓದುತ್ತಾ ತಲೆಯಾಡಿಸುತ್ತಿದ್ದರು. "ನಾವು ಆಕೆಯನ್ನು ತುಂಬಾ ಎಚ್ಚರಿಕೆಯಿಂದ ನೋಡಿಕೊಳ್ಳಬೇಕು"– ಎಂದರು.

ಅಷ್ಟೊಂದು ಜನ ಬರುತ್ತಿದ್ದುದನ್ನು ನೋಡಿ ಘೂ ಎದ್ದುನಿಂತ. ಆತನ ಉಪಸ್ಥಿತಿಯನ್ನು ಗಮನಿಸಿದ ಕಿನ್ ಅಲ್ಲಿಯೇ ಖಾಲಿ ಇದ್ದ ಸ್ಟೂಲೊಂದರ ಮೇಲೆ ಕುಳಿತಳು.

"ಡಾ॥ ಲೂ ಆರಾಮಾಗಿದೆಯೇ?"

ಲೂ ನಿಧಾನವಾಗಿ ಕಣ್ಣು ತೆರದಳೇ ಹೊರತಾಗಿ ಏನನ್ನೂ ಉತ್ತರಿಸಲಿಲ್ಲ.

"ವೈಸ್ ಮಿನಿಸ್ಟರ್, ನನಗೆ ಎಲ್ಲವನ್ನೂ ವಿವರಿಸಿ ಹೇಳಿದರು" – ಮಾತಿನಲ್ಲಿ ಸ್ನೇಹ, ಕೃತಜ್ಞತೆಗಳಿದ್ದವು. "ಅವರು ನಿಮ್ಮ ಬಗ್ಗೆ ಕೃತಜ್ಞರಾಗಿದ್ದಾರೆ. ಸ್ವತಃ ಅವರೇ ಬರಬೇಕೆಂದಿದ್ದರು. "ಅವರು ನಿಮ್ಮ ಬಗ್ಗೆ ಕೃತಜ್ಞರಾಗಿದ್ದಾರೆ. ಸ್ವತಃ ಅವರೇ ಬರಬೇಕೆಂದಿದ್ದರು. ಆದರೆ ನಾನೇ ಅವರನ್ನು ತಡೆದೆ. ಅವರ ಪರವಾಗಿ ನಾನು ನಿಮಗೆ ಧನ್ಯವಾದಗಳನ್ನು ಹೇಳುತ್ತಿದ್ದೇನೆ. ನಿಮಗೇನಾದರೂ ಬೇಕೆನಿಸಿದರೆ, ದಯವಿಟ್ಟು ಸಂಕೋಚವಿಲ್ಲದೆ ಹೇಳಿ. ನಾನು ನಿಮಗೆ ಸಹಾಯ ಮಾಡ್ತೇನೆ. ನಾವೆಲ್ಲರೂ ಕ್ರಾಂತಿಮಿತ್ರರು."

ಲೂ ಕಣ್ಣುಗಳನ್ನು ಮುಚ್ಚಿದ್ದಳು.

"ಇನ್ನೂ ವಯಸ್ಸಿನಲ್ಲಿ ಚಿಕ್ಕವರು. ಭವಿಷ್ಯದಲ್ಲಿ ಭರವಸೆ ಇರಲಿ. ಈಗ ಬಂದಿರುವ ಆನಾರೋಗ್ಯನ ಧೈರ್ಯದಿಂದ ಎದುರಿಸಬೇಕು. ಇದು..."

"ಕಾಮ್ರೆಡ್ ಕಿಂಬೋ... ಆಕೆಗೆ ಸ್ವಲ್ಪ ವಿಶ್ರಾಂತಿ ಬೇಕು. ಈಗ ತಾನೇ ಪ್ರಜ್ಞೆ ಮರಳಿದೆ."

"ಆಯ್ತಾಯ್ತು... ವಿಶ್ರಾಂತಿ ತೆಗೆದುಕೋ ಡಾ॥ ಲೂ" –ಎಂದು ಹೇಳುತ್ತಾ ಎದ್ದು ನಿಂತಳು. "ಇನ್ನೊಂದೆರಡು ದಿವಸ ಬಿಟ್ಟು ಮತ್ತೆ ಬರುತ್ತೇನೆ."

ವಾರ್ಡ್‌ನಿಂದ ಹೊರಗೆ ಬಂದ ಮೇಲೆ ಕಿನ್ ಹೇಳುತ್ತೇನೆ, ದಯವಿಟ್ಟು ಬೇರೇನೂ ತಿಳಿದುಕೊಳ್ಳಬೇಡಿ. ಲೂ ನಿಮ್ಮ ಆಸ್ಪತ್ರೆಯ ಅಮೂಲ್ಯ ನಿಧಿ. ಆಕೆಯ ಬಗ್ಗೆ ನೀವು ಸ್ವಲ್ಪ ಮೊದಲಿನಿಂದಲೂ ಲಕ್ಷ್ಯ ಕೊಟ್ಟಿದ್ದರೆ, ಹೀಗೆ ಖಾಯಿಲೆ ಬೀಳುವ ಅವಕಾಶವೇ ಇರುತ್ತಿರಲಿಲ್ಲ. ನಡು ವಯಸ್ಸಿನ ಕಾಮ್ರೆಡ್‌ಗಳು ನಮ್ಮ ದೇಶದ ಬೆನ್ನೆಲುಬು. ಪ್ರತಿಭಾವಂತರನ್ನು ಗುರುತಿಸಿ ಗೌರವಿಸಬೇಕಾದ್ದು ಧರ್ಮ."

"ಅದೇನೋ ಸರಿ" – ಜಾವ್ಹೋರು ಉತ್ತರಿಸಿದರು.

ಕಿನ್ ಮರೆಯಾದುದನ್ನು ನೋಡಿದ ಘೂ ಕೇಳಿದ – "ಡಾ॥ ಸನ್, ಆಕೆ ಯಾರು?"

ಕನ್ನಡಕದೊಳಗಿಂದ ಆಕೆ ಹೊರಟ ಬಾಗಿಲ ಕಡೆ ನೋಡಿ ಸ್ವಲ್ಪ ಸಿಡುಕಿನಿಂದಲೇ ನುಡಿದರು – "ಕ್ರಾಂತಿಯ ಡಂಗುರ ಹೊಡೀತಿರೋ ಒಬ್ಬ ಮುದುಕಿ!

* * *

20

ಆ ದಿನ, ಲೂಗೆ ಸ್ವಲ್ಪ ವಾಸಿ ಎನಿಸಿತ್ತು. ಸುಲಭವಾಗಿ ಕಣ್ಣುಬಿಡಲಾಯಿತು. ಒಂದೆರಡು ಚಮಚ ಹಾಲು, ಒಂದು ಚಮಚ ಕಿತ್ತಲೆ ರಸ ಕುಡಿದಳು. ಸೀಲಿಂಗ್ ಕಡೆಗೆ ನೆಟ್ಟ ದೃಷ್ಟಿ ಇಟ್ಟು ಸುಮ್ಮನೆ ಮಲಗಿದ್ದಳು. ಭಾವಶೂನ್ಯವಾದ ನೋಟ. ತನ್ನ ಆರೋಗ್ಯದ ಗಂಭೀರ ಸ್ಥಿತಿಯಾಗಲೀ, ತನ್ನ ಕುಟುಂಬದ ಅಸುಖಿವಾಗಲೀ ಅವಳ ಅರಿವಿಗೆ ಬಂದಿರಲಿಲ್ಲ. ಬದುಕು ಸಾಕಾಗಿ ಹೋಗಿತ್ತು.

ಘೂ, ಭಯಭೀತಳಾದ ಲೂಳನ್ನು ನೋಡಿದ. ಹಿಂದೆಂದೂ ಆ ಸ್ಥಿತಿಯಲ್ಲಿ ಅವಳನ್ನು ಕಂಡಿರಲಿಲ್ಲ. ಅವಳನ್ನು ಹಲವು ಸಲ ಕರೆದ. ತನ್ನ ಕೈಯಾಡಿಸುವುದರ ಮೂಲಕ ಪ್ರತಿಕ್ರಿಯೆ ತೋರಿದಳು. ತನ್ನನ್ನು ತೊಂದರೆ ಪಡಿಸಬೇಡವೆಂಬಂತೆ ಆ ಸನ್ನೆ ಹೇಳುತ್ತಿತ್ತು. ಭಾವಶೂನ್ಯ ಸ್ಥಿತಿಯನ್ನು ಪ್ರೀತಿಸುವವಳಂತೆ ಕಾಣುತ್ತಿದ್ದಳು. ಕಾಲ ಸರಿದದ್ದೇ ತಿಳಿಯುತ್ತಿರಲಿಲ್ಲ. ಅವಳ ಹಾಸಿಗೆಯ ಪಕ್ಕದಲ್ಲೇ ಕುಳಿತಿದ ಘೂಗೆ ಎರಡು ರಾತ್ರಿಗಳಿಂದ ನಿದ್ದೆಯೇ ಇಲ್ಲ. ತುಂಬಾ ದಣಿವಾಗಿತ್ತು. ಹಾಗೆಯೇ ತೂಗಿದ. ತೂಗಿದ್ದವನು ಎದೆಯೊಡೆಯುವಂತೆ ಯಾರೋ ಕಿರುಚಿದ್ದನ್ನು ಕೇಳಿ ಬೆಚ್ಚಿ ಬಿದ್ದು ಎದ್ದು ನೋಡಿದ. ಆ ಕೂಗಿಗೆ ಇಡೀ ವಾರ್ಡ್ ನಡುಗಿತು. ಪಕ್ಕದ ಕೋಣೆಯಲ್ಲಿ ಹುಡುಗಿಯೊಬ್ಬಳು ಅಮ್ಮ! ಅಮ್ಮ! ಎಂದು ಕೂಗುತ್ತಿದ್ದಳು. ವ್ಯಕ್ತಿಯೊಬ್ಬ ಬಿಕ್ಕಿ ಬಿಕ್ಕಿ ಅಳುತ್ತಿದ್ದ. ಆಮೇಲೆ ತುಂಬಾ ಜನರು ಕೋಣೆಯೊಳಗೆ ಹೋಗುತ್ತಿದ್ದ ಹೆಜ್ಜೆ ಸಪ್ಪಳ ಕೇಳಿತು. ಘೂ ತಾನು ಹೊರಗೋಡಿದ. ಗಾಲಿಗಳ ಸ್ಟ್ರೆಚರ್ ಮೇಲೆ, ಹೊದಿಕೆಯಿಂದ ಹೊದಿಸಿದ ಹೆಣವನ್ನು ತೆಗೆದುಕೊಂಡು ಹೊರಗೆ ಬಂದುದನ್ನು ನೋಡಿದ. ನರ್ಸೊಬ್ಬಳು ಸ್ಟ್ರೆಚರನ್ನು ತಳ್ಳಿಕೊಂಡು ಬರುತ್ತಿದ್ದಳು. ಹಿಂದಿನಿಂದ ಹದಿನಾರು ವರುಷದ ಹುಡುಗಿ ಕೂದಲು ಕೆದರಿಕೊಂಡು, ತೂರಾಡಿಕೊಂಡು ಏಳುತ್ತಾ ಬೀಳುತ್ತಾ ಬದು ಸ್ಟ್ರೆಚರ್ ಮೇಲೆ ವಾಲಿದಳು. ಸ್ಟ್ರೆಚರನ್ನು ಗಟ್ಟಿಯಾಗಿ ಹಿಡಿದು ಕಂಪಿಸುವ ದನಿಯಲ್ಲಿ, ಅಂಗಲಾಚಿ ಬೇಡುತ್ತಿದ್ದಳು– “ಬೇಡ ಬೇಡ ದಯವಿಟ್ಟು ತೆಗೆದುಕೊಂಡು ಹೋಗಬೇಡಿ. ನನ್ನ ಅಮ್ಮ ನಿದ್ರೆ ಮಾಡುತ್ತಿದ್ದಾಳೆ. ಬೇಗ ಎದ್ದು ಬಿಡುತ್ತಾಳೆ! ನನಗೆ ಗೊತ್ತು…. ಅವಳೆದ್ದು ಬಿಡುತ್ತಾಳೆ!”

ಬಂದಿದ್ದ ಜನ ಸ್ಟ್ರೆಚರ್ ಮುಂದೆ ಹೋಗಲು, ದಾರಿ ಬಿಟ್ಟು ನಿಂತರು. ಮೌನವಾಗಿ ಸತ್ತಾಕೆಗೆ ತಮ್ಮ ತರ್ಪಣ ಸಲ್ಲಿಸಿದರು.

ಗುಂಪಿನ ನಡುವೆ ಘೂ ಕದಲದೆ ನಿಂತಿದ್ದ. ಕೆನ್ನೆಗಳು ಬತ್ತಿ ಹೋಗಿದ್ದವು. ನಿದ್ದೆ ಇಲ್ಲದೆ ಕೆಂಪಗಾಗಿದ್ದ ಕಣ್ಣುಗಳು ತುಂಬಿಬಂದವು. ಮುಷ್ಟಿಬಿಗಿದು ತನ್ನನ್ನು ಸಮಾಧಾನ ಪಡಿಸಿಕೊಳ್ಳಲು ಪ್ರಯತ್ನಿಸಿದ. ಆದರೆ ಒಡಲೆಲ್ಲ ಕಂಪಿಸಿತು. ಹುಡುಗಿಯ ಹೃದಯ ಭೇದಕ ಕೂಗು, ಕಿವಿ ಕಿವುಡಾಗಿಸುವಂತಿತ್ತು. ಘೂಗೆ ಗಟ್ಟಿಯಾಗಿ ಕಿವಿ ಮುಚ್ಚಿಕೊಳ್ಳಬೇಕೆನಿಸಿತು.

“ಅಮ್ಮ ಏಳು! ಮೇಲೇಳಮ್ಮ! ನಿನ್ನನ್ನು ತೆಗೆದುಕೊಂಡು ಹೋಗುತ್ತಿದ್ದಾರೆ!” – ಹುಚ್ಚಿಯಂತೆ ಕಿರುಚುತ್ತಿದ್ದಳು. ಜನ ಅವಳನ್ನು ತಡೆಯದಿದ್ದರೆ ಹೆಣದ ಮೇಲಿನ ಹೊದಿಗೆ ಎಳೆದು ಬಿಸಾಡಿ ಬಿಡುತ್ತಿದ್ದಳು. ಮಧ್ಯ ವಯಸ್ಸಿನ ವ್ಯಕ್ತಿ ಸ್ಟ್ರೆಚರನ್ನು ಹಿಂಬಾಲಿಸುತ್ತಾ ಬಿಕ್ಕಿ ಬಿಕ್ಕಿ ಅಳುತ್ತಿದ್ದ – “ನಾನು ನಿನಗೆ ಅನ್ಯಾಯ ಮಾಡಿದೆ! ನಿನಗೆ ಅನ್ಯಾಯ ಮಾಡಿದೆ” – ಎಂದು ಹಲುಬುತ್ತಿದ್ದ.

ಅವರ ಅಸಹಾಯ ಹತಾಶ ಮಾತುಗಳು ಘೂನ ಹೃದಯವನ್ನು ಭೇದಿಸುತ್ತಿದ್ದವು. ಸ್ಟ್ರೆಚರನ್ನೇ ದಿಟ್ಟಿಸಿ ನೋಡುತ್ತಿದ್ದವನು ಇದ್ದಕ್ಕಿದ್ದಂತೆ, ತನ್ನ ಹೆಂಡತಿಯ ವಾರ್ಡ್ ಕಡೆಗೆ ಓಡಿದ. ನೇರವಾಗಿ, ಅವಳ ಬಳಿ ಹೋಗಿ ಅವಳ ಹಾಸಿಗೆಯ ಮೇಲೆ ಬಿದ್ದು ಕಣ್ಣು ಮುಚ್ಚಿ ಗುಣು ಗುಣಿಸಿದ, “ನೀನು ಬದುಕಿದ್ದೀಯ!”

ಘೂನ ವೇಗವಾದ ಉಸಿರಾಟಕ್ಕೆ ಎಚ್ಚೆತ್ತ ಲೂ ಸ್ವಲ್ಪ ಕದಲಿದಳು. ಕಣ್ಣು ತೆರೆದು ಅವನತ್ತ ನೋಡಿದಳಾದರೂ ಹೆಚ್ಚು ಹೊತ್ತು ಕಣ್ಣು ತೆರೆದಿಡಲಾಗಲಿಲ್ಲ.

ಅವನಿಗೇನೋ ಅವ್ಯಕ್ತ ಭೀತಿಯುಂಟಾಗಿ "ವೆಂಟಿಂಗ್! ವೆಂಟಿಗ್" – ಎಂದು ಜೋರಾಗಿ ಕೂಗಿದ.

ಅವಳ ಕಣ್ಣಾಲಿಗಳು ಅವನ ಮುಖದ ಮೇಲೆಲ್ಲಾ ಸುಳಿದಾಡಿದವು. ಅದನ್ನು ಕಂಡಾಗ ಘೂಗೆ ಎದೆ ಹಿಂಡಿದಂತಾಯಿತು. ಅವಳು ಬದುಕಿರಲೇಬೇಕು ಎಂಬುದನ್ನು ಹೇಗೆ ಅವಳಿಗೆ ತಿಳಿಸಿ ಹೇಳುವುದೆಂದು ಗೊತ್ತಾಗಲಿಲ್ಲ. ಇವಳು ಅವನ ಹೆಂಡತಿ. ಪ್ರಪಂಚದಲ್ಲಿಯೇ ಅತ್ಯಂತ ಪ್ರೀತಿಯ ವಸ್ತು ಬೀಹೈ ಪಾರ್ಕಿನಲ್ಲಿ ಅವಳಿಗೆ ಕವಿತೆಗಳನ್ನು ಹಾಡಿದ್ದು... ಯಾವಾಗಿರಬಹುದು...? ಇಷ್ಟು ವರುಷಗಳು ಅವಳು ತನ್ನ ಪ್ರೀತಿಯ ವಸ್ತುವಾಗಿದ್ದಾಳೆ. ಅವಳಿಲ್ಲದೆ ಬದುಕಿನ ಕಲ್ಪನೆಯೂ ಸಾಧ್ಯವಿಲ್ಲ! ಅವಳು ಬದುಕಿರಲೇಬೇಕು. ತನ್ನೊಂದಿಗೆ ಅವಳು ಜೊತೆಯಿರಲೇ ಬೇಕು!

ಕವಿತೆ!... ಹಿಂದಿನಂತೆ ಅವಳಿಗೊಂದು, ಕವಿತೆ ಓದಬೇಕು! ಕವಿತೆಯ ಮೂಲಕವೇ ಅವಳನ್ನು ಗೆದ್ದುಕೊಂಡಿದ್ದು ಈ ದಿನವೂ ಅದೇ ಕವಿತೆಯನ್ನು ಹಾಡಿ ಅವಳು ಮರೆತಿರುವುದನ್ನೆಲ್ಲಾ ನೆನಪಿಸುತ್ತೇನೆ; ಬದುಕುವುದಕ್ಕೆ ಉತ್ಸಾಹ ತುಂಬುತ್ತೇನೆ!

ಅವಳ ಹಾಸಿಗೆಯ ಪಕ್ಕದಲ್ಲಿ ಮೊಣಕಾಲೂರಿ ಕುಳಿತು ಕಂಬನಿದುಂಬಿ ಕವಿತೆಯನ್ನು ಹಾಡತೊಡಗಿದ....

> ವೇಗದಿ ಚಲಿಸುವ ಹೊಳೆಯೊಂದು ನಾನಾದರೆ....
>
> ....
>
> ನನ್ನ ಪ್ರೀತಿಯೊಂದು
>
> ಪುಟ್ಟ ಮೀನಾದರೆ
>
> ನೊರೆಗಟ್ಟದ ತೆರೆಗಳ ಮೇಲೆ
>
> ತೂಗಾಡುತ್ತಿತ್ತು.

ಕವಿತೆಯ ಸಾಲುಗಳು ಅವಳನ್ನು ಮುಟ್ಟಿರಬೇಕು. ಅವನ ಕಡೆಗೆ ತಿರುಗಿದಳು. ತುಟಿಗಳು ಸ್ವಲ್ಪವಾಗಿ ಅಲುಗಾಡಿದವು. ಘೂ ಅವಳ ಹತ್ತಿರಕ್ಕೆ ಬಾಗಿ ಅವಳ ಅಸ್ಪಷ್ಟವಾದ ಮಾತುಗಳನ್ನು ಕೇಳಿದ – "ನನಗೆ... ನನಗೆ.... ಇನ್ನು ಈಜುವುದು ಸಾಧ್ಯವಿಲ್ಲ...."

ಗದ್ಗದ ಕಂಠನಾಗಿ ಮುಂದುವರೆಸಿದ–

> ನಾನೊಂದು ನಿರ್ಜನಾರಣ್ಯವಾಗಿದ್ದರೆ,
>
> ....
>
> ನನ್ನ ಪ್ರೀತಿಯೊಂದು ಪುಟ್ಟ ಹಕ್ಕಿಯಾದರೆ
>
> ದಟ್ಟವಾದ ನನ್ನ ಮರಗಳಲ್ಲಿ ಕುಳಿತು
>
> ಗೂಡು ಕಟ್ಟಿ
>
> ಚಲಿಪಿಲಿಗುಡುತ್ತಿತ್ತು.

ಮೆದುವಾಗಿ ಗುಣುಗುಣಿಸಿದಳು... "ನನಗೆ... ನನಗೆ... ಇನ್ನು ಹಾಡುವುದಕ್ಕೆ... ಸಾಧ್ಯವಿಲ್ಲ...." ನೋವು ಹಿಂದುತ್ತಿತ್ತು. ಮನಸ್ಸು ಧೈರ್ಯ ಮಾಡಿಕೊಂಡು ಕಂಬನಿ ದುಂಬಿಕೊಂಡೇ ಹಾಡಿದ.

ನಾನೊಂದು ಉರುಳುವ ಭಗ್ನಾವೇಷವಾದರೆ

....

ನನ್ನ ಪ್ರೀತಿಯೊಂದು

ಹಸಿರು ಐ ವೀ ಬಳ್ಳಿಯಾದರೆ

ಒಂಟಿಯಾಗಿ ನಿಂತ

ನನ್ನೊಡಲ ಸುತ್ತ ಬಳಸಿ

ಬೆಳೆಯುತ್ತಿತ್ತು!

ಒಂದೇ ಸಮನೆ ಕಂಬನಿಗಳುದುರಿದವು. ಕೆನ್ನೆಗಳ ಮೇಲಿಂದ ಜಾರಿ ದಿಂಬಿನ ಮೇಲೆ ಬಿದ್ದವು. ಪ್ರಯತ್ನಪೂರ್ವಕವಾಗಿ ನುಡಿದಳು – "ನಾನು–ನಾನು–ಮೇಲೇರಲಾರೆ."

ಘೂ ಅವಳ ಮೇಲೆ ಬಿದ್ದು, ಗಟ್ಟಿಯಾಗಿ ಅಳುತ್ತಾ ಹೇಳಿದ, – ಗಂಡನಾಗಿ ನಿನಗೆ ಅನ್ಯಾಯ ಮಾಡಿದೆ...."

ಕಂಬನಿಗೊಂಡ ಕಣ್ಣು ತೆರೆದು ನೋಡಿದಾಗ ಅವನಿಗೆ ಆಶ್ಚರ್ಯವಾಯಿತು. ಲೂ ಮತ್ತೆ ನೀಲಿಬಾನೆಡೆಗೆ ಕಣ್ಣು ನೆಟ್ಟು ನೋಡುತ್ತಿದ್ದಳು. ಘೂನ ಅಳು, ಹಲುಬು, ಬಿಕ್ಕುಗಳು, ಮಾತುಗಳು – ಯಾವೊಂದೂ ಅವಳ ಮೇಲೆ ಪ್ರಭಾವ ಬೀರಿದಂತಿರಲಿಲ್ಲ.

ಘೂ ಬಿಕ್ಕುತ್ತಿದ್ದುದನ್ನು ಕೇಳಿಸಿಕೊಂಡ ಡಾಕ್ಟರೊಬ್ಬರು ರಭಸದಿಂದ ಒಳಗೆ ಬಂದರು. ಘೂರನ್ನು ಕುರಿತು ಹೇಳಿದರು – ದಯವಿಟ್ಟು ಸುಮ್ಮನಿರಿ. ಲೂ ತುಂಬ ಬಲಹೀನ ವಾಗಿದ್ದಾರೆ. ಅವರನ್ನು ಉದ್ರೇಕಗೊಳಿಸಬೇಡಿ."

ಮಧ್ಯಾಹ್ನವೆಲ್ಲ, ಘೂ ಮಾತಾಡದೆ ಸುಮ್ಮನಿದ್ದ. ಸಂಜೆ ಹೊತ್ತಿಗೆ ಲೂ ಸ್ವಲ್ಪ ಗುಣಮುಖ ಳಾದಂತೆ ಕಾಣಿಸಿತು. ಅವನ ಕಡೆ ತಿರುಗಿ ಮಾತಾಡಲು ಪ್ರಯತ್ನಿಸುತ್ತಿದ್ದಂತೆ ತೋರಿತು.

"ವೆಂಟಿಂಗ್, ಏನಾದರೂ ಹೇಳಬೇಕೂಂತಿದ್ದೀಯಾ? – ಹೇಳು... ನನಗೆ ಹೇಳು..." – ಎಂದು ಅವಳ ಕೈಗಳನ್ನು ಭದ್ರವಾಗಿ ತನ್ನ ಕೈಗಳಲ್ಲಿ ಹಿಡಿದುಕೊಂಡ.

"ಯುಯಾನ್.... ಯುಯಾನ್‌ಗೆ... ಒಂದು ಜೊತೆ ಜಿಮ್ ಶೂಗಳನ್ನು...."

"ನಾಳೆ ತೆಗೆದು ಕೊಡುತ್ತೇನೆ" – ಉಕ್ಕಿ ಬರುತ್ತಿದ್ದ ಕಣ್ಣೀರನ್ನು ಹತ್ತಿಕ್ಕಲಾರದೆ ಹೇಳಿದ. ಲೂಗೆ ಇನ್ನೂ ಹೇಳುವುದಿತ್ತು. ಆದರೆ ತಡ ತಡೆದು ಮಾತು ಬರುತ್ತಿತ್ತು.... ಶಿಯಾ... ಜಡೆ.... ಹೆಣೆ...."

"ಅದನ್ನೂ ಮಾಡುತ್ತೇನೆ" – ಬಿಕ್ಕುತ್ತಲೇ ವಚನ ಕೊಟ್ಟ, ತನ್ನ ಹೆಂಡತಿಯ ಕಡೆ ನೋಡಿದ. ದೃಷ್ಟಿ ಮಸುಕಾಗಿತ್ತು. ತನ್ನ ಹೆಂಡತಿ ಮತ್ತೇನಾದರೂ ಹೇಳುವಳೇನೋ..... ತನ್ನನ್ನು

ಕಾಡುತ್ತಿರುವ ವಿಷಯಗಳನ್ನೆಲ್ಲ ಹೇಳುವಳೆಂಬ ಆಸೆಯಿಂದ ಲಕ್ಷ್ಯಕೊಟ್ಟು ಕೇಳಿದ. ಆದರೆ ಅವಳ ತುಟಿಗಳು ಬಿಗಿದುಕೊಂಡವು. ಅವಳ ಶಕ್ತಿಯೆಲ್ಲ ಮುಗಿದುಹೋದಂತಿತ್ತು.

* * *

21

ಎರಡು ದಿನಗಳ ನಂತರ ಲೂ ಹೆಸರಿಗೆ ಒಂದು ಪತ್ರ ಬಂತು. ಬೀಜಿಂಗ್ ಇಂಟರ್‌ನ್ಯಾಷನಲ್ ಏರ್‌ಫೋರ್ಟ್‌ನಲ್ಲಿ ಪೋಸ್ಟ್ ಮಾಡಲಾಗಿತ್ತು. ಘೂ ಅದನ್ನು ಬಿಡಿಸಿ ಓದಿದ–

ಪ್ರೀತಿಯ ವೆಂಟಿಂಗ್,

ನಿನಗೆ ಈ ಪತ್ರ ಎಂದಾದರೂ ತಲುಪುವುದೋ ಇಲ್ಲವೋ? ಆದರೆ ನಿನಗೆ ತಲುಪದಿರಲು ಸಾಧ್ಯವೇ ಇಲ್ಲ. ನೀನು ಬಹಳ ಅನಾರೋಗ್ಯದಿಂದಿರುವಿ. ಆದಷ್ಟು ಬೇಗ ಗುಣಮುಖಳಾಗುತ್ತೀ ಎಂದು ನಂಬಿದ್ದೇನೆ. ನೀನು ಇನ್ನೂ ಬೇಕಾದಷ್ಟು ಮಾಡಬಲ್ಲೆ. ನಮ್ಮನ್ನೆಲ್ಲ ಬಿಟ್ಟು ಹೋಗುವ ವಯಸ್ಸಲ್ಲ ನಿನ್ನದು!

ನೆನ್ನೆ ನಾನು ಮತ್ತು ನನ್ನ ಗಂಡ ಗುಡ್‌ಬೈ ಹೇಳಲು ಬಂದಾಗ, ನೀನಿನ್ನೂ ಪ್ರಜ್ಞಾಹೀನ ಸ್ಥಿತಿಯಲ್ಲಿಯೇ ಇದ್ದೆ. ಈ ದಿನ ಬೆಳಗ್ಗೆ ನಿನ್ನನ್ನು ನೋಡಬೇಕೆಂದು ಕೊಂಡೆವು. ಆದರೆ ಬಹಳ ಕೆಲಸಗಳಿದ್ದವು. ನೆನ್ನೆ ರಾತ್ರಿ ಭೇಟಿಯೇ ಕೊನೆಯದು. ಅದನ್ನು ನೆನೆಸಿಕೊಂಡಾಗ ಅಸಾಧ್ಯವಾದ ದುಃಖವೆನಿಸುತ್ತದೆ. ಇಪ್ಪತ್ತು ವರ್ಷಗಳಿಗೂ ಹೆಚ್ಚಾಗಿ ನಾವಿಬ್ಬರೂ ಜೊತೆಜೊತೆಯಾಗಿ ಓದಿದೆವು; ಕೆಲಸ ಮಾಡಿದೆವು. ನಾವು ಪರಸ್ಪರ ಒಬ್ಬರನ್ನೊಬ್ಬರು ಅರ್ಥಮಾಡಿಕೊಂಡಂತೆ, ಬಹುಶಃ ಯಾರಿಗೂ ಸಾಧ್ಯಾಗುವುದಿಲ್ಲ. ಹೀಗೆ ಒಬ್ಬರಿಂದೊಬ್ಬರು ಅಗಲುತ್ತೇವೆಂದು ಯಾರು ತಾನೇ ಊಹಿಸಿದ್ದರು?

ಏರ್‌ಫೋರ್ಟ್‌ನಿಂದ ಈ ಪತ್ರ ಬರೆಯುತ್ತಿದ್ದೇನೆ. ನಾನು ಈ ಕ್ಷಣದಲ್ಲಿ ಎಲ್ಲಿ ನಿಂತಿರಬಹುದೆಂದು ಊಹಿಸಬಲ್ಲೆಯಾ? ಎರಡನೇ ಮಹಡಿಯಲ್ಲಿರುವ ಆರ್ಟ್ಸ್ ಮತ್ತು ಕ್ರಾಫ್ಟ್ ಕೌಂಟರಿನ ಮುಂದೆ! ಇಲ್ಲಿ ಯಾರೂ ಇಲ್ಲ. ಗಾಜಿನ ಕೌಂಟರಿನ ಮುಂದೆ ನಾನೊಬ್ಬಳೇ ಇದ್ದೇನೆ. ನೆನಪಿದೆಯಾ? ಮೊದಲ ಸಲ ನಾವು ವಿಮಾನದಲ್ಲಿ ಪ್ರಯಾಣ ಮಾಡಿದಾಗ, ಇಲ್ಲಿಗೂ ಬಂದಿದ್ದೆವು. ಇಲ್ಲೊಂದು ಹೂ ಕುಂಡದಲ್ಲಿ, ಕೃತಕವಾದ ನಾರ್ಸಿಸಸ್ ಹೂಗೊಂಚಲು – ಅದರ ಮೇಲೆ ಹಿಮಬಿಂದುಗಳು!... ಎಷ್ಟು ಸಹಜವಾಗಿದ್ದವು!! ಅದನ್ನು ನೋಡಿದ ನೀನು, ತುಂಬಾ ಮೆಚ್ಚಿಕೊಂಡಿದ್ದೆ. ಆದರೆ ಅದರ ಬೆಲೆಯನ್ನು ಕೇಳಿದ ಕೂಡಲೇ ಭೂಮಿಗೆ ಇಳಿದುಹೋಗಿದ್ದೆವು. ಈಗ ಅದೇ ಅಂಗಡಿಯ ಮುಂದೆ, ಅಂತಹುದೇ ಹೂಗಳನ್ನು ನೋಡುತ್ತಿದ್ದೇನೆ. ಬಣ್ಣ ಮಾತ್ರ ಬೇರೆ ಅಷ್ಟೆ! ಅದನ್ನು ನೋಡಿದ ಕೂಡಲೇ ಅಳು ಬಂತು. ಯಾಕೆಂದು ತಿಳಿಯಲಿಲ್ಲ. ಈಗ ಅರ್ಥವಾಗುತ್ತಿದೆ. ಯಾಕೆಂದರೆ ಅದೆಲ್ಲ ಗತ ಕಾಲದ (ಘಟನೆ) ಸ್ಮೃತಿಗಳಾಗಿವೆ.

ನಿನಗೆ ಆಗತಾನೇ ಫೋನ ಪರಿಚಯವಾದ ದಿನಗಳು. ಒಂದು ದಿನ ನಾವಿದ್ದ ಕೋಣೆಯೊಳಕ್ಕೆ ಬಂದು, ಪುಷ್ಕಿನ್‌ನ ಪದ್ಯದ ಸಾಲೊಂದನ್ನು ಹೇಳಿದ್ದ – "ಹಿಂದೆ ನಡದದ್ದೆಲ್ಲ ನೆನಪಿನಲ್ಲಿ, ಸಿಹಿಯಾಗಿ ಉಳಿಯುತ್ತವೆ' ಎಂದು. ಹಲ್ಲು ಬಿಗಿದು ನನ್ನಲ್ಲೇ ಹೇಳಿಕೊಂಡೆ 'ಅದೆಲ್ಲವೂ ಸುಳ್ಳು!' ನಾನು ಕೇಳಿದೆ – "ಹಿಂದಿನ ದೌರ್ಭಾಗ್ಯ, ದುರ್ದಿನಗಳು, ಮಧುರ ಸ್ಮೃತಿಗಳಾಗಿರುವುದಾದರೂ ಹೇಗೆ?" ಫೂಗೆ ಅಸಮಾಧಾನವಾಗಿರಬೇಕು. ನನಗೆ ಕವಿತೆ ಅರ್ಥವಾಗುವುದಾದರೂ ಹೇಗೆ?" ಫೂಗೆ ಅಸಮಾಧಾನಾಗಿರಬೇಕು. ನನಗೆ ಕವಿತೆ ಅರ್ಥವಾಗುವುದಿಲ್ಲ. ಎನಿಸಿರಬೇಕು. ಈಗ ನಾನು ಅರ್ಥ ಮಾಡಿಕೊಂಡಿದ್ದೇನೆ. ಪುಷ್ಕಿನ್ ಹೇಳಿದ್ದು ಸರಿ. ನನ್ನ ಭಾವನೆ ಏನೆಂಬುದನ್ನು ಇದು ಪ್ರತಿಫಲಿಸುತ್ತದೆ. ನನಗನಿಸುತ್ತೆ, ಆ ಸಾಲನ್ನು ನನಗಾಗಿಯೇ ಬರೆದಿರಬೇಕು! ಗತಿಸಿದ್ದೆಲ್ಲವೂ ಮಧುರವಾಗಿರವುದೆಂದೇ ಭಾವಿಸುತ್ತೇನೆ.

ಇದೋ ವಿಮಾನದ ಎಂಜಿನ್ನುಗಳು ಆರಂಭವಾಗಿದೆ. ಇನ್ನೇನು ಸ್ವಲ್ಪ ಹೊತ್ತಿಗೆ ಮುಗಿಲಿಗೆ ಹಾರುತ್ತದೆ. ಎಲ್ಲಿಗೆ ಹೋಗುವುದು? ಇನ್ನೊಂದು ಗಂಟೆಯಲ್ಲಿ ವಿಮಾನ ಹತ್ತುತ್ತೇನೆ. ನನ್ನ ನಾಡಿನಿಂದ ದೂರ ಹೋಗುತ್ತೇನೆ. ಕೇವಲ ಅರವತ್ತು ನಿಮಿಷಗಳು, ಹಾರಲು! ಅಳುವುದನ್ನು ಬಿಟ್ಟರೆ ನನಗೆ ಬೇರೇನೂ ಉಳಿದಿಲ್ಲ. ಈ ಪತ್ರ ನನ್ನ ಕಂಬನಿಯಿಂದ ತೊಯ್ದಿದೆ. ಆದರೇನು ಮಾಡಲಿ? ಬೇರೆ ಪತ್ರ ಬರೆಯಲು ನನಗೆ ವೇಳೆಯಿಲ್ಲ.

ಮನಸ್ಸಿಗೆ ಏನೋ ದುಗುಡ, ಇದ್ದಕ್ಕಿದ್ದಂತೆ 'ನಾನು ತಪ್ಪು ನಿರ್ಧಾರವನ್ನು ಮಾಡಿದ್ದೇನೆ ಎನಿಸತೊಡಗಿದೆ. ಇಲ್ಲಿರುವುದೆನ್ನೂ ಬಿಟ್ಟು ಹೋಗಲು ಮನಸ್ಸು ಬರುತ್ತಿಲ್ಲ. ಇಲ್ಲ! – ನಮ್ಮ ಆಸ್ಪತ್ರೆ, ಆಪರೇಟಿಂಗ್ ಥಿಯೇಟರ್, ಕಡೆಗೆ ನಮ್ಮ ಕ್ಲಿನಿಕ್‌ನ ಆ ಪುಟ್ಟ ಡೆಸ್ಕ್ – ಯಾವುದನ್ನೂ ಮರೆಯಲಾಗುತ್ತಿಲ್ಲ. ಡಾ॥ ಸನ್‌ರು ಬಹಳ ನಿಷ್ಠುರ. ಏನಾದರೂ ತಪ್ಪು ಮಾಡಿದರೆ ಕ್ಷಮಿಸುವುದೇ ಇಲ್ಲ ಟೀಕಿಸುತ್ತಾರೆ – ಎಂದೆಲ್ಲಾ ಗೊಣಗುತ್ತಿದ್ದೆ. ಆದರೆ ಆಗ ಅವರ ಟೀಕೆಯನ್ನು ಮತ್ತೆ ಕೇಳಬೇಕೆನಿಸುತ್ತಿದೆ. ಬಹಳ ಶಿಸ್ತಿನ ಉಪಾಧ್ಯಾಯರು. ಅವರು ಹಾಗಿಲ್ಲದಿದ್ದರೆ, ಇವತ್ತು ನಾನು ಇಷ್ಟೊಂದು ನೈಪುಣ್ಯವನ್ನು ಪಡೆಯಲಾಗುತ್ತಿರಲಿಲ್ಲ!

ಧ್ವನಿವರ್ಧಕಗಳು, ಪ್ರಯಾಣಿಕರಿಗೆ ಶುಭ ಪ್ರಯಾಣವನ್ನು ಕೋರುತ್ತಿವೆ. ನನ್ನ ಪ್ರಯಾಣ ಸುಖವಾಗಿ, ಶುಭವಾಗಿ ಇರುವುದೇ? ಇನ್ನೊಂದು ಗಳಿಗೆಯಲ್ಲಿ ವಿಮಾನವನ್ನು ಹತ್ತಬೇಕೆಂದು ಯೋಚಿಸಿದರೇನೇ – ಹೇಗೋ ಆಗುತ್ತದೆ. ನಾನೆಲ್ಲಿ ತಲುಪುತ್ತೇನೆ? ನನ್ನ ಭವಿಷ್ಯದಲ್ಲೇನಿದೆ? ನನಗೇಕೋ ಭಯವಾಗುತ್ತಿದೆ! ಹೌದು. ಭಯದಿಂದ ತಲ್ಲಣಿಸುತ್ತಿದ್ದೇನೆ! ಪರದೇಶದಲ್ಲಿ, ಅದೂ ನಮಗಿಂತ ಎಲ್ಲ ರೀತಿಯಲ್ಲಿ ಭಿನ್ನವಾಗಿರುವ ಎಡೆಯಲ್ಲಿ ಹೊಂದಿಕೊಳ್ಳಬಲ್ಲೇನೆ? ನೆಮ್ಮದಿಯಿಂದ ಇರಬಲ್ಲೇನೆ?

ನನ್ನ ಗಂಡ ಕುರ್ಚಿಯೊಂದರಲ್ಲಿ ಆಲೋಚನಾ ಮಗ್ನವಾಗಿ ಕುಳಿತಿದ್ದಾನೆ. ಹೊರಡುವ ಸಿದ್ಧತೆಗಳಲ್ಲಿ ತೊಡಗಿದ್ದವನಿಗೆ ಒಂದಿಷ್ಟೂ ಬಿಡುವು ಸಿಕ್ಕಿರಲಿಲ್ಲ. ಅವನು ಮಾತ್ರ ನಿರ್ಧಾರದಲ್ಲಿ ದೃಢವಾಗಿದ್ದ. ಆದರೆ ನೆನ್ನೆ ರಾತ್ರಿ ಕೊನೆಯದಾಗಿ ಕೋಟೊಂದನ್ನು ಸೂಟ್‌ಕೇಸ್ ಒಳಗೆ

ಇಡುತ್ತಿದ್ದಾಗ ದಿಢೀರನೆ ಹೇಳಿದ – "ನಾಳೆಯಿಂದ ನಾವು ಮನೆಯಿಲ್ಲದವರಾಗುತ್ತೇವೆ!" ಆ ಕ್ಷಣದಿಂದ ಅವನು ಮಾತನ್ನೇ ಆಡಿದ್ದಿಲ್ಲ. ನನಗನಿಸುತ್ತೆ, ಅವನ ಮನಸ್ಸಿನಲ್ಲಿಯೂ ಹೊಯ್ದಾಟ ನಡೆದಿರಬೇಕು ಅಂತ ಅನಿಸಿದೆ.

ಯಾಯಾಗೆ ಮಾತ್ರ ಈ ಪ್ರಯಾಣದಿಂದ ತುಂಬಾ ಖುಷಿಯಾಗಿದೆ. ಅವಳಂತು ಅಳುಕು, ಉದ್ವಿಗ್ನತೆಗಳಿಂದ ಕೂಡಿದ್ದಳು. ಒಂದೊಂದು ಸಲ ಒಂದೆರಡೇಟು ಕೊಡೋಣಾಂತ ಯೋಚಿಸಿದ್ದುಂಟು. ಈಗವಳು ಗಾಜಿನ ಬಾಗಿಲಿನೊಳಗಿಂದ ವಿಮಾನಗಳು ಇಳಿಯುವುದನ್ನು, ಏರುವುದನ್ನು ನೋಡುತ್ತಾ ನಿಂತಿದ್ದಾಳೆ. ಅವಳಿಗೂ ದೇಶ ಬಿಡಲು ಇಷ್ಟವಿಲ್ಲವೇನೋ ಎನಿಸಿದೆ.

ನಿಮ್ಮಿಂದ ಬೀಳ್ಕೊಡಲು ಆ ದಿನ ರಾತ್ರಿ ಬಂದಿದ್ದಾಗ, ನೀನು ಕೇಳಿದೆ – ಈಗಲೂ ಮನಸ್ಸು ಬದಲಾಯಿಸಲು ಆಗುವುದಿಲ್ಲವೇ? ಎಂದು.

ಆ ಪ್ರಶ್ನೆಗೆ ಒಂದೇ ಸಲಕ್ಕೆ ಒಂದೇ ವಾಕ್ಯದಲ್ಲಿ ಉತ್ತರ ಕೊಡೋಕೆ ಆಗುವುದಿಲ್ಲ. ನಾನು ಮತ್ತು ಲಿಯು ಇದರ ಬಗ್ಗೆ ತಿಂಗಳುಗಳಿಂದ ಪ್ರತಿದಿನ ಚರ್ಚೆ ಮಾಡುತ್ತಲೇ ಇದ್ದೇವೆ. ನಮ್ಮ ತಲೆ ಚಿಟ್ಟು ಹಿಡಿದಂತಿದೆ. ಚೈನಾಬಿಟ್ಟು ಹೋಗುವುದಕ್ಕೆ ಬೇರೆ ಕಾರಣಗಳು ಎಷ್ಟೋ ಇವೆ. ಯಾಯಾಗಾಗಿ, ಲಿಯುಗಾಗಿ ಕೊನೆಗೆ ನನಗಾಗಿಯೂ ಕೂಡ. ನಮ್ಮ ಸ್ವಂತ ಸಮಾಧಾನಕ್ಕಾಗಿ ಏನೇ ಕಾರಣಗಳನ್ನು ಹೇಳಿಕೊಂಡರೂ, ನಮ್ಮ ನೋವಂತೂ ಕಡಿಮೆಯಾಗುವುದಿಲ್ಲ. ಚೈನ ಹೊಸಯುಗವನ್ನು ಆರಂಭಿಸುತ್ತಿರುವಾಗ, ನಾವು ಹೋಗಬಾರದಿತ್ತು. ನಮ್ಮ ನಮ್ಮ ಕರ್ತವ್ಯಗಳಿಂದ ಜಾರಿಕೊಳ್ಳುವುದಕ್ಕೆ ನೆಪಗಳು ಬೇಕಾಗಿರಲಿಲ್ಲ.

ನಿನಗೆ ಹೇಳಿಸಿದರೆ, ನನ್ನಲ್ಲಿ ಅಷ್ಟೊಂದು ಆತ್ಮಸ್ಥೈರ್ಯವಿಲ್ಲ. ನನ್ನದು ದುರ್ಬಲ ವ್ಯಕ್ತಿತ್ವ ಕಳೆದ ಹತ್ತು ವರುಷಗಳಲ್ಲಿ ನನಗಿಂತ ಹೆಚ್ಚಿನ ಕಷ್ಟಗಳನ್ನು ಅನುಭವಿಸಿದ್ದು ನೀನೇ. ನೀನು ಅವುಗಳನ್ನು ಎದುರಿಸಿದ ಹಾಗೆ ನನ್ನಿಂದ ಸಾಧ್ಯವಾಗುತ್ತಿರಲಿಲ್ಲ. ಯಾರಾದರೂ ನನ್ನನ್ನು ಕೀಳಾಗಿ ಮಾತಾಡಿದರೆ, ಎಷ್ಟೋ ಸಲ ಸಹನೆ ಕಳೆದುಕೊಂಡು ಸಿಡಿದೇಳುತ್ತಿದ್ದೆ. ನಿನ್ನಷ್ಟು ಬಲ ನನ್ನಲ್ಲಿಲ್ಲ. ನನ್ನ ದೌರ್ಬಲ್ಯವನ್ನು, ನನ್ನ ವರ್ತನೆಯಿಂದ ತಿಳಿಯಬಹುದು. ಈ ತರಹ ಅವಮಾನಕ್ಕೆ ಒಳಗಾಗುವುದಕ್ಕಿಂತ ಸಾಯುವುದೇ ಲೇಸೆಂದು ಭಾವಿಸಿದ್ದೆ. ಆದರೆ ಯಾಯಾ ಇದ್ದ – ಅದು ಹೇಗೆ ಆ ದಿನಗಳಲ್ಲಿ ಅವನನ್ನು ಸಾಕಿದೆನೋ! ನನಗೆ ಆಶ್ಚರ್ಯವಾಗುತ್ತಿದೆ. ಲಿಯು ಬೇರೆ ಆ ದಿನಗಳಲ್ಲಿ 'ಶತ್ರುವಿನ ಏಜೆಂಟ್' ಎಂಬ ಸುಳ್ಳು ಆರೋಪಕ್ಕೆ ಒಳಗಾಗಿ, ಸೆರೆಯೊಳಗಿದ್ದ!

ಇವೆಲ್ಲವೂ ಹಿಂದಿನ ಕಹಿ ಅನುಭವಗಳು. ಘೂ ಹೇಳುತ್ತಿದ್ದುದು ಸರಿ ಎನಿಸುತ್ತದೆ. "ಕತ್ತಲು ಕಳೆದಿದೆ, ಸುಪ್ರಭಾತ ಮೊಳಗಿದೆ" ಆದರೆ ತೊಂದರೆಯೇನೆಂದರೆ, ಕೆಟ್ಟ ಪ್ರಭಾವದಿಂಧ ಬೇಗ ಮುಕ್ತವಾಗಲು ಸಾಧ್ಯವಾಗುವುದಿಲ್ಲ. ಸರ್ಕಾರದ ಸಿದ್ಧಾಂತಗಳು ಜನರನ್ನು ತಲುಪಬೇಕಾದರೆ ಸಾಕಷ್ಟು ಸಮಯ ಹಿಡಿಸುತ್ತೆ. ಅಸಮಾಧಾನ, ಅಸಂತೃಪ್ತಿಗಳು ಅಷ್ಟು ಸುಲಭದಲ್ಲಿ ಸಾಯುವುದಿಲ್ಲ. ಊಹಾಪೋಯಹಗಳು ವ್ಯಕ್ತಿಗಳನ್ನು ಕೊಲ್ಲುತ್ತವೆ. ಅದರೆ ಬಗ್ಗೆ ನೆನೆಸಿಕೊಂಡರೆ ಮೈ ನಡುಗುತ್ತದೆ. ನಿನ್ನಷ್ಟು ಧೈರ್ಯ ನನಗಿಲ್ಲ!

ನನಗಿನ್ನೂ ನೆನಪಿದೆ. ಆ ಸಭೆಯಲ್ಲಿ ನಮ್ಮಿಬ್ಬರನ್ನು 'ಬೂರ್ಜ್ವಾ ಸ್ಪೆಷಲಿಸ್ಟ್' ಅಂತ ಕರೆದಿದ್ದರು. ನಾವಿಬ್ಬರೂ ಆಸ್ಪತ್ರೆಯಿಂದ ಹೊರಟಾಗ ನಾನು ಹೇಳಿದೆ– "ಇದೆಲ್ಲ ನನಗೆ ಅರ್ಥವಾಗೊಲ್ಲ. ನಿಸ್ವಾರ್ಥವಾಗಿ ಅವರವರ ಕ್ಷೇತ್ರಗಳಲ್ಲಿ ಹಗಲಿರುಳೂ ದುಡಿಯುವವರನ್ನು ತಿಳಿಯುವ ಮನೋಭಾವ ಯಾಕೆ? ಇಂತಹ ಸಭೆಗಳನ್ನು ಪ್ರತಿಭಟನೆಯ ಸಂಕೇತವಾಗಿ ಅಟೆಂಡ್ ಮಾಡುವುದಿಲ್ಲ!" ಆದರೆ ನೀನು ಹೇಳಿದೆ– "ಅದೆಲ್ಲ ಮರೆತುಬಿಡು. ಅವರು ಬೇಕಾದರೆ ನೂರೆಂಟು ಇಂತಹ ಸಭೆಗಳನ್ನು ಕರೆಯಲಿ, ನಾನು ಹೋಗಿಯೇ ಹೋಗುತ್ತೇನೆ. ನಾವು ಆಪರೇಷನ್‌ಗಳನ್ನಂತೂ ಮಾಡಲೇಬೇಕು. ನಾನು ಮನೆಯಲ್ಲಿ ನನಗೆ ಬೇಕಾದ್ದನ್ನು ಓದಿಕೊಳ್ಳುತ್ತೇನೆ." ನಾನು ಕೇಳಿದೆ – "ನಿನಗೆ ಅನ್ಯಾಯ ಆಗಿದೇಂತ ಯೋಚನೆ ಮಾಡಲು ಬಿಡುವೆಲ್ಲಿದೆ? ನೀನು ಮುಗುಳ್ನಕ್ಕು ಹೇಳಿದೆ– ನನಗೆ ಬೇಕಾದಷ್ಟು ಕೆಲಸವಿದೆ. ಅದೆಲ್ಲಾ ಯೋಚನೆ ಮಾಡಲು ಬಿಡುವೆಲ್ಲಿದೆ? ನಿನ್ನನ್ನು ನಾನು ಮೆಚ್ಚಿಕೊಂಡೆ. ನಾವಿಬ್ಬರೂ ಬೀಳ್ಕೊಳ್ಳುತ್ತಿದ್ದಾಗ, "ಘೂಗೆ ಇದೆಲ್ಲವನ್ನೂ ಹೇಳಬೇಡ ಅಂತ ಎಚ್ಚರಿಸಿದೆ. ಅವನಿಗೆ ತನ್ನದೇ ಬೇಕಾದಷ್ಟು ತೊಂದರೆಗಳಿವೆ." ನಿನ್ನ ಮಾತಿನಲ್ಲಿ ಅವನ ಬಗ್ಗೆ ಕಳಕಳಿಯನ್ನು ಗುರುತಿಸಿದೆ. ಮೌನವಾಗಿ ನಡೆಯುತ್ತಿದ್ದೆವು. ನೀನು ಬಹಳ ಶಾಂತವಾಗಿ, ಆತ್ಮವಿಶ್ವಾಸದಿಂದ ಇದ್ದುದನ್ನು ಗಮನಿಸಿದೆ. ಅದನ್ನು ಅಲುಗಾಡಿಸಲು ಯಾರಿಂದಲೂ ಸಾಧ್ಯವಿಲ್ಲ. ಅಂತಹ ನಿರ್ಧಾರ ಇದ್ದುದರಿಂದಲೇ ಎಲ್ಲ ಬಗೆಯ ಹಲ್ಲೆಗಳನ್ನು ಸಹಿಸಿಕೊಂಡು ನಿನ್ನ ದಾರಿಯಲ್ಲಿ ನೀನು ನಡೆದೆ. ನಿನ್ನಲ್ಲಿರುವ ಸ್ಥೈರ್ಯ, ಮನೋನಿರ್ಧಾರಗಳಲ್ಲಿ, ಅರ್ಧದಷ್ಟಾದರೂ ನನಗಿದ್ದಿದ್ದರೆ ಇಂದು ಇಂತಹ ನಿರ್ಧಾರಕ್ಕೆ ಬರುತ್ತಿರಲಿಲ್ಲ.

ಕ್ಷಮಿಸು! ಇಷ್ಟು ಮಾತ್ರ ಸದ್ಯಕ್ಕೆ ಹೇಳಬಲ್ಲೆ. ಇದೋ ಹೊರಡುತ್ತಿದ್ದೇನೆ. ನನ್ನ ಹೃದಯನ್ನು ನಿನ್ನೊಂದಿಗೆ ನನ್ನ ತಾಯ್ನಾಡಿನೊಂದಿಗೆ ಬಿಟ್ಟು ಹೋಗುತ್ತಿದ್ದೇನೆ. ಎಲ್ಲೇ ಹೋದರೂ ನನ್ನ ಚೈನಾವನ್ನು ನಾನು ಮರೆಯುವುದಿಲ್ಲ. ನನ್ನ ಮಾತನ್ನು ನಂಬು! ನಾನು ಖಂಡಿತ ನನ್ನ ತಾಯ್ನಾಡಿಗೆ ಮರಳಿ ಬರುತ್ತೇನೆ. ಕೆಲವು ವರ್ಷಗಳಾದ ಮೇಲೆ ಯಾಯಾ ದೊಡ್ಡವನಾಗುತ್ತಾನೆ. ನಾವೂ ವೈದ್ಯಕೀಯ ಕ್ಷೇತ್ರದಲ್ಲಿ ಏನಾದರೂ ಸಾಧಿಸಿರುತ್ತೇವೆ. ಆಗ ಎಲ್ಲರೂ ಹಿಂತಿರುಗಿ ಬರುತ್ತೇವೆ.

ಆದಷ್ಟು ಬೇಗ ನೀನು ಗುಣಮುಖಳಾಗುತ್ತೀ ಎಂದು ಭಾವಿಸುತ್ತೇನೆ! ನಿನ್ನ ಈ ಅನಾರೋಗ್ಯ, ಮುಂದಾದರೂ, ಆರೋಗ್ಯದ ಬಗ್ಗೆ ಗಮನ ಕೊಡಬೇಕೆಂಬುದಕ್ಕೆ ಪಾಠವಾಗಲಿ. ನೀನು ಸ್ವಾರ್ಥಿಯಾಗಬೇಕೆಂದು ನಾನು ಹೇಳುತ್ತಿಲ್ಲ. ನಿನ್ನ ನಿಸ್ವಾರ್ಥತೆಯನ್ನು ಎಂದಿನಿಂದಲೂ ಮೆಚ್ಚಿಕೊಂಡಿದ್ದೇನೆ. ನಿನ್ನ ಪ್ರತಿಭೆಯ ಪೂರ್ಣ ಪ್ರಯೋಜನಕ್ಕಾಗಿ, ದೇವರು ನಿನಗೆ ಒಳ್ಳೆಯ ಆರೋಗ್ಯವನ್ನು ಕೊಡಲಿ!

ಗುಡ್‌ಬೈ, ನನ್ನ ಪ್ರೀತಿಯ ಗೆಳತಿ!

ಪ್ರೀತಿಯೊಂದಿಗೆ

ಯಾಫೆನ್

ಒಂದೂವರೆ ತಿಂಗಳು ಕಳೆದ ಮೇಲೆ, ಡಾ॥ ಲೂ ಸಾಕಷ್ಟು ಗುಣ ಹೊಂದಿದಳು. ಮನೆಗೆ ಹೋಗಲು ಅನುಮತಿ ದೊರೆಯಿತು.

ಅನೇಕ ಸಲ ಸಾವಿನಂಚಿನಲ್ಲಿದ್ದು, ಉಳಿದು ಬಂದದ್ದು ಒಂದು ದೊಡ್ಡ ಪವಾಡವೇ ಆಗಿತ್ತು. ಡಾಕ್ಟರುಗಳಿಗೆ ಆಶ್ಚರ್ಯ! ಸಂತೋಷ.

ಆ ದಿನ ಬೆಳಗ್ಗೆ, ಘೂ ತುಂಬ ಉತ್ಸಾಹದಿಂದಲೇ, ಕಾಟನ್ ಪ್ಯಾಡೆಡ್ ಜಾಕೆಟ್ಟನ್ನು ಲೂಗೆ ತೊಡಿಸಿದ ವುಲ್ಲನ್ ಟ್ರೌಷರ್ಸ್ ತೊಡಿಸಿದ. ಮೇಲೊಂದು ನೀಲಿಯ ಬಣ್ಣದ ಓವರ್ ಕೋಟು, ಕತ್ತಿನ ಸುತ್ತಲೂ ಬೆಚ್ಚನೆಯ ಸ್ಕಾರ್ಫ್ ಸುತ್ತಿದ.

"ಮನೆಯಲ್ಲಿ ಎಲ್ಲಾ ಸರಿಯಾಗಿದೆಯೇ?" – ಲೂ ಕೇಳಿದಳು.

"ಓ, ಎಲ್ಲಾ ಚೆನ್ನಾಗಿದೆ. ನಿನ್ನ ಪಾರ್ಟಿಯ ಸಹ ಸದಸ್ಯರು ನೆನ್ನೆ ಬಂದಿದ್ದು ಮನೆಯನ್ನೆಲ್ಲಾ ಚೊಕ್ಕಟಗೊಳಿಸಿದರು."

ಕ್ಷಣದಲ್ಲಿ ಅವಳ ಆಲೋಚನೆಗಳು ಮನೆಯ ಕಡೆ ತಿರುಗಿದವು. ಸಣ್ಣ ಕೊಠಡಿ... ದೊಡ್ಡ ಪುಸ್ತಕ ಬೀರು, ಬಿಳಿ ಬಣ್ಣದ ಪರದೆ... ಕಿಟಕಿಯ ಮೇಲಿದ್ದ ಪುಟ್ಟ ಅಲಾರಂ ಗಡಿಯಾರ... ಬರೆಯುವ ಮೇಜು... ಎಲ್ಲವೂ ಕಣ್ಮುಂದೆ ಸುಳಿದವು.

ಬೆಚ್ಚನೆಯ ಉಡುಪನ್ನು ಧರಿಸಿದ್ದರೂ, ಚಳಿಯಾಗುತ್ತಿತ್ತು. ಸುಸ್ತಾದಂತೆ ಕಾಣುತ್ತಿದ್ದಳು. ನಿಲ್ಲಲು ಪ್ರಯತ್ನಿಸಿದಾಗ, ಕಾಲುಗಳು ಕಂಪಿಸಿದವು. ಒಂದು ಕೈಯಿಂದ ಗಂಡನ ಭುಜಗಳನ್ನು ಹಿಡಿದುಕೊಂಡು ಮತ್ತೊಂದು ಕೈಯನ್ನು ಗೋಡೆಗೆ ಊರಿದಳು. ಹೆಜ್ಜೆ ಹಾಕುತ್ತಿದ್ದಾಗ, ಹೆಚ್ಚಿನ ಭಾರ ಘೂ ಮೇಲೆ ಬೀಳುತ್ತಿತ್ತು. ನಿಧಾನವಾಗಿ ವಾರ್ಡಿನಿಂದ ಹೊರಗೆ ನಡೆದಳು.

ಜಾವ್ಹೋ, ಸನ್ ಮತ್ತು ಇತರೆ ಸಹೋದ್ಯೋಗಿಗಳು ಅವಳ ಪ್ರಗತಿಯನ್ನು ಗಮನಿಸುತ್ತಾ ಬಾಗಿಲ ಕಡೆ ಅವಳನ್ನು ಹಿಂಬಾಲಿಸಿ ನಡೆದರು.

ಎರಡು ದಿನಗಳಿಂದ ಮಳೆಯಾಗಿತ್ತು. ಮರಗಳ ಕೊಂಬೆಗಳ ನಡುವಿನಿಂದ ಊಳಿಡುವ ಗಾಳಿ ಬೀಸಿ ಬರುತ್ತಿತ್ತು. ಸೂರ್ಯನ ಬೆಳಕು ಪ್ರಖರವಾಗಿತ್ತು. ಮಳೆಯಾದ ಮೇಲೆ ಮತ್ತಷ್ಟು ಬೆಳಗುತ್ತಿದ್ದ ಸೂರ್ಯನ ಕಿರಣಗಳು ಕಾರಿಡಾರಿನ ಕಿಟಕಿಗಳ ಮೂಲಕ ಹಾದು ಬರುತ್ತಿದ್ದವು. ಜೊತೆಗೆ ತನ್ನನೆಯ ಗಾಳಿಯೂ ಬೀಸಿ ಒಳನುಗ್ಗಿತು. ಹೆಂಡತಿಗೆ ಆಸರೆ ಕೊಡುತ್ತ ನಿಧಾನವಾಗಿ ಗಾಳಿ, ಬೆಳಕಿನೆಡೆಗೆ ಮುಖ ಮಾಡಿ ಕರೆದೊಯ್ಯುತ್ತಿದ್ದ.

ಮೆಟ್ಟಿಲುಗಳ ಬಳಿ ಕಪ್ಪು ಬಣ್ಣದ ಕಾರೊಂದು ಇವರಿಗಾಗಿ ಕಾಯುತ್ತಿತ್ತು. ಜಾವ್ಹೋರ ಪ್ರಾರ್ಥನೆಯ ಮೇರೆಗೆ ಅಡ್ಮಿನಿಸ್ಟ್ರೇಷನ್ ಡಿಪಾರ್ಟ್‌ಮೆಂಟಿನಿಂದ ಕಳಿಸಿಕೊಟ್ಟಿದ್ದರು.

ಗಂಡನ ಭುಜಗಳನ್ನು ಆನಿಕೊಂಡು, ಲೂ ನಿಧಾನವಾಗಿ ಗೇಟಿನ ಕಡೆಗೆ ಹೆಜ್ಜೆ ಹಾಕಿದಳು.

(ಮೂಲ ಯೂ ಫಾಂಕಿನ್ ಮತ್ತು ವಾಗ್ ಮಿಂಗ್ಜಿಯವರ ಇಂಗ್ಲೀಷ್ ಭಾಷಾಂತರ)

ನಮ್ಮ ಪ್ರಕಟಣೆಗಳು

30.	ಕರ್ನಾಟಕ ಬುಡಕಟ್ಟು ಭಾಷೆ *	ಡಾ. ಎಸ್.ಎಸ್. ಅಂಗಡಿ	ರೂ.	225.00
31.	ಕತ್ತಲ ಬೆಳಗು *	ಜ.ನಾ. ತೇಜಶ್ರೀ	ರೂ.	40.00
32.	ನವವಿಸರ್ಗ *	ಡಾ. ಕವಿತಾ ರೈ	ರೂ.	130.00
33.	ಕಡಲ ತಡಿಯ ತಲ್ಲಣ	ಉಷಾ ಕಟ್ಟೆಮನೆ	ರೂ.	150.00
		ಡಾ. ಪುರುಷೋತ್ತಮ ಬಿಳಿಮಲೆ		
34.	ಬಂಟರು ಬದುಕು ಮತ್ತು ಬದಲಾವಣೆ	ಡಾ. ಶೇಖರ	ರೂ.	300.00
35.	ಸೆಕ್ಸ್ ವರ್ಕರ್ ಒಬ್ಬಳ ಆತ್ಮಕಥನ	ಕೆ. ನಾರಾಯಣಸ್ವಾಮಿ	ರೂ.	150.00
36.	ಈ ಕ್ಷಣ	ಜ್ಯೋತಿ ಗುರುಪ್ರಸಾದ್	ರೂ.	65.00
37.	ಗಣೇಶನ ಬೆಂಗ್ಳೂರು ಯಾತ್ರೆ	ಪ್ರಕಾಶ್ ಕೆ. ನಾಡಿಗ್	ರೂ.	65.00
38.	ಕೃಷ್ಣ ಕಷಾಯ	ಪಿ.ವಿ. ರಾಮಚಂದ್ರ	ರೂ.	100.00
39.	ರಾವಣನ ಡೈರಿ	ಹಾ.ಮೈ. ಸೂರಿ	ರೂ.	150.00
40.	ಮೊಪಾಸಾನ ಕಥೆಗಳು	ಪಿ.ವಿ. ರಾಮಚಂದ್ರ	ರೂ.	350.00
41.	ತಂತಿ ಪಕ್ಷಿ	ಜ್ಯೋತಿ ಗುರುಪ್ರಸಾದ್	ರೂ.	60.00
42.	ವಕ್ರರೇಖೆ	ಡಾ. ಜಿ.ಬಿ. ಹರೀಶ್	ರೂ.	300.00
43.	ತುಮಕೂರು ಜಿಲ್ಲೆಯಲ್ಲಿ ಸ್ವಾತಂತ್ರ್ಯ ಚಳುವಳಿ	ಡಾ. ಎಸ್. ನಾಗರತ್ನಮ್ಮ	ರೂ.	125.00
44.	ಕರ್ನಾಟಕದಲ್ಲಿ ಅಸಹಕಾರ ಮತ್ತು ನಾಗರೀಕ			
	– ಕಾನೂನು ಭಂಗ ಚಳುವಳಿ	ಡಾ. ಎಸ್. ನಾಗರತ್ನಮ್ಮ	ರೂ.	175.00
45.	ಪ್ರಾಚೀನ ಕನ್ನಡ ಸಾಹಿತ್ಯ ಸಂಘರ್ಷ	ಡಾ. ರವಿ ಭಲವಾದಿ	ರೂ.	225.00
46.	ಶಿವರಾಮ ಕಾರಂತರ ಕೃತಿಗಳಲ್ಲಿ ಸ್ತ್ರೀ			
	ಸಂಕಥನದ ಸ್ವರೂಪ	ಡಾ. ರಾಜೇಂದ್ರ ತಗಡ್ಲಿ	ರೂ.	175.00
47.	ಮಾಧ್ಯಮ ಮಾರ್ಗದರ್ಶಿ	ಪಿ. ರಾಜೇಂದ್ರ	ರೂ.	125.00
48.	ಊರು ಮನೆ (ಸಣ್ಣ ಕಥೆಗಳ ಸಂಕಲನ)	ಲಕ್ಷ್ಮಣ ಕೊಡಸೆ	ರೂ.	160.00
49.	ಮುಖಾ – ಮುಖಿ	ಬಿ.ಪಿ. ಶಿವಾನಂದ ರಾವ್	ರೂ.	85.00
50.	ಜೋಲಿ ಲಾಲಿ	ಜ್ಯೋತಿ ಗುರುಪ್ರಸಾದ್	ರೂ.	160.00
51.	ಅನಸೂಯ ಕಥೆಗಳು	ಡಾ. ಅನಸೂಯಾ ದೇವಿ	ರೂ.	100.00
52.	ರಾಜಕೀಯ ಕಥೆಗಳು	ಡಾ. ಜಿ. ವೀರಭದ್ರಗೌಡ	ರೂ.	100.00
53.	ಜನಪದ ಕಥೆಗಳು:ಆಶಯಗಳು	ಡಾ. ವಾಮದೇವ	ರೂ.	160.00
54.	ಅಮೂರ್ತ ಕನ್ನಡಿ	ಡಾ. ಟಿ.ಡಿ. ರಾಜಣ್ಣ ತಗ್ಗಿ	ರೂ.	100.00
55.	ವ್ಯಾಸಕೂಟ ಮತ್ತು ದಾಸಕೂಟ	ಡಾ. ಅನಸೂಯಾ ದೇವಿ	ರೂ.	250.00
56.	ಹೃದಯವಂತ ವಿಷ್ಣು	ವಿನೋದ್ ಕುಮಾರ್ ಬಿ.	ರೂ.	95.00
57.	ಮಿಣ ಮಿಣ ಚೀಣಾ	ತ್ರಿವೇಣಿ ಶಿವಕುಮಾರ್	ರೂ.	175.00
58.	ಸನೂತನ ದಾರ್ಶನಿಕರೂ	ಸ್ವಾಮಿನಾಥ	ರೂ.	80.00
59.	ದಿಗ್ದರ್ಶಕರು	ಅರುಣ್ ಎಲ್.	ರೂ.	80.00
60.	ವಚನ ವ್ಯಕ್ತಿತ್ವ ವಿಕಾಸ	ಡಾ. ಹಾ.ಮ. ನಾಗಾರ್ಜುನ	ರೂ.	80.00
61.	ಸರಸ್ವತಿ	ಡಾ. ಬಿ.ಆರ್. ಸತ್ಯನಾರಾಯಣ	ರೂ.	300.00
62.	ನಿಡುಗಲ್ಲು ದುರ್ಗದ ಕಥನ	ಡಾ. ಡಿ.ಕೆ.ಚಿತ್ತಯ್ಯ ಪೂಜಾರ್	ರೂ.	250.00
63.	ಸ್ತ್ರೀವಾದಿ ಚಿಂತನೆಗಳು	ಡಾ. ಹಾ.ಮ. ನಾಗಾರ್ಜುನ	ರೂ.	480.00
64.	ಕಮಲದೇಸಾಯಿ ಕಥೆಗಳು	ಅನು: ಚಂದ್ರಕಾಂತ ಪೋಕಳೆ	ರೂ.	120.00
65.	ಪ್ರೀತಿ ಏನೆನ್ನಲ್ಲಿ ನಿನ್ನ	ರೂಪಾ ಎಲ್. ರಾವ್	ರೂ.	70.00
66.	ಹೆಜ್ಜೆ ಮೂಡದ ಹಾದಿಯಲಿ	ಸುಧೇಶ್ ಶೆಟ್ಟಿ	ರೂ.	160.00
67.	ಹಕ್ಕಿ ಹರಿವ ನೀರು	ಡಾ. ಕವಿತಾ ರೈ	ರೂ.	60.00
68.	ಸಾಹಿತ್ಯ ಸಂಸ್ಕೃತಿ	ಡಾ. ತಳವಾರ ವಾಮದೇವ	ರೂ.	110.00
69.	ಸಾಧಕರ ಹಾದಿ	ಕೆ.ಎನ್. ಪರಾಂಜಪೆ	ರೂ.	100.00
70.	ಸಾಧನಶೀಲ (ಡಾ. ಎ.ವಿ. ಪ್ರಸನ್ನ ಅವರ ಅಭಿನಂದನ ಗ್ರಂಥ)		ರೂ.	225.00
71.	ಗಡಿಪಾರು	ಚಂದ್ರಕಾಂತ ಪೋಕಳೆ	ರೂ.	150.00
72.	ರಾಜ್ಯಾಯಣ	ಪಿ. ರಾಜೇಂದ್ರ	ರೂ.	150.00

73.	ಇಂಧನ	ಚಂದ್ರಕಾಂತ ಪೊಕಳೆ	ರೂ.	100.00
74.	Cosmic Joke	Raghav Chinivar	Rs.	250.00
75.	Urbanization Industrialization In Karnataka	Dr. Chandrappa	Rs.	480.00
76.	ಅಪ್ಪನ ಪ್ರತಿರೂಪ ಮತ್ತಿತರ ಕತೆಗಳು	ಡಾ. ಟಿ.ಡಿ.ರಾಜಣ್ಣ ತಗ್ಗಿ	ರೂ.	100.00
77.	ನೀಲಕುರುಂಜಿ (ವಿಮರ್ಶಾ ಲೇಖನಗಳು)	ಎಂ. ಶಿವರಾಮಯ್ಯ	ರೂ.	220.00
78.	ಬಳ್ಳಾರಿ ತಾಲ್ಲೂಕಿನ ಸ್ಥಳನಾಮಗಳು	ಡಾ. ವೀರೇಶ್ ಬಳ್ಳಾರಿ	ರೂ.	200.00
79.	ಶಾಸ್ತ್ರೀಯ ಭಾಷೆ ಕನ್ನಡ & ಶಿಕ್ಷಣದ ಹಕ್ಕುಗಳು	ಡಾ. ಹಾ.ಮಾ.ನಾಗಾರ್ಜುನ	ರೂ.	170.00
80.	ವೀರ ವನ್ತೆ ದುರ್ಗವ್ವ	ಡಾ. ಎಲ್ಲಪ್ಪ ಕೆ.ಕೆ.ಪುರ	ರೂ.	100.00
81.	ಮಂಡ್ಯ ಜಿಲ್ಲೆಯ ಹೊಯ್ಸಳ ದೇವಾಲಯಗಳು	ಡಾ. ಶೋಭ	ರೂ.	250.00
82.	ಕಾಗದದ ದೋಣಿ ಯಾನ–1	ಎಸ್.ಎಂ. ಪೆಜತ್ತಾಯ	ರೂ.	180.00
83.	ಕಾಗದದ ದೋಣಿ ಯಾನ–2	ಎಸ್.ಎಂ. ಪೆಜತ್ತಾಯ	ರೂ.	180.00
84.	ಶರ್ವಾಣಿ	ಸುನಿತಾರಾಜು	ರೂ.	70.00
85.	ಕನ್ನಡ ಸಾಹಿತ್ಯದಲ್ಲಿ ಬೆಡಗು	ಡಾ. ರಾಜು ಕೆ.ಎಸ್.	ರೂ.	80.00
86.	ನಮ್ಮ ರಕ್ಷಕ ರಕ್ಷಾ	ಎಸ್.ಎಂ. ಪೆಜತ್ತಾಯ	ರೂ.	40.00
87.	ಅಮ್ಮ ಹೇಳಿದ ಕತೆಗಳು	ತ್ರಿವೇಣಿ ಶಿವಕುಮಾರ್	ರೂ.	60.00
88.	ನಮ್ಮ ಕರ್ನಾಟಕ–2011	ಸೃಷ್ಟಿನಾಗೇಶ್	ರೂ.	130.00
89.	ಸುದ್ದಿಯ ಹಿಂದೆ	ಡಿ.ವಿ. ರಾಜಶೇಖರ್	ರೂ.	70.00
90.	ಮೈಲಾರ ಬಸವಲಿಂಗ ಶರಣರ ತ್ರಿವಿಧಿಕರಣ	ಡಾ. ಹಾ.ಮಾ. ನಾಗಾರ್ಜುನ	ರೂ.	250.00
91.	ವೀರವನ್ತೆ ದುರ್ಗವ್ವ (ನಾಟಕ)	ಡಾ. ಯಲ್ಲಪ್ಪ ಕೆ.ಕೆ.ಪುರ	ರೂ.	70.00
92.	ಹಕ್ಕಿ ಹರಿವ ನೀರು	ಡಾ. ಕವಿತಾ ರೈ	ರೂ.	40.00
93.	ವೀರವನ್ತೆ ದುರ್ಗವ್ವ (ಕಾದಂಬರಿ)	ಡಾ. ಯಲ್ಲಪ್ಪ ಕೆ.ಕೆ.ಪುರ	ರೂ.	120.00
94.	ಲೋಕಾಮುದ್ರಾ	ಡಾ. ಕವಿತಾ ರೈ	ರೂ.	50.00
95.	ಸಾಹಿತ್ಯ ಸಂಸ್ಕೃತಿ	ಡಾ. ತಳವಾರ ವಾಮದೇವ	ರೂ.	110.00
96.	ಅಲ್ಲುಂಟು ನೆಂಟು	ಬಿ.ಎಸ್. ಲಕ್ಷ್ಮೀನಾರಾಯಣ	ರೂ.	70.00
97.	ವೇಶ್ಯೆಯರು ಮತ್ತು ಲೈಂಗಿಕ ಅಲ್ಪಸಂಖ್ಯಾತರು	ಪ್ರೊ. ಶಿವರಾಮಯ್ಯ	ರೂ.	100.00
98.	ಪುಟಾಣಿಗಳಿಗಾಗಿ ಪಟ್ಟ ಕಥೆಗಳು	ಪ್ರಕಾಶ್ ಕೆ. ನಾಡಿಗ್	ರೂ.	70.00
99.	ತುತ್ತಿಗೊಂದು ಕಥೆ (ಮಕ್ಕಳ ಕಥೆಗಳು)	ಸುನೀತಾ ರಾಜು	ರೂ.	80.00
100.	ಬ್ಲಾಗಿಸು ಕನ್ನಡ ಡಿಂಡಿಮವ	ಚೇತನ ತೀರ್ಥಹಳ್ಳಿ	ರೂ.	90.00
101.	ಭಾರತ ಮತ್ತು ಪಾಕಿಸ್ತಾನ ಕಾಶ್ಮೀರ	ಡಾ. ಸಿ.ಚಂದ್ರಪ್ಪ	ರೂ.	225.00
102.	ತರಂಗಿಣಿ ತೀರದಲ್ಲಿ	ಆತ್ಮಕೂರ ವಾಮನಾಚಾರ್ಯ	ರೂ.	225.00
103.	ಆಲೋಡನ	ಆನಂದ ಝುಂಜರವಾಡ	ರೂ.	150.00
104.	ನಾದಲೋಕದ ರಸನಿಮಿಷಗಳು	ಶಿರೀಷ ಜೋಷಿ	ರೂ.	150.00
105.	ಕುವೆಂಪು ಕಾವ್ಯಯಾನ	ಡಾ. ಬಿ.ಆರ್.ಸತ್ಯನಾರಾಯಣ	ರೂ.	200.00
106.	ಸಂಘರ್ಷ	ಮಾಲತೇಶ ಸಿದ್ಧಮ್ಮನವರು	ರೂ.	50.00
107.	ಅಜ್ಜಿ ಹೇಳಿದ ಕಥೆಗಳು	ಡಾ. ಅನಸೂಯದೇವಿ	ರೂ.	100.00
108.	ಭುವನದ ಬೆರಗು	ತ್ರಿವೇಣಿ ಶಿವಕುಮಾರ್	ರೂ.	150.00
109.	ಅಮ್ಮಿ	ರಾಹು	ರೂ.	300.00
110.	ಪ್ರಕೃತಿ ಮತ್ತು ಪ್ರೀತಿ	ಡಾ. ಅನಸೂಯದೇವಿ	ರೂ.	300.00
111.	ರಾಣಿ ಕಥೆಗಳು	ಡಾ. ವೀರಭದ್ರಗೌಡ	ರೂ.	150.00
112.	ಶತಪದಗಳ ಸುಳಿಯಲ್ಲಿ	ಮಹೇಶ ದೇಶಪಾಂಡೆ	ರೂ.	70.00
113.	ಪ್ರಾಚೀನ ಭಾರತದ ವೈದ್ಯ ವಿಜ್ಞಾನ	ಡಾ. ಕವಿತಾ ಎಸ್.ಎಚ್.	ರೂ.	80.00
114.	ಜೋಲಿ ಲಾಲಿ (ಭಾಗ–2)	ಜ್ಯೋತಿ ಗುರುಪ್ರಸಾದ್	ರೂ.	250.00
115.	ನಮ್ಮ ಆರೋಗ್ಯ ನಮ್ಮ ಕೈಯಲ್ಲಿ	ಡಾ. ಲೀಲಾವತಿ ದೇವದಾಸ್	ರೂ.	200.00

116.	ಬೇಂದ್ರೆ–ಶ್ರೀಶ್ರೀಧರ ಕಾವ್ಯಯಾನ	ಸುನಾಥ ದೇಶಪಾಂಡೆ	ರೂ. 350.00
117.	ಪಡು–ಮೂಡು	ಕೆ. ಕೇಶವಶರ್ಮ	ರೂ. 500.00
118.	ವಸಾಹತುಶಾಹಿ ಪರಿಕಲ್ಪನೆಗಳು	ಕೆ. ಕೇಶವಶರ್ಮ	ರೂ. 350.00
119.	ಸಾಂಸ್ಕೃತಿಕ ಪರಿಕಲ್ಪನೆಗಳು	ಕೆ. ಕೇಶವಶರ್ಮ	ರೂ. 350.00
120.	ಸೀಮಾವಾದಿ ಪರಿಕಲ್ಪನೆಗಳು	ಕೆ. ಕೇಶವಶರ್ಮ	ರೂ. 350.00
121.	ಸುಗಂಧ ಪುಷ್ಪ	ಹಾ.ಮ. ನಾಗಾರ್ಜುನ	ರೂ. 175.00
122.	ಸೆಕ್ಯುಲರ್‌ವಾದ : ಬುಡ–ಬೇರು	ರಾಹು	ರೂ. 300.00
123.	ಕವಿತೆಯ ಓದು	ಪ್ರಭಾಕರ ಆಚಾರ್ಯ	ರೂ. 150.00
124.	ಆರನೆಯ ಹೆಂಡತಿಯ ಆತ್ಮಕಥೆ	ರಾಹು	ರೂ. 400.00
125.	ಮೈ ಫಾದರ್ ಬಾಲಯ್ಯ	ಡಾ. ರಾಜಣ್ಣ ತಗ್ಗಿ	ರೂ. 180.00
126.	ಪೀಠಾಧಿಯಪತಿಯ ಪತ್ನಿ	ರಾಹು	ರೂ. 350.00
127.	ಹಾಡುವ ಹಕ್ಕಿಯ ಶೋಕಗೀತೆ	ಡಾ. ಅಬ್ಬೆಗೆರೆ ಸೋಮಶೇಖರ್	ರೂ. 130.00
128.	ವಿಮರ್ಶೆಯ ಪರಿಕಲ್ಪನೆಗಳು	ಕೇಶವಶರ್ಮ ಕೆ.	ರೂ. 500.00
129.	ಯಾತ್ರಿಕನ ಕನಸು	ರಾಜಣ್ಣ ತಗ್ಗಿ	ರೂ. 125.00
130.	ದಾಂಪತ್ಯ ನಿಷ್ಠೆ ಪರಿಕಲ್ಪನೆ ಬದಲಾಗುತ್ತಿದೆಯೇ?	ಸುನಂದ ಕಡಮೆ	ರೂ. 160.00
131.	ಕುಮಾರವ್ಯಾಸ ಭಾರತ ಭಾಷಾ ವೈಜ್ಞಾನಿಕ ವಿಶ್ಲೇಷಣೆ	ಓಂಕಾರಪ್ಪ	ರೂ. 200.00
132.	ನೋಯುವ ಹಲ್ಲಿಗೆ ಹೊರಳುವ ನಾಲಿಗೆ	ಡಾ.ಹೆಚ್.ಎಸ್. ಅನುಪಮಾ	ರೂ. 200.00
133.	ತತ್ವಜ್ಞಾನದ ಪರಿಕಲ್ಪನೆಗಳು	ಕೇಶವಶರ್ಮ ಕೆ.	ರೂ. 500.00
134.	ಬಹುರೂಪಿ ಭಾರತ	ತ್ರಿವೇಣಿ ಶಿವಕುಮಾರ್	ರೂ. 250.00
135.	ಮಾರ್ಕ್ಸ್‌ವಾದಿ ಪರಿಕಲ್ಪನೆಗಳು	ಕೇಶವಶರ್ಮ ಕೆ.	ರೂ. 400.00
133.	ಹೊಸಪಕ್ಷಿ ರಾಗ	ಜ್ಯೋತಿ ಗುರುಪ್ರಸಾದ್	ರೂ. 200.00
134.	ತೇಲ್ನೋಟ	ಕು.ಗೋ	ರೂ. 150.00
135.	ಆಟಗಳು	ಪ್ರಕಾಶ್ ಕೆ. ನಾಡಿಗ್	ರೂ. 80.00
136.	ಕನಸಿನೂರಿನ ಕಿಟ್ಟಣ್ಣ	ಕೆ. ಪ್ರಭಾಕರನ್	ರೂ. 80.00
137.	ನನ್ನ ದೃಷ್ಟಿಯಲ್ಲಿ ಉತ್ತಮ ಹಾಸ್ಯ	ಕು.ಗೋ	ರೂ. 80.00
138.	ಒಂದು ನೂರು ವರ್ಷಗಳ ಏಕಾಂತ	ಡಾ. ವಿಜಯಾ ಸುಬ್ಬರಾಜ್	ರೂ. 400.00
139.	ಜೀವಸಿರಿ	ವಸುಂಧರಾ ಭೂಪತಿ	ರೂ. 150.00
140.	ಅಲೆಮಾರಿ ಒಬ್ಬನ ಆತ್ಮಕಥೆ..!	ಡಾ|| ಟಿ.ಡಿ.ರಾಜಣ್ಣ ತಗ್ಗಿ	ರೂ. 200.00
141.	ಶಾಲ್ಮಲಿ (ಹಿಂದಿ ಅನುವಾದ)	ಡಾ|| ವಿಜಯಾ ಸುಬ್ಬರಾಜ್	ರೂ. 160.00
142.	ತೆರವು (ಮರಾಠಿ ಅನುವಾದ)	ಚಂದ್ರಕಾಂತ ಪೋಕಳೆ	ರೂ. 80.00
143.	ಅನನ್ಯ (ಕನ್ನಡ ತಮಿಳು ಸಾಹಿತ್ಯ ಅವಲೋಕನ)	ಡಾ|| ತಮಿಳ್ ಸೆಲ್ವಿ	ರೂ. 160.00
144.	ಧರೆಹೊತ್ತಿ ಉರಿದಾಗ (ಸಂಪುಟ–1) (ಭಾರತ ವಿಭಜನೆಯ ದುರಂತ ಕಥೆಗಳು)	ರಾಹು	ರೂ. 400.00
145.	ಧರೆಹೊತ್ತಿ ಉರಿದಾಗ (ಸಂಪುಟ–2) (ಭಾರತ ವಿಭಜನೆಯ ದುರಂತ ಕಥೆಗಳು)	ರಾಹು	ರೂ. 400.00
146.	ಧರೆಹೊತ್ತಿ ಉರಿದಾಗ (ಸಂಪುಟ–3) (ಭಾರತ ವಿಭಜನೆಯ ದುರಂತ ಕಥೆಗಳು)	ರಾಹು	ರೂ. 400.00
147	ದಯವಿಟ್ಟು ಮುಚ್ಚಬೇಡಿ ರಸ್ತೆಗುಂಡಿಗಳನ್ನು	ಶಾಂತರಾಜ್ ಐತಾಳ್	ರೂ. 150.00
148	ಪಾತಾಳಕ್ಕೆ ಪಯಣ	ಡಾ. ರಾಜಣ್ಣ ತಗ್ಗಿ	ರೂ. 225.00
149	ಕೊಡಚಾದ್ರಿ (ಸಾಧಕರ ನುಡಿ ಚಿತ್ರಗಳು)	ಲಕ್ಷ್ಮಣ ಕೊಡಸೆ	ರೂ. 180.00
150	ಸುಡಗಾಡ ಕಾಯ	ಡಾ. ಅನುಬೆಳ್ಳೆ	ರೂ. 125.00
151	ಕರುಳ ತೆಪ್ಪದ ಮೇಲೆ	ರಾಹು	ರೂ. 400.00
	(ಖುಷ್ವಂತ್‌ಸಿಂಗರ ಟ್ರೈನ್ ಟೂ ಪಾಕಿಸ್ತಾನ ನಾಟಕ)	ಚಿದಾನಂದ ಸಾಲಿ	ರೂ. 60.00
152	ದೇವನೊಬ್ಬ ಬೇಕೆ	ಡಾ. ಶೀಪರಮಟ್ಟಿ	ರೂ. 150.00

*ಪ್ರತಿಗಳು ಮುಗಿದಿವೆ